ಭುವಿಗಿಳಿದ ಹಕ್ಕಿ
ಮತ್ತು ಇತರ ಕಿರು ಕಾದಂಬರಿಗಳು

ಸಾಯಿಸುತೆ

ಸುಧಾ ಎಂಟರ್‌ಪ್ರೈಸಸ್
ನಂ. 761, 8ನೇ ಮುಖ್ಯರಸ್ತೆ, 3ನೇ ಬ್ಲಾಕ್,
ಕೋರಮಂಗಲ, ಬೆಂಗಳೂರು – 560 034

Bhuvigilida Hakki Mathu Ithara Kiru Kaadambarigalu (Kannada): three short social novels written by Smt. Saisuthe; published by Sudha Enterprises, # 761, 8th Main, 3rd Block, Koramangala, Bangalore - 560 034.

ಮೊದಲನೆಯ ಮುದ್ರಣ	:	2019
ಪುಟಗಳು	:	232
ಬೆಲೆ	:	ರೂ. 175
ಉಪಯೋಗಿಸಿದ ಕಾಗದ	:	70 ಜಿ.ಎಸ್.ಎಂ. ಮ್ಯಾಪ್‌ಲಿಥೋ
ಮುಖಪುಟ ವಿನ್ಯಾಸ	:	ಪಾ.ಸ. ಕುಮಾರ್
ಹಕ್ಕುಗಳು	:	ಲೇಖಕಿಯವರದು

ಸಗಟು ಮಾರಾಟಗಾರರು
ವಸಂತ ಪ್ರಕಾಶನ
360, 10ನೇ 'ಬಿ' ಮುಖ್ಯರಸ್ತೆ, 3ನೇ ಬ್ಲಾಕ್,
ಜಯನಗರ, ಬೆಂಗಳೂರು – 560 011
ದೂರವಾಣಿ : 080–22443996
email : vasantha_prakashana@yahoo.com
website: www.vasanthaprakashana.com

ಅಕ್ಷರ ಜೋಡಣೆ :
ಮಹೇಶ್ ಎಂ.

ಮುದ್ರಣ :
ಶ್ರೀ ಶ್ರೀನಿವಾಸ ಬೈಂಡಿಂಗ್ ವರ್ಕ್ಸ್

ಮುನ್ನುಡಿ

80 ಮತ್ತು 90ರ ದಶಕದಲ್ಲಿ ಪತ್ರಿಕೆಗಳಲ್ಲಿ ಪ್ರಕಟಗೊಂಡ ಕಿರು ಕಾದಂಬರಿಗಳು ಗೊಂಚಲಿನ ರೂಪ ಪಡೆದುಕೊಂಡಿದೆ. ಈ 'ಭುವಿಗಿಳಿದ ಹಕ್ಕಿ' ಕಾದಂಬರಿಗಳ ಒಡನಾಡಿಗಳು 'ಆಶಾ ಪಲ್ಲವಿ' ಮತ್ತು 'ಅನುಬಂಧ'.

ನಾನು ಮರೆತಿದ್ದ ಈ ಕಾದಂಬರಿಗಳನ್ನು ನೆನಪಿಸಿದ್ದು ಮಾತ್ರವಲ್ಲ, ಒತ್ತಾಯವೇರಿದ್ದರಿಂದ ಮೂರು ಕಾದಂಬರಿ 'ಭುವಿಗಳಿದ ಹಕ್ಕಿ' ಶೀರ್ಷಿಕೆ ಮುಖಾಂತರ ಪ್ರಕಟಗೊಂಡಿದೆ.

ನನ್ನ ಕಾದಂಬರಿಗಳನ್ನು ಪ್ರಕಟಿಸುತ್ತಿರುವ ಸುಧಾ ಎಂಟರ್‌ಪ್ರೈಸಸ್ ಮಾಲೀಕರಿಗೂ ಮುಖಚಿತ್ರದ ಕಲಾವಿದರಿಗೂ ಧನ್ಯವಾದಗಳು.

ನಿಮ್ಮನ್ನು ಮರೆಯಲುಂಟೆ? ತುಂಬು ಮನದ ಕೃತಜ್ಞತೆಗಳು.

– ಸಾಯಿಸುತೆ

"ಸಾಯಿಸದನ"

12, 2ನೇ ಮುಖ್ಯರಸ್ತೆ, 2ನೇ ಅಡ್ಡರಸ್ತೆ,

ಮಾರುತಿನಗರ, ಕೋಗಿಲೆ ಕ್ರಾಸ್, ಯಲಹಂಕ

ಓಲ್ಡ್ ಟೌನ್, ಬೆಂಗಳೂರು – 560064.

Email: saisuthe1942@gmail.com

ನಮ್ಮಲ್ಲಿ ದೊರೆಯುವ ಸಾಯಿಸುತೆಯವರ
ಇತರ ಕಾದಂಬರಿಗಳು

ಕಾರ್ತೀಕದ ಸಂಜೆ

ನಾ ನಿನ್ನ ಧ್ಯಾನದೊಳಿರಲು

ಸುಪ್ರಭಾತದ ಹೊಂಗನಸು

ಕರಗಿದ ಕಾರ್ಮೋಡ

ಹೃದಯ ರಾಗ

ಅಮೃತಸಿಂಧು

ಬಣ್ಣದ ಚುಂಬಕ

ಸ್ವರ್ಣ ಮಂದಿರ

ಶ್ರೀರಸ್ತು ಶುಭಮಸ್ತು

ಗಂಧರ್ವಗಿರಿ

ಶುಭಮಿಲನ

ಸಪ್ತಪದಿ

ಚೈತ್ರದ ಕೋಗಿಲೆ

ಬೆಳ್ಳಿದೋಣಿ

ವಿವಾಹ ಬಂಧನ

ಮಂಗಳ ದೀಪ

ಡಾ॥ ವಸುಧಾ

ಮುಂಜಾನೆಯ ಮುಂಬೆಳಕು

ಸೊಬಗಿನ ಪ್ರಿಯದರ್ಶಿನಿ

ರಾಗಬೃಂದಾವನ

ಬಿಳಿ ಮೋಡಗಳು

ಅನುಬಂಧದ ಕಾರಂಜಿ

ಮಿಂಚು

ನಾಟ್ಯಸುಧಾ

ಪಸರಿಸಿದ ಶ್ರೀಗಂಧ

ಬೆಳದಿಂಗಳ ಚೆಲುವೆ

ವರ್ಷಬಿಂದು

ಸಪ್ತ ಸಂಭ್ರಮ

ನನ್ನ ಭಾವ ನಿನ್ನ ರಾಗ

ಸುಮಧುರ ಭಾರತಿ

ಮೌನ ಆಲಾಪನ

ಮತ್ತೊಂದು ಬಾಡದ ಹೂ

ಶಿಶಿರದ ಇಂಚರ

ಮುಂಗಾರಿನ ಹುಡುಗಿ

ಸಾಮಗಾನ

ಕಡಲ ಮುತ್ತು

ಆಡಿಸಿದಳು ಜಗದೋದ್ಧಾರನಾ

ಪಂಚವಟಿ

ಶ್ಯಾನುಭೋಗರ ಮಗಳು

ಮೂಡಿ ಬಂದ ಶಶಿ

ಜನನೀ ಜನ್ಮಭೂಮಿ

ಬಿರಿದ ನೈದಿಲೆ

ಶರದೃತುವಿನ ಚಂದ್ರ

ಮೋಹನ ಮುರಳಿ ಕರೆಯಿತು

ಮುಗಿಲ ತಾರೆ

ಅಗ್ನಿದಿವ್ಯ

ಧವಳ ನಕ್ಷತ್ರ

ಕಲ್ಯಾಣಮಸ್ತು

ದಂತದ ಗೊಂಬೆ

ಸುಭಾಷಿಣಿ

ಮಮತೆಯ ಸಂಕೋಲೆ

ಮಂತ್ರಾಕ್ಷತೆ

ಸಪ್ತಧಾರೆ

ಹೇಮಂತದ ಸೊಗಸು

ಬೆಳಕಿನ ಹಣತೆ

ಗ್ರೀಷ್ಮದ ಸೊಬಗು

ಗ್ರೀಷ್ಮ ಋತು

ಪ್ರಿಯ ಸಖೀ

ಚಿರಬಾಂಧವ್ಯ

ಅಗ್ನಿದಿವ್ಯ

ಆಶಾಸೌರಭ

ಗಿರಿಧರ

ಪರಿವಿಡಿ

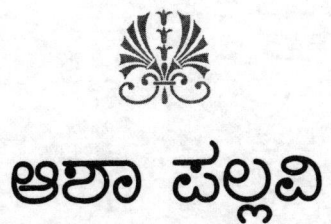

ಆಶಾ ಪಲ್ಲವಿ

ಜ್ಞಾನ ಗಂಗೆ

ಕೆರೆಯ ದಡದಲ್ಲಿ ಕೂತ ಮೋಹನ್ ಸುತ್ತಲಿನ ಸೊಬಗನ್ನು ನೋಡುತ್ತಿದ್ದ. ಇದುವರೆಗೂ ಗಿಡಗಳ ಎಲೆಯು ಚಲಿಸುವಷ್ಟು ಗಾಳಿಯು ಬೀಸುತ್ತಿರಲಿಲ್ಲ. ಈಗ ತಂಗಾಳಿ ಬೀಸಲು ಪ್ರಾರಂಭವಾಯಿತು. ಅವನಿಗೆ 'ಹಾಯ್' ಎನಿಸಿತು. ಕೆಲ ಹೊತ್ತಿನಲ್ಲಿ ತಂಗಾಳಿ ಜೋರಾಯಿತು. ಗಾಳಿಯ ರಭಸ ಜೋರಾಯಿತು. ನಿಮಿಷದಲ್ಲಿ ತಂಪಾದ ಗಾಳಿ ಬಿರುಗಾಳಿಯಾಯಿತು. ನಿಮಿಷದಲ್ಲಿ ಎಲ್ಲೆಲ್ಲಿಯೂ ಧೂಳನ್ನು ಬಡಿದೆಬ್ಬಿಸಿತು. ಎಲೆಯ ತರಗು-ಚಿಂದಿಬಟ್ಟೆ ಮೊದಲಾದ ಬಿಸುಟ ಪದಾರ್ಥಗಳೆಲ್ಲ ಗಾಳಿಯ ಸುಳಿಯಲ್ಲಿ ವೇಗವಾಗಿ ಸುತ್ತತೊಡಗಿತು. ವಾತಾವರಣವೆಲ್ಲ ಕೆಂಧೂಳಿನಿಂದ ತುಂಬಿಹೋಯಿತು. ಹತ್ತು ನಿಮಿಷಗಳ ಹಿಂದೆ ಸ್ಪಷ್ಟವಾಗಿ ಕಾಣುತ್ತಿದ್ದ ಗಿಡ, ಮರ, ಕೆರೆ ಎಲ್ಲವೂ ಕಾಣದಾಯಿತು.

ಧೂಳು-ಗಾಳಿಯ ಮಣ್ಣಿನ ಹರಳುಗಳಿಂದ ರಕ್ಷಿಸಿಕೊಳ್ಳಲು ಬಿಗಿಯಾಗಿ ಕಣ್ಣುಗಳನ್ನು ಮುಚ್ಚಿಕೊಂಡ. ಇಡೀ ದೇಹವೇ ಹೊಯ್ದಾಡಿದಂತಾಯಿತು. ಹಾಗೆಯೇ ಕುಳಿತ. ನಿಮಿಷಗಳಲ್ಲಿ ಬಿರುಗಾಳಿ ಶಾಂತವಾಯಿತು. ಕಣ್ಣು ಬಿಟ್ಟು ತಲೆ ಎತ್ತಿ ಆಕಾಶದ ಕಡೆ ನೋಡಿದ. ಬಾನಿನಲ್ಲಿ ಮೋಡಗಳು ಸೇರುತ್ತಿದ್ದವು. ಬೆಳಕು ಮಬ್ಬಾಗಿತ್ತು. ನಿಶ್ಚಲವಾಗಿದ್ದ ವಾಯುಮಂಡಲ ರಭಸದಿಂದ ಚಲಿಸತೊಡಗಿತು. ಪ್ರಕೃತಿಯ ವ್ಯಾಪಾರಗಳನ್ನು ಕಣ್ಣರಳಿಸಿ ನೋಡಿದ.

ದಪ್ಪ ದಪ್ಪ ಮಳೆಯ ಹನಿಗಳು ಬೀಳತೊಡಗಿದವು. ಎದ್ದು ಹೋಗಿ ಹತ್ತಿರದಲ್ಲಿದ್ದ ಮರದ ಕೆಳಗೆ ನಿಂತ.

"ಯಾರ್‍ರೋ ಅದು, ಈ ಮಳೆ ಗಾಳೀಲಿ!" ಕೊಡೆ ಹಿಡಿದುಕೊಂಡು ಬಂದ ಶಾಸ್ತ್ರಿಗಳು ಜೋರಾಗಿಯೇ ಹೇಳಿದರು.

"ನಾನು, ಮೋಹನಾ."

ಗಾಳಿಯ ರಭಸಕ್ಕೆ ಕೊಡೆ ಹೊಟ್ಟೆ ಚೆನ್ನಾಗಿ ಲಾಗ ಹಾಕಿತು. ಹಿಡಿದುಕೊಳ್ಳುವುದು ಕಷ್ಟವೆನಿಸಿತು. ಗಾಳಿಯಲ್ಲಿ ಹೋರಾಡುತ್ತಿದ್ದ ಕೊಡೆಯನ್ನು ಭದ್ರವಾಗಿ ಮೋಹನನೇ

ಹಿಡಿದ.

"ನಡೀಯಪ್ಪ, ಹೊರಟುಬಿಡೋಣ" ಮುಗಿಲ ಕಡೆ ನೋಡಿ "ಅಸಾಧ್ಯ ಮಳೆ ಬರ್ತದೆ."

ಒಂದೇ ಕೊಡೆಯಲ್ಲಿ ಇಬ್ಬರು ಹೊರಟರು. ಕೊಡೆ ಶಾಸ್ತ್ರಿಗಳಿಗೆ ಮಾತ್ರ ಹಿಡಿದಿದ್ದ. ಅವನು ಪೂರ್ತಿಯಾಗಿ ನೆನೆಯುತ್ತಿದ್ದ. ಮಳೆ ಧಾರಾಳವಾಗಿ ಸುರಿಯುತ್ತಲೇ ಇತ್ತು. ಮೊದಲಿದ್ದ ಬಿರುಗಾಳಿ, ಕೆಂಧೂಳು, ವಾತಾವರಣವನ್ನು ಕಲುಷಿತಗೊಳಿಸಿದ್ದ ಕಸ ಕಡ್ಡಿಗಳು ಈಗ ಇರಲಿಲ್ಲ. ಮಳೆಯ ರಭಸ ಮತ್ತೂ ಜೋರಾಯಿತು.

ಅವರನ್ನು ಮನೆ ಮುಟ್ಟಿಸಿ ಇವನು ಮನೆ ಸೇರುವ ವೇಳೆಗೆ ಪೂರ್ತಿ ತೊಯ್ದು ಹೋಗಿದ್ದ.

"ಪೂರ್ತಿ ನೆನ್ದೇಬಿಟ್ಟಿದ್ದೀಯಾ..." ನಾಗಲಕ್ಷ್ಮಮ್ಮ ಬೇಸರ, ಭಯದಿಂದ ಟವಲು ತಂದು ಮಗನ ತಲೆಯೊರೆಸಿ "ಮೊದ್ಲು ಬಟ್ಟೆ ಬದಲಾಯಿಸು" ನಕ್ಕು ಕೋಣೆಗೆ ಹೋದ.

ಬಟ್ಟೆ ಬದಲಿಸಿ ಹೊರಗೆ ಬಂದಾಗ ಬಿಸಿ ಕಾಫಿ ರೆಡಿಯಾಗಿತ್ತು. ತಾಯಿಯ ಕಡೆ ನೋಡಿದ ಕಣ್ಣುಗಳಲ್ಲಿ ಇಣುಕುತ್ತಿದ್ದ ವಾತ್ಸಲ್ಯಕ್ಕೆ ಬೆರಗಾದ.

"ಈ ಪಾಟಿ ಮಳೆಯಲ್ಲಿ ನೆಂದಿದ್ದೀಯಾ..." ಮುಖದ ಮೇಲೆ ಆತಂಕದ ಚಿಹ್ನೆಗಳು ಕಾಣಿಸಿಕೊಂಡವು.

"ಪರ್ವಾಗಿಲ್ಲ..."

ಕಾಫಿ ಕುಡಿದು ಲೋಟ ಕೆಳಗಿರಿಸಿ ಬಾಗಿಲ ಬಳಿ ಹೋಗಿನಿಂತ. ಇರಚಲು ಮಳೆಯಿಂದ ವರಾಂಡದಲ್ಲಿ ಹೊಂಡವಾಗುತಿತ್ತು.

ತೋರ ಹನಿಮಳೆಯಾಗಿ ಶುರುವಾದದ್ದು ಈಗ ಅವಿರಳವಾಗಿ ಧಾರಾಕಾರವಾಗಿ ಸುರಿಯುತಿತ್ತು. ಜೊತೆಗೆ ಆಲಿಕಲ್ಲುಗಳು ಬಾನು ನೆಲಕೆಸೆದಂತೆ ಬೀಳತೊಡಗಿತು. ಗಾಳಿ, ಮಳೆಯ ರಭಸಕ್ಕೆ ಒಳಕ್ಕೆ ಬಂದು ಬೀಳತೊಡಗಿತು.

"ಬಾಗ್ಲು ಮುಚ್ಚು..." ನಾಗಲಕ್ಷ್ಮಮ್ಮನವರು ಧಾವಿಸಿ ಬಂದರು. ಮಳೆಯಲ್ಲಿ ನೆಂದು ಬಂದ ಮಗ ತಂಗಾಳಿಗೆ ಮೈಯೊಡ್ಡಿ ನಿಂತಿರುವುದು ಸರಿಯೆನಿಸಿರಲಿಲ್ಲ.

ಕೈಕಟ್ಟಿ ಬಾಗಿಲಿಗೆ ಒರಗಿಯೇ ನಿಂತ. ಮಳೆಯ ಹನಿಗಳು ಹಾರಿ ಉಡುಪುಗಳನ್ನು ತೋಯಿಸುತ್ತಿರುವುದು ಅವನ ಲಕ್ಷ್ಯಕ್ಕೆ ಬಂದಂತಿರಲಿಲ್ಲ.

"ಬಾರೋ, ಒಳ್ಗೇ" ಮಗನ ರೆಟ್ಟೆ ಹಿಡಿದು ಎಳೆದರು.

"ಅಮ್ಮ ಸುಮ್ಮನಿರು..." ಅವರು ಗೊಣಗಿಕೊಂಡು ಒಳಗೆ ಹೋಗಿಬಿಟ್ಟರು.

ತಟಕ್ಕನೆ ಹೊಮ್ಮಿ ಹರಿದು ಕಣ್ಣು ಕೋರೈಸಿ ಮಾಯವಾಗುತ್ತಿದ್ದ ಮಿಂಚು, ಒಡನೆ ಕಿವಿ ಬಿರಿಯುವಂತೆ ಕೇಳಿಬರುತ್ತಿದ್ದ ಗುಡುಗು–ಪ್ರಕೃತಿಯ ರುದ್ರರಮಣೀಯ ವ್ಯಾಪಾರದ ಮುಂದೆ ಜಗತ್ತಿನ ಎಲ್ಲಾ ವಿಷಯಗಳು ಕ್ಷುಲ್ಲಕವಾಗಿ ಕಂಡವು. ಎಷ್ಟೋ

ಹೊತ್ತು ಹಾಗೆಯೇ ನಿಂತಿದ್ದ ಮಳೆಯ ಆವೇಗ ಕಮ್ಮಿಯಾಯಿತು. ಶಾಂತತೆ ನೆಲೆಸಿತು.

"ಹಾಳಾದ ಮಳೆ!" ಕೊಡೆ ಹಿಡಿದುಕೊಂಡೆ ಕೃಷ್ಣಪ್ಪನವರು ಒಳಗೆ ಬಂದರು. ಕೋಣೆಯೊಳಕ್ಕೆ ಸರಿದ. ತಂದೆಯ ಅರ್ಥವಿಲ್ಲದ ವಾದಸರಣಿ ಅವನಿಗೆ ಬೇಸರವನ್ನು ತರಿಸುತಿತ್ತು. ಆದ್ದರಿಂದ ದೂರ ಇರಲು ಪ್ರಯತ್ನಿಸುತ್ತಿದ್ದ.

"ಮೋಹನ್... ಬಂದ್ನಾ?" ಜೋಡು ಕಳಚಿ ಉಯ್ಯಾಲೆ ಮೇಲೆ ಬಂದು ಕೂತರು. ಮಗನ ಮೇಲೆ ಅವರಿಗಿರುವ ಪ್ರೀತಿಯನ್ನ ತೂಗಿ ನೋಡುವುದೇ ಕಷ್ಟವಾಗಿ ಕಾಣುತ್ತಿತ್ತು. ಹದಿನೈದು ವರ್ಷ ಅವನನ್ನ ಹುಟ್ಟಿದೂರಿನಿಂದಲೇ ಹೊರಗಿರಿಸಿದ್ದರು.

"ಬಂದ" ಗಂಡ ಬಿಚ್ಚಿಕೊಟ್ಟ ಕೋಟನ್ನ ನಾಗಲಕ್ಷ್ಮಮ್ಮ ಒಳಗೆ ಒಯ್ದರು.

"ಅವ್ನ ಕೆಲ್ಸಕ್ಕೆ ಎಲ್ಲಾ ಏರ್ಪಾಟು ಮಾಡಿ ಬಂದಿದ್ದೇನೆ." ಆಕೆ ಸುಮ್ಮನೆ ನೋಡುತ್ತ ನಿಂತು ಬಿಟ್ಟರು. ಮಗನನ್ನ ದೂರ ಕಳಿಸೋಕೆ ಅವರಿಗೂ ಇಷ್ಟವಿಲ್ಲ.

"ಅವ್ನು, ಕೆಲ್ಸ ಬೇಕಿಲ್ಲಾಂತಾನೆ!" ಹೆಂಡತಿಯನ್ನ ದುರುದುರನೇ ನೋಡಿದರು. ಆ ಮಾತೇನು ಹೊಸದಲ್ಲ. ಅವರಿಗೂ ಹೇಳಿದ್ದ. ಆದರೆ ಸುತರಾಂ ಒಪ್ಪಲಾರರು.

"ಸೂಟು ಬೂಟು ಹಾಕ್ಕೊಂಡು, ಆಫೀಸರ್‌ಗಿರಿ ಮಾಡೋಕೆ ಓದಿಸಿದ್ದು. ಇಲ್ಲಿದ್ದು ದನ ಕಾಯೋಕಲ್ಲ" ಸಿಡಿಲಿನಂಥ ಮಾತುಗಳಿಗೆ ಹಾರಿ ಬಿದ್ದರು.

"ಅವ್ನಿಗೆ ಬುದ್ಧಿ ಇಲ್ಲ. ನಾನು ಹೇಳ್ತೀನಿ" ಹಿತ್ತಲ ಕಡೆ ನಡೆದರು.

ತಂದೆಯ ಮಾತುಗಳು ಮೋಹನನ ಕಿವಿಯ ಮೇಲೆ ಬಿದ್ದವು. ತುಟಿಗಳ ಮೇಲೆ ನಗು ಹರಡಿತು. ತಂದೆ ಈ ನೆಲ, ಜನರನ್ನು ದ್ವೇಷಿಸಲು ಕಾರಣವೇನು? ಎಷ್ಟೋ ಸಲ ಊರಿಗೆ ಬರುವುದಾಗಿ ಹಟ ಮಾಡಿದ್ದ. ಆದರೆ ಊರಿನ ಕಡೆ ಮುಖ ಹಾಕದಂತೆ ನೋಡಿಕೊಂಡಿದ್ದರು. ಅವರುಗಳೇ ಬಂದು ಅವನನ್ನು ನೋಡಿಕೊಂಡು ಹೋಗುತ್ತಿದ್ದರು.

ಒಮ್ಮೆ ಬೇಸರದಿಂದ "ಅಪ್ಪಾಜಿ, ನಾನು ಊರಿಗೆ ಬರ್ತೀನಿ, ರಜೆ ಬಂದಾಗ ಎಲ್ರೂ ತಮ್ಮ ಹುಟ್ಟೂರಿಗೆ ಹೋಗ್ತಾರೆ, ನಂಗೆ ಬೇಜಾರು."

"ಬೇಡಪ್ಪ, ಅಲ್ಲೆಲ್ಲ ಕೆಟ್ಟ ಜನ, ಏನೂ ಮಾಡೋಕು ಹೇಸೋಲ್ಲ. ನಿನ್ನ ಪ್ರಾಣಕ್ಕೆ ಆಪತ್ತು" ಎಂದಿದ್ದರು.

ಅದೆಲ್ಲ ಹುಸಿಯೆನಿಸಿತ್ತು. ಊರಿನವರ ಆತ್ಮೀಯತೆಗೆ ಬೆರಗಾಗಿದ್ದ. ಕಳೆದು ಕೊಂಡದ್ದನ್ನ ಪಡೆದಷ್ಟು ಸಂತೋಷವಾಗಿತ್ತು. ಈಗ ಮತ್ತೆ ಅದರಿಂದ ದೂರ ಅಟ್ಟುವ ಸನ್ನಾಹ.

'ಯಾಕೆ?' ತನ್ನಲ್ಲೇ ಪ್ರಶ್ನಿಸಿಕೊಂಡ. ಉತ್ತರ ಸಿಗಲಿಲ್ಲ.

"ಅಣ್ಣಯ್ಯ, ಊಟಕ್ಕೆ ಬರ್ಬೇಕಂತೆ" ತಂಗಿ ಕರೆದಾಗ ಬರುವುದಾಗಿ ಸನ್ನೆ ಮಾಡಿ ಕಳುಹಿಸಿದ. ಆಮೇಲೆ ನಿಧಾನವಾಗಿ ಹೊರಗೆ ಬಂದ.

ಎಲೆಯ ಮುಂದೆ ಕೂತೆ ಕೃಷ್ಣಪ್ಪನವರು ದೊಡ್ಡ ಧ್ವನಿಯಲ್ಲಿ ಏನೋ

ಹೇಳಿಕೊಂಡು ನಗುತ್ತಿದ್ದರು.

ತಲೆಯೆತ್ತಿ ಅವನೆಡೆ ತಿರುಗಿ ಮೋಹನಾ "ಬಾಪ್ಪ" ಅಡಿಯಿಂದ ಮುಡಿಯವರೆಗೂ ನೋಡಿದರು. ಬಹಳ ಎತ್ತರ ಬೆಳೆದು ನಿಂತಂತೆ ಕಂಡರು. ಕಣ್ಣುಗಳೊಳಗಿನ ಹೊಳಪಿಗೆ ದಂಗಾದರು.

ಎಲೆಯ ಮುಂದೆ ಬಂದು ಮೌನವಾಗಿ ಕೂತ. ದೊಡ್ಡ ಬಾಳೆಯೆಲೆ, ಅದರ ತುದಿಗೆ ತುಪ್ಪ, ಉಪ್ಪಿನಕಾಯಿ, ಚಟ್ನಿ ಬಡಿಸಿ ಆಗಿತ್ತು.

"ಪಲ್ಯ ಮಾಡಿಲ್ವಾ?" ಗಂಡನ ಕೂಗಿಗೆ ಪಾತ್ರೆ ಹಿಡಿದು ಬಂದರು. ಸೆರಗನ್ನು ಸೊಂಟಕ್ಕೆ ಸಿಕ್ಕಿಸಿದ್ದರು. ಸೊಪ್ಪಿನ ಪಲ್ಯ ಅಚ್ಚುಕಟ್ಟಾಗಿ ಚಟ್ನಿಯ ಪಕ್ಕ ಕೂತಿತು. ಹಪ್ಪಳ ಸಂಡಿಗೆನೂ ಬಿತ್ತು ಎಲೆಗೆ.

"ತಾರ ಹೇಗೆ?" ಚಟ್ನಿಯನ್ನು ನಾಲಿಗೆಯ ತುದಿಯ ಮೇಲಿರಿಸಿ, ಚಪ್ಪರಿಸುತ್ತ ಕೇಳಿದರು.

ಮೋಹನ ತಂದೆಯ ಮುಖವನ್ನು ದಿಟ್ಟಿಸಿದ. ಅರ್ಥವಾಗಲಿಲ್ಲ. ಒಗಟಾಗಿ ಕಂಡಿತು. ಇದ್ದಿದ್ದು ಓದಿದ್ದು ಮಾವನ ಮನೆಯಲ್ಲಿಯೇ. ತಾರ ಬಗ್ಗೆ ಏನು ಹೇಳುವುದು.

"ಅರ್ಥವಾಗಲಿಲ್ಲ" ಅನ್ನವನ್ನು ಕಲೆಸತೊಡಗಿದ. ನಕ್ಕು ಊಟದತ್ತ ಗಮನಹರಿಸಿದರು. ಅವರದು ಅತಿಯಾದ ಆತ್ಮವಿಶ್ವಾಸ; ತಮ್ಮ ಮಾತು ನಡೆದೇ ನಡೆಯುತ್ತದೆಯೆಂಬ ನಂಬಿಕೆ, ಇಲ್ಲ ಛಲದಿಂದಲಾದರೂ ಸಾಧಿಸಿ ಬಿಟ್ಟಾರು. ಇದು ಊರಿಗೆ ಗೊತ್ತಿದ್ದುದೇ.

ಮೋಹನ ಮತ್ತೆ ಪ್ರಶ್ನಿಸಲು ಹೋಗಲಿಲ್ಲ. ಊಟ ಮುಗಿಸಿ ಕೋಣೆಗೆ ಹೋದ. ರಾತ್ರಿಯೆಲ್ಲ ಯೋಚಿಸಿದ ತಂದೆಯ ಅಂತಃಸತ್ವವನ್ನು ಗ್ರಹಿಸುವುದು ಕಷ್ಟವೆನಿಸಿತು.

* * *

ಮಳೆ ಬಂದ ಮರುದಿನದ ಬೆಳಗು ತುಂಬ ಉಲ್ಲಾಸಕರವಾಗಿತ್ತು. ತಿಂಡಿ ತಿಂದವನೇ ಮನೆಯಿಂದ ಹೊರಟ. ಮನೆಯಲ್ಲಿರಲು ಅವನಿಗೆ ಇಷ್ಟವಿಲ್ಲ. ಹೊರಗೆ ಅಡ್ಡಾಡುವುದು ಅವನ ತಂದೆಗೆ ಇಷ್ಟವಿಲ್ಲ. ಇಬ್ಬದಿಯ ಸಂಕಟ.

"ನಿನ್ನ ಅಪ್ಪಾಜಿ ಮನೆಯಲ್ಲಿರೋಕೆ ಹೇಳಿದ್ದಾರೆ" ತಂಗಿ ಹೇಳಿದಾಗ, ಅವಳ ಕಡೆ ನೋಡಿದ.

ನಾಗಲಕ್ಷ್ಮಮ್ಮ ಒಂದೇ ಉಸುರಿನಲ್ಲಿ ಬಂದರು. ಬೆಂಕಿಯ ಮುಂದೆ ಇದ್ದುದರಿಂದ ಅವರ ಮುಖ ಕೆಂಪಾಗಿತ್ತು.

"ನೀನೆಲ್ಲೂ ಹೋಗ್ಬೇಡಪ್ಪ. ಇಲ್ಲದಿದ್ರೆ... ಬೆಂಗ್ಳೂರಿಗೆ ಹೊರಟ್ಬಿಡು" ಬಹಳ ಕಷ್ಟದಿಂದ ಹೇಳಿದಂತಿತ್ತು. ಭಾರವಾದ ನಿಟ್ಟುಸಿರನ್ನು ಚೆಲ್ಲಿದ.

"ಎಲ್ಲ ವಿಚಿತ್ರವಾಗಿ ಕಾಣುತ್ತೆ. ಹೊಲ, ಗದ್ದೆ ಕಡೆ ಹೋಗೋಲ್ಲ, ಸುಮ್ನೆ

ಅಡ್ಡಾಡಿಕೊಂಡು ಬರ್ತೀನಿ" ಚಪ್ಪಲಿ ಮೆಟ್ಟಿ ಹೊರಟೇಬಿಟ್ಟ.

ಹಿಂಭಾಗದ ಹಾದಿ ಹಿಡಿದ. ಹತ್ತು ಹೆಜ್ಜೆ ಹೋದಾಗ, ನಡಿಗೆಯ ವೇಗ ತಗ್ಗಿತು. ನೆನಪಿಸಿಕೊಳ್ಳುವ ಪ್ರಯತ್ನ ಮಾಡಿದ. ಆ ಊರಿನಲ್ಲಿ ಯಾವುದು ಅವನಿಗೆ ಅಪರಿಚಿತವಾಗಿಲ್ಲ. ಆದರೆ... ಚಿಕ್ಕವನಿದ್ದಾಗಲೇ ಇಲ್ಲಿಂದ ದೂರ ಮಾಡಿದ್ದರು.

ಸಣ್ಣನೆಯ ಧ್ವನಿಯಲ್ಲಿ ಹಾಡಿಕೊಂಡು ಹೂ ಕಿತ್ತುತ್ತಿದ್ದಳು ಒಬ್ಬ ಯುವತಿ. ಅವಳ ಹಿಂಭಾಗ ಮಾತ್ರ ಕಾಣುತ್ತಿತ್ತು. ನೀಳವಾದ ಜಡೆ ಬೆನ್ನಿನ ಮೇಲೆ ತೂಗಿ ಬಿದ್ದಿತ್ತು.

ಮಳೆ-ಗಾಳಿ ರಭಸಕ್ಕೆ ಇಡೀ ಬಳ್ಳಿಯೇ ನೆಲಕ್ಕ ಬೀಗಿ ಒರಗಿತ್ತು. ಬುಟ್ಟಿಯನ್ನು ಒಂದೆಡೆಯಿಟ್ಟು, ಮೊದಲಿನಂತೆ ಅದನ್ನು ಚಪ್ಪರಕ್ಕೆ ಹಬ್ಬಿಸುವ ಪ್ರಯತ್ನಕ್ಕೆ ಕೈ ಹಾಕಿದಳು.

"ಸತ್ಯ, ನೀನೂ ಸುಮ್ಮನಿರಮ್ಮ. ಕಾಳಯ್ಯ ಬಂದ್ಮೇಲೆ ಸರಿಮಾಡಿಸ್ತೀನಿ." ಬುಟ್ಟಿಯಲ್ಲಿ ಒಣಗಿದ ಹೂಗಳನ್ನು ತಂದ ವಯಸ್ಸಾದವರೂ ಹೇಳಿದಾಗ, ಅವನ ತಲೆ ಕೆಲಸ ಮಾಡತೊಡಗಿತು. 'ಅವರೇ' ಮನ ಕೂಗಿ ಹೇಳಿತು. ಸಂಕೋಚ ಬಾಧಿಸಿತು. ಹೇಗೆ ಮಾತಾಡಿಸುವುದು? ಕಾಲುಗಳು ತಟಸ್ಥವಾದವು.

ಬಿಸಿಲಿಗೆ ಅಡ್ಡವಾಗಿ ಕಣ್ಣಿಗೆ ಕೈಹಿಡಿದ ಅವರು ಒಂದೇಸಮನೆ ನೋಡಿದರು. ಗುರುತು ಸಿಕ್ಕಿರಲಾರದು.

ಸಮೀಪಕ್ಕೆ ಹೋಗಿ "ನನ್ನ ಜ್ಞಾಪಕ ಇದ್ಯಾ!" ಎಂದ.

ಕಣ್ಣು ಕಿರಿದುಗೊಳಿಸಿ ನೋಡಿದರು. ಕೈಯಿಂದ ತಲೆ ಸವರಿಕೊಂಡರು. ಕತ್ತು ಆಡಿಸಿದರು. ನೆನಪಾಗಲಿಲ್ಲ.

"ನಾನು ಕೃಷ್ಣಪ್ಪನ ಮಗ" ಬೆಚ್ಚಿಬಿದ್ದರು. ಮುಖ ವಿವರ್ಣವಾಯಿತು. ಕೆಂಪಗಾಯಿತು. ಕ್ರೋಧ ಉಕ್ಕಿಬಂತು. ಜಿಗುಪ್ಸೆ ಹುಟ್ಟಿಕೊಂಡಿತು. ಕಡೆಗೆ ದುಃಖದ ನೆರಳಾಡಿತು.

ಎಲ್ಲವನ್ನು ಅದುಮಿಡುತ್ತ ಉಗುಳು ನುಂಗಿ "ನೀನು..." ನಿಲ್ಲಿಸಿದರು.

"ಮೋಹನಾ..." ಪೂರ್ತಿ ಮಾಡಿದ.

ಅವರೇನು ದೂರದವರಲ್ಲ, ಸಂಬಂಧಿಕರೇ. ಆದರೆ ಎರಡು ಕುಟುಂಬಗಳಲ್ಲೂ ಹೇಳಿಕೊಳ್ಳುವಂಥ ಆತ್ಮೀಯತೆಯೇನು ಇರಲಿಲ್ಲ.

"ಯಾವಾಗ್ಬಂದೆ?" ಮುಖ ಗಡುಸಾಯಿತು.

"ನಾಲ್ಕು ದಿನ ಆಯ್ತು. ಎಲ್ಲಾ ಚೆನ್ನಾಗಿದ್ದಾರ?" ಅವರ ಮೂಗಿನ ಹೊಳ್ಳೆಗಳು ದೊಡ್ಡಗಾದವು. ಗಂಟಲಿನ ನರಗಳು ಉಬ್ಬಿದವು.

ವಯಸ್ಸು ವಿವೇಕ ಹೇಳಿರಬಹುದು. ತಗ್ಗಿದ ಧ್ವನಿಯಲ್ಲಿ "ಇದ್ದೀನಪ್ಪ" ಪಂಚೆಯನ್ನು ಮೇಲಕ್ಕೆತ್ತಿಕೊಂಡರು. ಮಳೆಯ ನೀರು, ಕೆಸರು ಎಲ್ಲಾ ಕಡೆ ತುಂಬಿಕೊಂಡಿತ್ತು.

"ತಾತ, ಸ್ವಲ್ಪ ಸಹಾಯ ಮಾಡಿ" ಅವಳ ಪ್ರಯತ್ನವಿನ್ನೂ ನಿಂತಿರಲಿಲ್ಲ. ಇವರ ಮಾತುಗಳ ಕಡೆ ಗಮನವಿದ್ದ ಹಾಗೇ ಕಾಣಲಿಲ್ಲ.

"ಅನ್ನಕ್ಕೆ ಇಟ್ಟಿದ್ದೀನಿ" ನೆನಪಿಸಿಕೊಂಡರು ಒಳಗೆ ಓಡಿದರು.

"ನಾನು ಸಹಾಯ ಮಾಡ್ಲಾ?" ಮೋಹನನ ಧ್ವನಿ ಅವಳನ್ನು ಬೆಚ್ಚುವಂತೆ ಮಾಡಿತು.

"ನೀವು ಯಾರೋ ಗೊತ್ತಾಗಲಿಲ್ಲ! ಕಾಳಯ್ಯನ ಕೈಯಲ್ಲಿ ಕಟ್ಟಿಸ್ತೀನಿ" ಬುಟ್ಟಿ ಕೈಗೆತ್ತಿಕೊಂಡು ನಾಲ್ಕು ಹೆಜ್ಜೆ ಮುಂದೆ ಬಂದವಳೇ ಕೆಸರಲ್ಲಿ ಜಾರಿ ಬಿದ್ದುಬಿಟ್ಟಳು. ಕೆಡುಕೆನಿಸಿತು.

ಕೈಕೊಟ್ಟು ಮೇಲಕ್ಕೆಬ್ಬಿಸಿದ.

"ತುಂಬ ಪೆಟ್ಟು ಆಯ್ತಾ?" ಮುಖದ ಮೇಲೆ ನಾಚಿಕೆ ಕಾಣಿಸಿಕೊಂಡರೂ, ಹೂವಿನಂತೆ ನಕ್ಕು "ಏನಿಲ್ಲ! ನಿಮ್ಗೆ ತುಂಬ ತಮಾಷೆಯಾಗಿ ಕಂಡಿರಬೇಕು" ವ್ಯಂಗ್ಯದಲ್ಲಿ, ಕಹಿ ಮನಸ್ಸಿನಿಂದ ಆಡಿದ್ದಲ್ಲ ಸಹಜವಾಗಿ ಹೇಳಿದ್ದಳು.

ಅಡಿಯಿಂದ ಮುಡಿಯವರೆಗೂ ನೋಡಿದ. ಅಚ್ಚ ಬಿಳುಪಿನ ವರ್ಣ, ಪುಟ್ಟ ಬಾಯಿ, ತಿದ್ದಿದ ಹುಬ್ಬುಗಳು, ನೀಳವಾದ ನಾಸಿಕ. ಆದರೆ ರೆಪ್ಪೆಗಳನ್ನು ಬಡಿಯುತ್ತಲೇ ಇದ್ದಳು. ವಿಸ್ಮಯವಾಯಿತು.

"ಒಳಕ್ಕೆ ಬನ್ನಿ" ನಯವಾಗಿ ಆಹ್ವಾನಿಸಿದಳು. ನಿಧಾನವಾಗಿ ಹೆಜ್ಜೆಯ ಮೇಲೆ ಹೆಜ್ಜೆಯಿಡುತ್ತ ಒಳಕ್ಕೆ ಹೋದರು. ಅಂಗಳದಲ್ಲೇ ನಿಂತ.

"ತಾತ, ಅವ್ರನ್ನ ಒಳಕ್ಕೆ ಕರೀ" ವೀಣೆ ಮೀಟಿದಂತಹ ಮಧುರ ಝೇಂಕಾರ.

"ಬಿದ್ಯಾ, ತ್ಚೂ... ತ್ಚೂ..." ಅವರ ಧ್ವನಿ ಹಿಂದೆಯೇ ಕೇಳಿಸಿತು.

ಅಂಗಳದಿಂದ ಹೆಜ್ಜೆ ಕಿತ್ತು ಇಟ್ಟ.

ಬಾಗಿಲಿಗೆ ಬಂದ ಶಾಮಣ್ಣನವರಿಗೆ ಏನೆನಿಸಿತೋ, "ಬಾಪ್ಪ, ಒಳಗೆ" ತುಂಬು ಮನಸ್ಸಿನಿಂದ ಆಹ್ವಾನಿಸಿದ ಹಾಗೆ ಕಾಣಲಿಲ್ಲ.

"ಇನ್ನೊಂದು ದಿನ ಬರ್ತೀನಿ" ಧ್ವನಿಯಲ್ಲಿ ನೀರಸ ಕಾಣಿಸಿಕೊಂಡಿತು.

"ಹಾಲು ಕುಡ್ದು ಹೋಗಿ" ತೊಳೆದ ಕೈಗಳನ್ನೊರೆಸುತ್ತ ಬಾಗಿಲಿಗೆ ಬಂದ ಸತ್ಯ ತಾನೇ ಹೇಳಿದಳು. ನಿರಾಕರಿಸಲಾಗಲಿಲ್ಲ. ಹೆಜ್ಜೆಯ ಮೇಲೆ ಹೆಜ್ಜೆಯನ್ನಿರಿಸುತ್ತ ಒಳಕ್ಕೆ ಬಂದ.

"ತಾತ, ಇವ್ರು ಊರಿಗೆ ಹೊಸಬ್ರ?" ಹಾಲಿನ ಲೋಟ ಹಿಡಿದು ಬಂದಳು.

ಅವರು ಮೌನ ವಹಿಸಿದರು. ಕೃಷ್ಣಪ್ಪನ ಹೆಸರನ್ನು ಬಾಯಲ್ಲಿ ಹೇಳಲೂ ಕೂಡ ಅವರಿಗಿಷ್ಟವಾಗದು.

"ಇಲ್ಲಿ ಕೊಡಮ್ಮ" ಅವಳ ಕೈಯಲ್ಲಿದ್ದ ಲೋಟವನ್ನು ತೆಗೆದುಕೊಂಡು ಅವನ ಮುಂದಿಟ್ಟರು.

ದಿಗ್ಭ್ರಮೆಗೊಂಡ. ಸುಂದರ ಕಣ್ಣುಗಳಲ್ಲಿ ಬೆಳಕಿಲ್ಲ; ಮುದ್ದಾದ ಯುವತಿ ಕುರುಡಿ. ನರನಾಡಿಗಳೆಲ್ಲ 'ಅಯ್ಯೋ' ಎಂದು ಸಹಾನುಭೂತಿಯಿಂದ ಗೋಳಿಟ್ಟವು.

"ಓದು ಮುಗೀತಾ?" ಏನೋ ವಿಚಾರಿಸಿದರು. ಅಂದಿನ ದುರ್ಘಟನೆ ನೆನಪಿಗೆ ಬಂದು ಮೈಯೆಲ್ಲ ಕೆಂಡದಂತೆ ಸುಡುತಿತ್ತು. ನಗುನಗುತ್ತಾ ಬಾಳುತ್ತಿದ್ದ ಇಡೀ ಕುಟುಂಬ ಒಂದೇ ರಾತ್ರಿಗೆ ಬೆಂಕಿಗೆ ಆಹುತಿಯಾಗಿತ್ತು. ಅವುಡುಕಚ್ಚಿ ಕಹಿಯನ್ನು ನುಂಗಿದರು.

"ನಾನೇ ಮುಗಿಸ್ದೇ" ಹಾಲು ಕುಡಿದು ಲೋಟ ಪಕ್ಕಕ್ಕಿಟ್ಟ. ಆ ಹಾಲಿಗೆ ವಿಶೇಷ ರುಚಿಯಿತ್ತು. ನಾಲಿಗೆಯಿಂದ ತುಟಿಗಳನ್ನು ಸವರಿಕೊಳ್ಳುತ್ತ "ನನ್ಗೆ ಇಲ್ಲೇ ಉಳಿಯೋ ಆಸೆ, ಅಪ್ಪಾಜಿಗೆ ಇಷ್ಟವಿಲ್ಲ."

"ಸ್ವಲ್ಪ ಕೆಲ್ಸವಿದೆ" ಒಳಗೆದ್ದು ಹೋಗಿಬಿಟ್ಟರು.

ತನ್ನಲ್ಲಿ ಅವರಿಗೆ ಮಾತಾಡಲು ಇಷ್ಟವಿಲ್ಲವೆಂದು ಅರಿತು ಮುಜುಗರವಾಯಿತು. ಹೊರಟುನಿಂತ.

"ಬರ್ತೀನಿ" ಎರಡು ಕೈ ಜೋಡಿಸಿದ.

"ತುಂಬ ಸಂತೋಷ. ದಯವಿಟ್ಟು ಬೇಜಾರು ಮಾಡ್ಕೋಬೇಡಿ. ತಮ್ಮ ತಾತ ಬಹಳ ನೋವುಂಡವರು..."

"ಏನಿಲ್ಲ..." ಮನೆಯಿಂದ ಹೊರಗೆ ಅಡಿಯಿಟ್ಟ. ಮಲ್ಲಿಗೆ ಹೂವಿನ ಸುವಾಸನೆ ವಾತಾವರಣವನ್ನೇ ಸುವಾಸನಾಮಯವನ್ನಾಗಿ ಮಾಡಿತ್ತು.

ವಿಚಿತ್ರವಾದ ಸಂತಸ. ಅಷ್ಟು ಸುಂದರ ರೂಪ ಕೊಟ್ಟ ದೇವರು ಕಣ್ಣು ಕುರುಡಾಗಿಸಿದನೇ! ದಿಟ್ಟಿಸಿ ನೋಡಿದರೂ ಬೆಳಕಿಲ್ಲವೆನ್ನುವಂಥ ಕಣ್ಣುಗಳಾಗಿ ಕಾಣಿಸುವುದಿಲ್ಲ. ಕಪ್ಪು ಅರಳುಗಣ್ಣುಗಳು... ಗೊಂದಲದಲ್ಲಿ ಬಿದ್ದ.

ಮುಂದೆ ಹೋಗಲಾರದೆ ಹಿಂದಿರುಗಿದ. ಆರಾಮಾಗಿ ಗದ್ದೆ, ಹೊಲದ ಕಡೆ ಓಡಾಡಲು ತಂದೆ ಒಪ್ಪೊಲ್ಲ. ಯಾಕೆ ಈ ಬೇಡಿ?

"ಅಣ್ಣಯ್ಯ ಬಂತು" ಹೊರಗಿನಿಂದಲೇ ಕೂಗಿ ಹೇಳಿದಳು. ಅವಳು ಕೂಡ ಅಲ್ಲಿಗೆ ಅಪರೂಪವಾಗಿ ಬಂದವಳೇ. ಅವಳು ಬೆಳೆಯುತ್ತಿದ್ದದು ಚಿಕ್ಕಮ್ಮನ ಮನೆಯಲ್ಲಿ. ಎಲ್ಲಾ ಗೊಂದಲವಾಗಿ ತೋರಿತು.

"ಸದ್ಯ ಬಂದ್ಯಲ್ಲ!" ತಲೆಯ ಮೇಲಿನ ಭಾರವನ್ನು ಇಳಿಸಿಕೊಂಡಷ್ಟು ಹಗುರವಾಗಿ ಮಾತಾಡಿದರು. ತಾಯಿಯನ್ನೇ ದಿಟ್ಟಿಸಿದ.

"ಅಮ್ಮ, ಹೋಗ್ಲಿ ನಾನೇನು ಹೆಣ್ಣು ಮಗುವಾ! ವಯಸ್ಸಿಗೆ ಬಂದ ಹೆಣ್ಣುಮಕ್ಳು ಕೂಡ ಎಷ್ಟೋ ಸ್ವತಂತ್ರವಾಗಿ ಓಡಾಡಿಕೊಂಡಿರುತ್ತಾರೆ. ನಂಗ್ಯಾಕೆ ಇಂಥ ಕಟ್ಟುಪಾಡು? ತಪ್ಪಿಸಿಕೊಂಡು ಹೋಗೋಕೆ ಇದೇನು ದೊಡ್ಡ ಪಟ್ಟಣವಲ್ಲ!"

ನಾಗಲಕ್ಷ್ಮಮ್ಮ ಮಗನಿಗೇನು ಹೇಳಿಯಾರು! ನಿಜಸಂಗತಿ ಯಾವ ಬಾಯಲ್ಲಿ ವಿವರಿಸಿಯಾರು!!

"ಇಲ್ಲಿನ ಜನ ಒಳ್ಳೆಯೋರಲ್ಲ. ಚೆನ್ನಾಗಿರೋರನ್ನ ಕಂಡರೆ ಹೊಟ್ಟೆಯುರಿ. ಏನಾದ್ರು ಮಾಡಿಯಾರೆಂಬ ಭಯ!"

ಫಕಫಕನೆ ನಕ್ಕುಬಿಟ್ಟ, ಅವನು ಜೋರಾಗಿ ನಗುತ್ತಿದ್ದುದೇ ಅಪರೂಪ. ಗೆಳೆಯರೆಲ್ಲ 'ನಿನ್ನ ತುಟಿಗಳ ಮೇಲೆ ಅರಳುವ ನಗುವೆ ಚೆಂದ!' ಎನ್ನುತ್ತಿದ್ದರು. ಅದನ್ನು ನೆನಪಿಸಿಕೊಂಡ.

"ಅವೆಲ್ಲ ನಿಮ್ಮ ಕಲ್ಪನೆಗಳಷ್ಟೇ" ಕೋಣೆಯೊಳಕ್ಕೆ ನಡೆದ.

ಅವನು ಬೆಳೆದಂತೆಲ್ಲ ಇಂತಹುದಕ್ಕೆ ಸೊಪ್ಪು ಹಾಕಲಾರನೆಂದು ತಿಳಿಯುವುದು ಕಷ್ಟವಾಗಲಿಲ್ಲ. ಮತ್ತೊಂದು ಭಯ ಅವರನ್ನು ಆವರಿಸಿಕೊಂಡಿತ್ತು. ಊರವರು ಹೇಳುವ ಮಾತುಗಳಿಗೆ ಕಿವಿಗೊಟ್ಟು ತಮ್ಮಿಂದ ದೂರವಾದರೆ! ಇದು ಹೊಸ ರೀತಿಯ ಭಯವೇನೋ!

"ಏನಾದ್ರೂ ಕೊಡ್ಲಾ?" ಕೋಣೆಯೊಳಕ್ಕೆ ಇಣುಕಿದರು. ಗಂಭೀರವಾಗಿ ಯೋಚಿಸುತ್ತಿದ್ದಂತೆ ಕಂಡ.

ಇಲ್ಲಿಗೆ ಬಂದು ನಾಲ್ಕು ದಿನವಾಗಿತ್ತು. ಎಲ್ಲಾ ಊರುಗಳಂತೆ ಜನ ಇಲ್ಲಿಯೂ ಇದ್ದರು. ಹೆಚ್ಚಿಗೇನನ್ನು ಕಾಣಲಾಗಿರಲಿಲ್ಲ.

"ಏನೂ ಬೇಡ" ಗಡ್ಡ ತುರಿಸಿಕೊಂಡ. ತಟ್ಟನೆ ತಿರುಗಿ "ಅಮ್ಮ ಕೊನೆ ಮೂಲೆ ಮನೆ ಹುಡ್ಗಿ ಹುಟ್ಟಿದಾಗ್ಲೇ ಕಣ್ಣು ಕಳೆದುಕೊಂಡಿದ್ಲಾ?" ಗಾಬರಿಯಾಯಿತು. ಆ ಮನೆ ಈ ಮನೆಗೆ ಹೆಚ್ಚು ಸಂಪರ್ಕವಿಲ್ಲದಿದ್ದರಿಂದ ಅವನಿಗೇನು ಜ್ಞಾಪಕ ಬರಲೊಲ್ಲದು. ಎಲ್ಲಾ ಮಸುಕು ಮಸುಕು.

"ಏನೋಪ್ಪ, ನಂಗೂ ಸರ್‍ಯಾಗಿ ಗೊತ್ತಿಲ್ಲ. ಮನೆ ಕೆಲ್ಸನೇ ಸರಿಹೋಗುತ್ತೆ. ಇನ್ನ ಬೇರೆಯವ್ರ ವಿಚಾರ ನಂಗ್ಯಾಕೆ!" ಕಣ್ಣು ಕಿರಿದುಗೊಳಿಸಿ ತಾಯಿಯನ್ನೆ ನೋಡಿದ. ಖಂಡಿತ ಸುಳ್ಳೆನಿಸಿತು. ಪಟ್ಟಣಗಳ ವಾಸದಲ್ಲಿಯಾದರೆ ಇದನ್ನ ನಂಬಬಹುದಾಗಿತ್ತು. ಇಲ್ಲಿ ಸಾಧ್ಯವಿಲ್ಲ. ಒಬ್ಬರ ಮನೆಯಲ್ಲಿ ಹಸು ಕರು ಹಾಕಿದರೂ ಇಡೀ ಊರಿಗೆ ಗೊತ್ತಾಗುತ್ತಿತ್ತು. ಅಂಥದ್ದರಲ್ಲಿ... ಏನೋ ಮುಚ್ಚಿಡುತ್ತಿದ್ದಾರೆನಿಸಿತು.

"ಅವ್ರ ಮನೇಲಿ ಯಾರೂ ಇದ್ದಂಗೆ ಕಾಣಲಿಲ್ಲ" ಅವರು ನಿಂತಲ್ಲೇ ನಡುಗಿದರು. ಆ ಘಟನೆ ನಡೆದು ವರುಷಗಳೆ ಸರಿದು ಹೋಗಿರಬಹುದು. ಆದರೆ ಮರೆಯಲಾರರು. ಅಂದು ಧಗಧಗನೆ ಉರಿದ ಬೆಂಕಿ ಇಂದು ಕೂಡ ಅವರ ಮನದಲ್ಲಿ ಆರಿಸಲಿಲ್ಲ.

"ಅದೆಲ್ಲ ನಿಂಗ್ಯಾಕೆ, ಬಿಡು. ನೀನೇನು ಇಲ್ಲಿ ತಳವೂರೋನಲ್ಲ. ನಿಂಗೆ ಕೆಲ್ಸ ಸಿಕ್ಕೋವರ್ಗ್ಗೂ ಅವ್ರಿಗೆ ಸಮಾಧಾನವಿಲ್ಲ."

"ನಂಗೆ ಕೆಲ್ಸಕ್ಕೆ ಹೋಗೋಕೆ ಇಷ್ಟವಿಲ್ಲ. ಇಲ್ಲೇ ಇರ್ತೀನಿ. ನವೀನ ರೀತಿಯಲ್ಲಿ ವ್ಯವಸಾಯ ಮಾಡಿಸ್ತೀನಿ. ನನ್ನೊಬ್ಬ ಅನ್ನಕ್ಕಾಗಿ ಕೆಲ್ಸ ಅರಸಿಕೊಂಡು ಹೋಗ್ಬೇಕಾ?"

ಮಾತಾಡಲು ನಾಗಲಕ್ಷ್ಮಮ್ಮನಿಗೆ ಕಷ್ಟವಾಯಿತು. ಕೃಷ್ಣಪ್ಪ ಊರಿಗೆ ದೊಡ್ಡ ಕುಳ. ಕಷ್ಟ ಬಂದಾಗ ರೈತರಿಗೆ ಸಾಲ ಕೊಟ್ಟು ಅವರ ಜಮೀನುಗಳನ್ನೆಲ್ಲ ತಮ್ಮದನ್ನಾಗಿ

ಮಾಡಿಕೊಂಡಿದ್ದರು. ಬಡವರ ಸಣ್ಣಪುಟ್ಟ ಒಡವೆಗಳೆಲ್ಲ ಅವರ ತಿಜೋರಿ ಸೇರಿತ್ತು. ಇಂತಹವರ ಮಗನಿಗೆ ಕೆಲಸವೇಕೆ? ಅವರುಗಳು ಕೊಡೋ ಮೂರಂಕಿಯ ಸಂಬಳಕ್ಕಾಗಿ ಕೈಚಾಚಿ ನಿಲ್ಲಬೇಕೆ?

"ಬೇಡಪ್ಪ. ಅವೆಲ್ಲ ನಿನ್ನಂತಹವರಿಗಲ್ಲ. ಬಿಳಿಬಟ್ಟೆ ಹಾಕ್ಕೊಂಡು ಚಪ್ಪಲಿ ಮೆಟ್ಟಿ ಸುಖವಾಗಿ ಓದಿಕೊಂಡಿರೋನಿಗೆ ಇಂಥ ಬದುಕಲ್ಲ. ನಿಮ್ಮ ಅಪ್ಪಾಜಿ ನಿನ್ನ ದೊಡ್ಡ ಆಫೀಸರನ್ನಾಗಿ ಮಾಡ್ಬೇಕೆಂದೇ ಓದಿಸಿದ್ದು. ಇಷ್ಟು ಪಾಡು ಪಟ್ಟಿದ್ದು."

ಒಂದುಕ್ಷಣ ಅವನ ತಲೆ ಬಿಸಿಯಾಯಿತು. ಓದಿದ ಪ್ರತಿಯೊಬ್ಬನಿಗೂ ಅವಶ್ಯಕತೆ ಇರಲಿ, ಬಿಡಲಿ ಸರ್ಕಾರಿ ಕೆಲಸ ಬೇಕೇಬೇಕು! ಅವರ ಮುಂದೆ ಮಾತಾಡಿ ಪ್ರಯೋಜನವಿಲ್ಲವೆನಿಸಿತು.

ಕೃಷ್ಣಪ್ಪನವರಿಗೆ ಆದದ್ದು ಎಂಟು ಮಕ್ಕಳು. ಉಳಿದಿದ್ದು ಎರಡೇ. ಏನೇನೋ ಕಲ್ಪಿಸಿಕೊಂಡು ಭಯಪಡುತ್ತಿದ್ದರು. ಊರವರು ಮಾತ್ರ ಹಿಂದೆ 'ಅವರ ಕೆಟ್ಟತನಕ್ಕೆ ದೇವರು ಸರಿಯಾದ ಶಿಕ್ಷೆ ಕೊಟ್ಟ' ಎಂದು ಹೇಳಿಕೊಳ್ಳುತ್ತಿದ್ದರು.

ಮಗನನ್ನು ಅಡಿಯಿಂದ ಮುಡಿಯವರೆಗೂ ನೋಡಿದರು. ಅಭಿಮಾನ ಪಡುವಂಥ ಮೈಕಟ್ಟು, ತೊಟ್ಟಿದ್ದ ಉಡುಪು ನೋಡಿ ಕಸಿವಿಸಿಗೊಂಡರು. ಊರಲ್ಲಿ ಬರೀ ಎಸ್.ಎಸ್.ಎಲ್.ಸಿ. ಮಾಡಿದ ಐಕಳೆಲ್ಲ ನವೀನ ಮಾದರಿಯ ಉಡುಪು ತೊಟ್ಟು ಓಡಾಡುತ್ತಿದ್ದರು. ಅಂಥದ್ದರಲ್ಲಿ ಊರಿನ ದೊಡ್ಡ ಕುಳ ಕೃಷ್ಣಪ್ಪನವರ ಮಗ, ಎಂ.ಎ. ಪಾಸಾದ ಯುವಕ... ಮುಖ ಕಿವಿಚಿದರು.

"ಸ್ವಲ್ಪ ಒಳ್ಳೆ ಬಟ್ಟೆ ಹಾಕ್ಕೊಂಡು ಓಡಾಡ್ಬಾರ್ದಾ!" ಅವನ ಹುಬ್ಬುಗಳು ಮೇಲೇರಿದವು. ತಂದೆ ಅಲ್ಲಿಗೆ ಬಂದಾಗಲೆಲ್ಲ ಕೈತುಂಬ ನೋಟುಗಳನ್ನು ಕೊಟ್ಟು "ಒಳ್ಳೆ ಬಟ್ಟೆ ಹೊಲಿಸ್ಕೊ. ನಾಲ್ಕು ಜನರಲ್ಲಿ ಎತ್ತಿ ಕಾಣಬೇಕು" ಎಂದು ಹೇಳಿ ಹೋಗುತ್ತಿದ್ದರು. ಮನದಲ್ಲೇ ನಕ್ಕು ಸುಮ್ಮನಾಗುತ್ತಿದ್ದ. ಅಂತಹ ಬಟ್ಟೆಗಳ ಮೇಲೆ ಅವನಿಗೆ ವ್ಯಾಮೋಹವಿರಲಿಲ್ಲ.

"ಏನಾಗಿದ್ಯಮ್ಮ! ಬಟ್ಟೆಯಲ್ಲಿ ಮನುಷ್ಯನ ಬೆಲೆಯನ್ನು ಅಳೆಯೋಕಾಗುತ್ತ? ಅದೆಲ್ಲ ಬರೀ ಭ್ರಾಂತಿ" ಎದ್ದು ಹೋದ.

ನಾಗಲಕ್ಷ್ಮಮ್ಮ ಅವನು ಹೋದತ್ತಲೇ ದಿಟ್ಟಿಸಿದರು. ವಿಚಿತ್ರ ಹುಡುಗನಾಗಿ ಕಂಡ. ಏನನ್ನೋ ನೆನಸಿಕೊಂಡು ಬೆಚ್ಚಿದರು. ಅವರ ಉದ್ದ ಬೆಂಕಿ ಕೆನ್ನಾಲಿಗೆ ಚಾಚಿ ಉರಿಯುತ್ತಿರುವಂತೆ ಭಾಸವಾಯಿತು. ಮುಖ ಕೆಂಪಗಾಯಿತು. ಮೈಯೆಲ್ಲ ಬೆವತು ಹೋಯಿತು. ಎರಡು ಕೈಯಲ್ಲೂ ಮುಖ ಮುಚ್ಚಿಕೊಂಡರು.

"ಬೇಡ... ಬೇಡ... ಅಯ್ಯಪ್ಪ..." ಕಿರುಚಿದರು.

ಅವನು ಓಡಿಬಂದ. ತಾಯಿ ಗಡಗಡನೆ ನಡುಗುತ್ತಿರುವುದನ್ನು ನೋಡಿ ಗಾಬರಿಯಾದ.

"ಅಮ್ಮ... ಏನಾಯ್ತು?" ಬಳಸಿ ಹಿಡಿದ.

ಅವರು ಮಾಮೂಲು ಸ್ಥಿತಿಗೆ ಬರಲು ಹತ್ತು ನಿಮಿಷಗಳೇ ಬೇಕಾದವು. ಆಮೇಲೂ ಕೂಡ ಅವರ ಕಣ್ಣುಗಳಲ್ಲಿನ ಭಯ ಕರಗಿಹೋಗಲಿಲ್ಲ.

"ಅಮ್ಮ... ಸರ್ರಾಗಿದ್ದೀಯಾ! ಏನಾಯ್ತು?" ಭುಜವನ್ನು ಅಲುಗಿಸಿದ.

"ಏನಿಲ್ಲ ಬಿಡಪ್ಪ" ಎದ್ದು ಒಳಗೆ ಹೋದರು.

"ರುಕ್ಕೂ ಇಲ್ಬಾ" ಕವಡೆ ಆಡುತ್ತಿದ್ದ ರುಕ್ಮಿಣಿ ಓಡಿಬಂದಳು.

"ಏನಿಲ್ಲ, ಹೋಗು" ಎಂದು ಕೋಣೆಗೆ ಹೋದ. ಸಂಜೆಯವರೆಗೂ ತಾನು ತಂದಿದ್ದ ಪುಸ್ತಕವನ್ನು ಓದುವುದರಲ್ಲೇ ಮಗ್ನನಾದ. ಪದೇ ಪದೇ ಸತ್ಯಳ ರೂಪು ಜ್ಞಾಪಕಕ್ಕೆ ಬರುತ್ತಿತ್ತು. ಸಹಜವಾಗಿ ಓಡಾಡುತ್ತಿದ್ದ ಅವಳ ರೀತಿಯನ್ನು ನೋಡಿದರೇ ಯಾರೂ ಕುರುಡಿಯೆಂದು ಹೇಳುವ ಹಾಗಿರಲಿಲ್ಲ. ಗಡ್ಡ ಕೆರೆದುಕೊಂಡ.

ಸಂಜೆ ಮನೆಯಿಂದ ಹೊರಗೆ ಬಂದ. ಕೃಷ್ಣಪ್ಪನವರು ಮನೆಯಲ್ಲೇ ಇದ್ದರು.

"ಎಲ್ಲಿಗೋ ಹೊರಟಿರೋದು?" ಗುಡುಗಿನಂಥ ಸದ್ದು ಅವನನ್ನು ನಿಲ್ಲಿಸಿತು. ಹಿಂದಿರುಗಿ "ಸ್ವಲ್ಪ ಅಡ್ಡಾಡಿಕೊಂಡು ಬರ್ತೀನಿ" ಅವರು ಬೇರೇನು ಹೇಳದಿದ್ದರೂ "ಇಲ್ಲಿಗೆ ಕರೆಸಿದ್ದೆ ತಪ್ಪಾಯ್ತು!" ಗೊಣಗಾಟ ಕೇಳಿಸಿತು.

ನಿಟ್ಟುಸಿರು ಚೆಲ್ಲಿ ಮುಂದಕ್ಕೆ ಹೆಜ್ಜೆ ಹಾಕಿದ. ಕಾಲುಗಳು ಎಳೆದೊಯ್ಯುತ್ತಿದ್ದವು. ಮೌನವಾಗಿ ನಡೆಯುತ್ತಿದ್ದ. ಕಣ್ಣುಗಳು ಅರಳಿದವು. ಸತ್ಯಭಾಮ ಒಂದು ಬೊಗಸೆಯಷ್ಟು ಮಲ್ಲಿಗೆ ಮೊಗ್ಗನ್ನು ಮುಂದೆ ಹಾಕ್ಕೊಂಡು ಕಟ್ಟುತ್ತಿದ್ದಳು. ಕೈ ನುರಿತ ಯಂತ್ರದಂತೆ ಕೆಲಸ ಮಾಡುತ್ತಿತ್ತು. ನೋಡುತ್ತ ನಿಂತ. ಎಂಥ ಪರಿಶುಭ್ರವಾದ ಆಕರ್ಷಕ ಕಣ್ಣುಗಳು!

ಕೆಮ್ಮಿ ಗಂಟಲು ಸರಿ ಮಾಡಿಕೊಂಡ.

"ಯಾರು? ಬೆಳಿಗ್ಗೆ ಬಂದವರಲ್ವಾ!" ಬೆಚ್ಚಿದ. ಚುರುಕುತನಕ್ಕೆ ದಂಗಾದ.

"ಬನ್ನಿ" ಮೊಗ್ಗನ್ನ ಇನ್ನ ಹತ್ತಿರಕ್ಕೆಳೆದುಕೊಂಡಳು. ಅವಳು ಕೂತ ಕಲ್ಲಿನ ಬೆಂಚು ಐದು ಅಡಿಯಷ್ಟು ಉದ್ದವಾಗಿತ್ತು.

"ಈ ಕಡೆ ಹೊರಟಿದ್ದೆ..." ಎಂದು ತಡವರಿಸಿದವನು, ತಡವರಿಸಿದ.

"ನಿಮ್ಮ ಮನೆಯಲ್ಲಿ ಹೆಣ್ಣುಮಕ್ಳು ಇದ್ದಾರ! ಒಂದ್ನಿಮಿಷ ತಡದ್ರೆ... ಈ ಮಾಲೆ ಕೊಡ್ತೀನಿ" ಕಟ್ಟುತ್ತಿದ್ದ ಮಾಲೆಯನ್ನು ತಡವಿ ನೋಡಿದಳು.

ಒತ್ತಾಗಿ ದುಂಡು ಮಲ್ಲಿಗೆ ಮೊಗ್ಗು ಹಾರವಾಗಿ ರೂಪುಗೊಳ್ಳುತ್ತಿತ್ತು. ಕೈ ಮತ್ತೂ ಚುರುಕಾಯಿತು. ಮರಕ್ಕೆ ಒರಗಿ ನಿಂತು ತುಂಬು ಮೊಗವನ್ನೆ ನೋಡುತ್ತಿದ್ದ. ತಪ್ಪೆನಿಸಿದರೂ, ಕಣ್ಣುಗಳನ್ನು ಕೀಳಲಾಗಲಿಲ್ಲ.

"ನೀವು ಬೆಂಗ್ಳೂರಿನಲ್ಲಿ ಇದ್ದು ಬಂದವ್ರ?" ಮುಖದಲ್ಲಿ ಎಂತಹುದೋ ಹೊಳಪು ಚೆಲ್ಲಿತು.

"ಹೌದು..." ಮುಂದೆ ಮಾತಾಡಲಿಲ್ಲ. ಹೂಕಟ್ಟಿ ಮುಗಿಸಿ ಎಲೆಯಲ್ಲಿ ಸುತ್ತಿ "ತಗೊಳ್ಳಿ" ಎಂದಳು.

ನಾಲ್ಕು ಹೆಜ್ಜೆ ಮುಂದಕ್ಕೆ ಬಂದು ತಗೊಂಡ. ಸುವಾಸನೆಯಿಂದ ತುಂಬಿ ಹೋಯಿತು. ಅವನ ದೃಷ್ಟಿ ಕಲ್ಲಿನ ಮೇಲಿದ್ದ ಮೊಗ್ಗಿನ ಕಡೆ ಹರಿಯಿತು. ಕನಿಷ್ಟ ಒಂದು ಸೇರಿನಷ್ಟು ಮೊಗ್ಗಿತ್ತು.

"ಇಷ್ಟೊಂದು ಮೊಗ್ಗು ಏನ್ಮಾಡ್ತೀರಾ?"

"ಇದ್ನೆಲ್ಲ ಕಟ್ಟಿ ಗುಡ್ಡದ ಮೇಲಿನ ಗೋಪಾಲಸ್ವಾಮಿ ದೇವಸ್ಥಾನಕ್ಕೆ ತಗೊಂಡ್ಹೋಗಿ ಕೊಡ್ತೀನಿ" ಶಾಂತತೆ ಮಿನುಗಿತು.

"ನಿಮ್ಮ ತಾತ ಇಲ್ವಾ?" ಮುಖದ ಮೇಲೆ ವೇದನೆ ತುಂಬಿಕೊಂಡಿತು. ಶಾಮಣ್ಣನವರು ಈ ವಯಸ್ಸಿನಲ್ಲೂ ತೋಟ, ಗದ್ದೆ ಅಂತ ಓಡಾಡುತ್ತಿದ್ದರು. ಅದು ಕೂಡ ದೊಡ್ಡ ಸಂಪತ್ತೇನು ಅಲ್ಲ. ಎರಡು ಜೀವಗಳು ಭೂಮಿಯ ಮೇಲೆ ಬದುಕಲು ಆಧಾರವಾಗಿತ್ತು.

"ತೋಟದ ಕಡೆ ಹೋಗಿದ್ದಾರೆ. ಕತ್ತಲಾಗೋಕೆ ಮೊದ್ಲು ಬಂದ್ಬಿಡ್ತಾರೆ" ಮೊಗ್ಗನ್ನೆಲ್ಲ ಬುಟ್ಟಿಗೆ ತುಂಬಿದಳು.

ಮನದಲ್ಲಿ ಏನೋ ಉತ್ಸಾಹ ತುಂಬಿಕೊಂಡಿತು. ಮನೆಗೆ ಬಂದಾಗ ಅವನ ಕೈಯಲ್ಲಿ ಹೂವಿತ್ತು. ನಾಗಲಕ್ಷ್ಮಮ್ಮನವರು ಒಳಗೆ ಇದ್ದರು. ಅದರಿಂದ ಗಮನಿಸಲಿಲ್ಲ.

'ಅಮ್ಮ' ಎಂದು ಕೂಗಲು ಬಾಯಿ ತೆಗೆದವನು ಸುಮ್ಮನಾದ. ಬಿಚ್ಚಿ ಕೈಯಲ್ಲಿ ಹಿಡಿದ. ಕಳಕಳಿಸುವ ಮೊಗ್ಗಿನ ಮಾಲೆ ಬೊಗಸೆಯನ್ನು ತುಂಬಿತು. ಕೆನ್ನೆಗೊತ್ತಿಕೊಂಡು ಕೋಣೆಯಲ್ಲಿದ್ದ ದೇವರ ಫೋಟೋಗೆ ಹಾಕಿದ.

* * *

ಸತ್ಯ ಎದ್ದು ಹೋಗಿ ಬಾಗಿಲ ಬಳಿ ಕೂತು ಮೊಗ್ಗು ಕಟ್ಟತೊಡಗಿದಳು. ಕೈ ಚುರುಕಾಗಿ ಕೆಲಸ ಮಾಡುತ್ತಿತ್ತು. ಮೋಹನನ ಧ್ವನಿ ಕಿವಿಯಲ್ಲಿ ಗುಯ್‌ಗುಟ್ಟಿತು.

'ತುಂಬ ಒಳ್ಳೆಯವ್ರು ಇರ್ಬೇಕೂ' ಒಳಗಿನ ಆಸೆ ಹೊರಕ್ಕೆ ಇಣುಕಿತು. ತಾನು ಹುಟ್ಟು ಕುರುಡಿಯಲ್ಲ. ತನ್ನ ಕಣ್ಣು ಹೋದದ್ದು ಆಕಸ್ಮಿಕ. ಮತ್ತೆ ನನಗೆ ದೃಷ್ಟಿ ಬರಬಹುದೇ? ಜಗತ್ತನ್ನ ಕಾಣಬಲ್ಲನೇ?! ಕಣ್ಣೀರು ಕೆನ್ನೆಯ ಮೇಲೆ ಧುಮುಕಿತು.

ನೆನಪುಗಳೆಲ್ಲ ನುಗ್ಗಿ ಬಂದವು. ಎಲ್ಲಾ ಮಸುಕು ಮಸುಕು. ಆದರೆ... ಆ ಘಟನೆ–ತರತರನೇ ನಡುಗಿದಳು ಬಿಕ್ಕಳಿಸಿದಳು.

"ಅಮ್ಮೋರೆ, ಅಳ್ತಾ ಅವ್ರ!" ಕಾಳಯ್ಯನ ಧ್ವನಿ ಕೇಳಿದ ಕೂಡಲೆ, ಸೆರಗಿನಿಂದ ಕಣ್ಣುಗಳನ್ನೊರೆಸಿಕೊಂಡು "ತಾತ ಬಂದಿಲ್ವಾ!" ಅವನು ಕನಿಕರದಿಂದ ನೋಡಿದ. 'ಎಂಥಾ ಚಂದದ ಹುಡ್ಗಿ. ದೃಷ್ಟಿ ಕಿತ್ಕೊಂಡು ಬಿಟ್ನಲ್ಲ, ದೇವ್ರು! ಕಣ್ಣುಗಳು ಇಲ್ವಾ!' ಅವನ ಕಣ್ಣುಗಳು ಒದ್ದೆಯಾದವು.

"ತ್ವಾಟದಾಗವ್ರೆ, ಈಗ ಬರ್ತಾರೆ" ಹೆಗಲ ಮೇಲಿದ್ದ ಸೌದೆಯ ಹೊರೆಯನ್ನು 'ದೊಪ್ಪನೆ!' ನೆಲಕ್ಕೆ ಹಾಕಿದ. ಮೂರು ದಿನದ ಹಿಂದೆ ತೋಟದಲ್ಲಿ ಹೊಡೆದು

ಹಾಕಿದ್ದ. ಮಳೆಗೆ ನೆನೆದು ವಿಪರೀತ ಭಾರವಾಗಿತ್ತು. ಪ್ರಯಾಸದಿಂದ ಕಟ್ಟಿಕೊಂಡು ಹೊತ್ತು ತಂದಿದ್ದ.

ಕೈಯಾಡಿಸಿದಳು. ಇನ್ನಷ್ಟು ಮೊಗ್ಗು ಉಳಿದಿತ್ತು. ಬುಟ್ಟಿಗೆ ಹಾಕಿಕೊಂಡು ಮೇಲಕ್ಕೆದ್ದಳು. ರಾತ್ರಿಯ ಅಡಿಗೆಗೆ ಇಡಬೇಕು. ಕಾಳಯ್ಯನಿಗೆ ಬಿಸಿ ಮುದ್ದೆ ಬೇಕು.

"ಸುಧಾರಿಸ್ಕೊ, ಕಾಳಯ್ಯ" ಬುಟ್ಟಿಯನ್ನು ತನ್ನೊಂದಿಗೆ ಒಯ್ದಳು. ದೀಪ ಹಚ್ಚಿ ಮನೆಯ ಕತ್ತಲನ್ನು ಓಡಿಸಿದಳು. ಮನೆಯ ಮೂಲೆಮೂಲೆಯ ಪರಿಚಯವು ಅವಳಿತ್ತು. ತಡವರಿಸದೆ ಎಲ್ಲಾ ಕೆಲಸಗಳನ್ನು ಮಾಡುತ್ತಿದ್ದಳು.

ಸೌದೆ ಒಟ್ಟಿದ್ದ ಕಡೆ ಬಂದು ಹಚ್ಚಲು ಸುಲಭವಾಗುವಂತೆ ಪುಳ್ಳೆಗಳನ್ನೆಲ್ಲ ಜೋಡಿಸಿಕೊಂಡಳು.

ಎಲ್ಲ ಒಲೆಯ ಮುಂದೆ ಹಾಕಿ, ಗೂಡಿನಲ್ಲಿದ್ದ ಬೆಂಕಿ ಪೆಟ್ಟಿಗೆಯನ್ನೆತ್ತಿಕೊಂಡಳು. ಶಾಮಣ್ಣನವರಿಗೆ ಒಂದು ತರಹ ಭಯ. ಕಣ್ಣು ಕಾಣದ ಹುಡುಗಿ–ಏನಾದರೂ ಅನಾಹುತವಾದರೆ ಒಲೆಯ ಮುಂದೆ ಅವಳನ್ನ ಬಿಡೋಕೆ ಹಿಂಜರಿಯುತ್ತಿದ್ದರು.

"ಸುಮ್ಕಿರಿ ಅಮ್ಮೋರೆ" ಕಾಳಯ್ಯ ಹೊರಗಿನಿಂದಲೇ ಕೂಗಿದ್ದ.

"ಏನಿಲ್ಲ" ಒಲೆಯ ಮೇಲೆ ಹಿಟ್ಟಿಗಾಗಿ ಎಸರಿಟ್ಟು ಅಲ್ಲೇ ಕೂತಳು. ಸಣ್ಣ ಧ್ವನಿಯಲ್ಲಿ ಹಾಡಿಕೊಳ್ಳುತ್ತ ಉರಿಯ ಕಡೆ ಮುಖ ಮಾಡಿ ಕೂತಳು.

ಉಕ್ಕಿದಾಗ ಹಿಟ್ಟು ಹಾಕಿದಳು. ಬೆಂದ ಮೇಲೆ ಹದವಾಗಿ ತೊಳಸಿ ಉಂಡೆ ಕಟ್ಟಿದಳು. ಒಂದು ಪಾತ್ರೆಯಲ್ಲಿ ಅನ್ನಕ್ಕಿಟ್ಟು ಹೊರಗೆ ಬಂದಳು.

"ಅಮ್ಮೋರೆ..." ಅವನು ಏನೋ ಹೇಳಲು ಹೊರಟಿದ್ದಾನೆಂದು ಅವಳಿಗೆ ಗೊತ್ತು. ತುಟಿಗಳ ಮೇಲೆ ನೋವಿನ ನಗೆ ಮಿನುಗಿತು.

ಚಿಕ್ಕಂದಿನಲ್ಲಿ ಅವಳು ಕಂಡಿದ್ದ ಎಲೆ, ಗಿಡ, ಮರ, ಹೊಲ, ಗದ್ದೆ ಜನರನ್ನು ಜ್ಞಾಪಿಸಿಕೊಂಡಳು. ಕಣ್ಣಿದ್ದ ಜನ ಎಷ್ಟು ಅದೃಷ್ಟವಂತರು. ನನ್ನಂತವರ ಬದುಕಿಗೆ ಏನಾದರೂ ಅರ್ಥವಿದೆಯೇ! ಫಳಫಳನೆ ಕಣ್ಣೀರು ಸುರಿಯಿತು.

"ತಾತನಿಗೆ ವಯಸ್ಸಾಯ್ತು! ಎಷ್ಟೂಂತ ಮಾಡ್ತಾರೆ" ಮೆಲ್ಲಗೆ ಹೇಳಿಕೊಂಡಳು.

ಶಾಮಣ್ಣನವರು ಮನೆಗೆ ಬಂದಾಗ ಪೂರ್ಣವಾಗಿ ಕತ್ತಲು ಆವರಿಸಿಬಿಟ್ಟಿತ್ತು. ವಿಮನಸ್ಕರಾಗಿದ್ದರು. ತೋಟದಲ್ಲಿ ಒಂದು ಕಡೆ ಒಟ್ಟಿದ್ದ ಸೋಗೆಯೆಲ್ಲ ಖಾಲಿಯಾಗಿತ್ತು. ಇಂಥದ್ದು ಏನಾದ್ರೂ ಆಗಾಗ ನಡೆಯುತ್ತಲೇ ಇತ್ತು. ಹೆದರಿ ಊರು ಬಿಟ್ಟು ಹೋಗಲು ಅವರಿಗಿಷ್ಟವಿಲ್ಲ. ಹೋಗಬೇಕೆಂದುಕೊಂಡರೂ, ಎಲ್ಲಿಗೆ ಹೋದಾರು? ಅವರ ಪೂರ್ಣ ಬದುಕು ಈ ಊರಿನಲ್ಲಿ ಮಿಳಿತವಾಗಿ ಹೋಗಿತ್ತು.

"ಕಾಳ ತೋಟದಲ್ಲಿ ಒಂದು ಗುಡ್ಲು ಕಟ್ಟು" ಮೈಮೇಲಿನ ಉತ್ತರೀಯವನ್ನು ತೆಗೆದು ಮೊಳೆಗೆ ನೇತು ಹಾಕಿದರು.

ಇನ್ನಷ್ಟು ಗೋಡೆಗೆ ಸರಿದು ಕೂತ ಕಾಳ "ಈಗ ಯಾಕ್ರಯ್ಯ ಗುಡ್ಲು?" ತಲೆ ಕೆರೆದುಕೊಂಡ.

ಎಷ್ಟೋ ದಿನ ಅವನು ತೋಟದಲ್ಲಿಯೇ ಮಲಗುವುದಾಗಿ ಹೇಳಿದ್ದ. ಒಪ್ಪಿರಲಿಲ್ಲ. ಒಬ್ಬ ಪ್ರಾಮಾಣಿಕ ಸೇವಕನನ್ನು ಕಳೆದುಕೊಳ್ಳಲು ಅವರಿಗೆ ಇಷ್ಟವಿರಲಿಲ್ಲ.

"ಇನ್‌ಮ್ಯಾಲೆ ನಾವೇ ಅಲ್ಲಿಗೆ ವಾಸಕ್ಕೆ ಹೋಗ್ಬಿಡೋಣ. ಎದೆಯುದ್ದ ತುತ್ತ ಗೋಡೆ, ಮುಂದುಗಡೆ ಸಣ್ಣ ಬಾಗಿಲು-ಎರಡು ಕಡೆಗೂ ಒಂದೊಂದು ಕಲ್ಲು ಕಂಬ ನೆಟ್ಟು ಅದರ ಮೇಲೆ ಒಂದು ತೆಂಗಿನ ತೀರು ಎಲೆದು, ಬಿದಿರಿನ ದಬ್ಬೆ ಕಟ್ಟಿ ಸ್ವಾಗೆ ಹೊದಿಸಿದ್ರೆ, ಸಾಕಲ್ಲ."

ಅನ್ನ ಇಳಿಸಿ ಬಂದ ಸತ್ಯಭಾಮ ತಾತನ ಮಾತುಗಳನ್ನು ಕೇಳುತ್ತಾ ಮೊಣಕಾಲು ಮೇಲೆ ಮಂಡಿಯೂರಿ ಕೂತಳು. ಎಷ್ಟೋ ಸಲ ಶಾಮಣ್ಣನವರು ನಿದ್ದೆ ಮಾಡದೇ ರಾತ್ರಿಯೆಲ್ಲ ಕೂತೆ ಕಳೆಯುತ್ತಿದ್ದರು. ತಮ್ಮ ಬಾಲ್ಯ, ಯೌವನವನ್ನು ಈ ಮನೆಯಲ್ಲಿ ಕಳೆದಿದ್ದರು. ಹಬ್ಬ, ಹರಿದಿನಗಳಲ್ಲಿ ಎಂತಹ ಸಂಭ್ರಮದ ವಾತಾವರಣವಿತ್ತು. ಹೆಂಡತಿಯ ಕೈಗಳಲ್ಲಿನ ಬಳೆಗಳ ಕಿಣಿಕಿಣಿ ನಾದವನ್ನು ಈಗ ಕೇಳಿದವರಂತೆ ಪುಳಕಿತರಾಗುತ್ತಿದ್ದರು.

ಕಾಳ ಸುಮ್ಮನೆ ಕೂತ. ಕಣ್ಣಿಲ್ಲದ ಈ ಹುಡುಗಿಯೊಂದಿಗೆ ತೋಟದಲ್ಲಿರುವುದು ಕಷ್ಟ.

ಕೈಕಾಲು ತೊಳೆದು ಅಡಿಗೆಯ ಮನೆಯೊಕ್ಕರು. ಒಲೆಯಲ್ಲಿ ಕೆಂಡಗಳು ನಿಗಿನಿಗಿಯೆಂದು ಜಗಿಸುತ್ತಿದ್ದವು. ಮುಚ್ಚಿಟ್ಟ ಪಾತ್ರೆಗಳ ಕಡೆ ನೋಡಿದಾಗ ಎದೆ ದ್ರವಿಸಿ ಹೋಯಿತು. ಮೊಮ್ಮಗಳ ತಲೆ ಸವರಿದರು.

"ನಾನು ಮಾಡ್ತಾ ಇದ್ದೆ!" ಮೆಲ್ಲಗೆ ಅಂದರು. ಜೋರಾಗಿ ಹೇಳಲಾರರು. ನೊಂದುಕೊಳ್ಳುತ್ತಿದ್ದಳು. ಸಹಾನುಭೂತಿಯನ್ನು ಸಹಿಸಿಕೊಳ್ಳಲಾರಳು.

"ನಾನೇ ಮಾಡ್ದೆ" ಗಂಟಲು ಕಟ್ಟಿದಂತಾಯಿತು.

ಶಾಮಣ್ಣನವರು ಹೊರಗೆ ಬಂದುಬಿಟ್ಟರು. ಸದಾ ಅವರಿಗೆ ಸತ್ಯಳದೇ ಯೋಚನೆ. ಈ ಮನೆ, ತೋಟ, ಹೊಲ, ಗದ್ದೆಯನ್ನೆಲ್ಲ ಅವಳ ಕೈಹಿಡಿದವನಿಗೆ ಕೊಟ್ಟು ಬಿಡುತ್ತಿದ್ದರು. ಆದರೆ ಆಸ್ತಿಯ ಆಸೆ ಮರುಳಾಗಿ ಮದುವೆಯಾದ ಗಂಡು ಹೀನಾಯವಾಗಿ ಕಂಡರೆ... ಅವರೆದೆ ನಡುಗುತ್ತಿತ್ತು.

"ಕಾಳಯ್ಯ, ತಟ್ಟೆ ಹಾಕ್ಕೊ."

ಶಾಮಣ್ಣನವರು ಮೌನವಾಗಿ ಕೂತರು. ಬಿಸಿ ಮುದ್ದೆ ಅವನ ಅಲ್ಯೂಮಿನಿಯಂ ತಟ್ಟೆಗೆ ಬಿತ್ತು. ಹುಳಿ ತಂದು ಬಡಿಸಿದಳು. ತಟ್ಟೆಗೆ ಹಾಕುವಾಗ ಹುಳಿ ಸ್ವಲ್ಪ ಕೂಡ ತುಳುಕಿ ಚೆಲ್ಲಲಿಲ್ಲ. ಹನಿಗಣ್ಣಾದರು.

"ಎಂಥ ವೈನಾಗಿ ಮುದ್ದೆ ಕಟ್ತಾನೆ" ಹಿಟ್ಟು ಮುರಿದು ಹುಳಿಯಲ್ಲಿ ಉರುಳಾಡಿಸಿ ಬಾಯಿಗಿಟ್ಟ. ಪ್ರತಿಯೊಂದರಲ್ಲೂ ಅಚ್ಚುಗಟ್ಟು. ಕೆಲವೊಮ್ಮೆ ಕಣ್ಣಿಲ್ಲವೆಂಬ ಸಂಗತಿಯನ್ನೆ ಮರೆತುಬಿಡುತ್ತಿದ್ದ.

ಉಂಡು ತಟ್ಟೆ ಎತ್ತಿಕೊಂಡು ಹೋದ ಕಾಳಯ್ಯ, ಎರಡು ನಿಮಿಷದಲ್ಲಿ

ಹಿಂದಿರುಗಿ ಬಂದ. ಅವನ ಜೊತೆ ಎರಡು ನಾಯಿಗಳಿದ್ದವು. ಸ್ವಂತ ಸಾಕಿದವಲ್ಲ. ಆದರೆ ಅವುಗಳ ಬಿಡಾರ ಇಲ್ಲೆ!

'ಬೌವ್, ಬೌವ್, ಬೌವ್' ಬಗುಳಿ ತಮ್ಮ ಬರುವನ್ನು ತಿಳಿಸಿದವು.

"ಕಾಳಯ್ಯ ಊಟ ಮಾಡ್ದ ಕೂಡಲೇ ಎಲ್ಲಿದ್ರೂ ಹಾಜರು" ನಕ್ಕು ಎದ್ದು ಹೋದಳು.

ಅವಕ್ಕೆ ಅನ್ನ, ಹಿಟ್ಟು ಹಾಕಿ ತಾತ, ಮೊಮ್ಮಗಳು ಊಟಕ್ಕೆ ಕೂತರು.

ಮೋಹನಾ ಎರಡು ದಿನ ಬೇಸರವಾಗಿ ಕಳೆದಿದ್ದ. ಕೆಲಸಕ್ಕಾಗಿ ಆರ್ಡರ್ ಬಂದಿತ್ತು. ಕೃಷ್ಣಪ್ಪನವರು ಒಂದೇ ಮಾತಿನಲ್ಲಿ 'ಕೆಲ್ಸಕ್ಕೆ ಹೋಗಿ ಜಾಯಿನ್ ಆಗು' ಅಂತ ಹೇಳಿದ್ದರು. ಅವನು ಏನಾದರೂ ಹೇಳುವ ಮುನ್ನ ಹೊರಟುಹೋಗಿದ್ದರು.

"ಊಟ ಮಾಡು ಬಾ" ತಾಯಿಯತ್ತ ತಿರುಗಿದ. ಎರಡು ದಿನದಿಂದ ಅವರ ಕೈಯಲ್ಲಿ ಮಾತಾಡಿರಲಿಲ್ಲ. ಕೃಷ್ಣಪ್ಪನವರ ಕೈಲಿ ಪ್ರಕೃತಕ್ಕೆ ಅಗತ್ಯವಾದಷ್ಟು ಆಡುತ್ತಿದ್ದ.

"ಅಪ್ಪಾಜಿಗೆ ಯಾಕೆ ಇಂಥ ಕೆಟ್ಟ ಹಟ!"

ಅವರು ಮೇಲಕ್ಕೂ ಕೆಳಕ್ಕೂ ನೋಡಿ ತಲೆತಗ್ಗಿಸಿಕೊಂಡರು. ಮಗ ಇಲ್ಲಿ ಉಳಿಯಲು ಅವರು ಕೂಡ ಪೂರ್ಣ ಸಮ್ಮತಿ ನೀಡಲಾರರು.

"ಇಲ್ಲಿದ್ದು ಏನು ಮಾಡ್ತಿಯೋ! ಅವರು ನಿನ್ನ ಒಳ್ಳೇದಕ್ಕೆ ಮಾಡ್ತಾ ಇರೋದು!!" ಕಸಿವಿಸಿಗೊಂಡೆ ಹೇಳಿದರು.

ಮಗನ ಸ್ವಭಾವ ಅವರಿಗೆ ವಿಚಿತ್ರವೆನಿಸಿತು. ನಾಲ್ಕು ಅಕ್ಷರ ಕಲಿತ ಹಳ್ಳಿ ಐಕಳು ಕೂಡ ಪಟ್ಟಣದ ವ್ಯಾಮೋಹದಿಂದ ತಪ್ಪಿಸಿಕೊಳ್ಳಲಾರದೆ, ಅಲ್ಲೇ ಉಳಿದಿದ್ದರು.

"ಅಮ್ಮ, ನನ್ನ ವಯಸ್ಸೆಷ್ಟು? ಒಳ್ಳೇದು ಕೆಟ್ಟದ್ದು ತಿಳಿದುಕೊಳ್ಳಲಾರದಷ್ಟು ಸಣ್ಣ ವಯಸ್ಸೇನು ಅಲ್ಲ. ನೌಕರಿ ಮಾಡೋ ಇಷ್ಟ ನಂಗಿಲ್ಲ. ಇಲ್ಲೇ ಉಳಿತೀನಿ."

ನಾಗಲಕ್ಷ್ಮಮ್ಮನಿಗೆ ತಲೆ ಚಚ್ಚಿಕೊಳ್ಳಬೇಕೆನಿಸಿತು. ಐವತ್ತು ವರ್ಷ ಕಳೆದ ಮೇಲೆ ಇಲ್ಲಿನದೆಲ್ಲ ಮಾರಿಕೊಂಡು ಮಗನ ಬಳಿಗೆ ಹೋಗಿಬಿಡಬಹುದೆಂದುಕೊಂಡಿದ್ದರು. ಕೃಷ್ಣಪ್ಪನವರದು ಅತಿಯಾದ ಬುದ್ಧಿವಂತಿಕೆ. ಮೊದಲಿನಂತೆ ಊರವರು ತಮ್ಮಲ್ಲಿ ಗೌರವಾಭಿಮಾನಿಗಳು ಇಟ್ಟಿಲ್ಲವೆಂಬುದನ್ನು ಎಂದೋ ಅರಿತಿದ್ದರು. ಈಗಿನ ಹೊಸ ರಕ್ತದ ಯುವಕರು ಆಡುತ್ತಿದ್ದ ಮಾತುಗಳು ಅವರ ಕಿವಿಗಳ ಮೇಲೆ ಬೀಳದೇ ಹೋಗಿರಲಿಲ್ಲ. ಅವರುಗಳೆಲ್ಲ ದೊಣ್ಣೆ ಹಿಡಿದು ನಿಲ್ಲುವ ಮುಂಚೆ ಇಲ್ಲಿಂದ ಹೊರಟು ಬಿಡಬೇಕು.

"ನಿಮ್ಮ ಅಪ್ಪಾಜಿ ಹೇಳಿದಷ್ಟು ಕೇಳು" ಹನಿಗಣ್ಣಾಗಿ ಅಡಿಗೆಯ ಮನೆ ಹೊಕ್ಕರು.

ತುಂಬು ತೋಳಿನ ಸ್ವೆಟರ್ ತೊಟ್ಟು ಗುಡ್ಡದ ಕಡೆ ನಡೆದ. ಅಲ್ಲಿನ ವಾತಾವರಣ ಅವನನ್ನ ಆಕರ್ಷಿಸಿತ್ತು. ಅದಕ್ಕೆ ಮತ್ತೊಂದು ಕಾರಣವು ಇತ್ತು: ದಿನ ಸತ್ಯ ಅಲ್ಲಿಗೆ ಬರುತ್ತಿದ್ದಳು. ಕೂತು ಮಾತಾಡುವಷ್ಟು ಪರಿಚಯ ಅವರಿಬ್ಬರಲ್ಲಿ ಬೆಳೆದಿತ್ತು.

ಗುಡ್ಡದ ಕಡೆಯಿಂದ ತಣ್ಣನೆಯ ಗಾಳಿ ಬೀಸುತಿದೆ. ಚೈತ್ರಮಾಸದ ವಸಂತ ಋತುವಿನ ಸಂಭ್ರಮ ಎಲ್ಲೆಡೆಯಲ್ಲು ತುಂಬಿ ಹೋಗಿತ್ತು. ಹೂಗಳು ಅರಳಿ ನಿಂತಿವೆ. ಸಂಧ್ಯಾಸೂರ್ಯನ ಕಿರಣಗಳು ಅವಕ್ಕೊಂದು ಮೆರುಗನ್ನು ಕೊಟ್ಟಿವೆ.

ನಾಲ್ಕು ಮೆಟ್ಟಿಲು ಹತ್ತಿದವನು ನಿಂತು ಸುತ್ತಲು ಕಣ್ಣಾಡಿಸಿದ. ರಮಣೀಯ ದೃಶ್ಯಗಳನ್ನು ಮನದಲ್ಲಿಯೇ ಅವಲೋಕಿಸಿ ಆನಂದಿಸಿದ. ನಿಧಾನವಾಗಿ ಒಂದೊಂದೇ ಮೆಟ್ಟಿಲು ಏರಿದ. ಕೊನೆಯ ಮೆಟ್ಟಿಲಿನಲ್ಲಿ ನಿಂತು ಕೆಳಗೆ ನೋಡಿದ.

ಸತ್ಯ ಮೇಲೇರುತ್ತಿದ್ದಳು. ಸೆರಗು ಪಟದಂತೆ ಗಾಳಿಗೆ ಹಾರುತಿತ್ತು. ವ್ಯರ್ಥವಾಗಿ ಅದನ್ನು ಹಿಡಿದಿಡುವ ಪ್ರಯತ್ನ ಮಾಡುತ್ತಿದ್ದಳು.

ಒಂದು ಕೈಯಲ್ಲಿ ಬುಟ್ಟಿ ಇತ್ತು. ಗಾಳಿಯ ರಭಸ ಜೋರಾಯಿತು. ನಿಂತಲ್ಲೇ ಹೊಯ್ದಾಡಿದಳು. ಸರಸರನೆ ಕೆಳಗಿಳಿದು ಬಂದ. ಬುಟ್ಟಿಯನ್ನು ಕೈಯಲ್ಲಿ ಭದ್ರವಾಗಿ ಹಿಡಿದಿದ್ದಳು.

"ಅಬ್ಬ ವಿಪರೀತ ಗಾಳಿ" ಅವಳ ಮುಖ ಅರಳಿತು.

"ನೀವಾ..." ಉದ್ಗರಿಸಿದಳು.

ಅವಳು ಬೇರೆಯವರ ಸಹಾನುಭೂತಿಯನ್ನು ಇಷ್ಟಪಡಲಾರಳೆಂದು ಅವಳ ಮಾತುಗಳಿಂದಲೇ ಅರಿತಿದ್ದ. ಖಂಡಿತ ಮನ ನೋಯಿಸಲಾರ.

"ಗಾಳಿ ಕಡಿಮೆಯಾಯ್ತು" ಸೆರಗನ್ನು ಬಿಗಿಯಾಗಿ ಸೊಂಟಕ್ಕೆ ಸಿಕ್ಕಿಸಿ ಮೆಟ್ಟಲೆಣಿಸತೊಡಗಿದಳು. ಅವಳ ಆತ್ಮವಿಶ್ವಾಸಕ್ಕೆ ಬೆರಗಾದ. ಇವನು ನಿಂತೆ ಇದ್ದ. ಅವಳು ಏರಿಯೇ ಬಿಟ್ಟಳು. ತುಟಿಗಳು ಚಲಿಸಿದಾಗ ಎರಡು ಎರಡು ಮೆಟ್ಟಿಲು ಹಾರಿ ಏರಿದ.

ದೇವಸ್ಥಾನ ಚಿಕ್ಕದಾಗಿತ್ತು. ಕಲ್ಲುಗಳಿಂದ ನಿರ್ಮಿಸಿದ್ದು. ಗೋಪಾಲಸ್ವಾಮಿ ಸತ್ಯದ ಬಗ್ಗೆ ಅಕ್ಕಪಕ್ಕದ ಊರುಗಳವರು ಬಹಳ ಹೇಳಿಕೊಳ್ಳುತ್ತಿದ್ದರು ವರ್ಷಕ್ಕೊಮ್ಮೆ ದೊಡ್ಡ ಜಾತ್ರೆ ನಡೆಯುತಿತ್ತು.

"ಇನ್ನು ಬಂದಿಲ್ಲ" ಎಂದಿನಂತೆ ಮಂತ್ರಗಳು ಕೇಳಿಸಲಿಲ್ಲ. ಬುಟ್ಟಿಯನ್ನ ಕೈಯಲ್ಲಿಡಿದೇ ನಿಂತಳು.

"ಸಂಪಿಗೆ ಮರದ ಬಳಿ ಕೂಡೋಣ, ಬನ್ನಿ" ಅಂದಾಗ ಮನದಲ್ಲಿ ಆಸೆ ಮೂಡಿತು.

ಗೋಪಾಲಸ್ವಾಮಿ ಅರ್ಚಕರು ಹೂವಿನ ಕಾಲದಲ್ಲಿ ತಪ್ಪದೆ ನಾಲ್ಕಾರು ಹೂಗಳನ್ನು ಅವಳ ಕೈಗೆ ಹಾಕುತ್ತಿದ್ದರು.

"ನಾನು ಹತ್ತಬೋದಾ!"

"ಖಂಡಿತ" ನಾಲ್ಕಾರು ಹೆಜ್ಜೆಗಳನ್ನು ಮುಂದಕ್ಕಿಟ್ಟಳು. ಸಣ್ಣ ಕಲ್ಲುಬಂಡೆಗಳು ನಿಂತು ಯೋಚಿಸಿದಳು. ನಿಸ್ಸಹಾಯಕತೆಯ ಬಗ್ಗೆ ಬಿಕ್ಕಿ ಬಿಕ್ಕಿ ಅಳಬೇಕೆನಿಸಿತು.

ಉಗುಳನ್ನು ಬಲವಂತದಿಂದ ನುಂಗಿದಳು.

"ನನ್ನ ಕೈ ಹಿಡಕೊಳ್ಳಿ" ಮೋಹನಾ ತಟ್ಟನೆ ಆಡಿದ.

"ಬೇಡ ಬಿಡಿ. ನಾಲ್ಕು ಬಾರಿ ಓಡಾಡಿದ ದಾರಿಯಾದರೆ ಹೇಗಾದ್ರೂ ಹತ್ತಬಲ್ಲೆ" ನಿಟ್ಟುಸಿರು ಚಿಮ್ಮಿತು.

"ನಾಲ್ಕು ಸಲ ನಾನು ಕರ್ಕೊಂಡ್ಹೋಗ್ತೀನಿ. ಆಮೇಲೆ ನೀವೇ ಹೋಗಬೌದು. ಸ್ಥಳ ಪ್ರಶಾಂತವಾಗಿದೆ."

ಕೈಹಿಡಿದು ನಡೆಸಿ ಕರೆದೊಯ್ದ. ಹತ್ತಾರು ಸಣ್ಣ ಕಲ್ಲುಬಂಡೆಗಳನ್ನು ಹತ್ತಿ, ದಾಟಿ ಹೋಗಬೇಕಿತ್ತು. ಹೊಸ ಜಾಗಕ್ಕೆ ಬಂದ ಅನುಭವವಾಯಿತು.

ಸಂಪಿಗೆ ಮರದ ಕೆಳಗೆ ನಿಂತು "ತುಂಬ ದೊಡ್ಡ ದೊಡ್ಡ ಮರಗಳು ಇರ್ಬೇಕಲ್ಲ! ಹೂಗಳನ್ನು ಕೈಯಲ್ಲಿ ಹಿಡಿದಾಗಲೆಲ್ಲ ಮರಗಳನ್ನು ನೋಡೋ ಆಸೆ ಆಗ್ತಾ ಇತ್ತು. ನಿಮ್ಮ ಸಹಕಾರದಿಂದ ನೆರವೇರಿತು" ಬುಡ ಕಾಂಡವನ್ನೆಲ್ಲ ಸವರಿ ನೋಡಿದಳು.

"ಈ ಎರಡು ಸಂಪಿಗೆ ಮರಗಳಾದ್ರೂ ಬೇರೆ ಬೇರೆ ಜಾತಿಯವು." ಪಕ್ಕದಲ್ಲಿದ್ದ ಕೆಂಡ ಸಂಪಿಗೆಯ ಮರಕ್ಕೆ ಒರಗಿನಿಂತಳು. ಎತ್ತರದ ಪ್ರದೇಶ, ಸುಂದರ ವಾತಾವರಣ, ತಂಪಾದ ಗಾಳಿ-ತೇಲುತ್ತಿರುವ ಅನುಭವವಾಯಿತು.

ಎದೆಯವರೆಗೂ ಕೈಕಟ್ಟಿ ನಿಂತುನೋಡಿದ. ಸತ್ಯ ಅಪರಿಮಿತ ಚೆಲುವೆಯಾಗಿ ಕಂಡಳು. ಆ ಮುಖದ ಸ್ನಿಗ್ಧತೆ ಅವಳನ್ನು ಆಕರ್ಷಿಸಿತು. ಉದ್ದದ ಜಡೆ ಹೆಗಲ ಮೇಲಿಂದ ತೂಗಿ ಎದೆಯ ಮೇಲೆ ಬಿತ್ತು.

ಇದ್ದಕ್ಕಿದ್ದಂತೆ ಅವಳ ಮುಖ ಗಂಭೀರವಾಯಿತು. ಯೋಚಿಸುವಂತೆ ಕಂಡಳು.

"ಒಂದ್ನಿಮಿಷ..." ಮಾತಾಡಲು ಕಷ್ಟಪಡುವಂತೆ ಕಂಡಳು.

"ಪರ್ವಾಗಿಲ್ಲ, ಹೇಳಿ"

"ಆಪರೇಷನ್ ಮಾಡಿದ್ರೆ ಎಷ್ಟೋ ಜನ ಕುರುಡರಿಗೂ ಕಣ್ಣು ಬರುತ್ತಂತೆ. ನಿಜವೇ?"

ತಕ್ಷಣ ಅವನಿಂದ ಏನೂ ಹೇಳಲಾಗಲಿಲ್ಲ. ಸಂಕಟವಾಯಿತು.

"ಎಂದೂ ಡಾಕ್ಟ್ರಿಗೆ ತೋರಿಸಿಲ್ವಾ?" ಅವಳ ಮುಖ ಗಂಭೀರವಾಯಿತು.

ತಾತ ಒಬ್ಬರೇ ಅವಳ ಬಂಧು. ತಾಯಿ, ತಂದೆ ಎಲ್ಲಾ ಅವರೇ ಆಗಿ ಸಾಕಿ ಸಲಹಿದ್ದರು. ಹೊರಗಡೆ ಓಡಾಡಿ ಗೊತ್ತಿರಲಿಲ್ಲ. ಬೇರೆ ಯಾರೂ ಸಹಾಯ ಮಾಡಲು ಮುಂದೆ ಬಂದಿರಲಿಲ್ಲ.

"ಇಲ್ಲ. ನಂಗೂ ನಂಬಿಕೆ ಇರಲಿಲ್ಲ. ಆಗಾಗ ಬರೋ ಹೆಲ್ತ್ ಡಿಪಾರ್ಟ್‌ಮೆಂಟ್ ನೋರು ಈ ಸಲಹೆ ಕೊಟ್ರು. ಆದರೇನು..." ಮುಖ ಮಂಕಾಯಿತು.

ಅವನಲ್ಲಿ ಭಾವನಾವೇಗ ಸಂಚಾರವಾಯಿತು.

"ನಾನು ನಿಮ್ಮ ತಾತನಿಗೆ ಹೇಳ್ತೀನಿ. ಅವ್ರು ಒಪ್ಕೊಂಡ್ರೆ ಕರ್ಕೊಂಡ್ಹೋಗಿ

ತೋರಿಸ್ತೀನಿ!" ಅವಳ ಮೈ ಮೃದುವಾಗಿ ಕಂಪಿಸಿತು; ಕಣ್ಣುಗಳೇ ಬಂದಷ್ಟು ಸಂತೋಷಿಸಿದಳು.

ಅರಳಿ ನಿಂತ ಹೂಗಳು–ಹಸಿರು ವನರಾಜಿ–ಮೈ ಪುಳಕಿತವಾಯಿತು. ಮುಂದೆ ಹೊಸ ಜಗತ್ತನ್ನು ಕಾಣುವ ಆಶಾಭಾವನೆ ಹುಟ್ಟಿಕೊಂಡಿತು.

"ನೀವು ತುಂಬ ಒಳ್ಳೆಯೋರು. ದೇವರು ನಿಮ್ಮನ್ನ ಕಾಪಾಡ್ಲಿ."

ನಡುಗುತ್ತಿದ್ದ ತುಟಿಗಳ ಕಡೆ ನೋಡಿದ. ಗಾಳಿಗೆ ಕೂದಲು ಹಾರಾಡುತಿತ್ತು. ಬಳಸಿ ಸಂತೈಸುವ ಆಸೆಯಾಯಿತು. ತಟ್ಟನೆ ಬೆಂಕಿ ಮೆಟ್ಟಿದವನಂತೆ ಮಾರು ಹಿಂದಕ್ಕೆ ಹೋಗಿ ನಿಂತ.

'ತನ್ನ ಬಗ್ಗೆ ಅವಳಗಿರುವ ಒಳ್ಳೆಯ ಭಾವನೆಗಳು ಸತ್ತು ಹೋಗಬಾರದು.'

"ಕೆಳ್ಗೆ ಇಳಿಯೋಣವಾ! ಸ್ವಲ್ಪ ತಡವಾದ್ರೆ ನಮ್ಮ ತಾತ ಹುಡುಕ್ಕೊಂಡು ಬಂಧ್ಬಿಡ್ತಾರೆ" ಮನಃಪೂರ್ವಕವಾಗಿ ನಕ್ಕಳು. ಜೀವಂತ ನಗುವದು.

ಈ ಸುಂದರ ತುಟಿಗಳ ಮೇಲೆ ಸದಾ ಇಂತಹ ನಗುವೇ ಅರಳಲಿ ಎಂದುಕೊಂಡ.

ಈ ವಾತಾವರಣದಲ್ಲಿ ಸಂಕೋಚ, ನಾಚಿಕೆ ಮರೆಯಾಗಿತ್ತು. ಒಂದೆರಡು ಕಡೆ ಎಡವಿ ಅವನ ಮೇಲೆ ವಾಲಿದ್ದಳು. ಚುರುಕುತನಕ್ಕೆ ಬೆರಗಾಗಬೇಕಾದ್ದೆ.

"ಅಬ್ಬ... ನಿಮ್ಗೆ ತುಂಬ ಶ್ರಮ ಕೊಟ್ಬಿಟ್ಟೆ" ತಕ್ಷಣ ಕೈಬಿಟ್ಟು ಉದ್ಗರಿಸಿದಳು. ಅವನ ಮುಖದ ಮೇಲೆ ಬೇಸರ ತೇಲಿತು. ಈ ಪಯಣ ಇಲ್ಲಿಗೆ ನಿಲ್ಲಬಾರದಿತ್ತು. ಜೀವನ ಪೂರ್ತಿ ಕೈಹಿಡಿದು ನಡೆಸುವ ಸುಯೋಗ ನನ್ನ ಪಾಲಿಗೆ ಒದಗಿ ಬಂದರೇ!... ಮನಃಪೂರ್ವಕವಾಗಿ ಸ್ವಾಗತಿಸುತ್ತೇನೆ.

"ನಿಮ್ಗೆ ದೇವರಲ್ಲಿ ನಂಬಿಕೆ ಇಲ್ಲವೇನೋ!" ಅನುಮಾನದಿಂದ ಕೇಳಿದಳು.

ಬಟ್ಟೆ ಒಗೆಯಲು ಕೊಳಕ್ಕೆ ಹೋದಾಗ, ಹೆಂಗಳೆಯರು ತಮ್ಮತಮ್ಮಲ್ಲಿಯೇ ಮಾತಾಡಿಕೊಳ್ಳುತ್ತಿದ್ದರು. ಬೆಂಗಳೂರಿನಲ್ಲಿ ಓದುಬರಹ ಕಲಿತು ಬಂದ ತಮ್ಮ ಮಗ ಸೋಮು ದೇವರು, ಸಂಪ್ರದಾಯದ ಹೆಸರೆತ್ತಿದರೆ ಕೆಂಡ ಕಾರುತ್ತಾನೆ–ಮೂದಲಿಸುತ್ತಾನೆ. ನಗುತ್ತಾನೆ–ಎಂದಿದ್ದರು ಸೀತಮ್ಮ. ಅದಕ್ಕೆ ಪುಷ್ಟಿ ಕೊಡುವ ಹಾಗೆ ಮೋಹನಾ ಪ್ರಕೃತಿ ಸೌಂದರ್ಯ ಆಸ್ವಾದಿಸುತ್ತ ಹೊರಗಡೆಯೇ ಕೂತಿರುತ್ತಿದ್ದ.

"ಯಾಕೆ? ನಾನು ಮಾತಿನ ಸಂದರ್ಭದಲ್ಲಿ ಹಾಗೇ ಅಂದಿದ್ದುಂಟೆ?"

"ಇಲ್ಲ ಸುಮ್ನೇ ಕೇಳ್ದೆ" ತಲೆತಗ್ಗಿಸಿದಳು.

ಇಬ್ಬರು ದೇವಸ್ಥಾನದ ಕಡೆ ಹೆಜ್ಜೆ ಹಾಕಿದರು. ಅರ್ಚಕರು ದೊಡ್ಡ ಧ್ವನಿಯಲ್ಲಿ ಮಂತ್ರಗಳನ್ನು ಹೇಳುತ್ತಿದ್ದರು. ನೀರವ ವಾತಾವರಣದಲ್ಲಿ ಕಂಚಿನಂಥ ಕಂಠದಿಂದ ಹೊರಬೀಳುತ್ತಿದ್ದ ಮಂತ್ರ, ಪುಷ್ಪಗಳು ಮಂತ್ರಮುಗ್ಧರನ್ನಾಗಿ ಮಾಡುತಿತ್ತು.

ಗರ್ಭ ಗುಡಿಯಿಂದ ಹೊರಬಂದ ಅವರು "ಬಂದ್ಯಾ ತಾಯಿ! ಯಾಕೆ ಬರಲಿಲ್ಲಾಂತ ಯೋಚಿಸ್ತಿದ್ದೆ" ಕೆಳಗಿಟ್ಟ ಬುಟ್ಟಿಯನ್ನು ಕೈಗೆತ್ತಿಕೊಂಡರು.

ಕಟ್ಟಿದ್ದ ಮಾಲೆಯನ್ನು ಗೋಪಾಲಸ್ವಾಮಿ ವಿಗ್ರಹಕ್ಕೆ ಹಾಕಿದರು. ಮುದ್ದಾಗಿ ಕಟ್ಟಿದ ಮಾಲೆ. ತದೇಕದೃಷ್ಟಿಯಿಂದ ಸ್ವಾಮಿಯನ್ನ ನೋಡಿದರು.

"ಸ್ವಾಮಿ, ದಿನ ಮಾಲೆ ಕಟ್ಟಿ ತರ್‍ತಾಳೆ. ನಿನ್ನ ದಿವ್ಯ ರೂಪವನ್ನ ನೋಡುವುದಕ್ಕಾದ್ರೂ ಆ ಮಗೂಗೆ ಕಣ್ಣುಗಳ್ನ ಕೊಡು" ಬೇಡಿಕೊಂಡರು.

ಮಂಗಳಾರತಿ, ತೀರ್ಥ, ಪ್ರಸಾದ ಕೊಟ್ಟರು. ಕೃಷ್ಣಪ್ಪನವರ ಬಗ್ಗೆ ಅವರಿಗೆ ಗೌರವವಿಲ್ಲ. ಹಾಗೆಂದು ಅವರನ್ನ ಎದುರು ಹಾಕಿಕೊಂಡಿರಲಿಲ್ಲ. ಮೋಹನನನ್ನು ಮಾತನಾಡಿಸಲು ಹೋಗಲಿಲ್ಲ.

"ಮಳೆ ಬರೋ ಹಾಗಿದೆ. ನೀನು ಹೊರಟು ಬಿಡಮ್ಮ" ದಿನವೂ ಅವಳ ಜೊತೆಯಲ್ಲಿಯೇ ಇಳಿದುಬರುತ್ತಿದ್ದರು. ಹತ್ತು ನಿಮಿಷ ಶಾಮಣ್ಣನವರೊಂದಿಗೆ ಮಾತಾಡಿ ಮನೆಗೆ ಹೋಗುತ್ತಿದ್ದರು.

ಸೊಂಟಕ್ಕೆ ಶಲ್ಯ ಸುತ್ತಿಕೊಂಡು "ನಾನು ಬೇಕಾದ್ರೆ ಬಿಟ್ಟು ವಾಪ್ಸು ಬರ್ತೀನಿ."

ಮೌನವಾಗಿದ್ದ ಮೋಹನಾ "ಬೇಡ ಅರ್ಚಕರೇ, ನಾನು ಅದೇ ದಾರಿಯಲ್ಲಿ ಹೋಗೋದು" ಅರೆಮನಸ್ಸಿನಿಂದಲೇ 'ಹ್ಞೂ'ಗುಟ್ಟಿದರು.

ನೂರಾರು ಬಾರಿ ತಿರುಗಾಡಿದ ಸ್ಥಳ, ಹತ್ತಿ ಬಂದ ಮೆಟ್ಟಿಲುಗಳು. ಉತ್ಸಾಹದಿಂದ ಇಳಿಯತೊಡಗಿದಳು. ತುಂತುರು ಹನಿಗಳು ಶುರುವಾದವು.

"ಮಳೆ ಬಂದೆ ಬಿಟ್ತು. ತಾತ ಹುಡುಕೊಂಡು ಬಂದೇಬಿಡ್ತಾರೆ" ಅವಳ ಧಾವಂತ ಹೆಚ್ಚಾಯಿತು. ಒಂದು ಸಲ ಹೆಜ್ಜೆ ತಪ್ಪಿ ಬೀಳುವುದರಲ್ಲಿದ್ದಳು. ನಿಂತು ಸಾವರಿಸಿಕೊಂಡಳು.

"ಪರ್‍ವಾಗಿಲ್ಲ, ನಿಧಾನವಾಗಿಯೇ ಇಳಿಯೋಣ. ಬಿದ್ದು ಅನಾಹುತವಾದ್ರೆ ಕಷ್ಟ."

ತುಂತುರು ಜೋರಾಯಿತು.

"ನಾನು ಬರ್ತೀನಿ. ನೀವು ನಡೆಯಿರಿ. ನಂಗಾಗಿ ನೆನೆಯೋದು ಬೇಡ" ಹಣೆಯಿಂದ ಜಾರಿದ ಹನಿಗಳನ್ನು ಬೆರಳುಗಳಿಂದ ತೊಡೆದುಕೊಂಡಳು.

"ಮಳೆಯಲ್ಲಿ ನೆನೆಯೋದನ್ನು ನಾನು ಇಷ್ಟಪಡ್ತೀನಿ" ಬಾಯಿಮೇಲೆ ಕೈಯಿಟ್ಟು ನಕ್ಕಳು.

ಮನೆಯ ಬಳಿಗೆ ಬರುವ ವೇಳೆಗೆ ಅರ್ಧಂಬರ್ಧ ನೆನೆದು ಬಿಟ್ಟಿದ್ದರು.

"ಬನ್ನಿ ನಿಂತು ಹೋಗಬೌದು."

"ಬೇಡ" ಮಳೆಯಲ್ಲಿಯೇ ನಡೆದುಬಿಟ್ಟ. ಯಾಕೊ ಶಾಮಣ್ಣನವರು ಅವನನ್ನು ವಿಶ್ವಾಸದಿಂದ ಮಾತಾಡಿಸುತ್ತಿರಲಿಲ್ಲ. ಎದುರು ಸಿಕ್ಕರೂ ಮುಖ ತಿರುಗಿಸಿಕೊಂಡು ಹೋಗುತ್ತಿದ್ದರು.

"ಚಿಕ್ಕಯ್ಯ ಕೊಡೆ ಕಳಿಸಿದ್ರು" ಕೊಡೆ ಹಿಡಿದು ಬಂದ ಕೆಂಪನನ್ನು ಅಡಿಯಿಂದ ಮುಡಿಯವರೆಗೂ ನೋಡಿದ. ದೈತ್ಯಾಕಾರದ ಮನುಷ್ಯ. ಮೀಸೆಗಳನ್ನು ನೋಡಿದರೆ

ಮಕ್ಕಳು ಹೆದರಿ ಬಿಡುತ್ತಿದ್ದರು. ಕ್ರೋಧ ತುಂಬಿದ ಕಣ್ಣುಗಳು.

ಕೊಡೆಯನ್ನು ತಕೊಂಡು ಮುಂದಕ್ಕೆ ನಡೆದ. ಬಂದಾಗಿನಿಂದ ಕೆಂಪನ ಬಗ್ಗೆ ಯೋಚಿಸುತ್ತಿದ್ದ. ಹೊಲ, ಗದ್ದೆಯಲ್ಲಿ ದುಡಿಯಲು ಹೋಗುತ್ತಿರಲಿಲ್ಲ. ಆದರೂ ಅವನಿಗೆ ಆದರ ಉಪಚಾರ, ಎದುರು ಕೂತು ಕೃಷ್ಣಪ್ಪನವರು ಅವನಿಗೆ ಊಟ ಹಾಕಿಸುತ್ತಿದ್ದರು. ತೀರಾ ಕೆಟ್ಟವನಂತೆ ಕಾಣುವ ಅವನು ತಂದೆಗೆ ಆತ್ಮೀಯ ವ್ಯಕ್ತಿ.

"ಅಣ್ಣಯ್ಯ ಬಂತು" ಮೋಟು ಜಡೆಯ ತಂಗಿ ಸುದ್ದಿಯನ್ನು ಬಿತ್ತರಿಸಿದಳು.

ಕೃಷ್ಣಪ್ಪನವರು ಉಯ್ಯಾಲೆ ಮಣೆ ಮೇಲೆ ಕೂತುಕೊಂಡಿದ್ದರು. ಸೋದರ ಮಾವ, ಅವರ ಹೆಂಡತಿ ಹಾಜರಿದ್ದರು. ಯಾವಾಗ ಬಂದರು? ಹುಬ್ಬೇರಿಸಿದ.

"ಯಾವಾಗ್ಬಂದೆ ಮಾವ?" ಕೊಡೆಯನ್ನ ಮಡಚಿ ಬಾಗಿಲ ಬಳಿಯೇ ಇಟ್ಟ. ಬಟ್ಟೆ ಬದಲಾಯಿಸುವುದು ಅನಿವಾರ್ಯವಾಗಿತ್ತು.

"ಸ್ವಲ್ಪ ಹೊತ್ತಾಯಿತು. ಎಲ್ಲಿಗೆ ಹೋಗಿದ್ದೆ? ನಿಮ್ಮಪ್ಪಾಜಿ ನಿನ್ನ ಮೇಲೆ ದೂರು ಹೇಳ್ತಾ ಇದ್ರು" ನಕ್ಕು ಕೋಣೆಗೆ ಹೋದ. ಟವಲಿನಿಂದ ತಲೆಯೊರೆಸಿ ಬೇರೆ ಜುಬ್ಬ ಪೈಜಾಮ ತೊಟ್ಟು ಹೊರಗೆ ಬಂದ.

ಖಾಲಿಯಾಗಿದ್ದ ಮರದ ಚೇರ್ ಮೇಲೆ ಕೂತ. ಕೂತ ಮಗನ ಕಡೆ ನೋಡಿದ ಕೃಷ್ಣಪ್ಪನವರು ಬೇರೆಡೆ ಮುಖ ತಿರುಗಿಸಿಕೊಂಡರು.

"ಕಾಫೀ ತಂದ್ಕೊಡೆ" ಹೆಂಡತಿಗೆ ಅಪ್ಪಣೆ ಮಾಡಿದರು.

"ಗುಡ್ಡದ ಮೇಲೆ ಏನಿಟ್ಟಿದ್ದೀಯ?" ಧ್ವನಿಯಲ್ಲಿ ತೀಕ್ಷ್ಣತೆ ಇತ್ತು.

"ಒಳ್ಳೆ ಜಾಗ. ಅಲ್ಹೋಗಿ ಕೂತರೆ ಒಂದು ರೀತಿಯ ಶಾಂತತೆ ಸಿಗುತ್ತೆ" ಜೋರಾಗಿ ನಕ್ಕು ಬಿಟ್ಟರು.

ಅವಮಾನವಾಯಿತು. ತಾನು ಹೇಳಿದ್ದೆ ತಪ್ಪಾಯಿತೆಂದುಕೊಂಡ. ಮುಖ ಬಿಗಿದು ಕೂತ.

"ನೀನು ನಾಲ್ಕು ದಿನ ಈ ಊರಲ್ಲಿರೋನು ಅದ್ಕೊಂಡಿದ್ದೆ" ಅತ್ತೆ ಹಾಗೆಂದಾಗ 'ನಿಮ್ಗೆ ಕನ್ಸು ಬಿದ್ದಿತ್ತೆ?' ಕೇಳಬೇಕೆನಿಸಿತು.

"ನಾನು ದೊಡ್ಡೋರ್ನ ಹಿಡ್ದು ಕೆಲ್ಸದ ಆರ್ಡರ್ ತಂದರೆ, ಇವನು ಹೋಗೊಲ್ಲಾಂತಾನೆ! ಯಾವ್ದಕ್ಕು ಕೇಳ್ಕೊಂಡು ಬರ್ಬೇಕು. ನಾಲ್ಕು ಅಕ್ಷರ ಓದಿ ಪರೀಕ್ಷೆಯಲ್ಲಿ ಬರ್ದು ಪಾಸು ಮಾಡೋದು ದೊಡ್ಡದಲ್ಲ. ಲೋಕಜ್ಞಾನ ಬೇಕು. ವಿವೇಕ ಇರ್ಬೇಕು."

"ನಮ್ಮ ಮೋಹನಾ ಹಾಗಲ್ಲ. ಅವ್ನು ತುಂಬ ಬುದ್ಧಿವಂತ. ನೀವು ಏನೇನೋ ಮಾತಾಡ್ತೀರಿ" ಸೋದರಮಾವ ಅಳಿಯನ್ನ ಸಮರ್ಥಿಸಿಕೊಳ್ಳುವ ಪ್ರಯತ್ನ ಮಾಡಿದರು.

ಅವರು ಓದಿದವರು. ಅಲ್ಪಸ್ವಲ್ಪ ತಿಳಿದವರು. ವಯಸ್ಸಿಗೆ ಬಂದ ಯುವಕರನ್ನು

ಎದುರು ಹಾಕಿಕೊಳ್ಳೋದು ಒಳ್ಳೆಯದೆನಿಸಲಿಲ್ಲ. ಅದರಲ್ಲೂ ಮೋಹನಾ ಒಂದು ತರಹ.

"ಆಯ್ತು, ನಿಮ್ಮ ಅಳಿಯಂಗೆ ಬುದ್ಧಿ ಹೇಳಿ ಕರ್ಕೊಂಡ್ಹೋಗಿ" ಎದ್ದುಬಿಟ್ಟರು.

* * *

ಮೊಗ್ಗು ಕಡಿಮೆಯಾಗಿತ್ತು. ಆದರೂ ಸಿಗುವ ಎಲ್ಲಾ ತರಹೆ ಹೂಗಳನ್ನು ಬಿಡಿಸಿಕೊಂಡು ಒಯ್ಯುತ್ತಿದ್ದಳು.

"ತಾತ ಮಳೆ ಬರಬೋದು. ಈಗ್ಲೇ ಹೋಗಿ ಹೂ ಕೊಟ್ಟು ಬಂದ್ಬಿಡ್ತೀನಿ" ಬುಟ್ಟಿಯನ್ನು ಕೈಗೆತ್ತಿಕೊಂಡು ಹೇಳಿದಳು.

ಹಸಿ ಸೌದೆ ಒಲೆ ಊದಿ ಊದಿ ಶಾಮಣ್ಣನವರ ಕಣ್ಣುಗಳೆಲ್ಲ ಕೆಂಪಾಗಿತ್ತು. ಧೋತರದ ಚುಂಗಿನಿಂದ ಕಣ್ಣುಗಳನ್ನ ಉಜ್ಜುತ್ತ ಹೊರಗೆ ಬಂದರು.

"ಹೋಗಿ ಬೇಗ್ಬಂದ್ಬಿಡಮ್ಮ" ಆ ಹುಡುಗಿಯ ಉತ್ಸಾಹವನ್ನು ಬತ್ತಿಸಲು ಅವರಿಗಿಷ್ಟವಿಲ್ಲ.

ಆದರೆ ಅರ್ಚಕರು ಹೇಳಿದ ಮಾತುಗಳು ಕೀಟದಂತೆ ಮನವನ್ನು ಕೊರೆಯುತಿತ್ತು. ಒಂದು ವಿಧವಾದ ಭಯ ಬಾಧಿಸುತಿತ್ತು. ಕಣ್ಣು ಕಾಣದ ಹುಡುಗಿ. ಸಮಯ ನೋಡಿ ಗುಡ್ಡದಿಂದ ತಳ್ಳಿಬಿಟ್ಟರೆ? ವೇದನೆ, ಭಯ ಒತ್ತರಿಸಿಕೊಂಡು ಬಂತು.

"ನಾನು ಬರ್ತೀನಿ, ತಡಿ" ಮೂಗನ್ನ ತಿಕ್ಕಿ ಒರೆಸಿದಳು.

ಮುಂದಕ್ಕೆ ಹೋದವಳು ನಿಂತು ಹಿಂದಿರುಗಿದಳು. ಮುಖದಲ್ಲಿ ವಿಸ್ಮಯ ಕಾಣಿಸಿಕೊಂಡಿತು.

"ಯಾಕೆ ತಾತ? ಇನ್ನ ಅಡ್ಗೆ ಕೂಡ ಆಗಿಲ್ಲ. ನಂಗೇನು ಭಯವಿಲ್ಲ" ಅವರ ಮನಸ್ಸನ್ನು ಅರಿತವಳಂತೆ ನುಡಿದಳು.

ಶಾಮಣ್ಣನವರು ಸುಮ್ಮನಾದರು. ಅಡುಗೆ ಕೆಲಸ ಮರೆತು ಒಂದು ಕಡೆ ಮಂಕಾಗಿ ಕೂತುಬಿಟ್ಟರು.

ಬೆಳಗಿನ ಬಿಸಿಲು ಚುರುಕಾಗಿತ್ತು. ಆದರೂ ಹೆಜ್ಜೆಯ ವೇಗ ತಗ್ಗಲಿಲ್ಲ. ಕೊನೆಯ ಮೆಟ್ಟಲಿಗೆ ಬಂದಾಗ ಹುಡುಗರ ಮಾತು ನಗು ಕೇಳಿಸಿತು.

ವರ್ಷಕ್ಕೊಮ್ಮೆ ನಡೆಯುವ ಜಾತ್ರೆಯ ದಿನ ಊರವರೆಲ್ಲ ಬಂದು ಹಣ್ಣು ಕಾಯಿ ಮಾಡಿಸಿಕೊಂಡು ಹೋದರೆ ಪುನಃ ಜಾತ್ರೆಯವರೆಗೂ ಯಾರು ಅತ್ತ ತಲೆ ಹಾಕುತ್ತಿರಲಿಲ್ಲ. ಕೆಲವೊಮ್ಮೆ ಅರಿಕೆ ಮಾಡಿಕೊಂಡವರು ಬಂದು ಪೂಜೆ, ಅಭಿಷೇಕ ಮಾಡಿಕೊಂಡು ಹೋಗುತ್ತಿದ್ದರು.

ಸತ್ಯಳ ಮುಖ ಅರಳಿತು. ಎಲ್ಲರೂ ಅವಳನ್ನು ಸಹಾನುಭೂತಿಯಿಂದ ನೋಡುತ್ತಿದ್ದರು. ಅವಹೇಳನ ಮಾಡಲು ಹೋಗುತ್ತಿರಲಿಲ್ಲ.

ಸಮತಟ್ಟಾದ ನೆಲ ಸೇರಿದಳು. ಇಬ್ಬರು ಹುಡುಗರು ಓಡಿಬಂದವರೇ ಅವಳ ಮೇಲೆ ಬಿದ್ದರು. ಕೈಯಲ್ಲಿದ್ದ ಬುಟ್ಟಿ ನೆಲದ ಮೇಲೆ ಉರುಳಿತು.

"ಅಯ್ಯೋ!... ಹೂವೆಲ್ಲ ಚೆಲ್ಲಿಹೋಯಿತು" ಮುಖದಲ್ಲಿ ನೋವು ಕಾಣಿಸಿ ಕೊಂಡಿತು. ಕೂತು ತಡಕಾಡಿದಳು.

"ಕುರುಡಿ... ಕುರುಡಿ... ಕುರುಡಿ..." ನಾಲ್ಕಾರು ಕಂಠಗಳು ಒಟ್ಟಿಗೆ ಕೂಗಿದವು.

ಮೆತ್ತನೆಯ ಹೂವಿನ ಸ್ಪರ್ಶ ಕೈಗೆ ತಗುಲಿದರೂ ಬುಟ್ಟಿ ಸಿಗಲಿಲ್ಲ.

"ಸ್ವಲ್ಪ ಬುಟ್ಟಿ ತೆಗ್ದು ಕೊಡಿ" ಧ್ವನಿಯಲ್ಲಿ ದೈನ್ಯತೆ ಇತ್ತು.

"ಕಣ್ಣು ಕಾಣೋಲ್ಲ. ತೆಗ್ದುಕೊಡೆ" ಒಂದು ಸಣ್ಣ ಮಗು ಉಸುರಿತು.

"ಬೇಡೆ ಸುಮ್ನೆ ಇರು. ಸ್ವಲ್ಪ ಹೊತ್ತು ಆಟ ಆಡಿಸೋಣ. ತಮಾಷೆಯಾಗಿರುತ್ತೆ" ಬೆಳೆದ ಘಟಿಂಗ ಪಿಸುಗುಟ್ಟಿದ.

"ಬನ್ರೋ... ಇಲ್ಲಿ" ಕೃಷ್ಣಪ್ಪನವರ ಧ್ವನಿ ಗರ್ಜಿಸಿತು.

ಹುಡುಗರೆಲ್ಲ ಅತ್ತ ಓಡಿದರು.

ದೇವರ ಅಲಂಕಾರಕ್ಕೆಂದು ತಂದ ಹೂ ನೆಲ ಸೇರಿತ್ತು. ಕಣ್ಣುಗಳು ಹನಿಗೂಡಿತು. ಕಂಬನಿ ಕೆನ್ನೆಯ ಮೇಲೆ ಹರಿಯಿತು. ಬಗ್ಗಿ ನೆಲ ಸೇರಿದ ಹೂಗಳನ್ನ ಬೊಗಸೆಯಲ್ಲಿ ತುಂಬಿಕೊಂಡಳು. ಕಣ್ಣಿಂದ ಕಂಬನಿ ಬಿಂದುಗಳು ಬೊಗಸೆಯಲ್ಲಿನ ಹೂಗಳ ಮೇಲೆ ಬೀಳುತ್ತಿತ್ತು.

ಸಂಪಿಗೆ ಮರದ ಕಾಂಡಕ್ಕೆ ಒರಗಿ ಕೂತಿದ್ದ ಮೋಹನಾ, ದೇವಸ್ಥಾನದ ಗಂಟೆಯ ಸದ್ದಿಗೆ ಎಚ್ಚರಗೊಂಡು ಇಳಿದುಬಂದ. ಅವನ ಶ್ರೇಯಸ್ಸಿಗಾಗಿ ಗೋಪಾಲಸ್ವಾಮಿಗೆ ಅಭಿಷೇಕ. ಮನದಲ್ಲೆ ನಕ್ಕ.

ಸತ್ಯಳನ್ನ ನೋಡಿ ಗರಬಡಿದವನಂತೆ ನಿಂತುಬಿಟ್ಟ. ಗಂಟೆ, ಜಾಗಟೆಯ ಸದ್ದು ಕೇಳಿಸುತ್ತಿತ್ತು.

"ಸತ್ಯ ಏನಾಯ್ತು?" ಬೊಗಸೆಯಲ್ಲಿದ್ದ ಹೂಗಳು ನೆಲಕ್ಕೆ ಬಿದ್ದವು. ಮುಂಗೈನಿಂದ ಕಣ್ಣೀರು ತೊಡೆದುಕೊಂಡಳು.

"ಹೂಚೆಲ್ಲಿ ಹೋಯ್ತು. ಬುಟ್ಟಿ ಎಲ್ಲೋ ಬಿದ್ದಿದೆ" ಬೆಳಕಿಲ್ಲದ ಕಣ್ಣುಗಳು ಸುತ್ತಲೂ ಅರಸಿದವು.

ದೂರದಲ್ಲಿ ಬಿದ್ದಿದ್ದ ಬುಟ್ಟಿಯನ್ನು ತಂದು ಮೋಹನಾ ಹೂಗಳನ್ನೆಲ್ಲಾ ಆಯ್ದು ಅದರೊಳಕ್ಕೆ ಹಾಕಿದ.

"ಅದ್ನ ತುಳಿಯದ ಕಡೆ ಹಾಕಿಬಿಡ್ತೀನಿ" ಬುಟ್ಟಿಯಲ್ಲಿದ್ದ ಹೂಗಳ ಕಡೆ ನೋಡಿದ. ಎಷ್ಟು ಆಸೆಯಿಂದ ಕಿತ್ತು ತಂದಿದ್ದಳು. ಮೋಹನನ ಎದೆಯಲ್ಲಿ ವೇದನೆಯ ಭುಗಿಲು ಎದ್ದಿತು.

ಮೆಟ್ಟಿಲಿನ ಬದಿಯಲ್ಲಿದ್ದ ಮರದ ಕೆಳಗೆ ಚೆಲ್ಲಿದ. ದೇವರ ಪಾದ ಸೇರದ

ದುರಾದೃಷ್ಟದ ಹೂಗಳು ತಮ್ಮ ಚೆಲುವನ್ನೆ ಕಳೆದುಕೊಂಡಂತೆ ಕಂಡಿತು.

"ಮಂಗಳಾರತಿ ಆಗ್ತಾ ಇದೆ. ಹೋಗೋಣ" ಬುಟ್ಟಿ ಅವನ ಕೈಯಲ್ಲೇ ಇತ್ತು.

"ಮಾವ, ಬರ್ಬೇಕಂತೆ" ಘಟಿಂಗನ ಧ್ವನಿ ಕೇಳಿಸಿತು.

"ನೀವು ಹೋಗಿ, ನಾನು ಆಮೇಲೆ ಬರ್ತೀನಿ" ಬುಟ್ಟಿ ಹಿಡಿದು ಹತ್ತಿರದಲ್ಲಿದ್ದ ಬಂಡೆಯ ಮೇಲೆ ಹೋಗಿ ಕೂತಳು. ಎಷ್ಟೋ ಹೊತ್ತು ಕೂತೇ ಇದ್ದಳು. ಮೇಲೆ ಸುಡು ಬಿಸಿಲು, ಕೆಳಗೆ ಕಾದ ಬಂಡೆ.

ಅವರಿಗೆಲ್ಲ ತೀರ್ಥ ಪ್ರಸಾದ ಕೊಟ್ಟು ಹೊರಗೆ ಬಂದ ಅರ್ಚಕರು ಅವಳನ್ನ ನೋಡಿ "ಯಾಕಮ್ಮ ಇಲ್ಲೇ ಕೂತಿದ್ದೀಯಾ!" ಎಂದರು. ಹಿರಿಯ ಜೀವ ಸಂಕಟದಿಂದ ಒದ್ದಾಡಿತು.

"ಏನಿಲ್ಲ. ಬುಟ್ಟಿಯಲ್ಲಿದ್ದ ಹೂಗಳೆಲ್ಲ ಚೆಲ್ಲಿಹೋಯ್ತು" ತಡೆದಿಟ್ಟ ಕಣ್ಣೀರು ಪುನಃ ಪ್ರತ್ಯಕ್ಷವಾಯಿತು.

"ಪರ್ವಾಗಿಲ್ಲ" ಬುಟ್ಟಿಯನ್ನು ಕೈಗೆತ್ತಿಕೊಂಡರು. ಕಡ್ಡಿಗಳ ನಡುವೆ ಒಂದು ಪಾರಿಜಾತದ ಹೂ ಸಿಕ್ಕಿಹಾಕಿಕೊಂಡಿತ್ತು. ಮೆಲ್ಲಗೆ ಬಿಡಿಸಿ ತಗೊಂಡು "ಎಲ್ಲಾ ನೆಲ ಸೇರಿಲ್ಲ. ಒಂದು ಹೂ ಬುಟ್ಟಿಯಲ್ಲಿದೆ. ಆ ಭಗವಂತನಿಗೆ ಭಕ್ತಿಯಿಂದ ಅರ್ಪಿಸಲು ಇದೊಂದು ಸಾಕು."

"ಬಾಮ್ಮ" ಹೂವನ್ನು ಅಂಗೈಯಲ್ಲಿ ಹಿಡಿದು ಹೊರಟರು. ಅವರನ್ನು ಹಿಂಬಾಲಿಸಿದಳು. ದೇವಸ್ಥಾನದ ಅಂಗಳದಲ್ಲಿ ಕೃಷ್ಣಪ್ಪನ ಮನೆಯವರೆಲ್ಲ ಸೇರಿದ್ದರು. ಮಾತುಗಳ ನಡುವೆ ಹುಡುಗರ ಸದ್ದು ಅಡಗಿಹೋಗಿತ್ತು.

"ಕುರುಡಿ ಬಂದ್ಲು... ಕುರುಡಿ... ಬಂದ್ಲು" ಒಂದು ಹುಡುಗ ಪಿಸು ಧ್ವನಿಯಲ್ಲಿ ನುಡಿದ. ಮತ್ತೆರಡು ಕಿಸಕ್ಕನೆ ನಕ್ಕವು.

ಅರ್ಚಕರು ಅವರತ್ತ ನೋಡಿದರು. ಕೃಷ್ಣಪ್ಪನವರು ದುರುಗುಟ್ಟಿಕೊಂಡು ಸತ್ಯಳನ್ನ ನೋಡುತ್ತಿದ್ದರು. ಶಾಮಣ್ಣನವರ ವಂಶದ ಏಕೈಕ ಕುಡಿಯ ಮೇಲೂ ಅವರಿಗೆ ಅಸಹನೆ.

"ಬಾಮ್ಮ" ಅರ್ಚಕರು ಒಳಕ್ಕೆ ಹೋದರು.

ಮಂಗಳಾರತಿ, ಪ್ರಸಾದ ಕೊಟ್ಟರು. ನೊಂದ ಹುಡುಗಿಯ ಮೊರೆಯನ್ನ ದೇವರ ಮುಂದೆ ಭಿನ್ನವಿಸಿಕೊಂಡರು.

"ಇವತ್ತೇನಾದ್ರೂ ವಿಶೇಷ ಪೂಜೇನಾ?" ಕೈಯಲ್ಲಿದ್ದ ಪ್ರಸಾದದ ಹೂವನ್ನ ಮುಡಿದುಕೊಳ್ಳುತ್ತ ಕೇಳಿದಳು.

"ಹೌದಮ್ಮ, ಕೃಷ್ಣಪ್ಪನವರು ಅಭಿಷೇಕ ಮಾಡ್ಸಿದ್ದಾರೆ" ಕಣ್ಣುಗಳು ಕಿರಿದಾದವು. ಎಷ್ಟೋ ಸಲ ಶಾಮಣ್ಣನವರು ಅವರನ್ನ ಬೈದುಕೊಳ್ಳುತ್ತಿದ್ದುದನ್ನು ಕೇಳಿದ್ದಳು. 'ಯಾಕೆ ತಾತ?' ಎಂದು ಕೇಳಿದಾಗ 'ಅವನೊಬ್ಬ ಕೆಟ್ಟ ಹುಳು!' ಎಂದು ಹಲ್ಲು ಕಡಿಯುತ್ತಿದ್ದರು.

ಮತ್ತೇನು ಪ್ರಶ್ನಿಸಲಿಲ್ಲ.

"ತಗೋಮ್ಮ" ರಸಾಯನದ ದೊನ್ನೆಯನ್ನು ಅವಳ ಕೈಯಲ್ಲಿಟ್ಟರು.

"ಅರ್ಚಕರೇ ಇಲ್ಲಿ ಬನ್ನಿ" ಕೃಷ್ಣಪ್ಪನವರ ಧ್ವನಿಯಲ್ಲಿ ದೊಡ್ಡಸ್ಥಿಕೆ ಇಣುಕುತಿತ್ತು.

ಹಲ್ಮುಡಿ ಕಚ್ಚಿ ಅರ್ಚಕರು ಹೊರಗೆ ಹೋದರು. ಈ ಕೆಟ್ಟ ಮನುಷ್ಯನನ್ನು ಎದುರು ಹಾಕಿಕೊಳ್ಳುವುದು ಅವರಿಗೆ ಬೇಕಿಲ್ಲ.

"ಏನಾಗ್ಬೇಕಿತ್ತು?" ಹೊರಗಡೆ ಹೋದರು.

"ಇದ್ನ ಆ ಕುರುಡಿಗೆ ಕೊಡಿ. ಅನಾಥ ಮುಂಡೇದು" ಗಹಗಹಿಸಿ ನಕ್ಕರು. ನಿಂತಲ್ಲೇ ಅರ್ಚಕರ ಮೈ ಹತ್ತಿಕೊಂಡು ಉರಿಯಿತು. ಅಂದಿನ ಭುಗಿಲೇಳುತ್ತಿದ್ದ ಉರಿ, ಆಕ್ರಂದನ ಕಣ್ಣುಗಳ ಮುಂದೆ ಬಂದು ನಿಂತಿತು. ಮೈಯೆಲ್ಲ ಬೆವರೊಡೆಯಿತು. ಕಲ್ಲಿನಂತೆ ನಿಂತುಬಿಟ್ಟರು.

"ಅಪ್ಪಾಜಿ..." ಮಗನ ಧ್ವನಿ ಎದುರಿಸಿತು.

"ದೊಡ್ಡವರ ಬಾಯಲ್ಲಿ ಬರಬೇಕಾದ ಮಾತಲ್ಲ. ಛೆ! ಛೆ!"

"ಬರ್ತೀನಿ, ಅರ್ಚಕರೇ" ಅವರ ಮುಂದೇನೇ ಸರಿದುಹೋದಳು. ಎಲ್ಲರೂ ಕಲ್ಲಾಗಿದ್ದರು. ನೈತಿಕವಾಗಿ ಪತನ ಹೊಂದಿದ ಮನುಷ್ಯ ಒಳ್ಳೆಯ ವ್ಯಕ್ತಿಯ ಮುಂದೆ ನಿಲ್ಲಲಾರ. ಅಂತರಾತ್ಮ ಕುಂಟುತ್ತಲೇ ಇರುತ್ತೆ. ಅಪರಾಧಭಾವ ಎಡಬಿಡದೆ ಇರಿಯುತ್ತೆ.

ಎಂದಿನಂತೆ ಮೆಟ್ಟಿಲುಗಳನ್ನು ಇಳಿಯಲು ಅವಳಿಂದಾಗಲಿಲ್ಲ. 'ಕುರುಡಿ... ಕುರುಡಿ' ಕಿವಿಗಳಲ್ಲಿ ಮಾರ್ದನಿಸುತಿತ್ತು. ಪ್ರತಿ ಹೆಜ್ಜೆಯಲ್ಲಿ ತಡವರಿಸಿದಳು.

ಅಡಿಗೆ ಮಾಡಿಟ್ಟು ಮೊಮ್ಮಗಳ ದಾರಿ ಕಾಯುತ್ತ ಕೂತಿದ್ದ ಶಾಮಣ್ಣನವರು ಆತಂಕಗೊಂಡರು.

"ಸತ್ಯ... ಏನಾಯಿತಮ್ಮ? ಕಾಲು ಜಾರಿದ್ಯಾ?" ಇಲ್ಲವೆನ್ನುವಂತೆ ತಲೆಯಾಡಿಸಿದಳು.

ಎದ್ದು ಬಂದರು. ಹಣೆಯ ಮೇಲೆ ಬೆವರಿನ ಹನಿಗಳು ಸಾಲುಗಟ್ಟಿ ನಿಂತಿದ್ದವು. ವೇದನೆಯನ್ನ ಅಡಗಿಸಿಡುವಂತೆ ಕಂಡಳು. ಬಾಡಿದ ಹೂವಿನಂತಾಗಿತ್ತು ಅವಳ ಮುಖ.

"ಯಾಕಮ್ಮ?" ಧೋತರದ ಚಂಗಿನಿಂದ ಮುಖದ ಮೇಲಿನ ಬೆವರನ್ನೊತ್ತುತ್ತಿದ್ದರು.

"ಏನಿಲ್ಲ... ತಾತ" ಪಕ್ಕಕ್ಕೆ ಸರಿದು ಹೋದಳು.

ಶಾಮಣ್ಣನವರು ನಿಂತು ಯೋಚಿಸಿದರು. ಕಣ್ಣು ಕಿರಿದಾದವು. ಹುಬ್ಬುಗಳು ಒಂದಾದವು. ಏನಾಗಿರಬೇಕು? ಮೋಹನಾನ ಮುಖ ಬಂದು ನಿಂತಿತು. ಹಲ್ಲು ಕಚ್ಚಿದರು. ಕತ್ತಿನ ನರಗಳು ಉಬ್ಬಿದವು.

"ಸತ್ಯ ಇಲ್ಲಿ ಬಾ. ಕೃಷ್ಣಪ್ಪನ ಮಗ ನಿನ್ನ ಅವಮಾನಗೊಳಿಸಿದ್ನಾ?!" ತಾತನ ಕೋಪ ನೋಡಿ ನಿಂತಲ್ಲೇ ನಡುಗಿದಳು. ಮುಂದೆ ನಡೆಯುವುದನ್ನು ಊಹಿಸಿಕೊಂಡಳು.

"ಖಂಡಿತ ಇಲ್ಲ ತಾತ. ಇವತ್ತು ಬುಟ್ಟಿ ಕೆಳಗೆ ಬಿದ್ದು ಹೂವೆಲ್ಲ ನೆಲದ ಪಾಲಾಯಿತು" ಬಿಕ್ಕಿದಳು.

ಅವರೆದೆಯ ತುಡಿತ ಸ್ವಲ್ಪ ಕಮ್ಮಿಯಾಯಿತು.

ದೀರ್ಘವಾಗಿ ನಿಟ್ಟುಸಿರು ಬಿಟ್ಟು "ಅಷ್ಟೇ ತಾನೆ ಕೈ ಜಾರಿದರೆ ನಿಂದೇನೂ ತಪ್ಪಿಲ್ಲ" ಮೊಮ್ಮಗಳ ಕೂದಲಲ್ಲಿ ಕೈಯಾಡಿಸಿದರು.

"ತಟ್ಟೆ ಹಾಕ್ತೀನಿ" ಅಡಿಗೆಯ ಮನೆಗೆ ಹೋದರು.

ದೊಡ್ಡ ಕಂಬ ಸಾಲೆಯ ಮನೆ ಸುಟ್ಟು ವಿರೂಪಗೊಂಡು ಈ ಸ್ಥಿತಿಗೆ ಬಂದಿತ್ತು. ಕರಕಾಗಿ ನಿಂತ ಮೋಟು ಗೋಡೆಗಳು ಅಂದಿನ ಘಟನೆಗೆ ಸಾಕ್ಷಿಯಾಗಿದ್ದರು.

ತಾತ, ಮೊಮ್ಮಗಳ ಅನುಕೂಲಕ್ಕಾಗಿ ಊರವರು ರಿಪೇರಿ ಮಾಡಿ ಹೆಂಚು ಹೊದ್ದಿಸಿ ಕೊಟ್ಟಿದ್ದರು. ಪುಟ್ಟ ಅಡಿಕೆಯ ಮನೆ. ಹಿಂದುಗಡೆ ಬಚ್ಚಲು. ಒಂದಿಷ್ಟು ಹಜಾರ. ವರ್ಷ ವರ್ಷವೂ ರಿಪೇರಿಯಾಗಬೇಕಿತ್ತು.

"ತಾತ, ಕಾಳಯ್ಯಂಗೆ ಊಟ ಕಳಿಸಿದ್ಯಾ!" ತಟ್ಟೆಯ ಮುಂದೆ ಬಂದು ಕೂತಳು.

"ಅವ್ನೇ ಬರ್ತಾನೆ."

ದಪ್ಪಕ್ಕಿಯ ಅನ್ನ ತಟ್ಟೆಗೆ ಬಡಿಸಿದರು. ಹಲಸಿನ ಕಾಯಿ ಹುಳಿ ಎರಡು ಸೌಟು ಹಾಕಿದರು.

"ಹುಳಿ ಘಮ ಘಮ ಅನ್ನುತ್ತೆ" ಅನ್ನದಲ್ಲಿ ಕೈಯಾಡಿಸಿದಳು.

ತಟ್ಟನೆ ಅವರಿಗೆ ಹೆಂಡತಿಯ ಜ್ಞಾಪಕ ಬಂತು. ಮರೆಯುವಂತ ರೂಪವೇ ಅಲ್ಲ. ಕಚ್ಚೆ ಹಾಕಿ ಇಳಕಲ್ ಸೀರೆಯುಟ್ಟು ಕೆನ್ನೆಗಳಿಗೆ ಹರಿಶಿನ ಹಚ್ಚಿಕೊಂಡು, ಕಾಸಗಲ ಕುಂಕುಮ ಹಣೆಗಿಟ್ಟು ಬಡಿಸಲು ನಿಂತರೆ- ಸಾಕ್ಷಾತ್ ಅನ್ನಪೂರ್ಣೆ. ಎಂಥಾ ದಿನಗಳವು!

"ತುಂಬ ಚೆನ್ನಾಗಿದೆ"

ಮೊಮ್ಮಗಳ ಕಡೆ ಸಹಾನುಭೂತಿಯಿಂದ ನೋಡಿದರು. ಅಂದು ಈ ಕುಡಿಯೊಂದು ಉಳಿಯದಿದ್ದರೆ, ತಾವು ಇದುವರೆಗೂ ಬದುಕಿರಲು ಸಾಧ್ಯವಾಗುತ್ತಿತ್ತೆ! ಬೆಂಕಿಯ ಕೆನ್ನಾಲಗೆಗಳ ಪಕ್ಕ ಕಂಡ ಮುಖಗಳು ಜ್ಞಾಪಕಕ್ಕೆ ಬಂದವು. ನರಗಳೆಲ್ಲ ಬಿಗಿದುಕೊಂಡವು.

"ದೇವರು ಈ ಪಾಪಿಗಳಿಗೆ ಎಂಥ ಶಿಕ್ಷೆ ಕಾದಿರಿಸಿದ್ದಾನೋ! ಅಯ್ಯೋ... ಅದೆಲ್ಲ ಸುಳ್ಳು. ದೇವರು, ಧರ್ಮವೆಂದು ಬಾಳುತ್ತಿದ್ದ ನಮ್ಮ ಕುಟುಂಬ ಹಾಳಾಗುವಾಗ ದೇವರು... ಇದ್ದಿದ್ರೆ... ಸುಮ್ನೇ ಕೂರುತ್ತ ಇದ್ನಾ... ಇಲ್ಲ... ಇಲ್ಲ... ಇಲ್ಲ" ಚೀರಿದರು.

"ತಾ... ತಾತ" ಭಯವಿಹ್ವಲಳಾದಳು.

"ಏನಿಲ್ಲ, ಊಟ ಮಾಡು" ಅಲ್ಲೇ ಕೂತರು.

"ನೀನು ತಟ್ಟೆ ಹಾಕ್ಕೊಂಡ್ಬಿಡು, ತಾತ" ತುತ್ತು ನುಂಗುವುದೇ ಅವಳಿಗೆ

ಕಷ್ಟವಾಯಿತು.

"ನಾನು ಆಮೇಲೆ ಮಾಡ್ತೀನಿ"

ಎರಡು ತುತ್ತು ಮಜ್ಜಿಗೆ ಅನ್ನ ತಿಂದು ತಟ್ಟೆ ತೊಳೆದಿಟ್ಟಳು.

ಗೋಡೆಗೊರಗಿ ಸುಮ್ಮನೆ ಕೂತಳು. ಚುರುಕಾದ ಮನದ ಹತ್ತಾರು ರೀತಿಯಲ್ಲಿ ಯೋಚಿಸುತ್ತಿತ್ತು. ಕುರುಡತ್ವದ ಬದುಕು ಯಾಕೆ? ಮನುಷ್ಯನಿಂದ ಸಮಾಜಕ್ಕಾಗಲಿ, ಬೇರೆಯವರಿಗಾಗಲಿ ಪ್ರಯೋಜನವಾಗಬೇಕು. ಅಂಗವಿಕಲ್ಪ ಒಂದು ಶಾಪ!

"ಅವನ್ಯಾಕೋ ಬರ್ಲಿಲ್ಲ. ನಾನೇ ಊಟ ಕೊಟ್ಟು ಬರ್ತೀನಿ" ಮೌನವಾಗಿದ್ದಳು. ಮಾತು ಬಾರದ ಮೂಕಿಯಾಗಿದ್ದಳು.

ಬಾಗಿಲು ಮುಚ್ಚಿಕೊಂಡು ಅವರು ಸುಡು ಬಿಸಿಲಿನಲ್ಲಿಯೇ ಹೊರಗೆ ಹೋದರು.

ಸತ್ಯಳ ಮುಗ್ಧ ಹೃದಯ ತಲ್ಲಣಗೊಂಡಿತ್ತು. ಎದೆ ಜ್ವಾಲಾಮುಖಿಯಾಗಿತ್ತು. ಸಾರ್ಥಕ ಬಾಳ್ವೆ ತನ್ನಿಂದ ಸಾಧ್ಯವಿಲ್ಲವೆನಿಸಿತು. ಈ ಜೀವನ ಕೊನೆಗಾಣಿಸಿದರೆ!

ಸಾವು ಭಯಂಕರವಾಗಿ ಕಾಣಿಸಲಿಲ್ಲ; ಬಾಳಿನ ಕೋಟಲೆ, ಹತಾಶೆಗಳಿಂದ ತನ್ನನ್ನು ಪಾರುಮಾಡುವ ನೆಚ್ಚಿನ ಗೆಳತಿಯಂತೆ ಭಾಸವಾಯಿತು.

ತಕ್ಷಣ ಎದ್ದಳು. ಸಂಪೂರ್ಣ ನಿಶ್ಶಬ್ದವಾಗಿತ್ತು. ಬಿರಬಿರನೆ ಹಿಂದಿನ ಪಾಳು ಬಾವಿಯ ಕಡೆ ನಡೆದಳು. ಒಂದು ಕ್ಷಣ ತನ್ನ ಧೈರ್ಯಕ್ಕೆ ಆಶ್ಚರ್ಯಗೊಂಡಳು. ಬಗ್ಗಿ ಕಾಲುಗಳಿಗೆ ಚುಚ್ಚಿದ್ದ ಮುಳ್ಳುಗಳನ್ನು ಕಿತ್ತುಹಾಕಿದಳು. ಅತ್ತ ಜನರ ಓಡಾಟವಿಲ್ಲ. ಕಲ್ಲು, ಮುಳ್ಳುಗಳಿಂದ ಆವೃತವಾಗಿತ್ತು. ಹೆಜ್ಜೆ ಮುಂದಕ್ಕೆ ಇಡುವುದೇ ಕಷ್ಟವಾಯಿತು.

"ಮಗು... ಸತ್ಯ" ಚಿರಪರಿಚಿತವಾದ ಅರ್ಚಕರ ಧ್ವನಿ, ತಟ್ಟನೆ ನಿಂತಳು. ಧೈರ್ಯವೆಲ್ಲ ಒಮ್ಮೆಲೆ ಮಾಯವಾದಂತಾಯಿತು. ಪಾಳು ಬಾವಿಯ ನೆನಪು ಬಂದ ಕೂಡಲೇ ಗಡಗಡನೇ ನಡುಗತೊಡಗಿದಳು. ಅವರಿವರು ಅದರ ಬಗ್ಗೆ ಬೇಕಾದಷ್ಟು ಕತೆ ಕಟ್ಟಿ ಹೇಳುತ್ತಿದ್ದರು. ಎಷ್ಟೋ ಜನ ಬಿದ್ದು ಸತ್ತಿದ್ದ ವಿಷಯ ಕೂಡ ಅವಳಿಗೆ ತಿಳಿದಿತ್ತು.

ಮೃದು ಸ್ಪರ್ಶ. ಅರ್ಚಕರು ಕೈಹಿಡಿದು ಕರೆದೊಯ್ದರು. ಲೆಕ್ಕವಿಲ್ಲದಷ್ಟು ಕಾಲುಗಳಿಗೆ ಮುಳ್ಳುಗಳು ಹೆಕ್ಕಿತ್ತು. ಹೆಜ್ಜೆಯೆತ್ತಿ ಮುಂದಿಡುವುದೇ ಕಷ್ಟವಾಯಿತು.

"ನೋಯುತ್ತೆ" ನರಳಿದಳು.

ಒಂದು ಬಂಡೆಯ ಮೇಲೆ ಅವಳನ್ನ ಕೂಡಿಸಿ, ಕೈಗೆ ಸಿಕ್ಕ ಮುಳುಗಳನ್ನೆಲ್ಲ ಕಿತ್ತು ಎಸೆದರು. ವಯಸ್ಸಾದವರು. ಕಣ್ಣುಗಳಲ್ಲಿ ಅಷ್ಟೊಂದು ಹೊಳಪಿಲ್ಲ.

"ಈಗ ನಡೀ ಹೋಗೋಣ"

ಪಾದಗಳನ್ನು ಮುಂದಕ್ಕೆ ಎತ್ತಿಟ್ಟಳು. ಅಲ್ಲಲ್ಲಿ ನೋಯುತ್ತಲೇ ಇತ್ತು.

"ಈಗೇನೂ ಇಲ್ಲ" ಅವರ ಕೈಹಿಡಿದೇ ಹೆಜ್ಜೆ ಹಾಕಿದಳು.

ಅರ್ಚಕರು ಅವಳ ಜೊತೆಯಲ್ಲಿಯೇ ಮನೆಯೊಳಕ್ಕೆ ಬಂದರು. ತಲೆ ಎತ್ತಲಾರದೆ

ಬಗ್ಗಿಸಿದಳು. ಸಂಕೋಚ, ನಾಚಿಕೆಯಿಂದ ಮುದುರಿ ಹೋಗಿದ್ದಳು.

"ಸತ್ಯ, ಯಾವಾಗ್ಲೂ ಕೆಟ್ಟ ಯೋಚ್ನೆಗಳ್ನ ಮಾಡಬಾರ್ದು. ದೇವರು ನಿನ್ನ ದೃಷ್ಟಿ ಕಿತ್ತುಕೊಂಡರೂ ಕೈಕಾಲು ಕೊಟ್ಟಿದ್ದಾನೆ, ಚುರುಕು ಬುದ್ಧಿ ಕೊಟ್ಟಿದ್ದಾನೆ."

"ಏನು ಪ್ರಯೋಜನ ಅರ್ಚಕರೇ! ನಾನೇ ತಾತನಿಗೆ ಭಾರ. ಬೇರೆಯವ್ರಿಗೆ ಹೇಗೆ ಉಪಕಾರ ಮಾಡ್ಲಿ? ಯಾತಕ್ಕೂ ಬಾರದ ನನ್ನಿಂದ ಏನು ಪ್ರಯೋಜನ!" ಬಿಕ್ಕಳಿಸಿದಳು.

ಕರುಣೆಯಿಂದ ನೋಡಿದರು. ಸತ್ಯಳಿಗೆ ಕಣ್ಣಿಲ್ಲ. ಅದೊಂದು ದೊಡ್ಡ ಕೊರತೆಯೇ ಅಲ್ಲವೆನಿಸಿತು. ಎಂಥ ಚುರುಕು! ನಯವಾದ ಮಾತು!! ಸುಂದರ ರೂಪ!!! ಯಾರಿಗೆ ಲಭ್ಯ?

"ಪಟ್ಟಣಗಳಲ್ಲಿ ಏನೇನೋ ವ್ಯವಸ್ಥೆಯಿದೆಯಂತಾರೆ" ಕೈ ಕೈ ಹಿಸುಕಿಕೊಂಡರು. ಅವರ ಜೀವನದ ಬಹು ವೇಳೆಯಲ್ಲ ಅರ್ಚಕ ವೃತ್ತಿಯಲ್ಲಿ ಕಳೆದುಹೋಗಿತ್ತು.

"ನಮ್ಮಂಥವರಿಗೆ ಅದೆಲ್ಲ ಹೇಗೆ ಸಾಧ್ಯ?"

ಅರ್ಚಕರು ಯೋಚಿಸಿದರು. ಒಂಟಿಯಾಗಿ ಯೋಚಿಸಿ ಯೋಚಿಸಿ ಜೀವನದ ಬಗ್ಗೆ ಹತಾಶಳಾಗುತ್ತಾಳೆ. ಆಗ ಸಾವಿಗಾಗಿ ಹುಡುಕುತ್ತಾಳೆ. ಬದುಕಿನ ಬಗ್ಗೆ ಆಸೆ ಹುಟ್ಟಿಸಬೇಕು. ಹೇಗೆ ಸಾಧ್ಯ?

"ನಾನು ನಿಮ್ಮ ತಾತನ ಜೊತೆ ಮಾತಾಡ್ತೀನಿ" ಭುಜತಟ್ಟಿ ಹೊರಗೆ ನಡೆದರು.

ಅವರಿಗೆ ತಿಳಿದಹಾಗೆ ಒಬ್ಬ ಅನಾಥ ಹುಡುಗನಿದ್ದ. ಅವನನ್ನ ಮದುವೆಗೆ ಒಪ್ಪಿಸಿದರೇ! ದೂರದಲ್ಲಿ ಆಶಾಕಿರಣ ಮಿನುಗಿದಂತಾಯಿತು.

ಮನ ತಲುಪುವುದರೊಳಗೆ ಒಂದು ನಿರ್ಧಾರಕ್ಕೆ ಬಂದಿದ್ದರು.

"ನಾಗನನ್ನ ಕರ್ಕೊಂಡ್ಬಾ" ಆಗಲೇ ಮಗನನ್ನ ಅಟ್ಟಿದರು.

ಸತ್ಯ ಕೂತೇ ಇದ್ದಳು. ಏನೋ ಒಂದು ತರಹ ಮಂಕು ಬಡಿದಂತಾಗಿತ್ತು.

"ಸತ್ಯ..." ಮೋಹನನ ಧ್ವನಿ. ಹೃದಯದಲ್ಲಿ ಹೊಸ ರಾಗ ಮಿಡಿದಂತಾಗಿತ್ತು.

"ಬನ್ನಿ... ಒಳ್ಗೇ" ಕೂತ ಭಂಗಿಯನ್ನ ಬದಲಾಯಿಸಲಿಲ್ಲ.

ನೇರವಾಗಿ ಒಳಗೆ ಬಂದ. ಮನೆ ನಿಶಬ್ದವಾಗಿತ್ತು. ಶಾಮಣ್ಣನವರು ಇದ್ದಹಾಗೆ ಕಾಣಲಿಲ್ಲ. ಮಂಡಿಯ ಮೇಲೆ ಗದ್ದವೂರಿ ಕೂತ ಸತ್ಯಳನ್ನು ನೋಡಿದ. ಮನದ ವೇದನೆಯನ್ನ ಮುಖ ಪ್ರತಿಬಿಂಬಿಸುತ್ತಿತ್ತು.

"ಊಟ ಆಯ್ತಾ?" ಬೆಚ್ಚಿದವಳಂತೆ "ಆಯ್ತು" ರೆಪ್ಪೆಗಳು ನೆಲದ ಕಡೆ ಬಾಗಿದವು.

"ತಾತ ಇಲ್ವಾ...?" ನೆಲದ ಮೇಲೇನೇ ಕೂತ. ಮುರುಕು ಜೋಪಡಿಯಾದರೂ ಒಂದು ತರಹ ನೆಮ್ಮದಿ ಸಿಗುತ್ತಿತ್ತು.

"ನಿನ್ನ ಮನಸ್ಸಿಗೆ ನೋವಾಯ್ತಾ?" ಗುಡ್ಡದ ಮೇಲಿನ ಘಟನೆಯನ್ನ ನೆನಪಿಸಿ ಕೊಂಡಳು. ತುಟಿಗಳ ಮೇಲೆ ನೋವಿನ ನಗೆ ತೇಲಿತು.

"ಏನಿಲ್ಲ. ಅವರೇನು ಸುಳ್ಳಾಡಲಿಲ್ಲ. ಅಂಗವಿಕಲರಾದ ಮಾತ್ರಕ್ಕೆ ವ್ಯಂಗ್ಯ ಮಾತುಗಳಿಂದ ಇರಿದು ಕೊಲ್ಲಬೇಕೆ! ಸಹಾನುಭೂತಿಯಿಂದ ಜೀವಂತ ದಹಿಸಬೇಕೆ! ನಮ್ಗೆ ಬೇಕಾಗಿರೋದು ಸ್ವತಂತ್ರ ಬದುಕು. ಇದನ್ನ ಯಾರೂ ಅರ್ಥಮಾಡಿಕೊಳ್ಳೋಲ್ಲ." ಫಳಫಳನೆ ಕಣ್ಣಿಂದ ಕಂಬನಿಯ ಬಿಂದು ಉರುಳಿದವು.

ಮೋಹನನ ಬಾಯಿ ಕಟ್ಟಿ ಹೋಯಿತು. ಮಾತಾಡಲು ಕಷ್ಟವಾಯಿತು.

"ಹುಡುಗ್ರು ಅಂದಮಾತ್ರಕ್ಕೆ ಆತ್ಮವಿಶ್ವಾಸ ಕಳೆದುಕೊಳ್ಳಬೇಕಿಲ್ಲ." ಮತ್ತೇನೋ ನುಡಿಯುವುದರಲ್ಲಿದ್ದ. ಅಷ್ಟರಲ್ಲಿ ಶಾಮಣ್ಣನವರು ಹೊಸಲು ದಾಟಿ ಒಳಗೆ ಬಂದರು. ಅವರ ಕಣ್ಣುಗಳು ಕೆಂಡದುಂಡೆಗಳನ್ನು ಉಗುಳಿದವು.

ಗೂಟಕ್ಕೆ ಹೆಗಲ ಮೇಲಿನ ಉತ್ತರೀಯ ನೇತು ಹಾಕಿದವರೆ ಹೊರಗೆಹೋದರು.

"ನಾನು ಬರ್ತೀನಿ" ಅವನು ಎದ್ದ. ಅವರ ಕೋಪ ಒಗಟಾಗುತ್ತಿತ್ತು.

"ನಿಮ್ಮ ಊಟ ಆಯಿತಾ?"

ಅಂಗಳದಲ್ಲಿ ಸೌದೆ ಹರಡುತ್ತಿದ್ದ ಅವರ ಬಳಿ ನಿಂತ. ಅವನಿಗೆ ಭಯವಿಲ್ಲ.

"ನೀವು ದೊಡ್ಡ ಜನ. ಪದೇಪದೇ ಈ ಕಡೆ ಯಾಕೆ ಬರ್ತಿರಾ?" ಗರಬಡಿದವನಂತಾದ.

ಅವರ ಮುಖದ ಮೇಲಿನ ಭಾವನೆಗಳ ತಾಕಲಾಟ, ನಿಟ್ಟುಸಿರಿನ ಹಿಂದೆ ದೊಡ್ಡ ಕತೆಯೇ ಇರಬೇಕೆಂದುಕೊಂಡಿದ್ದ. ಅದನ್ನ ಯಾರು ಹೇಳಬೇಕು? ಒಂದೆರಡು ಸಲ ತಾಯಿಯನ್ನ ಪ್ರಶ್ನಿಸಿದಾಗ, ಜಾರಿಕೊಂಡಿದ್ದರು. ಕೆಂಚನನ್ನ ಕೇಳಿದಾಗ ನಕ್ಕುಬಿಟ್ಟಿದ್ದ. ಕಾಳ, ಅರ್ಚಕರನ್ನ ಕೇಳಬೇಕಷ್ಟೆ.

"ನನ್ನ ಬರುವು ಅಷ್ಟು ಕಷ್ಟವಾಗಿದ್ರೆ-ಖಂಡಿತ ಬರೋಲ್ಲ" ನಾಲ್ಕು ಹೆಜ್ಜೆ ಮುಂದೆ ಹೋದವನು "ಬರ್ತೀನಿ..." ವಿನಯವಾಗಿ ಅಂದ.

ವಯಸ್ಸಾದ ಜೀವ ಕಷ್ಟಪಡುವುದನ್ನು ನೋಡಿದರೆ ಹೃದಯ ದ್ರವಿಸಿ ಹೋಗುತ್ತಿತ್ತು.

ನಿಧಾನವಾಗಿ ಕಾಲೆಳೆದುಕೊಂಡು ಮನೆ ಸೇರಿದ. ಮಾತು, ನಗು ಜೋರಾಗಿತ್ತು.

"ನೋಡಿದ್ರಾ... ಒಂದು ಗಳಿಗೆ ಕಾಲುಗಳು ಒಳ್ಗೇ ನಿಲ್ಲೋದಿಲ್ಲ!" ಕೃಷ್ಣಪ್ಪನವರ ಕಣ್ಣುಗುಡ್ಡೆಗಳು ಭರಭರನೆ ತಿರುಗಿದವು.

"ಗಂಡು ಹುಡ್ಗ ಮನೇಲಿ ಏನು ಮಾಡ್ತಾನೆ?" ಸೋದರಮಾವ ಅವನ ಪಕ್ಷ ವಹಿಸಿದರು.

"ನೀವು ಅಳಿಯನನ್ನ ಬಹಳ ಪ್ರೀತಿ ಮಾಡೇ... ಹಟವಾದಿಯಾಗಿದ್ದಾನೆ. ದೊಡ್ಡವ್ರ ಮಾತೂಂದ್ರೆ ಲಕ್ಷ್ಯವಿಲ್ಲ."

ಕಣ್ಣು ಕಿರಿದುಗೊಳಿಸಿ ತಂದೆಯ ಕಡೆ ನೋಡಿದ. ತಾನೊಬ್ಬನೇ ಅವ್ರಿಗೆ ಗಂಡು ಸಂತಾನ. ಆದರೂ ನನ್ನನ್ನು ದೂರ ಕಳಿಸೋಕೆ ಇವರಿಗೇಕೆ ಪಟ್ಟು? ತಲೆತಗ್ಗಿಸಿ

ಕೋಣೆಯ ಕಡೆ ನಡೆದ.

ಪುಸ್ತಕಗಳನ್ನೆಲ್ಲ ಮುಂದೆ ಹಾಕಿಕೊಂಡು ಕೂತಿದ್ದಳು, ತಾರ. ತಲೆಯೆತ್ತಿ ಇವನ ಕಡೆ ನೋಡಿದವಳೇ ತನ್ನ ಕೆಲಸದಲ್ಲಿ ಮಗ್ನಳಾದಳು.

"ಏನು ಹುಡುಕ್ತಾ ಇದ್ದೀಯಾ?" ಕುರ್ಚಿಯ ಮೇಲೆ ಕುಸಿದು ಕುಳಿತ.

"ಬೋರ್, ಯಾವುದಾದ್ರೂ ಪುಸ್ತಕ ಹುಡುಕ್ತಾ ಇದ್ದೀನಿ" ತಲೆಯನ್ನ ಮೇಲಕ್ಕೆತ್ತಲಿಲ್ಲ.

ಗೋಪಾಲಸ್ವಾಮಿಗೆ ಅಭಿಷೇಕ ಮಾಡಿಸಿದ್ದರು. ಮನೆಯಲ್ಲಿ ಸಿಹಿ ಅಡುಗೆ. ಅಡುಗೆಯ ವಾಸನೆ ಎಲ್ಲ ಕಡೆಗೂ ಹರಡಿಕೊಂಡಿತ್ತು. ಗುಡ್ಡದಿಂದ ಬಂದಮೇಲೆ ಅಡುಗೆ ಶುರು ಮಾಡಿದ್ದರು. ಇನ್ನೂ ಪೂರ್ತಿಯಾಗಿರಲಿಲ್ಲ.

"ತಗೋ ಪ್ರಸಾದ" ಒಂದು ಚಿಪ್ಪು ಕಾಯಿ ಹೋಳು ತಂದು ಅವನ ಮುಂದಿಡಿದಳು.

"ನಂಗೆ ಬೇಡ."

"ದೇವ್ರ ಪ್ರಸಾದ..." ಕಣ್ಣುಗಳಲ್ಲಿಯೇ ಗದರಿಸಿ ಹೊರಗೆ ಅಟ್ಟಿದ ತಂಗಿಯನ್ನು.

ಪುಸ್ತಕ ನೋಡುತ್ತಿದ್ದ ತಾರಳತ್ತ ದೃಷ್ಟಿ ಹೊರಳಿಸಿದ. ಒಂದೇ ಮನೆಯಲ್ಲಿ ಬೆಳೆದಿದ್ದರು. ಇವನ ಕೆನ್ನೆಗೊಂದೇಟು ಕೊಡುವಷ್ಟು ಸಲಿಗೆ. ಒಂದು ದಿನ ಸಿಟ್ಟುಗೊಂಡು ಇವನ ಇಡೀ ಷರಟನ್ನು ತುಂಡು ತುಂಡು ಮಾಡಿ ಎಸೆದಿದ್ದಳು.

ಪುಸ್ತಕದಿಂದ ಮೆಲ್ಲನೆ ತಲೆ ಎತ್ತಿದ ತಾರ "ನಿಂಗ್ಯಾಕೆ ಹಠ?" ಕಣ್ಣುಗಳನ್ನು ಅರಳಿಸಿದ.

"ಈ ಊರಿನಲ್ಲಿ ಏನಿದೆ? ಒಂದು ಸಿನಿಮಾ ಇಲ್ಲ, ಲೈಬ್ರರಿ ಮೊದಲೇ ಇಲ್ಲ– ಅಡ್ಡಾಡಿ ಬರೋಣಾಂದ್ರೆ ಸರ್ಯಾದ ಗೆಳೆಯರೇ ಸಿಕ್ಕೋಲ್ಲ." ಕೈಯಲ್ಲಿದ್ದ ಪುಸ್ತಕವನ್ನು ಟಪ್ಪನೆ ನೆಲದ ಮೇಲೆ ಹಾಕಿದಳು.

"ಅಷ್ಟೇನಾ? ಇನ್ನೂ ಏನಾದ್ರೂ ಇದ್ಯಾ?"

"ಸ್ವಲ್ಪ ಸೀರಿಯಸ್ಸಾಗಿ ತಗೊ! ಇದು ತಮಾಷೆ ವಿಷಯವಲ್ಲ. ಸಿಕ್ಕಿದ ಒಳ್ಳೆ ಕೆಲ್ಸನ ಮೂರ್ಖರು ಕೂಡ ಬೇಡೋಲ್ಲ" ಕೋಪದಿಂದ ಅವಳ ಮುಖ ಕೆಂಪಗಾಯಿತು.

ಬಂದಾಗಿನಿಂದ ಯೋಚಿಸಿದ್ದಳು. ಟಾರ್ ಕಾಣದ ರಸ್ತೆಗಳು, ಬಣ್ಣಗೆಟ್ಟ ಮುಖಗಳು–ಯಾವ ಆಕರ್ಷಣೆ ಕಟ್ಟಿ ಹಾಕಿರಬೇಕು?

"ನಾನು ಬುದ್ಧಿವಂತ ಅದಕ್ಕೆ ಬೇಡಾ ಅಂದಿದ್ದು."

ಅವನು ಸಮರ್ಥಿಸಿಕೊಳ್ಳುವ ರೀತಿ ಸರಿಯೆನಿಸಲಿಲ್ಲ. ಆಮೇಲೆ ಪಶ್ಚಾತ್ತಾಪ ಪಡಬೇಕಾಗುತ್ತೆ. ತುಟಿಕಚ್ಚಿ ಯೋಚಿಸಿದಳು.

"ಬೇಡ ಕಣೋ! ಈ ಒಣ ಆದರ್ಶಗಳು ಆಡೋಕೆ ಮಾತ್ರ ಚೆನ್ನ, ನೆನಸಿಕೊಂಡರೇ ಭಯವಾಗುತ್ತೆ. ನೀನು ಹಾಯಾಗಿ ಇಸ್ತ್ರಿ ಬಟ್ಟೆಗಳ್ನ ಹಾಕ್ಕೊಂಡು ಓಡಾಡಿದವ್ನು! ಈ

ಒರಟು ಜನರತ್ತ ಕೆಲ್ಸ ಮಾಡಿಸೋಕಾಗುತ್ತಾ! ಸುಮ್ನೆ ನಡಿ."

ಕಣ್ಣರಳಿಸಿ ನೋಡಿದ. ತಾರ ಮುದ್ದಾದ ಹುಡುಗಿ. ಆದರೆ ಏನೋ ಲೋಪ, ಮುಖದಲ್ಲಿ ಮಾರ್ದವತೆಯೇ ಇಲ್ಲ. ಪ್ರತಿಯೊಂದರಲ್ಲೂ ಗಡಸು ಧೋರಣೆ. ಸಂಕೋಚ, ನಾಚಿಕೆ ಎಂಬ ಹೆಸರನ್ನೇ ಕೇಳಿ ಅರಿಯಳೇನೋ!

"ನೀನ್ಯಾಕೆ ತಲೆ ಕೆಡ್ಸಿಕೊಳ್ತಿ?" ಗಡ್ಡ ತುರಿಸಿದ.

ಅಡಿಯಿಂದ ಮುಡಿಯವರೆಗೂ ನೋಡಿದಳು. ಚೆನ್ನಾಗಿ ಕಂಡ. ಯಾವ ಲೋಪನೂ ಇಲ್ಲ. ದಷ್ಟಪುಷ್ಟನಾಗಿದ್ದ. ಯಾರನ್ನೋ ಮದುವೆಯಾಗಿ ಬವಣೆ ಅನುಭವಿಸುವ ಬದಲು, ಇವನ್ನೇ ಆಗಿಬಿಡುವುದು ಒಳ್ಳೆಯದೆಂದುಕೊಂಡಳು.

"ನಿಂಗೆ ಗೊತ್ತಾಗುತ್ತೆ" ಮೇಲೆದ್ದಳು.

ಬೇಸರದಿಂದ ಅವನ ಮುಖ ಮುರುಟಿಕೊಂಡು ಹೋಯಿತು. ಹರಡಿದ ಪುಸ್ತಕಗಳು ಅನಾಥವಾಗಿ ಬಿದ್ದಿದ್ದವು. ತನ್ನ ಕೆಲಸವಾಯಿತೆಂದರೆ ಮತ್ತೆ ಅತ್ತ ತಿರುಗಿ ನೋಡಳು. ಇದು ಅವಳ ಸಹಜ ಸ್ವಭಾವ. ಇಬ್ಬರ ನಡುವೆ ಇಂಥ ವಿಷಯಕ್ಕಾಗಿ ಜಗಳವಾದುದ್ದುಂಟು.

"ಇದನ್ನೆಲ್ಲ ಎತ್ತಿಡು" ಬಾಗಿಲ ಬಳಿ ಹೋದವಳು, ನಿಂತು ಹಿಂತಿರುಗಿ ನೋಡಿದಳು. ತುಟಿಗಳ ಮೇಲೆ ತೆಳುವಾಗಿ ನಗೆ ಹರಡಿಕೊಂಡಿತು.

"ನಿಂಗೇನು ತೊಂದರೆ ಇಲ್ಲ. ಅವೇನು ಹಾಗೆ ಬಿದ್ದಿರೋಲ್ಲ ಯಾರಾದ್ರೂ ಎತ್ತಿಡುತ್ತಾರೆ." ಸೆರಗು ಹಾರಿಸಿಕೊಂಡು ಹೊರಟುಬಿಟ್ಟಳು.

ತುಟಿಕಟ್ಟಿ, ಬಗ್ಗಿ ಎಲ್ಲಾ ಸ್ವಸ್ಥಾನ ಸೇರಿಸಿದ. ಬುದ್ಧಿ ಬಂದಾಗಿನಿಂದ ಅಲ್ಲೇ ಇದ್ದಿದ್ದು. ತಾರ ಮತ್ತು ಅವನ ನಡುವೆ ಐದು ವರ್ಷದಷ್ಟು ಅಂತರ ಮಾತ್ರ.

"ಬರ್ಬೇಕಂತೆ" ರುಕ್ಕು ಜೊತೆ ಮಾವನ ಮಕ್ಕಳಿಬ್ಬರು ಬಂದು ರಾಗ ಹಾಡಿದರು.

ಇವನು ಹೋಗೋ ವೇಳೆಗೆ ಸಾಲಾಗಿ ಎಲೆಗಳು ಹಾಕಿತ್ತು. ಎಲ್ಲರೂ ಕೂತಿದ್ದರು. ತಾರ ಎಲೆಯ ಕೊನೆಗೆ ಬಡಿಸಿದ್ದ ಉಪ್ಪಿನ ಕಾಯಿನಲ್ಲಿ ಬೆರಳದ್ದಿ ತುಟಿಗೆ ಸೋಕಿಸಿಕೊಳ್ಳುತ್ತಿದ್ದಳು.

"ಬಾಪ್ಪ..." ಮಾವ ಆದರದಿಂದ ಸ್ವಾಗತಿಸಿದರು.

ಅವರು ಯಾವುದಕ್ಕೂ ಕಡಿಮೆ ಮಾಡದೆ ಅವನನ್ನು ಸಾಕಿದ್ದರು. ಅವರಲ್ಲಿರುವಷ್ಟು ಸಲುಗೆ ಕೃಷ್ಣಪ್ಪನವರ ಬಳಿ ಇರಲಿಲ್ಲ. ಹಾಗೆಂದು ಮಗ ಉತ್ಪ್ರೇಕ್ಷೆ ಮಾಡಿರಲಿಲ್ಲ. ಆಗಾಗ ಹೋಗಿ ತಂದೆಯತನವನ್ನು ತೋರಿಸಿ ಬರುತ್ತಿದ್ದರು.

ನಾಗಲಕ್ಷ್ಮಮ್ಮ ನಿಧಾನವಾಗಿ ಬಡಿಸಿದರು. ಯಾವುದಕ್ಕೂ ಕೈಹಿಡಿತ ಮಾಡಬೇಕಿರಲಿಲ್ಲ. ಮನೆಯಲ್ಲಿ ಲಕ್ಷ್ಮಿ ತುಂಬಿ ತುಳುಕಾಡುತ್ತಿದ್ದಳು.

"ಮೋಹನನಿಗೆ ಇನ್ನಷ್ಟು ತುಪ್ಪ ಬಡಿಸು" ಪಲ್ಯದಲ್ಲಿ ಕೈಯಾಡಿಸುತ್ತ ಮಗನ ಎಲೆ ಕಡೆ ನೋಡಿದರು.

"ಸಾಕಮ್ಮ" ಕೈ ಅಡ್ಡ ಹಿಡಿದ.

ಮನೆಯ ಹಾಲೆಲ್ಲ ಡೈರಿಯ ಪಾಲಾಗುತ್ತಿತ್ತು. ಸಾಲ ಕೊಂಡು ಹೋದ ರೈತರು ಭಯ ಭಕ್ತಿಯಿಂದ ಹಾಲು, ತುಪ್ಪ, ಬೆಣ್ಣೆ ತರಕಾರಿಗಳನ್ನು ತಂದೊಪ್ಪಿಸುತ್ತಿದ್ದರು.

ಹರಿದು ಚಿಂದಿಯಾದ ಬಟ್ಟೆಗಳನ್ನು ತೊಟ್ಟ ಆ ಮಂದಿಯ ಜ್ಞಾಪಕ ಬಂದ ಕೂಡಲೇ ಜಿಗುಪ್ಸೆಯಾಯಿತು. ಹೊಟ್ಟೆ ತೊಳಸಿಕೊಂಡು ಬಂತು.

'ತಮ್ಮ ಮಕ್ಕಳಿಗೂ ಕೂಡ ಅದರ ರುಚಿ ತೋರಿಸಿರಲಾರರೇನೋ!' ಸಂಕಟದಿಂದ ಒದ್ದಾಡುವಂತಾಯಿತು, ಮೋಹನನಿಗೆ.

ತುಪ್ಪ ಸುರಿದ ಒಬ್ಬಟ್ಟನ್ನ ಪಕ್ಕಕ್ಕೆ ದೂಡಿದ. ಅದು ತುಪ್ಪವಾಗಿ ಕಾಣಲಿಲ್ಲ. ಆ ಮಂದಿಯ ಬೆವರಿನಂತೆ ಕಂಡಿತು.

"ಯಾಕೋ...?" ನಾಗಲಕ್ಷ್ಮಮ್ಮ ರಾಗ ತೆಗೆದರು.

"ಏನಿಲ್ಲ" ತಲೆ ಮೇಲಕ್ಕೆತ್ತಲಿಲ್ಲ.

"ಇನ್ನಷ್ಟು ತುಪ್ಪ ಹಾಕು" ಇಡೀ ಬಟ್ಟಲು ತುಪ್ಪವೇ ಅವನ ಎಲೆಗೆ ಬಿತ್ತು. ತಲೆ ಎತ್ತಿದ. ಎಲೆಯ ತುಂಬ ರಕ್ತ ಹರಡಿಕೊಂಡಂತೆ ಕಂಡಿತು. ಕೃಷ್ಣಪ್ಪ ರಾಕ್ಷಸನಾಗಿ ಕಂಡ. ಇನ್ನ ತುತ್ತು ಮೇಲೆತ್ತುವುದು ಅವನಿಂದಾಗಲಿಲ್ಲ.

ಎದ್ದು ಹಿತ್ತಲಿಗೆ ನಡೆದ. ತಿಂದಿದ್ದೆಲ್ಲ ವಾಂತಿ ಮಾಡಬೇಕೆನಿಸಿತು. ಎಷ್ಟೋ ಹೊತ್ತು ಅಲ್ಲೇ ನಿಂತಿದ್ದ. ಅವನು ಒಳಗೆ ಬಂದಾಗಲೂ ಅವರುಗಳ ಊಟ ಮುಗಿದಿರಲಿಲ್ಲ. ತಂದೆಯ ನಗು ಕರ್ಕಶವಾಗಿ ಕೇಳಿಸಿತು.

"ಯಾಕೋ ಸರ್‍ಯಾಗಿ ಊಟ ಮಾಡಲಿಲ್ಲ?" ತುಟಿ ಎರಡು ಮಾಡಲಿಲ್ಲ. ಹೊರಗೆ ಬಂದು ನಿಂತ. ಬಿಸಿಲಿನ ತೀಕ್ಷ್ಣತೆ ಸ್ವಲ್ಪಮಟ್ಟಿಗೆ ತಗ್ಗಿತ್ತು.

"ಬುದ್ಯೋರು ಅವ್ರಾ?" ಧ್ವನಿ ಬಂದತ್ತ ತಿರುಗಿದ. ಮಾಸಲು ಬಣ್ಣದ ನಿಕ್ಕರ್ ಮತ್ತು ಕಾಲರ್ ಇಲ್ಲದ ಷರಟು ತೊಟ್ಟಿದ್ದ ಕಿವಿಯಲ್ಲಿ ಬಿಳಿ ಬಂಗಾರದ ಕಡಕುಗಳು. ಎಲೆಯಡಿಕೆಯಿಂದ ಕೆಂಪಗಾದ ತುಟಿಗಳು. ತಲೆ ಬೀಳುಬಿದ್ದ ಹೊಲದಂತಿತ್ತು.

"ಇದ್ದಾರೆ. ಕೂತ್ಕೋಪ್ಪ" ಜಗುಲಿಯ ಕಡೆ ಕೈ ಮಾಡಿದ. ಬಂದ ವ್ಯಕ್ತಿ ನಿಂತೇ ಇದ್ದ. ಅವನ ಮುಖದ ಮೇಲೆ ಭಯ, ಆತಂಕ ಆವರಿಸಿತ್ತು. ತನ್ನಲ್ಲಿ ತಾನೇ ಮಾತಾಡಿಕೊಳ್ಳುತ್ತಿದ್ದ.

"ಕೂತ್ಕೋಪ್ಪ. ಊಟ ಮಾಡ್ತಾ ಇದ್ದಾರೆ" ಒಳಗೆ ಹೋದ ವಿಷಯ ತಿಳಿಸಲು. ಕೃಷ್ಣಪ್ಪನವರು ಮೊಸರನ್ನ ಊಟ ಮಾಡುತ್ತಿದ್ದರು.

"ಯಾರೋ... ಬಂದಿದ್ದಾರೆ" ಅವರ ಕಣ್ಣುಗಳು ಕೆಂಪಗಾದವು. ಊಟ ಮಾಡುವ ವೇಳೆಯಲ್ಲಿ ಇಂಥ ಸುದ್ದಿಗಳನ್ನು ಕೇಳಲು ಅವರಿಗಿಷ್ಟವಿಲ್ಲ.

"ಬಂದ್ರೆ... ಬರ್ಲಿ" ಊಟವನ್ನು ಮುಂದುವರಿಸಿದರು.

ಮೋಹನನಿಗೆ ಕಸಿವಿಸಿಯಾಯಿತು. ಬಂದ ವ್ಯಕ್ತಿ ಊಟ ಮಾಡಿದಂತೆ ಕಾಣಲಿಲ್ಲ.

ಹಸಿದು ಒಬ್ಬ ಮನುಷ್ಯ ಜಗುಲಿಯ ಮೇಲೆ ಕೂತಿರುವಾಗ, ಒಳಗಡೆ ಪುಷ್ಕಳವಾಗಿ ಉಣ್ಣುವುದು ಮಾನವೀಯತೆಗೆ ವಿರೋಧವೆನಿಸಿತು.

ಅಡುಗೆಯ ಮನೆಗೆ ಬಂದ. ನಾಗಲಕ್ಷ್ಮಮ್ಮನವರು ತಪ್ಪಲೆಯ ಅನ್ನವನ್ನು ಡಬ್ಬರಿಗೆ ತೋಡುತ್ತಿದ್ದರು.

"ಅಮ್ಮ, ಹೊರಗಡೆ ಕೂತಿರೋ ಮನುಷ್ಯನಿಗೆ ಬಡ್ಸಮ್ಮ" ಅವರು ಕೆಳಕ್ಕೂ, ಮೇಲಕ್ಕೂ ನೋಡಿದರು. ಹೊಸ ವಿಷಯವಾಗಿ ಕಂಡಿತು.

"ಯಾರೋ ರೈತರು ಮಾತಾಡೋಕೆ ಬಂದಿರ್ಬೇಕೂ..."

"ಪರ್ವಾಗಿಲ್ಲ ಬಡ್ಸು" ಒಂದು ದೊಡ್ಡ ಬಾಳೆಯೆಲೆಯನ್ನ ಎತ್ತಿಕೊಂಡು ಹೊರಗೆ ಹೋದ.

ಅವನ ಮುಂದೆ ಜಗುಲಿಯ ಮೇಲೆ ಹಾಸಿ, 'ನೀರು ತರ್ತೀನಿ, ಕೈಕಾಲು ತೊಳ್ಕೊಂಡು ಊಟ ಮಾಡು' ಎಂದ.

"ಬೇಡ ಸಾಮಿ. ನಾನು ಉಂಡೇ ಬಂದಿವ್ನಿ" ಹೆಗಲ ಮೇಲಿನ ಟವಲಿನಿಂದ ಮುಖವರೆಸಿಕೊಂಡ.

"ಪರ್ವಾಗಿಲ್ಲ" ಎಲೆಯನ್ನು ಎತ್ತಿಕೊಂಡ್ಹೋಗಿ ವರಾಂಡದಲ್ಲಿಯೇ ಹಾಕಿದ. ಆ ಮನುಷ್ಯನ ಮುಖ ಬಿಳುಚಿಕೊಂಡಿತ್ತು. ಬಲವಂತಕ್ಕೆ ಕೈಕಾಲು ತೊಳ್ದು ಎಲೆಯ ಮುಂದೆ ಬಂದು ಕೂತ.

"ಅಮ್ಮ...?" ನಾಗಲಕ್ಷ್ಮಮ್ಮ ಬಡಿಸುವ ಸೂಚನೆ ಕಾಣಲಿಲ್ಲ. ತಾನೇ ಬಡಿಸಿದ.

ಕೃಷ್ಣಪ್ಪ ಉಯ್ಯಾಲೆ ಮಣೆಯ ಮೇಲೆ ಕೂತು ಎಲೆಯಡಿಕೆ ಮೆಲ್ಲುತ್ತಿದ್ದರು. ಮಗನ ನಡವಳಿಕೆ ನುಂಗಲಾರದ ತುತ್ತಾಗಿತ್ತು. ಎದುರಿಸಿ ಅವನೆದುರು ನಿಲ್ಲಲು ಅಂಜಿಕೆ ಕಾಡುತ್ತಿತ್ತು. ಅದು ಯಾವುದು? ಯಾಕೆ?

ಸದಾ ಸೌಮ್ಯನಾಗಿಯೂ ಪ್ರಸನ್ನವದನನಾಗಿಯೂ ಇರುವ ಮೋಹನನನ್ನು ಕ್ಷಣಕಾಲ ದಿಟ್ಟಿಸಿ ನೋಡುವುದು ಅವರಿಂದಾಗುತ್ತಿರಲಿಲ್ಲ.

ಎಲ್ಲ ಮುಗಿದ ಮೇಲೆಯೇ ಅವರು ಹೊರಗೆ ಬಂದಿದ್ದು. ಅವರ ನಖಶಿಖಾಂತ ಉರಿಯುತ್ತಿತ್ತು.

"ಯಾವನೋ ಯಾಕೋ ಬಂದಿದ್ದು?"

ಗರ್ಜನೆಗೆ ಬೆದರಿ ಐದಡಿಯ ಮನುಷ್ಯ ಮೂರಡಿಯಾದ. ಮೈ ನಡುಗುತ್ತಿತ್ತು.

"ತಮ್ಮ ಸೇವಕ ಬುದ್ಧಿ" ಎರಡು ಕೈಯೆತ್ತಿ ಮುಗಿದ.

"ಯಾಕೋ ಬಂದಿದ್ದು?" ಗತ್ತು ತಗ್ಗಲಿಲ್ಲ.

ಮಾಸಿದ ಷರಟಿನ ಜೇಬಿನಿಂದ ಪುಡಿಕೆ ನೋಟುಗಳನ್ನ ತೆಗೆದು ಜಗಲಿಯ ಮೇಲಿಟ್ಟು ದೂರ ನಿಂತ.

"ಏನಿದು?" ಕಣ್ಣಲ್ಲೇ ನೋಟುಗಳನ್ನು ತೋರಿಸಿ ಕೇಳಿದರು.

ಇನ್ನಷ್ಟು ಕುಗ್ಗಿ ಹೋದ.

"ಅಸಲು, ಬಡ್ಡಿ ತಮ್ಮ ಪಾದಕ್ಕೆ ಒಪ್ಪಿಸಿದ್ದೀನಿ. ಮಗಿನಾ ಒಡ್ವೇ ದಯಪಾಲ್ಸಬೇಕು."

ಅವರ ಕಣ್ಣು ಕೆಂಪಗಾಯಿತು. ಒಳಗಿನ ತಿಜೋರಿಗೆ ಹೋದ ಒಡವೆಗಳು ಹೊರಬರಲಾರವು. ಅವನಿಟ್ಟ ವಾಯಿದ ಮುಗಿದು ಎರಡು ದಿನವಾಗಿತ್ತು. ಅನಾಯಾಸವಾಗಿ ಸವರನ್ ತೂಕದ ಚಿನ್ನದ ಓಲೆಗಳು ದಕ್ಕಿದ್ದವು.

"ವಾಯಿದೆ ಮುಗ್ದು ಎರಡು ದಿನ ಆಗೋಯ್ತು" ಅವನ ಊಹೆ ನಿಜವಾಯಿತು. ತವರಿಗೆ ಬಂದ ಹೆಣ್ಣುಮಗಳ ಒಡವೆಯನ್ನು ಮೂವತ್ತು ರೂಪಾಯಿಗಳಿಗೆ ಕೃಷ್ಣಪ್ಪನವರ ಬಳಿ ಒತ್ತೆ ಇಟ್ಟಿದ್ದ. ವೇಳೆಗೆ ಸರಿಯಾಗಿ ದುಡ್ಡು ತಲುಪಿಸಲು ಬಹಳ ಪಾಡುಪಟ್ಟಿದ್ದ. ಆ ಒಡವೆ ಇಲ್ಲದೆ ಮಗಳನ್ನ ಗಂಡನ ಮನೆಗೆ ಕಳುಹಿಸುವಹಾಗಿಲ್ಲ.

"ತೆಪ್ಪು ಹೊಟ್ಟೆಗೆ ಹಾಕ್ಕೊಳ್ಳಿ" ಕಣ್ಣಲ್ಲಿ ನೀರಾಡಿತ್ತು.

ಇಂಥವುದಕ್ಕೆಲ್ಲ ಕರಗಿ ಬಿಡುವ ಮನವಲ್ಲ, ಕೃಷ್ಣಪ್ಪನವರದು. ಐದಡಿ ದೇಹದ ಸಣಕಲು ಮನುಷ್ಯ. ಆದರೆ... ಕೆಟ್ಟ ಯೋಚನೆಗಳ ಆಶೆಬುರುಕ.

"ಮೊದ್ಲು ನಡೀ. ಮಾತು ಆದ್ಮೇಲೆ ಮುಗ್ದುಹೋಯ್ತು. ವಾಯಿದೆ ಮುಗಿದಿದೆ. ಇನ್ನ ಒಡ್ರೆ ಯೋಚ್ನೇ ಬಿಡು."

ಆ ಮನುಷ್ಯ ಮುಂದೆ ನಡೆಯಬಹುದಾದ ಅನಾಹುತವನ್ನ ನೆನೆದು ಗಡಗಡ ನಡುಗಿದೆ. ಗಂಡಿನ ಮನೆಯವರು ಹಾಕಿದ ಒಡವೆಯದು. ಈಗ ಸುಮ್ಮನೆ ಬಿಟ್ಟಾರ? ಕಣ್ಣುತುಂಬಿ ನಿಂತ ಮಗಳ ಚಿತ್ರ ಎದುರು ಬಂದು ನಿಂತಂತಾಯಿತು.

"ಇಲ್ಲ ದ್ಯಾವರು. ಹೆಣ್ಣುಮಗು ಹಾಳಾಗ್ತಾಳೆ." ಜೋರಾಗಿ ಅಳಲು ಶುರುಮಾಡಿದ.

ಅದೆಲ್ಲ ಅವರಿಗೆ ಹೊಸದಲ್ಲ.

"ಹೋಗ್ಹೋಗು..." ಒಳಗಡೆ ಹೋಗಿಬಿಟ್ಟರು.

ಹಿಂದೆಯೇ ನಿಂತಿದ್ದ ಮೋಹನ ಕಣ್ಣಿಗೆ ಬಿದ್ದ. ಕಣ್ಣುಗಳು ಕಿಡಿಗಳನ್ನು ಕಾರಿತು. ಬಾಯಿ ತೆರೆದವರು ಸುಮ್ಮನಾಗಿ ಬಿಟ್ಟರು.

"ಬುದ್ಯೋರೆ..." ಆ ವ್ಯಕ್ತಿ ಒಂದೇ ಸಮನೆ ರೋದಿಸುತ್ತಿದ್ದ.

ಕೆಂಪ, ಬೈರ ಹತ್ತಿರಕ್ಕೆ ಬಂದವರು ಇವನನ್ನು ನೋಡಿ ದೂರ ನಿಂತರು.

"ಹೋಗ್ಬಿಡು... ಬುದ್ದಿಗಳು ಸಿಟ್ಟಾಗ್ತಾರೆ" ಆದಷ್ಟು ಧ್ವನಿ ತಗ್ಗಿಸಿಯೇ ಹೇಳಿದರು.

"ನನ್ನ ವಾಲೆ ಕೊಡಿಸ್ರಪ್ಪ. ನನ್ಮಗ್ಳು ಬಾಳು ಹಾಳಾಗುತ್ತೆ" ಎದೆ ಎದೆಯೊಡೆದು ಕೊಳ್ಳುತ್ತಿದ್ದ.

ಮೋಹನಾ ನೋಡದಾದ.

"ಅಳ್ಬೇಡ, ಸುಮ್ಮನಿರು."

ಸರಸರನೆ ಒಳಕ್ಕೆ ಬಂದ. ಕೃಷ್ಣಪ್ಪನವರು ನಗುನಗುತ್ತಾ ಮಾತಾಡುತ್ತ ಕೂತಿದ್ದರು. ಆಸೆ, ಹಣ ಮಾನವೀಯ ಗುಣಗಳನ್ನೆ ಮರೆಸುತ್ತೆ ಎನ್ನುವ ಸತ್ಯ ಕಂಡಂತಾಯಿತು.

"ಅಪ್ಪಾಜಿ, ಸ್ವಲ್ಪ ಬನ್ನಿ" ಧೀರೋದಾತ್ತ ನಿಲುವಿಗೆ ಬೆದರಿದರು.

"ನೀನು ಈ ವಿಷ್ಯದಲ್ಲಿ ಕೈ ಹಾಕ್ಬೇಡ" ಗಂಟಲು ನಡುಗಿತು.

"ಸ್ವಲ್ಪ ಬನ್ನಿ ಅಪ್ಪಾಜಿ" ಅವರು ಕೂತ ಜಾಗ ಬಿಟ್ಟು ಅಲ್ಲಾಡಲಿಲ್ಲ.

ನೇರವಾಗಿ ದೇವರ ಮನೆಗೆ ಬಂದ. ಮುರುಕು ಕಪಾಟಿನಲ್ಲಿದ್ದ ಬೀಗದ ಕೈಗೊಂಚಲನ್ನ ಕೈಗೆತ್ತಿಕೊಂಡ. ಮೊದಲ ದಿನ ತಂದೆ ಉಪಯೋಗಿಸಿದ್ದನ್ನ ನೋಡಿದ್ದ. ಅವನ ಆಕ್ರಂದನ ಇನ್ನ ಕೇಳಿಸುತಿತ್ತು. ಮಾನವೀಯ ಮೌಲ್ಯಗಳು ಅವನನ್ನ ಎಚ್ಚರಿಸಿತ್ತು.

ಉಗ್ರಾಣಕ್ಕೆ ಬಂದ. ಅಲ್ಲಿದ್ದಿದ್ದು ಒಂದು ತಿಜೋರಿ ಮಾತ್ರ. ಅಟ್ಟದ ಮೇಲಿದ್ದ ತಿಜೋರಿಯನ್ನ ಜ್ಞಾಪಿಸಿಕೊಂಡ ಒಂದೊಂದೇ ಬೀಗದ ಕೈನಿಂದ ತೆಗೆಯಲು ಪ್ರಯತ್ನಿಸಿದ. ಬಹಳ ಪ್ರಯಾಸ ಪಟ್ಟ ಮೇಲೆಯೇ ತೆರೆದುಕೊಂಡಿತು.

ಬೆಚ್ಚಿ ಅಷ್ಟು ದೂರ ಹಾರಿದ 'ಹ! ಹಾ! ಕುದಿನೀರು ಚೆಲ್ಲಿದಂತಾಯಿತು. ಲೆಕ್ಕವಿಲ್ಲದಷ್ಟು ಆಭರಣಗಳು. ಮೊದಲು ಬೆಂಕಿಯ ಹೊನಲು ಹರಿದಂತಾಗಿ ಮರಳಿ ಹಿಮದ ಪ್ರವಾಹ ನುಗ್ಗಿದಂತಾಯಿತು. ಮೈ ಬೆವರಿಟ್ಟಿತು. ತುಟಿಗಳು ಅದುರಿದವು. ಕಾಲುಗಳು ಶರೀರದ ಭಾರವನ್ನು ಹೊರಲಾರದೆ ಕುಸಿದು ಬೀಳುತ್ತಿವೆಯೋ ಎನ್ನುವಂತಾಯಿತು.'

"ಅಬ್ಬ... ಊರಿನಲ್ಲಿನ ಎಲ್ಲಾ ಒಡವೆಗಳು ಇಲ್ಲೇ ಶೇಖರವಾಗಿದೆಯೇ?" ಹೊರಗೆ ನಿಂತ ಮನುಷ್ಯನ ದೈನ್ಯ ಮುಖ ಎದ್ದು ಬಂದು ನಿಂತಂತಾಯಿತು. ತಿಜೋರಿಯ ತುಂಬ ಹಾವು, ಚೇಳುಗಳು ಹರಿದಾಡಿದಂತಾಯಿತು.

ಕೈ ಇಡಲು ಹೆದರಿದ. ಹಿಂದಕ್ಕೆ ತಿರುಗಿ ಬಂದ. ನಾಗಲಕ್ಷ್ಮಮ್ಮ ಗೋಡೆಗೊರಗೆ ಕೂತಿದ್ದರು. ಕಣ್ಣುಗಳು ನಿದ್ದೆಯ ಜೊಂಪಿನಲ್ಲಿದ್ದವು.

"ಅಮ್ಮ..." ಬೆಚ್ಚಿ ಬಿದ್ದವರಂತೆ ಸರಿಯಾಗಿ ಕೂತರು.

"ಸ್ವಲ್ಪ ಬಾ..." ಕೈಹಿಡಿದೇ ಉಗ್ರಾಣದೊಳಕ್ಕೆ ಕರೆದೊಯ್ದ.

ತಿಜೋರಿ ತೆರೆದು ಬಿದ್ದಿತ್ತು. ಅವರು ಗಡಗಡನೆ ನಡುಗುತ್ತ ನಿಂತುಬಿಟ್ಟರು.

"ಯಾಕಮ್ಮ ಹೆದರ್ತೀಯಾ? ಅಪ್ಪಾಜಿ ಕೂಡಿಹಾಕಿರೋದು ಚಿನ್ನನಲ್ಲ; ಹಾವು, ಚೇಳುಗಳನ್ನ" ಭಯದಿಂದ ಅವರ ಕಣ್ಣುಗುಡ್ಡೆಗಳು ಗಿರ್ರನೆ ತಿರುಗಿದವು.

"ಆ ಓಲೆಗಳ್ನ ತೆಗೀ" ತಾಯಿಯ ಭುಜವಿಡಿದು ಅಲ್ಲಾಡಿಸಿದ.

"ಬೇಡವೋ! ಅವ್ರು ಸುಮ್ಮನಿರಲ್ಲ" ಎಂಜಲನ್ನ ಬಲವಂತದಿಂದ ನುಂಗಿದರು.

"ಆ ಓಲೆಗಳನ್ನಿಷ್ಟು ತೆಗ್ದುಕೊಡು ಇಲ್ಲದಿದ್ರೆ ಅಪ್ಪಾಜಿನೇ ಕೂಗ್ತೀನಿ" ಮಗನ ತುಟಿಗಳ ಮೇಲೆ ಕೈಯಿಟ್ಟರು.

ನಡುಗುವ ಕೈಯಿಂದಲೇ ತಡಕಾಡಿ, ಕೆಳಗಿನ ಸಂದೂಕದಲ್ಲಿದ್ದ ಓಲೆಯ ಪೊಟ್ಟಣವನ್ನು ಮಗನತ್ತ ನೂಕಿದರು. ಇಷ್ಟು ವರ್ಷಗಳು ಗಂಡನ ಕೆಲಸ ಕಾರ್ಯಗಳಿಗೆ ಷಾಮೀಲಾಗಿದ್ದವರು, ಒಮ್ಮೆಲೆ ಬದಲಾಗಲು ಸಾಧ್ಯವೆ? ಒಂದು ಸವರನ್ ತೂಕದ ಓಲೆಗಳು... ನಿಟ್ಟುಸಿರು ಚೆಲ್ಲಿದರು.

ಕೈಯಲ್ಲಿಡಿದು ಹೊರಗೆ ಬಂದ. ಆ ಮನುಷ್ಯ ಅಲ್ಲಿಯೇ ನಿಂತಿದ್ದ. ಅಳು ನಿಂತಿರಲಿಲ್ಲ. ಕಣ್ಣೀರಿನಿಂದ ಷರಟಿನ ತೋಳು, ಅಂಗಿಯ ಕೊನೆ ಎಲ್ಲಾ ಒದ್ದೆಯಾಗಿತ್ತು.

"ತಗೋಪ್ಪ" ಅವನೆಡೆ ನೀಡಿದ.

ಅವನ ಕಣ್ಣಲ್ಲಿ ವಿಚಿತ್ರವಾದ ಬೆಳಕು ಚಿಮ್ಮಿತು. ನಿಮಿಷದಲ್ಲಿ ಅದರೆಡೆ ಭಯ ವ್ಯಾಪಿಸಿತು. ಅವನಿಗೆ ಅರ್ಥವಾಯಿತು.

"ತಗೊಂಡ್ಹೋಗು; ಅಪ್ಪಾಜಿನೇ ಕೊಟ್ಟಿದ್ದು."

ಕಣ್ಣಿಗೊತ್ತಿಕೊಂಡ. ನೋಟಿನ ಪುಡಿಕೆಯನ್ನ ಮುಂದಿಟ್ಟು ಅಡ್ಡಬಿದ್ದ. ಮಗಳನ್ನ ಅತ್ತೆಯ ಮನೆಗೆ ಕಳುಹಿಸಿಕೊಡುವ ಕನಸನ್ನ ಕಾಣುತ್ತಿದ್ದ.

ಅವನು ಹೋದತ್ತಲೇ ನೋಡಿದ. ತಿಜೋರಿಯಲ್ಲಿದ್ದ ಆಭರಣಗಳೆಲ್ಲ ಕಣ್ಣುಗಳ ಮುಂದೆ ಬಂದುನಿಂತವು. ಜಿಗುಪ್ಸೆಗೊಂಡ. ಯಾತಕ್ಕಾದ್ರೂ ಇದನ್ನೆಲ್ಲ ಕೂಡಿ ಹಾಕಿದ್ದಾರೆ? ಎಷ್ಟು ಜನರ ಕಣ್ಣೀರಿನ ಶಾಪಗ್ರಸ್ತ ಹುಳುಗಳೋ!

"ಕೂಗು ಅವ್ನ" ಕೃಷ್ಣಪ್ಪನವರ ಧ್ವನಿ ಕೇಳಿಸಿತು.

ಯಾರಾದರೂ ಬಂದು ಕೂಗುವ ಮುನ್ನವೇ ಒಳಗೆ ಬಂದ. ಸಾತ್ವಿಕ ದೃಷ್ಟಿಯನ್ನ ಎದುರಿಸಲಾರದೆ ತಡಬಡಾಯಿಸಿದರು.

"ತಂದೆಗೆ ತಕ್ಕ ಮಗ. ಇನ್ನಷ್ಟು ಕಾಡಿಸಿ ಕೊಟ್ಟುಬಿಡೋನೆ" ಮಿಕ್ಕದನ್ನ ನುಂಗಿಕೊಂಡರು.

ತನ್ನ ವ್ಯವಹಾರಗಳಿಗೆ ಅಡ್ಡ ಬಂದ ಶಾಮಣ್ಣನವರ ಸಂಸಾರವನ್ನ ಒಂದು ರಾತ್ರಿಯಲ್ಲಿ ಹಾಳುಗೆಡವಿದ್ದರು. ಈಗ ಎದುರು ನಿಂತವನು ಮಗ, ನಿಸ್ಸಹಾಯಕತೆಯಿಂದ ಮನ ಚಡಪಡಿಸಿತು.

* * *

ಬೆಳಿಗ್ಗೆ ತಿಂಡಿ ತಿಂದುಕೊಂಡು ಎಲ್ಲರೂ ಗದ್ದೆಯ ಕಡೆ ನಡೆದರು. ತಾರ ಬಹಳ ಉತ್ಸಾಹದಿಂದ ಹೊರಟಿದ್ದಳು. ಕೃಷ್ಣಪ್ಪ ಗಾಡಿ ಕಟ್ಟಿಸುತ್ತೇನೆಂದರೂ ಎಲ್ಲರೂ ನಡದೇಹೊರಟಿದ್ದರು.

"ಇಲ್ಲಿನ ಜನ ಹೇಗೆ ಓಡಾಡ್ತಾರೊ!" ತಾರಳ ಹೆಜ್ಜೆಯ ಗತಿ ನಿಧಾನವಾಯಿತು. ಬೆಳಗಿನ ಸೊಬಗು ಹುಡುಗರಲ್ಲಿ ಉತ್ಸಾಹ ತುಂಬಿತ್ತು. ರೆಕ್ಕೆ ಬಂದ ಹಕ್ಕಿಯ ಮರಿಗಳಂತೆ ಹಾರಾಡುತ್ತ ನಡೆಯುತ್ತಿದ್ದರು.

"ಸಾಕಾಗಿದೆ ತಾಯಿ" ಬಹಳ ಕಷ್ಟಪಟ್ಟಂತೆ ಕೃಷ್ಣಪ್ಪನವರು ಹೇಳಿದರು. ವಾರೆಗಣ್ಣಿಂದ ಅವರ ಕಡೆ ನೋಡಿದ. ಸ್ವಚ್ಛವಾದ ಸುಕ್ಕಿಲ್ಲದ ಉಡುಪು ಮಣ್ಣಿನ ಮಗನಲ್ಲವೆಂದು ಸಾರುತಿತ್ತು. ಇಲ್ಲಿಗೆ ಬಂದಾಗಿನಿಂದ ನೋಡುತ್ತಿದ್ದ. ಅವರು ಯಾವ ಕಷ್ಟದ ಕೆಲಸಕ್ಕೂ ಕೈ ಹಾಕುತ್ತಿರಲಿಲ್ಲ. ಮಾತಿನಲ್ಲಿ ಜೋರು ಮಾಡಿಕೊಂಡು ಓಡಾಡುತ್ತಿದ್ದರು.

"ಸದ್ಯ ಅವಂಗೆ ಸ್ವಲ್ಪ ಬುದ್ಧಿ ಹೇಳು. ಇಲ್ಲಿನ ಕಷ್ಟದ ಬದುಕು, ರಾಜಕೀಯ ನನ್ನ ಕಾಲಕ್ಕೆ ಸಾಕು."

ಇವನು ಮಾತಾಡದೆ ಅಕ್ಕಪಕ್ಕ ಗಿಡ, ಪೊದೆಗಳ ಕಡೆ ದೃಷ್ಟಿ ಚೆಲ್ಲುತ್ತ ನಡೆಯುತ್ತಿದ್ದ.

ಅಷ್ಟು ದೂರದಲ್ಲಿ ಬರುತ್ತಿದ್ದ ಶಾಮಣ್ಣನವರು, ತಟ್ಟನೆ ಅಡ್ಡ ಹಾದಿಗೆ ನುಗ್ಗಿ ಬಿರಬಿರನೆ ನಡೆದುಬಿಟ್ಟರು.

"ಯಾಕೆ?" ಅವನಿಗೆ ಅರ್ಥವಾಗಲಿಲ್ಲ.

"ಶಾಮಣ್ಣನವರಲ್ವಾ?" ಹೋದತ್ತಲೇ ನೋಡಿದ ಮಾವ ಪ್ರಶ್ನಿಸಿದಾಗ "ಹೌದು, ಶರೀರ ಮುಪ್ಪಾದರೂ ಕೆಚ್ಚು ಎಲ್ಲಿ ಹೋದೀತು? ಗುಡ್ಡದ ಮೇಲಕ್ಕೆ ಬಂದ ಕುರುಡು ಹುಡ್ಗಿ ಇವರ ಮೊಮ್ಮಗ್ಳು. ಈ ವಯಸ್ನಲ್ಲಿ ಅದ್ನ ಕಟ್ಟಿಕೊಂಡು ಸಾಯ್ತಾನೆ."

ಶಾಮಣ್ಣನವರ ಮೇಲಿನ ಕೋಪ ಇನ್ನು ತಣ್ಣಗಾಗಿರಲಿಲ್ಲ. ಎಂತಹ ಸಾತ್ವಿಕ ಮನುಷ್ಯ. ಜೋರಾಗಿ ಮಾತಾಡೇ ಗೊತ್ತಿಲ್ಲದ ಮನುಷ್ಯ, ಶಾಮಣ್ಣ. ಊರಿಗೆ ದೊಡ್ಡ ಉಪಚಾರಿ. ಎಲ್ಲರ ಕಷ್ಟ ಸುಖಕ್ಕೂ ಬಂಧುವಿನಂತಿದ್ದ. ಈಗ ಯಾರೂ ಬೇಡ.

"ಊರಿನ ಜನರನ್ನೆಲ್ಲ ಹಾಳು ಮಾಡಿದ್ದ. ಈಗ ಅನುಭವಿಸುತ್ತ ಇದ್ದಾನೆ" ಮನದ ವಿಷವನ್ನೆಲ್ಲ ಕಾರಿದರು ಕೃಷ್ಣಪ್ಪ.

ದಾರಿಯುದ್ದಕ್ಕೂ ಯೋಚಿಸಿದ. ಶಾಮಣ್ಣನವರನ್ನು ಕೆಟ್ಟವರನ್ನಾಗಿ ಮಾಡಲು ಅವನಿಗಿಷ್ಟವಾಗಲಿಲ್ಲ. ಈಗಲೂ ಅವರ ಮುಖದ ಮೇಲೆ ವಿರಾಜಿಸುತ್ತಿದ್ದುದು, ಸಾತ್ವಿಕ ಕಳೆ.

"ಕಾಲು ನೋವು ಶುರು ಆಯ್ತು" ತಾರ ನಿಂತಳು.

ಹುಡುಗರು ಕಿಸಕ್ಕನೆ ನಕ್ಕರು. ಈ ವಾತಾವರಣ ಅವರಿಗೆ ಬಹಳವಾಗಿ ಹಿಡಿಸಿತ್ತು.

"ನೀವೆಲ್ಲ ಎಮ್ಮೆ ಮರಿಗಳು" ಮೂತಿ ಉದ್ದ ಮಾಡಿದಳು. ಈಗ ಎಲ್ಲರು ನಕ್ಕರು. ಅವಮಾನದಿಂದ ಅವಳ ಮುಖ ಕೆಂಪಾಯಿತು.

"ಸಾಕಪ್ಪ, ಈ ಊರಿನ ಸಹವಾಸ"

ದುಡು ದುಡುರೆಂದು ನಡೆದಳು.

ತೋಟಕ್ಕೆ ಬಂದಕೂಡಲೇ ತಾರ ಒಂದು ಕಡೆ ಕೂತುಬಿಟ್ಟಳು. ಅಡಿಕೆಯ ಮರಗಳ ನಡುವೆ ನಿಬಿಡವಾಗಿ ಬೆಳೆದಿತ್ತು ಬಾಳೆಯ ಗಿಡಗಳು. ಕಣ್ಣುಗಳು ಅರಸಿದಷ್ಟು ದೂರವು ಹಸಿರು. ಕಣ್ಣು ತುಂಬಿ ನಿಂತಿತು. ಮೈಮರೆತು ನಿಂತ.

ಇದೆಲ್ಲಾ ತಂದೆಯ ಕಷ್ಟಾರ್ಜಿತವೆ? ಇಲ್ಲವೆನಿಸಿತು. ಈ ಊರು ಬಿಟ್ಟು ಮಾವನ ಮನೆ ಸೇರಿದಾಗ, ಅವನ ವಯಸ್ಸು ಆರು. ಆಗಿನ ತೋಟ ಮಸುಕುಮಸುಕಾಗಿ ಜ್ಞಾಪಕವಿತ್ತು. ಪೂರ್ತಿ ನೆನಪಿಗೆ ಬರಲೊಲ್ಲದು.

ಎರಡು ಕರಿನಾಯಿಗಳು ಬೊಗಳುತ್ತ ಹತ್ತಿರ ಬಂದವು. ಹುಡುಗರು ಭಯದಿಂದ ದೊಡ್ಡವರ ಹಿಂದೆ ಅವಚಿ ನಿಂತರು.

'ಹಚಿ! ಹಚಿ' ಕೃಷ್ಣಪ್ಪನವರು ನಾಯಿಗಳನ್ನ ದೂರಕ್ಕೆ ಅಟ್ಟಿದರು.

"ಯಾರೂ ಬೇಡಾ! ಈ ಎರಡು ನಾಯಿಗಳು ನಮ್ಮ ತೋಟಕ್ಕೆ ಕಾವಲಾಗಿರುತ್ತೆ" ಹೆಮ್ಮೆಯಿಂದ ಹೇಳಿಕೊಂಡರು.

ತಾರ ಒಬ್ಬಳ ವಿನಃ ಎಲ್ಲರೂ ತೋಟದ ತುಂಬ ಅಡ್ಡಾಡಿದರು. ಮೋಹನಾ ಪ್ರಥಮ ಬಾರಿ ತೋಟಕ್ಕೆ ಅಡಿಯಿಟ್ಟಿದ್ದ.

ಇತ್ತ ಬರಲೇ ಬಿಡುತ್ತಿರಲಿಲ್ಲ. ಕಲ್ಪನೆಗೆ ಮೀರಿತ್ತು. ಇಲ್ಲೇ ಉಳಿಯುವ ಅವನ ಸಂಕಲ್ಪ ಮತ್ತಷ್ಟು ದೃಢವಾಯಿತು.

"ಭಾರಿ ಆಸ್ತಿ ಮಾಡಿದ್ದೀರಿ" ಮಾವ ನುಡಿದಾಗ ಕೃಷ್ಣಪ್ಪನವರ ಮುಖ ಮೊರದಗಲವಾಯಿತು.

ಈ ತೋಟ ಪಿತ್ರಾರ್ಜಿತವಲ್ಲ; ಸ್ವಯಂ ಗಳಿಸಿದ್ದು. ಕಣ್ಣರಳಿಸಿ ದೂರದವರೆಗೂ ನೋಡಿದರು. ಪಕ್ಕದಲ್ಲಿ ಕೆರೆ, ನೀರಿನ ಕೊರತೆಯಿಲ್ಲ.

ತೋಟದ ಮನೆಯಲ್ಲಿ ಹಣ್ಣಾಗಿದ್ದ ಬಾಳೆಯ ಗೊನೆಗಳು ಹೊರಗೆಬಂದವು. ಲೆಕ್ಕವಿಲ್ಲದಷ್ಟು ಖಾಲಿ ಮಾಡಿದರು.

"ಈ ಬಾಳೆಹಣ್ಣಿನ ರುಚಿ ಕೊಂಡ ಬಾಳೆಹಣ್ಣಿಗೆ ಇರೋಲ್ಲ" ಸಿಪ್ಪೆ ಸುಲಿದು ಕೈಯಲ್ಲಿಡಿದ ಹಣ್ಣಿನ ಹೋಳಿನ ಕಡೆ ನೋಡಿದಳು ತಾರ.

ಕೃಷ್ಣಪ್ಪನವರು ಹೆಮ್ಮೆಯ ನಗು ನಕ್ಕರು.

"ಇಷ್ಟು ದೊಡ್ಡ ತೋಟ ಈ ಸುತ್ತಮುತ್ತಲಿನಲ್ಲೇ ಇಲ್ಲ."

ಹಸಿರು ವನರಾಶಿಯ ಚೆಲುವನ್ನು ಆಸ್ವಾದಿಸುತ್ತಿದ್ದ ಮೋಹನಾ ಅವರ ಕಡೆ ತಿರುಗಿದ. ಕಣ್ಣುಗಳಲ್ಲಿ ಸ್ವಚ್ಛತಾಭಾವವಿಲ್ಲ.

ಅವರನ್ನ ಅಲ್ಲಿಯೇ ಬಿಟ್ಟು ಹೊರಬಂದ. ಕಾಲುದಾರಿಯ ಉದ್ದಕ್ಕೂ ಕಣ್ಣೋಡಿಸಿದ. ಶಾಮಣ್ಣನವರ ತೋಟ ಇಲ್ಲಿ ಎಲ್ಲಿಯೋ ಇರಬೇಕು. ಕಾಲು ದಾರಿಯಲ್ಲಿಯೇ ಸಾಗಿ ನಿಂತು ನೋಡಿದ. ಮುಳ್ಳಿನ ಬೇಲಿ ಹಬ್ಬಿಸಿದ ಸಣ್ಣ ತೋಟ ಕಣ್ಣಿಗೆ ಬಿತ್ತು. ಅಡ್ಡವಾಗಿರಿಸಿದ್ದ ತಡಿಗೆಯನ್ನು ತೆಗೆದುಕೊಂಡು ಒಳಕ್ಕೆ ಹೆಜ್ಜೆಯಿಟ್ಟ.

ಒಂದು ಬಗಲಲ್ಲಿ ಹರುವೆಸೊಪ್ಪು, ದಂಡಿನಸೊಪ್ಪು, ಕೊತ್ತಂಬರಿ ಸೊಪ್ಪು, ಬದನೇಕಾಯಿ, ಮೆಣಸಿನಕಾಯಿ ಗಿಡಗಳು ಹರಡಿಕೊಂಡಿದ್ದವು.

ಮುಂದಕ್ಕೆ ಹೆಜ್ಜೆ ಇಡದೇ ನಿಂತಲ್ಲೆ "ಯಾರೂ ಇಲ್ವಾ?" ಇವನ ಮೃದು ಧ್ವನಿ

ಹಕ್ಕಿಗಳ ಸದ್ದಿನೊಂದಿಗೆ ಅಡಗಿಹೋಯಿತು.

ಸೋಗೆ ಗರಿಗಳನ್ನೆಲ್ಲ ಒಂದು ಕಡೆ ಒಟ್ಟಿದ್ದರು. ಅಲ್ಲಿ ಹೋಗಿ ನಿಂತು ಸುತ್ತಲೂ ದೃಷ್ಟಿ ಹರಿಸಿದ. ಚೇತನ ಕಳೆದುಕೊಂಡು ಬೀಳಾದಂತೆ ಕಂಡಿತು.

ಮರ ಕಡಿಯೋ ಶಬ್ದ ಕೇಳಿಸಿತು. ತಟಕ್ಕನೆ ಹಿಂದಕ್ಕೆ ತಿರುಗಿದ. ವ್ಯಕ್ತಿಗಳು ಗೋಚರಿಸದಿದ್ದರೂ, ಅವರ ನೆಲೆಯನ್ನು ಅರಿತಂತಾಗಿತ್ತು.

"ಯಾರೂ ಮರ ಕಡಿಯೋರು?" ಧ್ವನಿಯೆತ್ತರಿಸಿ ಕೇಳಿದ.

ಸೊಂಟಕ್ಕೆ ಒಂದು ಮಾಸಲು ದಟ್ಟಿ, ತಲೆಗೆ ಒಂದು ಮುಂಡು ಸುತ್ತಿಕೊಂಡ ಕಾಳ ಬಂದು ಎದುರು ನಿಂತ. ಅವನ ಕಣ್ಣುಗಳಲ್ಲಿ ಕ್ರೋಧಮಿಶ್ರಿತ ಭಯ ಕಾಣಿಸಿಕೊಂಡಿತು.

"ಯಾಕ್ರಯ್ಯ?"

"ನಮ್ಮ ತೋಟಕ್ಕೆ ಬಂದಿದ್ದೆ. ಹಾಗೆ ನೋಡೋಣಾಂತ್ಬಂದೆ" ಕಾಳ ಅವನನ್ನೆ ದಿಟ್ಟಿಸಿದ. 'ಇವಯ್ಯ ಹೇಳೋದು ನಿಜವಾ?' ಶಾಮಣ್ಣನೋರ ಸಂಸಾರದ ನೆಲಸಮ ಮಾಡಿದ ಕೃಷ್ಣಪ್ಪನ ಮಗನನ್ನು ಹೇಗೆ ನಂಬೋದು? ತಲೆಯನ್ನು ಪರಪರನೆ ಕೆರೆದುಕೊಂಡ.

"ನೋಡೋಂಥದ್ದು ಏನೈತೆ ಬುದ್ಧಿ!" ತೋಟದ ಸುತ್ತ ಕಣ್ಣಾಡಿಸಿ ನಿಟ್ಟುಸಿರು ಬಿಟ್ಟ.

"ಕುಂತ್ಕಳ್ಳಿ" ಮರದ ಕೆಳಗಿದ್ದ ಕಲ್ಲುಬೆಂಚಿನ ಮೇಲೆ ಹೋಗಿ ಕೂತ.

"ಶಾಮಣ್ಣನೋರಿಗೆ ಮಕ್ಳು ಮರಿ ಇಲ್ವಾ?"

ಕಾಳನ ಕಣ್ಣುಗಳು ಕೆಂಪಗಾದವು. ಬೆಂಕಿ ಧಗಧಗನೆ ಒತ್ತಿಕೊಂಡು ಉರಿದಂತಾಯಿತು. ಕೈಗಳಿಂದ ಇಡಿ ಮುಖವನ್ನೆ ಮುಚ್ಚಿಕೊಂಡ. ಅದು ನಡೆದದ್ದು ಎಂಥ ಕಗ್ಗೊಲೆ–ಮರೆಯಲು ಸಾಧ್ಯವೆ. ವರ್ಷಗಳು ಉರುಳಿರಬಹುದು. ಆದರೆ... ಈಗ ನಡೆದಂತಿದೆ.

"ಕಾಳಣ್ಣ... ಕಾಳಯ್ಯ" ಗಾಬರಿಯಿಂದ ಒದರಿದ.

"ಎಂಥದೋ ನೆಪ್ಪಿಗೆ ಬಂತು" ತಲೆಗೆ ಸುತ್ತಿದ ಮುಂಡನ್ನು ಕೊಡವಿ ಮುಖವರೆಸಿಕೊಂಡ.

"ಶಾಮಣ್ಣನೋರಿಗೆ ಬೇರೆ ಮಕ್ಳು ಇಲ್ವಾ? ಸತ್ಯಗೆ ತಾಯಿ ತಂದೆ ಯಾರೂ ಇಲ್ವಾ?" ಮತ್ತೆ ಕೇಳಿದ. ವಿಷಯ ತಿಳಿಯುವವರೆಗೂ ಅವನಿಗೆ ಸಮಾಧಾನವಿಲ್ಲ.

"ಎಲ್ಲಾ ಇದ್ರು ಬುದ್ಧಿ" ಮೊಣಕಾಲು ಮೇಲೆ ತಲೆಯಿರಿಸಿ ಅತ್ತುಬಿಟ್ಟ. ಎಷ್ಟೋ ಹೊತ್ತು ರೋದಿಸುತ್ತಲೇ ಇದ್ದ.

"ನನ್ನ ಪ್ರಶ್ನೆಗೆ ಉತ್ತರ ಹೇಳು" ಭುಜಹಿಡಿದು ಅಲುಗಾಡಿಸಿದ. ತಲೆ ಮೇಲಕ್ಕೆತ್ತಿ ಮೋಹನನನ್ನ ನೋಡಿದ.

ಕೃಷ್ಣಪ್ಪನವರ ವಂಶದ ಏಕೈಕ ಸಂತಾನ ಇವನು. ಒಳ್ಳೆ ಸಮಯ ಸಿಕ್ಕಿದೆ.

ಕುಡ್ಲುನಿಂದ ಕತ್ತರಿಸಿಬಿಡಲೇ. ಮೈ ಕಂಪಿಸಿತು. ಈ ಕೆಲಸ ಎಂದೋ ಕೃಷ್ಣಪ್ಪನವರಿಗೆ ಆಗುತ್ತಿತ್ತು. ಶಾಮಣ್ಣನವರು ಪ್ರಾಮಾಣಿಕ ಆಳುಗಳ ಕೈ ಹಿಡಿದರು. ಎಂದೂ ಅಂತಹ ಕೆಲಸಕ್ಕೆ ಕೈ ಹಾಕಬಾರದೆಂದು ಪ್ರಮಾಣ ಮಾಡಿಸಿದರು.

"ಹೊಂಟ್ಹೋಗ್ರಿ... ಬ್ಯಾಗಾ ಹೊಂಟ್ಹೋಗ್ರಿ."

ಎದ್ದು ತಲೆತಗ್ಗಿಸಿಕೊಂಡು ತೋಟದಿಂದ ಹೊರಗೆ ಬಂದ. ನೇರವಾಗಿ ತೋಟಕ್ಕೆ ಬಂದಾಗ ತಾರ ಒಬ್ಬಳು ಮಾತ್ರ ಕೂತಿದ್ದಳು. ಮಿಕ್ಕವರು ಗದ್ದೆಯ ಬಳಿ ಹೋಗಿದ್ದರು.

"ಎಲ್ಲಿ ಹೋಗಿದ್ದೆ?" ಕಾಲುಗಳನ್ನು ನಿಡಿದಾಗಿ ನೀಡಿದಳು.

ಅಷ್ಟು ದೂರದ ನೆರಳಿನಲ್ಲಿ ಕೂತ. ಬಿಸಿಲಿನ ತೀಕ್ಷ್ಣತೆ ಅಧಿಕವಾಗಿತ್ತು.

"ಸುಮ್ನೆ, ಅಡ್ಡಾಡಿ ಬರಲು ಹೋಗಿದ್ದೆ" ಪಾದಗಳ ಕಡೆ ದೃಷ್ಟಿ ಹೊರಳಿಸಿದ. ಕೆಂಪಾಗಿದ್ದ ಪಾದಗಳು ಮತ್ತಷ್ಟು ಕೆಂಪಗಾಗಿದ್ದವು. ನಗು ಬಂತು. ಅವಳು ಮನೆಯಲ್ಲಿರುತ್ತಿದ್ದುದೇ ಅಪರೂಪ. ಸದಾ ಸುತ್ತಾಟ ಕಾಲೇಜು ಬಿಟ್ಟರೆ ಗೆಳತಿಯರ ಮನೆ, ಸಿನಿಮಾ–ಬರೀ ಅಲೆದಾಟ.

"ಅಲ್ಲಿ ಮನೆಯಿಂದ ಹೊರ್ಗೆ ದಬ್ಬಿದ್ರೂ ಹೋಗ್ತಾ ಇರ್ಲಿಲ್ಲ. ಇಲ್ಲಿಗೆ ಬಂದ್ಮೇಲೆ ನಿನ್ನ ಕಾಲುಗಳು ಚುರುಕಾಗಿ ಬಿಟ್ಟಿವೆ" ಸುಮ್ಮನೆ ಮುಗುಳು ನಗೆ ತೇಲಿಸಿದ.

"ಕಾಲ್ನಲ್ಲಿ ಮುಳ್ಳುಹೋಗಿದೆ. ಸ್ವಲ್ಪ ತೆಗೀ"

ಪಿನ್ ಅವನ ಬಳಿ ಎಸೆದಳು. ತೆಗೆಯಲು ಬಹಳ ಪ್ರಯಾಸಪಟ್ಟು ಸೋತು ಹೋಗಿದ್ದಳು.

"ಚಪ್ಪಲಿಯೊಳಗಿನಿಂದ ಹೋಯ್ತು" ಕಾಲನ್ನು ಎತ್ತಿ ಹಿಡಿದು ನೋಡಿದ. ಒಂದು ಕಡೆ ಕೆಂಪಗಾಗಿತ್ತು. ರಕ್ತನೂ ಬಂದಿತ್ತು. ಅದರ ಪಕ್ಕ ಮುಳ್ಳು ಕಾಣಿಸುತ್ತಿತ್ತು.

ಮುಳ್ಳೊಂದು ಕಡೆಯಿದೆ. ನೀನೊಂದು ಕಡೆ ಬಗೆದಿದ್ದೀಯಾ. ಪಿನ್‌ನಿಂದ ಮೆಲ್ಲಗೆ ಕೆದಕತೊಡಗಿದ. ಸ್ವಲ್ಪ 'ಚುರುಕ್' ಅಂದರೂ ಕಾಲನ್ನ ಹಿಂದಕ್ಕೆಳೆದುಕೊಂಡು ಬಿಡುತ್ತಿದ್ದಳು.

"ನನ್ಕೈಲಾಗೋಲ್ಲ" ಪಿನ್ ಅವಳ ತೊಡೆಯ ಮೇಲೆ ಎಸೆದು ಎದ್ದ.

"ಸ್ವಲ್ಪ ಮೆಲ್ಲಗೆ ತೆಗೀ" ಗೋಗರೆದಳು.

"ಆಗೋಲ್ಲಮ್ಮ, ಮಾವ, ಅತ್ತೆ ಯಾರ ಕೈಯಲಾದ್ರೂ ತೆಗೆಸ್ಕೊ" ಹೊಂಗೆಯ ಮರದ ತಂಪಿಗೆ ಹೋಗಿ ಕೂತುಬಿಟ್ಟ.

ಶಬ್ದ ಬಂದತ್ತ ನೋಟ ಹರಿಯಿತು. ಮರಗಳ ಮಧ್ಯೆ ಖಾಲಿ ಇದ್ದ ಜಾಗದಲ್ಲಿ ಹೊಸ ತೆಂಗಿನ ಸಸಿ ಹಾಕಲು ಗುಂಡಿ ತೋಡುತ್ತಿದ್ದರು. ಇಷ್ಟು ಅಕ್ಕರೆಯಿಂದ ಕಾಪಾಡೋ ತೋಟಾನ ಬಿಟ್ಟು ತಾಯಿ ತಂದೆ ತನ್ನ ಜೊತೆಯಲ್ಲಿ ಬಂದು ನೆಲೆಸಲು ಎಂದಾದರೂ ಸಾಧ್ಯವಾ? ಈ ಮಣ್ಣಿನಿಂದ ತನ್ನನ್ನ ದೂರವಿರಿಸಲು ಇಷ್ಟೊಂದು ಪ್ರಯತ್ನವೇಕೆ?

ಯೋಚಿಸಿದಷ್ಟು ಜಟಿಲವಾಗುತ್ತಿತ್ತು. ಜೀವನ ಪ್ರವಾಹದ ಅರ್ಥವೇ ಆಗುತ್ತಿಲ್ಲ. ರೀತಿನೀತಿ, ಜೀವನದ ಬಗ್ಗೆ ಆಳವಾಗಿ ಗಂಟೆಗಟ್ಟಲೇ ಯೋಚಿಸುತ್ತ ಕೂಡುತ್ತಿದ್ದ. ಸಿದ್ಧಾಂತದ ಬೆಳಕಿನಲ್ಲಿ ಹುಡುಕಲು ಹೊರಟರೆ ಆಳ, ವೈಶಾಲ್ಯ ಸಂಕೀರ್ಣತೆಗಳು ಸಿಕ್ಕಿದಂತೆ ವಿಕೃತವಾಗುತ್ತಿತ್ತು.

"ನಾನು ಅಲ್ಲಿ ಕೂತ್ಕೋತೀನಿ" ಹುಲ್ಲು ಬೆಳೆದಿದ್ದ ಬದುವಿನ ಕಡೆ ನಡೆದ.

ಹುಡುಗರು ತೋಟದೊಳಕ್ಕೆ ಬರುವುದರೊಳಗಾಗಿ ಕೆಂಪಗಾಗಿ ಬೆವತು ಹೋಗಿದ್ದರು.

"ಎಲ್ಲಿಗೆ ಹೋಗಿದ್ದೆ?" ತಕ್ಷಣಕ್ಕೆ ಉತ್ತರಿಸಲಿಲ್ಲ.

ನಿಜ ಹೇಳಲೆ, ಬೇಡವೇ!– ಯೋಚಿಸಿದ. ಸುಳ್ಳು ಹೇಳುವ ಅವಶ್ಯಕತೆ ಇಲ್ಲವೆನಿಸಿತು.

"ಶಾಮಣ್ಣನವರ ತೋಟಕ್ಕೆ ಹೋಗಿದ್ದೆ."

ಕೃಷ್ಣಪ್ಪನವರ ಕಣ್ಣುಗಳು ಕೆಂಪಗಾದವು. ಮಗ ತೀರಾ ಅಯೋಗ್ಯನಾಗಿ ಕಂಡ.

"ಅಲ್ಲಿಗ್ಯಾಕೆ ಹೋದೆ? ಏನಿದೆ ಸುಡುಗಾಡು!"

ತಂದೆ, ಮಗನ ಮಾತುಗಳು ಯಾವ ಘಟ್ಟ ಮುಟ್ಟುವುದೋ ಎಂದು ಹೆದರಿದ ತಾರ ತಂದೆ "ಬೆಳಗಿನ ಉಪಹಾರ ಖಾಲಿ ಮಾಡ್ಸಿ ಬಿಟ್ಟಿರಿ. ಹೊಟ್ಟೆ ಒದರಾಡೋಕೆ ಶುರು ಮಾಡಿದೆ. ಮನೆ ಕಡೆ ಹೊರಡೋಣ" ಕೃಷ್ಣಪ್ಪನವರ ಲಕ್ಷ್ಯವನ್ನು ಅತ್ತ ಸೆಳೆದರು.

"ನೋಡಿದ್ರಾ... ನೋಡಿದ್ರಾ... ಪೇಟೆ ಮಂದಿಗೆ ನಡ್ದೇ ಗೊತ್ತಿಲ್ಲ" ನಗೆಯಾಡುತ್ತ "ಲೇ... ಸಿದ್ಧ ಗಾಡಿ ಕಟ್ರೊ" ಕೂಗಿ ಹೇಳಿದರು.

ಮನೆಗೆ ಬರುವ ವೇಳೆಗೆ ಎಲ್ಲರೂ ದಣಿದಿದ್ದರು, ಊಟ ಮಾಡಿ ಒಂದೊಂದು ಕಡೆ ಮಲಗಿಕೊಂಡರು.

ಕೋಣೆಯಲ್ಲಿ ಹೋಗಿ ಮಲಗಿದ ಮೋಹನನಿಗೆ ನಿದ್ದೆ ಬರಲಿಲ್ಲ. ಛಾವಣಿಯನ್ನೆ ದಿಟ್ಟಿಸುತ್ತ ಮಲಗಿದ್ದ.

* * *

ಎರಡು ದಿನದಿಂದ ಗುಡ್ಡದ ಕಡೆ ಹೋಗಿರಲಿಲ್ಲ. ಮನದಲ್ಲಿ ಎಂತಹುದೊ ಹೊಯ್ದಾಟ. ಅದುವರೆಗೆ ತುಂಬಿ ತುಳುಕಾಡುತ್ತಿದ್ದ ಆನಂದವೇ ಮಾಯವಾದಂತಾಗಿ ಅವನ ಮನಸ್ಸು ನೀರು ಬತ್ತಿಹೋದ ಕೆರೆಯ ಸುತ್ತಲ ಪ್ರದೇಶದಂತೆ 'ಬಿಕೊ' ಎನ್ನುತ್ತಿತ್ತು.

ಸತ್ಯ ಮನೆಯ ಹಾದುಹೋದಾಗ ಅವನ ದೃಷ್ಟಿ ಅರಸಿ ನಿರಾಸೆಗೊಂಡಿತು.

'ಸತ್ಯ ಗುಡ್ಡದ ಮೇಲಕ್ಕೆ ಹೋಗಿರಬಹುದೇ?' ನಡಿಗೆಯ ವೇಗವನ್ನು ಅಧಿಕಗೊಳಿಸಿದ.

ಮೊದಲ ಮೆಟ್ಟಲ ಮೇಲೆ ಕಾಲಿಟ್ಟು ಮೇಲಕ್ಕೆ ನೋಡಿದ. ಸತ್ಯ ನಿಧಾನವಾಗಿ ನಡೆದುಹೋಗುತ್ತಿದ್ದಳು.

"ಸತ್ಯ ನಿಲ್ಲು" ಯಾವುದೋ ಶಕ್ತಿ ಅವನನ್ನು ಕೂಗಿತು.

ಪುಂಗಿಯ ನಾದಕ್ಕ ಮರುಳಾದಂತೆ ಸತ್ಯ ಅಲ್ಲಿಯೇ ನಿಂತಳು. ಮನದಲ್ಲಿ ರಾಗಭಾವಗಳು ಮೊಳೆತು ನಳನಳಿಸಲು ಪ್ರಾರಂಭಿಸಿತು. ಕಾಣದ ವ್ಯಕ್ತಿಗೆ ಒಂದು ರೂಪು ಕೊಡಲು ಪ್ರಾರಂಭಿಸಿದಳು.

"ನಡೀ..." ಒಂದೊಂದೇ ಮೆಟ್ಟಿಲು ಹತ್ತಿದರು. ಸಮತಟ್ಟಿನ ಪ್ರದೇಶ ತಲುಪಿದಾಗ ನಿಶ್ಶಬ್ದತೆ ಎದುರುಗೊಂಡಿತು.

"ಅರ್ಚಕರು ಬಂದಂಗಿಲ್ಲ" ಅವಳ ಮುಖ ಮಂಕಾಯಿತು.

ಹಿಂದಿನ ದಿನ ಶಾಮಣ್ಣನವರ ಬಳಿ ಬಂದು ಬಹಳ ಮಾತುಗಳನ್ನು ಆಡಿ ಹೋಗಿದ್ದರು. ಮದುವೆಯ ವಿಷಯ ಬಂದಾಗ ಎಷ್ಟೇ ವಿರೋಧಿಸಬೇಕೆಂದು ಕೊಂಡಿದ್ದರೂ ಅವಳಿಂದಾಗಿರಲಿಲ್ಲ.

'ಬರೀ ಸಹಾನುಭೂತಿಯಿಂದಲೇ ಬದುಕು ಸಾಗಿಸಬೇಕೇ? ಕುರುಡಿಯನ್ನು ಯಾರು ಪ್ರೀತಿಸಿಯಾರು?' ನೋವಿನ ನಿಟ್ಟುಸಿರು ಹೊರ ಚೆಲ್ಲಿತು.

"ಸತ್ಯ, ಏನೋ ಒಂದು ತರಹ ಇದ್ದೀಯಾ!" ಚಿಂತೆಗೀಡಾದ ಮುಖವನ್ನೇ ನೋಡಿದ.

"ಏನಿಲ್ಲ. ಊರಲ್ಲಿ ಇರಲಿಲ್ವಾ?"

ಅವನ ಮನದಲ್ಲಿ ಹರ್ಷ ತರಂಗಗಳೆದ್ದವು. ಮಾಧುರ್ಯದಿಂದ ಮೈ ಪುಳಕಿತವಾಯಿತು.

"ಎರಡು ದಿನದಿಂದ ಗುಡ್ಡಕ್ಕೆ ಬರಲಿಲ್ಲ. ನಮ್ಮ ತಾತನ ಮಾತಿಗೆ ಬೇಜಾರು ಪಟ್ಟುಕೊಂಡರೇನೋ!"

"ಖಂಡಿತ ಇಲ್ಲ. ನಾನು ಬರೋದ್ರಿಂದ ನಿಂಗೇನು ತೊಂದರೆ ಇಲ್ವಲ್ಲ!" ಕೆನ್ನೆಗಳು ಕೆಂಪೇರಿದವು. ಕನಸು ಕಾಣುವಂತೆ ಕಂಡಳು.

ಮೋಹನನ ಮಾತು, ಸನಿಹ ಅವಳನ್ನು ಹೊಸಲೋಕಕ್ಕೆ ಕರೆದೊಯ್ಯುವಂತೆ ಮಾಡುತ್ತಿತ್ತು; ಬರುಡಾದ ಮನವು ನಂದನವನವಾಗುತ್ತಿತ್ತು.

ಇಬ್ಬರೂ ದೇವಾಲಯದ ಅಂಗಳ ಸೇರಿದರು. ಬಾಗಿಲಿಗೆ ಬೀಗ ಹಾಕಿತ್ತು. ಇಷ್ಟರ ವೇಳೆಗೆ ಅವರು ಒಂದು ಪೂಜೆ ಪ್ರಾರಂಭಿಸಬೇಕಾಗಿತ್ತು.

"ಯಾಕೋ ಅರ್ಚಕರು ಬಂದಿಲ್ಲ" ಕಲ್ಲಿನ ಕಂಬಕ್ಕೆ ಒರಗಿ ಕೂತಳು. ಅವಳ ಸನಿಹದಲ್ಲಿಯೇ ಕೂತ. ಕಣ್ಣುಗಳು ಸಹಜವಾಗಿದ್ದವು.

"ಸತ್ಯ, ಸಂಪಿಗೆ ಮರದ ನೆರಳಿಗೆ ಹೋಗೋಣ್ವಾ!" ಆಸೆ ಭುಗಿಲೇರಿತು. ಮಾತಾಡಲು ಸಂಕೋಚಿಸಿದಳು.

"ಏಳು..." ಕೈಹಿಡಿದೇ ನಡೆಸಿಕೊಂಡು ಹೋದ. ಎರಡು ಮನಗಳು ಮಧುರವಾಗಿ ಹಾಡುತ್ತಿದ್ದವು.

ಮರದ ಬುಡದಲ್ಲಿಯೇ ಕೂತಳು.

ಮೋಹನಾ ನಿಂತು ಸುತ್ತಲೂ ನೋಡಿದ. ಆ ಭಾಗ್ಯ ಸತ್ಯಳಿಗೆ ಇಲ್ಲವಾಯಿತೇ! –ಮರುಗಿದ.

"ಇಲ್ಲಿಂದ ಊರೆಲ್ಲ ಕಾಣಬಹುದಲ್ವಾ?" ಕುತೂಹಲ ಗರಿಗೆದರಿತು.

"ನಿಮ್ಮ ಮನೆ ಕೂಡ ಕಾಣುತ್ತೆ. ತೋರುಸ್ತೀನಿ"

ಅವಳ ಮುಖ ಮಂಕಾಯಿತು. ದುಃಖ ನುಂಗುವವಳಂತೆ ಕಂಡಳು.

"ಏಳು..." ಕೈಹಿಡಿದು ಎಬ್ಬಿಸಿ, ದೂರಕ್ಕೆ ಅವಳ ಕೈ ಚಾಚಿ "ಅದೇ ನೇರಕ್ಕೆ ಮನೆ, ಮಲ್ಲಿಗೆ ಚಪ್ಪರ ಕೂಡ ಕಾಣುತ್ತೆ. ಆದರೇನು ಪ್ರಯೋಜನ! ಸತ್ಯ ಕಾಣೋಲ್ಲ" ನಿರಾಶೆ ನಟಿಸಿದ.

ಹೂ ಬಿರಿಯುವಂತೆ ಫಕಫಕನೆ ನಕ್ಕಳು. ಆ ನಗುವಿನಲ್ಲಿ ಮಿಂದು ತೇಲಾಡಿದ.

"ಅಲ್ಲಿ ಕಾಣೋದು ನಮ್ಮ ಮನೆ. ಅದೇ ಅರ್ಚಕರ ಮನೆ. ಈ ಕಡೆ ಕಾಣೋದು ಶಾಸ್ತ್ರಿಗಳ ಮನೆ. ಮನೆಗಳೆಲ್ಲ ಆಟಿಗೆಗಳ ತರಹ ಕಾಣುತ್ತೆ."

ತಟ್ಟನೆ ಏನೋ ಜ್ಞಾಪಿಸಿಕೊಂಡು ಮಂಕಾದಳು. ತಾತ ಕೃಷ್ಣಪ್ಪನವರ ಬಗ್ಗೆ ಸುಮುಖರಾಗಿರಲಿಲ್ಲ ಊರಿನವರಿಗೆಲ್ಲ. ಹಲಕೆಲವರನ್ನು ಬಿಟ್ಟರೆ ಎಲ್ಲರಿಗೂ ಶಾಮಣ್ಣನವರು ಆತ್ಮೀಯ ವ್ಯಕ್ತಿಗಳು. ಆಗಾಗ ಬಂದು ಮಾತಾಡಿಕೊಂಡು ಹೋಗುತ್ತಿದ್ದರು. ಕೈಯಲ್ಲಾದ ಉಪಕಾರ ಮಾಡುತ್ತಿದ್ದರು.

"ಯಾಕೆ... ಒಂದು ತರಹ ಆಗ್ಬಿಟ್ಟೆ" ಸಂಪಿಗೆಯ ಮರದ ಬುಡಕ್ಕೆ ಹೋಗಿ ಒರಗಿದಳು.

"ಮನಸ್ಸಿನಲ್ಲಿದ್ದುದನ್ನ ಮುಚ್ಚಿಡ್ಬೇಡ. ಅದೇನು ಹೇಳು?"

"ನೀವೂ... ನೀವೂ ಕೃಷ್ಣಪ್ಪನವರ ಮಕ್ಳಾ?" ಮೈ ನಡುಗುತ್ತಿತ್ತು.

"ಹೌದು... ಆದರೇನು?"

"ನನ್ನ ಅಂತರಾತ್ಮ ನಿಮ್ಮನ್ನ ಒಳ್ಳೆಯವರೆಂದು ಒಪ್ಪಿಕೊಂಡಿದೆ. ತಾತ ಒಪ್ಪಲ್ಲ... ತಾತ ಒಪ್ಪಲ್ಲ..." ಕಣ್ಣೀರಿನ ಬಿಂದುಗಳು ಕೆನ್ನೆಗಳ ಮೇಲೆ ಹರಿಯಿತು.

"ಸತ್ಯ..." ಮೃದುವಾಗಿ ಅವಳ ಕೈಹಿಡಿದು ಅಮುಕಿ "ನಾನು ನಿನ್ನನ್ನ ಪ್ರೀತಿಸ್ತೀನಿ. ಖಂಡಿತ ಇದು ಸತ್ಯ" ಭಾವನಾ ವೇಗದಲ್ಲಿ ತರಗೆಲೆಯಂತೆ ತೂರಿಕೊಂಡು ಹೋದಳು.

ಪ್ರೇಮ ಮೊಟ್ಟಮೊದಲು ಹೃದಯವನ್ನು ಪ್ರವೇಶಿಸಿದಾಗ ಅದರ ವಿದ್ಯುತ್ ಸ್ಪರ್ಶದಿಂದ ಜಡ ದೇಹವು ಚೇತನಪೂರ್ಣವಾಯಿತು.

"ನೀವು ಹೇಳ್ತಾ ಇರೋದು..." ಪ್ರಯಾಸ ಉದ್ವೇಗ ಸಂಭ್ರಮದಿಂದ ಕುಸಿದಳು.

"ಹೌದು–ಸುಳ್ಳಲ್ಲ" ಪ್ರೇಮ ಸರೋವರದಲ್ಲಿ ತೇಲಿ ಹೋದಳು. ಅವಳ ಒಳಗಣ್ಣುಗಳಿಗೆ ಮೋಹನ್ ಪ್ರೇಮ ಸೌಂದರ್ಯಗಳ ಸುಮಧುರ ಮೂರ್ತಿಯಾಗಿ ಕಂಡ. ಸಂಕೋಚದ ಕಟ್ಟೆ ದುರ್ಬಲವಾಗಿತ್ತು. ಯಾವ ಕ್ಷಣದಲ್ಲಿಯಾದರೂ ಒಡೆದು ಪ್ರವಹಿಸಬಹುದಾಗಿತ್ತು.

"ಸತ್ಯ..." ಸುಮಧುರ ಧ್ವನಿಗೆ ಸೋತುಹೋದಳು. ಎದೆಗೊರಗಿ ಕಣ್ಣು ಮುಚ್ಚಿದಳು. ಅವಳ ಸ್ನಿಗ್ಧ ಮಧುರ ಸಜಲ ನಯನಗಳನ್ನು ದಿಟ್ಟಿಸಿದ. ಸತ್ಯವನ್ನೇ ಮರೆಯಾಗಿರಿಸಿತು.

ಆ ಸಂಪಿಗೆಯ ಮರಗಳು ಚೈತನ್ಯವಾಗಿತ್ತು. ಶುಭ ಶಕುನದಂತೆ ಪವಿತ್ರವಾಗಿತ್ತು; ಆಶಾಪಲ್ಲವಿಯಾಗಿತ್ತು; ಪ್ರೀತಿ ಪಾತ್ರವಾಗಿತ್ತು. ಎಷ್ಟೋ ಹೊತ್ತು ಅದೇ ಸ್ಥಿತಿಯಲ್ಲಿದ್ದರು.

ಗೋಪಾಲಸ್ವಾಮಿ ಗುಡಿಯ ಗಂಟೆಯ ಶಬ್ದ ಕೇಳಿಸಿತು. ಲಹರಿ ಲಹರಿ ಹರಿದು ವಾಸ್ತವ ಪ್ರಪಂಚಕ್ಕೆ ಬಂದರು.

"ಅರ್ಚಕರು ಬಂದಿರ್ಬೇಕೂ..." ಕೆನ್ನೆ ತಟ್ಟಿ ಎಚ್ಚರಿಸಿದ. ಕದಪುಗಳು ಕೆಂಪಾದವು. ನಾಚಿದ ರಮಣಿ ಕೈಹಿಡಿದು ಇಳಿದುಬಂದಳು.

ಇಂದು ಅರ್ಚಕರ ಬದಲು ಅವರ ಮೊಮ್ಮಗ ಬಂದಿದ್ದ. ಸಣ್ಣ ಹುಡುಗ. ಆದರೂ ನಿಷ್ಠೆಯಿಂದ ಪೂಜೆ ಮಾಡಬಲ್ಲ.

"ಅರ್ಚಕರು ಬರಲಿಲ್ವಾ?"

"ಇಲ್ಲ ಅಕ್ಕಯ್ಯ, ಪಕ್ಕದ ಊರಿಗೆ ಹೋಗಿದ್ದಾರೆ" ತೀರ್ಥಪ್ರಸಾದ ಕೊಟ್ಟ.

ಅರ್ಚಕರು ಯಾಕೆ ಹೋಗಿರಬಹುದು? ಎಲ್ಲಾ ಕೇಳಿಸಿಕೊಂಡಿದ್ದಳು. ಆಗ ನಿರ್ಲಿಪ್ತಳಂತಿದ್ದಳು. ಈಗ ಭಯದಿಂದ ನಡುಗಿದಳು. ಪ್ರೇಮಕ್ಕೆ ವಶವಾದ ಹೃದಯಕ್ಕೆ ಭಯ ಸಹಜವೇನೋ!

"ಹೋಗೋಣ" ಇಬ್ಬರು ಕೆಳಗಿಳಿದು ಬಂದರು.

ಸತ್ಯಳನ್ನು ನೋಡಿದಷ್ಟು ಆಕರ್ಷಣೆ ಅಧಿಕವಾಗುತಿತ್ತು. ಅವನ ಕಣ್ಣುಗಳಿಗೆ ಹೊಸ ಬೆಳಕು ಬಂದಿತ್ತು. ತನ್ನವಳಾದಂತೆ ಭಾವಿಸಿದ. ಅವನ ಹೃದಯದ ಪ್ರೀತಿ ಅವಳ ಸೌಂದರ್ಯವನ್ನು ದ್ವಿಗುಣಗೊಳಿಸಿತ್ತು.

ಇಬ್ಬರೂ ಬರೆಯಲಾರದ ಕೇಳಲಾರದ ತಿಳಿಯಲಾರದ ಮಧುರ ಯಾತನೆಯನ್ನು ಅನುಭವಿಸುತ್ತಿದ್ದರು. ಇದು ಯಾವ ಸ್ಥಿತಿಯೋ!?

"ಬುಟ್ಟಿಯೆಲ್ಲಿ" ಬರಿದಾದ ಅವಳ ಕೈಗಳ ಕಡೆ ನೋಡಿದ. ನಾಚಿ ತಲೆ ತಗ್ಗಿಸಿದಳು.

ಗೋಪಾಲಸ್ವಾಮಿಗಾಗಿ ಹೊಯ್ದ ಹೂವಿನ ಬುಟ್ಟಿ ಸಂಪಿಗೆ ಮರಗಳ ಬುಡದಲ್ಲಿಯೇ ಕೂತಿತ್ತು.

"ಎಂಥ ತಪ್ಪಾಯ್ತು!" ಆತಂಕ ಆವರಿಸಿತು.

"ಖಂಡಿತ ತಪ್ಪಲ್ಲ. ಪ್ರೇಮ ನಿವೇದನೆಯಲ್ಲಿ ಪ್ರಕೃತಿ ಮಾತೆಗೆ ಸಂದಿದೆ."

"ತಾತ ಕಾಯ್ತಾ ಇರ್ತಾರೆ"

ಅವಳು ಬೇಗ ಬೇಗ ನಡೆದಳು. ನಡಿಗೆಯ ವೇಗದ ಗತಿಯನ್ನು ತಗ್ಗಿಸಿದ. ಹೋದತ್ತಲೇ ನಿಟ್ಟಿಸಿದ.

"ಸತ್ಯ, ಯಾಕಮ್ಮ ಇಷ್ಟೊಂದು ತಡ" ನಿಂತಲ್ಲೇ ಕಲ್ಲಾದಳು. ತುಟಿಗಳು ನಡುಗಿದವು. ಏನೋ ಹೇಳಬೇಕೆಂದು ಎಷ್ಟೋ ಪ್ರಯತ್ನಿಸಿದಳು. ಬಾಯಿಂದ ಮಾತುಗಳು ಹೊರಬೀಳಲಿಲ್ಲ.

"ಅರ್ಚಕರು ಬಂದಿದ್ರಾ?" ಒಣ ಹಾಕಿದ್ದ ಉತ್ತರೀಯವನ್ನು ತೆಗೆದು ಹೆಗಲ ಮೇಲೆ ಹಾಕ್ಕೊಂಡರು.

"ಇಲ್ಲ" ಗಂಟಲು ಹಿಡಿದಂತಾಯಿತು.

"ಬಂದ್ಬಿಡ್ತೀನಿ, ಅಂದಿದ್ರು" ಒಳಗೆ ಬಂದರು.

ಮೋಹನ ಮನೆಗೆ ಬಂದಾಗ ಕೃಷ್ಣಪ್ಪನವರು ಇರಲಿಲ್ಲ. ಮನ ಹಗುರವಾಗಿ ಗಾಳಿಯಲ್ಲಿ ತೇಲುತಿತ್ತು.

"ನಿಂಗೆಷ್ಟು ಹೇಳಿದ್ರೂ, ಗುಡ್ಡಕ್ಕೆ ಹೋಗೋದು ಬಿಡಲಿಲ್ಲ" ಹಪ್ಪಳ ಒತ್ತುತ್ತಿದ್ದ ನಾಗಲಕ್ಷ್ಮಮ್ಮ ಗೊಣಗಿಕೊಂಡೇ ಮೇಲಕ್ಕೆ ಎದ್ದರು.

"ಮೂರ್ಹೊತ್ತು ಮನೆಯಲ್ಲಿ ಕೂತಿರ್ಬೇಕಾ! ಹಾಗೆ ಅಡ್ಡಾಡಿಕೊಂಡು ಬಂದ್ರೆ ತಪ್ಪೇನು?"

ಕೃಷ್ಣಪ್ಪನವರು ಹೆಂಡತಿಗೆ ಒಂದು ಕೆಲಸ ಒಪ್ಪಿಸಿ ಹೋಗಿದ್ದರು. ವಿನಾಕಾರಣ ಮಗನ ಜೊತೆ ವಾಗ್ವಾದಕ್ಕೆ ನಿಲ್ಲಲೂ ಇಷ್ಟಪಡಲಿಲ್ಲ.

"ಹೋಗ್ಲಿ ಊಟ ಮಾಡ್ಬಾ"

ಬಂದಿದ್ದವರು ಇಲ್ಲೇ ಉಳಿದಿದ್ದರು. ಅದಕ್ಕೆ ಒಂದು ಹಿನ್ನೆಲೆ ಇರಬೇಕು. ಇವನು ತಲೆ ಕೆಡಿಸಿಕೊಂಡಿರಲಿಲ್ಲ, ಅಷ್ಟೆ.

ತಟ್ಟೆಯ ಮುಂದೆ ಕೂಡುತ್ತ "ಎಲ್ಲಾರ್ದೂ ಆಯ್ತ?" ಇನ್ನೊಂದು ತಟ್ಟೆ ಹಾಕಿ ನೀರಿಟ್ಟ ಅವರು "ತಾರ ಮಾಡಿಲ್ಲ" ಆ ಮಾತಿನತ್ತ ಗಮನ ಹರಿಸಿರಲಿಲ್ಲ.

"ತಾರನ ಎಬ್ಸು" ರುಕ್ಕುಗೆ ಹೇಳಿದರು.

ಅವಳು ಎದ್ದೇ ಬರಲಿಲ್ಲ. ಕಡೆಗೆ ಇವರೇ ಹೋಗಿ ಎಬ್ಬಿಸಿಕೊಂಡು ಬಂದರು.

ಕಣ್ಣುಜ್ಜುತ್ತಲೇ ಬಂದು ತಟ್ಟೆಯ ಮುಂದೆ ಕೂತಳು.

"ಮುಖ ತೊಳ್ಕೊಂಡ್ಬಾ" ಅನ್ನದ ಪಾತ್ರೆ ಹಿಡಿದು ಬಂದ ನಾಗಲಕ್ಷ್ಮಮ್ಮ ಹೇಳಿದರು.

"ಬಡ್ಸಿ, ಅತ್ತೆ"

ಎರಡು ತುತ್ತು ತಿಂದ ಮೇಲೆ ಗೆಲುವಾದಳು. ಈಗ ಮೋಹನನನ್ನ ಗಮನಿಸಿದಳು.

"ಅರೆ... ಬಂದ್ಬಿಟ್ಟಿದ್ದಿಯಲ್ಲ, ಗುಡ್ಡದ್ಮೇಲೆ ದಿನ ಹೋಗುವಂಥ ಆಕರ್ಷಣೆ ಏನಿದೆ?"

"ಈಗ ಮೊದ್ಲು ತಟ್ಟೆಯಲ್ಲಿರೋದು ಖಾಲಿ ಮಾಡು, ಆಮೇಲೆ ಚರ್ಚೆ ಮಾಡೋಣ" ತಟ್ಟೆಯ ಕಡೆ ಗಮನ ಕೊಟ್ಟ.

ಎಂದಿಗಿಂತ ಹೆಚ್ಚಾಗಿ ಊಟ ಮಾಡಿದ. ಏನಿರಬಹುದು? ತುಟಿಗಳ ಮೇಲೆ ನಗು ಅರಳಿತು. ಸತ್ಯಳ ಮುಖ ಬಂದು ಎದುರು ನಿಂತಂತಾಯಿತು.

ಇವಳಲ್ಲಿ ಎಂಥ ಲಾವಣ್ಯ ಅಡಗಿದೆ! ನೋಡಿದಷ್ಟು ನೋಡಬೇಕೆನಿಸುವಂಥ ಸುಂದರ ರೂಪು! ಕೆನ್ನೆಗಳು ಎಷ್ಟು ನುಣುಪಾಗಿದೆ! ತುಟಿಗಳಲ್ಲಿ ಪ್ರೇಮ ಮಾಧುರ್ಯ ತುಂಬಿ ನಿಂತಿದೆ! ಸತ್ಯಳ ರೂಪವೇ ಎಲ್ಲೆಡೆ ಹರಡಿಕೊಂಡಂತೆ ಕಂಡಿತು.

"ಕನಸು ಕಾಣೋ ಹಾಗೇ ಕಾಣ್ತೀಯಲ್ಲ. ತಟ್ಟೆಯ ಮುಂದೆ ಕೂತು ಕಾಣೋ ಬದ್ಲು ಹಾಸಿಗೆಯ ಮೇಲೆ ಮಲ್ಗೀ ಕನ್ಸು ಕಾಣು" ಕೂದಲು ಹಿಡಿದು ಜಗ್ಗಿ ನೋಯಿಸಿದಳು.

ಬೇಗ ಬೇಗ ಊಟ ಮುಗಿಸಿ ಕೋಣೆಗೆ ಹೋದ. ತಂದಿದ್ದ ಪುಸ್ತಕಗಳನ್ನೆಲ್ಲ ತಡಕಿದ. ಯಾವುದು ಓದಬೇಕೆನಿಸಲಿಲ್ಲ. ಕೈಯನ್ನು ತಲೆಯ ಕೆಳಗಿರಿಸಿಕೊಂಡು ಹಾಸಿಗೆಗೆ ಒರಗಿದ.

ಪ್ರೇಮದ ತೀವ್ರತೆಯನ್ನು ಸ್ವತಃ ಅನುಭವಿಸಿದಂತಾಯಿತು.

"ಎದ್ದಿದ್ದೀಯಾ!" ಬಾಗಿಲಲ್ಲಿ ನಿಂತು ಒಳಗೆ ಇಣುಕಿದ ತಾರ "ಕನಸು ಕಾಣ್ತಾ ಇಲ್ಲ ತಾನೇ!" ಎದ್ದು ಸರಿಯಾಗಿ ಕೂತ.

"ಒಳ್ಗಡೆ ಬಾ" ಅವಳು ಆಶ್ಚರ್ಯದಿಂದ ಕಣ್ಣರಳಿಸಿದಳು.

"ಏನಪ್ಪ ವಿಶೇಷ?"

ಒಳಗೆ ಬಂದು ಅವನೆದುರಿನಲ್ಲೇ ಕೂತಳು. ಉಲ್ಲಾಸ ತುಂಬಿದ ಮುಖ ಹೆಚ್ಚು ಸುಂದರವಾಗಿ ಕಂಡಿತು. ರೆಪ್ಪೆ ಮಿಟುಕಿಸದೇ ನೋಡಿದಳು.

"ಹೌ ಹ್ಯಾಂಡ್‌ಸಮ್ ಯಂಗ್‌ಮ್ಯಾನ್" ಕಣ್ಣು ಮಿಟುಕಿಸಿದಳು.

"ನಾನು ನಿನ್ಜೊತೆ ಗುಡ್ಡಕ್ಕೆ ಬರ್ತೀನಿ" ಕಣ್ಣರಳಿಸಿದ.

"ಆ ಗುಡ್ಡದಲ್ಲಿ ಏನೋ ವಿಶೇಷವಿರ್ಬೇಕು! ಮುಖದಲ್ಲಿ ಗೆಲುವು–ನಡಿಗೆಯಲ್ಲಿ ಠೀವಿ... ಮಾತಿನಲ್ಲಿ ಗತ್ತು... ಬಗ್ಗಿ ಯಾರಾದ್ರು... ಹುಡ್ಗೀರು ಹಾರ್ಸಿಕೊಂಡ್ಹೋದಾರು... ಹುಷಾರ್" ತುಟಿಗಳ ಮೇಲೆ ಬೆರಳಿಟ್ಟುಕೊಂಡಳು.

ಮೋಹನ ಜೋರಾಗಿಯೇ ನಕ್ಕ.

"ಬರೀ ನಿದ್ದೆ ಮಾಡಿ ಸಾಕಾಗಿದೆ. ಟೈಮ್ ಪಾಸಾಗೋಲ್ಲ. ಸಿನಿಮಾ ಇಲ್ಲ, ಫ್ರೆಂಡ್ ಇಲ್ಲ. ನೀನೂ ಭದ್ರವಾಗಿ ಗುಡ್ಡನ ಹಿಡಿದಿದ್ದೀಯಾ, ಹೇಗೆ ಕಾಲ ಕಳೆಯೋದು?"

"ತ್ಚ್ಚು... ತ್ಚ್ಚು... ಬಹಳ ಕಷ್ಟ."

"ನಿಂಗೆ ಹೇಗೆ ಗೊತ್ತಾಗ್ಬೇಕೂ..." ತೊಡೆಯ ಮೇಲೆ ಛಟೀರನೆ ಒಂದು ಏಟು ಕೊಟ್ಟಳು.

ಇದೊಂದು ಅವಳಿಗೆ ಅಂಟಿದ್ದ ಕೆಟ್ಟ ಅಭ್ಯಾಸ. ಅದಕ್ಕ ಇಂಥವರು ಅನ್ನೋ ಭೇದವೇ ಇರಲಿಲ್ಲ. ಸಂತೋಷದಲ್ಲಿ ಅಮ್ಮ, ಅಪ್ಪನಿಗೆ ಬಾರಿಸಿದ್ದಳು.

"ನಿನ್ನ ಒಳಕ್ಕೆ ಬಾ ಅಂದಿದ್ದೆ ತಪ್ಪಾಯ್ತು" ತೊಡೆ ಸವರಿಕೊಂಡ.

"ಕಾರ್ಡ್ಸ್ ಆಡೋಣವಾ?" ಉತ್ಸಾಹಿತಳಾದಳು.

"ಬೇಡ"

"ಹಾಳಾಗು" ಕೋಪಿಸಿಕೊಂಡು ಎದ್ದುಹೋದಳು.

ತಂದೆಯೇ ಅವರುಗಳನ್ನ ಬಲವಂತದಿಂದ ನಿಲ್ಲಿಸಿಕೊಂಡಿದ್ದಾರೆಂದು ಅವನಿಗೆ ಮನದಟ್ಟಾಗಿತ್ತು. ಅವನನ್ನ ಊರಿನಿಂದ ದೂರ ಇಡಬೇಕೆಂಬ ಪ್ರಯತ್ನ ಮಾಡಿದಂತೆಲ್ಲ, ಇಲ್ಲೇ ಉಳಿಯುವ ಅವನ ಸಂಕಲ್ಪ ದೃಢವಾಗುತ್ತಿತ್ತು.

"ಏನಾದ್ರೂ ಹೇಳಿದ್ನಾ?" ಕೃಷ್ಣಪ್ಪನವರ ಧ್ವನಿ ಕೇಳಿಸಿತು.

"ಇಲ್ಲ..." ಅವರಿಗೆ ಸಿಟ್ಟು ಬಂದಿರಬೇಕು. ತುಸು ಗಡುಸಾಗಿ "ನೀನೇ ವಿಚಾರಿಸಬೇಕಾಗಿತ್ತು. ಅವನು ಇಲ್ಲಿಗೆ ಬರೋಕೆ ಅವಕಾಶ ಕೊಟ್ಟಿದ್ದೆ ತಪ್ಪಾಯ್ತು" ಗೊಣಗಾಡಿದವರು "ಶಾಮಣ್ಣನವ್ರ ತೋಟದವರ್ಗೂ ಹೋಗಿದ್ದಾನೆ, ಕಾಳ ಏನು ಬಿತ್ತಿದನೋ!?"

ಅವನ ಕಿವಿಗಳು ಚುರುಕಾದವು. ಮಲಗಿದವನು ಎದ್ದು ಕೂತ.

"ಇದ್ದೊಬ್ಬ ಮಗ್ನ ದೂರ ಮಾಡ್ಬೇಕಿದೆ ಅವರಿವರ ಮಾತು ಕೇಳಿ, ನನ್ನ ಮೇಲೆ ಕತ್ತಿ ಮಸೆದ್ರೆ!"

ತಂದೆಯ ಈ ಭಯಕ್ಕೆ ಪ್ರಬಲವಾದ ಕಾರಣವಿದೆಯೆನಿಸಿತು.

ರಾತ್ರಿಯವರೆಗೂ ಅದೇ ಸ್ಥಿತಿಯಲ್ಲಿ ಕಳೆದ. ಊಟ ಮಾಡಿ ಬಂದು ಜಗುಲಿ ಮೇಲೆ ಕೂತ. ಹಾಲು ಚೆಲ್ಲಿದಂತೆ ಬೆಳದಿಂಗಳು, ಸ್ವಪ್ನಲೋಕವನ್ನೆ ಸೃಷ್ಟಿಸಿತ್ತು.

"ಸಾಕಾಯಿತಮ್ಮ" ನಾಗಲಕ್ಷ್ಮಮ್ಮನವರು ಜಗುಲಿಯಲ್ಲಿ ಕೂತು ಕಂಬಕ್ಕೆ ಒರಗಿದರು. ಅತ್ತೆ ವನಜಮ್ಮ ಕೂಡ ಬಂದು ಕೂತರು. ಮಾತು ಕಡಿಮೆ, ಸದಾ ಏನಾದರೊಂದು ಕೆಲಸ ಮಾಡುವಂಥ ಹೆಣ್ಣು.

ರಾಮಕೃಷ್ಣ ಪರಮಹಂಸರಲ್ಲಿ ಅಪಾರವಾದ ಭಕ್ತಿ, ಶ್ರದ್ಧೆ. ಬಿಡುವಿನ ವೇಳೆಯನ್ನೆಲ್ಲ ಅವರ ಜೀವನಕ್ಕೆ ಸಂಬಂಧಪಟ್ಟ ಗ್ರಂಥಗಳನ್ನ ಓದುವುದರಲ್ಲೇ ಕಳೆಯುತ್ತಿದ್ದರು.

"ಹಪ್ಪಳ, ಸಂಡಿಗೆ ಮಾಡಿದ್ರಾ?"

ಹೊರಗೆ ಬಂದ ತಾರಳ ತಂದೆ ಜೋರಾಗಿ ನಕ್ಕುಬಿಟ್ಟರು. ಎಷ್ಟೋ ಸಲ ಹೆಂಡತಿಯ ಕೈಯಲ್ಲಿ ವಾದ ಹೂಡಿದ್ದರು. ಅವರೇನು ಯಾವುದನ್ನೂ ತಲೆಗೆ

ಹಚ್ಚಿಕೊಳ್ಳಲು ಹೋಗುತ್ತಿರಲಿಲ್ಲ.

"ನಿಮ್ಮತ್ತಿಗೆ ಅಂಥದ್ದೆಲ್ಲ ಮಾಡೋಕ್ಹೋಗೋಲ್ಲ. ಬೆಳ್ದ ಮಗ್ಳು ಮನೆಯಲ್ಲಿದ್ದಾಳೆ. ನಂಗಿರೋ ಧಾವಂತ ಅವ್ಳಿಗಿಲ್ಲ. ಓದಿದ್ದೇ ಓದ್ತಾಳೆ" ವ್ಯಂಗ್ಯವಿಲ್ಲದಿದ್ದರೂ, ಉದಾಸೀನ ಭಾವವಿತ್ತು.

"ಜೀವನ ಪೂರ್ತಿ ಅವರ ಜೀವನದ ಬಗ್ಗೆ ಓದಿದ್ರೂ ಅರ್ಥಮಾಡಿಕೊಳ್ಳೋದು ಕಷ್ಟ. ಸ್ವಾಮಿ ವಿವೇಕಾನಂದರು ಗುರುಗಳ ಬಗ್ಗೆ ಮಾತಾಡುತ್ತ 'ರಾಮಕೃಷ್ಣರ ಜೀವನ ವೇದವೇದಾಂತಗಳಿಗೆ ಬರೆದಿರುವ ಸಚೇತನ ಭಾಷ್ಯ' ಎಂದಿದ್ದರಂತೆ, ಅವರ ಜೀವನ ಧರ್ಮ ಸರ್ವ ತತ್ವಗಳ ಸಾರ" ಹೆಂಡತಿಯ ಕಡೆ ನೋಡಿ ನಕ್ಕು ಸುಮ್ಮನಾದರು.

ಅವರಿಗೆ ಇದೊಂದೂ ಅರ್ಥವಾಗದು. ಅರ್ಥಮಾಡಿಕೊಳ್ಳುವ ಮನಸ್ಥಿತಿಯು ಅವರದಲ್ಲ.

ಇವರ ಮಾತಿನ ಕಡೆ ಮೋಹನನಿಗೆ ಗಮನವಿಲ್ಲ. ಅವನು ಸತ್ಯಳನ್ನು ಕುರಿತೇ ಯೋಚಿಸುತ್ತಿದ್ದ. ಅವಳ ರೂಪುರೇಷೆಗಳನ್ನು ಒಂದೊಂದೇ ತೀಡಿ ಎದುರಿಗೆ ನಿಲ್ಲಿಸಿಕೊಂಡು ಆನಂದಪಡುತ್ತಿದ್ದ.

ಪ್ರೇಮ ಅವನ ಹೃದಯದಲ್ಲಿ ಆಗಲೇ ಅಂತಃಸಮರಕ್ಕೆ ಅಂಕುಶ ಸ್ಥಾಪನೆ ಮಾಡಿತ್ತು. ಹಿಂಜರಿಕೆಯುಂಟಾಗದು. ನಿಶ್ಚಲ ಸ್ಥಿತಿಗೆ ಅವನನ್ನು ಹೊಯ್ದಿತ್ತು.

* * *

ಸತ್ಯ ತಲೆಗೆ ನೀರು ಹಾಕ್ಕೊಂಡು ಬಿಸಿಲಿಗೆ ಬಂದಳು. ಮನವೊಂದು ಹೊಸ ಲೋಕ ಸೃಷ್ಟಿ ಮಾಡಿತ್ತು. ಅದರಲ್ಲಿ ವಿಹರಿಸುತ್ತಿದ್ದಳು.

"ಅಕ್ಕಯ್ಯ, ಶಾಮಣ್ಣ ತಾತ ಇದ್ದಾರ?" ಬೆನ್ನಾಗಿ ನಿಂತಿದ್ದವಳು ಹಿಂದಕ್ಕೆ ತಿರುಗಿದಳು. ಭಯದ ನೆರಳು ಮುಸುಕಿದಂತಾಯಿತು.

"ಅ್ಞಾ... ಹ್ಞೂ... ಇದ್ದಾರೆ" ತಡವರಿಸಿದಳು. ಕನಸಿಗೆ ಭಂಗ ಬಂದಂತಾಗಿತ್ತು.

ಒಳಕ್ಕೆ ಓಡಿದ. ಏನೇನೋ ಹೇಳುತ್ತಿದ್ದ. ನಿಂತಲ್ಲಿಯೇ ಕಲ್ಲಾಗಿದ್ದಳು.

"ಬರ್ತೀನಿ ನಡೀ" ಅರ್ಚಕರ ಮೊಮ್ಮಗನನ್ನು ಕಳುಹಿಸಿದರು.

ಅವರೆದೆ ದಾವಾನಿಲವಾಗಿತ್ತು. ಸತ್ಯಳ ಭವಿಷ್ಯದ ಬಗ್ಗೆ ಅವರಿಗೆ ಅಪಾರವಾದ ಆತಂಕ. ಎಲ್ಲರಂತಿದ್ದರೆ ಯೋಚಿಸುತ್ತಿರಲಿಲ್ಲ. ಜೀವನಪೂರ್ತಿ ಆ ಹುಡುಗಿ ಸಹಾನುಭೂತಿಯಿಂದಲೇ ಬದುಕಬೇಕಾ?

"ಅರ್ಚಕರ ಮನೆಯತ್ರ ಹೋಗ್ಬರ್ತೀನಿ" ಷರಟು ಹಾಕ್ಕೊಂಡು ಹೆಗಲ ಮೇಲೊಂದು ಉತ್ತರೀಯ ಹಾಕ್ಕೊಂಡು ಹೊರಟರು.

"ತಾತ..." ಹತ್ತು ಹೆಜ್ಜೆ ಮುಂದೆ ಹೋದವರು ಹಿಂದಕ್ಕೆ ಬಂದರು.

"ಯಾಕಮ್ಮ?" ಕರುಳು ಕತ್ತರಿಸಿದಂತಾಯಿತು.

"ನಂಗ್ಯಾಕೋ ಭಯ. ಇನ್ನೊಬ್ಬರಿಗೆ ಭಾರವಾಗಿ ಬದುಕೋಕೆ ಇಷ್ಟವಿಲ್ಲ."

ಹೆಗಲ ಮೇಲಿನ ಉತ್ತರೀಯದಿಂದ ಕಣ್ಣೊರಸಿಕೊಂಡರು. ಅಂದಿನ ಘಟನೆ ಜ್ಞಾಪಕ ಬಂತು. ಮುಷ್ಠಿ ಬಿಗಿಯಿತು. ಮುಖ ಕೆಂಪಾಯಿತು. ಕೊರಳಿನ ನರಗಳು ಉಬ್ಬಿದವು. ಅವರು ನಡೆಸಿದ ಸಾತ್ವಿಕ ಜೀವನ ಕೆಟ್ಟ ದಾರಿಯಲ್ಲಿ ನಡೆಯಲು ಎಂದೂ ಪ್ರೇರೇಪಿಸುತ್ತಿರಲಿಲ್ಲ.

"ಭಯ ಬೇಡ. ನೀನು ಯಾರ್ಗೂ ಭಾರವಾಗೋಲ್ಲ" ವೇದನೆಯ ಉಗುಳನ್ನು ಬಲವಂತದಿಂದ ನುಂಗಿದರು.

ಸತ್ಯಳ ನಿತ್ಯ ಕ್ರಮಗಳನ್ನು ನೋಡಿದವರು ಕುರುಡುತನ ಒಂದು ದೊಡ್ಡ ಲೋಪವೆಂದು ಒಪ್ಪಿಕೊಳ್ಳಲಾರರು. ತನ್ನೆಲ್ಲ ಕೆಲಸಗಳ ಜೊತೆ ಮನೆಗೆಲಸವನ್ನು ಸರಾಗವಾಗಿ ಮಾಡುತ್ತಿದ್ದಳು.

ಭುಜ ತಟ್ಟಿ ಹೊರಟರು.

ಎಷ್ಟೇ ಧೈರ್ಯ ತಂದುಕೊಂಡರೂ ಮನ ಸಮಾಧಾನಕ್ಕೆ ಬರಲೊಲ್ಲದು. ತೋಟ, ಹೊಲ, ಗದ್ದೆಗಳಲ್ಲಿ ಕೂಡ ಅಂತಹ ಉತ್ಪನ್ನವಿರಲಿಲ್ಲ. ಕಾಳ ಇವನ್ನೆಲ್ಲ ನೋಡಿಕೊಳ್ಳಬೇಕು. ಅವನಿಗೂ ವಯಸ್ಸಾಯ್ತು. ಅನ್ನವಿಟ್ಟ ಮನೆಯ ಧಣಿಯ ಋಣಕ್ಕಾಗಿ ದುಡಿಯುತ್ತಿದ್ದ.

"ನಮಸ್ಕಾರ" ತಲೆ ಬಗ್ಗಿಸಿಕೊಂಡು ಹೋಗುತ್ತಿದ್ದವರು ತಲೆಯೆತ್ತಿದರು. ಎದುರಿಗೆ ಶಾಸ್ತ್ರಿಗಳು ಸಮಾಧಾನವಾಗಿರಲಿಲ್ಲ.

"ಎಲ್ಲಿಗೋ ಹೊರಟಂತಿದೆ?" ಶಾಸ್ತ್ರಿಗಳ ಕಣ್ಣುಗಳಲ್ಲಿ ಕುತೂಹಲವಿತ್ತು.

"ಸ್ವಲ್ಪ ಕೆಲ್ಸವಿತ್ತು" ನಿಲ್ಲದೆ ಹೆಜ್ಜೆ ಮುಂದಕ್ಕೆ ಹಾಕಿದರು.

ಅರ್ಚಕರ ಮನೆಯ ಬಳಿಗೆ ಬರುವ ವೇಳೆಗೆ ಸುಸ್ತಾದಂತೆ ಕಾಣಿಸಿತು. ಮನ ಛಿದ್ರವಾಗಿದೆ. ಶರೀರ ದುರ್ಬಲವಾಗಿದೆ. ಇನ್ನೆಷ್ಟು ದಿನ ಈ ಬದುಕು!!

"ಬನ್ನಿ, ಬನ್ನಿ" ಅರ್ಚಕರ ಮಗ ಬಂದು ಒಳಗೆ ಕರೆದೊಯ್ದ.

ಅರ್ಚಕರದು ತುಂಬು ಸಂಸಾರ. ಅರ್ಚಕ ವೃತ್ತಿಯಿಂದಲೇ ಹೊಟ್ಟೆ ಹೊರೆದುಕೊಳ್ಳಬೇಕು. ಮಗಂದಿರು ಕೂಡ ಇದೇ ವೃತ್ತಿಯನ್ನು ಹಿಡಿದಿದ್ದರು.

"ಬರ್ಬೇಕೂ... ಬರ್ಬೇಕೂ..." ಸ್ವತಃ ಅರ್ಚಕರೇ ಎದುರುಗೊಂಡರು.

ನೆಲದ ಮೇಲೇನೆ ಕೂತರು. ಬೆಲ್ಲದ ಕಾಫಿ ಆಯಿತು. ಅರ್ಚಕರು ಮಾತಾಡಲು ಹಿಂದೂಮುಂದೂ ನೋಡುತ್ತಿದ್ದರು. ಸತ್ಯ ಸ್ಫಟಿಕದ ಮಣಿಯಂತೆ ಮುದ್ದಾದ ಹುಡುಗಿ. ತಾವು ಹುಡುಕಿಕೊಂಡು ಕರೆತಂದಿರುವ ಗಂಡು ನಾಗರಾಜ–ಕುರೂಪಿಯರ ಸಾಲಿಗೆ ಸೇರಿಸದಿದ್ದರೂ, ಅವಳಿಗೆ ತಕ್ಕವನಲ್ಲ ಅವರ ಮನಸ್ಸಿಗೂ ನೋವೇ.

"ಹೇಳಿ ಕಳಿಸಿದ್ರಿ"

"ಹೌದು, ನಾಗರಾಜ ಮತ್ತು ಸಾಕಿದ ಅತ್ತೆ, ಮಾವನ್ನ ಕರ್ಕೊಂಡು ಬಂದಿದ್ದೀನಿ,

ನಾನೇ ನೋಡಿದೆ; ಜಾತಕಾನುಕೂಲವಿದೆ"

ಶಾಮಣ್ಣನವರು ಮೆಲ್ಲಗೆ ತಲೆ ಎತ್ತಿದರು. ಕಣ್ಣುಗಳಲ್ಲಿ ಅಪಾರವಾದ ವೇದನೆ. ಅರ್ಚಕರಿಗೆ ಅರ್ಥವಾಯಿತು. ಕೈ ಹಿಡಿದು ಅಮುಕಿದರು.

"ನಂಗೆ ಗೊತ್ತು; ನಿಮ್ಮ ಸಂಕಟ. ಅದಕ್ಕೆಂತಲೇ ಈ ಸಂಬಂಧ ನೋಡಿದ್ದು. ಮದ್ವೆಯಾದ್ಮೇಲೆ ನಾಗ ಇಲ್ಲೇ ನಿಲ್ತಾನೆ." ತಲೆ ತುರಿಸಿಕೊಂಡರು.

ಸಾಕಿದ ಅತ್ತೆ, ಮಾವ ಒಂದು ಬೇಡಿಕೆಯನ್ನು ಅವರ ಮುಂದಿಟ್ಟಿದ್ದರು.

"ಅನಾಥ ಅಂತ ಮಗನಿಗಿಂತ ಹೆಚ್ಚಾಗಿ ಸಾಕಿದ್ವಿ. ವಯಸ್ಸಾದ ಕಾಲದಲ್ಲಿ ಅವ್ನು ಇಲ್ಲಿ ಉಳಿದ್ರೆ ನಮ್ಗತಿಯೇನು? ನಮ್ಮನ್ನ ಈಗ ಪೋಷಿಸಬೇಕಾದ್ದು ಅವನ ಕರ್ತವ್ಯ. ನಾವುಗಳು ಕೂಡ ಅವನ್ಜೊತೆಯಲ್ಲೇ ಉಳಿತೀವಿ."

'ಆಗಲಿ' ಎಂದು ತಲೆಯಾಡಿಸಿ ಬಂದಿದ್ದರು. ಶಾಮಣ್ಣನವರು ಕೂಡ ಒಪ್ಪಿಕೊಂಡರೆಂಬ ನಂಬಿಕೆ ಇತ್ತು. ಆದರೆ ವಿಷಯಾನ ಅವರ ಮುಂದಿಡುವುದಕ್ಕೆ ಸಂಕೋಚಿಸುತ್ತಿದ್ದರು.

"ಹುಡ್ಗನ ಜೊತೆ ಅಣ್ಣ ಅತ್ತೆ-ಮಾವ ಕೂಡ ಬಂದಿದ್ದಾರೆ." ಮತ್ತೆ ಒತ್ತಿ ಹೇಳಿದರು.

"ಆಯ್ತು" ತಲೆಯಾಡಿಸಿದರು.

"ಇನ್ನೊಂದು ವಿಷಯ..." ಸಂಕೋಚಿಸಿದರು.

"ಏಳ್ಹೇಳಿ, ಸಂಕೋಚಪಡಬೇಕಾದ್ದಿಲ್ಲ. ನನ್ನಷ್ಟೆ ಸತ್ಯಳ ಮೇಲೆ ನಿಮ್ಗೇ ಪ್ರೀತಿ ಇದೆ. ಏನು ಮಾಡಿದ್ರೂ ಅವಳ ಒಳಿತಿಗಾಗಿಯೇ ಮಾಡ್ತೀನಿ."

ಅರ್ಚಕರಿಗೆ ಧೈರ್ಯ ಬಂದಂತಾಯಿತು. ವಿಷಯವನ್ನು ಸಂಕ್ಷಿಪ್ತವಾಗಿ ವಿವರಿಸಿದರು.

"ನಾಗರಾಜನಿಗೆ ತೋಟ, ಗದ್ದೆ, ಹೊಲದಲ್ಲಿ ದುಡಿದು ಗೊತ್ತು. ಎಲ್ಲಾ ಅವ್ನೇ ನೋಡ್ಕೋತಾನೆ. ಇವರು ಇದ್ದರೆ ಸತ್ಯಳಿಗೆ ಒಂದು ಆಸರೆಯಾಗುತ್ತೆ."

ಗೊಂದಲಕ್ಕೆ ಬಿದ್ದರು. ಯೋಚಿಸುತ್ತ ಕೂತರು.

"ಒಳ್ಳೆ ಜನರ ಹಾಗೆ ಕಾಣ್ತಾರೆ. ಮಾಡ್ಕೊಂಡು, ತಿನ್ಕೊಂಡು ಇರ್ಲಿ ಬಿಡಿ."

"ನಿಮ್ಮ ಮಾತು ಒಪ್ಕೋತೀನಿ. ಸತ್ಯಾನ ಒಂದು ಮಾತು ಕೇಳ್ಬೇಕೂ. ಕಣ್ಣಿಲ್ಲದ ಮಾತ್ರಕ್ಕೆ ಎಲ್ಲಾ ರೀತಿಯಲ್ಲೂ ಉಪೇಕ್ಷಿಸುವುದು ಸರಿಯಲ್ಲ."

ಅರ್ಚಕರಿಗೆ ಸರಿಯೆನಿಸಿತು.

"ಆಯ್ತು, ಅವಳ ಒಪ್ಪಿಗೆ ತಿಳಿದೇ ಮುಂದುವರಿಯೋಣ"

ಎದ್ದು ಒಳಗೆಹೋದರು. ಆಮೇಲೆ ಮೂರು ಜನರನ್ನು ಹಿಂದಿಟ್ಟುಕೊಂಡು ಬಂದರು.

"ಇವರೇ ಶಾಮಣ್ಣನವರು" ಮೂವರೂ ಕೈ ಜೋಡಿಸಿದರು. ಶಾಮಣ್ಣನವರ ನೋಟ ಅವರಿಬ್ಬರಿಂದ ಹರಿದು ನಾಗರಾಜನ ಮೇಲೆ ನಿಂತಾಗ, ನಿಶ್ಚಲರಾದರು.

"ನಾನು ಹೇಳ್ದ ಜನ" ಎಚ್ಚರಿಸಿದರು.

"ನಮಸ್ಕಾರ" ಬಲವಂತದ ನಗುವನ್ನು ಅರಳಿಸಿದರು.

ಯಾರೂ ಮಾತಾಡಲಿಲ್ಲ. ನಾಗರಾಜನಿಗೆ ಸಾಕಿದ ಅತ್ತೆ, ಮಾವ ಏನೋ ಸನ್ನೆ ಮಾಡುತ್ತಿದ್ದರು. ಅವನು ಠೀವಿಯಿಂದ ಕೂತ.

"ವಿಷ್ಯವೆಲ್ಲ ಅರ್ಚಕರು ತಿಳಿಸಿದ್ರು. 'ಅಯ್ಯೋ' ಅನಿಸ್ತು. ಬಹಳ ಕಷ್ಟಪಟ್ಟು ನಾಗನ ಒಪ್ಪಿಸಿದ್ವಿ"

ಅವನ ಮೇಲಿನ ಹಿಡಿತವನ್ನು ಮಾತುಗಳಲ್ಲಿ ವ್ಯಕ್ತಪಡಿಸಿದರು ಸಾಕಮ್ಮ.

"ಕಣ್ಣಿಲ್ಲವೆಂದರೆ ಮುಗ್ದುಹೋಯ್ತು. ಒಂದೇ ಕಡೆ ಕೂತು ಕಾಲ ಕಳೆಯೋದೇ"

ಶಾಮಣ್ಣನವರಿಗೆ ಸಂಕಟವಾಯಿತು.

"ದಯವಿಟ್ಟು ಹಾಗೆಲ್ಲ ಹೇಳ್ಬೇಡಿ. ನಮ್ಮ ಸತ್ಯ ತುಂಬ ಚುರುಕು. ಮನೆಯ ಎಲ್ಲಾ ಕೆಲಸವು ಅವಳದೇ. ಬೇರೆಯವರ ಅನುಕಂಪ, ಕರುಣೆ ಅವಳು ಬಯಸೋಲ್ಲ."

ಅರ್ಚಕರು ಅಭಿಮಾನದಿಂದ "ಈ ಮಾತುಗಳು ನೂರರಷ್ಟು ಸತ್ಯ. ದಿನ ಒಬ್ಳೇ ಗುಡ್ಡದ ಮೇಲಿನ ದೇವಸ್ಥಾನಕ್ಕೆ ಬರ್ತಾಳೆ. ಎಷ್ಟು ಚೆನ್ನಾಗಿ ಮಾಲೆಗಳನ್ನು ಕಟ್ತಾಳೆ. ಬೇರೆ ದೃಷ್ಟಿಹೀನರ ಜೊತೆ ನಮ್ಮ ಹುಡ್ಗೀನ ಸೇರಿಸ್ಬೇಡಿ."

ಸಾಕಮ್ಮ ಕಿಸಕ್ಕನೆ ನಕ್ಕಳು.

ಇಬ್ಬರು ಪೆಚ್ಚಾದರು. ಮುಖ ಮುಖ ನೋಡಿಕೊಂಡರು.

"ಸಂಜೆ ಹುಡ್ಗೀನ ನೋಡ್ದ ಮೇಲೆ ಮುಂದಿನ ವಿಷ್ಯ."

ಮೇಲಕ್ಕೆದ್ದ ಶಾಮಣ್ಣನವರು ನಾಗರಾಜನ ಕಡೆ ದೃಷ್ಟಿ ಹರಿಸಿದರು. ಇದ್ದಲಿನಂಥ ಕಪ್ಪು ಬಣ್ಣ, ಹುಬ್ಬಾದ ಹಲ್ಲುಗಳು, ಮುಂದೆ ಬೋಳು, ಹಿಂದೆ ದೊಡ್ಡ ನಿಂಬೆ ಗಾತ್ರದ ಜುಟ್ಟು, ಕಿವಿಯಲ್ಲಿ ಎಣ್ಣೆ ಇಳಿದ ಕೆಂಪು ಕಲ್ಲಿನ ಥಳಕು. ದಷ್ಟಪುಷ್ಟರಾಗಿಯೂ ಇರಲಿಲ್ಲ; ಒಣಗಿದ ಕಡ್ಡಿಯಂತಿದ್ದ.

"ಬರ್ತೀನಿ" ಹೆಗಲ ಮೇಲಿನ ಉತ್ತರೀಯ ಸರಿಮಾಡಿಕೊಂಡರು.

"ನಾನು ಈಗ ಹೊರಟೆ, ಗುಡ್ಡಕ್ಕೆ"

ಅರ್ಚಕರು ಮಡಿಯುಡಲು ಒಳಗೆಹೋದರು. ಶಾಮಣ್ಣನವರು ಮನೆಯ ಕಡೆ ಹೆಜ್ಜೆ ಹಾಕಿದರು. ಮನದಲ್ಲಿ ದೊಡ್ಡ ಆಂದೋಲನವೇ ಎದ್ದಿತ್ತು. ಕಣ್ಣಿಲ್ಲದ ಲೋಪಕ್ಕಾಗಿ ಬಂಗಾರದಂಥ ಹುಡುಗಿಯನ್ನು ನಾಗರಾಜನಿಗೆ ಕೊಡುವುದೇ??

"ಏನ್ಮಾಡ್ತೀಯಾ...? ಏನ್ಮಾಡ್ತೀಯಾ...? ಏನ್ಮಾಡ್ತೀಯಾ...?" ಮನ ಸವಾಲು ಹಾಕಿ ನಿಂತಂತಾಯಿತು.

ಸತ್ಯಳನ್ನು ಯಾರು ಮನೆ ತುಂಬಿಸಿಕೊಳ್ಳಬಹುದು? ಕರುಣೆಯಿಂದ ಮದುವೆ ಯಾದರೆ, ಅವಳು ಸುಖವಾಗಿರಲು ಸಾಧ್ಯವೇ ಇಲ್ಲ... ಇಲ್ಲ... ಇದಕ್ಕೆ ಪರಿಹಾರ ಹೇಗೆ ಸಾಧ್ಯ? ತಲೆ ಸಿಡಿದು ಹೋದಂತಾಯಿತು.

ಈ ಹೊಯ್ದಾಟದಲ್ಲಿ ಮನೆಯ ಬಳಿ ಬಂದದ್ದೇ ಅವರಿಗೆ ಅರಿವಾಗಲಿಲ್ಲ.

"ತಾತ, ನಾನು ಗುಡ್ಡಕ್ಕೆ ಹೋಗಿ ಬರ್ಲಾ..." ತಟ್ಟನೆ ತಿರುಗಿದರು. ಮೊಮ್ಮಗಳನ್ನೇ ನೋಡಿದರು. ಎಂತಹ... ಸುಂದರ ರೂಪ! ಹಲ್ಮುಡಿ ಕಚ್ಚೆ ಉತ್ತರೀಯದಿಂದ ಮುಖದ ಮೇಲಿನ ಬೆವರನ್ನು ತೊಡೆದುಕೊಂಡರು.

"ನಾನು ಬರ್ತೀನಿ. ಜೊತೆಯಾಗೇ ಹೋಗೋಣ" ಬೆಳಕಿಲ್ಲದ ಕಣ್ಣುಗಳು ವಿಸ್ಮಯ ಪ್ರಕಟಿಸಿದವು.

ತಾತ ಮೊಮ್ಮಗಳು ಮೌನವಾಗಿ ಗುಡ್ಡದ ಬುಡ ಸೇರಿದರು. ಬಿಸಿಲಿನ ಪ್ರಖರತೆ ಏರುತಿತ್ತು.

"ತಾತ, ತುಂಬ ಬಿಸಿಲು..."

"ಪರ್‍ವಾಗಿಲ್ಲ, ಈ ಶರೀರ, ಮನಸ್ಸು ಏನೆಲ್ಲ ತಾಳಿಕೊಂಡಿದೆ. ಮುಂದು ಕೂಡ- ತಾಳಿಕೊಳ್ಳಬಲ್ಲದು" ಮಾತುಗಳು ಒಗಟಿನಂತಿತ್ತು.

ಮೆಟ್ಟಲು ಹತ್ತಿದಾಗ, ನಿಜವಾಗಿಯೂ ಶಾಮಣ್ಣನವರು ಬಳಲಿಬಿಟ್ಟಿದ್ದರು. ಯೌವನದ ದಿನಗಳಲ್ಲಿ ದಿನಕ್ಕೆ ಲೆಕ್ಕವಿಲ್ಲದಷ್ಟು ಸಲ ಹತ್ತಿ ಇಳಿಯುತ್ತಿದ್ದರು.

"ತಾತ, ತುಂಬ ಬಳಲಿಬಿಟ್ರಿ" ಕಣ್ಣಗಲಿಸಿದರು. ಕೆಲವೊಮ್ಮೆ ಆಶ್ಚರ್ಯಪಡುತ್ತಿದ್ದರು. ಬೇರೆಯವರಿಗಿಂತ ಅವಳ ಬುದ್ಧಿಶಕ್ತಿ, ವಿಚಾರಶಕ್ತಿ ತೀಕ್ಷ್ಣವಾಗಿದೆಯೆಂದು ಎಂದೋ ಅರಿತಿದ್ದರು.

ಪ್ರೀತಿಯಿಂದ ತಲೆ ಸವರಿದರು.

ಸಂಪಿಗೆಯ ಮರಕ್ಕೆ ಒರಗಿ ನಿಂತಿದ್ದ ಮೋಹನನಿಗೆ ತಾತ, ಮೊಮ್ಮಗಳು ಕಾಣಿಸಿದರು. ನಿರಾಶೆಯಾಯಿತು; ನಿಧಾನವಾಗಿ ಇಳಿದು ಬಂದ.

"ತಾತ, ನನ್ನಿಂದ ನಿಮ್ಗೆ ತುಂಬ ಕಷ್ಟ ಅಲ್ವಾ!" ಮೆಟ್ಟಿಬಿದ್ದರು.

"ಖಂಡಿತ ಇಲ್ಲಮ್ಮ" ಕರುಳು ಕತ್ತರಿಸಿದಂತಾಯಿತು.

ದೇವಸ್ಥಾನದ ಅಂಗಳಕ್ಕೆ ಬಂದು ಕೂತರು. ಅರ್ಚಕರು ಇನ್ನೂ ಬಂದಿರಲಿಲ್ಲ.

"ನಾನು ಎಲ್ಲೋ ದೊಡ್ಡ ತಪ್ಪು ಮಾಡಿರ್ಬೇಕೂ... ಅದಕ್ಕೆ ದೇವ್ರು ನಂಗೆ ಈ ಶಿಕ್ಷೆ ಕೊಟ್ಟಿದ್ದಾನೆ" ಬಿಕ್ಕಿ ಬಿಕ್ಕಿ ಅತ್ತೆಬಿಟ್ಟಳು.

"ದೇವ್ರು ನಿನ್ನ ಕಣ್ಣುಗಳ್ನ ಕಿತ್ತುಕೊಳ್ಳಲಿಲ್ಲಮ್ಮ. ಹಾ..." ನೆನಪು ನೋಯಿಸಿತು.

"ಆ ಕೃಷ್ಣಪ್ಪ" ಎದೆ ಹಿಡಿದುಕೊಂಡರು.

"ಪಾಪಿ, ನನ್ನ ಸಂಸಾರಾನ ಹಾಳುಮಾಡಿಬಿಟ್ಟ" ಮಸುಕು ಮಸುಕಾಗಿದ್ದ ಸತ್ಯ ಹೊರಬಿತ್ತು.

ಸತ್ಯಳಿಗೆ ತಾನು ಚಿಕ್ಕಂದಿನಲ್ಲಿ ನೋಡಿದ ಹೂ, ಹಸು, ಕರು, ಅಮ್ಮ ಅಪ್ಪನ ನೆನಪು ಇತ್ತು. ಅವೆಲ್ಲ ಎಲ್ಲಿಯೋ ಹುದುಗಿಹೋಗಿತ್ತು.

ಶಾಮಣ್ಣನವರು ಉದ್ವೇಗಗೊಂಡಿದ್ದರು.

"ಆ ಪಾಪಿ ನನ್ನ ವಂಶಾನ ನಾಶಮಾಡಬೇಕೂಂತ ಮಧ್ಯರಾತ್ರಿಯಲ್ಲಿ ಮನೆಗೆ ಬೆಂಕಿ ಹಚ್ಚಿಸಿಬಿಟ್ಟ. ಆ ದೃಶ್ಯ ನೆನಸಿಕೊಂಡರೇ..." ಹಣೆಹಣೆ ಚಚ್ಚಿಕೊಂಡರು.

"ಎಲ್ಲರೂ ಅದರಲ್ಲಿ ಸುಟ್ಟುಹೋದ್ರು. ನಿನ್ನ ತಮ್ಮ ಹರೀನಾ, ನಿನ್ನ ಹೊರಗೆ ಎಳೆದು ತರುತ್ತಿದ್ದೆ. ನನ್ನ ಕೈಯಲ್ಲಿದ್ದ ಒಂದೂವರೆ ವರ್ಷದ ಹರೀನ ಕಿತ್ಕೊಂಡ್ರು– ನೀನು ಕಿಟಾರನೆ ಚೀರಿಕಣ್ಣುಗಳು ಮುಚ್ಕೊಂಡೆ. ಮಗುನ ಬೆಂಕಿಯೊಳಕ್ಕೆ ಎಸೆದ್ರು. ಕಣ್ಣಾರೆ ನೋಡ್ದ ಈ ಕಣ್ಣುಗಳು ಹಿಂಗಿಹೋಗಲಿಲ್ಲ. ಬೀದಿಯಲ್ಲಿ ನಿಂತ ನನ್ನ ಅಳಲನ್ನು ಯಾರೂ ಕೇಳಲಿಲ್ಲ. ಕೇಳಿದ್ರೂ ಮೂಕರಾಗಿದ್ದರು. ಈ ಊರಿನಲ್ಲಿ ಅವನ ಕೆಟ್ಟತನಕ್ಕೆ ಸವಾಲೊಡ್ಡಿ, ಬಡವರಿಗೆ ಸಹಾಯ ಮಾಡುತ್ತಿದ್ದ. ನನ್ನ ರೆಕ್ಕೆಪುಕ್ಕಗಳನ್ನೆ ಕತ್ತರಿಸಿಬಿಟ್ಟ. ನಾನು ಇನ್ನ ಬದುಕಿದ್ದೀನಿ. ನಿನಗಾಗಿ... ಮಗು" ತಬ್ಬಿಕೊಂಡು ಅತ್ತೆಬಿಟ್ಟರು.

"ಅಂದು ಮುಚ್ಚಿದ ಕಣ್ಣುಗಳು ನೀನು ತಿಂಗಳು ಕಳೆದರೂ ತೆಗೆಯಲಿಲ್ಲ. ಆಮೇಲೆ ಏನೇನೋ ಮಾಡಿದ್ದೆ. ಕಣ್ಣುಗಳೇನೋ ತೆಗ್ದೆ. ಕುರುಡಿಯಾಗ್ಬಿಟ್ಟಿದ್ದೆ."

ದೇವಾಲಯ, ಅಂಗಳ, ಪ್ರತಿಕಲ್ಲುಗಳು ಈ ಕತೆಯನ್ನು ಕೇಳಿ ರೋದಿಸಿದಂತೆ ಭಾಸವಾಯಿತು.

"ಶ್ರೀಮಂತ ಕುಳ, ಚಾಣಾಕ್ಷ–ಬಚಾಯಿಸಿಕೊಂಡು ಬಾಳ್ತಾ ಇದ್ದಾನೆ. ಆದರೇನು ಅವನೇನು ನೆಮ್ಮದಿಯಾಗಿಲ್ಲ. ನನ್ನೆದೆಯ ತಾಪ ಎಂದು ಅವ್ನ ಮಕ್ಳಿಗೆ ತಟ್ಟುತ್ತೇ ಅನ್ನೊ ಭಯವಿದೆ. ಮಗನನ್ನ ಈ ಊರಿಂದ ದೂರದಲ್ಲಿರಿಸಿದ್ದ."

"ಅರ್ಚಕರು ಬಂದರು" ಕಣ್ಣೊರೆಸಿಕೊಂಡು ಮೇಲಕ್ಕೆದ್ದಳು.

ಮೋಹನ ನಿಂತ ಕಡೆ ಕಲ್ಲಾಗಿದ್ದ. ಅವನ ಪ್ರಶ್ನೆಗಳಿಗೆಲ್ಲ ಶಾಮಣ್ಣನವರ ಕತೆ ಉತ್ತರ ಹೇಳಿತ್ತು. ತಂದೆ ಈಗ ರಾಕ್ಷಸ ಹೃದಯ ಹೊತ್ತ ಮನುಷ್ಯನೆನಿಸಿದ್ದ.

ಗುಡ್ಡದ ಮೇಲಕ್ಕೆ ಹೊರಟುಬಿಟ್ಟ. ನೆಮ್ಮದಿ ಇಲ್ಲವಾಯಿತು. ಕೂತ ಜಾಗದಲ್ಲಿ ಕೂಡದೇ ಇಡೀ ಗುಡ್ಡದಲ್ಲೆಲ್ಲ ಅಲೆದಾಡಿದ.

"ಬುದ್ಧೋರೇ..." ಮೆಲ್ಲಗೆ ತಲೆ ಎತ್ತಿದ. ಶುಭ್ರ ಆಕಾಶದಲ್ಲಿ ಅಲ್ಲಲ್ಲಿ ನಕ್ಷತ್ರಗಳು ಮಿನುಗುತ್ತಿದ್ದವು. ಪೂರ್ತಿಯಾಗಿ ಕತ್ತಲು ಆವರಿಸಿತ್ತು.

"ಮನ್ಗೇ ಹೋಗಾನ ಬರ್ರಿ"

ನಿಧಾನವಾಗಿ ಮೇಲಕ್ಕೆದ್ದ. ಕೆಂಪ ಮುಂದೆ ಮುಂದೆ ನಡೆದ. ಕಾಲು ವಾಡಿಕೆಯಂತೆ ನಡೆಯುತ್ತಿದ್ದವು. ಎರಡು ಕಡೆ ಮುಗ್ಗರಿಸುವವನಿದ್ದ. ಕೆಂಪ ಹಿಡಿದು ನಿಲ್ಲಿಸಿದ.

"ಅಮ್ಮಣ್ಣಿಯೋರು ಊಟ ಬಿಟ್ಟು ಕುಂತವ್ರೆ. ಇಡೀ ಗುಡ್ಡಾನೇ ಜಾಲ್ಸಿ ಹಾಕ್ಬಿಟ್ವೆ."

ಮೂಕನಾಗಿದ್ದ. ಕೆಂಪ ಮಾತಾಡಿಸಲು ಎಷ್ಟೋ ಪ್ರಯತ್ನಿಸಿದ. ಅವನು ತುಟಿ

ಎರಡು ಮಾಡಲಿಲ್ಲ.

'ಗಾಳಿ ಏನಾದ್ರೂ ಬಡಿದೈತಾ?!' ಅವನ ಕಲ್ಲಿನಂಥ ಹೃದಯದಲ್ಲೂ ಭಯ ಇಣುಕಿತು.

ಕೃಷ್ಣಪ್ಪನವರ ಮನೆಯ ಮುಂದೆ ಹತ್ತಾರು ಜನ ಸೇರಿದ್ದರು. ಇವನನ್ನು ನೋಡಿದಕೂಡಲೇ 'ಬುದ್ಧಿಯೋರು ಬಂದ್ರು' ಹಿಂದಕ್ಕೆ ಸರಿದು ದಾರಿಬಿಟ್ಟರು. ಮೌನವಾಗಿ ಒಳಕ್ಕೆ ನಡೆದ.

"ಎಲ್ಲಿ ಹೋಗಿದ್ಯೋ?" ನಾಗಲಕ್ಷ್ಮಮ್ಮ ಗಳಗಳನೆ ಅತ್ತುಬಿಟ್ಟರು.

ಕೃಷ್ಣಪ್ಪನವರು ಎಲ್ಲರನ್ನು ಹೊರಗೆ ಕಳಿಸಿ ಒಳಕ್ಕೆಬಂದರು. ಅವರ ಉಕ್ಕಿನಂಥ ಗುಂಡಿಗೆಯು ಅದುರಿ ಬಿಟ್ಟಿತ್ತು. ಅವರಿಗೆ ಮೋಹನನ ಮೇಲೆ ಅಪಾರವಾದ ಪ್ರೀತಿ. ಈ ವಂಶಕ್ಕೆ ಏಕೈಕ ಗಂಡು ಸಂತಾನ. ಅಪಾರ ಆಸ್ತಿ ಅವನಿಗೆ ಸೇರಬೇಕಾದ್ದು.

"ಎಲ್ಲಾದ್ರೂ ಹೊರಟರೆ, ಹೇಳಿ ಹೋಗೋದು ಬೇಡ್ವಾ!" ಹಿಂದಿರುಗಿ ತಂದೆಯ ಕಡೆ ನೋಡಿದ. ಕಣ್ಣುಗಳು ಕೆಂಡಗಳನ್ನು ಉಗುಳುತ್ತಿದ್ದವು. ರೋಷದಿಂದ ಮುಖವನ್ನು ಬೇರೆಡೆ ತಿರುಗಿಸಿಕೊಂಡ.

ಅವರಿಗೆ ಗಾಬರಿಯಾಯಿತು. ತೋರಿಸಿಕೊಳ್ಳದೆ "ಮೊದ್ಲು ಕೈಕಾಲು ತೊಳ್ದು ಊಟ ಮಾಡು" ಹೊರಗಿನ ಜಗುಲಿಯ ಮೇಲೆ ಹೋಗಿ ಕೂತರು.

"ಮಾವ, ನಾವು ನಾಳೇನಾದ್ರೂ ಊರಿಗೆ ಹೋಗ್ತೀವಿ" ಬೇಸತ್ತು ಹೋದ ತಾರ ರಾಗ ಎಳೆದಳು.

ಮೋಹನನಿಗಾಗಿ ಹುಡುಕಾಡಿದ್ದು ಅವಳಿಗೆ ಆಶ್ಚರ್ಯವಾಗಿ ಕಂಡಿತ್ತು. ಎಷ್ಟೋ ಸಲ ಗೆಳತಿಯರೊಂದಿಗೆ ಹೋದ ಅವಳೇ ಸೆಕೆಂಡ್ ಷೋ ಸಿನಿಮಾ ನೋಡಿ ಮನೆಗೆ ಮರಳುತ್ತಿದ್ದಳು. ಅಂಥದ್ದರಲ್ಲಿ ಮೋಹನನಂಥ ಯುವಕನಿಗಾಗಿ ಹುಡುಕಾಡಬೇಕೆ?

"ಆಯ್ತು, ನಾಳೆ ಹೋಗ್ಬಿಡಿ."

ಕೃಷ್ಣಪ್ಪನವರ ತಲೆ ಬಿಸಿಯಾಗಿತ್ತು. ಮೋಹನನಂತೂ ಕೆಲಸಕ್ಕೆ ಹೋಗೋಕೆ ಒಪ್ಪಿಕೊಂಡಿರಲಿಲ್ಲ.

"ಎಲ್ಲಾ ತಮಾಷೆಯಾಗಿ ಕಾಣುತ್ತೆ. ಮೋಹನ ಚಿಕ್ಕ ಹುಡ್ಗಾನ! ಅಷ್ಟೊಂದು ಹುಡುಕಾಡಿಬಿಟ್ರಿ!!" ನಗುತ್ತಲೇ ಕೇಳಿದಳು. ತಂದೆ ಕಣ್ಣು ಕೆಂಪಗೆ ಮಾಡಿ ಅವಳ ಬಾಯಿ ಮುಚ್ಚಿಸಿದರು.

ಮೂತಿ ಉದ್ದ ಮಾಡಿಕೊಂಡು ಎದ್ದು ಒಳಗೆ ಹೋದಳು. ಇಲ್ಲಿಗೆ ಬಂದ ಮೇಲೆ ಎಲ್ಲಾ ಗೋಜಲುಗೋಜಲಾಗಿ ಕಾಣಿಸಿತು.

ಮೋಹನ ಊಟ ಮುಗಿಸಿ ಕೋಣೆಗೆ ಬರುವುದನ್ನೇ ಕಾದು ಕೂತಳು.

"ಎಲ್ಲಿಗೆ ಹೋಗಿದ್ದೆ?" ಕೈಯಲ್ಲಿದ್ದ ಟವಲನ್ನು ಮಂಚದ ಮೇಲೆ ಎಸೆದು "ಗುಡ್ಡದ ಮೇಲಕ್ಕೆ" ಎಂದ.

"ಅಲ್ಲಿ ಮೋಹಿನಿ ಇರ್ಬೇಕೂ ಅದು ನಿನ್ನ ಹಿಡಕೊಂಡಿದೆ" ಅವುಗಳಲ್ಲಿ ಅವಳಿಗೆ ನಂಬಿಕೆ ಇಲ್ಲ. ತಮಾಷೆಗಾಗಿ ಹೇಳಿದ್ದಳಷ್ಟೆ.

"ತರಲೆ ಮಾತು" ಸಿಟ್ಟಿನಿಂದ ನುಡಿದ.

"ನಾನಲ್ಲ, ಅವರಿವರು ಆಡಿಕೊಂಡಿದ್ದಷ್ಟೆ ನಾಳೆ ಊರಿಗೆ ಹೋಗ್ಬಿಡ್ಬೇಕೂಂತ ತೀರ್ಮಾನ ಮಾಡಿದ್ದೀನಿ. ನೀನು ಯಾವಾಗ ಬರ್ತೀ"

"ಅಗತ್ಯ ಬಿದ್ದಾಗ, ಬರಬೇಕೆನ್ನಿಸಿದಾಗ ಬರ್ತೀನಿ" ತೆಪ್ಪಗಾದರು.

ಗದ್ದಕ್ಕೆ ಕೈಯಾನಿಸಿ ಯೋಚಿಸಿದಳು. ಇಲ್ಲಿನ ಜೀವನ ತೀರಾ ನೀರಸವೆನಿಸಿತು. ಅಂಥದ್ದರಲ್ಲಿ 'ಈ ಪುಣ್ಯಾತ್ಮನಿಗೆ ಇಲ್ಲೇ ಉಳಿಯುವ ಛಲವೇಕೆ?'

ಎದ್ದು ಹೊರಗೆಹೋದಳು.

ನಿದ್ದೆ ಇಲ್ಲದೇ ಮೋಹನ ಹಾಸಿಗೆಯ ಮೇಲೆ ಹೊರಳಾಡಿದ. ಬಹಳ ಅನ್ಯಾಯವೆಸಗಿಬಿಟ್ಟಿದ್ದಾರೆ. ಹೇಗೆ ನ್ಯಾಯ ದೊರಕಿಸಿಕೊಡುವುದು? ಸಹಾನುಭೂತಿಗಾಗಿ ಅವಳನ್ನು ಮದುವೆಯಾಗಲು ಸಿದ್ಧವಿಲ್ಲ. ಮನಃಸಾಕ್ಷಿಯಾಗಿ ಅವಳನ್ನು ಪ್ರೀತಿಸುತ್ತೇನೆ.

ಈ ಮನೆಯೇ ಎದ್ದು ಗಾಳಿಯಲ್ಲಿ ತೇಲಾಡಿದಂತಾಯಿತು. ಕಣ್ಣೀರು ಸುರಿಸುತ್ತ ನಿಂತ ದೀನದಲಿತರು ಕೇಕೆ ಹಾಕಿ ನಕ್ಕಂತಾಯಿತು. ತಿಜೋರಿಯಲ್ಲಿರುವ ಒಡವೆಗಳು, ನೋಟಿನ ಕಟ್ಟುಗಳು ಹೊರಗೆ ಬಂದು ನರ್ತನ ಮಾಡಿದಂತಾಯಿತು.

* * *

ಶಾಮಣ್ಣನವರು ಗೋಡೆಗೊರಗಿ ಕಣ್ಣು ಮುಚ್ಚಿದ್ದರು. ಸ್ಪಷ್ಟ ಅಸ್ಪಷ್ಟಗಳ ನಡುವೆ ಹೆಣಗಾಟ. ತಲೆಯನ್ನು ಎರಡು ಕೈಯಲ್ಲೂ ಬಿಗಿಯಾಗಿಡಿದು ಕೊಂಡರು.

"ತಾತಾ ಹೇಳಿಕಳಿಸಿದ್ರು" ಅರ್ಚಕರ ಮೊಮ್ಮಗ ಸುದ್ದಿ ಮುಟ್ಟಿಸಿ ಓಡಿದ.

"ಸತ್ಯ ಮುಖ ತೊಳ್ದು ಹೆರಳು ಹಾಕ್ಕೊಂಡು, ಬೇರೆ ಸೀರೆಯುಟ್ಕೋ"

ಸತ್ಯಳಿಗೆ ನಗುಬಂತು. ಎದ್ದುಹೋಗಿ ಮುಖ ತೊಳೆದು ಬಂದಳು. ಯಾರ ಸಹಾಯವು ಇಲ್ಲದೆ ಎಲ್ಲಾ ಕೆಲಸಗಳನ್ನು ಮಾಡುವುದನ್ನು ಅಭ್ಯಾಸ ಮಾಡಿಕೊಂಡಿದ್ದಳು.

ಮುಖವೊರೆಸಿ, ಹಣೆಗೆ ದುಂಡಗೆ ಕುಂಕುಮ ಹಚ್ಚಿಕೊಂಡಳು. ಜ್ಞಾನೇಂದ್ರಿಯಗಳ ಮೂಲಕ ತಮ್ಮ ಕೆಲಸಗಳನ್ನು ಸಮರ್ಪಕವಾಗಿ ನಿರ್ವಹಿಸುವುದು ಸುಲಭ. ಕುರುಡರಿಗೆ ಇದೊಂದು ಕೊಡುಗೆ.

ಗೊಜ್ಜವಲಕ್ಕಿಗೆ ಶಾಮಣ್ಣನವರು ಒಗ್ಗರಣೆ ಹಾಕುತ್ತಿದ್ದರು. ಘಮಘಮ ವಾಸನೆ ಮನೆಯನ್ನೆಲ್ಲ ಸುತ್ತಿಕೊಂಡಿತ್ತು.

"ತಾತ, ನಾನು ಮಾಡ್ತೀನಿ, ಬನ್ನಿ" ಅಡುಗೆಯ ಮನೆಯೊಳಕ್ಕೆ ನುಗ್ಗಿದಳು. ಬಹಳ ಇಕ್ಕಟ್ಟಾಗಿತ್ತು. ಗಾಳಿ, ಬೆಳಕುಗಳ ಅಭಾವ ಜಾಸ್ತಿ.

"ಎಲ್ಲಾ ಆಯ್ತು. ಬೇಡ ನಡೀ" ಮೊಮ್ಮಗಳನ್ನು ಬಲವಂತದಿಂದ ಹೊರಗೆ

ಕಳಿಸಿದರು.

ಡಬರಿ ಇಳಿಸಿಟ್ಟು, ಕಾಫಿ ಕಾಯಿಸಿಟ್ಟು ಹೊರಗೆ ಬಂದರು.

"ಬಂದ್ರೂಂತ ಕಾಣಿಸುತ್ತೆ" ಶಾಮಣ್ಣನವರು ಹೊರಗಡೆ ಹೋದರು.

ಮೈತುಂಬ ಸೆರಗೊದ್ದು ಹಿತ್ತಲಲ್ಲಿ ಹೋಗಿ ನಿಂತಳು 'ಸತ್ಯ' ಮೋಹನನ ಕೊರಳಿನಿಂದ ಬರುವ ಮಧುರ ಇಂಚರ. ಅಂಗೈಯನ್ನು ಬಿಡಿಸಿ ನೋಡಿಕೊಂಡಳು. ಬಾಹ್ಯ ಜಗತ್ತು ಅವಳಿಂದ ದೂರವಾಗಿದ್ದರೂ ಅಂತಃಜಗತ್ತು ತೆರೆದುಕೊಂಡಿತ್ತು.

ಬಳೆಯ ಸದ್ದಿನಿಂದಲೇ ಅರ್ಚಕರ ಹೆಂಡತಿಯ ಬರುವನ್ನು ಅರಿತುಕೊಂಡಳು.

"ಬಾಮ್ಮ..." ಅವರಿಗೆ ತೆಕ್ಕೆ ಬಿದ್ದು ಅಳಬೇಕೆನಿಸಿತು. ದುರ್ಬಲತೆಯನ್ನು ಹತ್ತಿಕ್ಕಿದಳು.

"ನಿನ್ನ ಪುಣ್ಯ ದೊಡ್ಡದು. ಹುಡುಗ ಒಪ್ಪಿಕೊಳ್ಳೋ ಸ್ಥಿತಿಯಲ್ಲಿದ್ದಾನೆ."

ಅವರ ಸಹಾನುಭೂತಿ ಚುಚ್ಚಿ ನೋಯಿಸಿತು. ಈ ಸಹಾನುಭೂತಿಯೇ ಅವರನ್ನು ಕೊಲ್ಲುತ್ತದೆಯೆಂದು ಇವರಿಗ್ಯಾಕೆ ಗೊತ್ತಿಲ್ಲ? ಒಂದು ಅಂಗವಿಕಲವಾದರೆ ಅಷ್ಟೊಂದು ಅನುಕಂಪಕ್ಕೆ ಪಾತ್ರರೇ! ಅವರು ಕೂಡ ಸ್ವಾವಲಂಬನೆ ಬಯಸುತ್ತಾರೆಂದು ಇವರುಗಳೇಕೆ ತಿಳಿಯುವುದಿಲ್ಲ.

"ಈ ಕಡೆ ಬಾ" ಕೈಹಿಡಿಯಲು ಮುಂದಾದರು.

"ಯಾರ ಸಹಾಯ ಇಲ್ದೆ ಓಡಾಡಬಲ್ಲೆ" ಕಣ್ಣರಳಿಸಿದರು. ಅಪರೂಪಕ್ಕೊಮ್ಮೆ ನೋಡುವ ಸತ್ಯಳ ಬಗ್ಗೆ ಅವರಿಗೇನು ಗೊತ್ತು?

ಬಂದವಳೇ ತಾತನ ಪಕ್ಕ ಗೋಡೆಗೊರಗಿ ಕೂತಳು. ಕಣ್ಣಿನಿಂದ ನೋಡಿ ತಿಳಿಯಲಾಗದ ವಿಷಯವನ್ನು ಸ್ಪರ್ಶಜ್ಞಾನದಿಂದ ತಿಳಿಯಬಲ್ಲವಳಾಗಿದ್ದಳು.

ಹುಡುಗಿಯನ್ನು ನೋಡಿದಕೂಡಲೇ ನಾಗರಾಜನ ಬಾಯಲ್ಲಿ ನೀರೂರಿತು. 'ಅವಳಿಗೆ ಹೇಗೂ ಕಣ್ಣಿಲ್ಲ. ನನ್ನ ಕುರೂಪ ಕಾಣೋಲ್ಲ. ಗತ್ತಿನಿಂದ ಆಡಿಸಬಹುದು' ಮೆಲುಕು ಹಾಕಿದ.

"ಹೆಸರೇನಮ್ಮ?" ಸಾಕಮ್ಮ ತನ್ನ ಕೀರಲು ಗಂಟಲಿನಿಂದ ಪ್ರಶ್ನಿಸಿದರು.

ಈ ಜನ್ಮದಲ್ಲಿ ನಾಗರಾಜನಿಗೆ ಯಾರಾದರೂ ಹೆಣ್ಣು ಕೊಡುವರೆಂಬ ನಂಬಿಕೆ ಇರಲಿಲ್ಲ. ವಿದ್ಯೆ, ಬುದ್ಧಿ ಇಲ್ಲ ರೂಪ ಮೊದಲೇ ಇಲ್ಲ. ಈಗ ಅದೃಷ್ಟ ಕೂಡಿ ಬಂದಿತ್ತು.

"ಸತ್ಯಭಾಮ..." ಮಧುರ ಕಂಠ ಉಲಿಯಿತು.

"ಹೆಸರು ಚೆನ್ನಾಗಿದೆ" ಸಾಕಮ್ಮ ಗಂಡನ ಕಡೆ ನೋಡಿದರು. ಆತ ಗೋಣಾಡಿಸಿದ.

"ಹೆಸರೇನು? ನಮ್ಮ ಹುಡ್ಗಿ ಕೂಡ ಚಿನ್ನದ ಪ್ರತಿಮೆನೆ" ಅರ್ಚಕರು ತುಂಬು ಮನಸ್ಸಿನಿಂದ ಹೇಳಿದರು.

ಏನೋ ಒಂದು ಪ್ರಯತ್ನ ಅಂತ ಮಾಡಿದ್ದರು. ನಾಗರಾಜನನ್ನು ನೋಡಿದ ಮೇಲೆ 'ಸರಿಯಲ್ಲ' ಎಂದುಕೊಳ್ಳದಿರಲಿಲ್ಲ. ಖಂಡಿತ ಬಲವಂತ ಮಾತ್ರ ಮಾಡಲಾರರು.

"ತ್ಚ್ಚಾ... ತ್ಚ್ಚಾ... ದೇವ್ರಿಗೆ ಕಣ್ಣಿಲ್ಲ. ರೂಪ ಇಟ್ಕೊಂಡು ಅರ್ದು ಕುಡ್ಯೋಕಾಗುತ್ತ? ಕುರುಡು ಬದುಕು... ಬದುಕಲ್ಲ..."

ಸತ್ಯಳನ್ನ ಎತ್ತಿ ಪ್ರಪಾತಕ್ಕೆ ಒಗೆದಂತಾಯಿತು. ಕೂರಲಾರದೆ ಚಡಪಡಿಸಿದಳು. ಇಂತಹ ವ್ಯಂಗ್ಯ ಮಾತುಗಳನ್ನು ದಿನವೂ ಕೇಳುತ್ತ ಜೀವನ ಪೂರ್ತಿ ಹೇಗೆ ಕಳೆಯುವುದು?

ಎದ್ದು ಹಿತ್ತಲಿಗೆ ಹೋಗಿ ಮನಃಪೂರ್ವಕ ಅತ್ತಳು. ಒಳಗಡೆ ಮಾತುಕತೆಗಳು ನಡೆಯುತ್ತಿತ್ತು.

ಕಡೆಗೆ "ಸತ್ಯ ಒಪ್ಪಿಕೊಂಡ್ರೆ, ಯೋಚಿಸೋಣ" ಶಾಮಣ್ಣನವರು ಮಾತುಗಳಿಗೆ ಮುಕ್ತಾಯ ಹಾಡಿದಂತಿತ್ತು.

"ಬರ್ತೀನಿ, ಮಗು" ಅರ್ಚಕರು ಬಂದು ಬೆನ್ನು ನೇವರಿಸಿ "ನೀನು ಮೊದ್ಲು ಒಪ್ಕೊಂಡ್ಮೇಲೆ ಬೇರೆ ಯೋಚ್ನೆ. ನಮ್ಮ ಚಿನ್ನದಂತ ಹುಡ್ಗಿಗೆ ಮುತ್ತಿನಂಥ ಗಂಡನೇ ತರೋಣ" ಅವಳ ಕೆನ್ನೆಗಳು ಕೆಂಪಗಾದವು.

ಅವರುಗಳು ಹೊರಟ ಮೇಲೆ ನಿಧಾನವಾಗಿ ಒಳಗೆ ಬಂದಳು. ಶಾಮಣ್ಣನವರ ಉಸಿರಾಟದ ಸದ್ದು ಕೇಳಿಸುತ್ತಿತ್ತು. ತಾತನ ಸಮೀಪ ಹೋಗಿ ಕೂತಳು.

"ತಾತ, ಯೋಚ್ನೆ ಮಾಡ್ತಾ ಇದ್ದೀಯಾ?" ಚೇತರಿಸಿಕೊಂಡರು.

ತಮ್ಮ ನಂತರ ಸತ್ಯಳ ಗತಿಯೇನು? ಅವಳಿಗೊಂದು ದಾರಿ ಮಾಡಲೇಬೇಕು. ಹೇಗೆ? ಹಾಗೆಂದು ಬಾವಿಗೆ ದೂರಿಬಿಡುವುದೇ!

"ಹುಡ್ಗ ಹೇಗಿದ್ದಾನೆ?" ಕುರುಡಿಯೆಂಬ ಸಂಗತಿಯನ್ನೆ ಮರೆಸಿತು.

ಸತ್ಯ ನೋವಿನ ನಗೆ ನಕ್ಕಳು. ತಾತನಿಗೆ ಈ ಸಂಬಂಧ ಇಷ್ಟವಿಲ್ಲವೆಂದು ಸುಲಭವಾಗಿ ತಿಳಿದುಕೊಂಡಳು.

"ಚೆನ್ನಾಗಿಲ್ಲ" ಬೆಪ್ಪಾದರು.

"ನೀನು ತುಂಬ ಜಾಣೆ. ಇಂಥ ಹೆಣ್ಣನ್ನು ಮನೆ ತುಂಬಿಸಿಕೊಳ್ಳುವುದಕ್ಕೆ ಬರುವುದಿಲ್ಲವಲ್ಲ!" ನಿಟ್ಟುಸಿರು ಚೆಲ್ಲಿದರು.

"ತಾತ ಬೆಂಗ್ಳೂರಿನಲ್ಲಿ ನಮ್ಮಂಥವ್ರಿಗೆ ಓದುಬರಹ, ಹೆಣಿಗೆ ಎಲ್ಲಾ ಕಲ್ಸಿ ಕೊಡ್ತಾರಂತೆ. ನನ್ನ ಕೂಡ ಅಲ್ಲಿಗೆ ಕಳಿಸಿಕೊಡು."

ಶಾಮಣ್ಣನವರ ಮುಖ ಮಂಕಾಯಿತು. ಅವರಿವರು ಹೇಳಿದ್ದನ್ನು ಕೇಳಿ ಬಲ್ಲರು. ಒಲವಿರಲಿಲ್ಲ.

"ನಾಗರಾಜ ಹೇಗಿದ್ದಾನೆ, ಗೊತ್ತಾ?" ಗೊತ್ತಿಲ್ಲವೆನ್ನುವಂತೆ ತಲೆಯಾಡಿಸಿದಳು.

"ತುಂಬ ಕಪ್ಪು... ಉಬ್ಬುಹಲ್ಲು. ಸಿಡುಬಿನ ಕಲೆಯ ಮುಖ..."

ಸುಮ್ಮನೆ ಕೂತುಬಿಟ್ಟಳು. ತಾನು ಹೇಗಿರಬಹುದು? ಎಲ್ಲರೂ ತುಂಬ ಚೆನ್ನಾಗಿದ್ದೀನೀಂತ ಹೇಳ್ತಾರೆ!

ಮನೆಯಲ್ಲಿ ಮೌನ ವ್ಯಾಪಿಸಿತು. ಕಾಳ ಆಗಾಗ ಮಾತನಾಡುತ್ತಿದ್ದ.

ಅರ್ಚಕರ ಹೆಂಡತಿ ನಾಲ್ಕಾರು ಭಾರಿ ಸುತ್ತಿದರು. ಇಡೀ ಊರಿಗೆ ಮದುವೆ ನಿಶ್ಚಯವಾದ ಸುದ್ದಿ ಗೊತ್ತಾಯಿತು. 'ಅಯ್ಯೋ ಪಾಪ' ಎಲ್ಲರೂ ಅನುಕಂಪ ತೋರುವವರೆ.

ಸಂಜೆ ಬಿಸಿಲಿನ ವೇಗ ತಗ್ಗಿತ್ತು. ಮನೆಯಿಂದ ಹೊರಗೆ ಬಂದಳು. ಗುಡ್ಡದ ಕಡೆ ನಡೆಯತೊಡಗಿದಳು. ನಡಿಗೆಯಲ್ಲಿ ಎಂದಿನ ಉತ್ಸಾಹವಿರಲಿಲ್ಲ. ಕಾಲುಗಳನ್ನು ಎಳೆದು ಎಳೆದು ಹಾಕುತ್ತಿದ್ದಳು.

'ತಮ್ಮ ಸಂಸಾರ ಹಾಳು ಮಾಡಿದ್ದು ಕೃಷ್ಣಪ್ಪ ಆದರೆ ಮೋಹನಾ...' ವೇದನೆಯಿಂದ ವಿಲಿವಿಲಿ ಒದ್ದಾಡಿದಳು. ಅಂತರಾತ್ಮ ಮೋಹನ ಕೆಟ್ಟವನೆಂದು ಒಪ್ಪಿಕೊಳ್ಳಲು ಸಿದ್ಧವಿಲ್ಲ.

ಮೆಟ್ಟಿಲುಗಳನ್ನು ಹತ್ತಿ ಕೊನೆಯ ಘಟ್ಟಕ್ಕೆ ಬಂದಳು. ಗೋಪಾಲಸ್ವಾಮಿಗೆ ಒಂದೇ ಸಲ ಪೂಜೆ. ಪುನಃ ನಾಳೆಯ ಬೆಳಿಗ್ಗೆಯೇ ಅರ್ಚಕರು ಗುಡ್ಡ ಹತ್ತಿ ಬರುವುದು. ಗರ್ಭಗುಡಿಯಲ್ಲಿ ಹಚ್ಚಿಟ್ಟ ದೀಪ ಮಾತ್ರ ಉರಿಯುತ್ತಿರುತ್ತದೆ.

ದೇವಸ್ಥಾನದ ಅಂಗಳಕ್ಕೆ ಬಂದಳು. ಬಾಗಿಲ ಬಳಿ ಹೋಗಿ ಕೈಯಾಡಿಸಿದಳು. ಪ್ರದಕ್ಷಿಣೆ ಬಂದು ನಮಸ್ಕಾರ ಮಾಡಿದಳು.

"ನೀನು ಸೃಷ್ಟಿಸಿದ ಈ ಸುಂದರ ಜಗತ್ತನ್ನು ನೋಡಲು ಕಣ್ಣುಗಳು ಇಲ್ಲದಿದ್ದರೆ ಬದುಕಿ ಏನು ಪ್ರಯೋಜನ? ನನ್ನ ಪ್ರೀತಿಸೋರು ಒಬ್ಬರು ಬೇಕು. ಅನುಕಂಪ, ಸಹಾನುಭೂತಿಯಲ್ಲೇ ಬದುಕಲು ಇಷ್ಟವಿಲ್ಲ" ಬಾಗಿಲಿಗೆ ಕಣ್ಣೀರಿನ ಅಭಿಷೇಕ ಮಾಡಿದಳು.

ಸರಸರನೆ ಗುಡ್ಡದ ಮೇಲಿನ ಸಂಪಿಗೆ ಮರಗಳ ಕಡೆ ನಡೆಯತೊಡಗಿದಳು. ಕಲ್ಲುಮುಳ್ಳುಗಳ ನಡುವೆ ಪ್ರಯಾಸದಿಂದ ಸಾಗಿದಳು. ಒಂದೆರಡು ಕಡೆ ಬೀಳುವುದರಲ್ಲಿದ್ದಳು.

ಸೀರೆಯ ಅಂಚು ತೊಡರಿಕೊಂಡು ಉರುಳುವುದರಲ್ಲಿದ್ದಳು.

"ಸತ್ಯ" ಕೈಯೊಂದು ಹಿಡಿದು ನಿಲ್ಲಿಸಿತು. ಕೋಟಿ ಸೂರ್ಯರ ಬೆಳಕು ಒಮ್ಮೆಲೆ ಮಿಂಚಿದಂತಾಯಿತು.

"ನೀವಾ..." ತಟ್ಟನೆ ಹಿಂದಕ್ಕೆ ಸರಿದ. ಶಾಮಣ್ಣನವರು ಹೇಳಿದ ಕತೆ ಕಿವಿಗಳಲ್ಲಿ 'ಗುಯ್'ಗುಡುತಿತ್ತು. 'ಪಾಪಿ ಕೃಷ್ಣಪ್ಪನ ಮಗ' ಕುದಿದು ಹೋದ.

ಸಂಪಿಗೆಯ ಮರದಡಿ ಸೇರಿದಾಗ "ಸತ್ಯ ನನ್ಮೇಲೆ ಕೋಪಾನಾ? ನಿಮ್ಮ ಈ ಸ್ಥಿತಿಗೆ ಕಾರಣನಾದವನ ಮಗ ನಾನು" ನಿರ್ಲಿಪ್ತಳಂತೆ ನಿಂತಿದ್ದಳು.

"ನಾನು ಹಾಗೆಲ್ಲ ಯೋಚಿಸೋಲ್ಲ."

"ನಾನು, ನಿನ್ನನ್ನು ಪ್ರೀತಿಸೋದು ಖಂಡಿತ ಸುಳ್ಳಲ್ಲ" ಅವಳ ತುಟಿಗಳ ಮೇಲೆ ನೋವಿನ ನಗೆ ಮಿನುಗಿತು.

"ದಯವಿಟ್ಟು ಮರ್ತು ಬಿಡಿ. ಈ ಪ್ರೀತಿಯಿಂದ ಯಾವ ಪ್ರಯೋಜನವು ಇಲ್ಲ. ಅನುಕಂಪ, ಸಹಾನುಭೂತಿಯ ಬದುಕು ಸಾಕಾಗಿದೆ. ನಿಮ್ಮಪ್ಪ ಮಾಡಿದ ತಪ್ಪಿಗೆ ನೀವು ಪ್ರಾಯಶ್ಚಿತ್ತವಾಗಿ ಕುರುಡಿಯನ್ನು ಮದ್ವೆಯಾಗೋದು ಬೇಡ."

ಅವನ ಪ್ರೀತಿಯನ್ನು ತಪ್ಪಾಗಿ ತಿಳಿದಳು. ಮನಕ್ಕೆ ಒಂದು ಪರಿಧಿಯೆಂಬುದೇ ಇಲ್ಲ. ಏನೇನೋ ಯೋಚಿಸುತ್ತ ಸಾಗುತ್ತೆ.

"ನೀನು ತಪ್ಪು ತಿಳ್ಕೊಂಡಿದ್ದೀಯಾ. ನಿಮ್ಮ ತಾತ ನಿಂಗೆ ಹೇಳಿದಾಗಲೇ ವಿಷಯ ತಿಳಿದದ್ದು. ಅದಕ್ಕೆ ಮೊದಲೇ ನಿನ್ನನ್ನು ಪ್ರೀತಿಸೋಕೆ ಶುರು ಮಾಡಿದ್ದೆ."

ಯಾವುದನ್ನು ನಂಬಲಾರದ ಸ್ಥಿತಿಯಲ್ಲಿದ್ದಳು.

"ನೀವು ದಯವಿಟ್ಟು ಇಲ್ಲಿಂದ ಹೋಗ್ಬಿಡಿ" ಎಂದು ಕಿವಿಯನ್ನು ಮುಚ್ಚಿಕೊಂಡಳು.

"ಈ ಗುಡ್ಡ, ಮರ, ಇಲ್ಲಿನ ವಾತಾವರಣಾನ ಪ್ರೀತಿಸ್ತೀನಿ. ಇಲ್ಲಿಂದ ಹೋಗೊಲ್ಲ."

"ನಾನೇ ಹೋಗ್ತೀನಿ. ದಯವಿಟ್ಟು ಬರ್ಬೇಡಿ"

ಶಿಲೆಯಂತೆ ನಿಂತುಬಿಟ್ಟ. ತಡವರಿಸಿದರೂ ಸರಾಗವಾಗಿ ಇಳಿದುಹೋಗಿಬಿಟ್ಟಳು.

ಸೂರ್ಯನು ಪೂರ್ತಿಯಾಗಿ ಮರೆಯಾಗಿದ್ದ. ಚಂದ್ರನ ಶೀತಲಕಿರಣಗಳು ಪ್ರವಹಿಸತೊಡಗಿತ್ತು.

ಅರ್ಧರಾತ್ರಿಯ ಮೇಲೆಯೇ ಅವನು ಮನೆಗೆ ಬಂದಿದ್ದು. ಕೃಷ್ಣಪ್ಪನವರು ಶತಪಥ ಸುತ್ತುತ್ತಿದ್ದರು. ಮಗ ತ್ರಿವಿಕ್ರಮನಂತೆ ಬೆಳೆದಂತೆ ಕಾಣಿಸುತ್ತಿದ್ದ.

"ಸ್ವಲ್ಪ ಬೇಗ ಮನೆಗೆ ಬಂದಿದ್ರಾಗಿತ್ತು" ಧ್ವನಿ ತಗ್ಗಿತ್ತು. ವಿಸ್ಮಯದಿಂದ ಅವರತ್ತ ನೋಡಿದ. ಅವರು ತಲೆತಗ್ಗಿಸಿದ್ದರು. ಏನನ್ನು ಕಾಣಲಾಗಲಿಲ್ಲ.

ಇಲ್ಲಿಯವರೆಗೂ ಅರ್ಚಕರ ಮನೆಯಲ್ಲಿ ಎಲ್ಲರೂ ಎಚ್ಚರವಾಗಿದ್ದರು. ಮಾತುಕತೆ ನಡೆಯುತ್ತಲೇ ಇತ್ತು.

"ಶಾಮಣ್ಣನೋರ ಹೆಸರಿನಲ್ಲಿರೋ ಹೊಲ, ಗದ್ದೆ, ತೋಟನ ನಮ್ಮ ನಾಗನ ಹೆಸರಿಗೆ ಬರೆಯಬೇಕು."

ಸಾಕಮ್ಮ ದಂಪತಿಗಳು ಪಟ್ಟುಹಿಡಿದು ಕೂತಿದ್ದರು.

ಇದು ಅರ್ಚಕರಿಗೆ ಸರಿಯೆನಿಸಲಿಲ್ಲ. ತೀರಾ ಅನ್ಯಾಯವಾಗಿ ಕಂಡಿತು. ವೃದ್ಧಾಪ್ಯದಲ್ಲಿ ಶಾಮಣ್ಣನವರ ಗತಿಯೇನು? ನಾಗರಾಜನ ಬಗ್ಗೆ ಯಾವ ನಿರ್ಧಾರಕ್ಕೂ ಬರದಾಗಿದ್ದರು.

"ಇದು ಸರಿಯಲ್ಲ. ಶಾಮಣ್ಣನ ನಂತರ ಅವೆಲ್ಲ ಸತ್ಯಳಿಗೆ ಸೇರಬೇಕಾದ್ದೆ. ಎಲ್ಲಿ ಹೋಗುತ್ತೆ. ನೀವೆಲ್ಲ ಇಲ್ಲೇ ಇರಿ. ಎಲ್ಲವನ್ನು ನಾಗರಾಜನೇ ನೋಡಿಕೊಳ್ಳಿ."

ಅರ್ಚಕರು ಸಹನೆಯಿಂದ ಹೇಳಿದರು. ಶಾಮಣ್ಣನವರಿಗಾಗುವ ಅನ್ಯಾಯವನ್ನು ಅವರು ಸಹಿಸಲಾರರು.

"ದುಡಿಯೋನು, ಯಾವ ಬಂದೋಬಸ್ತು ಇಲ್ದೇ ಹೇಗೆ ದುಡಿದಾನು!" ತೀರಾ

ಸಣ್ಣ ಬುದ್ಧಿಯೆನಿಸಿತು. ಈ ಮನುಷ್ಯರ ಕೈಯಲ್ಲಿ ಸತ್ಯಳ ಗತಿಯೇನು?

"ಸ್ವಲ್ಪ ಕೇಳಿ. ಶಾಮಣ್ಣನವರ ಆಸ್ತಿಗೆ ಬೇರೆ ವಾರಸುದಾರರಿಲ್ಲ. ಖಂಡಿತ ಹೊಲ, ಗದ್ದೆ, ತೋಟ-ಎಲ್ಲ ಸತ್ಯಗೆ ಸೇರೋದೆ."

ಮೂರು ಜನಾನೂ ತಣ್ಣಗೆ ಕೂತುಬಿಟ್ಟರು. ಅವರುಗಳಿಗೆ ಸತ್ಯಳ ಮೇಲೆ ಅನುಕಂಪವಾಗಲಿ ಸಹಾನುಭೂತಿಯಾಗಲಿ ಇರಲಿಲ್ಲ. ಹೋಗಿ ಹೊಲ, ಗದ್ದೆ, ತೋಟನ ನೋಡಿ ಬಂದಿದ್ದರು. ಆಸ್ತಿ ಲಕ್ಷಾಂತರ ರೂಪಾಯಿಯದಲ್ಲದಿದ್ದರೂ, ರೂಢಿಸಿಕೊಂಡರೆ ಆರಾಮಾಗಿ ಕಾಲ ಕಳೆಯಬಹುದೆಂದುಕೊಂಡಿದ್ದರು.

"ಈ ಕಾಲದಲ್ಲಿ ಜನಗಳ್ನ ನಂಬೋಕಾಗಲ್ಲ. ಶಾಮಣ್ಣನವ್ರು ಬೇರೆಯವ್ರಿಗೆ ಆಸ್ತಿ ಬರೆದ್ರೂ ಅಂತ ಇಟ್ಕೊಳ್ಳಿ. ಆಗ ನಮ್ಮ ಗತಿ!"

ಅರ್ಚಕರಿಗೆ ನಿಂತ ನೆಲವೇ ನಡುಗಿದಂತಾಯಿತು. ಮನುಷ್ಯನಿಗೆ ಆಸೆಯಿರುವುದು ತಪ್ಪಲ್ಲ ಆದರೆ... ದುರಾಸೆ...

ಅವರು ಬೇಸತ್ತುಹೋದರು. ಎಷ್ಟೇ ಪ್ರಯತ್ನಪಟ್ಟರೂ ಅವರ ಪಟ್ಟು ಸಡಿಲಿಸಲಿಲ್ಲ.

"ಬೆಳಿಗ್ಗೆ ಶಾಮಣ್ಣನವ್ರ ಹತ್ತಿರ ಮಾತಾಡ್ತೀನಿ. ಈಗ ವೇಳೆ ಬಹಳ ಆಯ್ತು. ಮಲಕ್ಕೊಳ್ಳಿ" ಎದ್ದುಬಿಟ್ಟರು.

ಅರ್ಚಕರು ಬಂದು ಹಾಸಿಗೆಯ ಮೇಲೆ ಮಲಗಿದರು. ಶಾಮಣ್ಣನವರ ವ್ಯಕ್ತಿತ್ವ ಅವರ ಕಣ್ಣುಗಳಿಗೆ ಕಟ್ಟಿದಂತಿತ್ತು.

ತಮಗಾಗಿಯಲ್ಲ ಊರವರಿಗಾಗಿ ಕೃಷ್ಣಪ್ಪನವರ ದ್ವೇಷ ಕಟ್ಟಿಕೊಂಡಿದ್ದರು. ಒಡವೆ, ಆಸ್ತಿ ಅಡವಿಟ್ಟವರ ಪರವಾಗಿ ಪಂಚಾಯತಿಯಲ್ಲಿ ವಾದಿಸಿದ್ದರು. ಅವರುಗಳಿಗೆ ನ್ಯಾಯ ದೊರಕಿಸಿಕೊಡಲು ಹೆಣಗಾಡಿದ್ದರು. ಅದಕ್ಕಾಗಿ ತಮ್ಮ ಇಡಿ ಸಂಸಾರವನ್ನೆ ಆಹುತಿಯಾಗಿ ಕೊಟ್ಟಿದ್ದರು. ಅಂತಹ ಮನುಷ್ಯನ ಬಗ್ಗೆ ಅನುಮಾನ-ಮಗ್ಗುಲಾದರು.

ಬೆಳಿಗ್ಗೆ ಎದ್ದವರೇ ಶಾಮಣ್ಣನವರ ಮನೆಗೆ ಬಂದರು. ಸತ್ಯ ತುಳಸಿಕಟ್ಟೆಯ ಮುಂದೆ ರಂಗೋಲಿ ಬಿಡಿಸುತ್ತಿದ್ದಳು. ಆ ರೇಖಾ ವಿನ್ಯಾಸ, ಚುರುಕು ಬೆರಳಿನ ಪಾಂಡಿತ್ಯಕ್ಕೆ ಎಲ್ಲರೂ ಬೆರಗಾಗಬೇಕಾದ್ದೆ.

"ಸತ್ಯ.."

"ಬನ್ನಿ ಅರ್ಚಕರೇ..." ರಂಗೋಲಿ ಡಬ್ಬಿ ಹಿಡಿದು ಮೇಲಕ್ಕೆದ್ದಳು.

ಬಿಡಿಸಿದ ರಂಗೋಲಿಯ ಕಡೆ ನೋಡಿದರು. ಪ್ರತಿಭೆಯನ್ನು ನೇರವಾದ ಅಭಿವ್ಯಕ್ತಗೊಳಿಸಿದ್ದಳು. ಇದು ಒಂದು ದಿನದ ಸಾಧನೆಯಲ್ಲ.

ಶಾಮಣ್ಣನವರ ಸಹನೆ ಸುಪ್ತವಾಗಿದ್ದ- ಸುಪ್ತವಾಗಿಯೇ ಉಳಿಯಬಹುದಾದ ಪ್ರತಿಭೆಯನ್ನು ಹೊರವಳೆತಂದಿತ್ತು. ಕುರುಡರಲ್ಲಿರುತ್ತಿದ್ದ ಅಸಾಧಾರಣ ಸ್ಪರ್ಶ ಜ್ಞಾನವನ್ನು ಬಳಸಿಕೊಂಡು ಪ್ರತಿಯೊಂದನ್ನು ವಿವರಿಸಿ ತಾಳ್ಮೆಯಿಂದ ಹೇಳಿಕೊಟ್ಟಿದ್ದರು.

"ರಂಗೋಲಿ ತುಂಬ ಚೆನ್ನಾಗಿದೆ" ಮುಖದ ಮೇಲಿನ ಉತ್ಸಾಹ, ಗೆಲುವು ನೂರ್ಮಡಿ ಹೆಚ್ಚಿತು. 'ಕಣ್ಣಿಲ್ಲದ ಕೊರತೆ ದೊಡ್ಡದಲ್ಲ' ಅಂತರಾತ್ಮ ಕೂಗಿ ಹೇಳಿತು.

"ತಾತ, ಎದ್ದಿದ್ದಾರ?"

"ಆಗ್ಲೇ ಎದ್ರೂ..." ರಂಗೋಲಿ ತುಳಿಯದೇ ಪಕ್ಕಕ್ಕೆ ನಡೆದಳು.

ಶಾಮಣ್ಣನವರ ಈ ತರಹ ಸಾಹಸವನ್ನು ಎಲ್ಲರೂ ಆಡಿಕೊಂಡು ನಕ್ಕಿದ್ದರು. ಈಗ– ಅವರೆಲ್ಲ ಆಶ್ಚರ್ಯದಿಂದ ಕಣ್ಣರಳಿಸುತ್ತಿದ್ದರು.

"ಬನ್ನಿ, ಬನ್ನಿ ಬೆಳಗಾಗೆದ್ದು ಬಂದಿದ್ದೀರಾ" ಆತ್ಮೀಯತೆಯಿಂದಲೇ ಸ್ವಾಗತಿಸಿದರು. ಶಾಲು ಹೊದ್ದು ಪದ್ಮಾಸನ ಹಾಕ್ಕೊಂಡು ಕೂತುಬಿಟ್ಟಿದ್ದರು.

"ಸತ್ಯ, ಎಂಥ ಚೆಂದದ ರಂಗೋಲಿ ಬಿಡಿಸಿದ್ದಾಳೆ. ಆಶ್ಚರ್ಯವಾಯ್ತು."

ಶಾಮಣ್ಣನವರು ಆ ದಿನಗಳನ್ನು ನೆನಪಿಸಿಕೊಂಡರು. ಎಷ್ಟು ಪಾಡು ಪಟ್ಟಿದ್ದಳು. ಆದರೆ ಅವಳ ಉತ್ಸಾಹ ಕುಗ್ಗದು. ಕೈ ಹಿಡಿದು, ತಿಳಿಹೇಳಿ ಸಹನೆಯಿಂದ ಕಲಿಸಿದ್ದರು.

"ಬಹಳ ದೊಡ್ಡ ಕೆಲ್ಸ ಮಾಡಿದ್ದೀರಿ. ಎಷ್ಟೋ ಕುರುಡರಿಗೆ ನಿಮ್ಮ ಅನುಭವಗಳು ದಾರಿದೀಪವಾಗುತ್ತೆ."

"ಕೂತ್ಕೊಳ್ಳಿ" ಅರ್ಚಕರು ಕೂತು ಅವರೆಡೆ ನೋಡಿದರು. ಇಡೀ ರಾತ್ರಿ ಅವರು ಕಣ್ಣು ಮುಚ್ಚಿದ ಹಾಗೆ ಕಾಣಲಿಲ್ಲ. ಯಾರೂ ಅವರ ಪರಿಸ್ಥಿತಿಯಲ್ಲಿದ್ದರೂ ನೋವು ಅನುಭವಿಸಬೇಕಾದ್ದೆ.

ಗೋಡೆಯ ವಾರೆಗೆ ಕೂತು, ಬೆನ್ನಿಗೆ ಗೋಡೆಯ ಆಸರೆ ನೀಡಿದರು. ದೇವಸ್ಥಾನದ ಕಂಬ ಒರಗಿ ಕೂತೇ ಅವರಿಗೆ ಅಭ್ಯಾಸ ಇಲ್ಲದಿದ್ದರೆ ಬೆನ್ನು ಒಡೆತ ಶುರುವಾಗುತ್ತಿತ್ತು.

"ರಾತ್ರಿಯೆಲ್ಲ ನಿದ್ದೆ ಮಾಡ್ದಾಗೆ ಕಾಣಲಿಲ್ಲ" ಕಣ್ಣುಗಳನ್ನು ಕಿರಿದುಗೊಳಿಸಿ ಹಿಗ್ಗಿಸಿದರು.

"ಎಷ್ಟು ಯೋಚಿಸಿದ್ರೂ ಬಗೆಹರಿಯೋ ಹಂಗೆ ಕಾಣೋಲ್ಲ. ನನ್ನ ಸತ್ಯ ಯಾತರಲ್ಲೂ ಕಡಿಮೆಯಿಲ್ಲಾಂತ ನಾನು ಒಪ್ಕೋಬಹ್ದು. ನೀವು ಒಪ್ಕೋಬಹ್ದು. ಬೇರೆಯವ್ರು ಒಪ್ಕೋತಾರ? ಖಂಡಿತ ಒಪ್ಪಿಕೊಳ್ಳೋಲ್ಲ" ಕಣ್ಣಲ್ಲಿ ನೀರೇ ಬಂದು ಬಿಟ್ಟಿತು.

ಉಕ್ಕಿನಂಥ ಮನುಷ್ಯ. ಮುಖದಲ್ಲಿ ಎಂಥ ತೇಜಸ್ಸು ಇತ್ತು. ದಾರಿಯಲ್ಲಿ ಬರುತ್ತಾ ಇದ್ದರೆ ಎಷ್ಟೋ ಜನ ಅಡ್ಡ ಬೀಳ್ತಾ ಇದ್ದರು.

ಆಗ "ಯಾಕ್ರೋ... ಹುಚ್ಚಪ್ಪಗಳಿರಾ! ನಾನು ನಿಮ್ಮಂಗೆ ಮನುಷ್ಯ. ಯಾವ ದೊಡ್ಡತನವಿದೇಂತ ನಮಸ್ಕಾರ ಮಾಡ್ತೀರಿ. ಅವೆಲ್ಲ ಚೆಂದವಲ್ಲ" ಅಂತ ಹೇಳುತ್ತಾ ಇದ್ದರು.

ಒಂದು ಸಂದರ್ಭದಲ್ಲಿ ಒಬ್ಬ ಒಕ್ಕಲ ಆಸ್ತಿಯನ್ನೆಲ್ಲ ಬರೀ ಮೂರು ನೂರು

ರೂಪಾಯಿಗಳಿಗೆ ಹೆಬ್ಬೆಟ್ಟು ಒತ್ತಿಸಿಕೊಂಡು ಬರೆಸಿಕೊಂಡಿದ್ದರು ಕೃಷ್ಣಪ್ಪ.

ವಿಷಯ ತಿಳಿದಕೂಡಲೇ ಕೆರಳಿ ಕೆಂಡವಾಗಿದ್ದರು. ಎಷ್ಟೇ ಬುದ್ಧಿ ಹೇಳಿದ್ರು ಪ್ರಯೋಜನವಾಗಲಿಲ್ಲ. ಸ್ವಂತ ದುಡ್ಡು ಖರ್ಚು ಮಾಡ್ಕೊಂಡು ಕೋರ್ಟು ಕಟ್ಟೇನು ಹತ್ತಿಸಿದರು. ಆದರೆ, ಕೇಸು ಅವರ ಕಡೇನೆ ಆಯ್ತು.

ಅಳುತ್ತ ನಿಂತವನ ಭುಜ ತಟ್ಟಿ "ಏನೂ ಹೆದರ್ಕೋ ಬೇಡ. ಮನುಷ್ಯನ್ನ ದೇವ್ರು ಪರೀಕ್ಷಿಸ್ತಾನೆ. ಕೃಷ್ಣನೇನು ಉದ್ಧಾರವಾಗೋಲ್ಲ" ಎಂದು ತಮ್ಮ ಎರಡೆಕರೆಯ ಗದ್ದೆಯನ್ನು ಮುಫತ್ತಾಗಿ ಬರೆದುಕೊಟ್ಟಿದ್ದರು. ಅಂಥ ಮನುಷ್ಯ ಆಘಾತಗಳಿಂದ ಕುಗ್ಗಿ ಕೃಶಿಸಿಹೋಗಿದ್ದರು.

"ಯೋಚ್ನೆ ಮಾಡ್ಬೇಡಿ. ನಂಬಿದ ದೈವ ನಿಮ್ಮ ಕೈ ಬಿಡೋಲ್ಲ" ನೋವಿನ ನಗೆ ನಕ್ಕರು.

"ಅವೆಲ್ಲ ಬರೀ ನಂಬಿಕೆಗಳೇ ಅನ್ನಿಸಿಬಿಟ್ಟಿವೆ"

"ಸತ್ಯ, ಕಾಫೀ..." ಎಂದವರೇ "ಕುಡಿಯೋಲ್ಲವೇನೋ! ಬದುಕಿಗೆ ನೀತಿ, ನಿಯಮ ಬೇಕೇಬೇಕು!!"

"ಏನು ತೀರ್ಮಾನಕ್ಕೆ ಬಂದ್ರಿ?" ಕೈಯಲ್ಲಾಡಿಸಿಬಿಟ್ಟರು.

ಅರ್ಚಕರ ಮನಸ್ಸಿಗೆ ನೋವಾಯಿತು. ತಮ್ಮ ಸಂಬಂಧದಲ್ಲಿಯೇ ಕುರುಡನೊಬ್ಬನಿಗೆ ಮದುವೆಯಾಗಿ ಹಾಯಾಗಿ ಸಂಸಾರ ಮಾಡಿಕೊಂಡಿದ್ದ. ಹಣ ಇತ್ತು. ಹೆಣ್ಣು ಕೊಡಲೂ ತಾ ಮುಂದು ನಾ ಮುಂದು ಎಂದು ಬಂದಿದ್ದರು. ಹೆಣ್ಣಾದ ಮಾತ್ರಕ್ಕೆ ಇಷ್ಟೊಂದು ಸಮಸ್ಯೆಗಳೆ?!

"ನಮ್ಮ ಸತ್ಯ ಮನಸ್ಸಿಗೆ ನೋವಾಗದಂಗೆ ಇಟ್ಕೊಂಡ್ರೆ ಸಾಕು. ಹುಡ್ಗನ ಬಗ್ಗೆ ವಿಚಾರಿಸಿದ್ರಾ?"

ಅರ್ಚಕರು ಏನು ಹೇಳಿಯಾರು? ಮೊದಲು ಸತ್ಯಳಿಗೊಂದು ದಾರಿಯಾಗಲೆಂದು ಯೋಚಿಸಿದರು. ನಾಗರಾಜ ತಾಯಿ ತಂದೆ ಇಲ್ಲದ ಅನಾಥ. ಈ ಕುಟುಂಬಕ್ಕೆ ಒಂದು ದಿಕ್ಕಾಗುತ್ತೆ. ವಯಸ್ಸಾದ ಶಾಮಣ್ಣನವರ ಸೇವೆ ಮಾಡ್ತಾನೆಂದುಕೊಂಡಿದ್ದರು. ಈಗ ತಿರುಗುಮುರುಗಾಗಿತ್ತು. ಸಾಕಿದವರು ಅವನಿಗೆ ಗಂಟುಬಿದ್ದಿದ್ದರು.

"ಇಲ್ಲ ನಾಲ್ಕಾರು ಬಾರಿ ನೋಡಿದ್ದೆ. ಮದ್ವೆ ಮನೆಗಳಿಗೆ ನೀರು ತುಂಬಿ ಹಾಕೋಕೆ ಬರ್ತಾಯಿದ್ದ. ಅಡ್ಗೆ ಕೆಲ್ಸಾನು ಮಾಡ್ತಾ ಇದ್ದ. ಅಷ್ಟೇ ಗೊತ್ತಿರೋದು" ನಿಜಸಂಗತಿ ತಿಳಿಸಿದರು. ಸುಳ್ಳು ಹೇಳಿ ಸತ್ಯಳಂಥ ಹುಡುಗಿಗೆ ಅನ್ಯಾಯ ಮಾಡಲು ಅವರಿಗಿಷ್ಟವಿಲ್ಲ.

"ಅರ್ಚಕರೇ, ನಮ್ಮ ಸತ್ಯಗೆ ಬೇರೆ ಗಂಡು ಸಿಕ್ಕೋಲ್ವಾ?" ಅರ್ಚಕರ ಕಣ್ಣುಗಳು ಒದ್ದೆಯಾದವು. ಏನೆಂದು ಹೇಳಿಯಾರು?

"ಸಿಕ್ದೇ ಏನೂ? ನಿಮ್ಮ ಮನಸ್ಸಿಗೆ ಒಪ್ಪದಿದ್ರೇ ಬೇಡ. ಬೇರೆ ಕಡೆ ನೋಡ್ತೀನಿ."

"ನೋಡಿ, ಮನುಷ್ಯ ಆಶಾಜೀವಿ. ಪಟ್ಟಣದ ಕಡೆ ಗಂಡು ಸಿಕ್ಕಿದ್ರೆ, ಸ್ವಲ್ಪ ಓದು

ಬರಹ ಬಲ್ಲವನಾಗಿರ್ತಾನೆ. ವಿವೇಚನೆ ಇರುತ್ತದೆ. ನಾಲ್ಕಾರು ಕಡೆ ಸುತ್ತಾಡಿರ್ತಾನೆ. ಪತ್ರಿಕೆ, ಪುಸ್ತಕಗಳನ್ನು ಓದಿರುತ್ತಾನೆ. ನಮ್ಮ ಸತ್ಯನ ಸರ್ಯಾದ ಕಣ್ಣಿನ ವೈದ್ಯರಿಂದ ಪರೀಕ್ಷಿಸಬಹ್ದು. ಆಗ ಕಣ್ಣುಗಳು ಬಂದ್ರೂ ಹೆಚ್ಚಲ್ಲ" ವಯಸ್ಸು ಕಣ್ಣುಗಳಲ್ಲಿ ಆಸೆ ಮಿನುಗಿತು.

"ಮೊದ್ಲು ಬಹಳ ಪ್ರಯತ್ನಪಟ್ಟೆ. ದಾರಿ ತೋರಿಸೋ ಪುಣ್ಯಾತ್ಮರೇ ಇರಲಿಲ್ಲ. ನಂಗೆ ಅಷ್ಟೊಂದು ಚೈತನ್ಯವು ಇರಲಿಲ್ಲ. ಆಸೆ ಮಾತ್ರ ಇನ್ನು ಬತ್ತಿ ಹೋಗಿಲ್ಲ."

ಮುಖದ ಮೇಲೆ ವಿಶ್ವಾಸದ ಪ್ರಭೆ ಪ್ರತಿಫಲಿಸಿತು. ಅರ್ಚಕರ ಬಾಯಿ ಕಟ್ಟಿ ಹೋಯಿತು. ಇಷ್ಟೊಂದು ಆಸೆ ಇರಿಸಿಕೊಂಡಿರುವಾಗ ನಾಗನಂಥ ಗಂಡಿಗೆ ಮದುವೆ ಮಾಡಿಸಲು ಹೊರಟಿರುವುದು ತರವಲ್ಲವೆನಿಸಿತು.

"ಏನೇನೋ ಮಾತಾಡ್ಬಿಟ್ಟೆ. ಅವೆಲ್ಲ ಬರೀ ಆಸೆಯಷ್ಟೆ. ಈಗ... ಏನಾದ್ರೂ?" ಅದನ್ನೆಲ್ಲ ಕೊಡವಿಕೊಂಡಳು. ಸಾಯುವುದಕ್ಕೆ ಮುನ್ನ ಒಂದು ದಾರಿ ತೋರಿಸಬೇಕೆನ್ನುವ ನಿಶ್ಚಯಕ್ಕೆ ಬಂದರು.

"ನಾಗರಾಜನ ಜೊತೆ ಅವರುಗಳು ಇಲ್ಲೇ ಇರ್ತಾರೆ" ಮತ್ತೆ ಹೇಳಿದರು.

"ಧಾರಾಳವಾಗಿ ಇರಲಿ. ಮುಂದೆ ಸಂಪಾದಿಸಬೇಕಾದವನು ಅವನೇ. ಇಷ್ಟು ದಿನ ಸಾಕಿದ್ದಾರೆ. ಬೇರ್ಪಡಿಸೋದು ನ್ಯಾಯವಲ್ಲ" ಧಾರಾಳವಾಗಿ ಅಂದುಬಿಟ್ಟರು. ಇದು ಅವರ ದೊಡ್ಡತನಕ್ಕೆ ಹೆಗ್ಗುರುತು.

ಇದ್ದಾಗ, ನಡೆಯುವಾಗ ಬಂದವರಿಗೆ, ಕಷ್ಟದಲ್ಲಿರುವವರಿಗೆ ಕೈತುಂಬಿ ಕೊಟ್ಟಿದ್ದರು. ಮುಂದಾಲೋಚನೆ ಮಾಡಿ ಕೂಡಿಡಲೂ ಹೋಗಿರಲಿಲ್ಲ.

"ಅವ್ರು ಇನ್ನೊಂದು ಪಟ್ಟು ಹಿಡ್ದು ಕೂತಿದ್ದಾರೆ. ಅದು ನ್ಯಾಯವಲ್ಲ ನಾನು ಕೂಡ ಒಪ್ಪೊಲ್ಲ."

"ಎಂಥಾ ಪಟ್ಟು ಇರಬಹುದು?" ಕೂದಲಿಲ್ಲದ ತಲೆಯ ಮೇಲೆ ಕೈಯಾಡಿಸಿ ಕೊಂಡರು.

"ಹೊಲ, ಗದ್ದೆ, ತೋಟ ಸಮಸ್ತ ಆಸ್ತಿಯನ್ನೆಲ್ಲ ನಾಗರಾಜನ ಹೆಸರಿಗೆ ಮಾಡ್ಬೇಕಂತೆ." ಅವರು ಜೋರಾಗಿ ನಕ್ಕುಬಿಟ್ಟರು. ಅವರಿಗೆ ಇದೊಂದು ದೊಡ್ಡ ವಿಷಯವಾಗಿ ಕಾಣಲಿಲ್ಲ.

"ಆಯ್ತು. ನಮ್ಮ ಸತ್ಯನೇ ಕೊಡೋವಾಗ ಇದ್ನೆಲ್ಲ ಇಟ್ಕೊಂಡು ನಾನೇನ್ಮಾಡ್ಲಿ!"

ಅರ್ಚಕರು ತಣ್ಣಗಾಗಿ ಬಿಟ್ಟರು. ಸಹಾನುಭೂತಿಯಿಂದ ನೋಡಿದರು. ಆ ಮೂವರ ಮುಖಗಳು ಒಂದಾದಮೇಲೊಂದರಂತೆ ಎದುರಿಗೆ ಬಂದು ನಿಂತವು. ಪ್ರಾಮಾಣಿಕ ಕಳೆ ಒಬ್ಬರ ಮುಖದ ಮೇಲೂ ಇಲ್ಲ. ನಂಬಿ ಪ್ರಯೋಜನವಿಲ್ಲವೆನಿಸಿತು.

"ಇದಕ್ಕೆ ಒಪ್ಪೋದು ಬೇಡ" ಖಡಾಖಂಡಿತವಾಗಿ ನುಡಿದರು.

"ಯಾಕಪ್ಪ?" ತೀರಾ ಸೋತುಹೋಗಿದ್ದರು. ತಾವಿನ್ನು ಹೆಚ್ಚು ದಿನ ಉಳಿಯುವ

ನಂಬಿಕೆ ಇಲ್ಲವೆನ್ನುವ ಭಾವನೆ ಅವರಲ್ಲಿ ಬಂದುಹೋಗಿತ್ತು.

"ಬೇಡ, ಶಾಮಣ್ಣನೋರೆ. ನಂಬೋ ಅಂಥ ಕಾಲವಲ್ಲ. ಆಸ್ತಿ ಕೈಗೆ ಬಂದರೆ ನಿಮ್ಮನ್ನ ಹೊರದೂಡಿದರೆ...!" ಜೋರಾಗಿ ನಕ್ಕುಬಿಟ್ಟರು.

"ನಿಮ್ಗೆ ಗೊತ್ತಿಲ್ಲದ್ದು ಏನಿದೆ" ಗಂಭೀರವಾದರು. ಗತವನ್ನು ಮೆಲುಕು ಹಾಕಿದರು. ಹೆಂಡತಿ, ಮಗ, ಸೊಸೆ, ಮೊಮ್ಮಗ, ಚಿನ್ನ ಬೆಳ್ಳಿ, ಕಣಜಗಳ ತುಂಬ ಧಾನ್ಯ, ಸದಾ ಬಂಧು-ಬಳಗ, ಆಳುಕಾಳುಗಳಿಂದ ತುಂಬಿರುತ್ತಿದ್ದ ದೊಡ್ಡ ಕಂಬಸಾಲೆಯ ಮನೆ. ಅವೆಲ್ಲದರ ಅವಶೇಷ ಈ ಮುರುಕಲು ಜೋಪಡಿ. ತಲೆಯೆತ್ತಿ ಸುತ್ತಲೂ ನೋಡಿ ನಿಟ್ಟುಸಿರಿಟ್ಟರು.

"ಅಷ್ಟೆಲ್ಲ ಒಂದೇ ಸಲಕ್ಕೆ ಕಳಕೊಂಡೆ. ಈಗ ಯೋಚ್ನೆ ಮಾಡ್ತೀನಾ? ಈ ಮುದಿ ಶರೀರ ಇನ್ನೆಷ್ಟು ದಿನ ಇದ್ದೀತು! ನನ್ನ ಸತ್ಯನ ಚೆನ್ನಾಗಿಟ್ಕೊಂಡ್ರೆ ಸಾಕು."

ಅರ್ಚಕರು ಅಲ್ಲಿಂದ ಎದ್ದರು. ಅಷ್ಟೆಲ್ಲ ಹೇಳಿದರೂ ಈ ಯೋಜನೆಗೆ ಅವರ ಮನಸ್ಸು ಒಪ್ಪಿರಲಿಲ್ಲ.

"ಆತ್ರ ಬೇಡ. ಇನ್ನೊಂದು ಸಲ ಯೋಚಿಸ್ತೀನಿ" ಹೊಸಲು ದಾಟಿ ಹೊರಗಡೆ ಹೋದವರೇ "ಸತ್ಯ..." ಎಂದು ಕೂಗಿದರು.

ಬಂದ ಸತ್ಯಳನ್ನು ನೋಡಿ ಅವರ ಕರುಳು ಕತ್ತರಿಸಿಹೋಯಿತು. ಅತ್ತು ಅತ್ತು ಮುಖವೆಲ್ಲ ಕೆಂಪಗಾಗಿತ್ತು.

"ಹುಚ್ಚಿ! ಅಳ್ಬೇಡ... ಮದ್ವೆ ಅನ್ನೋದು ಸುಲಭವಲ್ಲ. ಋಣಾನುಬಂಧವಿರ್ಬೇಕೂ!" ತಲೆ ಸವರಿದರು.

ಅರ್ಚಕರು ಯೋಚಿಸುತ್ತ ಹೊರಟರು. ತಲೆಯ ಮೇಲೆ ಹೆಚ್ಚು ಭಾರ ಹೊತ್ತವರ ಸ್ಥಿತಿ ಅವರದಾಗಿತ್ತು.

"ನಮಸ್ಕಾರ ಅರ್ಚಕರೇ" ಬಗ್ಗಿದ ತಲೆಯನ್ನು ಮೇಲಕ್ಕೆತ್ತಿದರು. ಮೋಹನ ನಿಂತಿದ್ದ. ದಿಟ್ಟಿಸಿದರು. ಸ್ವಚ್ಛವಾದ ಕಣ್ಣುಗಳನ್ನು ಕಂಡು "ನಮಸ್ಕಾರನಪ್ಪ" ಅಂದನು.

"ಬರ್ತೀನಿ" ಮನೆ ಕಡೆ ಹೆಜ್ಜೆ ಹಾಕಿದರು.

ನಾಗರಾಜ ಹೊರಗಡೆ ನಿಂತು ಕಡ್ಡಿಯಿಂದ ಹಲ್ಲುಗಳ ಸಂದುಗಳಲ್ಲಿನ ಕಸ ತೆಗೆಯುತ್ತಿದ್ದ. ನೋಡಿದ್ದರೂ ಹೇಗೆ ನಂಬೋದು? ಕಣ್ಣು ಕಾಣದ ಮುಗ್ಧ ಹುಡುಗಿಯನ್ನು ಹೇಗೆ ಗಂಟು ಹಾಕೋದು.

"ಬೆಳಿಗ್ಗೆ ಎದ್ದವರೇ ಶಾಮಣ್ಣನವರನ್ನು ನೋಡಲು ಹೊರಟಿದ್ರಾ?" ಏನೂ ಹೇಳಬೇಕೆನಿಸಲಿಲ್ಲ. ಸುಮ್ಮನೆ ಮನೆಯೊಳಕ್ಕೆ ಹೊರಟರು.

ಸಾಕಮ್ಮನ ಧ್ವನಿ ಕೇಳಿಸಿತು. ಸುಮ್ಮನೇ ನಿಂತರು.

"ಚಿನ್ನ, ಬೆಳ್ಳಿ, ಇರ್ಬೇಕಲ್ಲ..." ಅರ್ಚಕರ ಹೆಂಡತಿಗೆ ಅದೆಲ್ಲ ಗೊತ್ತಿಲ್ಲ. ಮೆಲು ಧ್ವನಿಯಲ್ಲಿ "ನಂಗೆ ಆ ವಿಷ್ಯವೆಲ್ಲ ಗೊತ್ತಿಲ್ಲ. ಒಂದು ಕಾಲದಲ್ಲಿ ಬೇಕಾದಷ್ಟು ಇದ್ದ

ಮನೆ."

ಸ್ನಾನ ಮುಗಿಸಿ ಬರುವವರೆಗೂ ಕೆಲವು ವಿವರಗಳನ್ನು ಪಡೆಯುವ ಪ್ರಯತ್ನ ಮಾಡುತ್ತಿದ್ದರು.

ಮಡಿಯುಡುವಲ್ಲಿ ಗಂಡ, ಹೆಂಡತಿ ಬಂದರು. ತಮ್ಮಗಳ ಮಾತಿಗೆ ಇಲ್ಲವೆನ್ನಲಾರರು ಎಂಬುವ ಭರವಸೆ ಅವರಿಗಿದ್ದ ಹಾಗಿತ್ತು.

"ಒಪ್ಕೊಂಡ್ರು ತಾನೇ!"

ಖಡಾಖಂಡಿತವಾದ ಧ್ವನಿಯಲ್ಲಿ "ಇಲ್ಲ. ಒಪ್ಪಿಕೊಳ್ಳೋ ಸಾಧ್ಯತೇನೇ ಇಲ್ಲ. ಅಂತಹ ಶಾಮಣ್ಣನವರ ಬಗ್ಗೆಯೇ ಅಪನಂಬಿಕೆ ತಾಳುವಾಗ, ನಿಮ್ಮಗಳನ್ನು ನಂಬೋದು ಹೇಗೆ?" ಕಚ್ಚೆಯನ್ನು ಸರಿಯಾಗಿ ಸಿಗಿಸಿಕೊಂಡರು.

"ಪ್ರತಿಷ್ಠೆಯ ಜನ. ಕಣ್ಣಿಲ್ಲದವಳನ್ನು ಕಟ್ಕೊಂಡು ಅವನೇನು ಸುಖ ಸುರಿದು ಕೊಂಡಾನು! ನಾವೇನೋ ಅಯ್ಯೋ ಪಾಪ! ಅಂತ ದೊಡ್ಡ ಮನಸ್ಸು ಮಾಡಿ ಅವ್ನ ಒಪ್ಪಿಸಿದ್ದು" ಹೆಂಡತಿಯ ಮಾತಿಗೆ ಗಂಡ ತಲೆಯಾಡಿಸಿದರು.

"ಹೋಗ್ಲಿಬಿಡಿ, ಅಂತ ಕಷ್ಟ ಬೇಡ" ತಮ್ಮ ಕೆಲಸದ ಕಡೆ ಗಮನ ಕೊಟ್ಟರು.

ಗಂಡ, ಹೆಂಡತಿ ಬೇಸ್ತು ಬಿದ್ದಂತಾದರು. ಜೀವನ ಪೂರ್ತಿ ಕಷ್ಟಕಾರ್ಪಣ್ಯ ಅನುಭವಿಸಿದ್ದರು. ಒಳ್ಳೆ ನೆಲೆ ಸಿಕ್ಕಂತಾಗಿತ್ತು. ಯೋಚನೆಗೀಡಾದರು.

"ಶಾಮಣ್ಣನೋರು ಒಪ್ಪಿಕೊಳ್ಳಲಿಲ್ವಾ?" ಧ್ವನಿಯಲ್ಲಿ ಆತಂಕ, ನಿರಾಸೆ ಗೋಚರವಾಯಿತು.

"ಇಲ್ಲ"

ಬುಟ್ಟಿಯನ್ನೆತ್ತಿಕೊಂಡು ಗುಡ್ಡದ ಕಡೆ ನಡೆದುಬಿಟ್ಟರು. ತಾವು ಹಿಡಿದಿದ್ದು ಅವರಿಗೆ ಸರಿದಾರಿಯೆನಿಸಿರಲಿಲ್ಲ.

ಸಾಕಮ್ಮ ಗಂಡನೊಂದಿಗೆ ತರಾತುರಿಯಾಗಿ ಶಾಮಣ್ಣನವರ ಮನೆಗೆ ಬಂದರು.

ಸತ್ಯ ತರಕಾರಿ ಬುಟ್ಟಿಯನ್ನು ಮುಂದಿಟ್ಟುಕೊಂಡು ಹಚ್ಚುತ್ತಿದ್ದಳು. ಕೈಗಳ ಚುರುಕುತನವನ್ನು ಬೆರಗಿನಿಂದ ನೋಡುತ್ತ ನಿಂತುಬಿಟ್ಟರು.

"ಪಾಪದ ಹುಡ್ಗಿ ಕೈ ಹೆಚ್ಚಿಕೊಂಡ್ರೆ ಗತಿಯೇನು?"

ಸತ್ಯ ಧ್ವನಿ ಬಂದತ್ತ ಮುಖ ತಿರುಗಿಸಿದಳು. ಪೆಚ್ಚಾದಳು. ಈಳಿಗೆಮಣೆಯನ್ನು ಮುಚ್ಚಿ ಪಕ್ಕಕ್ಕಿಟ್ಟು,

"ಕೂತ್ಕೊಳ್ಳಿ, ತಾತ..." ಎಂದು ಕೂಗಿದವಳೇ ಹೆಚ್ಚಿಟ್ಟ ತರಕಾರಿಯನ್ನು ಅಡುಗೆಯ ಮನೆಯೊಳಕ್ಕೆ ಒಯ್ದಳು.

"ಏನಮ್ಮ?" ಹಿತ್ತಲಿನಿಂದ ಬಂದ ಶಾಮಣ್ಣನವರು "ಓಹೋ... ನೀವಾ... ಕೂತ್ಕೊಳ್ಳಿ" ಮಂದಲಿಗೆಯನ್ನು ಕೂಡ ಹಾಕುವ ತಂಟೆಗೆ ಹೋಗಲಿಲ್ಲ. ಅದರತ್ತ ಅವರ ಗಮನವಿರಲಿಲ್ಲವೇನೋ.

ಸುತ್ತಿಟ್ಟಿದ್ದ ಮಂದಲಿಗೆಯನ್ನು ಸಾಕಮ್ಮ ಬಿಡಿಸಿಕೂತರು. ಪುನಃ ಮನೆಯನ್ನೆಲ್ಲ ಕೂಲಂಕಷವಾಗಿ ಪರಿಶೀಲಿಸಿದರು. ಅಂತಹ ಸುಸ್ಥಿತಿಯಲ್ಲಿರಲಿಲ್ಲ.

"ಆತ್ರವಾಗಿ ಅರ್ಚಕರು ಕರ್ಕೊಂಡ್ಬಂದ್ಬಿಟ್ರು. ನಮಗಲ್ಲಿ ನೂರೆಂಟು ಕೆಲ್ಸಗಳು. ಮಾತುಕತೆ ಮುಗಿದ್ರೆ ಊರತ್ತ ಪ್ರಯಾಣ ಬೆಳೆಸಬಹುದು" ಮೊಣಕೈನಿಂದ ಗಂಡನಿಗೆ ತಿವಿದು ಎಚ್ಚರಿಸಿದರು. ಅಲ್ಲಿ ಇಲ್ಲಿ ಅಡುಗೆ ಕೆಲಸ ಮಾಡಿ ಗೊತ್ತೆ ವಿನಃ ಆ ಮನುಷ್ಯ ಮಾತುಕತೆಯಾಡಿ ಗೊತ್ತಿಲ್ಲ.

"ಹೋಗ್ಬನ್ನಿ–ನೀವು ತೊಂದರೆ ತಗೊಳ್ಳೋ ಅಗತ್ಯವಿಲ್ಲ."

ಶಾಮಣ್ಣನವರ ಮನಸ್ಥಿತಿ ಸರಿಯಿರಲಿಲ್ಲ. ನಿಮಿಷಕ್ಕೊಂದು ನಿರ್ಧಾರ ಮಾಡುತ್ತಿದ್ದರು. ದಿಕ್ಕು ತೋಚದ ಸ್ಥಿತಿ ಅವರದಾಗಿತ್ತು. ಅತ್ತು ಕೆಂಪಾದ ಸತ್ಯಳ ಮುಖ ಕಂಡಾಗ ಬೇರೊಂದು ನಿರ್ಧಾರಕ್ಕೆ ಬಂದಿದ್ದರು.

"ನಾಗನ ಹೆಸರಿಗೆ ಆಸ್ತಿ ಬರ್ಸಿ ಅಂದಿದ್ದಕ್ಕೆ ಬೇಜಾರು ಆದಿರೇನೋ! ಆ ಹುಡ್ಗ ಪಟ್ಟು ಹಿಡ್ದು ಕೂತಿದ್ದಾನೆ. ನಾವು ಎಷ್ಟೋ ಹೇಳಿ ನೋಡಿದ್ವಿ. ಒಪ್ಪಲಿಲ್ಲ. ತೋಟ, ಗದ್ದೆ ಎರಡನಾದ್ರೂ ಅವ್ನ ಹೆಸರಿಗೆ ಬರ್ಸಿ. ನಾವು ಕಷ್ಟಪಟ್ಟು ಒಪ್ಪಿಸ್ತೀವಿ"

ಸ್ವಲ್ಪ ಜೋರಾಗಿಯೇ ನಕ್ಕುಬಿಟ್ಟರು.

"ನಾನು ಆಸ್ತಿ ಬಗ್ಗೆ ಯೋಚಿಸಲಿಲ್ಲ. ಸತ್ಯಳ ಬಗ್ಗೆ ಯೋಚಿಸುತ್ತ ಇದ್ದೀನಿ" ಮುಖದ ಮೇಲೆ ಕಠೋರ ಛಾಯೆ ಮಿನುಗಿ ಮರೆಯಾಯಿತು.

"ಯೋಚ್ಸಬೇಕಾದ್ದೆ ಇಲ್ಲ. ಆ ಹುಡ್ಗಿ ಒಲೆಯತ್ರ ಬಿಡೋದೆ ಇಲ್ಲ. ಕೂತ ಕಡೆ ಇರಲಿ."

ಶಾಮಣ್ಣನವರು ನಿರಾಶೆಯ ನಿಟ್ಟುಸಿರುಬಿಟ್ಟರು. ಈ ಮದುವೆಯಿಂದ ಸುಖವಿಲ್ಲವೆನಿಸಿತು. ತಾವು ಬಹಳ ಪಾಡುಪಟ್ಟು ಅವಳಲ್ಲಿ ಆತ್ಮವಿಶ್ವಾಸ ಕೂಡಿಹಾಕಿದ್ದರು. ಸ್ವಾವಲಂಬನೆಯಿಂದ ಬದುಕುವುದನ್ನು ಕಲಿಸಿದ್ದರು.

"ಸದ್ಯಕ್ಕೆ ಆ ವಿಷ್ಯ ಬಿಡೋಣ. ಸತ್ಯಗೆ ಈ ಮದ್ವೆ ಇಷ್ಟವಿಲ್ಲ" ಕೊನೆಯ ನಿರ್ಧಾರವೆನ್ನುವಂತೆ ಹೇಳಿಬಿಟ್ಟರು. ಮನ ಹಾಗೂಹೀಗೂ ಹೊಯ್ದಾಡಿ ಕೊನೆಯ ಘಟ್ಟಕ್ಕೆ ಬಂದಿತ್ತು.

"ಏನೂ..." ಮೂತಿ ಉದ್ದ ಮಾಡಿದ ಸಾಕಮ್ಮ "ಕುರುಡಿಗೆ ಏನು ಗೊತ್ತಾಗುತ್ತೆ? ತಿಳ್ದ ಹಿರಿಯರು ಬುದ್ಧಿ ಹೇಳ್ಬೇಕು. ತಿಳ್ದು ತಿಳ್ದು ಅವಳ ಕುತ್ತಿಗೆಗೆ ಯಾರು ತಾಳಿ ಕಟ್ಟಬೇಕು!" ಮನದ ನಿರಾಶೆ ಕಠಿಣ ಮಾತುಗಳನ್ನಾಡಿಸಿತು.

"ನೀವು ಕುರುಡರು; ಅವಳಲ್ಲ ಕುರುಡಿ. ಮೊದ್ಲು ಹೊರ್ಗಡೆ ಹೋಗಿ" ಸಿಡಿಲಿನಂತೆ ಗುಡುಗಿದರು.

ಗೊಣಗಾಡಿದರೂ ಬಾಲ ಮುದುರಿದ ನಾಯಿಯಂತೆ ಹೋಗಿಬಿಟ್ಟರು. ಆ ಮನೆಯಲ್ಲಿ ಎಷ್ಟೋ ಹೊತ್ತಿನವರೆಗೂ ಮೌನ ಆವರಿಸಿತ್ತು.

* * *

ಮಗನ ನಡತೆಯಿಂದ ಕೃಷ್ಣಪ್ಪನವರು ರೋಸಿಹೋಗಿದ್ದರು. ಹಗಲೆಲ್ಲ ಗುಡ್ಡದ ಮೇಲಕ್ಕೆ ಹೋಗುವುದು ಅವರಿಗಾಗದ ವಿಷಯ. ಊರಿನ ಬಡ ಬಗ್ಗರು ಹೆದರಿ ಅವರ ಮುಂದೆ ಕೈಕಟ್ಟಿ ನಿಂತರೂ, ಹಿಂದೆ ಕತ್ತಿ ಮಸೆಯುತ್ತಾರೆಂಬ ಸಂಗತಿ ಅವರಿಗೆ ಅರಿಯದ್ದೇನೂ ಅಲ್ಲ. ಕೆಂಪ, ಸಿದ್ಧ ಜೊತೆಯಲ್ಲಿ ಇಲ್ಲದೇ ಹೊರಗೆ ಹೆಜ್ಜೆಯಿಡುತ್ತಿರಲಿಲ್ಲ.

ಹೊರಟ ಮಗನತ್ತ ನೋಡಿ "ಎಲ್ಲಿಗೆ?" ಎಂದರು. ಅಳುಕಲಿಲ್ಲ. ನಿಂತು "ಗುಡ್ಡದ ಮೇಲಕ್ಕೆ" ಅವರ ಸಿಟ್ಟು ನೆತ್ತಿಗೇರಿತು.

"ಮೋಹನಾ ನೀನು ಹೇಳ್ದ ಮಾತು ಕೇಳ್ತಾ ಇಲ್ಲ. ಸುಮ್ನೇ ಹೋಗಿ ಕೆಲ್ಸಕ್ಕೆ ಸೇರ್ಕೋ" ಇನ್ನು ನಾಲ್ಕಾರು ದಿನದಲ್ಲಿ ಅವನು ಹೋಗಲೇಬೇಕು.

"ನಂಗೆ ಅಗತ್ಯವಿಲ್ಲ. ಜೀವನ ನಿರ್ವಹಣೆಗೆ ಬೇರೆ ದಾರಿ ಇಲ್ಲದೋರು ಕೆಲ್ಸಕ್ಕೆ ಪರದಾಡ್ಬೇಕು. ನಂಗೇನೂ?" ಅವರಿಗೆ ತಲೆ ಚಚ್ಚಿಕೊಳ್ಳಬೇಕೆನಿಸಿತು.

"ನಿಂಗೇನು ಬುದ್ಧಿ ಕೆಟ್ಟಿದ್ಯಾ?" ಅಬ್ಬರಿಸಿದರು.

"ಇಲ್ಲ." ದೃಢವಾಗಿ ನಿಂತ. ಅಂದು ಹತ್ತಿ ಉರಿದ ಇಡೀ ಸಂಸಾರ ಕಣ್ಮುಂದೆ ನಿಂತಂತಾಯಿತು. ತಿಜೋರಿಯಲ್ಲಿದ್ದ ಚಿನ್ನದ ಒಡವೆಗಳು. ಮೈಯೆಲ್ಲ ಹತ್ತಿಕೊಂಡು ಉರಿದಂತಾಯಿತು. ಉದ್ವೇಗದಿಂದ ಆಯಾಸಗೊಂಡ.

"ಅಪ್ಪಾಜಿ, ತಿಜೋರಿಯಲ್ಲಿರೋ ಒಡ್ವೆಗಳೆಲ್ಲ ಯಾರ್ದ್ದೂ?" ಅವರಿಗೆ ನಿಂತ ನೆಲವೇ ಕುಸಿದಂತಾಯಿತು. ಇದ್ದನ್ನು ನಿರೀಕ್ಷಿಸಿಯೇ ಇದ್ದರು.

ಪ್ರತಿಬಾರಿ ಹೋದಾಗಲೂ ಮಗನ ಸ್ವಭಾವ, ಓದು, ನಡತೆಗಳನ್ನು ಪರೀಕ್ಷಿಸುತ್ತಿದ್ದರು. ಎಂದಾದರೂ ಇಂತಹ ಸಂಘಟನೆ ನಡೆದರೇ ಹೆಚ್ಚಲ್ಲವೆನಿಸಿತ್ತು.

"ಇಲ್ಲದ ಉಸಾಬರಿ ತಲೆಗೆ ಹಚ್ಕೋಬೇಡ. ನಾನೇನು ಕಡಿಮೆ ಶ್ರಮಪಟ್ಟಿಲ್ಲ. ದುಡಿದಿದ್ದೆಲ್ಲ ನಿಂಗಾಗಿಯೇ" ಅವರ ಅರಿವಿಗೆ ಬರದಂತೆ ಧ್ವನಿ ಮೆದುವಾಗಿತ್ತು.

"ನಂಗೇ ಬೇಕಾಗಿಲ್ಲ. ವಾಪ್ಸು ಕೊಟ್ಬಿಡಿ"

ತಬ್ಬಿಬ್ಬು ಆದರು. ಈಗಿನ ಬಿಸಿ ರಕ್ತದ ಹುಡುಗರಿಗೆ ಯೋಚನಾಶಕ್ತಿ, ವಿವೇಕ ಎರಡು ಕಡಿಮೆ. ನಾಲ್ಕು ಪುಸ್ತಕ ಓದಿ ದೊಡ್ಡ ಆದರ್ಶವಾದಿಗಳಂತೆ ಹಾರಾಡುತ್ತಾರೆ. ಕೊರಳಿಗೆ ಒಂದು ಉರುಳು ಬಿದ್ದು, ಒಂದೆರಡು ಪಿಳ್ಳೆಗಳು ಹುಟ್ಟಿದರೆ, ಅವೆಲ್ಲ ಹಾರಿ ಹೋಗಿಬಿಡುತ್ತೆ.

"ಯಾರಪ್ಪನ ಮನೆ ಒಡ್ವೆ, ವಾಪ್ಸು ಕೊಡೋಕೆ? ನಿಂಗೆಲ್ಲೋ ತಲೆ ಕೆಟ್ಟಿದೆ. ಬಾಯ್ಮುಚ್ಕೊಂಡು ಬೆಂಗ್ಳೂರು ದಾರಿಹಿಡಿ."

ನಾಗಲಕ್ಷ್ಮಮ್ಮ ಹೊರಗಡೆ ಬಂದರು. ಹೆತ್ತ ಕರುಳು ಗಂಡನಷ್ಟು ಕಠೋರವಾಗಿರಲು ಸಾಧ್ಯವೇ?

"ನೀವು ಸುಮ್ಮನಿರಿ. ಅವ್ನ ಆಸೆಯೇನು ತಪ್ಪಲ್ಲ. ನಮ್ಮನ್ನೆಲ್ಲ ಬಿಟ್ಟು ದೂರ ಹೋಗೋಕೆ ಅವನಿಗಿಷ್ಟವಿಲ್ಲ. ಮೊದ್ಲು ಹೋಗಿ ಲಗ್ನ ನಿಶ್ಚಯ ಮಾಡ್ಕೊಂಡ್ಬನ್ನಿ. ನಾಲ್ಕು ಅಕ್ಕಿಕಾಳು ಬಿದ್ರೆ ತಣ್ಣಗಾಗ್ತಾನೆ."

ತಾಯಿಯ ಕಡೆ ನೋಡಿದ ಆಕೆಯ ಮಮತೆಯಲ್ಲಿ ಕೈ ತೊಳೆಯುವುದಕ್ಕೆ ಬಿಡದೇ ಮಾವನ ಮನೆಗೆ ಹೊತ್ತು ಹಾಕಿದ್ದರು.

"ದಯವಿಟ್ಟು ಸುಮ್ಮನಿದ್ಬಿಡಿ. ನಿಮ್ಮ ಮಾತುಗಳ್ನ ಕೇಳೋಕೆ ನಾನೇನು ಸಣ್ಣ ಹುಡ್ಗನಲ್ಲ"

ದಾಪುಗಾಲು ಹಾಕುತ್ತ ಹೊರಟುಬಿಟ್ಟ. ಅವನು ಹೋದಕಡೆಯೇ ನೋಡುತ್ತ ಇಬ್ಬರು ನಿಂತುಬಿಟ್ಟರು. ಕೃಷ್ಣಪ್ಪನವರ ತಲೆ ಬಿಸಿಯಾಯಿತು.

"ನಿನ್ನ ಮಗ ಗುಡ್ಡದ ಮೇಲೆ ಮಾಡೋ ಘನಂದಾರಿ ಕೆಲ್ಸ ಯಾವ್ದು ಗೊತ್ತಾ?" ನಾಗಲಕ್ಷ್ಮಮ್ಮ ಬೊಂಬೆಯಂತೆ ನಿಂತರು. ಈ ನಡುವೆ ಒಂದು ರೀತಿಯ ಭಯ ಅವರನ್ನು ಆವರಿಸಿತ್ತು.

"ಆ ಕುರುಡಿ ಜೊತೆ ಚಕ್ಕಂದ ಆಡಿಕೊಂಡು ಕೂತಿರ್ತಾನೆ" ಕಣ್ಣುಗಳು ಕೆಂಡಗಳನ್ನು ಉಗುಳಿದವು.

ಅವರಿಗೆ ಹೊಸ ಸಮಾಚಾರವಾಗಿತ್ತು. ಕಣ್ಣು, ಮೂಗು ಚೆಂದ ಇರುವ ತಾರಳೊಂದಿಗೆ ಅವನು ಅಷ್ಟಕ್ಕಷ್ಟೆ. ಅಂಥದರಲ್ಲಿ– ನಿಜವಾ? ಯೋಚಿಸತೊಡಗಿದರು.

"ಅದೆಲ್ಲ ಸುಳ್ಳು ಇರ್ಬೇಕು. ಮೋಹನಾನ್ನ ನಮ್ಮ ಮಗಾಂತ ಹೇಳಿಕೊಳ್ಳೋಕೆ ಹೆಮ್ಮೆಪಡ್ಬೇಕು. ಅಲ್ಲೂ ಒಂದು ಉಸಾಬರಿಗೆ ಹೋಗ್ತಾ ಇರಲಿಲ್ವಂತೆ."

ಅದೆಲ್ಲ ಕೃಷ್ಣಪ್ಪನಿಗೆ ಗೊತ್ತಿದ್ದುದೇ ಆದರೆ... ಕೆಂಪ ಹೇಳಿದ ಮಾತುಗಳು ಸುಳ್ಳಲ್ಲ.

"ನಿನ್ತಲೆ, ಬೇಕಾದ್ರೆ ಅವನನ್ನೆ ಕೇಳು"

ಎಲ್ಲಾದರೂ ಸತ್ಯಳನ್ನು ನೋಡಿದರೇ ನಾಗಲಕ್ಷ್ಮಮ್ಮನವರ ಮನ ಭಯ, ಪಾಪಭೀತಿಯಿಂದ ಒದ್ದಾಡುತ್ತಿತ್ತು. ಅಂದು ಸತ್ಯ ಸತ್ತುಹೋಗಿದ್ದರೆ... ಚೆನ್ನಾಗಿತ್ತೇನೋ! ತಟ್ಟನೆ ಕೆನ್ನೆಗೆ ಬಡಿದುಕೊಳ್ಳುತ್ತಿದ್ದರು.

ಕಣ್ಣಿಲ್ಲದ ಹುಡ್ಗಿನ ನೋಡಿದಾಗಲೆಲ್ಲ ಒಂದು ತರಹ ಸಂಕಟವಾಗುತ್ತೆ. ಎಲ್ಲಿ ಆ ಪಾಪ ನನ್ನ ಮಕ್ಳುಗೆ ತಟ್ಟುತ್ತೋ! ಭಯದಿಂದ ಮುಖ ಬಿಳಿಚಿಕೊಂಡಿತು.

"ಸುಮ್ನೆ ಒಳಗಡೆ ಹೋಗು" ಗದರಿದರು.

ಶಾಮಣ್ಣನವರನ್ನು ನೋಡಿದಾಗಲೆಲ್ಲ ಜೀವ ಹಿಡಿಯಷ್ಟಾಗುತ್ತಿತ್ತು. ಅವರಿವರ ಆಸ್ತಿ, ಒಡವೆ ವಸ್ತುಗಳನ್ನು ಎತ್ತಿ ಹಾಕಿದ್ದರು. ತಮಗೆ ಎದುರು ನಿಂತವರಿಗೆ ಕೈಕಾಲು ಮುರಿಸಿದ್ದರು. ಆದರೆ ಶಾಮಣ್ಣನವರ ಹಟದಿಂದ ಇವರಿಬ್ಬರನ್ನು ಉಳಿದು ಇಡೀ ಕುಟುಂಬ ಅಗ್ನಿಗೆ ಆಹುತಿಯಾಗಿತ್ತು. ತಾವು ಅಂಥ ಕೆಟ್ಟ ಹಟಕ್ಕೆ ಬೀಳಬಾರದಾಗಿತ್ತೇನೋ ಎಂದು ಯೋಚಿಸುತ್ತಿದ್ದರು. ಮರುಕ್ಷಣವೇ ಸಮರ್ಥಿಸಿಕೊಳ್ಳುವ ಪ್ರಯತ್ನ

ಮಾಡುತ್ತಿದ್ದರು.

"ಒಳ್ಳೆಮಾತಿನಲ್ಲಿ ಅವನಿಗೆ ಬುದ್ಧಿ ಹೇಳು" ಉಯ್ಯಾಲೆ ಮಣೆಯನ್ನು ಜೋರಾಗಿ ತೂಗಿಕೊಂಡರು.

ಒಂದೊಂದೇ ಮೆಟ್ಟಲು ಹತ್ತಿ ಮೋಹನ ಮೇಲೆ ಹೋದ. ಸತ್ಯಳ ಮದುವೆಯ ಸುದ್ದಿ ಅವನ ಕಿವಿಯವರೆಗೂ ಹೋಗಿತ್ತು. ಏನೋ ಕಳೆದುಕೊಳ್ಳುವವನಂತೆ ಸಂಕಟಪಡುತ್ತಿದ್ದ. ಸಂಪಿಗೆ ಮರದ ನೆರಳಲ್ಲಿ ಕೂತು ಸತ್ಯಳಿಗಾಗಿ ಕಾದ. ಕ್ಷಣಗಳು ಗಂಟೆಗಳಾದವು. ಸತ್ಯ ಬರಲೇ ಇಲ್ಲ. ನಿರಾಸೆ ಮುಸುಕಿತು.

ಇಳಿದು ದೇವಸ್ಥಾನದ ಬಳಿ ಬಂದ. ಅರ್ಚಕರು ಪೂಜೆ ಮುಗಿಸಿ ಬಂದು ಹೊರಗೆ ನಿಂತಿದ್ದರು.

ಇವನನ್ನು ನೋಡಿದಕೂಡಲೇ ಒಳಗೆಹೋದರು. ಮಂಗಳಾರತಿ, ಪ್ರಸಾದ ಹಿಡಿದು ಕಾದರೂ ಪತ್ತೆಯಿಲ್ಲ.

ಹೊರಗೆ ಬಂದಾಗ, ಮೋಹನ ಅಂಗಳದ ಕಂಬಕ್ಕೆ ಒರಗಿಕೂತಿದ್ದ.

"ಮೋಹನ... ಬಾಪ್ಪ"

ಅವನು ತಲೆಯೆತ್ತಿ ಅವರ ಕಡೆ ನೋಡಿ "ಬರ್ತೀನಿ" ಮೇಲಕ್ಕೆದ್ದ.

ಒಳಗೆ ಕರೆದೊಯ್ದು ತೀರ್ಥ, ಪ್ರಸಾದ ಕೊಟ್ಟರು. ಪುನಃ ಬಂದು ಅದೇ ಜಾಗದಲ್ಲಿ ಕೂತ. ಪ್ರೇಮದ ಮುಂದೆ ವಿಶಾಲ ವಿಶ್ವವೇ ಕ್ಷುದ್ರವಾದಂತೆ ಕಂಡಿತು.

"ಕೆಲ್ಸಕ್ಕೆ ಆರ್ಡರ್ ಬಂದಿದೆಯಂತೆ!" ಎದುರಿಗೆ ನಿಂತಿದ್ದ ಅರ್ಚಕರ ಕಡೆ ನೋಡಿದ. ಅವರು ತನ್ನನ್ನು ಉದ್ದೇಶಿಸಿ ಹೇಳಿದಾರೆ ಎಂಬುದನ್ನು ತಿಳಿದುಕೊಳ್ಳಲು ಕೆಲವು ನಿಮಿಷಗಳೇ ಬೇಕಾದವು.

"ಅದೃಷ್ಟವಂತ; ಓದು ಮುಗ್ಸಿ ವರ್ಷಗಟ್ಟಲೇ ಕಾದು ಕೂತರೂ, ಒಂದು ಸಣ್ಣ ಕೆಲ್ಸ ಸಿಕ್ಕೊ ಕಾಲವಲ್ಲ" ತಲೆಯಾಡಿಸಿದ. ತನಗೆ ಕೆಲಸ ಸಿಕ್ಕುವಲ್ಲಿ ಅದೃಷ್ಟದ ಕೈವಾಡವಿಲ್ಲ; ನಮ್ಮಪ್ಪನ ಕೈವಾಡವಿದೆ ಎಂದು ಹೇಳಬೇಕೆನಿಸಿತು. ಹೇಳಲಿಲ್ಲ.

"ಎಂದು ಹೊರಡೋದು?"

"ಗೊತ್ತಿಲ್ಲ" ವಿಚಿತ್ರವಾಗಿ ಕಂಡಿತು.

"ಇವತ್ತು ಸತ್ಯ ಬರಲಿಲ್ವಾ?" ಮನದ ತಳಮಳ ಸಂಕೋಚವನ್ನು ಮರೆಯಾಗಿಸಿತು. ಅರ್ಚಕರು ದಿಙ್ಮೂಢರಾದರು. ಅವನನ್ನೇ ನೋಡಿದರು. ಊಹೆಗೆ ಎಟುಕುವಷ್ಟನ್ನು ಮಾತ್ರ ಯೋಚಿಸಿದರು. ತಂದೆಯಂತಲ್ಲ; ಒಳ್ಳೆ ಮನಸ್ಸು. ಸಹಾನುಭೂತಿಯಿಂದ ಕೇಳಿರಬೇಕು.

"ಇಂದು ಬಂದಿಲ್ಲ. ಮನೆಯಲ್ಲಿ ಸ್ವಲ್ಪ ಗದ್ದಲ ಇತ್ತು."

"ನಾನು ಬರ್ತೀನಿ" ಮೇಲೆದ್ದು ಹೊರಟುಬಿಟ್ಟ. ಕಾಲು ಎಳೆದುಹಾಕುವಂತೆ ಕಂಡಿತು.

ಮನೆಗೆ ಬಂದವನೇ "ಅಮ್ಮ ಬಡ್ಸು" ಎಂದು ಕೈಕಾಲು ತೊಳ್ದು ತಟ್ಟೆಯ ಮುಂದೆ ಹೋಗಿ ಕೂತ.

"ನಿಂಗೊಂದು ಪತ್ರ ಬಂದಿದೆ" ಫೋಟೋ ಹಿಂದೆ ಇರಿಸಿದ್ದ ಪತ್ರವನ್ನು ತಂದು ಅವನಿಗಿತ್ತರು.

ಅಂದೇ ಸತ್ಯಳ ಬಗ್ಗೆ ವಿವರಿಸಿ ಅವನ ಡಾಕ್ಟರ್ ಮಿತ್ರನಿಗೆ ಪತ್ರ ಬರೆದಿದ್ದ. ಆತುರದಿಂದ ಒಡೆದು ಓದಿದ. ಮನದಲ್ಲಿ ಆಶಾಭಾವನೆ ಉದಯಿಸಿತು.

ಪತ್ರನ ಮಡಚಿ ಜೇಬಿನಲ್ಲಿಟ್ಟುಕೊಂಡು "ಬೇಗ... ಬೇಗ..." ಉತ್ಸಾಹದಿಂದ ಊಟ ಮಾಡಿ ಎದ್ದ.

"ಇಲ್ಲಿ ಸ್ವಲ್ಪ ಬಾ" ತಾಯಿನ ಕರೆದು ಹತ್ತಿರದಲ್ಲಿ ಕೂಡಿಸಿಕೊಂಡು "ಸದ್ಯಕ್ಕೆ ನಾನು ಕೆಲ್ಸಕ್ಕೆ ಹೋಗೋ ತೀರ್ಮಾನ ಮಾಡಿದ್ದೀನಿ" ನಾಗಲಕ್ಷ್ಮಮ್ಮನ ಮುಖ ಮೊರದಷ್ಟು ಅಗಲವಾಯಿತು.

"ಗೋಪಾಲಕೃಷ್ಣ ಸ್ವಾಮಿ ಒಳ್ಳೆ ಬುದ್ಧಿ ಕೊಟ್ಟ. ಸತ್ಯದ ದೇವರು. ಯಾರನ್ನು ಕೈಬಿಡೊಲ್ವಂತೆ" ಜೋರಾಗಿ ನಕ್ಕುಬಿಟ್ಟ.

"ಯಾಕೋ..." ಗಾಬರಿಯಾದರು.

"ಏನಿಲ್ಲ ಬಿಡು. ನಾನು ಶಾಮಣ್ಣನೋರ ಮೊಮ್ಮಗಳು ಸತ್ಯನ ಮದ್ವೆ ಮಾಡ್ಕೋಬೇಕೂಂತ ಇದೀನಿ. ಅಪ್ಪಾಜಿಗೆ ಹೇಳಿ. ಮದ್ವೆ ಸಿದ್ಧತೇನ ಮಾಡ್ಸು."

"ನಿಂತ ನೆಲವೇ ಕುಸಿಯುವಂತಾಯಿತು. ಇವನಿಗೇನಾದರೂ ಬುದ್ಧಿ ಕೆಟ್ಟಿದೆಯಾ? ಕುರುಡೀನ ಸೊಸೆಯಾಗಿ ಮನೆ ತುಂಬಿಕೊಳ್ಳುವುದೇ?" ಕೃಷ್ಣಪ್ಪನವರು ಒಪ್ಪಿಯಾರೆ!!

"ನನಗೊಂದೂ ಅರ್ಥವಾಗೊಲ್ಲ. ಕಣ್ಣು ಕಾಣದವಳನ್ನು ಮದ್ವೆಯಾಗೋ ಹಣೆಬರಹ ನಿಂಗೇನು ಬಂದಿದೆ? ತಾರಳನ್ನು ಮಾಡಿಕೊಳ್ಳದಿದ್ರೆ ಬೇಡ. ಬೇರೆ ಕಡೆ ನೋಡಿ ಹೆಣ್ಣು ತರೋಣ. ಅವಳನ್ನು ಮಾಡಿಕೊಳ್ಳೋ ಮಾತು ಮಾತ್ರ ಎತ್ತಬೇಡ. ನಿಮ್ಮಪ್ಪ ಈ ಮಾತು ಕೇಳಿದ್ರೆ–ದೇವ್ರೇಗತಿ!" ಉದ್ವೇಗದಿಂದ ಒಂದು ಕಡೆ ಕೂತುಬಿಟ್ಟರು.

ಮೈಯೆಲ್ಲ ತರತರನೆ ನಡುಗುತ್ತ ಇತ್ತು. ಮೋಹನನ ನಿರ್ಧಾರ ಅಚಲವಾಗಿತ್ತು.

"ಬೇಡಪ್ಪ ಮೋಹನಾ ಇದೊಂದು ಕೆಟ್ಟ ಸಾಹಸ ಕಣೋ. ನಮ್ಮ ಎರಡು ಕುಟುಂಬಗಳಿಗೂ ಮೊದಲ್ನಿಂದ ಆಗೋಲ್ಲ."

ಆ ಮಾತು ಕೇಳಿದವನೇ ಗರಬಡಿದವನಂತೆ ನಿಂತ. ಶಾಮಣ್ಣನವರ ಬಾಯಿಂದ ಎಲ್ಲಾ ಕೇಳಿದ್ದ, ಸತ್ಯ ಎದುರಿಗಿತ್ತು. ಆದರೂ... ಮಮತೆ ಕಾಡುತ್ತಿತ್ತು. ತಂದೆಯನ್ನು ದ್ರೋಹಿಯೆಂದು ಒಪ್ಪಿಕೊಳ್ಳಲಾರದೇ ಚೀರುತ್ತಿತ್ತು.

"ಎಲ್ಲಾ... ನಿಜಾನ ಅಮ್ಮ?" ನಾಗಲಕ್ಷ್ಮಮ್ಮನವರು ತಪ್ಪು ಮಾಡಿದವರಂತೆ ಕಂಪಿಸಿದರು.

"ಏನೋ... ಏನೂ ಇಲ್ಲ. ಶಾಮಣ್ಣನವರೇನು ದೂರದವರಲ್ಲ. ಹತ್ತಿರದ ಸಂಬಂಧವೇ. ಮನುಷ್ಯ ಅಹಂಕಾರಿ. ಊರವರನ್ನೆಲ್ಲ ನಮ್ಮ ವಿರುದ್ಧ ಎತ್ತಿಕಟ್ಟಿದ್ದ. ಅಂಥವರ ಮನೆ ಹೆಣ್ಣನ್ನು ಮನೆ ತುಂಬಿಸ್ಕೋ ಬೇಕಾ!" ಕಂಬನಿ ಹರಿದು ಕೆನ್ನೆಯ ಮೇಲೆ ಜಾರಿತು.

ಕಸಿವಿಸಿಯಾಯಿತು. ನಿರ್ಧಾರ ಬಲವಾಗಿತ್ತು. ಅನುಕಂಪ, ಸಹಾನುಭೂತಿಗಾಗಿ ಅವಳನ್ನು ಮದುವೆಯಾಗಲು ಸಿದ್ಧವಾಗಿರಲಿಲ್ಲ. ತಂದೆ ಮಾಡಿದ ಪಾಪಕ್ಕೆ ಪ್ರಾಯಶ್ಚಿತ್ತವಾಗಿ ಆ ಕೆಲಸಕ್ಕೆ ಕೈಹಾಕಿರಲಿಲ್ಲ. ಮನಃಪೂರ್ವಕವಾಗಿ ಅವಳನ್ನು ಪ್ರೀತಿಸುತ್ತಿದ್ದ.

"ನಾನು ನಂಬೋಲ್ಲ. ಸತ್ಯಸಂಗತಿ ನನಗೆ ಗೊತ್ತು. ಸತ್ಯನ ಮದ್ವೆಯಾಗೋದು ಖಂಡಿತ. ಶಾಮಣ್ಣನವರ ಹತ್ತಿರ ಹೋಗಿ ಅಪ್ಪಾಜಿನ ಮಾತಾಡೋಕೆ ಹೇಳು" ಭಾವಣಿಯತ್ತ ನೋಡಿದ.

"ನಾವು ಕೇಳಿದ್ರೂ ಶಾಮಣ್ಣನೋರು ಒಪ್ಪೊಲ್ಲ" ಅವನ ಹಣೆಯ ತುಂಬ ಬೆವರಿನ ಹನಿಗಳು ಮುತ್ತಿನಂತೆ ಸಾಲುಗಟ್ಟಿದ್ದವು. ಇದುವರೆಗೂ ಆ ವಿಷಯವನ್ನೇ ಯೋಚಿಸಿರಲಿಲ್ಲ. ಬೆಪ್ಪಾದ. ತಲೆ ಚುರುಕಿನಿಂದ ಕೆಲಸ ಮಾಡತೊಡಗಿತು.

ರಾತ್ರಿ ದೊಡ್ಡ ಗಲಾಟೆಯೇ ಆಗಿಹೋಯಿತು. ಕೃಷ್ಣಪ್ಪನವರು ಇದು ಶಾಮಣ್ಣನವರ ಪಿತೂರಿಯಿಂದ ಕೂಗಾಡಿದರು. ಅದು ಸುಳ್ಳೆಂದು ಅವರ ಅಂತರಾತ್ಮಕ್ಕೆ ಗೊತ್ತು. ಕೆಟ್ಟ ಮನ ಕೂಡ ಶಾಮಣ್ಣನವರ ದೊಡ್ಡತನವನ್ನು ಒಪ್ಪಿಕೊಂಡಿತ್ತು.

"ಮೋಹನ ಇದೆಲ್ಲ ಚೆನ್ನಿಲ್ಲ. ನಿನ್ನ ಓದು, ನೌಕರಿಗೆ ಆ ಕುರುಡು ಹೆಣ್ಣು ತಕ್ಕವಳಲ್ಲ. ಜೀವನಪೂರ್ತಿ ಕೊರಗಬೇಕಾಗುತ್ತೆ" ಎಚ್ಚರಿಕೆಯಂತಿದ್ದುವು ಅವರ ಮಾತುಗಳು.

"ನಿಮ್ಗೆ ಅದರ ಬಗ್ಗೆ ಯೋಚ್ನೆ ಬೇಡ. ಕಣ್ಣಿರೋ ಕುರುಡರಿಗಿಂತ ಅವ್ಳು ಸಾವಿರ ಪಾಲು ಮೇಲು. ನಾನೇ ಸಂತೋಷವಾಗಿ ಒಪ್ಪಿಕೊಂಡಿದ್ದೀನಿ."

ಇದೊಂದು ಸವಾಲಿನಂತೆ ಕಂಡಿತು ಕೃಷ್ಣಪ್ಪನವರಿಗೆ. ಮಗನ ಕಣ್ಣುಗಳಲ್ಲಿನ ಪ್ರಾಮಾಣಿಕ ನೈತಿಕತೆಯ ತೀವ್ರತೆಯನ್ನು ದೃಷ್ಟಿಸಲು ಸಹ ಹೆದರುತ್ತಿದ್ದರು.

ಹೇಗೆ ಹತ್ತಿಕ್ಕುವುದು? ನಾಲ್ಕರ ಚಳಿ ಬಂದವರಂತೆ ನಡುಗಿದರು. ಚೀರುತ್ತಿದ್ದ ಸತ್ಯಳ ತಮ್ಮ ಹರಿಯ ಆಕ್ರಂದನ ಕೇಳಿದಂತಾಯಿತು. ಎರಡು ಕೈಯಲ್ಲೂ ಕಿವಿಗಳನ್ನು ಮುಚ್ಚಿಕೊಂಡರು. ಹಿಡಿಯಾಗಿ ತಮ್ಮ ಮಗನನ್ನೇ ಎತ್ತಿ ಬೆಂಕಿಯೊಳಗೆಸೆದ ಭ್ರಮೆಗೊಳಗಾದರು.

"ಬೇಡ... ಬೇಡ... ಅಯ್ಯೋ ಮೋಹನಾ" ನೆಲಕ್ಕೆ ಉರುಳಿದರು.

"ಅಪ್ಪಾಜಿ... ಅಪ್ಪಾಜಿ..." ಎತ್ತೊಯ್ದು ಮಂಚದ ಮೇಲೆ ಮಲಗಿಸಿದ.

ಡಾಕ್ಟರ್ ಬಂದರು. ಒಂದು ಇಂಜಕ್ಷನ್ ಚುಚ್ಚಿ 'ಪರ್ವಾಗಿಲ್ಲ' ಎಂದು ಹೋದರು. ಹಾಲು ಕುಡಿದರು. ಭಯವಿರಲಿಲ್ಲ. ವರಾಂಡದಲ್ಲಿ ಹಾಸಿಕೊಂಡು ಮಲಗಿದ.

ಅತ್ತಿಂದತ್ತ ಇತ್ತಿಂದತ್ತ ಹೊರಳಾಡಿದ. ದೃಷ್ಟಿ ಅತ್ತಿತ್ತ ಹರಿದಾಡಿ ಸ್ಥಿರವಾಯಿತು. ಎದುರಿಗಿದ್ದ ಕಿಟಕಿಯ ಕಡೆ ನೋಡಿದನು. ಕತ್ತಲೆ ತುಂಬಿತು. ದೂರದ ಬಾಂದಳದಲ್ಲಿ ಹಲ ಕೆಲವು ನಕ್ಷತ್ರಗಳು ಪ್ರಕಾಶಮಾನವಾಗಿ ಮಿನುಗಿ ತಮ್ಮ ಅಸ್ತಿತ್ವವನ್ನು ಸಾರುತ್ತಿದ್ದವು. ಮನಸ್ಸು ಪ್ರಕೃತಿಯ ಶೋಧದಲ್ಲಿ ಸಿಕ್ಕಿ ಬಿದ್ದಿತು. ತಂದೆಯ ಮನದ ಹೊಯ್ದಾಟ ಅರಿತಿದ್ದ. ಅದಕ್ಕಾಗಿ ತನ್ನ ಪ್ರೇಮವನ್ನ ತ್ಯಾಗ ಮಾಡಲೇ? ಅದರ ಪರಿಣಾಮ ಉನ್ಮಾದ ಸ್ಥಿತಿಯೇನೋ!

ನೀರವತೆಯ ನಡುವೆ ಕೃಷ್ಣಪ್ಪನವರ ಗೊರಕೆ ಕೇಳಿಸುವಂತಿತ್ತು. ಎದ್ದು ಕೂತ. ಮನಸ್ಸು ಅಲ್ಲಿ ಇಲ್ಲಿ ಸುಳಿದು ಒಂದೆಡೆ ನಿಂತಿತು. ಸತ್ಯಳ ತುಂಬು ವಿಗ್ರಹ ಎದುರು ಬಂದು ನಿಂತಂತಾಯಿತು. ಅವಳ ಸಾಮೀಪ್ಯದ ಮಾಧುರ್ಯದಿಂದ ಎಲ್ಲವನ್ನು ಜಯಿಸಬಲ್ಲನೆಂದುಕೊಂಡ.

* * *

ಎರಡು ದಿನದಿಂದ ಶಾಮಣ್ಣನವರಿಗೆ ಬಂದ ಜ್ವರ ಬಿಟ್ಟಿರಲಿಲ್ಲ. ಊರಿನ ಜನ ಒಂದಲ್ಲ ಒಂದು ವಿಧದಲ್ಲಿ ಅವರಿಂದ ಸಹಾಯ ಪಡೆದರು.

"ಅಯ್ಯಾರಿಗೆ ಜ್ವರ ಹೆಂಗಿದೆ?" ಹಾಲು ಹೊತ್ತು ತಂದ ಗೌಡತಿ ವಿಚಾರಿಸಿಕೊಂಡು ಕೂತಳು. ಅವರುಗಳ ಆತ್ಮೀಯತೆ ಹೃದಯ ತುಂಬಿ ಬರುತಿತ್ತು.

"ಇವತ್ತು ಬಿಟ್ಟಿದೆ."

"ಸಂಜೆ ಬತ್ತೀನಿ" ಗೌಡತಿ ಓಡಿದಳು. ಸತ್ಯ ತಾತನ ಬಳಿ ಬಂದಳು. ಅವರು ಆರಾಮಾಗಿ ನಿದ್ರಿಸುತ್ತಿದ್ದರು. ಕಣ್ಣೊರೆಸಿಕೊಂಡು ಬಂದು ಹೊರಗೆನಿಂತಳು.

"ಸತ್ಯ" ಹೃದಯಕ್ಕೆ ತೀರಾ ಹತ್ತಿರವಾದ ಧ್ವನಿ. ಮನ ಹುಚ್ಚೆದ್ದು ಕುಣಿಯಿತು.

"ಅ್ಞ..." ತುಟಿ ಅಲುಗಾಡಿತು.

"ಹೇಗಿದ್ದಾರೆ, ಶಾಮಣ್ಣನೋರು?" ಧ್ವನಿ ತೀರಾ ಮೃದುವಾಗಿತ್ತು. ಹಿಂದಿನ ದಿನವೇ ಬರಬೇಕೆಂದುಕೊಂಡಿದ್ದ. ಹಿಂದೆ ವಿಷಯ ತಿಳಿದಿರಲಿಲ್ಲ. ಸರಾಗವಾಗಿ, ಸಹಜವಾಗಿ ಹೋಗಿ ಮಾತಾಡಿಸುತ್ತಿದ್ದ. ಇಂದು–ಒಂದು ವಿಧವಾದ ಅಳುಕು.

"ಸ್ವಲ್ಪ ಜ್ವರ ಬಿಟ್ಟಿದೆ"

ಇಬ್ಬರ ನಡುವೆ ಸ್ವಲ್ಪ ಹೊತ್ತು ನೀರವತೆ ವ್ಯಾಪಿಸಿಕೊಂಡಿತು.

"ಬನ್ನಿ..." ಒಳಕ್ಕೆ ನಡೆದಳು.

ಮೂರು ದಿನದಿಂದ ಊರಿನಲ್ಲಿ ಬರೀ ಶಾಮಣ್ಣನವರ ಸುದ್ದಿಯೆ! ಎಲ್ಲರೂ ಬಂದು ನೋಡಿ ಹೋಗುವವರೇ. ಕೆಂಪ, ಸಿದ್ಧರನ್ನು ಬಿಟ್ಟು ಕೃಷ್ಣಪ್ಪನವರ ಒಕ್ಕಲು ಮಕ್ಕಳು ಕೂಡ ಕದ್ದು ಬಂದು ನೋಡಿಕೊಂಡು ಹೋಗಿದ್ದರು.

ಮೆಲ್ಲಗೆ ಶಾಮಣ್ಣನವರು ಕಣ್ಣುಗಳನ್ನು ತೆರೆದರು. ಕಣ್ಣರಳಿಸಿ ಮೋಹನ್‌ನನ್ನ ನೋಡಿದರು. ಪಕ್ವಗೊಂಡ ಹೃದಯ ಕೋಪ, ಸೇಡಿನಿಂದ ಮುಕ್ತವಾಗಿತ್ತೇನೋ!

"ಬಾಪ್ಪ, ಕೂತ್ಕೊ" ಸಹೃದಯತೆ ಒತ್ತು ಕೊಟ್ಟಿತು.

"ಕ್ಷಮ್ಸಿ ಬೇಕೂ..." ಧ್ವನಿ ಭಾರವಾಯಿತು. ಅವನು ಮೇರುವಿನೆತ್ತರ ಬೆಳೆದು ನಿಂತಂತೆ ಕಂಡರು.

ಮುಖದ ಮೇಲೆ ನೋವು ಆವರಿಸಿಕೊಂಡಿತು. ಅಂದು ಧಗಧಗನೆ ಹತ್ತಿಕೊಂಡು ಉರಿದ ಬೆಂಕಿ ಇಂದು ಮನದಲ್ಲಿ ಹತ್ತಿಕೊಂಡು ಉರಿದು ಭಸ್ಮವಾಯಿತು. ಪ್ರಸನ್ನ ವದನರಾದರು.

"ಪರ್ವಾಗಿಲ್ಲ, ನಿಂತೇ ಇದ್ದೀಯಲ್ಲ!" ಪ್ರಯಾಸದಿಂದ ಏಳಲು ಪ್ರಯತ್ನಿಸಿದರು. ಮೋಹನಾ ಕೂಡಿಸಿ ದಿಂಬಿಗೆ ಒರಗಿಸಿದ. ಚರ್ಮ ಮೂಳೆಗಳಿಗೆ ಅಂಟಿಕೊಂಡಿತ್ತು. ಶರೀರ ಪೂರ್ತಿ ಜರ್ಜರಿತವಾಗಿತ್ತು.

ಶಾಮಣ್ಣನವರು ಪೂರ್ತಿ ಕರಗಿಹೋಗಿದ್ದರು. ಅವರಲ್ಲಿ ಯಾವ ಕೋಪ, ತಾಪಗಳು ಇರಲಿಲ್ಲ. ನಶ್ವರ ಜೀವನಕ್ಕೆ ಯಾವ ಬೆಲೆಯೂ ಇಲ್ಲವೆನಿಸಿತು. ಈಗ ಕೃಷ್ಣಪ್ಪನವರು ಬಂದಿದ್ದರು ಕೂಡ, ಅಂದಿನ ಅಕೃತ್ಯವನ್ನು ಮರೆತು ನಗುನಗುತ್ತಾ ಮಾತಾಡಿ ಕಳುಹಿಸಿ ಕೊಡುತ್ತಿದ್ದರು.

"ನಿನ್ನ ಹೆಸರು..."

ಮೋಹನ ಅಲ್ಲಿದ್ದ ಹಳೆ ಮರದ ಪೆಟ್ಟಿಗೆಯ ಮೇಲೆ ಕೂತು "ಮೋಹನಾ..." ಎಂದ.

"ಹೌದೌದು... ಓದಿದ್ದು ಮುಗಿಯಿತಾ?" ಏದುಬ್ಬಸ ಬರುತ್ತಿತ್ತು. ಜ್ವರ ಅವರನ್ನ ಪೂರ್ಣವಾಗಿ ಬಳಲಿಸಿ ಬಿಟ್ಟಿತ್ತು. ಆದರೂ ಆ ನಿರ್ಜೀವ ಶರೀರದಲ್ಲಿ ಒಂದು ಚೇತನ ಹೊಯ್ದಾಡುತ್ತಿತ್ತು.

"ನಾನೇ ಮುಗಿಸಿದೆ. ಇಲ್ಲೇ ಉಳಿಯೋ ಯೋಚ್ನೇ ಮಾಡಿದ್ದೆ. ಅಪ್ಪಾಜಿಗೆ ಇಷ್ಟವಿಲ್ಲ" ನೇರವಾಗಿ ಹೇಳಿದ. ಸುಳ್ಳು ಹೇಳಬೇಕೆನಿಸಲಿಲ್ಲ. ಮುಚ್ಚಿಡಬೇಕೆನಿಸಲಿಲ್ಲ.

"ನಿಮ್ಮಂಥ ವಿದ್ಯಾವಂತ ಯುವಕರು ಹುಟ್ಟಿದೂರಿನಲ್ಲಿ ಉಳ್ದು ಅದರ ಏಳಿಗೆಗಾಗಿ ಕೆಲ್ಸ ಮಾಡೋದು ಒಳ್ಳೇದು. ಆದರೆ ಹೆತ್ತವರ ಆಸೆ ಪೂರೈಸುವುದು ಕೂಡ ಕರ್ತವ್ಯವೇ."

ಅವರತ್ತಲೇ ನೋಡಿದ. ಸಾತ್ವಿಕ ಚೇತನದಿಂದ ಅವರ ಮುಖ ತೇಜಃಪುಂಜ ವಾಗಿತ್ತು.

"ನಿಮ್ಮ ಆರೋಗ್ಯ ಹೇಗಿದೆ?" ಕ್ಷೀಣವಾಗಿ ನಕ್ಕರು.

"ಮಗೂ, ಹಾಲು ತಂದ್ಕೊಡಮ್ಮ" ಬಳಲಿಕೆ ಜಾಸ್ತಿಯಾಯಿತೇನೋ ಮಲಗಿಬಿಟ್ಟರು.

"ತಗೊಳ್ಳಿ" ಬಿಸಿಹಾಲಿನ ಲೋಟ ಅವನ ಬಳಿಗೆ ಬಂತು. ಮಾತಾಡದೆ ಕುಡಿದು ಲೋಟ ಇಟ್ಟ. ಅವರು ಕಣ್ಮುಚ್ಚಿ ಮಲಗಿದ್ದರು.

"ನಾನು ಬರ್ತೀನಿ" ಮೇಲಕ್ಕೆದ್ದ. ಕಣ್ಣು ತೆಗೆಯದೆಯೇ 'ಹ್ಞೂಂ'ಗುಟ್ಟಿದರು. ನಾಲ್ಕು ಮಾತು ಆಡಿದಕ್ಕೆ ಬಳಲಿ ಬಿಟ್ಟಿದ್ದರು.

ಮೋಹನಾ ಹೊರಗೆ ಬಂದು ದೂರದಲ್ಲಿ ನಿಂತು ಮನೆಯತ್ತ ನೋಡಿದ. ಅಕ್ಕಪಕ್ಕದಲ್ಲಿದ್ದ ದೊಡ್ಡ ಗೋಡೆಗಳು ಹಿಂದಿನ ಮನೆಯ ಅವಶೇಷವಾಗಿ ನಿಂತಿತ್ತು. ಕಣ್ಣು ಮಂಜಾಯಿತು. ತಂದೆ ಎಂಥ ಕಟುಕರಿರಬೇಕು! ಮಾನವತೆಯ ಒಂದು ಅಂಶವಿರುವವರು ಕೂಡ ಇಂತಹ ಅಕೃತ್ಯಕ್ಕೆ ಕೈಹಾಕಲಾರರು.

ಜಗುಲಿಯ ಮೇಲೆ ಕೃಷ್ಣಪ್ಪನವರು ಯಾರೊಂದಿಗೋ ಮಾತಾಡುತ್ತಿದ್ದರು. ಮಗನನ್ನ ನೋಡಿದಕೂಡಲೇ ಮುಖ ಗಂಟಾಯಿತು.

"ಸಂಜೆಗೆ... ಬನ್ನಿ" ಒಳಗೆಹೋದರು.

"ಮೋಹನಾ, ನಿನ್ನ ನಿರ್ಧಾರವೇನು? ಕಡೆ ನಿರ್ಧಾರ ಅದೇನಾ?" ಮಾಮೂಲಿ ಜಾಗ ಉಯ್ಯಾಲೆ ಮಣೆಯ ಮೇಲೆ ಕೂತರು.

"ನಿಮಿಷಕ್ಕೊಂದು ನಿರ್ಧಾರ ಮಾಡೋಕೆ ನಾನು ಮಗುನಾ!" ತುಟಿಗಳ ಮೇಲೆ ನಗು ಸುಳಿಯಿತು.

"ಅದಕ್ಕೆ ನಾವು ಒಪ್ಪಿಕೊಳ್ಳದಿದ್ರೆ..." ಸವಾಲಿನಂತಿತ್ತು.

"ಒಪ್ಪಿಕೊಳ್ಳಲೇಬೇಕು."

ಗರಬಡಿದವರಂತಾದರು. ಅವನ ಕಡೆ ನೋಡಿದರು. ಅವನು ಬಹಳ ಎತ್ತರ ಬೆಳೆದಂತೆ ಕಂಡ. ತಾವು ಅವನಷ್ಟು ಎತ್ತರ ಬೆಳೆಯುವುದು ಕಷ್ಟ.

ಸಿಟ್ಟಿನಿಂದ ಅವರ ಇಡಿ ಮೈಯೇ ಹತ್ತಿ ಉರಿದಂತಾಯಿತು. ಉದ್ವೇಗಗೊಳ್ಳ ಬಾರದೆಂದು ಎಷ್ಟೋ ಪ್ರಯತ್ನಿಸಿದ್ದರು. ಸಾಧ್ಯವಾಗುತ್ತಿರಲಿಲ್ಲ.

'ಅಂದು ಅವರಿಬ್ರೂ ಉಳಿಯೋಕೆ ಅವಕಾಶ ಮಾಡಿಕೊಟ್ಟಿದ್ದೆ ತಪ್ಪಾಯಿತು' ಪೇಚಾಡಿಕೊಂಡರು. ಭೂತ ಹೊಕ್ಕಂತಾಗಿತ್ತು. ಹಲ್ಲು ಕಡಿದರು.

"ನನ್ನ ಸಹನೇನಾ ಪರೀಕ್ಷೆ ಮಾಡ್ತಾ ಇದ್ದೀಯಾ, ಖಂಡಿತ ಈ ಮದ್ವೆ ನಡ್ಯೋಕೆ ಸಾಧ್ಯವಿಲ್ಲ."

ಜೋರಾಗಿ ನಕ್ಕುಬಿಟ್ಟ.

"ಯಾಕೋ ನಗ್ತಿ?" ಗರ್ಜಿಸಿದರು.

"ಅಪ್ಪಾಜಿ, ನೀವು ಬೇಕಾದರೆ ಏನಾದ್ರೂ ಮಾಡಿಸಬಲ್ಲಿರೀಂತ ನಂಗೆ ಗೊತ್ತು. ಈಗ ಅಂಥ ಸಾಹಸಕ್ಕೆ ಕೈ ಹಾಕ್ಬೇಡಿ. ಗೆಲುವು ಯಾವಾಗ್ಲೂ ನಿಮ್ದೇ ಅಲ್ಲ."

ಚಪ್ಪಲಿ ಮೆಟ್ಟಿ ಪುನಃ ಹೊರಟೇ ಬಿಟ್ಟ, ಮಗನ ಪ್ರಜ್ವಲಿಸುವ ಕಣ್ಣುಗಳ ನೋಟ ಎದುರಿಸಲಾರದ, ನಿಸ್ಸಾಹಯಕ, ಕಳಾಹೀನ ಕೃಷ್ಣಪ್ಪನ ಕಣ್ಣುಗಳು ಅಧೋಗತಿಯಲ್ಲಿ ಕೂಗುತ್ತಿದ್ದವು.

ಮನದ ಉಮ್ಮಳ ತಾಳಲಾರದ ಮೋಹನಾ ಒಂದು ಗಂಟೆ ಕೆರೆಯಲ್ಲಿ

ಈಜಾಡಿದ. ಮೈಮೇಲಿದ್ದ ಬಟ್ಟೆಗಳನ್ನೇ ಹಿಂಡಿ ತೊಟ್ಟುಕೊಂಡ. ನೇರವಾಗಿ ಗುಡ್ಡಕ್ಕೆ ಬಂದ. ಊಟ, ತಿಂಡಿಗಳ ಪರಿವೇ ಅವನಿಗಿರಲಿಲ್ಲ.

ಸಂಪಿಗೆಯ ಮರದಡಿ ಸುಮ್ಮನೆ ಕೂತುಬಿಟ್ಟ. ಕಣ್ಣುಗಳು ದೂರದ ಹಾದಿಯನ್ನು ನೋಡುತ್ತಿತ್ತು. ಸತ್ಯ ಬರಬಹುದೇನೋ. ಅರ್ಚಕರು ಗುಡ್ಡದಿಂದ ಇಳಿದು ಹೋಗುವುದು ಕಣ್ಣಿಗೆ ಬಿತ್ತು. ಅವಳಿನ್ನು ಬರಲಾರಳು.

ಕತ್ತಲು ಮುಸುಕಿತು. ಕೂತೇ ಇದ್ದ. ಬೆಳಗಿನಿಂದ ಸತ್ಯ ಕೊಟ್ಟ ಹಾಲು ಬಿಟ್ಟು ಹೊಟ್ಟೆಗೆ ಬೇರೇನೂ ಬಿದ್ದಿರಲಿಲ್ಲ. ಮನದ ಒಂದು ಮೂಲೆಯಲ್ಲಿ ಭಯ ಕಾಡುತ್ತಿತ್ತು. ಕ್ರೋಧಗೊಂಡ ತಂದೆಯ ಮುಖ ಎದುರಿಗೆ ಬಂದು ನಿಂತಂತಾಯಿತು.

"ಬುದ್ಯೋರೆ... ಸಾಮಿಗಳೇ..." ತಲೆ ಎತ್ತಿದ. ಸಿದ್ಧನ ಮುಖ ಕಂಡಿತು. ದಷ್ಟಪುಷ್ಟ ಆಳು. ಮೀಸೆಗಳಲ್ಲಿ ಬಿಳಿ ಕೂದಲು ಮಿಂಚಿತ್ತು.

"ಏನು?" ಆರಡಿಯ ಮನುಷ್ಯ ಬಗ್ಗಿ "ಅಮ್ಮೋರು ಕರ್‍ಕೊಂಡ್ಬಾ ಅಂದ್ರು" ತಾಯಿಯ ದೀನ ಮುಖ ಕಣ್ಣುಗಳ ಮುಂದೆ ತೇಲಿತು.

ಬಂದಾಗಲೆಲ್ಲ ತಂದೆಯ ಕಣ್ಣುಗಳನ್ನ ಮರೆಸಿ ನೋಟಿನ ಪುಡಿಕೆಗಳನ್ನು ಅವನ ಕೈಯಲ್ಲಿಟ್ಟು "ಯಾವ್ದಕ್ಕೂ ಯೋಚ್ನೆ ಮಾಡ್ಬೇಡ" ಭುಜ ಸವರಿ ಕಣ್ಣೊರೆಸಿಕೊಳ್ಳುತ್ತಿದ್ದರು.

"ಬರ್ತೀನಿ, ನಡಿ" ಅವನು ನಿಂತೇ ಇದ್ದ.

"ಬರ್ತೀನಿ ನಡ್ಯೋ..." ಜೋರು ಧ್ವನಿಯಲ್ಲಿಯೇ ಗದರಿಸಿ.

ಅರ್ಧ ಬಡಬಗ್ಗರು ಹೆದರಿಕೊಳ್ಳುತ್ತಿದ್ದುದು ಕೃಷ್ಣಪ್ಪನವರಿಗಿಂತ, ಈ ಭಂಟರುಗಳ ತೋಳ್ಬಲಕ್ಕೆ. ಕಷ್ಟ ಬಂದಾಗ ದಿಕ್ಕು ತೋಚದೇ ಸಾಲಾಗಿ ಓಡಿ ಬರುತ್ತಿದ್ದರು. ಹೇಳಿದಷ್ಟಕ್ಕೆ ಪತ್ರ ರೆಡಿಯಾಗುತ್ತಿತ್ತು. ಪ್ರತಿಯೊಂದಕ್ಕೂ ವಾಯಿದೆ. ಅದು ಮುಗಿಯಿತೆಂದರೆ ಅಡವಿಟ್ಟ ಒಡವೆ, ಜಮೀನು ಅವರದೇ.

"ಜೊತೆಯಾಗಿ ಕರ್ಕಾಂಡ್ಬಾ ಅಂದವ್ರೆ" ಮೇಲಕ್ಕೂ ಕೆಳಕ್ಕೂ ನೋಡಿದ. ನೀರವ ರಾತ್ರಿಯಲ್ಲಿ ಜೀರುಂಡೆಗಳ ಸದ್ದು ಕೇಳಿಸುತ್ತಿತ್ತು. ಎಂಥವರ ಎದೆಯು ಝಲ್ಲೆನ್ನಬೇಕು.

"ನಿನ್ನ ಹಿಂದಿನಿಂದ ಬರ್ತೀನಿ, ನಡೀ. ನಂಗೇನು ಭಯವಿಲ್ಲ."

ಸಿದ್ಧನಿಗೆ ಹಿಂದಕ್ಕೆ ಹೋಗಲು ಭಯ. ಕೃಷ್ಣಪ್ಪನವರು ಹಗಲು ಹೊತ್ತೇ ಒಬ್ಬರೆ ಹೊರಗೆ ಹೋಗುತ್ತಿರಲಿಲ್ಲ. ಶತ್ರುಗಳಿದ್ದಾರೆಂಬ ಭ್ರಮೆ ಸದಾ ಅವರನ್ನು ಕಾಡುತ್ತಿತ್ತು.

ಜೋರಾಗಿ ನಕ್ಕು "ಸಿದ್ಧಯ್ಯ ನಿನ್ಗೇ ಹೆಂಡ್ತಿ, ಮಕ್ಳು, ಮನೆ ಯಾವ್ದೂ ಇಲ್ವಾ?" ಅಂತರಂಗವನ್ನು ಬಡಿದಂತಾಯಿತು. ತಲೆತಗ್ಗಿಸಿದ.

"ಇಲ್ಲ ಬುದ್ಧಿ, ಸ್ವಾಮೋರ ತಾವೇ ಇದ್ವಿ. ಇಂಗೇ ಕಳ್ದು ಹೋದವು" ಅದಕ್ಕಾಗಿ ಅವನು ಈಗ ಪಶ್ಚಾತಾಪ ಪಡುತ್ತಿದ್ದ.

ಹೆಂಡ, ಹೆಣ್ಣು, ಮೈನಲ್ಲಿ ಕಸುವು ಇರುವವರೆಗೂ ಯಾವುದೂ ಬೇಕಿರಲಿಲ್ಲ.

ಈಗ ವಯಸ್ಸು ಇಳಿಯುತ್ತ ಹೊರಟಿತ್ತು. ಈಗ ಏನೇನೋ ಆಸೆಗಳು. 'ನಾನು ಎಷ್ಟೊಂದು ಸುಖಗಳನ್ನ ಕಳಕೊಂಡೇ' ಎಂದು ಯೋಚಿಸುತ್ತಿದ್ದ.

"ನಡೀ ಹೋಗೋಣ" ಎದ್ದ.

ಅವನ ಜೊತೆ ಗುಡ್ಡ ಇಳಿದು ಕೆಳಗೆ ಬಂದ. ನಾಯಿಗಳು ಬೊಗಳುವುದು ಕೇಳುತ್ತಿತ್ತು. ಕೆಲವು ನಾಯಿಗಳು ಹಿಂದೆ ಬಿದ್ದವು. ಸಿದ್ಧನ ಕೈನ ಉದ್ದ ದೊಣ್ಣೆಯನ್ನು ನೋಡಿ ಓಡಿದವು.

ಬಾಗಿಲು ಮುಂದಕ್ಕೆ ಇಟ್ಟಿತ್ತು, ದೂಡಿದ. ಕತ್ತಲೆಯ ನೀರವತೆಯ ನಡುವೆ ಬಿಕ್ಕುವ ಸದ್ದು "ಅಮ್ಮ, ಅಮ್ಮ" ಸ್ವಿಚ್ ಅದುಮಿ ಬೆಳಕು ಮಾಡಿದ. ನಾಗಲಕ್ಷ್ಮಮ್ಮ ಒಂದೇ ಸಮನೆ ಅಳುತ್ತಿದ್ದರು.

"ಅಳೋ ಅಂಥದ್ದು, ಏನಾಯಿತಮ್ಮ?" ಕೈ ಕಣ್ಣೀರನ್ನು ಒರೆಸಿತು.

"ಇನ್ನೇನಾಗ್ಬೇಕು? ನಿಮ್ಮ ಅಪ್ಪಾಜಿ ಊಟ ಮಾಡ್ದೇ ಮಲಗಿದ್ರು. ನೀನು ಎಲ್ಲಿ ಹೋದ್ಯೋ ಅನ್ನೋ ಭಯ" ಮಾತಿನಲ್ಲೇ ಬಿಕ್ಕಿದರು.

"ನಾನು ಎಲ್ಲಿ ಹೋಗ್ತೀನಿ? ಯಾಕಿಷ್ಟು ಹೆದರ್ತೀರಾ? ಅಪ್ಪಾಜಿನ ಎಬ್ಸಿ ಬಡ್ಸು" ಕೋಣೆಗೆ ಹೋದ ಬಟ್ಟೆ ಬದಲಾಯಿಸಲು.

ಅಡುಗೆಯ ಮನೆಗೆ ಬಂದಾಗ, ಒಂದೇ ತಟ್ಟೆ ಹಾಕಿತ್ತು. ತಟ್ಟೆಯ ಮುಂದೆ ಕೂಡುತ್ತ "ಅಪ್ಪಾಜಿನ ಎಬ್ಬಿಸಲಿಲ್ವಾ?" ಎಂದ.

"ಅವ್ರು ಏಳೋಲ್ಲ"

ಷರಟಿನ ತೋಳುಗಳನ್ನು ಮಡಚುತ್ತ ಮೇಲಕ್ಕೆದ್ದ. ನಾಗಲಕ್ಷ್ಮಮ್ಮನಿಗೆ ಭಯವಾಯಿತು. ಬೇಸರಗೊಂಡು ಮಲಗಿದ್ದಾರೆ. ಕೋಪದಿಂದ ಬೆಳೆದ ಮಗನ ಮೇಲೆ ಕೈ ಮಾಡಿದರೇ...

ಮಗನ ರೆಟ್ಟೆ ಹಿಡಿದು ನಿಲ್ಲಿಸಿ "ಬೇಡ ಬಿಡು ಅವ್ರು ಎದ್ದರೂ ಊಟ ಮಾಡೋಲ್ಲ" ತಾಯಿಯ ಭಯ ಅವನಿಗೆ ಅರ್ಥವಾಯಿತು.

"ಅಪ್ಪಾಜಿ ನನ್ನ ಹೊಡ್ಯೋಲ್ಲ" ಬಿಡಿಸಿಕೊಂಡು ಹೊರಟೇಬಿಟ್ಟ.

"ಕೋಣೆಯಲ್ಲಿ ಗೊರಕೆಯ ಸದ್ದು ಇರಲಿಲ್ಲ. ಉಸಿರಾಟದ ಗತಿಯಿಂದಲೇ ನಿದ್ದೆ ಮಾಡಿಲ್ಲವೆಂದು ತಿಳಿದ. ಸಣ್ಣ ಬಲ್ಬು ಉರಿಯುತ್ತಿದ್ದುದರಿಂದ ಕೋಣೆಯಲ್ಲಿ ಮಂದ ಪ್ರಕಾಶ ಹರಡಿಕೊಂಡಿತ್ತು.

"ಅಪ್ಪಾಜಿ, ಅಪ್ಪಾಜಿ..." ಅಂದ. ಮಿಸುಕಾಡಲಿಲ್ಲ. ತೋಳು ಹಿಡಿದು ಅಲುಗಾಡಿಸಿ "ಅಪ್ಪಾಜಿ..." ಎಂದ. ಕೊಸರಿಕೊಂಡು ಮಗ್ಗುಲಾದರು.

"ಊಟ ಮಾಡೋಣ, ಏಳಿ"

ಈ ಮಗನ ಯೋಗಕ್ಷೇಮ ಮತ್ತು ಅವನ ಪ್ರೀತಿಗಾಗಿಯೇ ಊರಿನಿಂದ ದೂರವಿರಿಸಿದ್ದರು. ಅವನನ್ನು ಇಲ್ಲಿ ಇರಿಸಿಕೊಳ್ಳಲೇಬಾರದೆಂಬ ನಿರ್ಧಾರ ಮಾಡಿದ್ದರು.

"ಏಳಿ, ಅಪ್ಪಾಜಿ" ಭುಜವಿಡಿದು ಅಲುಗಾಡಿಸಿದ.

"ನಂಗೆ ಬೇಡ. ನೀನು ಮಾಡ್ಹೋಗು" ಧ್ವನಿ ಮೆತ್ತಗಾಗಿತ್ತು.

"ನಂಗೂ ಬೇಡ" ಹೊರಗಡೆ ಬಂದ.

ಕೃಷ್ಣಪ್ಪನವರು ಎದ್ದು ಕೂತರು. ಮಗ ಮುಟ್ಟಿದ ತೋಳು, ಭುಜವನ್ನು ಸವರಿಕೊಂಡರು. ಹಾಯೆನಿಸಿತು. ಆ ಸ್ಪರ್ಶ ಸ್ವಾಭಿಮಾನ, ಕೋಪವನ್ನು ಒತ್ತರಿಸಿರಬೇಕು. ಎದ್ದು ಹೊರಗೆ ಬಂದರು.

"ನಾಗೂ, ಬಡ್ಸು ಬಾ"

ನಾಗಲಕ್ಷ್ಮಮ್ಮನವರ ಕಣ್ಣುಗಳಲ್ಲಿ ವಿಸ್ಮಯ ಇಣುಕಿತು. ಸಂಭ್ರಮದಿಂದ ಬಂದರು. ಸೊಂಟಕ್ಕೆ ಸೆರಗು ಸಿಕ್ಕಿಸಿ ತಟ್ಟೆ ಹಾಕಿ ಅಡುಗೆ ಮನೆಯೊಳಕ್ಕೆ ಓಡಿದರು.

ಬಾಗಿಲು ಕಡೆ ಮುಖ ಮಾಡಿ ನಿಂತಿದ್ದ ಮೋಹನಾ ಮನದಲ್ಲಿಯೇ ನಕ್ಕ.

"ಬಾರೋ... ಮೋಹನಾ" ಧ್ವನಿ ತೀರಾ ಸತ್ತು ಹೋದಂತಾಗಿತ್ತು.

ಬಂದು ತಟ್ಟೆಯ ಮುಂದೆ ಕೂತ. ಮೌನವಾಗಿ ಊಟ ಸಾಗಿತು. ಮಧ್ಯೆ ಮಧ್ಯೆ ಬಡಿಸುವಾಗ ನಾಗಲಕ್ಷ್ಮಮ್ಮ ಮಾತ್ರ ಒಂದೆರಡು ಮಾತುಗಳನ್ನು ಆಡಿದರು.

"ಹೊತ್ತಾಗಿದೆ, ಮಲಕ್ಕೊ" ಕೃಷ್ಣಪ್ಪನವರು ಹೋಗಿ ಮಲಗಿಬಿಟ್ಟರು. ಮನಸ್ಸು ಮೊದಲಿನಷ್ಟು ಭಾರವಾಗಿರಲಿಲ್ಲ; ನಿರಾಳವಾಗಿತ್ತು. ಹೊದ್ದು ಸುಖವಾಗಿ ನಿದ್ದೆ ಹೋದರು.

ಮೋಹನನಿಗೆ ನಿದ್ದೆ ಬರಲಿಲ್ಲ. ಗಳಿಗೆಗೊಮ್ಮೆ ಮಗ್ಗಲು ಬದಲಾಯಿಸುತ್ತಿದ್ದ. ಮಧ್ಯರಾತ್ರಿಯ ಮೇಲಾಗಿತ್ತು. ಜಗುಲಿಯ ಮೇಲೆ ಮಲಗಿದ್ದ ಆಳುಗಳ ಉಸಿರಾಡುವಿಕೆ ಛಂದೋಬದ್ಧವಾಗಿ ಕೇಳಿಸುತ್ತಿತ್ತು, ನಡುವೆ ಗೊರಕೆಯ ಶಬ್ದವು ಸೇರಿತ್ತು.

"ಸತ್ಯ" ತುಟಿಗಳು ಮೆಲುವಾಗಿ ನುಡಿದವು. ಪುರುಷ ಸಹಜ ಸ್ವಾಭಾವಿಕವಾದ ವಯೋಧರ್ಮ ಅವನು ಸತ್ಯಳನ್ನು ಪ್ರೀತಿಸುವಂತೆ ಮಾಡಿತ್ತು. ತಾಯಿತಂದೆಯರ ಮಾತಿಗೆ ಮಣಿದರೆ, ಮನದ ಧೀರತೆಗೆ ಗಾಂಭೀರ್ಯಕ್ಕೆ ಕುಂದುಂಟಾಗುತ್ತದೆ. ಆತ್ಮವಂಚನೆಯಾಗುತ್ತೆ, ಈ ನೋವು ಜೀವವಿರುವವರೆಗೂ ತನ್ನೊಡನೇ ಇರುತ್ತೆ. ಇಚ್ಛಾಶಕ್ತಿಯನ್ನು ದುರ್ಬಲಗೊಳಿಸುವುದು ಸುಲಭವಲ್ಲವೆನಿಸಿತು. ಇದೆಂತಹ ವಿಚಿತ್ರ! ತನ್ನಲ್ಲಿ ತಾನೇ ನಕ್ಕ. ಹಾಗೆಯೇ ಜೊಂಪು ಹಿಡಿದಂತಾಯಿತು. ಕೂಡಲೇ ಗಾಢವಾದ ನಿದ್ದೆ ಆವರಿಸಿತು.

ಬೆಳಿಗ್ಗೆ ಬಹಳ ತಡವಾಗಿಯೇ ಎದ್ದ. ಸಿದ್ಧನೊಬ್ಬ ಜಗುಲಿಯ ಮೇಲೆ ಕಾದು ಕೂತಿದ್ದ.

ಇವನು ಹೊರಗೆ ಬಂದಾಗ "ಬುದ್ಯೋರು, ತೋಟದ ಕಡೆ ಬತ್ತೀರಾ!" ನಗಬೇಕೆನಿಸಿತು. ಇವನು ಅತ್ತ ಸುಳಿಯಬಾರದೆಂದು ಶಪಿಸಿದ್ದರು.

"ಬರೋಲ್ಲ, ನಂಗೆ ಬೇರೆ ಕೆಲ್ಸವಿದೆ" ಅಭಿಮುಖವಾಗಿ ನಡೆದ ಮೀಸೆಯ

ಮೇಲೆ ಕೈಹಾಕಿದ ಸಿದ್ಧ ಮನದಲ್ಲಿಯೇ ರುಸ್ತುಂ ಬಚ್ಚಾ ಎಂದುಕೊಂಡ.

ಕಾಲುಗಳೆಳೆದುಕೊಂಡು ಹೋಗಿದ್ದು, ಶಾಮಣ್ಣನವರ ಬಾಗಿಲಿಗೆ. ಊರಿನ ನಾಲ್ಕಾರು ಮಂದಿ ಮಾತಾಡುತ್ತಿದ್ದರು. ಅವರೆಲ್ಲರ ಕಣ್ಣುಗಳಲ್ಲಿ ಆಶ್ಚರ್ಯ ಮಿನುಗಿತು.

ವಯಸ್ಸಾದ ವ್ಯಕ್ತಿ "ಸಾಹುಕಾರ್ ಕೃಷ್ಣಪ್ಪನವ್ರ ಮಕ್ಕಳಲ್ವಾ!" ಮಿಕ್ಕವರು ಕಡೆ ನೋಡುತ್ತ ಕೇಳಿದರು. ಅವರುಗಳು 'ಹೌದು' ಎಂದು ತಲೆಯಾಡಿಸಿದರು. ಬಾಯಲ್ಲಿ ಏನೂ ಹೇಳಲು ಹೋಗಲಿಲ್ಲ.

"ಹೌದು, ಅಜ್ಜ..." ಎಂದ. ಅಳುಕಲಿಲ್ಲ. ಅವರುಗಳಲ್ಲಿ ದೃಷ್ಟಿ ಹೆಚ್ಚುಕಡಿಮೆ ಇವನತ್ತಲೇ ಇತ್ತು. ತಾವೇನೋ ಕಾಣಬಾರದ್ದು ಕಂಡಹಾಗೆ ಆಶ್ಚರ್ಯಪಡುತ್ತಿದ್ದರು.

"ಬರ್ತೀನಿ ಸ್ವಾಮಿ" ಎಲ್ಲರೂ ಮೇಲಕ್ಕೆದ್ದರು. ಅವನಿಗೆ ನಗುಬಂತು. ಇವರಲ್ಲಿ ಒಂದಿಬ್ಬರು ಕೃಷ್ಣಪ್ಪನವರ ಬಳಿಗೂ ಬರುತ್ತಿದ್ದರು.

ವಯಸ್ಸಾದ ಅಜ್ಜ "ಅವ್ವಾ, ಹೈಕಳ ಕಳುಸ್ತೀನಿ. ಏನಾದ್ರೂ ಆಗ್ಬೇಕಿದ್ರೆ ಕಿವಿ ಮೇಲೆ ಹಾಕಿ" ಸತ್ಯಳನ್ನು ಉದ್ದೇಶಿಸಿ ಹೇಳಿಹೋದರು.

ಶಾಮಣ್ಣನವರು ದೊಡ್ಡ ಮನಸ್ಸಿನಿಂದ ಕೃಷ್ಣಪ್ಪನವರ ಮಗನನ್ನು ಕ್ಷಮಿಸಿ ಬಿಡುವರಿದ್ದರು. ಆದರೆ... ಖಂಡಿತ ಕೃಷ್ಣಪ್ಪ ಮರೆಯಲಾರ. ಪದೇಪದೇ ಈ ಹುಡುಗ ಬರೋದು ಚೆನ್ನಿಲ್ಲ. ಏನು ಮಾಡುವುದು? ಯೋಚಿಸಿದರು. ವಿಷಯ ಕೃಷ್ಣಪ್ಪನವರೆಗೂ ಹೋಗಿಲ್ಲವೇನೋ!

"ಬಾಪ್ಪ..." ಅವರ ನೋಟ ಅವನಿಗೂ ಕಸಿವಿಸಿಯುಂಟಾಯಿತು. ತನ್ನ ಬರುವು ಅವರಿಗೂ ಬೇಸರವೇನೋ?

"ಹೇಗಿದ್ದೀರಿ? ನಾನು ಬಂದಿದ್ದು ತಪ್ಪಾಗಲಿಲ್ಲ ತಾನೇ!" ಅವರ ಬಾಯಿ ಕಟ್ಟಿದಂತಾಯಿತು. ಕಣ್ಣರಳಿಸಿ ನೋಡಿದರು. ಸೌಮ್ಯ ಕಳೆ, ಆಕರ್ಷಕ ನಿಲುವು ಅವರನ್ನು ಆಕರ್ಷಿಸಿತು.

"ಅದೆಲ್ಲ, ಏನಿಲ್ಲ. ವ್ಯಥೆ ನೀನೂ ತೊಂದರೆ ತಗೋತಾ ಇದ್ದೀಯಾ" ಗಡಸು ಧೋರಣೆ ಬರಲೊಲ್ಲದು.

ಕೃಷ್ಣಪ್ಪನ ಮೇಲೆ ದ್ವೇಷಕಾರದಿದ್ದರೂ, ಅವರ ಮುಖ ನೋಡಲು ಇಷ್ಟಪಡುತ್ತಿರಲಿಲ್ಲ. ಹಾದಿಯಲ್ಲಿ ಮುಖ ಕಂಡರೇ ಪಕ್ಕಕ್ಕೆ ತಿರುಗಿಕೊಂಡು ಹೋಗುತ್ತಿದ್ದರು. ಆದರೆ, ಜ್ವರ ಬಂದು ಮಲಗಿದ ಮೇಲೆ ಎಲ್ಲಾ ಭಾವನೆಗಳು ಬದಲಾಗಿದ್ದವು.

"ಕುತ್ಕೋಪ್ಪ..." ನಿನ್ನೆಗಿಂತ ಇಂದು ಸ್ವಲ್ಪ ಸುಧಾರಿಸಿಕೊಂಡಿದ್ದರು. ತಾವಾಗಿಯೇ ಎದ್ದು ಕೂತು ದಿಂಬಿಗೆ ಒರಗಿದರು.

"ನನ್ನಿಂದ ಏನಾದ್ರೂ ಸಹಾಯ ಆಗ್ಬೇಕಿದ್ರೆ ಸಂಕೋಚವಿಲ್ಲೇ ಹೇಳಿ" ಕಣ್ಣುಗಳು ಅರಳಿದವು. ವಿಚಿತ್ರ ಹುಡುಗನೆಂದುಕೊಂಡರು.

"ಏನೂ, ಬೇಡಪ್ಪ. ಊರಿನ ಜನ ಬಹಳ ವಿಶ್ವಾಸ ಇರ್ಸಿಕೊಂಡಿದ್ದಾರೆ. ತಮ್ಮ

ಮನೆಯಲ್ಲಿ ಒಬ್ಬರು ಅನಾರೋಗ್ಯದಿಂದ ಮಲಗಿದ್ದಾರೆ, ಅನ್ನೋ ತರಹ ಆತಂಕ ಪಡ್ತಾರೆ. ಈ ಜನರ ಋಣನ ಹೇಗೆ ತೀರಿಸೋದು? ಛಾವಣಿಯ ಕಡೆ ನೋಡಿದರು. ಸುಸ್ಥಿತಿಯಲ್ಲಿರಲಿಲ್ಲ. ಪೂರ್ತಿ ಕೊಡವಿಸಿ ಬೇರೆ ಹಾಕಿಸದಿದ್ದರೆ ಈ ಮಳೆಗಾಲಕ್ಕೆ ಪೂರ್ತಿ ಕುಸಿಯಬಹುದು.

ಜೋರಾಗಿ ಕೆಮ್ಮು ಬಂತು. ಎದೆ ಹಿಡಿದುಕೊಂಡು ಕೆಮ್ಮತೊಡಗಿದರು. ಕಣ್ಣುಗಳು ಮೇಲೆ ಸಿಕ್ಕಿಸಿಕೊಂಡಂತಾಯಿತು.

"ತಾತ... ತಾತ..." ಗಾಬರಿಯಿಂದ ಬಂದು ತಾತನನ್ನು ಹಿಡಿದುಕೊಂಡಳು. ಮೋಹನನಿಗೆ ಏನೂ ಮಾಡಬೇಕೋ ತೋರಲಿಲ್ಲ.

ಸ್ವಲ್ಪ ಸಮಾಧಾನ ಸ್ಥಿತಿಗೆ ಬಂದಮೇಲೆ "ಮಗು ಗಾಬ್ರಿ ಬೇಡಮ್ಮ. ಸ್ವಲ್ಪ... ಕೆಮ್ಮು ಅಷ್ಟೆ" ಬಳಲಿದವರಂತೆ ಗೋಡೆಗೊರಗಿದರು.

"ನೀವು ಮಲ್ಗಿ ಬಿಡಿ" ಅವರಿಗೆ ಕೈಯಾಸರೆ ಕೊಟ್ಟಳು.

"ನಾನು ಮಲ್ಗಿಸ್ತೀನಿ"

ಮೋಹನ ಕೈಯಾಸರೆ ಕೊಟ್ಟು ಅವರನ್ನು ಮಲಗಿಸಿದ. ಸತ್ಯಳ ಬಗ್ಗೆ ನೆನಸಿಕೊಂಡರೇ ವೇದನೆಯಿಂದ ಕುಸಿಯುವಂತಾಗುತ್ತಿತ್ತು.

"ಸ್ವಲ್ಪ ನಿದ್ದೆ ಮಾಡಿ" ಬಳಲಿದ ಕಣ್ಣುಗಳು ಮುಚ್ಚಿಕೊಂಡವು. ಮತ್ತೆ ತೆರೆದು ಕೊಂಡವು. ಏನೋ ಹೇಳಬೇಕೆಂದು ಧಾವಂತಪಡುವ ಹಾಗೆ ಕಂಡರು. ತುಟಿ ಅಲುಗಾಡಿತು. ಏನೂ ಹೇಳಲಾಗಲಿಲ್ಲ. ಅವರ ಕಷ್ಟ ನೋಡುವುದು ಅವನಿಂದಾಗಲಿಲ್ಲ. ಅವರ ಜೀರ್ಣವಾದ ಕೈಯನ್ನು ತನ್ನ ಕೈಯೊಳಗೆ ತಗೊಂಡ. ಇನ್ನೊಂದು ಕೈಯನ್ನು ಅವರ ಕೈ ಮೇಲಿಟ್ಟ ಆಶ್ವಾಸನೆ ಕೊಡುವಂತೆ. ಕಣ್ಣುಗಳು ಅಗಲವಾಗಿ ತೆರೆದುಕೊಂಡವು. ಕಂಬನಿ ತುಳುಕಿತು. ಮಿಂಚು ಮಿಂಚಿ ಮರೆಯಾಯಿತು.

"ನೀವು ಯೋಚಿಸ್ದೇ ನಿದ್ದೆ ಮಾಡಿ ಕೈಯನ್ನು ಸರಿಯಾಗಿರಿಸಿ" ಹೊದ್ದಿಕೆಯನ್ನು ಎದೆಯವರೆಗೆ ಎಳೆದ.

ಸತ್ಯ ಸುಮ್ಮನೆ ನಿಂತಿದ್ದಳು. ಮುಖದಲ್ಲಿ ಆತಂಕ ಎದ್ದು ಕಾಣುತ್ತಿತ್ತು.

"ನಿದ್ದೆ ಮಾಡ್ತಾ ಇದ್ದಾರೆ. ನಾನು ಸಂಜೆ ಬರ್ತೀನಿ" ಮೌನವಾಗಿ ತಲೆಯಾಡಿಸಿ ತಾತನ ಮಂಚದ ಬಳಿ ಕುಸಿದಳು.

ತೋಟದಿಂದ ಬಂದ ಕಾಳ ಹೊಸಲಿನಲ್ಲಿಯೇ ಕೂತು ಶಾಮಣ್ಣನವರ ಕಡೆ ನೋಡುತ್ತಿದ್ದ. ಹಿಂದಿನಿಂದಲೂ ಈ ಮನೆಗಾಗಿ ಜೀವತೆತ್ತ ಪ್ರಾಮಾಣಿಕ ಮನುಷ್ಯ. ಅವನಿಗೂ ಭವಿಷ್ಯ ಗಾಢಾಂಧಕಾರವಾಗಿ ಕಾಣಿಸುತ್ತಿತ್ತು. ಸತ್ಯವ್ವನ ಗತಿಯೇನು? ಊರವರ ಸಹಾನುಭೂತಿ, ಅನುಕಂಪದಿಂದ ಎಷ್ಟು ದಿನ ಬದುಕಿಯಾಳು? ಮೊಣಕಾಲು ಮೇಲೆ ತಲೆಯಿರಿಸಿ ಕಣ್ಣೀರು ಸುರಿಸಿದ.

"ಬರ್ತೀನಪ್ಪ, ಇಲ್ಲೇ ಇರು" ಬಾಗಿಲ ಬಳಿಹೋದ ಮೋಹನ ತಿರುಗಿ ನೋಡಿದ. ಆ ದೃಶ್ಯ ಕರುಳು ಕತ್ತರಿಸಿದಂತಾಯಿತು. ಮುಗ್ಧ ಹೆಣ್ಣು ಮಂಚದ ಬಳಿ

ಕೂತು ಮೂಕಳಾಗಿ ರೋದಿಸುತ್ತಿದ್ದಳು. ಸರಸರನೆ ಹೆಜ್ಜೆ ಹಾಕಿ ಹೊರಟ.

ದಾರಿಯುದ್ದಕ್ಕೂ ಯೋಚಿಸಿದ. ತಲೆ ಕೆಟ್ಟಂತಾಯಿತು. ವಿಚಿತ್ರವಾದ ಸಂಕಟ ಆವರಿಸಿಕೊಂಡಿತ್ತು.

ಮನೆಗೆ ಬಂದವನೇ ಉಯ್ಯಾಲೆ ಮಣೆಯ ಮೇಲೆ ಹೋಗಿ ಕೂತ. ಅಡುಗೆಯ ಪಾತ್ರೆಗಳ ಸದ್ದು ಬಿಟ್ಟರೆ ಪೂರ್ತಿ ನೀರವತೆ ವ್ಯಾಪಿಸಿಕೊಂಡಿತ್ತು.

"ಗದ್ದೆ ಕಡೆ ಹೋಗಲಿಲ್ವಾ?" ನಾಗಲಕ್ಷ್ಮಮ್ಮ ಈಳಿಗೆಮಣೆ ಹಿಡಿದು ಬಂದೇ ಕೇಳಿದಳು. ಇಲ್ಲವೆನ್ನುವಂತೆ ತಲೆಯಾಡಿಸಿದ. ಈ ಮನೆ, ತಾಯಿ ತಂದೆ, ತಿಜೋರಿಯಲ್ಲಿ ಕೊಳೆಯುತ್ತಿರುವ ಬೆಳ್ಳಿ, ಬಂಗಾರ, ಆಸ್ತಿ ಎಲ್ಲದರ ಬಗ್ಗೆಯು ಜಿಗುಪ್ಸೆಯಾಯಿತು.

"ಯಾಕೋ, ಒಂದು ತರಹ ಇದ್ದೀಯಾ!" ತಲೆಯೆತ್ತಿ ತಾಯಿಯ ಕಡೆ ನೋಡಿದ. ಆ ಕಣ್ಣುಗಳಲ್ಲಿ ಮಾನವತೆಯ ಬೆಳಕಿದೆಯೇ? ಪರೀಕ್ಷಿಸಬೇಕೆನಿಸಿತು.

"ಇದೇನೋ, ಹೀಗೆ ನೋಡ್ತಿ?" ಮಗ ನೆಟ್ಟ ನೋಟದಿಂದ ತಮ್ಮ ಕಡೆಗೆ ನೋಡುವುದನ್ನು ನೋಡಿ ಗಾಬರಿಗೊಂಡರು.

"ಶಾಮಣ್ಣನೋರು ನಮ್ಗೆ ದೂರದ ಬಂಧುಗಳು ಇರಬೇಕಲ್ಲವೇನಮ್ಮ?!" ಬೇಸರದಿಂದ ಮುಖ ಮುದುರಿದರು. ಪದೇ ಪದೇ ಅವರ ಸುದ್ದಿ ಮಾತಾಡುವುದು ಅವರಿಗೆ ಸರಿಯೆನಿಸಲಿಲ್ಲ. ಮಾನಸಿಕ ನೆಮ್ಮದಿಗೆ ಧಕ್ಕೆ ಒದಗುತ್ತಿತ್ತು.

"ಬೇರೆ ವಿಷ್ಯಾನೇ ಇಲ್ವಾ! ಈ ಊರಿನಲ್ಲಿರೋ ಬೇರೆ ಜನಗಳ ವಿಷ್ಯ ಬಿಟ್ಟು, ಪದೇಪದೇ ಅವ್ರ ಸುದ್ದಿಯೇಕೆ ಮಾತಾಡ್ತೀಯಾ ಇದೆಲ್ಲ ವಿಚಿತ್ರ!"

ತಾಯಿಯ ಮನದ ಬೇಸರ ಅವನಿಗೆ ಅರ್ಥವಾಯಿತು. ಇದು ಜಟಿಲವಾದ ಪ್ರಶ್ನೆಯೇ. ಆ ಕುಟುಂಬದ ಬಗ್ಗೆ ವಿಷಯ ತಿಳಿಯುವುದಕ್ಕಿಂತ ಮುಂಚಿನಿಂದ ಪ್ರೀತಿ, ವಿಶ್ವಾಸ ಕಾರಣವೇನು? ತಂದೆ ಮಾಡಿದ ಅಕೃತ್ಯಕ್ಕೂ, ಮಗನ ಮನದ ಭಾವನೆಗಳಿಗೂ ಏನಾದರೂ ಸಂಬಂಧವಿರಬಹುದೇ?

"ಈಗ ಅವರ ಮನೆಗೆ ಹೋಗಿದ್ಯಾ?"

"ಹೌದು..."

ಗಂಡನ ಆಲೋಚನೆಯ ದಿಕ್ಕು, ಆತಂಕಗಳಿಗೆ ಈಗ ಅರ್ಥ ಕಂಡಿತು. ಕೃಷ್ಣಪ್ಪನವರು ಆಕೆಯ ಮನಕ್ಕೆ ದೊಡ್ಡ ದಾರ್ಶನಿಕರಂತೆ ಕಂಡರು.

"ಅವ್ರು ಇದೆಲ್ಲ ಯೋಚಿಸಿಯೇ, ನಿನ್ನ ಕೆಲ್ಸಕ್ಕೆ ಕಳುಹಿಸೋಕೆ ತೀರ್ಮಾನಿಸಿದ್ದು."

"ಅದೆಲ್ಲ ಇರಲಿ. ಶಾಮಣ್ಣನವರಿಗೆ ಹುಷಾರಿಲ್ಲ. ಊರಲ್ಲಿಯ ಪ್ರತಿಯೊಬ್ಬರೂ ಹೋಗಿ ಮಾತಾಡಿಸಿಕೊಂಡ್ಬಂದಿದ್ದಾರೆ. ಅಪ್ಪಾಜಿ, ಯಾಕೆ ಹೋಗಲಿಲ್ಲ?"

ಮಗನ ಮುಂದೆ ನಿಂತರೆ ತಲೆ ಕೆಡುತ್ತದೆಯೆಂದು ಒಳ ಹೋಗಿಬಿಟ್ಟರು.

ಅವರ ಮನಸ್ಸಿಗೂ ನೋವಾಯಿತು. ಅವರು ಮದುವೆಯಾಗಿ ಬಂದ ಹೊಸದರಲ್ಲಿ ಎರಡು ಮನೆಗಳ ನಡುವೆ ಓಡಾಟ ಇತ್ತು. ಕೃಷ್ಣಪ್ಪನವರಿಗೆ ಸ್ವಲ್ಪ

ಅಷ್ಟಕ್ಕಷ್ಟೆ. ಕೆಲವು ವಿಷಯಗಳಿಗೆ ಎದುರು ನಿಂತು ವಾದಿಸಿದ್ದರು.

ಒಲೆಯ ಮೇಲಿಟ್ಟಿದ್ದ ಪಾತ್ರೆ ಸೀದು ತಳ ಹತ್ತಿದಾಗ ವಾಸ್ತವಕ್ಕೆ ಬಂದರು. ಆಸ್ತಿ, ಒಡವೆ, ಅಂತಸ್ತಿನ ಆಸೆ ಯಾವ ಸಾಮಾನ್ಯ ಹೆಣ್ಣಿಗೆ ಇರೋಲ್ಲ?

* * *

ಮಧ್ಯಾಹ್ನದವರೆಗೂ ಸತ್ಯ ಅಲ್ಲಿಯೇ ಕೂತಿದ್ದಳು. ಮೇಲೇಳುತ್ತ "ಊಟ ಮಾಡು" ಕಾಳನಿಗೆ ಹೇಳಿದಳು. ಮೊದಲು ಬೇಡವೆಂದರೂ ಆಮೇಲೆ ಊಟ ಮಾಡಿದ.

"ತೋಟದ ಕಡೀಕೆ ಹೋಗಿ ಬರ್ಲಾ" ಕೈಲಾದುದ್ದು ಮಾಡುತ್ತಿದ್ದ.

"ಬೇಡ..." ಅಡುಗೆಯ ಮನೆಯೊಳಕ್ಕೆ ಹೋದಳು. ವಿಚಿತ್ರವಾದ ಭಯವಾಯಿತು. ಆಲಿಸಿದಳು, ಉಸಿರಾಟದ ಸದ್ದೇ ಇಲ್ಲ. ಕೈ ನಡುಗಿ ಹಾಲಿನ ಲೋಟ ನೆಲಕ್ಕೆ ಬಿದ್ದು ಚೆಲ್ಲಿಹೋಯಿತು.

ಬಗ್ಗಿ ನಡುಗುವ ಕಂಠದಲ್ಲಿ "ತಾತ, ತಾತ" ಮುಟ್ಟಿ ನೋಡಿದಳು. ಶಾಮಣ್ಣನವರು ಸದ್ದುಗದ್ದಲವಿಲ್ಲದೆ ನಡೆದು ಬಿಟ್ಟಿದ್ದರು.

"ತಾತ, ತಾತ" ಹುಚ್ಚಿಯಂತೆ ಇಡೀ ಶರೀರವನ್ನೇ ಹಿಡಿದು ಅಲುಗಾಡಿಸಿದಳು.

ಕಾಳ ಮಿಂಚಿನ ವೇಗದಲ್ಲಿ ಸುದ್ದಿ ಮುಟ್ಟಿಸಿದ. ಹೊಲ, ಗದ್ದೆ, ಮನೆಗಳಲ್ಲಿರುವವರು ಓಡಿಬಂದರು. ದೊಡ್ಡವರ ಮಾತುಗಳಿಂದ ಕಿರಿಯರು ಕೂಡ ಅವರ ಬಗ್ಗೆ ಗೌರವಾಭಿಮಾನ ಬೆಳೆಸಿಕೊಂಡಿದ್ದರು. ಮಕ್ಕಳಾದಿಯಾಗಿ ಎಲ್ಲರೂ ಬಂದರು. ಅಂದು ಇಡೀ ಮನೆ ಉರಿದು ಭಸ್ಮವಾಗಿ ನಾಲ್ಕಾರು ಮಂದಿಯನ್ನು ಬಲಿ ತೆಗೆದುಕೊಂಡಾಗಲೂ ಹೀಗೆಯೆ ಜನಗಳು ಸೇರಿ ಕಣ್ಣೀರು ಕರೆದಿದ್ದರು.

"ದೇವರಂಥ ಮನುಷ್ಯ" ಹೊರಗೆ ಬಂದ ವ್ಯಕ್ತಿ ಹೆಗಲ ಮೇಲಿನ ವಸ್ತ್ರದಿಂದ ಕಣ್ಣೀರೊತ್ತಿಕೊಂಡರು.

"ಇಲ್ಲದಿದ್ರೆ, ಕೃಷ್ಣಪ್ಪನ್ನ ಇಲ್ಲಿವರ್ಗ್ಗೂ ಜೀವಂತವಾಗಿಡ್ತಾ ಇದ್ದರಾ! ನಮ್ಮಂಥವರಾಗಿದ್ರೆ ಕೊಡ್ಲಿ ತಗೊಂಡು ಒಂದೇ ಏಟಿಗೆ ಕಥ್ತು ಮುಗ್ಸಿಬಿಡ್ತಾ ಇದ್ವಿ!" ಇನ್ನೂ ಬಿಸಿ ರಕ್ತದ ಕಾವಿನಲ್ಲಿದ್ದ ಬಡ ರೈತ ರೋಷದಿಂದ ಒದರಿದ.

ಮೋಹನ ಬಂದಾಗ ಊರಜನರೆಲ್ಲ ಅಲ್ಲಿ ಸೇರಿದ್ದರು. 'ಧನ್ಯ ಜೀವಿ' ಎಂದುಕೊಂಡ. ಒಬ್ಬ ಕೋಟ್ಯಾಧೀಶ ಸತ್ತಾಗ ಒಮ್ಮೊಮ್ಮೆ ಅವನ ಹೆಂಡತಿ ಕೂಡ ಕಣ್ಣೀರು ಸುರಿಸುವುದಿಲ್ಲ. ಆ ಮಡದಿಯ ತುಟಿಯಂಚು ಅರಳಲು ಬೇಕಾದಷ್ಟು ಮನಗಳನ್ನು ನೋಯಿಸಿರುತ್ತಾನೆ. ಯಾವ ಪ್ರಯೋಜನ? ಯಾತಕ್ಕಾಗಿ?

ಇವನನ್ನು ನೋಡಿ ಕೆಲವರು ಕಣ್ಣುಗಳನ್ನು ಕೆಂಪು ಮಾಡಿದರು. ಹಿಂದೆ ಗೊಣಗಿಕೊಂಡರು. ಅರ್ಚಕರು ಮುಂದಾಳಾಗಿ ನಿಂತು, ಪಕ್ಕದೂರಿನಿಂದ ಬ್ರಾಹ್ಮಣರನ್ನು ಕರೆಸಿ ಎಲ್ಲಾ ಕಾರ್ಯಗಳನ್ನೂ ಮುಗಿಸಿದರು. ಕಡೆ ಗಳಿಗೆಯಲ್ಲಿ

ಕೃಷ್ಣಪ್ಪನವರು ಬಂದರು. ತಮ್ಮ ಕೈಯಲಾದ್ದು ಮಾಡಿದರು. ಊರವರು ಪವಾಡ ಕಂಡವರಂತೆ ನೋಡುತ್ತ ನಿಂತರು.

ಅರ್ಚಕರು "ಸತ್ಯ ನಮ್ಮನೇಗೆ ಹೋಗೋಣ ನಡಿ" ಗೋಡೆಗೊರಗಿ ಮಂಕಾಗಿ ಕೂತಿದ್ದವಳಿಗೆ ಹೇಳಿದರು.

"ಬೇಡ, ಅರ್ಚಕರೆ ಇಲ್ಲೆ ಇರ್ತೀನಿ. ನಮ್ಮ ತಾತನ ಭೌತಿಕ ಶರೀರ ಸುಟ್ಟು ಭಸ್ಮವಾಗಿರ್ಬೋದು. ಆದರೆ ಅವ್ರ ಆತ್ಮ ಅಲ್ಲೇ ಸುತ್ತಾಡುತ್ತಾ ಇರುತ್ತೆ."

ಅವರ ಬಾಯಿ ಕಟ್ಟಿದಂತಾಯಿತು. ಎಷ್ಟೇ ಪ್ರಯತ್ನಪಟ್ಟರೂ ಏನೇ ಹೇಳಿದರೂ ಅವಳು ಅಲ್ಲಿಂದ ಹೊರಡಲು ಒಪ್ಪಲಿಲ್ಲ.

ಕಡೆಗೆ "ಕಾಳ ಇಲ್ಲೇ ಇರ್ತಾನೆ. ನಂಗೇನು ಭಯವಿಲ್ಲ" ಅಂದುಬಿಟ್ಟಳು.

ದಿನಕ್ಕೊಮ್ಮೆಯಾದರೂ ಮೋಹನ ಬಂದು ಮಾತಾಡಿಸಿಕೊಂಡು ಹೋಗುತ್ತಿದ್ದ. ಮಾಮೂಲಿಯಾಗಿದ್ದಳು. ವೇದನೆ ತೋಡಿಕೊಳ್ಳುತ್ತಿರಲಿಲ್ಲ. ಅತ್ತು ಕರೆದು ರಂಪ ಮಾಡುತ್ತಿರಲಿಲ್ಲ. ಬಂದವರನ್ನು ಬಾಯಿತುಂಬ ಮಾತಾಡಿಸುತ್ತಿದ್ದಳು.

"ಕಾಳ ಅರ್ಚಕರನ್ನು ಕರ್ದು ಬಾ" ಹೇಳಿಕಳಿಸಿದಳು.

ಕರ್ಮಾಂತರಗಳಿಗೆ ಬಹಳ ಹಣದ ಅಗತ್ಯವಿತ್ತು. ಹಣವನ್ನೇನು ಉಳಿಸಿಟ್ಟಿರಲಿಲ್ಲ. ಕೆಲವೊಮ್ಮೆ ಜೀವನ ನಿರ್ವಹಣೆಗೆ ತೊಂದರೆಯಾಗುತ್ತಿತ್ತು. ಶಾಮಣ್ಣನವರು ಬಾಯಿಬಿಟ್ಟು ಹೇಳುತ್ತಿರಲಿಲ್ಲ. ಇದ್ದುದರಲ್ಲೇ ಆಗುತ್ತಿತ್ತು. ದುಡ್ಡು ಕಾಸಿನ ತೊಂದರೆಯಿಂದ ಹೊಲ, ಗದ್ದೆಗಳನ್ನು ಮಾಡಿಸುತ್ತಲೇ ಇರಲಿಲ್ಲ. ಕಾಳನೊಬ್ಬನಿಲ್ಲದಿದ್ದರೆ ತೋಟ ಪೂರ್ತಿ ಹಾಳಾಗಿ ಹೋಗುತ್ತಿತ್ತೇನೋ!

"ಏನಮ್ಮ, ಸತ್ಯ?" ಅರ್ಚಕರು ಬಂದು ಹೊರಗಡೆಯೇ ನಿಂತರು.

ಗಂಟಲು ಹಿಡಿದಂತಾಯಿತು. ಬಹಳ ಕಷ್ಟದಿಂದ "ಅರ್ಚಕರೇ ತೋಟಾನೊ, ಹೊಲಾನೊ, ಗದ್ದೆನೊ ಯಾವ್ದಾದ್ರು ಒಂದನ್ನು ಮಾರಿಬಿಡಿ."

ದುಃಖ ಒತ್ತರಿಸಿಕೊಂಡು ಬಂದಂತಾಯಿತು ಅವರಿಗೆ. ಅವರೂ ಕೂಡ ಏನೂ ಅಂಥ ಅನುಕೂಲ ಸ್ಥಿತಿಯಲ್ಲಿರಲಿಲ್ಲ. ಜಾಣತನಕ್ಕೆ ತಲೆದೂಗಿದರು. ಆದರೂ...

"ಈಗ ಮಾರೋದೇನು ಬೇಡ. ಹೇಗೋ ಆಗುತ್ತೆ" ಮೇಲಿನ ಮಾತಿಗೆ ಅಂದರು.

ಶಾಮಣ್ಣನವರು ಆಗಾಗ ಹೇಳುತ್ತಾ ಇದ್ದರು. ಸುತ್ತಮುತ್ತ ಊರುಗಳಲ್ಲಿ ಅವರ ನೆಂಟರುಗಳು ಅಪಾರ. ಸರಿಯಾಗಿದ್ದ ಕಾಲದಲ್ಲಿ ಸದಾ ಅವರುಗಳಿಂದ ತುಂಬಿ ತುಳುಕುತ್ತಿತ್ತು. ಆಮೇಲೆ ಈ ಕಡೆ ತಲೆ ಹಾಕೋದೇ ಬಿಟ್ಟಿದ್ದರು. ಎಂದಾದರೂ ಬಂದರೂ ಎರಡು ಮಾತು ಆಡಿ ಹೋಗುತ್ತಿದ್ದರು. ಈಗ ಇಂಥ ಸಮಯದಲ್ಲಿ ಸಹಾಯ ಮಾಡಿಯಾರೆ?

"ತಾತ ಹೋದ್ಮೇಲೆ ಅವನ್ನೆಲ್ಲ ಯಾರು ನೋಡ್ಕೋತಾರೆ? ಕಾಳನ ಕೈಯಲ್ಲೂ ಆಗೋಲ್ಲ. ಸುಮ್ಮನೆ ಬೀಳು ಬೀಳುತ್ತೆ. ಮಾರಿಬಿಡಿ."

ಅರ್ಚಕರು ಹರಿಗಣ್ಣಿನಿಂದ ಸತ್ಯಳನ್ನು ನೋಡಿದರು. ಇಂಥ ರೂಪ ಈ ಊರಿನಲ್ಲಿ ಒಂದು ಹೆಣ್ಣು ಮಗುವಿಗಾಗಿಯಾದರೂ ಇದ್ಯಾ? ಎಲ್ಲಾ ತಾಯಿಯ ಪಡಿಯಚ್ಚು. ಶಾಮಣ್ಣನವರು ಸೊಸೆಯ ಅಂದಚೆಂದ ನೋಡಿ ಬಡವರ ಮನೆಯಿಂದಲೇ ತಂದಿದ್ದರು.

ತಕ್ಷಣಕ್ಕೆ ಈ ಊರಿನಲ್ಲಿ ದುಡ್ಡು ಅಂದರೆ ಕೃಷ್ಣಪ್ಪನವರ ಬಳಿಗೆಯೇ ಹೋಗಬೇಕು. ಕೊಡುವುದಿಲ್ಲವೆನ್ನಲಾರರು ಆದರೆ...

"ಅರ್ಧ ಗಂಟೆಗೆ ಹಣ ಬೇಕೆಂದ್ರೆ ಕೃಷ್ಣಪ್ಪನವರಲ್ಲಿಗೆ ಹೋಗ್ಬೇಕೂ..." ಅನುಮಾನಿಸಿದರು. ಕಿಡಿ ಸಣ್ಣದಾದರೂ ಹತ್ತಿಕೊಂಡು ಉರಿಯಬಲ್ಲದು.

"ಯಾರಿಗಾದ್ರೆ ನಮಗೇನು" ನಿರ್ಲಿಪ್ತಳಂತೆ ಕಂಡಳು.

"ಆಯ್ತು ಬರ್ತೀನಿ" ನೇರವಾಗಿ ಅವರು ಬಂದಿದ್ದು ಕೃಷ್ಣಪ್ಪನವರ ಮನೆಗೆ.

"ಬನ್ನಿ, ಬನ್ನಿ" ಅಪರೂಪಕ್ಕೆ ಬಂದ ಅರ್ಚಕರನ್ನು ಸ್ವಾಗತಿಸಿದರು.

"ಸ್ವಲ್ಪ ನಿಮ್ಮತ್ರ ಮಾತಾಡ್ಬೇಕಿತ್ತು" ನಾಲಿಗೆ ತಡವರಿಸಿತು.

"ಏನ್ಹೇಳಿ..." ಕೃಷ್ಣಪ್ಪನವರ ಕಣ್ಣುಗಳು ಕಿರಿದಾದವು. ಇದುವರೆಗೆ ಅವರಿಗೆ ಅರ್ಥವಾಗಿತ್ತು. ಮುಖ ನೋಡಿದ ಕೂಡಲೇ ಇಂಥವಕ್ಕೆ ಬಂದಿದ್ದಾರೆ ಎಂದು ತಿಳಿದುಕೊಳ್ಳುವ ಕಲೆ ಅವರಿಗೆ ಕರಗತವಾಗಿತ್ತು.

"ಶಾಮಣ್ಣನೋರ ಹೊಲ ನಂಗೆ ಬೇಕಿದೆ. ಏನಾದ್ರೂ ತಗೊಳ್ಳೋ ಸಂಭವವಿದ್ಯಾ? – ಅಂತ ವಿಚಾರಿಸೋಕೆ ಬಂದೆ."

ಕೃಷ್ಣಪ್ಪನ ಮುಖದ ಮೇಲೆ ಗೆಲುವು ವಿಜೃಂಭಿಸಿತು. ಆದರೆ ಒಳಗಿನ ಮಾನವೀಯತೆ ಬೇರೂರಿತ್ತು. ನಿಮಿಷದಲ್ಲಿ ತಲೆ ಬಿಸಿಯಾಯಿತು. ಇಡಿ ಮೈಯೆಲ್ಲ ಬೆವತುಕೊಂಡಿತು. "ಅ್ಹಾ–ಹ್ಹೂ..." ಗಂಟಲಲ್ಲಿ ತೇವ ಆರಿಹೋಯಿತು. ಹೆಚ್ಚು ಹೊತ್ತು ನಿಲ್ಲದಾದರು.

"ಸದ್ಯಕ್ಕೆ ನಿಮ್ಗೆ ಎಷ್ಟು ಹಣದ ಅಗತ್ಯವಿದ್ಯೋ ಅಷ್ಟನ್ನ ತಗೊಂಡ್ಹೋಗಿ ಎಲ್ಲಾ ಮುಗಿದ್ಮೇಲೆ ಮಾತಾಡೋಣ" ಮಾತುಗಳು ಹೊರಡುವುದೇ ಪ್ರಯಾಸವಾಯಿತು.

"ಹಾಗೇ... ಮಾಡಿ" ಅಲ್ಲಿಂದ ಹೊರಟೇಬಿಟ್ಟರು. ಕ್ಷಣಕಾಲ ನಿಲ್ಲದಾಗಿದ್ದರು.

ಎಲ್ಲ ಮುಗಿಯಿತು. ಅರ್ಚಕರ ಮನೆಯವರೆಲ್ಲ ಶ್ರಮವಹಿಸಿ ಕೆಲಸ ಮಾಡಿದರು. ಮೋಹನ ಕೂಡ ಅವರ ಜೊತೆ ಆಗಾಗ ಓಡಾಡುತ್ತಿದ್ದ.

ಇಡೀ ಮನೆಯಲ್ಲಿ ಮಂಕಾಗಿ ಎಣ್ಣೆ ದೀಪ ಉರಿಯುತ್ತಿತ್ತು. ಮುಂದೇನು? ಮುಂದೇನು? ದೊಡ್ಡ ಸಮಸ್ಯೆಯಾಗಿತ್ತು. ಶಾಮಣ್ಣನವರು ಹೋದಮೇಲೆ ಸತ್ಯ ಮನೆಬಿಟ್ಟು ಹೊರಬಂದಿರಲಿಲ್ಲ.

ಅರ್ಚಕರು ಹೆಂಡತಿಯೊಂದಿಗೆ ಬಂದಾಗ 'ಬಿಕೊ' ಎನಿಸುತಿತ್ತು. ಈ ಹುಡುಗಿ ಇಲ್ಲಿನ ವಾತಾವರಣದಲ್ಲಿ ಹೇಗಿರಬೇಕು?

"ಬನ್ನಿ..." ನೀಡಿದ್ದ ಕಾಲುಗಳನ್ನು ಹಿಂದಕ್ಕೆ ಎಳೆದುಕೊಂಡಳು.

"ಊಟ ಮಾಡಿದ್ಯಾ?" 'ಉಸ್' ಎಂದು ಕೂಡುತ್ತ ಕೇಳಿದರು.

"ಆಯ್ತು ಅರ್ಚಕರೇ, ನಿಮ್ದು?"

"ಆಯ್ತು" ಇಡೀ ಮನೆಯನ್ನು ಅವಲೋಕಿಸಿದರು. ಜೀವಂತ ಲಕ್ಷಣವಿರಲಿಲ್ಲ. ಗೋಡೆ, ಮಣ್ಣು, ಇಲ್ಲಿನ ಪ್ರತಿಯೊಂದು ವಸ್ತುಗಳು ವೇದನೆಯ ನಿಟ್ಟುಸಿರು ಬಿಡುವಂತೆ ಕಂಡವು.

"ಸತ್ಯ, ಇನ್ಮೇಲೆ ನಮ್ಮನೆಯಲ್ಲಿರುವೆಯಂತೆ. ಒಂಟಿಯಾಗಿ ಈ ಮನೆಯಲ್ಲಿರೋದು ಬೇಡ" ಧ್ವನಿ ಕಂಪಿಸಿತು.

ಸತ್ಯ ಎಷ್ಟೋ ಹೊತ್ತು ಸುಮ್ಮನೆ ಕೂತಿದ್ದಳು. ತನ್ನ ಬದುಕು ಬೇರೆಯವರಿಗೆ ಭಾರ. ಇಂಥ ಬದುಕಿಗೆ ಅರ್ಥ ಏನಿದೆ? ಕಣ್ಣಿಲ್ಲದ ಮಾತ್ರಕ್ಕೆ ನಾನು ಬೇರೆಯವರಿಗೆ ಭಾರವಾಗಬಾರದು. ಆತ್ಮವಿಶ್ವಾಸದಿಂದ ಬದುಕುವ ಪ್ರಯತ್ನ ಮಾಡಬೇಕು. ಹತ್ತಾರು ಕಂಠಗಳು ಗಹಗಹಿಸಿ ನಕ್ಕಂತಾಯಿತು.

"ಕಾಳ ಇದ್ದಾನೆ" ನಾಲಿಗೆ ಹಿಡಿದಂತಾಯಿತು. 'ಮ್... ಮ್...' ಅಳು ಒತ್ತರಿಸಿಕೊಂಡು ಬಂತು.

"ಸಮಾಧಾನ ಮಾಡ್ಕೊ, ಮಗು. ನಾವೆಲ್ಲ ಇದ್ದೀವಿ. ನಮ್ಮ ಮನೆ ತುಂಬ ಜನ ಇದ್ದಾರೆ. ಹೊತ್ತು ಹೋಗೋದು ಪ್ರಯಾಸವಾಗ್ದು. ಅಲ್ಲೇ ಬಂದ್ಬಿಡು" ಅರ್ಚಕರ ಅಂತಃಕರಣದಿಂದ ಬಂದ ಮಾತುಗಳಿವು. ಬೆಳಗಿನಿಂದ ಹೆಂಡತಿಯ ಬಳಿ ಮಾತಾಡಿದ್ದರು. ಮನೆಯವರೆಲ್ಲ ಸಮ್ಮತಿಸಿದ್ದರು. ಸತ್ಯಳನ್ನು ಬಲ್ಲವರಿಗೆ ಅವಳೆಂದು ಭಾರವಾಗಳು.

ಈ ಗಳಿಗೆಯಲ್ಲಿ ದೂರದ ಸಂಬಂಧವೆಂದು ಅಂತಃಕರಣವನ್ನು ತೋರಿ ಸತ್ಯಳನ್ನು ಮನೆಯಲ್ಲಿರಿಸಿಕೊಳ್ಳಲು ಕೃಷ್ಣಪ್ಪನವರು ಹಿಂದೆಗೆಯುತ್ತಿರಲಿಲ್ಲ. ಆದರೆ ಮಗ ಅವಳನ್ನು ಸೊಸೆಯನ್ನಾಗಿ ಮನೆ ತುಂಬಿಸಿಕೊಳ್ಳೀಂತ ಪಟ್ಟು ಹಿಡಿದಿದ್ದ. ಇದು ಹೇಗೆ ಸಾಧ್ಯ? ಇದ್ದೊಬ್ಬ ವಿದ್ಯಾವಂತ ಮಗನಿಗೆ ಕಣ್ಣಿಲ್ಲದ ಹುಡುಗಿಯನ್ನು ತರುವುದೇ? ಖಂಡಿತವಾಗಿ ಮನವೊಪ್ಪದು. ಅದಕ್ಕಾಗಿಯೇ ಸುಮ್ಮನಾಗಿದ್ದರು.

ಅವಳ ಮೌನ ಸಮ್ಮತಿಯೆಂದು ತಿಳಿದರೇನೋ ಗಂಡ, ಹೆಂಡತಿ ಮನೆಗೆ ಹೊರಟರು.

ಅವರು ಹೋದಮೇಲೆ "ಕಾಳ, ನೀನೇನು ಹೇಳ್ತಿಯಪ್ಪ?" ಕೇಳಿದಳು.

"ನಾನೇನು ಹೇಳಲವ್ವಾ! ತೋಟದಾಗ ಗುಡ್ಲು ಹಾಕ್ಕೊಂಡು ಇದ್ಬಿಡ್ತೀನಿ" ಮೊಣಕಾಲುಗಳ ಮೇಲೆ ತಲೆಯಿಟ್ಟು ಬಿಕ್ಕಿಬಿಕ್ಕಿ ಅಳತೊಡಗಿದ. ಎಷ್ಟೋ ಹೊತ್ತು ಅಳುತ್ತಲೇ ಇದ್ದ. ರಾತ್ರಿಯ ನೀರವತೆಯಲ್ಲಿ ಅಳು ಯಾರನ್ನಾದರೂ ಭಯಪಡಿಸುವಂತಿತ್ತು.

"ಮಲಕ್ಕೊ, ಬೆಳಿಗ್ಗೆ ಯೋಚ್ನೆ ಮಾಡೋಣ" ಒಂದು ಮಂದಲಿಗೆ ಹಾಸಿಕ್ಕೊಂಡು

ಮುದುರಿ ಮಲಗಿದಳು. ಆದರಿಸಿ ಪ್ರೀತಿಯ ಮಾತಾಡುವ ತಾತನಿಲ್ಲ. ಹೊದ್ದಿಸಿ ಪ್ರೀತಿಯಿಂದ ಮೈದಡವುವ ಆತ್ಮೀಯ ವ್ಯಕ್ತಿ ಮರೆಯಾಗಿದ್ದ.

"ತಾತ, ನನ್ನ ಒಂಟಿ ಮಾಡಿ ಬಿಟ್ಹೋದೆ" ಕಣ್ಣುಗಳಲ್ಲಿ ಹರಿದ ಕಂಬನಿಯ ಬಿಂದುಗಳು, ತಲೆಯ ಕೆಳಗಿಟ್ಟುಕೊಂಡಿದ್ದ. ಕೈ ಮೇಲೆ ಹರಿದು ಚಾಪೆಯ ಬುಡವನ್ನು ಸೇರಿದವು.

ಇಡೀ ರಾತ್ರಿಯೆಲ್ಲ ನಿದ್ದೆ ಇಲ್ಲದೇ ಕಳೆದಳು. ಮನದ ಮೂಲೆಯಲ್ಲೊಂದು ಆಶಾಕಿರಣ. ಮೋಹನನ ಮಾತುಗಳು ನೆನಪಿಗೆ ಬರುತ್ತಿದ್ದವು. ಒಳ್ಳೆಯ ಮನದ ದುರುಪಯೋಗ ಬೇಡ.

ಬೆಳಗಿನ ಜಾವವೇ ಎದ್ದು ಎಲ್ಲ ಕೆಲಸ ಮುಗಿಸಿ ಸ್ನಾನ ಮಾಡಿದಳು. ರೊಟ್ಟಿ ತಟ್ಟಿ ಕಾಳನಿಗೆ ಕೊಟ್ಟು, ಅಂಗಳದ ಗಿಡಗಳಲ್ಲಿನ ಹೂಗಳನ್ನೆಲ್ಲ ಬಿಡಿಸಿ ಮುಂದೆ ಸುರಿದುಕೊಂಡು ಮಾಲೆ ಕಟ್ಟಿದಳು.

'ಕಣ್ಣು ಕಾಣದ ಹುಡ್ಗಿ ಹೂ ಹೇಗೆ ಬಿಡಿಸಿಯಾಳು?' ಎಂದು ಜರಿದವರಿಗೂ ವಿಸ್ಮಯವುಂಟಾಗುತ್ತಿತ್ತು. ಅಪಾರ ಸ್ಪರ್ಶಜ್ಞಾನ ಸ್ವತಂತ್ರ ಬದುಕಿಗೆ ದಾರಿ ತೋರುವಂತಿತ್ತು.

"ನಾನು ಗುಡ್ಡದ ಮೇಲಕ್ಕೆ ಹೋಗಿ ಬರ್ತೀನಿ" ಬುಟ್ಟಿಯನ್ನು ಕೈಯಲ್ಲಿಡಿದು ಹೊರಟಳು. ಬಿಸಿಲು ಇನ್ನೂ ಏರಿರಲಿಲ್ಲ. ಎಳೆಯ ಬಿಸಿಲು ಮೈಗೆ ಒಂದು ತರಹ ಹಿತವಾಗಿತ್ತು.

ಮೊದಲಿನಂತೆ ಸರಸರನೆ ಗುಡ್ಡವೇರಲಾಗಲಿಲ್ಲ. ಮೆಟ್ಟಲು ಮೆಟ್ಟಲಿಗೂ ತಡವರಿಸುತ್ತಿದ್ದಳು. ಕೊನೆಯ ಮೆಟ್ಟಲು ಏರಿ ಮುಗಿಸುವ ವೇಳೆಗೆ ಸಾಕು ಸಾಕಾಯಿತು.

ಪುಟ್ಟ ಹುಡುಗಿಯಾಗಿದ್ದಾಗ ಶಾಮಣ್ಣನವರು ಕೈಹಿಡಿದು ಒಂದೊಂದೇ ಮೆಟ್ಟಿಲು, ಹತ್ತಿ ಇಳಿಸಿ ಅಭ್ಯಾಸ ಮಾಡಿಸಿದ್ದರು. ದಿನ ಕಳೆದಂತೆ ಲೀಲಾಜಾಲವಾಗಿ ಹತ್ತಬಲ್ಲವಳಾಗಿದ್ದಳು.

ಕಣ್ಣುಗಳಲ್ಲಿ ಕಂಬನಿ ಒಸರಿತು. ಮುಂಗೈನಿಂದ ತೊಡೆದುಕೊಂಡಳು.

"ತಾತ, ನಿನ್ನೊತೆ ನನ್ನ ಆತ್ಮವಿಶ್ವಾಸ ಕೂಡ ಹೊರಟುಹೋಗಿದೆ."

"ಸತ್ಯ..." ಮನದಲ್ಲಿ ಮಧುರವಾದ ಭಾವನೆಗಳು ಮಿಡಿದವು. ಏರಲು ಸಾಧ್ಯವಿಲ್ಲದ ಮರದ ಕಡೆ ನೋಡುವುದು ಬೇಡವೆನಿಸಿತು. ಮನಸ್ಸಿನ ಸಮತೋಲನ ಕಾಯ್ದುಕೊಳ್ಳಬೇಕು. ಕೇಳಿಸದವಳಂತೆ ನಡೆದು ಹೋಗಿ ದೇವಾಲಯದ ಅಂಗಳದಲ್ಲಿ ಕೂತಳು.

ಹತ್ತಿರಕ್ಕೆ ಬಂದ ಮೋಹನ "ನಾನು ಕೂಗಿದ್ದು ಕೇಳಿಸಲಿಲ್ಲವಾ?" ಧ್ವನಿ ಸ್ವಲ್ಪ ಒರಟಾದಂತೆ ಕಂಡಿತು.

"ಕೇಳುಸ್ತು..."

"ಯಾಕೆ ನಿಲ್ಲಲಿಲ್ಲ? ನನ್ನ ಬಗ್ಗೆ ಉದಾಸೀನನ? ದ್ವೇಷಭಾವಾನ?" ಧ್ವನಿ

ತೀರಾ ಮೃದುವಾಯಿತು. ಸತ್ಯಳನ್ನೇ ನೋಡಿದ. ಅವಳ ಮನ ನೋಯುವುದು ಅವನಿಗೆ ಬೇಡ.

"ಏನಿಲ್ಲ... ಏನಿಲ್ಲ" ಬುಟ್ಟಿಯನ್ನು ಕೈಯಲ್ಲಿಡಿದೇ ಎದ್ದಳು. ವೇದನೆ, ತಳಮಳ, ನಿರಾಸೆಗಳಿಂದ ಕುದಿದು ಹೋದಳು.

ದೇವಾಲಯದ ಬಾಗಿಲು ಕಡೆ ನೋಡಿದ. ಬಾಗಿಲು ಹಾಕಿತ್ತು. ಮಕ್ಕಳು ಬೇರೆ ಕೆಲಸಗಳಿಗೆ ಹೋದಾಗ ಅವರ ದೇವಸ್ಥಾನಗಳ ಪೂಜೆಯನ್ನು ಮುಗಿಸಿಕೊಂಡು ಅರ್ಚಕರು ಗುಡ್ಡಕ್ಕೆ ಬರಬೇಕಿತ್ತು.

"ಕೂತ್ಕೊ, ಇನ್ನೂ ಅರ್ಚಕರು ಬಂದಿಲ್ಲ. ನನ್ಹತ್ರ ಮಾತಾಡೋಕೆ ನಿಂಗೆ ಇಷ್ಟವಿಲ್ಲವಾ?" ಮನ ತಡೆಯದಾಯಿತು.

ಪ್ರೀತಿ ಜೀವನದ ಒಂದು ಮುಖ. ಸತ್ಯಳನ್ನು ಪ್ರೀತಿಸಿದ್ದ; ಮುಂದು ಕೂಡ ಪ್ರೀತಿಸಬಲ್ಲ; ಪ್ರೀತಿಸೋದು ಮಾತ್ರ ಸುಳ್ಳಲ್ಲ. ಅದಕ್ಕೆ ಕಾರಣ ಏನೇ ಇರಲಿ, ಅವಳು ಬದುಕಬೇಕು. ಸದಾ ನಗುನಗುತ್ತಾ ಸಂತೋಷದಿಂದ ಬದುಕಬೇಕು. ತಾನು ಒತ್ತಾಸೆಯಾಗಿ ನಿಂತರೆ ಧೈರ್ಯ ಶೇಖರಿಸಿಕೊಳ್ಳುತ್ತಾಳೆ. ಪ್ರಯತ್ನದಿಂದ ದೈವ ಕೃಪೆಯಿದ್ದರೆ ಕಣ್ಣುಗಳು ಬರಬಹುದು. ಬರದಿದ್ದರೂ ನನ್ನ ಹೃದಯದ ಪ್ರೀತಿ ಸುಳ್ಳಲ್ಲ. ಹೇಗೆ ಹೇಳುವುದು ಅವಳಿಗೆ?

ದೂರಕ್ಕೆ ದೃಷ್ಟಿ ಹಾಯಿಸಿದ. ನೋಟ ರಮ್ಯವಾಗಿ ಕಂಡಿತು.

"ಸಂಪಿಗೆ ಮರಗಳ ಬುಡಕ್ಕೆ ಹೋಗೋಣ" ಅವಳ ಪ್ರತಿಕ್ರಿಯೆ ತಿಳಿಯಲಿಲ್ಲ. ಮೌನವಾಗಿದ್ದಳು.

"ನಾನು ನಿನ್ಹತ್ರ ತುಂಬ ಮಾತಾಡ್ಬೇಕು; ಅಲ್ಲಿಗೆ ಹೋಗೋಣ" ಸ್ವಲ್ಪ ಹೊತ್ತು ಕಾದ. ಕಡೆಗೆ "ಹ್ಞೂ, ಹೋಗೋಣ" ಎಂದಳು.

ತಾನೇ ಪ್ರಯಾಸಪಟ್ಟು ಹತ್ತುತ್ತಿದ್ದಳು. ಅಷ್ಟೇನೂ ಎತ್ತರವಿಲ್ಲ. ನಡುವೆ ಸಣ್ಣ, ಪುಟ್ಟ ಕಲ್ಲು ಬಂಡೆಗಳು. ಮಧ್ಯೆ ಮಧ್ಯೆ ಸಾವರಿಸಿಕೊಂಡು ಕೈಹಿಡಿದು ನಡೆಸಿದ.

ಮೇಲೆ ನಿಂತು ಆಕಾಶದತ್ತ ನೋಡಿದ. ಹೊಸದಾಗಿ ಕಂಡಂತಾಯಿತು. ನೋಡುತ್ತಲೇ ನಿಂತ. ಒಂದು ವಿಧವಾದ ಆತ್ಮೀಯತೆ ಬೆಳೆಯಿತು. ಬಿಸಿಲಿನ ಕಿರಣಗಳು ಕಣ್ಣಿಗೆ ಚುಚ್ಚಿದವು. ಕೆಳಗೆ ದೃಷ್ಟಿ ಹರಿಸಿದ ಶೋಭೆಯಿಂದ ಇಡೀ ವಿಸ್ತಾರ ಕಂಗೊಳಿಸುತ್ತಿತ್ತು.

ಅಲ್ಲಿದ್ದ ಸಣ್ಣಪುಟ್ಟ ಗಿಡ, ಪೊದೆಗಳ ಕಡೆ ದೃಷ್ಟಿಸಿದ. ಬೆಳಗಿನಲ್ಲಿ ತೊಯ್ದು ಎಳೆಯ ಬಿಸಿಲನ್ನು ತಬ್ಬಿದ ಹಸಿರು ಮಂಜು ಮುತ್ತಿನ ಬಿಂದುಗಳಂತೆ ಕೂತಿತ್ತು.

"ಸತ್ಯ, ಇಲ್ಲಿ ನೋಡು" ಅವಳಿಗೆ ಕಣ್ಣುಗಳಿಲ್ಲದ ವಿಷಯವನ್ನೇ ಮರೆತು ವರ್ಣಿಸತೊಡಗಿದ.

ಹಿಂದಕ್ಕೆ ತಿರುಗಿದ. ಸಂಪಿಗೆ ಮರಕ್ಕೆ ಕಣ್ಣೀರಿನ ಅಭಿಷೇಕ ಮಾಡುತ್ತಿದ್ದಳು. ಹತ್ತಿರಕ್ಕೆ ಹೋಗಿ ಬಳಸಿ "ಸತ್ಯ, ನಿನ್ನ ಮನಸ್ಸಿಗೆ ಬಹಳ ನೋವಾಗಿದೆ. ನೀನು

ಎಷ್ಟು ಅತ್ತರೂ ಶಾಮಣ್ಣನವರು ಹಿಂದಿರುಗಿ ಬರಲಾರರು. ಇನ್ನು ಅಳಬೇಡ" ಬೆರಳಿನಿಂದ ಕಣ್ಣೀರನ್ನು ತೊಡೆದು ತನ್ನ ಕಡೆಗೆ ತಿರುಗಿಸಿಕೊಂಡ. ಅವನ ಕೈಗಳಲ್ಲಿ ಬೊಂಬೆಯಾಗಿದ್ದಳು.

"ನನ್ನ ನಂಬು. ನನ್ನ ಪ್ರೀತೀನೆ ಅನುಕಂಪ, ಸಹಾನುಭೂತಿಯೆಂದು ತಿಳಿಬೇಡ. ನಮ್ಮ ಅಪ್ಪಾಜಿ ಮಾಡಿದ ಪಾಪಕ್ಕೆ ಪ್ರಾಯಶ್ಚಿತ್ತ ಅಂತ ಕೂಡ ತಿಳಿದಿಲ್ಲ. ಜಗತ್ತನ್ನು ನನ್ನ ಕಣ್ಣುಗಳೊಳಗೆ ನೋಡುವ ಪ್ರಯತ್ನ ಮಾಡು. ನನ್ನ ಸ್ನೇಹಿತನಿಗೆ ಪತ್ರ ಬರೆದಿದ್ದೀನಿ. ದೈವಕೃಪೆಯಿಂದ ನಿಂಗೆ ಕಣ್ಣುಗಳು ಬಂದರೂ ಹೆಚ್ಚಲ್ಲ."

ನಿಂತಲ್ಲೇ ಅವಳಿಗೆ ಜೋಲಿ ಹೊಡೆದಂತಾಯಿತು. ನೆಲಕ್ಕೆ ಕುಸಿದಳು. ಗಾಢಾಂಧಕಾರದಲ್ಲಿ ಪ್ರಜ್ವಲಿಸುವ ಕೋಟಿ ಸೂರ್ಯನ ಬೆಳಕನ್ನು ಕಂಡಂತಾಗಿತ್ತು.

ಮಾತಾಡಬೇಕೆಂದು ಎಷ್ಟೋ ಪ್ರಯತ್ನಿಸಿದಳು. ಮಾತಿಗೆ ಸಿಕ್ಕದ ಭಾವ ಅವಳಲ್ಲಿ ತುಂಬಿಕೊಂಡಿತ್ತು. ಸುಮ್ಮನೆ ಕೂತವಳು ಕಣ್ಣುಗಳನ್ನು ಮಂಡಿಗಳಲ್ಲಿ ಮುಚ್ಚಿ ಬಿಕ್ಕಳಿಸತೊಡಗಿದಳು. ನಿರಾಶವಾದ ಮತ್ತೆ ಮತ್ತೆ ಅವಳನ್ನು ವೇದನೆಗೆ ಈಡುಮಾಡುತ್ತಿತ್ತು.

"ಈ ಮದ್ವೆಗೆ ನಿಮ್ಮ ತಂದೆಯೋರು ಒಪ್ಪೋಲ್ಲ" ಬಿಕ್ಕಳಿಕೆಯ ನಡುವೆ ಹೇಳಿದಳು. ಭಯಕ್ಕೆ ಅರ್ಥ ಕಂಡುಕೊಂಡ.

"ನಾನು ಹೇಡಿಯಲ್ಲ. ನಿಂಗೆ ಭಯ ಬೇಡ" ತಲೆ ಸವರಿದ.

ಅಲ್ಲಿ ಬಿದ್ದಿದ್ದ ತುಕ್ಕು ಹಿಡಿದ ಮೊಳೆಯೊಂದು ಅವನ ಕಣ್ಣಿಗೆ ಬಿತ್ತು. ಕೈಗೆತ್ತಿಕೊಂಡು, ಚೂಪಾದ ಕೊನೆಯನ್ನು ಕಲ್ಲಿಗೆ ಉಜ್ಜಿದ.

"ಏನೋ ಮಾಡ್ತಾ ಇದ್ದೀರಿ?" ಅವನ ತುಟಿಗಳ ಮೇಲೆ ನಗು ಅರಳಿತು.

"ನಿನ್ನ, ನನ್ನ ಹೆಸರುಗಳ್ನ ಈ ಮರದ ಮೇಲೆ ಕೆತ್ತುತೀನಿ" ಮುಖದಲ್ಲಿ ಉತ್ಸಾಹ ತುಂಬಿಬಂತು.

ಅವನ ಶ್ರಮ ಸಾರ್ಥಕವಾಯಿತು. ಮಳೆಗೆ ಅಂಟಿದ್ದ ಸ್ವಲ್ಪ ಕಿಲುಬು ತೊಡೆದು ಹೋಯಿತು. ಚೂಪಾದ ಮೊನೆಯ ಕಡೆ ನೋಡಿದ.

"ಸತ್ಯ, ನಿನ್ನ ಮರ ಯಾವ್ದು?" ಎಂದ. ಕೆನ್ನೆಗಳು ಕೆಂಪೇರಿದವು. ಅವಳ ಜೀವನದಲ್ಲಿ ಒಂದು ಅಮೂಲ್ಯ ಘಟನೆ ನಡೆದುಹೋಗುವಂತೆ ಕಂಡಿತು.

"ಈ ಮರ ನಿನ್ದು, ಆ ಮರ ನನ್ದು" ಲಜ್ಜೆಯಿಂದ ಇಡೀ ಮುಖವೇ ಕೆಂಪಾಯಿತು. ಕಣ್ಣರಳಿಸಿ ಹೊಸ ಬಗೆಯ ಶೋಭೆಯನ್ನು ನೋಡಿದ.

ಕೈಯಲ್ಲಿನ ಮೊಳೆಯನ್ನು ಹಿಡಿದು ಮರದ ಕಾಂಡದ ಮೇಲೆ 'ಸತ್ಯಭಾಮ' ಎಂದು ಸುಂದರವಾಗಿ ಕೆತ್ತಿದ. ಮತ್ತೆ ಮತ್ತೆ ಒರೆಗಳನ್ನು ಸರಿಮಾಡಿದ.

"ನಿನ್ನ ಹೆಸರನ್ನು ಎಷ್ಟು ಮುದ್ದಾಗಿ ಕೆತ್ತಿದ್ದೀನಿ, ನೋಡು" ಅವಳು ಮಂಕಾಗುವ ಮುನ್ನ ಕೈ ಹಿಡಿದು ಆ ಸ್ಥಳದ ಮೇಲಿಟ್ಟ. ತಡವಿ ತಡವಿ ನೋಡಿದಳು. ಆನಂದ

ಉದ್ವೇಗದಿಂದ ಅವಳೆದೆ ಒಡೆದು ಹೋಗುತ್ತಿತ್ತು.

"ಎಷ್ಟು ಮುದ್ದಾಗಿದೆ, ಅಲ್ವಾ!" ಯಾವುದೋ ಶಕ್ತಿ ಅವಳನ್ನು ನಿರ್ದೇಶಿಸುತ್ತಿತ್ತು. ನಿರಾಶೆಗೊಳಿಸದೆ "ತುಂಬಾ ಮುದ್ದಾಗಿದೆ" ಎಂದಳು.

"ಗುಡ್, ಆ ಮರದ ಮೇಲೆ ನೀನು ಕೆತ್ತು" ತಡವಿ ನೋಡುತ್ತಿದ್ದ ಹಸ್ತ ಸ್ತಬ್ಧವಾಯಿತು.

"ಇಲ್ಬಾ..." ಮೊಳೆಯನ್ನು ಅವಳ ಕೈಗಿತ್ತು, ಆ ಮರದ ಕಾಂಡದ ಮೇಲೆ ಅವಳ ಕೈ ಹಿಡಿದುಕೊಂಡೇ 'ಮೋಹನ' ಎಂದು ಕೆತ್ತಿದ.

"ಈಗ ನೋಡು" ಹೆಸರುಗಳಿಗೆ ಜೀವ ಕೊಟ್ಟ ನಿರ್ಜೀವ ಮೊಳೆ ಕೆಳಗೆ ಬಿತ್ತು.

ಅವಳ ಕೈ ತಡವಿ ತಡವಿ ನೋಡಿತು. ಪ್ರೀತಿಯಿಂದ ಸವರಿತು. ಬಾಯಿಯಲ್ಲಿ ಹೇಳಲಾಗದ ಎಷ್ಟೋ ಭಾವಗಳು ಆ ಕ್ರಿಯೆಯಲ್ಲಿ ವ್ಯಕ್ತವಾದವು.

ಅಲ್ಲಿದ್ದ ಬುಟ್ಟಿಯನ್ನು ಕೈಗೆ ತೆಗೆದುಕೊಂಡು ನೋಡಿದ. ಹೂವಿನ ಹಾರಗಳು, ಹರಿಶಿನ, ಕುಂಕುಮ ಬಾಳೆಹಣ್ಣು ಇತ್ತು.

ಹಣ್ಣನ್ನು ತೆಗೆದು ಎರಡು ಮರಗಳ ಬುಡಗಳ ಮಧ್ಯೆ ಇಟ್ಟ, ಹರಿಶಿನ, ಕುಂಕುಮದಿಂದ ಎರಡು ಮರದ ಮೇಲಿನ ಹೆಸರುಗಳಿಗೂ ಅಲಂಕರಿಸಿದ. ಕಟ್ಟಿದ ಮಾಲೆಗಳನ್ನು ಬುಡಕ್ಕೆ ಹಾಕಿದ.

"ನಾವಿಬ್ರೂ ಮದ್ವೆಯಾಗಿಬಿಡೋಣ" ಅವಳಿಗೆ ವಿಸ್ಮಯವಾಯಿತು. ಹರಿಶಿನ, ಕುಂಕುಮ ಅವಳ ಕೈಯಲ್ಲಿರಿಸಿ ಎರಡು ಮರಕ್ಕೂ ಹಚ್ಚಿಸಿದ.

"ಇಲ್ಬಾ" ಅವಳ ಕೈಹಿಡಿದು ಮರಗಳಿಗೆ ಪ್ರದಕ್ಷಿಣೆ ಹಾಕಿ, ನಮಸ್ಕರಿಸಿದ. ಆ ಹೆಸರುಗಳಿಗೆ ಹಚ್ಚಿದ್ದ ಕುಂಕುಮವನ್ನು ಒತ್ತಿ ಅವಳ ಹಣೆಗಿರಿಸಿದ. ಇದೆಲ್ಲ ಒಂದು ಸ್ವಪ್ನವಾಗಿ ಕಂಡಿತು, ಅವಳಿಗೆ.

"ಸತ್ಯ, ನಮ್ಮ ಮದ್ವೆಯಾಗಿಯೇ ಹೋಯ್ತು. ಇಬ್ಬರ ಮನದ ಒಲವಿಗೆ ಒಂದು ಮೂರ್ತರೂಪ ಬಂದಂತಾಯಿತು. ಸಾಲ ಸೋಲದ ಅದ್ದೂರಿಯ ಮೆರವಣಿಗೆಯಿಲ್ಲ. ವರದಕ್ಷಿಣೆ ವರೋಪಚಾರದ ಓಲಗದ ಸದ್ದಿಲ್ಲ." ಸುತ್ತಲೂ ನೋಡಿದ. ಬಂಡೆ, ಗಿಡ, ಮರಗಳು ಸಾಕ್ಷಿಯಂತೆ ನಿಂತಿದ್ದವು. ನೋಟ ಮೇಲೇರಿತು. ಸೂರ್ಯ ರಭಸದಿಂದ ಮೇಲೇರುತ್ತಿದ್ದ.

"ಸತ್ಯ, ಕೈ ಜೋಡಿಸು. ಈ ಜಗತ್ತಿನ ಎಲ್ಲಾ ಕ್ರಿಯೆಗಳಿಗೂ ಸಾಕ್ಷೀಭೂತನಾಗಿರುವ ಸೂರ್ಯನಿಗೆ ನಮಸ್ಕರಿಸೋಣ. ಅವನ ತುಂಬು ಆಶೀರ್ವಾದವೇ ಸಾಕು" ಕಣ್ಣುಮುಚ್ಚಿ ಇಬ್ಬರೂ ನಮಸ್ಕರಿಸಿದರು.

ತಟ್ಟನೆ ಬಗ್ಗಿ ಸತ್ಯ ಅವನ ಕಾಲಿಗೆ ನಮಸ್ಕರಿಸಿದಳು. ಭುಜಗಳನ್ನು ಹಿಡಿದು ಮೇಲಕ್ಕೆತ್ತಿ "ನನ್ನ ಪ್ರೀತಿ ಸಾರ್ಥಕದ ದಾರಿ ಹಿಡಿದಿದೆ" ದೇವಸ್ಥಾನದಲ್ಲಿ ಗಂಟೆಯ ಸದ್ದಾಯಿತು.

"ಕೆಳಗಡೆ ಹೋಗೋಣ" ಬುಟ್ಟಿ ಕೈಗೆತ್ತಿಕೊಂಡು ಮರಗಳತ್ತ ನೋಡಿದ. ಬರೀ ಮರಗಳಾಗಿ ಕಾಣುತ್ತಿದ್ದ ಅವುಗಳಿಗೆ ಜೀವ ಬಂದಂತಾಗಿತ್ತು. ದಿಟ್ಟಿಸಿದ. ನವಶೋಭೆ ಹರಿಶಿನ, ಕುಂಕುಮ, ಹೂವಿನಿಂದ ಕಂಗೊಳಿಸುತ್ತಿತ್ತು.

ಬುಡದಲ್ಲಿದ್ದ ಒಂದು ಹೂವಿನ ಮಾಲೆಯನ್ನೆತ್ತಿ ಸತ್ಯಳ ತಲೆಗೆ ಮುಡಿಸಿದ. ಬಾಳೆಹಣ್ಣು ಬಿಡಿಸಿ, ಅರ್ಧ ಮುರಿದು ಅವಳಿಗಿತ್ತು, ಇನ್ನರ್ಧ ತಾನು ತಿಂದ. ಇಬ್ಬರ ನಾಲಿಗೆಗಳು ಪೂರ್ಣವಾಗಿ ಕಟ್ಟಿಹೋಗಿದ್ದವು. ಯಾವ ಪೂರ್ವಭಾವೀ ಆಲೋಚನೆಯಿಲ್ಲದೇ ಈ ಕ್ರಿಯೆ ನಡೆದುಹೋಗಿತ್ತು.

ಕೈಹಿಡಿದು ಜೊತೆಯಾಗಿಯೇ ಇಳಿದರು. ದೇವಾಲಯ ಪ್ರವೇಶಿಸಿದಾಗ ಅರ್ಚಕರು ಬೆರಗುಗಣ್ಣುಗಳಿಂದ ನೋಡುತ್ತ ನಿಂತುಬಿಟ್ಟರು. ನಿತ್ಯ ನೋಡುತ್ತಿದ್ದ ಸತ್ಯಳಲ್ಲ. ಇಂದು ಹೊಸಬಳಂತೆ ಕಂಡಳು. ಸಂತೋಷದಿಂದ ಕಣ್ಣುಗಳು ತುಂಬಿಬಂತು. ಸಜ್ಜೆಯಿಂದ ನಸುನಾಚಿದ ಮದುಮಗಳಂತೆ ಕಂಡಳು.

"ಸತ್ಯ..." ನಾಲಿಗೆ ಸಾಹಸದಿಂದ ಹೊರಳಾಡಿತು.

"ನಾವಿಬ್ರೂ ಮದ್ವೆಯಾಗಿ ಬಿಟ್ಟಿವಿ. ನೀವು ಆಶೀರ್ವಾದ ಮಾಡಿ." ಇಬ್ಬರು ಅವರ ಪಾದಗಳಿಗೆ ಎರಗಿದರು.

ಬಾಯಿಂದ ಬರಬೇಕಾಗಿದ್ದ ಆಶೀರ್ವಾದದ ನುಡಿಗಳು ಹರ್ಷಬಿಂದುಗಳ ರೂಪದಲ್ಲಿ ಕಣ್ಣುಗಳಿಂದ ಧುಮುಕಿದವು.

ಇಬ್ಬರನ್ನು ಎಬ್ಬಿಸಿ "ತುಂಬ ಸಂತೋಷ, ತುಂಬ ಸಂತೋಷ"

ಮಂಗಳಾರತಿ ಮಾಡಿ ತಟ್ಟೆಯನ್ನು ಅವರ ಮುಂದೆ ಹಿಡಿದರು. ಅವರನ್ನು ಈ ಷಾಕ್‌ನಿಂದ ತಟ್ಟಿಕೊಳ್ಳಲಾರದ ಸ್ಥಿತಿಯಲ್ಲೇ ಇದ್ದರು.

"ಬರ್ತೀನಿ ಅರ್ಚಕರೇ" ಮೋಹನ ನುಡಿದ. ಅವರು ಹೋದತ್ತಲೇ ನೋಡುತ್ತ ನಿಂತುಬಿಟ್ಟರು.

ಭುವಿಗಿಳಿದ ಹಕ್ಕಿ

ಸಂಜೆಯ ಐದರ ಸಮಯ. ಮೂರು ದಿನಗಳಿಂದ ಸುರಿದ ಮಳೆ ಸಸ್ಯ ಶ್ಯಾಮಲೆಯನ್ನು ಚೇತೋಹಾರಿಗೊಳಿಸಿದ್ದರೆ ವಿಪರೀತವಾಗಿ ಹರಿದ ನೀರಿನಿಂದ ರೋಡುಗಳ ಉಬ್ಬುತಗ್ಗುಗಳಲ್ಲಿ ಜಲಮಯವಾಗಿ ಕಾಲು ಎತ್ತಿಡಲು ಕಷ್ಟವೆನಿಸುತ್ತಿತ್ತು. ಅದೊಂದು ಸಾಮಾನ್ಯ ರೋಡು. ಕೆಳ ಮಧ್ಯಮದರ್ಜೆಯ ಜನರೇ ಹೆಚ್ಚು ವಾಸಿಸುತ್ತಿದ್ದುದು.

ಆಟೋ ನಿಂತಾಗ ಪಲ್ಲವಿ ಇಳಿದು ನೋಟ ಹರಿಸಿದಳು ತಾವು ವಾಸಿಸಲು ಬಂದ ಕಟ್ಟಡದತ್ತ. ದೊಡ್ಡ ಗೇಟು ಹಿಂಭಾಗದಲ್ಲಿದ್ದ ಕಟ್ಟಡದ ಎಂಟು ಮನೆಗಳಲ್ಲಿ ಖಾಲಿಯಾದ ಒಂದು ಮನೆಯಲ್ಲಿ ವಾಸಕ್ಕೆಂದು ಬಂದಿದ್ದರು ಅಕ್ಕತಂಗಿಯರು ತಮ್ಮ ದೊಡ್ಡಪ್ಪನೊಂದಿಗೆ.

"ದೊಡ್ಡಪ್ಪ ಅಲ್ನೋಡಿ..." ಕೈ ಚಾಚಿದಳು ಪಲ್ಲವಿ. ದೊಡ್ಡಪ್ಪ ಮೆಲ್ಲಗೆ ಅವಳ ಕೈ ಸರಿಸಿ "ಹಾಗೆಲ್ಲ ಕೈ ತೋರ್ಸಿ ಹೇಳೋಕೆ ಹೋಗ್ಬಾರ್ದು. ಜನ ತಪ್ಪು ತಿಳ್ಕೋತಾರೆ. ಹೊಸ್ದಾಗಿ ಬಂದಿರೋದು. ಅಕ್ಕಪಕ್ಕದವ್ರ ಸಹಾಯ ಸಹಕಾರವಿಲ್ದೇ ನೆಮ್ದಿಯಾಗಿ ಬದುಕೋಕ್ಕಾಗೋಲ್ಲ" ಬುದ್ಧಿ ಹೇಳಿದರು. ಪಲ್ಲವಿಯ ಬಗ್ಗೆ ಅವರಿಗೆ ಒಂದಿಷ್ಟು ಭಯವೆ. ಮಾತು ಜಾಸ್ತಿ, ಸಂಕೋಚ ಕಡಿಮೆ, ಆಸೆ ಸ್ವಲ್ಪ ಹೆಚ್ಚು. ಜೀವನ ಮತ್ತು ಸುಖದ ಕಲ್ಪನೆಗೆ ವಿಶಿಷ್ಟ ಮೆರಗನ್ನ ಕೊಟ್ಟು ಕನಸು ಕಾಣುವ ಯುವತಿ.

ಆಟೋದವನಿಗೆ ಹಣ ತೆತ್ತ ನಂತರ ತಂದ ಸಾಮಾನುಗಳನ್ನು ಮೂವರು ಹಿಡಿದುಹೋದರು. ಗೇಟಿನ ಬಳಿ ತನ್ನ ಕೈಯಲ್ಲಿನ ಬುಟ್ಟಿಯನ್ನು ಕೆಳಗಿಟ್ಟು ಮುಂದಲೆ ಸೆರಗನ್ನ ಸರಿಪಡಿಸಿಕೊಂಡಳು ಪಲ್ಲವಿ.

ಮೃತ್ಯುಂಜಯ ತುಟಿಗಳ ಮೇಲೆ ನಗು ಇಣುಕಿದರೂ ಮನದಲ್ಲಿ ಹೆದರಿದರು.

ಮನೆ ಪುಟ್ಟದಾಗಿದ್ದರು ಅಚ್ಚುಕಟ್ಟಾಗಿತ್ತು. ಬಾಡಿಗೆ ಸ್ವಲ್ಪ ಹೆಚ್ಚೆನಿಸಿದರು ಅದನ್ನ ಹಿಡಿಯಲು ಕಾರಣ, ಎಂಟು ಮನೆಗಳಲ್ಲಿ ಒಂದು. ಜನರ ನಡುವೆ ಬದುಕುವುದರಲ್ಲಿ ಭಯ ಕಮ್ಮಿಯೆಂಬ ಭಾವ ಅವರದು.

ಚಾಪೆಯನ್ನ ಗೋಡೆಯ ಒತ್ತಟ್ಟಿಗೆ ಹಾಸಿ ಮೊದಲು ತಂಬೂರಿಯನ್ನಿಟ್ಟ ಅನುಪಲ್ಲವಿ, ಸಾಮಾನುಗಳನ್ನು ಸರಿಸಿಡುವ ಮುನ್ನ ಮನೆಯನ್ನು ಕಸ ಬಳಿದು ಅಚ್ಚುಕಟ್ಟಾಗಿ ಒರೆಸತೊಡಗಿದಾಗ ಪಲ್ಲವಿ ಕಿಟಕಿಯ ಬಳಿ ನಿಂತು ಹೊರಗೆ ನೋಡತೊಡಗಿದಳು.

ಷರಟು ಬಿಚ್ಚಿ ಗೋಡೆಯ ಮೊಳೆಗೆ ನೇತು ಹಾಕಿದ ಮೃತ್ಯುಂಜಯ "ಒಂದಿಷ್ಟು ಅನುಗೆ ಸಹಾಯ ಮಾಡ್ಬಾರ್ದಾ! ಆಮೇಲೆ ನೋಡೋದು ಇದ್ದೇ ಇರುತ್ತೆ. ಸ್ವಲ್ಪ ಚುರುಕಾಗು" ಒಂದಿಷ್ಟು ಬೇಸರದಿಂದ ನುಡಿದರು.

ಮುಖ ತಿರುಗಿಸಿಕೊಂಡು ಅಡುಗೆ ಮನೆಗೆ ನುಗ್ಗಿದ ಪಲ್ಲವಿ ಕಾಫೀಪುಡಿ, ಸಕ್ಕರೆ ಡಬ್ಬಿಗಳೆನ್ನೆತ್ತಿಕೊಂಡಾಗ ಅನು ಬಂದು ಕಿತ್ತುಕೊಂಡಳು. "ಇದ್ನೆಲ್ಲ ನಾನು ನೋಡ್ಕೋತೀನಿ. ಬ್ಯಾಗ್‌ನಲ್ಲಿ ಒಂದಿಷ್ಟು ತೆಂಗಿನಮೊಟ್ಟೆ, ಚಿಪ್ಪು ಇದೆ. ಸ್ವಲ್ಪ ನೀರೊಲೆ ಉರಿ ಹಾಕು. ದೊಡ್ಡಪ್ಪ ಸ್ನಾನ ಮಾಡ್ಕೊಳ್ಳಿ" ಅವಳನ್ನ ಕಳುಹಿಸಿದಳು. ತಂಗಿಯ ಸ್ವಭಾವ ಗೊತ್ತು. ಮನೆ ಕೆಲಸದಲ್ಲಿ ಅವಳಿಗೆ ಸ್ವಲ್ಪವು ಇಂಟರೆಸ್ಟಿಲ್ಲ. ಹೊರಗಿನ ಓಡಾಟವೆಂದರೆ ರೆಡಿ.

ಬರುವಾಗ ಮಧ್ಯಾಹ್ನದ ಊಟ ತಂದಿದ್ದರಿಂದ ಅಡಿಗೆಯ ಸಮಸ್ಯೆ ಇರಲಿಲ್ಲ. ಹಾಲನ್ನು ಪಾತ್ರೆಗೆ ಸುರಿದು ಸ್ಟೋವ್ ಮೇಲಿಟ್ಟಳು. ಉಕ್ಕಿದ ಶಾಸ್ತ್ರವಾದ ನಂತರ ಅದೇ ಹಾಲಿಗೆ ಸಕ್ಕರೆ ಬೆರೆಸಿ ಎರಡು ಲೋಟಕ್ಕೆ ಬಗ್ಗಿಸಿಕೊಂಡು ಬಂದು ಅವಳ ಮುಂದಿಟ್ಟಳು.

"ಕುಡ್ದು ಹೋಗಿ ಮುಖ ತೊಳ್ಕೋ. ಒಂದಿಷ್ಟು ಸೀರೆನು ಬದಲಾಯ್ಸು" ಹೇಳಿ ಒಳಗೆಹೋದಳು.

ಅನುಪಲ್ಲವಿ ಗೋಡೆಗೆ ತಗುಲಿ ಹಾಕಿದ ಫೋಟೋ ಮುಂದೆ ಮಂತ್ರ ಹೇಳುತ್ತ ಎರಡು ಊದುಕಡ್ಡಿ ಹಚ್ಚಿಟ್ಟು ಒಂದು ಹಾಲಿನ ಲೋಟ ಕೈಗೆತ್ತಿಕೊಂಡರು. ಕುಡಿಯುತ್ತಿದ್ದ ಪಲ್ಲವಿ ಮೇಲೆದ್ದಾಗ ಕೂಡುವಂತೆ ಸನ್ನೆ ಮಾಡಿದರು.

"ನೀನು ಕುಡೀತಾ ಇದ್ದೀಯಾ, ಸಂತೋಷ ಹಾಗೇ ಅನು ಕಡೆ ಸ್ವಲ್ಪ ಗಮನ ಇರ್ಲೀ. ಅವ್ಳಿಗೆ ತನಗಿಂತ ನಿನ್ಮೇಲೆ ಪ್ರೀತಿ ಹೆಚ್ಚು. ಬೇಕಾದ್ರೆ ಅವ್ಳು ಉಪವಾಸ ಇದ್ದು ನಿನ್ನ ನೋಡ್ಕೋತಾಳೆ. ನಂಗೆ ಅವಳದ್ದೇ ಯೋಚ್ನೆ" ಎಂದರು ನೋವಿನ ನಿಟ್ಟುಸಿರು ಚೆಲ್ಲುತ್ತ.

ತಟ್ಟನೆ ಚಿಟಿಕೆಯೊಡೆದ ಪಲ್ಲವಿ "ಡೋಂಟ್ ವರೀ ಈಗಿನಿಂದ್ಲೇ ನೋಡ್ಕೊಳ್ಳೋಕೆ ಶುರು ಮಾಡ್ಬಿಡ್ತೀನಿ..." ಅರ್ಧ ಕುಡಿದ ಹಾಲಿನ ಲೋಟವನ್ನೆತ್ತಿಕೊಂಡೇ ಅಡುಗೆಯ ಮನೆಗೆ ಹೋದಳು.

ಮೃತ್ಯುಂಜಯ ಒಂದು ಚೀಲ ಹಿಡಿದು "ಒಂದಿಷ್ಟು ಸಾಮಾನು ತರೋದಿದೆ, ಹೋಗ್ಬರ್ತೀನಿ" ಹೊರಟ ನಂತರ ಮಧ್ಯ ವಯಸ್ಸಿನ ಪಕ್ಕದ ಮನೆಯ ದ್ರೌಪದಿ ಬಂದು ತಮ್ಮ ಪರಿಚಯ ಹೇಳಿಕೊಂಡರು. "ನಮ್ದು ಪಕ್ಕದ್ಮನೆ, ಒಂದು ಗೋಡೆ ಮಾತ್ರ ಅಡ್ಡ, ಸ್ವಲ್ಪ ದನಿಯೆತ್ತರಿಸಿದ್ರೂ... ಒಬ್ರ ಮನೆದು ಒಬ್ಬರಿಗೆ. ಕೇಳಿಸುತ್ತೆ."

ಅನುಪಲ್ಲವಿ ಮುಗುಳ್ನಗುತ್ತ "ಬಹಳ ಸಂತೋಷ. ನಮ್ಗೆ ನಿಮ್ಮಂಥ ನೆರೆ ಹೊರೇನೆ ಬೇಕು. ಕೂತ್ಕೊಳ್ಳಿ" ಆಕೆಯನ್ನು ಕೂಡಿಸಿ ಅಡಿಗೆಯ ಮನೆಗೆ ಹೋದಳು. 'ನೆಂಟರಿಷ್ಟರು ಎಲ್ಲೋ ಇರ್ತಾರೆ. ಅಕ್ಕಪಕ್ಕದವ್ರೆ ಕಷ್ಟಕ್ಕೂ ಸುಖಕ್ಕೂ ಆಗೋರು. ಅದ್ರಿಂದ ಅವ್ರುಗಳ ಜೊತೆ ಪರಿಚಯ, ಸ್ನೇಹ ಚೆನ್ನಾಗಿರ್ಲಿ' ಅವಳ ದೊಡ್ಡಮ್ಮ ಹೇಳಿಕಳಿಸಿದ್ದರು.

ಚಕ್ಕುಲಿ ಉಂಡೆ ತಂದು ಅವರ ಮುಂದಿಟ್ಟಳು "ತಗೊಳ್ಳಿ, ನಮ್ಮ ದೊಡ್ಡಮ್ಮ ಮಾಡಿದ್ದು" ಹೇಳಿ ಅವರ ಎದುರು ನಿಂತಳು. ಆಕೆಗೆ ಬಹಳ ಕುತೂಹಲ. ಎಲ್ಲಾ ಒಮ್ಮೆಲೆ ವಿಚಾರಿಸಿಕೊಳ್ಳುವ ಕಾತುರ. ಅದಕ್ಕೆ ಒಂದು ಕಾರಣವು ಇತ್ತು.

ಅಂತು ಆಕೆ ಅಷ್ಟಿಷ್ಟು ವಿಚಾರಿಸಿಕೊಂಡಳು. ಹತ್ತಿರದ ಸಂಗೀತ ವಿದ್ಯಾಲಯದಲ್ಲಿ ಸಂಗೀತದ ಟೀಚರಾಗಿ ಬಂದಿದ್ದಳು ಅನುಪಲ್ಲವಿ. ಅವಳ ತಂಗಿ ಕಾಲೇಜಿನಲ್ಲಿ ಕಲಿಯುತ್ತಿದ್ದು ಪಿ.ಯು.ಸಿ. ಮುಗಿಸಿ ಡಿಗ್ರಿ ಸೇರಲು ಬಂದಿದ್ದಳು. ಸದ್ಯಕ್ಕೆ ಅವರುಗಳ ಜೊತೆ ಇರೋದು ಅವಳ ದೊಡ್ಡಪ್ಪ.

"ನಿಮ್ತಂದೆ, ತಾಯಿ ಇಲ್ವಾ?" ಆಕೆಯ ಪ್ರಶ್ನೆ.

ತೀರಾ ಈ ಪ್ರಶ್ನೆ ಸಹಜವೆನ್ನುವಂತೆ ತೆಗೆದುಕೊಂಡಳು ಅನುಪಲ್ಲವಿ. ಆದರೆ ತಟ್ಟನೆ ಪಲ್ಲವಿ ಮಾತು ಬದಲಾಯಿಸಿದಳು "ನಿಮ್ಮ ಮನೆ ವಿಷ್ಯ ಏನು ಹೇಳ್ಲಿಲ್ಲ. ಎಷ್ಟು ಜನ ಇರೋರು. ನಂಗೆ, ಅಂದರೆ ನನ್ನ ವಯಸ್ಸಿನವ್ರು ಯಾರಾದ್ರೂ ಇದ್ದಾರ ಫ್ರೆಂಡ್ ಆಗೋಕೆ?"

ದ್ರೌಪದಿಯವರು ಹ್ಞೂಗುಟ್ಟಿದ್ದರು. "ಒಬ್ನೇ ಮಗ ಕಾಲೇಜಿನಲ್ಲಿ ಓದ್ಕೊಂಡಿದ್ದಾನೆ" ಅಷ್ಟೇ ಹೇಳಿ ಎದ್ದರು ಆಕೆ. ತಮ್ಮ ವಿಷಯ ಬಂದಕೂಡಲೇ ತಮ್ಮ ಮಾತಾಡುವ ಹುಮ್ಮಸ್ಸು ಅಡಗಿ ಸಪ್ಪಗಾಗಿದ್ದು ಅವರ ಗಮನಕ್ಕೆ ಬಂದಿತ್ತು. ಕೆಲವು ವೈಯಕ್ತಿಕ ವಿಷಯಗಳು ತಮ್ಮ ಮುಂದೆಯೇ ಚರ್ಚೆಯಾಗುವುದು ಬಹಳ ಜನರಿಗೆ ಇಷ್ಟವಿಲ್ಲ! ಇದಕ್ಕೆ ಕಾರಣಗಳು ಹಲವಾರು.

"ಬರ್ತೀನಿ, ಏನಾದ್ರೂ ಬೇಕಿದ್ರೆ ಕೇಳಿ, ನೆರೆಯೊರೂಂತ ಇದ್ಮೇಲೆ ಒಬ್ರಿಗೊಬ್ಬರಿಗೆ ಆಗ್ಬೇಕು. ಇಂದು ನಮ್ಮ ಮನೆಯಲ್ಲೇ ಊಟ ಮಾಡಿ" ಆಹ್ವಾನವು ಕೊಟ್ಟರು.

"ದಯವಿಟ್ಟು ಬೇಡ, ಪಕ್ಕದಲ್ಲೇ ಇರ್ತೀವಲ್ಲ, ಖಂಡಿತ ಎಂದಾದ್ರೂ ಬರ್ತೀವಿ. ಮಾಡ್ದ ಅಡುಗೆಯ ಬುತ್ತಿ ತಂದಿದ್ದೀವಿ. ರಾತ್ರಿಗೂ ಕೂಡ ಸರಿಹೋಗುತ್ತೆ" ಅತ್ಯಂತ ನಯವಾಗಿ ನಿರಾಕರಿಸಿದಳು ಅನುಪಲ್ಲವಿ ತಂಗಿಯ ಸನ್ನೆಯನ್ನು ಗಮನಕ್ಕೆ ತೆಗೆದುಕೊಳ್ಳದೆ.

ಆಕೆ ಹೋದಮೇಲೆ ಪಲ್ಲವಿ "ಛೆ, ಎಂತ ಅವಕಾಶನ ಹಾಳು ಮಾಡ್ಬಿಟ್ಟೆ. ಸ್ವಲ್ಪ ಛೇಂಜ್ ಇರೋದು. ಸಾರು, ಹುಳಿ ಜೊತೆ ಒಂದಿಷ್ಟು ಹಪ್ಪಳ ಸಂಡಿಗೆ ಕೂಡ ಕರೆಯೋರು" ಲೊಟ್ಟೆ ಹಾಕಿದಳು. ತನ್ನ ಬಗ್ಗೆ ಮಾತ್ರ ಯೋಚಿಸುವಂಥ ಸ್ವಭಾವದವಳು.

"ಸಾಕು, ಸಾಕು ಸಾರು ಹುಳಿ ಇರ್ಬಹ್ದು. ಆಕೆ ನಮಗಾಗಿ ಅನ್ನ ಮಾಡ್ಬೇಕು. ಇಷ್ಟೆಲ್ಲ ತೊಂದರೆ ಯಾಕೆ ಕೊಡ್ಬೇಕು? ಈಗಿನ ಊಟಕ್ಕೇನು ತೊಂದರೆ ಇಲ್ಲ. ರಾತ್ರಿ ಏನಾದ್ರೂ ಮಾಡಿಕೊಳ್ಳೋಣ" ಎನ್ನುತ್ತ ಎದ್ದು ಹೋದಳು ಅನು. ಅಕ್ಕ ತಂಗಿಯರದು ಸ್ವಲ್ಪ ತದ್ವಿರುದ್ಧ ಸ್ವಭಾವಗಳು. ಇತರರ ಬಗ್ಗೆ ಅನುಪಲ್ಲವಿ ಯೋಚಿಸಿದರೆ ತನ್ನ ಬಗ್ಗೆ ಮಾತ್ರ ಯೋಚಿಸುತ್ತಿದ್ದಳು ಪಲ್ಲವಿ. ಈ ವ್ಯತ್ಯಾಸ ಕೆಲವೊಮ್ಮೆ ಇಬ್ಬರನ್ನು ದೂರ ದೂರ ನಿಲ್ಲಿಸುತ್ತಿತ್ತು.

ಒಂದು ಸಣ್ಣ ಈಳಿಗೆಮಣೆ, ಕಾಯಿ ತುರಿಯೋದು ಚಪಾತಿ ಮಣೆ, ಲಟ್ಟಣಿಗೆ ಅಂಥ ಸಾಮಾನುಗಳನ್ನು ಹಿಡಿದು ಮೃತ್ಯುಂಜಯ ಮನೆಗೆ ಬರುವ ವೇಳೆಗೆ ರಾತ್ರಿ ಆಗಿತ್ತು.

"ಸಂಜೆ ನಾವುಗಳು ಯಾರಾದ್ರೂ ಬರ್ತಾ ಇದ್ವಿ ದೊಡ್ಡಪ್ಪ. ಒಬ್ರೇ ಹೋಗಿ ಇಷ್ಟೆಲ್ಲ ಹೊತ್ಕೊಂಡ್ಬಂದ್ರಿ" ಎನ್ನುತ್ತಲೇ ಎದ್ದು ಅವರ ಕೈಯೊಳಗಿನ ಬ್ಯಾಗುಗಳನ್ನ ಈಸುಕೊಂಡಳು ಅನುಪಲ್ಲವಿ. ಪತ್ರಿಕೆಯಲ್ಲಿ ಒಂದು ಕತೆಯನ್ನು ಇಂಟರೆಸ್ಟಾಗಿ ಓದುತ್ತಿದ್ದ ಪಲ್ಲವಿ ತಲೆಯೆತ್ತಲಿಲ್ಲ.

ಅವಳತ್ತ ನೋಡಿದ ಮೃತ್ಯುಂಜಯ, ಅಂದು ಅಂಗಡಿಯಲ್ಲಿ ಶೋಭಿಸುತ್ತಿದ್ದ ಹೊಸ ಪತ್ರಿಕೆ ಅವಳ ಕೈಯಲ್ಲಿತ್ತು.

"ಯಾವ್ದೂ ಪತ್ರಿಕೆ?" ಕೇಳಿದರು.

ಅವಳೇನು ತಲೆಯೆತ್ತಿ ಉತ್ತರಿಸಲಿಲ್ಲ "ಆ ಕಡೆ ಮನೆಯ ಬಾಗಿಲಲ್ಲಿ ಬಿದ್ದಿತಂತೆ. ಬೀಗ ಹಾಕಿತ್ತೂಂತ ಎತ್ಕೊಂಡ್ ಬಂದಿದ್ದಾಳೆ. ಅವ್ರು ಬಂದ ಕೂಡ್ಲೆ ತಗೊಂಡ್ಹೋಗಿ ಕೊಡ್ತಾಳಂತೆ" ಅನುಪಲ್ಲವಿ ಹೇಳಿದಾಗ ಅವರಿಗೆ ಸರಿಯೆನಿಸಲಿಲ್ಲ.

ನೀರು ತರಿಸಿಕೊಂಡು ಕುಡಿದ ಮೃತ್ಯುಂಜಯ "ನಂಗೆ ಇದು ಸರಿಯೆನಿಸೋಲ್ಲ. ಇಂದೇ ಇಲ್ಲಿಗೆ ಬಂದಿರೋದು. ಗುರುತು, ಪರಿಚಯವಿಲ್ದ ಜನ. ಇಷ್ಟು ಸ್ವತಂತ್ರ ವಹಿಸ್ಬಾರ್ದು. ಅವ್ರುಗಳು ತಪ್ಪು ತಿಳ್ಕೊಂಡ್ರೆ ಕಷ್ಟ" ವಿವೇಕ ಬೋಧಿಸಿದರು. ಇದು ನಿರಂತರವಾಗಿ ನಡೆಯುತಿತ್ತು. ಆದರೆ ಒಂದಿಷ್ಟು ಬದಲಾಗಿರಲಿಲ್ಲ ಅವಳು.

"ಏನಾಗೋಲ್ಲ ಬಿಡಿ, ಅವ್ರನ್ನ ಕನ್ವಿನ್ಸ್ ಮಾಡೋದು ನಂಗೆ ಗೊತ್ತು. ಪತ್ರಿಕೆ ಕೊಟ್ಟು ಮಾತಾಡ್ಸಿಕೊಂಡ್ಬರ್ತೀನಿ. ಪರಿಚಯವಾಗುತ್ತೆ ದಟ್ಸ್ ಆಲ್..." ಎಂದ ಪಲ್ಲವಿ ತನ್ನ ಓದನ್ನು ಮುಂದುವರಿಸಿದಳು.

ಅವರು ಸುಮ್ಮನಾದರಷ್ಟೆ, ಒಂದಿಷ್ಟು 'ಸಂಕೋಚ' ಹೆಣ್ಣಿಗಾದರೂ ಗಂಡಿಗಾದರೂ ಇರಬೇಕೆಂಬುದು ಇವರ ಅಭಿಪ್ರಾಯ. 'ಸಂಕೋಚ'ದ ಹೆಸರಿನಲ್ಲಿ ಚಿಪ್ಪುನಲ್ಲಿ ಹುದುಗಿಕೊಳ್ಳುವ ಆಮೆ ಆಗಬಾರದು ಎನ್ನುವುದು ಅವಳ ವಾದ. ಬರೀ ಇವರಿಬ್ಬರ ನಡುವೆ ಮಧ್ಯಸ್ಥಿಕೆ ವಹಿಸುತ್ತಿದ್ದಳು ಅನುಪಲ್ಲವಿ.

"ಬನ್ನಿ ದೊಡ್ಡಪ್ಪ ಊಟ ಮಾಡೋಣ" ತಟ್ಟೆ ಹಾಕಿ ಕೂಗಿದಳು ಅನುಪಲ್ಲವಿ. ತಂಗಿಯ ಊಟ ಮುಗಿದಿದೆಯೆಂದು ಅವಳೇನು ಹೇಳಬೇಕಿರಲಿಲ್ಲ.

ನಿಧಾನವಾಗಿ ಊಟ ಮುಗಿಸಿದ ಮೃತ್ಯುಂಜಯ ಚಾಪೆಯ ಮೇಲೆ ಉರುಳಿಕೊಂಡರು. ಯಾವ ಧೈರ್ಯದ ಮೇಲೆ ಇಲ್ಲಿಗೆ ಬಂದಿದ್ದು? ತೀರಾ ಗೊಂದಲವಾಗಿ ಎದ್ದು ಕೂತರು. ಬೋರಲು ಮಲಗಿಕೊಂಡು ಪಲ್ಲವಿ ಬಹಳ ಖುಷಿಯಿಂದ ಓದುತ್ತಿದ್ದಳು, ಯಾವುದೋ ಥ್ರಿಲ್ಲಿಂಗ್ ಸೀರಿಯಲ್, ಇಂಗ್ಲಿಷ್‌ನಿಂದ ಕನ್ನಡಕ್ಕೆ ಅನುವಾದವಾದ ಧಾರಾವಾಹಿ.

"ಪಲ್ಲವಿ ಸ್ವಲ್ಪ ನೋಡು ಅವರೇನಾದ್ರೂ... ಬಂದಿದ್ದಾರೇನೋ ಇಲ್ಲ ನಿಂದು ಓದಿದಾಗಿದ್ರೆ, ಅಲ್ಲೆ ಇಟ್ಬಾ. ಇಲ್ಲೇ ಇರೋದೂಂದ್ಮೇಲೆ ಪರಿಚಯ ಆಗಿಯೇ ಆಗುತ್ತೆ" ತಿಳಿ ಹೇಳಿದರು. ಅವಳ ಕಿವಿಗಳಿಗೆ ಆ ಮಾತುಗಳೇ ಬೀಳಲಿಲ್ಲ. ಸಂಪೂರ್ಣವಾಗಿ ಓದಿನಲ್ಲಿ ಮಗ್ನಳು 'ಹೇಗೆ?' ಎಂದು ಯೋಚಿಸುವಂತಾಯಿತು ಅವರಿಗೆ.

ಸಂಜೆಗೆ ಅವರು ಬಂದ ನಂತರ ಮ್ಯಾಗಝೀನ್ ಹಿಡಿದು ಹೋಗಿದ್ದು ಅರ್ಧ ಗಂಟೆಯ ನಂತರ ಬಂದವಳು ಅವರ ಪೂರ್ಣ ಇತಿಹಾಸ ಒದರಿದಳು.

"ಅವರಿಬ್ರು ಕೆಲ್ಸಗಳಲ್ಲಿ ಇದ್ದಾರೆ. ಲವ್ ಮ್ಯಾರೇಜ್. ಅವರಿಬ್ಬರ ಮನೆಯ ನೆಂಟರು ಬರೋಲ್ವಂತೆ ಇಲ್ಲಿಗೆ. ಬೆಳಿಗ್ಗೆ ಹೋದ್ರೆ ಸಂಜೆಗೆ ಹಿಂದಿರುಗೋದು. ಇಬ್ರೂ ಸೇರಿಯೇ ಮನೆ ಕೆಲ್ಸ ಮಾಡ್ಕೋತಾರೆ. ನಂಗೂ ಬೆಳಿಗ್ಗೆ ಮಾಡ್ದ ಇಡ್ಲಿನ ಬಿಸಿ ಮಾಡ್ಕೊಟ್ರು."

ಗಂಟಲಲ್ಲಿ ಏನೋ ಸಿಕ್ಕಿ ಹಾಕಿಕೊಂಡಂತಾಯಿತು ಅನುಪಲ್ಲವಿಗೆ. ಮಾತು ಬೇಕು, ಜನ ಬೇಕು ಹಾಗಂತ ಬೇರೆಯವರಿಗೆ ತೊಂದರೆ ಕೊಡುವುದು ಸಹ್ಯವಲ್ಲ ಅವಳಿಗೆ.

"ನಂಗೆ ಇಷ್ಟವಾಗ್ಲಿಲ್ಲ ಪಲ್ಲವಿ. ಪತ್ರಿಕೆ ಕೊಟ್ಟು ಹಿಂದಿರುಗ್ಬೇಕಿತ್ತು. ದಣಿದು ಬಂದ ಅವ್ರಿಗೆ ಎಷ್ಟೊಂದು ಬೋರ್ ಆಗಿರಬೇಕು. ಇಂಥದ್ದು ಇಲ್ಲಿಗೆ ಕೊನೆಯಾಗ್ಲಿ" ಸ್ವಲ್ಪ ಬೇಸರದಿಂದಲೇ ಎದ್ದು ಹೋದಳು.

ಅಂದು ಸ್ವಲ್ಪ ಸುಧಾರಿಸಿಕೊಂಡು ಮಾರನೆಯ ದಿನ ಮೂವರು ಸಂಗೀತ ವಿದ್ಯಾಲಯಕ್ಕೆ ಹೋದರು. ಅದೊಂದು ಮನೆ, ಸ್ವಲ್ಪ ವಿಶಾಲವಾಗಿಯೇ ಇತ್ತು. ಶಾಂತ ವಿಠಲ ತಮ್ಮ ಜೀವನವನ್ನು ಪರಿಪೂರ್ಣವಾಗಿ ಮೀಸಲಿಟ್ಟಿದ್ದರು. ಅವರಿಗೆ ಮದುವೆ ಇಲ್ಲ. ಕರ್ನಾಟಕ, ಹಿಂದೂಸ್ಥಾನಿ ಶೈಲಿಗಳನ್ನು ಅಭ್ಯಾಸ ಮಾಡಿದ್ದರು. ಆಕೆ ರಾಷ್ಟ್ರಮಟ್ಟದಲ್ಲಿ ಪ್ರಸಿದ್ಧೆ. ಅಷ್ಟೇ ವ್ಯವಹಾರತಜ್ಞೆ, ಹಿಂಡುಹಿಂಡು ವಿದ್ಯಾರ್ಥಿಗಳು ಪ್ರತಿಭೆ ಸಾಧನೆಯ ಜೊತೆಗೆ ಜಾಣತನ ಕೂಡ ಸೇರಿದ್ದರಿಂದ ಆ ಸಂಗೀತ ವಿದ್ಯಾಲಯ ಸಂಗೀತ ಪ್ರೇಮಿಗಳನ್ನು ಆಕರ್ಷಿಸುತ್ತಿತ್ತು.

ಇವರು ಹೋದ ಸಮಯದಲ್ಲಿ ಪಾಠ ನಡೆಯುತ್ತಿತ್ತು. ಸ್ವಯಂ ಆಕೆಯೇ ತಂಬೂರಿ ಹಿಡಿದು ಕೂತಿದ್ದರು. ಸರಸ್ವತಿಯಂತೆ ಗೋಚರಿಸಿದರು ಅನುಪಲ್ಲವಿಯ ಕಣ್ಣಿಗೆ. ಎರಡು ಕೈಗಳನ್ನು ಜೋಡಿಸಿ ಭಕ್ತಿಯಿಂದ ಕಣ್ಮುಚ್ಚಿದಳು. ಕಣ್ತುಂಬಿ ಕಣ್ಣು ತೆರೆದರು. ಎಲ್ಲೆಡೆ ಮಂಜು ತುಂಬಿಕೊಂಡಂತೆ ಭಾಸವಾಯಿತು. ಕನ್ನಡಕ ತೆಗೆದು ಕಣ್ಣೀರು ತೊಡೆದುಕೊಂಡಳು. ಪಲ್ಲವಿ ಪ್ರತಿಯೊಂದನ್ನು ಪರೀಕ್ಷಾತ್ಮಕ ದೃಷ್ಟಿಯಲ್ಲಿ

ನೋಡುತ್ತಿದ್ದಳು. ಅಕ್ಕನಿಗೆ ಅವರೆಷ್ಟು ಸಂಬಳ ಕೊಡಬಹುದು? ಕೊಡೋ ಅಷ್ಟು ಹಣದಿಂದಲೇ ಇಲ್ಲಿನ ಖರ್ಚುಗಳ ಪೂರೈಕೆಗೆ ಸಾಕಾಗುತ್ತೆ? ಅವಳಿಗೆ ಇಂಥದ್ದೇ ಯೋಚನೆ.

ಅವಳ ಮಟ್ಟಿಗೆ ಸುಂದರ ಬದುಕನ್ನು ಅರಸಿಕೊಂಡು ಬಂದಿದ್ದಳು. ಬರೀ ಕಷ್ಟ. ಕಣ್ಣೀರಾದರೆ ಯಾಕೆ ಬದುಕಬೇಕು? ಆ ಬದುಕಿಗೆ ಯಾವ ಅರ್ಥವಿದೆ? ಅವಳು ತಲೆ ಕೆಡಿಸಿಕೊಳ್ಳುತ್ತಿದ್ದುದು ಈ ತರಹ.

ಒಬ್ಬ ಹುಡುಗ ಕರೆದೊಯ್ದು ಒಂದು ಕೋಣೆಯಲ್ಲಿ ಕೂಡಿಸಿದ ಅವರನ್ನು ಎರಡು ಮೂರು ಸಲ ಬೆವರನ್ನೊತ್ತಿಕೊಂಡಳು ಅನುಪಲ್ಲವಿ.

"ದೊಡ್ಡಪ್ಪ, ನಂಗ್ಯಾಕೋ ಭಯವಾಗುತ್ತೆ" ಮೆಲುದನಿಯಲ್ಲಿ ಹೇಳಿದಾಗ ಭಯಪಡದಿರುವಂತೆ ಕಣ್ಣಲ್ಲಿಯೇ ಸಾಂತ್ವನ ನೀಡಿದರು. "ಶಂಭುನಾಥರ ಹೆಸರು ಕೇಳಿಯೇ ನಿನ್ನ ಕರ್ಕೊಂಡ್ಬರೋಕ್ಹೇಳಿದ್ದಾರೆ. ಸಂಗೀತ ಜ್ಞಾನಕ್ಕೆ ಯಾವ್ದೇ ಸರ್ಟಿಫಿಕೇಟ್ಸ್ ಬೇಕಾಗೋಲ್ಲ. ದೇವರಿದ್ದಾನೆ" ಹಾಲಿನಲ್ಲಿ ವಿರಾಜಮಾನವಾಗಿದ್ದ ವಾಗ್ದೇವಿಯ ಫೋಟೋದತ್ತ ನೋಡಿದರು. ಸಂಕಷ್ಟ ಸ್ಥಿತಿಯಲ್ಲಿ ನೆರವಿಗೆ ಬರುವವನು ಭಗವಂತನೊಬ್ಬನೆ ಎನ್ನುವ ನಂಬಿಕೆ ಅವರದು.

ಕಿತ್ತಲೆ ಹಣ್ಣಿನ ರಸವನ್ನು ತಂದಿತ್ತ ಅದೇ ಹುಡುಗ. ಕುಡಿದು ಸ್ವಲ್ಪ ಸುಧಾರಿಸಿ ಕೊಂಡರು.

ಕುಮಾರಿ ಶಾಂತ ವಿಠಲ ಬಂದಾಗ ಶಂಭುನಾಥರು ಕೊಟ್ಟ ಪತ್ರವನ್ನು ಅವರಿಗೆ ಕೊಟ್ಟರು. ಮೃತ್ಯುಂಜಯ ಓದಿಕೊಂಡ. ಆಕೆ ನಿಂತ ಯುವತಿಯರನ್ನು ಪರಿಶೀಲನಾ ದೃಷ್ಟಿಯಿಂದ ನೋಡಿದರು.

"ಇವ್ಳೇ ಅನುಪಲ್ಲವಿ ಶಂಭುನಾಥರ ಬಳಿ ಸಂಗೀತ ಕಲಿತೋಳು. ಇವ್ಳು ಪಲ್ಲವಿ ಅವ್ಳ ತಂಗಿ. ಕಾಲೇಜಿಗೆ ಸೇರ್ಕೊಂಡ್ ಅಕ್ಕನ ಜೊತೆ ಇರೋಕೆ ಬಂದಿದ್ದಾಳೆ" ಸಂಕ್ಷಿಪ್ತ ಚಿತ್ರ ಬಿಡಿಸಿಟ್ಟರು.

ಅಲ್ಪ ಸ್ವಲ್ಪ ವ್ಯತ್ಯಾಸಗಳು ಕಂಡರೂ ಇಬ್ಬರ ಬಣ್ಣ ಮತ್ತು ರೂಪ ಒಂದೇಯೆನಿಸಿತು. ಆರಾಮಾಗಿ ಬಾಚಿ ಒಂಟಿ ಜಡೆ ಹಾಕಿ, ಕನ್ನಡಕವೇರಿಸಿದ ಅನುಪಲ್ಲವಿ ತೀರಾ ಸರಳವಾಗಿ ಗಂಭೀರವಾಗಿ ಸ್ವಲ್ಪ ಸಂಕೋಚದ ಸ್ವಭಾವದವಳಾಗಿ ಕಂಡಳು. ನವೀನವಾಗಿ ಕೂದಲನ್ನು ಬಾಚಿದ್ದ ಪಲ್ಲನ ಜೊಂಪು ಕೂದಲನ್ನು ಕಿವಿಗಳ ಮೇಲೆಳೆದು ಮುಚ್ಚಿದ್ದಳು ಕಣ್ಣಿಗೆ ಕಪ್ಪು, ಹಣೆಗೆ ತಿಲಕ ಕಣ್ಣಲ್ಲಿ ಕುತೂಹಲದ ಜೊತೆ ಹೊಳಪು.

"ಗುರುಗಳು ಪತ್ರ ಬರೆದಿದ್ದಾರೆ ಅಂದ್ಮೇಲೆ ಆಯ್ತು. ಯಾವ್ದೇ ಸರ್ಟಿಫಿಕೇಟ್ಸ್ ಬೇಕಿಲ್ಲ. ಗುರುವಾರದಿಂದ ಬರ್ಲಿ" ಎಂದು ಎದ್ದು ಹೋದ ಕುಮಾರಿ ಶಾಂತ ವಿಠಲ ಐದು ಸಾವಿರ ರೂಪಾಯಿಗಳನ್ನು ತಂದುಕೊಟ್ಟರು.

ಮೃತ್ಯುಂಜಯನಿಗೆ ಗಾಬರಿ. ಎಷ್ಟೇ ಧೈರ್ಯವಿದ್ದರೂ ಯಾವುದೇ ಸರ್ಟಿಫಿಕೇಟ್ಸ್

ಇಲ್ಲದ ಇವಳ ಸಂಗೀತಕ್ಕೆ ಮಾನ್ಯತೆ ಸಿಗುತ್ತದೆಯೆನ್ನುವ ಬಗ್ಗೆ ಅನುಮಾನವಿತ್ತು.

"ಇಟ್ಕೊಳ್ಳಿ, ಯಾತಕ್ಕಾದ್ರೂ ಬೇಕಾಗುತ್ತೆ ಸಿಟಿಗೆ ಬಂದಿದ್ದೀರಾ! ಅವಳನ್ನು ಬೇರೆ ಕಾಲೇಜಿಗೆ ಸೇರಿಸ್ಬೇಕು. ನಾನು ಅನುಪಲ್ಲವಿ ಸಂಬಳದಲ್ಲಿ ಮುರ್ದುಕೊಳ್ತೀನಿ" ಹೇಳಿದರು. ಆಕೆ ತೀರಾ ವ್ಯವಹಾರಸ್ಥೆ. ಹಣಕಾಸಿನ ವಿಷಯದಲ್ಲಿ ತೀರಾ ಜಾಣೆ. ಇವೆರಡನ್ನು ಮೀರಿಸುವಂಥ ಗೌರವ ಶಂಬುನಾಥರ ಬಗ್ಗೆ ಮರೆಯಲಾರದಂಥ ಉಪಕಾರ ಮಾಡಿದ್ದರು. ಪ್ರಥಮದಲ್ಲಿಯೇ ಆಕೆಯನ್ನು ತಿದ್ದಿದ ಗುರು ಯಾವ ಪ್ರತಿಫಲಾಪೇಕ್ಷೆ ಇಲ್ಲದ ಮಹಾನ್ ಯೋಗಿ ಆತ.

ಇವರು ಇಬ್ಬರಿಗಿಂತ ಖುಷಿ ಪಟ್ಟೋಳು ಪಲ್ಲವಿ. ಹೇಗೂ ಒಂದಿಷ್ಟು ಹಣ ಬಂತು. ಒಂದಿಷ್ಟು ಬಟ್ಟೆ ಖರೀದಿಸುವ ಆತುರ ತಡೆಯಲಾರದೆ ಆಡಿಯೇ ಬಿಟ್ಟಳು.

"ಹೇಗೂ ದುಡ್ಡು ಕೊಟ್ಟಿದ್ದಾರೆ. ಕಾಲೇಜಿಗೆ ಹೋಗ್ಬೇಕೂಂದರೇ ಒಳ್ಳೆ ಬಟ್ಟೆ ಬೇಡ್ವಾ!"

ಮೃತ್ಯುಂಜಯ ಖಿನ್ನರಾದರು.

"ಈ ಹಣ ನಮ್ಮ ಮೇಲಿರೋ ಭಾರ. ಖರ್ಚು ಮಾಡೋ ಆತುರಬೇಡ. ಬಾಡ್ಗೇ ಕೊಟ್ಕೊಂಡ್ ಜೀವನ ನಿರ್ವಹಿಸ್ಬೇಕು. ಸದ್ಯಕ್ಕೆ ನಿನ್ನ ಕಾಲೇಜಿಗೆ ಸೇರ್ಸಿ ಆಮೇಲೆ ಯೋಚ್ಸೆ" ಆಸೆಗೆ ತಡೆ ಹಾಕಿದರು. ಅವಳ ವಿಷಯದಲ್ಲಿ ಒಂದಿಷ್ಟು ಬೇಸರವೇ ಅವರಿಗೆ. ಹೆತ್ತ ತಾಯಿ ಇದ್ದ ಸ್ಥಿತಿ ನೋಡಿ ಮರುಗುವವಳೆ ಅಲ್ಲ.

ಎರಡು ದಿನ ಓಡಾಡಿ ಕಾಲೇಜಿಗೆ ಸೇರಿಸಿದ ಮೃತ್ಯುಂಜಯ ಸಮಾಧಾನದ ನಿಟ್ಟುಸಿರುಬಿಟ್ಟರು. ಮರುದಿನವೇ ಬಂದವಳು ಗೊಣಗಿದಳು.

"ನನ್ನ ವಿಚಿತ್ರವಾಗಿ ನೋಡ್ತಾರೆ. ಈ ಸೀರೆಗಳು ಕಾಲೇಜಿಗೆ ಆಗೋಲ್ಲ. ನಾನೊಂದು ಪ್ರಾಣಿ ಅವ್ರ ನಡ್ವೇ..." ಮೂಲೆಯಲ್ಲಿ ಕೂತಳು ಮಂಕಾಗಿ.

ಮೃತ್ಯುಂಜಯ ಈ ಮಾತುಗಳನ್ನ ಒಪ್ಪಲಿಲ್ಲ "ಇದೆಲ್ಲ ನಿನ್ನ ಕಲ್ಪನೆ ಅಷ್ಟೆ. ಅವ್ರೆ ಚಿತ್ರವಿಚಿತ್ರವಾಗಿ ಕಾಣ್ತಾ ಇದ್ದೋರು. ಸೀರೆಯುಟ್ಟೋರು ಕೂಡ ಇದ್ದರಲ್ಲ. ಸ್ವಲ್ಪ ಸುಧಾರ್ಸಿಕೊಂಡ್ಹೋಗು, ಇಲ್ಲಿ ತೆಪ್ಪಗೆ ಮನೆಯಲ್ಲಿದ್ದು ಅನು ಕೈಯಲ್ಲಿ ಸಂಗೀತ ಹೇಳಿಸ್ಕೊ" ಛೀಮಾರಿ ಹಾಕಿದರು.

ಅನುಪಲ್ಲವಿಯಂತು ತಲೆ ಬಗ್ಗಿಸಿಕೊಂಡು ಹುಕ್ ಹಾಕುತ್ತಿದ್ದಳು ರವಿಕೆಗೆ, ಅವಳ ಕಣ್ಮುಂದೆ ತಾಯಿಯ ಚಿತ್ರ. ಇಡೀ ದಿನ ಮಾತಿಲ್ಲ. ಕತೆ ಇಲ್ಲ. ಸ್ನಾನ, ಊಟ, ತಿಂಡಿ ಪ್ರತಿಯೊಂದಕ್ಕೂ ಬಲವಂತ ಮಾಡಬೇಕು. ಕೆಲವೊಮ್ಮೆ ಅವರ ಎಲ್ಲಾ ಕೆಲಸಗಳನ್ನು ಅವಳೇ ಮಾಡಬೇಕಿತ್ತು. ಆದರೆ ಸಂಜೆ ಆಯಿತೆಂದರೆ ಸಂಭ್ರಮದಿಂದ ಮುಖ ತೊಳೆದು ಮುಡಿ ಕಟ್ಟಿ ಬಂದು ಹೊರ ಜಗುಲಿಯ ಮೇಲೆ ಕಾದು ಕೂಡುತ್ತಿದ್ದರು. ಗಂಡನ ಬರುವಿಗಾಗಿ ಕಾಯುತ್ತಿದ್ದರು. ಈ ಕಾಯುವಿಕೆಗೆ ದಿನಗಳು ವಾರಗಳು ತಿಂಗಳುಗಳು ಉರುಳಿ ಹೋಗಿತ್ತು.

ಅಂತು ನಿರಂತರ ಕಾಯುವಿಕೆ ಆಕೆಯದು.

ಪ್ರತಿಯೊಂದು ದಿನವು ಪ್ರಯಾಸದಿಂದ ಒಳಗೆ ಎಳೆದುಕೊಂಡು ಬಂದು ಮಲಗಿಸಬೇಕಿತ್ತು. ರೇಗಾಟ, ಗೊಣಗಾಟ, ಅಳು-ರಾತ್ರಿಯ ಯಾವುದೋ ಒಂದು ಹೊತ್ತಿನಲ್ಲಿ ಸ್ತಬ್ಧವಾಗುತ್ತಿತ್ತು.

ತಾಯಿಗೆ ನಿದ್ದೆ ಬರುವವರೆಗೂ ಅನುಪಲ್ಲವಿ ಅವರ ಬಳಿ ಕೂಡುತ್ತಿದ್ದಳು. ಹನ್ನೆರಡು ವರ್ಷಗಳ ಹಿಂದೆ ಆಫೀಸ್‌ಗೆ ಹೋದ ಅವಳ ತಂದೆ ಇಂದಿಗೂ ಹಿಂತಿರುಗಿ ಬಂದಿರಲಿಲ್ಲ. ಇಂದಿಗೂ ಅವಳ ಕಣ್ಣುಗಳು ಅರಸುತ್ತಿದ್ದವು ತಂದೆಯನ್ನು.

* * *

ಇಷ್ಟವಾದ ಹಿತವಾದ ಕೆಲಸ ಸಿಕ್ಕಿತ್ತು. ಅನುಪಲ್ಲವಿಗೆ ಬೆಳಗಿನ ಅಡುಗೆಮನೆ ಕೆಲಸ ಮುಗಿಸಿಕೊಂಡು ಸಂಗೀತ ವಿದ್ಯಾಲಯಕ್ಕೆ ಬರುತ್ತಿದ್ದಳು. ಬರೀ ಜೂನಿಯರ್, ಸೀನಿಯರ್ ವಿದ್ಯಾರ್ಥಿಗಳಿಗೆ ಮಾತ್ರವಲ್ಲ ವಿದ್ವಾನ್ ಪರೀಕ್ಷೆಗೆ ಕೂತವರಿಗೂ ಪಾಠ ಮಾಡುತ್ತಿದ್ದಳು.

ಅಂದು ಇವಳು ಮನೆಗೆ ಬಂದಾಗ ರಾತ್ರಿ ಒಂಭತ್ತು. ನಡಿಗೆಯ ದೂರವೇ ಆದುದರಿಂದ ಶಾಂತ ವಿಠಲ ಅವರ ಮನೆಯ ಹುಡುಗ ಬಂದು ಅಲ್ಲಿಯವರೆಗೂ ಬಿಟ್ಟುಹೋಗಿದ್ದ.

ಇನ್ನೊಂದು ಫ್ಲ್ಯಾಟ್‌ನಲ್ಲಿದ್ದ ದಂಪತಿಗಳ ಜೊತೆ ಹರಟೆಯೊಡೆಯುತ್ತಿದ್ದ ಪಲ್ಲವಿ ನೆಗೆಯುತ್ತ ಬಂದಳು.

"ಯಾಕೆ ಇಷ್ಟೊತ್ತು? ದೊಡ್ಡಪ್ಪ ತರಕಾರಿ ಚೀಲ ತಗೊಂಡ್ ನಿನ್ನ ನೋಡ್ಕೊಂಡ್ಬರ್ತೀನೀಂತ ಹೋದ್ರು. ಮೊದ್ಲು ಆಕೆ ಹತ್ರ ಸಂಬಳದ ಲೆಕ್ಕಾಚಾರ ಮಾಡು" ಎಂದಳು ಪಲ್ಲವಿ ಉಗುರುಗಳಿಗೆ ಹಚ್ಚಿದ್ದ ಬಣ್ಣವನ್ನು ನೋಡಿಕೊಳ್ಳುತ್ತ.

ಬಂದ ಪಲ್ಲವಿ ಕನ್ನಡಕವನ್ನು ಸರಿ ಮಾಡಿಕೊಳ್ಳುತ್ತ "ಇದೇನು ಗೊರಂಟಿನಾ?" ಕೇಳಿದಳು ಸೂಕ್ಷ್ಮವಾಗಿ ಗಮನಿಸುತ್ತಿದ್ದ. ಬಣ್ಣ ಹಚ್ಚಿದ ಬೆರಳುಗಳನ್ನು ತುಟಿಗೊತ್ತಿಕೊಂಡು "ಗೋರಂಟಿ ಇಷ್ಟು ಕೆಂಪಗೆಲ್ಲಿ ಇರುತ್ತೆ. ಬಣ್ಣ ತುಂಬ ಚೆನ್ನಾಗಿದೆಯಲ್ಲ. ಆ ಸೋನಿಯಾ ಒಂದು ಬಾಕ್ಸ್ ತುಂಬ ತುಂಬ್ಕೊಂಡಿದ್ದಾರೆ. ಅಲ್ಲೇ ಹಚ್ಕೊಂಡೇ" ಹೇಳಿದಳು ನಿಶ್ಚಿಂತೆಯಿಂದ.

ಅನುಪಲ್ಲವಿಯ ಮುಖ ಚಿಕ್ಕದಾಯಿತು. ಇದು ಇಷ್ಟವಾಗಲಿಲ್ಲ. ಅಗತ್ಯವಿತ್ತೆ ಯೋಚಿಸಿದಳು. ಅಷ್ಟರಲ್ಲಿ ಮೃತ್ಯುಂಜಯ ಕೂಡ ಬಂದರು.

"ಯಾಕೋ, ತಡವಾದಿಯಲ್ಲ ಅಂತ ಹಾಗೆ ಅಡ್ಡಾಡಿಕೊಂಡ್ಬಂದೆ. ಶಾಂತ ಅವ್ರು ನೀನ್ಹೋದ ವಿಷ್ಯ ತಿಳ್ಸಿದ್ರು. ದೊಡ್ಡ ಸ್ವಭಾವದ ಹೆಣ್ಣು. ನಿನ್ನ ತುಂಬ ಹೊಗಳಿದ್ರು" ಹೇಳಿ ಬ್ಯಾಗನ್ನು ಗೋಡೆಗೊರಗಿಸಿಟ್ಟರು.

"ಬರೀ ಹೊಗಳಿದ್ರೆ ಸಾಕಾ, ದೊಡ್ಡಪ್ಪ ಒಂದಿಷ್ಟು ಹಣ ಹೆಚ್ಚಿಗೆ ಕೊಡೋಕೆ ಹೇಳ್ಬೇಕಿತ್ತು" ಎಂದ ಪಲ್ಲವಿಯನ್ನು ಕೋಪದಿಂದ ನೋಡಿದರು. ಆ ಸಮಯದಲ್ಲಿ

ಅವಳ ಬೆರಳುಗಳನ್ನು ಗಮನಿಸಿಬಿಟ್ಟರು ಕೂಡ.

ತಕ್ಷಣ ಕೈಗಳನ್ನು ಹಿಂದಕ್ಕಿಟ್ಟುಕೊಂಡು ಎದ್ದು ಹೋದಳು. ಅಡುಗೆ ಮನೆಯೊಳಕ್ಕೆ "ಪಲ್ಲವಿ..." ದನಿ ಏರಿಸದೆ ಕೂಗಿದರು. ಪರಿಸ್ಥಿತಿಗೆ ಅನುಗುಣವಾಗಿ ಬದುಕುವುದು ಬುದ್ಧಿವಂತಿಕೆ ವ್ಯತಿರಿಕ್ತವಾಗಿ ಬದುಕುವುದು ಅಪಾಯವೆಂದು ಅವರಿಗೆ ಗೊತ್ತು.

ಬಂದ ಪಲ್ಲವಿ ಎತ್ತಲೋ ನೋಡಿದಾಗ ಅವಳ ಕೈಗಳು ಹಿಂದೆಯೇ ಇದ್ದವು. ಇದೆಲ್ಲ ಅವರಿಗೆ ಇಷ್ಟವಾಗದೆಂದು ಅವಳಿಗೆ ಗೊತ್ತು.

"ನಿನ್ನ ಕೈಗಳ್ನ ಈ ಕಡೆ ತೋರ್‍ಸು" ಕೋಪ ಪ್ರದರ್ಶಿಸಿದರು.

ಧೈರ್ಯದಿಂದ ಅವರ ಮುಂದೆ ಚಾಚಿದಳು. "ಸೋನಿಯ ಅವ್ರು ಬಲವಂತದಿಂದ ಹಚ್ಚಿದ್ರು. ಈಗೇನಾಯ್ತು? ನಾನು ಕಾಲೇಜಿಗೆ ಹೋಗೋ ಹುಡ್ಗೀ ತಾನೇ" ಮೊಂಡು ವಾದ. ಕ್ಷಣ 'ಅಯ್ಯೋ' ಅನ್ನಿಸಿತು ಅವರಿಗೆ.

ಹತ್ತಿರ ಕೂಡಿಸಿಕೊಂಡು ಬುದ್ಧಿ ಹೇಳಿದರು "ಯಾರ್‍ಗೇ ಆಗಲೀ 'ಸ್ವಾಭಿಮಾನ' ಬೆಲೆ ಕಟ್ಟಲಾರ್‍ದ ಒಡ್ವೆ. ಆ ಗುಣ ಬೇಕು. ಅದ್ಕೇ ಮರ್ಯಾದೆ ಸಿಕ್ಕುತ್ತೆ. ನಿನ್ನ ಬೆರಳುಗಳು, ಉಗುರು ಎಲ್ಲಾ ಚೆಂದವಿದೆ ಇಂಥ ಬಣ್ಣದ ಅಲಂಕಾರ ಯಾಕೆ? ನಿನ್ನ ಓದು ಕೂಡ ಕಷ್ಟನೇ, ಅರ್ಥ ಮಾಡ್ಕೋ."

ಮುಖ ದಪ್ಪ ಮಾಡಿಕೊಂಡು ಎದ್ದು ಹೋದವಳು ಮೂತಿ ತಿರುಗಿಸಿದಳು. ಇಂಥ ಮಾತುಗಳು ಎಂದೂ ಪಥ್ಯವಾಗದು ಅವಳಿಗೆ.

ಅನುಪಲ್ಲವಿ ಪಾತ್ರೆಗಳನ್ನು ತೆಗೆದು ನೋಡಿದಳು. ಅನ್ನ ಕೂಡ ಮಾಡಿರಲಿಲ್ಲ ತಂಗಿ. ಅಕ್ಕಿ ತೊಳೆದಿಟ್ಟು ಉರಿಯುವ ಸ್ಟೌವನ್ನೇ ನೋಡುತ್ತ ಕೂತಳು 'ಅಪ್ಪ ಹಿಂದಿರುಗಿ ಬಂದರೆ' ಅಂಥ ಒಂದು ಕಲ್ಪನೆಯೆ ಅವಳನ್ನು ತಬ್ಬಿ ಬಾಗಿಸಿತು.

"ತಟ್ಟೆ ಹಾಕಮ್ಮ" ಬ್ಯಾಗು ಒಳಗೆ ತಂದಿಟ್ಟ ಮೃತ್ಯುಂಜಯ "ಅನ್ನ ಕೂಡ ಮಾಡಲಿಲ್ಲ! ಬರೀ ಮೈಗಳ್ಳಿ. ಇಂಥ ಹೆಣ್ಣು ಯಾರ ಬದ್ಕನ್ನ ಹಸನು ಮಾಡಳು" ಖಿನ್ನತೆಯಿಂದ ನುಡಿದಾಗ ಬೆಚ್ಚಿಬಿದ್ದಳು.

"ಬೇಡ ದೊಡ್ಡಪ್ಪ, ಹಾಗೆಲ್ಲ ಹೇಳ್ಬೇಡಿ. ಸ್ವಲ್ಪ ಓದಿಕೊಂಡವಳು, ಕಾಲೇಜಿನ ಓದು ನೋಡಿ ಓದೋದು ಬರಿಯೋದು ಜಾಸ್ತಿನೆ ಇರುತ್ತೆ" ತಂಗಿಯನ್ನು ಸಮರ್ಥಿಸಿ ಕೊಂಡಳು. ನಯವಾಗಿ ಇದು ನಿತ್ಯ ರೂಢಿಯೆ. ಕೆಲವಕ್ಕಂತು ಪರಿಹಾರ ಸಿಗದು. ಅದರಲ್ಲಿ ಇದೊಂದು ಎಂದುಕೊಂಡರು ಮೃತ್ಯುಂಜಯ.

ಪಲ್ಲವಿಯಂತು ಇದು ಯಾವುದು ತನಗೆ ಸಂಬಂಧಪಟ್ಟಿದ್ದೇ ಅಲ್ಲವೆನ್ನುವಂತೆ ಪುಸ್ತಕ ಹಿಡಿದು ಕೂತಳು. ಆ ಎಂಟು ಮನೆಗಳಲ್ಲಿ ಎಲ್ಲರ ಪರಿಚಯವಿದ್ದುದ್ದು ಇವಳೊಬ್ಬಳಿಗೇನೇ. ಕಾಲೇಜಿನಿಂದ ಬಂದರೆ ಎಲ್ಲರ ಮನೆಗಳಿಗೂ ಭೇಟಿ ಕೊಟ್ಟು ಬರುತ್ತಿದ್ದಳು. ಸಂಕೋಚ ಸ್ವಲ್ಪ ಕಡಿಮೆಯೇ. ಕೊಟ್ಟಿದ್ದನ್ನು ಬೇಡವೆನ್ನದೆ ರುಚಿ ನೋಡುತ್ತಿದ್ದಳು. ಕೆಲವರಿಗೆ ಸ್ವಲ್ಪ ಬೇಸರವೇ.

"ಪಲ್ಲವಿ..." ಎನ್ನುತ್ತ ದ್ರೌಪಸಿಯವರು ಬಂದಾಗ ಕಾಲು ಚಾಚಿಕೊಂಡು

ಕೂತಿದ್ದವಳು ತಟ್ಟನೆ ಎಳೆದುಕೊಂಡಳು "ಬನ್ನಿ... ಬನ್ನಿ..." ಎದ್ದಳು ಪುಸ್ತಕ ಹಿಡಿದು ಗಂಜಿ ಬಗ್ಗಿಸುತ್ತಿದ್ದ ಅನುಪಲ್ಲವಿ ಅಡುಗೆ ಮನೆ ಬಾಗಿಲಿಗೆ ಬಂದಳು. ಅವಕ್ಕೆ ಬಾಗಿಲು ಅಂಥದೇನಿರಲಿಲ್ಲ. ಪ್ರತ್ಯೇಕಿಸಿದ್ದರಷ್ಟೆ. ಪುಟ್ಟ ನಡುಮನೆಯಲ್ಲಿ ಕೂತವರಿಗೆ ಅಡುಗೆ ಮನೆಯ ಸಂಪೂರ್ಣ ದರ್ಶನ.

"ನಿಮ್ದೆಲ್ಲ ಊಟ ಆಗಿ ಹೋಯ್ತಾ? ಮಜ್ಜಿಗೆ ಹುಳಿ ಅವ್ರಿಗೆ ಇಷ್ಟಾಂತ ಮಾಡ್ದೇ. ಯಾಕೋ ಎದೆ ಭಾರ ಬೇಡಾಂದ್ಬಿಟ್ರು" ಪಾತ್ರೆಯ ಸಮೇತ ಬಂದಿದ್ದರು. ಆಕೆಯದು ಸ್ನೇಹದ ಸ್ವಭಾವ. ಬೇಗ ಹೊಂದಿಕೊಂಡು ಬಿಡುತ್ತಿದ್ದರು.

ಅದನ್ನ ಈಸಿಕೊಂಡವಳು ಸಾರನ್ನ ಒಂದು ಪಾತ್ರೆಗೆ ತುಂಬಿ "ಬೇಳೆ ಜೊತೆಗೆ ಮೆಣಸು ಹಾಕಿದ್ದೆ. ಎದೆ ಭಾರಕ್ಕೆ ಒಳ್ಳೇದು" ಅವರಿಗೆ ಕೊಟ್ಟಾಗ ಮೂತಿ ತಿರುಗಿಸಿದಳು ಪಲ್ಲವಿ ಅಸಹನೆಯಿಂದ. ಅಕ್ಕನ ಈ ಸ್ವಭಾವ ಅವಳಿಗೆ ಇಷ್ಟವಾಗದು.

ದ್ರೌಪದಿ ಹೋದ ನಂತರ ಗೊಣಗಿದಳು "ಯಾಕೆ ಬೇಕಿತ್ತು? ಸಾರು ಸ್ವಲ್ಪನೆ ಇತ್ತು. ಈಗ ಆ ಮಜ್ಜಿಗೆ ಹುಳಿಯಲ್ಲಿ ಊಟ ಮಾಡ್ಬೇಕು" ತಟ್ಟೆಯ ಮುಂದೆ ಬಂದು ಕೂತವಳು ಇಳಿಸಿಟ್ಟ ಅನ್ನದ ಪಾತ್ರೆಯಿಂದ ಬಿಸಿ ಅನ್ನ ಬಡಿಸಿಕೊಂಡು ಸಾರು ಸುರಿದುಕೊಂಡಳು. "ನಾನಂತು ಮಜ್ಜಿಗೆ ಹುಳಿಯಲ್ಲಿ ತಿನ್ನೋಲ್ಲ. ನೀವು ಹೇಗಾದ್ರೂ ಮಾಡ್ಕೊಳ್ಳಿ" ಊಟ ಶುರು ಮಾಡಿದಳು, ಅನುಪಲ್ಲವಿ ತಂಗಿ ಮಾಡುವುದು ತಪ್ಪೆಂದು ದೂರುತ್ತಿರಲಿಲ್ಲ. ಆದರೂ ಸರಿಯೆಂದುಕೊಳ್ಳಲು ಹಿಂಜರಿಯುತ್ತಿದ್ದಳು. 'ಸ್ವಭಾವವೇ ಅಷ್ಟು' ಇದೇ ವಿಶ್ಲೇಷಣೆ ಅವಳದು.

ಉಳಿದ ಸೌಟು ಸಾರು ದೊಡ್ಡಪ್ಪನಿಗೆ ಬಡಿಸಿ ತಾನು ಮಜ್ಜಿಗೆ ಹುಳಿಯಲ್ಲಿ ಊಟ ಮಾಡಿದಳು.

ಕಾಲೇಜಿಗೆ ಪಲ್ಲವಿ ಸೇರಿದ ಮೇಲಂತು ಕಾಲೇಜು, ಪುಸ್ತಕ, ಓಡಾಟ ಇಷ್ಟೇ ಅವಳ ಕೆಲಸ. ಮನೆ ಕೆಲಸದಲ್ಲಿ ನಿರ್ಲಿಪ್ತೆ ಒಂದಿಷ್ಟು ಹೆಚ್ಚು ಕಡಿಮೆಯಾದರೂ ಗೊಣಗಾಡುತ್ತಿದ್ದಳು.

ತಂಗಿಗೆ ಹೊದ್ದಿಸಿ ಕನ್ನಡಕ ತೆಗೆದು ಪಕ್ಕಕ್ಕಿಟ್ಟು ಮಲಗಿದಳು. ಸಂಗೀತ ವಿದ್ಯಾಶಾಲ ಹೊಸದೊಂದು ಪ್ರಪಂಚವನ್ನು ತೆರೆದಿಟ್ಟಿತ್ತು. ಅವಳ ಮುಂದೆ ವಿಚಿತ್ರವೆನಿಸಿದರು ಆಕರ್ಷಕವಾಗಿತ್ತು. ಸಂಗೀತವೊಂದೆ ಅವಳಿಗೆ ಗೊತ್ತಿದ್ದುದ್ದು ಈಗ ಸರ್ವಸ್ವವು ಅದೇ.

ಅನುಪಲ್ಲವಿ ಒಂದೆರಡು ವರ್ಷಗಳು ಮಾತ್ರ ಶಾಲೆಗೆ ಹೋಗಿದ್ದು, ಕನ್ನಡ ಅಕ್ಷರ ಮಾಲೆ ಗೊತ್ತು. ಓದಬಲ್ಲಳು, ಬರೆಯಬಲ್ಲಳು. ಒಂದು ಮಿತಿಯಲ್ಲಿ ಮಾತ್ರ.

ಸಂಗೀತ ಬಿಟ್ಟರೆ ದಿನಪೂರ್ತಿ ಮನೆಗೆಲಸ ಮಾಡುತ್ತಿದ್ದಳು ಅದರ ಜೊತೆ ಒಂದೆರಡು ಹಸುಗಳು ಇದ್ದುದ್ದರಿಂದ ಹಾಲು ಕರೆಯುವುದು ಅವುಗಳ ಅಚ್ಚುಕಟ್ಟು ದಿನದ ಕೆಲಸದಲ್ಲಿ ಒಂದು ಭಾಗ ಸಂಜೆ ಶಂಬುನಾಥರಲ್ಲಿ ಸಂಗೀತಾಭ್ಯಾಸ ರಾತ್ರಿಯ ವೇಳೆ ದೇವರ ಮುಂದೆ ಕೂತು ಹಾಡುತ್ತಿದ್ದಳು. ನಂತರ ಸರಿ ರಾತ್ರಿಯವರೆಗೂ ಅಮ್ಮನನ್ನು ಕಾಯುತ್ತ ಕೂಡುತ್ತಿದ್ದಳು.

ಎಷ್ಟೋ ಸಲ ಮೃತ್ಯುಂಜಯ "ಸುಮ್ನೇ ನಿನ್ಯಾಕೆ ನಿದ್ದೆಗೆಡ್ತೀಯಾ! ಯಾವಾಗ್ಲೋ ಮಲಕ್ಕೋತಾಳೆ. ಇದೇನು ಒಂದು ದಿನದಲ್ಲ" ಎಷ್ಟೋ ಸಲ ಹೇಳಿದ್ದರು. ಯಾಕೋ ಅವಳ ಮನ ಒಪ್ಪದು. ಆಕೆ ಪೂರ್ತಿ ನಿದ್ದೆಗೆ ಶರಣಾದ ನಂತರವೇ ದಿಂಬಿನ ಮೇಲೆ ತಲೆ ಇಡುತ್ತಿದ್ದದ್ದು ಇಷ್ಟೇ ಅವಳ ಪ್ರಪಂಚವಾಗಿತ್ತು.

ಯಾಕೋ ನಿದ್ದೆ ಬರದೆ ಹೊರಳಾಡಿ ಎದ್ದು ಕೂತಳು ಅನುಪಲ್ಲವಿ ಅಡುಗೆ ಮನೆ ಹೊಸಲಿಗೆ ತಲೆ ಹಾಕಿ ಮಲಗಿದ್ದ ಮೃತ್ಯುಂಜಯ ನೋಟವೆತ್ತಿ "ನಿದ್ದೆ ಬರ್ಲಿಲ್ವಾ! ಇಡೀ ದಿನ ಸಂಗೀತ ಪಾಠ ಇರುತ್ತ?" ಕೇಳಿದರು. ಅವಳ ಮುಖದ ಮೇಲೆ ಪ್ರಸನ್ನತೆ ತೇಲಿತು. ಅಲ್ಲಿದ್ದರೆ ದೇವಾಲಯದಲ್ಲಿದ್ದಂತೆ ಭಾಸವಾಗುತ್ತಿತ್ತು. ಅವಳಿಗೆ ವಾಗ್ದೇವಿ ಎನ್ನುವಂತೆ ಪರವಶಳಾಗುತ್ತಿದ್ದಳು.

"ಅದೆಲ್ಲ ಏನಿಲ್ಲ, ದೊಡ್ಡಪ್ಪ ಅಮ್ಮನ ಬಗ್ಗೆ ಯೋಚಿಸ್ತ ಇದ್ದೆ. ಅಪ್ಪ ಬರ್ದೇ ಇದ್ರೆ..." ಅಂದವಳು ನಾಲಿಗೆ ಕಚ್ಚಿಕೊಂಡು ಕೆನ್ನೆಗಳಿಗೆ ಹಾಕಿಕೊಂಡಳು "ಹಾಗೆ ಇರ್ತಾಳೆ ಅಂದ್ಕೋ ಇನ್ನೇನ್ಮಾಡೋಕಾಗುತ್ತೆ. ಅದು ಮುಗ್ದ ಕತೆ. ಪಲ್ಲವಿ ಬಗ್ಗೆ ಯೋಚ್ಸು. ಸ್ವಲ್ಪ ಕೂಡ ಜವಾಬ್ದಾರಿ ಇಲ್ದ ಹುಡ್ಗೀ ಬಡವ್ರಿಗೆ ವಿಪರೀತ ಆಸೆಗಳು ಇರಕೂಡ್ದು. ಇವತ್ತು ಉಗುರುಗಳಿಗೆ ಬಣ್ಣ ಹಚ್ಕೊಂಡ್ ಬಂದಿದ್ದಾಳೆ. ನಾಳೆ ಮತ್ತೊಂದು... ಅದೇ ಮುಂದುವರಿಸೋಕ್ಕಾಗುತ್ತ" ಎದ್ದು ಕೂತರು. ಎಚ್ಚರವಾಗಿದ್ದ ಪಲ್ಲವಿ ಹೊದ್ದಿಕೆ ಪೂರ್ತಿ ಎಳೆದುಕೊಂಡು ಕಿವಿಗಳನ್ನು ಮುಚ್ಚಿಕೊಂಡಳು. ಇಷ್ಟವಾಗದು ಅವಳಿಗೆ.

"ಸಣ್ಣ ಹುಡ್ಗೀ ಅವ್ಳು. ಕಾಲೇಜಿಗೆ ಬೇರೆ ಹೋಗ್ತಾಳಲ್ಲ" ಎಂದ ಅನುಪಲ್ಲವಿ ಬೇರೆಡೆ ಹೊರಳಿಸಿದಳು ಮಾತುಗಳನ್ನ "ಅಮ್ಮನಿಗೆ ಇಲ್ಲೆಲ್ಲಾದ್ರೂ ತೋರಿಸಿದ್ರೆ ವಾಸಿಯಾಗ್ಬಹ್ದು. ನಾಲ್ಕು ಜನರ ಹಾಗೆ ಆಗ್ಬಿಟ್ರೆ ಸಾಕು" ಅವಳ ಸ್ವರ ಒದ್ದೆ ಆಯಿತು. ತಾಯಿಯ ನೆನಪಾದರೆ ಅವಳಿಗೆ ಹಿಂಸೆ. ಈಗ ರಾತ್ರಿಯೆಲ್ಲ ಅವಳಿಗಾಗಿ ಯಾರು ಕಾದು ಕೂತಿರುತ್ತಾರೆ? ಈ ಒಂದು ಪ್ರಶ್ನೆಯೇ ಸಾಕಿತ್ತು ಅವಳನ್ನ ಕಂಗೆಡಿಸುವುದಕ್ಕೆ.

"ಸದ್ಯಕ್ಕೆ ಆಗದ್ಮಾತು! ಮುಂದೆ ನೋಡೋಣ. ಏನು ತಲೆಗೆ ಹಚ್ಕೋಬೇಡ. ಮಲಕ್ಕೋ" ಎಂದರು ಮೃತ್ಯುಂಜಯ. ಆ ಮಾತುಗಳ ಮುಂದುವರಿಕೆ ಅವರಿಗೆ ಇಷ್ಟವಿಲ್ಲ. ನಾದಿನಿ ಮೊದಲಿನಂತೆ ಆಗುತ್ತಾಳೆಂಬ ಹಗಲು ಕನಸು ಕಾಣಳು ಅವರು ಸಿದ್ದರಿಲ್ಲ. ಅಂಥ ಅಪಕ್ವತೆ ಅವರದಲ್ಲ.

ಮಾತುಗಳು ನಿಂತ ಮೇಲೆ ಮೆಲ್ಲಗೆದ್ದ ಪಲ್ಲವಿ ದೊಡ್ಡಪ್ಪನನ್ನು ಸದ್ದಾಗದಂತೆ ದಾಟಿಕೊಂಡು ಹೋಗಿ ಬೆಳಗಿನ ಕಾಫಿಗೆಂದು ಮುಚ್ಚಿಟ್ಟಿದ್ದ ಹಾಲನ್ನು ಕುಡಿದಿಟ್ಟಳು.

"ಹಾಲು ಹೆಚ್ಚಿಗೆ ಉಪಯೋಗ್ಸಿದ್ರೆ ಮುಖದ ಬಣ್ಣ ಮತ್ತಷ್ಟು ತಿಳಿಯಾಗುತ್ತೆ. ನಾನಂತು ಎರಡ್ಹೊತ್ತು ಕುಡ್ಯೋದು ಹಾಲೇ" ಅವಳ ಸಹಪಾಠಿ ಆಡಿದ ಮಾತುಗಳು ಎಷ್ಟು ದಟ್ಟವಾಗಿ ಅವಳಲ್ಲಿ ಬೇರೂರಿದವರೆಂದರೆ ದಿನಕೊಮ್ಮೆಯಾದರೂ ಹಾಲು ಕುಡಿಯಬೇಕೆಂಬ ಪ್ರತಿಜ್ಞೆ ಮಾಡಿಕೊಂಡಳು ಮನದಲ್ಲಿ.

ಬೆಳಿಗ್ಗೆ ಅನುಪಲ್ಲವಿ ಕಾಫೀ ಮಾಡಲು ಹೋದಾಗಲೇ ವಿಷಯ ಬಹಿರಂಗ ವಾಗಿದ್ದು "ರಾತ್ರಿ ಮುಚ್ಚಿಟ್ಟ ಹಾಲು ಈಗ ಇಲ್ವಲ್ಲ" ತಲೆ ಕೆರೆದುಕೊಂಡು ಮಜ್ಜಿಗೆಯ

ಪಾತ್ರೆ ನೋಡಿದಳು. ನಿನ್ನೆ ಉಳಿದಿದ್ದ ಮಜ್ಜಿಗೆಯೇ, ಹಾಲು ಏನಾಯಿತು?

ಮುಖದ ಒದ್ದೆಯನ್ನೊತ್ತುತ್ತ ಬಂದ ಪಲ್ಲವಿ "ಬೆಕ್ಕು ಕುಡ್ದು ಹೋಗಿರಬೇಕು. ದ್ರೌಪದಿ ಆಂಟಿನೂ ಅದೇ ಹೇಳಿದ್ರು. ಮೊನ್ನೆ ಇಡೀ ಮೊಸರಿನ ಪಾತ್ರೆ ಖಾಲಿ ಆಗಿತ್ತಂತೆ" ಸ್ಪಷ್ಟತೆ ಒದಗಿಸಿದಳು.

"ಅರೇ, ಸದ್ದೆ ಆಗ್ಲಿಲ್ವಲ್ಲ! ಕುಡ್ದ ಬೆಕ್ಕು ಹಾಗೇ ತಟ್ಟೆ ಮುಚ್ಚಿಟ್ಟುಹೋಗಿತ್ತು! ಬಹುಶಃ ಅಸಾಧಾರಣ ಬೆಕ್ಕು" ಎನ್ನುತ್ತ ಪಲ್ಲವಿಯ ಕಡೆ ನೋಡಿದರು. ಅವಳು ಹಾಲು ಕುಡಿದಾಗ ಎಚ್ಚರವಾಗಿಯೇ ಇದ್ದರು ಅವರು. ಇಂಥ 'ಸ್ವಾರ್ಥ' ಇಷ್ಟವಾಗದು. ಅವಳ ಹಟ, ಆಕಾಂಕ್ಷೆಯ ಸಲುವಾಗಿಯೇ ಇಲ್ಲಿಗೆ ಬಂದಿದ್ದರು. ಆ ತಲೆ ಕೆಟ್ಟ ತಾಯಿ, ಈ ಸ್ವಾರ್ಥಿ ಮಗಳ ನಡುವೆ ಅನುಪಲ್ಲವಿ ಭವಿಷ್ಯ ಹಾಳಾಗುತ್ತದೆಯೆಂಬ ಭಯ ಅವರದು.

"ಪಕ್ಕದ ಮನೆಯಿಂದ ಒಂದ್ಲೋಟ ಹಾಲು ತರ್ಲ್ಲಾ!" ಲೋಟ ಹಿಡಿದು ಹೊರಟಾಗ ಕೈಹಿಡಿದು ತಡೆದಳು "ಬೇಡ, ಈ ಅಭ್ಯಾಸಗಳು ಒಳ್ಳೇದಲ್ಲ. ಇವ್ರಿಗೆ ನಮ್ಮ ಬಗ್ಗೆ ತಪ್ಪು ಅಭಿಪ್ರಾಯದ ಜೊತೆ ಸ್ವತಃ ತೊಂದ್ರೆ ಯಾಕೆ ಇದೆಲ್ಲ! ನಾನೇ ಹೋಗಿ ಹಾಲು ತರ್ತೀನಿ" ಅನ್ನುವ ವೇಳೆಗೆ ಹೊಸಲು ದಾಟಿದ್ದರು ಮೃತ್ಯುಂಜಯ.

ಇದೆಲ್ಲ ಸಾಧಾರಣ ವಿಷಯಗಳೆ. ಆದರೆ ಅಷ್ಟರಮಟ್ಟಿಗೆ ಅನುಕೂಲ ಸಾಧ್ಯವಿರಲಿಲ್ಲ. ಅಲ್ಲು ಬರೋ ಪೆನ್‌ಷನ್‌ನಲ್ಲಿ ಸಂಕಷ್ಟದ ಜೀವನ. ಇಲ್ಲಿ ಅನುಪಲ್ಲವಿಗೆ ಬರೋ ಹಣದಿಂದ ಪಲ್ಲವಿಯ ಕಾಲೇಜು, ಜೀವನ ನಿರ್ವಹಣೆ ಇವೆರಡು ಸರಾಗವಾಗಿ ಸಾಗುವುದೇ ಒಂದು ಸಮಸ್ಯೆಯಾಗಿತ್ತು.

ಇವರು ಹಾಲು ಹಿಡಿದು ಬರುವ ವೇಳೆಗೆ ಸೋನಿಯಾ ಮನೆಯಿಂದ ಪಲ್ಲವಿ ನಗು ಕೇಳಿಸುತ್ತಿತ್ತು. ಅಲ್ಲೇ ಕಾಫೀ ಮುಗಿಸಿರುತ್ತಾಳೆಂದು ಕೊಂಡರು. ಇದೆಲ್ಲ ಸರಿಯಿಲ್ಲಾಂತ ಎಷ್ಟು ಸ್ಪಷ್ಟವಾಗಿ ಹೇಳಬಹುದೋ ಅಷ್ಟು ಸ್ಪಷ್ಟವಾಗಿ ಹೇಳಿದ್ದರು. ಆದರೂ ಇಂಥ ಹಿತವಚನಗಳು ಅವಳ ಕಿವಿಗೆ ಹೋಗದು.

ಹಾಲು ತಂದಿಟ್ಟವರು ಬೆಚ್ಚಗಿದ್ದ ನೀರಿನಲ್ಲೇ ಸ್ನಾನ ಮುಗಿಸಿಕೊಂಡು ಬಂದು ನಂತರ ಪೂಜೆ ಮುಗಿಸುವ ವೇಳೆಗೆ ಪ್ರತ್ಯಕ್ಷಳಾದ ಪಲ್ಲವಿ ಟವಲೆತ್ತಿಕೊಂಡು ಸ್ನಾನಕ್ಕೆ ಹೋದಳು.

"ಬೆಳಿಗ್ಗೆ... ಬೆಳಿಗ್ಗೆ ಅವ್ರ ಮನೆಗ್ಯಾಕೆ ಹೋಗ್ತಾಳೆ. ಇವಳನ್ನ ಹೇಗೆ ತಿದ್ದೋದು? ಈ ಎಂಟು ಮನೆಯಲ್ಲಿ ಅವ್ಳು ಹೋಗ್ದೇ ಇರೋ ಮನೆ ಅಂದ್ರೆ ದಾಮೋದರ್ ಮನೆ ಮಾತ್ರ. ಅವ್ರಿಗೆ ಕಿತ್ತುಕೊಂಡು ತಿನ್ನೊಂಥ ಬಡತನ. ಅದು ಇವ್ಳಿಗೆ ಅನ್ಕೂಲವಾಗ್ದು" ರೇಗಿದರು.

ಕಾಫಿ ಲೋಟ ಅವರ ಮುಂದೆ ತಂದಿಟ್ಟ ಅನುಪಲ್ಲವಿ "ಸ್ವಲ್ಪ ಬೇಗ್ಬಾ ಅಂದಿದ್ದಾರೆ. ಕೆಲವು ವಿದ್ಯಾರ್ಥಿಗಳದು ಆಕಾಶವಾಣಿಯಲ್ಲಿ ಪ್ರೋಗ್ರಾಂ ಇದೆಯಂತೆ. ಒಂದಿಷ್ಟು ತರಬೇತು ಕೊಡೋದಿದೆ ಅಂದಿದ್ದಾರೆ" ಎಂದಳು.

ಮೆಲ್ಲಗೆ ತಲೆಯೆತ್ತಿದ ಮೃತ್ಯುಂಜಯ "ಹೇಗೂ ಮನೆಯಲ್ಲೇ ಇರ್ತಿನಲ್ಲ. ಹೊತ್ತು ಹೋಗದು. ಅಡ್ಗೇ ನಾನು ಮಾಡ್ಕೋತೀನಿ ಬಿಡು" ಎಂದರು ಕರುಣೆಯಿಂದ ನೋಡುತ್ತ.

"ನಾನೆಲ್ಲ ಮಾಡೇ ಹೋಗ್ತೀನಿ. ಪಲ್ಲವಿ ಊಟ ಮಾಡ್ಕೊಂಡ್ ಕಾಲೇಜಿಗೆ ಹೋಗ್ತಾಳೆ" ಅವಸರಿಸಿಕೊಂಡು ಹೋದಳು.

ಅಡುಗೆ ಮುಗಿಸಿ ಮೂವರಿಗೂ ತಟ್ಟೆ ಹಾಕಿದಳು "ನಾನು ಆಮೇಲೆ ಮಾಡ್ಕೋತಿನಿ." ತಲೆಯ ಒದ್ದೆಯನ್ನೊರೆಸುತ್ತ ಹೊರಗೆ ಹೋದಳು ಬಿಸಿಲಿಗೆ ಪಲ್ಲವಿ. ಸಹಪಾಠಿಗಳ ಜೊತೆ ಈಚೆಗೆ ಒಂದಿಷ್ಟು ಹೋಟಲ್ ಬೇಕರಿ ತಿಂಡಿಗಳ ರುಚಿ ನೋಡಿದ್ದಳು. ಮನೆಯ ಊಟ ತೀರಾ ಸಪ್ಪೆ ಅವಳಿಗೆ ಬರೀ ಅನ್ನ, ಸಾರು ಹೆಚ್ಚೆಂದರೆ ಬೇಳೆ ಹುಳಿ-ಇಷ್ಟೆ ಬದುಕು. ಒಮ್ಮೊಮ್ಮೆ ಅವಳಿಗೆ ಅಳು ಬರುತಿತ್ತು. ಅಳುತ್ತ ಕೂಡುವ ಮೂದೇವಿಯಲ್ಲ.

"ಇದೇನೇ ಪಲ್ಲವಿ... ಕಾಲೇಜಿಗೆ ಹೋಗ್ಲಿಲ್ವಾ?" ದ್ರೌಪದಿ ರಾಗವಾಗಿ ಕೇಳಿದಾಗ "ಇವತ್ತು ಒಂದಿಷ್ಟು ಲೇಟಾಗಿ ಹೋಗ್ತೀನಿ. ಮೊದಲೆರಡು ಪೀರಿಯಡ್‌ನ ಲೆಕ್ಚರರ್ಸ್ ಟೂರ್ ಹೋಗಿದ್ದಾರೆ. ಬರೀ ಹರಟೆ, ಕ್ಯಾಂಟಿನ್ ಆಗುತ್ತೆ ಅಲ್ಹೋದ್ರೆ. ಮನೆಯಲ್ಲಿದ್ರೆ ಅಕ್ಕನಿಗೆ ಒಂದಿಷ್ಟು ಕೆಲ್ಸ ಮಾಡಿ ಕೊಡ್ಬಹ್ದು. ಒಂದಿಷ್ಟು ಓದಬಹ್ದು" ಹೇಳಿದಳು. ಅವೆರಡು ಸುಳ್ಳು, ಹತ್ತು ಗಂಟೆಯ ನಂತರ ಹೋದರೇ ಸುನೀತ ತನ್ನ ವೆಹಿಕಲ್ ಅದೇ ಬಸ್‌ಸ್ಟಾಪ್‌ನ ಮುಂದೆ ಹಾದು ಹೋಗ್ತಾಳೆ. ಕಾಲೇಜುವರೆಗೆ ಡ್ರಾಪ್ ಸಿಕ್ಕೋದರ ಜೊತೆಗೆ ಚಾಕಲೆಟ್ ಬಾರ್ ಕೂಡ ಸಿಗುತ್ತೆ. ಇದು ಅವಳ ಪ್ಲಾನ್. ಅನ್ನ ಸಾರು ಬಿಟ್ಟರೇ ಅಪರೂಪಕ್ಕೆ ದೋಸೆ, ಉಪ್ಪಿಟ್ಟು, ಬಿಸಿಬೇಳೆಬಾತ್ ಅಂಥದ್ದನ್ನು ಮಾತ್ರ ತಿಂದವಳ ನಾಲಿಗೆ ಈಗ ಚುರುಕಾಗಿತ್ತು. ಚಾಕಲೇಟು, ಐಸ್‌ಕ್ರೀಮ್ ಅಂದರೇ ಪ್ರಾಣ.

"ಇಲ್ಬಾ..." ದ್ರೌಪದಿ ಒಳಗೆ ಕರೆದೊಯ್ದವರು ಇಡ್ಲಿಯ ಪಾತ್ರೆಯಿಂದ ಒಂದೆರಡು ಇಡ್ಲಿ ತೆಗೆದು ತಟ್ಟೆಗೆ ಹಾಕಿ ಕೊಟ್ಟರು. "ತಿಂದ್ಕೋ, ಅವನಂತು ಸ್ನೇಹಿತ್ರೂ ಇದ್ರೆ ಮುಗ್ದೋಯ್ತು. ಜಾಗ್ಗಿಂಗ್ ಅಂತ ಹೋದೋನು ಇನ್ನ ಬಂದಿಲ್ಲ. ಇವರೋ ಒಂದೇ ಸಮ ಬೈಯ್ತಾರೆ" ಮನೆ ವಿಷಯ ಹೇಳಿಕೊಂಡರು. ಅದರಲ್ಲೇನು ಅವಳಿಗೆ ಇಂಟರೆಸ್ಟೆ ಇಲ್ಲ. ಸಾರು ಅನ್ನ ತಿನ್ನುವುದು ತಪ್ಪಿಹೋಯಿತಲ್ಲ ಎನ್ನುವ ಖುಷಿ ಅಷ್ಟೆ.

ಊಟ ಮುಗಿಸಿ ಎಲ್ಲಾ ಮುಚ್ಚಿಟ್ಟು "ದೊಡ್ಡಪ್ಪ, ಸಂಜೆ ತಡವಾದ್ರೆ ಏನು ಆತಂಕ ಪಟ್ಕೋಬೇಡಿ. ಆ ಹುಡ್ಗ ಇಲ್ಲಿವರ್ಗೂ ಬಂದು ಬಿಟ್ಹೋಗ್ತಾನೆ" ಎನ್ನುತ್ತ ಮೈತುಂಬ ಸೆರಗೊದ್ದು ಬೇಗಬೇಗ ಹೆಜ್ಜೆ ಹಾಕಿದಳು.

ಡ್ಯಾಷ್ ಹೊಡೆಯುವಂತೆ ನುಗ್ಗಿದ ದ್ರೌಪದಿಯವರ ಮಗ "ಸಾರಿ, ಏನು ತಿಳ್ಕೋಬೇಡಿ. ಅಪ್ಪ ಬರ್‍ತಾ ಇದ್ದಾರೆ. ಮೊದ್ಲೇ ಮನೆಯಲ್ಲಿ ಇರ್ಬೇಕು, ಇಲ್ದಿದ್ರೆ ಎರಡನೆ ಸಲ ಅಷ್ಟೋತ್ತರ ಶುರುವಾಗುತ್ತೆ. ಅರ್ಥವಾಗಿರಬೇಕಲ್ಲ!" ನಕ್ಕು ಹೇಳಿದ. ನೇರವಾಗಿ ಅವಳೆಂದು ಮಾತಾಡಿರಲಿಲ್ಲ. ಆಗಾಗ ಎದುರಾದಾಗ ಮುಗುಳ್ನಗುತ್ತಿದ್ದ.

ಅದೇ ಓಡೋ ನಡಿಗೆಯಲ್ಲಿ ಬಂದಾಗ ಆರಾಮಾಗಿ ಇಡ್ಲಿ ತಿನ್ನುತ್ತಿದ್ದಳು ಪಲ್ಲವಿ.

ಇದೇನು ಅಪರೂಪವಲ್ಲ. ದ್ರೌಪದಿಯವರನ್ನು ಹೊಗಳುತ್ತ ತಿಂಡಿ ಗಿಟ್ಟಿಸುವುದು ವಾಡಿಕೆಯಾಗಿತ್ತು.

"ಎಲ್ಹೋಗಿದ್ಯೊ, ನಿಮ್ಮಪ್ಪ..." ಪೂರ್ತಿ ಮಾಡುವ ಮುನ್ನ ತಾಯಿ ಬಾಯನ್ನು ಕೈಯಿಂದ ಮುಚ್ಚಿದ "ಬರ್ತಾ ಇದ್ದಾರೆ. ಸ್ನಾನ ಬೇಕಾದ್ರೆ ಸಂಜೆ ಮಾಡ್ತೀನಿ. ತಿಂಡಿ ರೂಮಿಗೆ ತಂದ್ಕೊಟ್ಟಿಡು. ಅಪ್ಪ ಕೇಳಿದ್ರೆ ಓದ್ಕೋತಾ ಇದ್ದಾನಂತ್ಹೇಳು" ಷೂ ಬಿಚ್ಚಿ ಆತುರಾತುರವಾಗಿ ಮೂಲೆಯ ಸ್ಟಾಂಡ್ ಮೇಲಿರಿಸಿ ರೂಮಿಗೆ ಹೋಗಿ ಬಿಟ್ಟ. ಆಕೆ ಹಣೆ ಚಚ್ಚಿಕೊಂಡರು. ಪಿ.ಯು.ಸಿ.ನ ನಾಲ್ಕನೆ ಅಟೆಂಪ್ಟ್ ಮುಗಿಸಿ ಈಗ ಡಿಗ್ರಿ ಕಾಲೇಜಿಗೆ ಸೇರಿಕೊಂಡಿದ್ದ. ಅವನಿಗೆ ಆಟದ ಬಗ್ಗೆ ವಿಪರೀತ ಆಸಕ್ತಿ. ಯಾವುದೇ ಆಟದ ಮೈದಾನದಲ್ಲಿ ಅವನಿರುತ್ತಿದ್ದ.

ಲಕ್ಷಣವಾಗಿ ತಿಂಡಿ ತಿಂದನಂತರ ಬಚ್ಚಲು ಮನೆಯಲ್ಲಿರಿಸಿ ಕೈತೊಳೆದು "ಬರ್ತೀನಿ ಆಂಟೀ..." ಸಿಟಿಯ ನಾಗರಿಕತೆಗೆ ಅನುಗುಣ ಹೇಳಿ ಜಾಗ ಖಾಲಿ ಮಾಡಿದಳು.

ಪೇಪರು ಹಿಡಿದು ಕೂತ ಮೃತ್ಯುಂಜಯ "ತಟ್ಟೆ ಹಾಕಿದೆ, ಊಟ ಮಾಡ್ಕೋ ಲಕ್ಷಣವಾಗಿ. ಅನುಗೆ ಒಂದಿಷ್ಟು ಸಹಾಯ. ಎರಡು ಕಡೆ ದುಡಿದು ಕಷ್ಟವೆ ಅವ್ಳಿಗೆ. ನಿಂಗೋಸ್ಕರ ನಿನ್ನ ಓದಿಗೋಸ್ಕರ ತಾನೇ ಇಲ್ಲಿಗೆ ಬಂದಿರೋದು" ಬುದ್ಧಿ ಹೇಳಿದರು.

ಅಂತಹ ಸಮಯದಲ್ಲಿ ಪೆಚ್ಚಾಗಿ ಕೂತು ಅವರ ಸಹಾನುಭೂತಿಗೊಳಿಸುವ ಚತುರತೆ ಅವಳಲ್ಲಿತ್ತು. ಸುಮ್ಮನೆ ಕೂತು ಕಣ್ಣೀರು ಸುರಿಸತೊಡಗಿದಳು.

"ದೊಡ್ಡಪ್ಪ ಊರಿಗೆ ಹೋಗ್ಬಿಡೋಣ. ನಾನೇನು ಕಾಲೇಜು ಓದೋದ್ಬೇಡ" ಮಂಡಿಯ ಮೇಲೆ ಗದ್ದವನ್ನೂರಿದಾಗ ಅವರಿಗೆ ಕೆನ್ನೆಗೆ ಹಾಕಿಕೊಳ್ಳಬೇಕೆನಿಸಿತು. "ಹೋಗ್ಲಿ ಬಿಡಮ್ಮ. ಏನೋ ಹೇಳ್ದೆ. ಊಟ ಮಾಡ್ಕೊಂಡ್ ಕಾಲೇಜಿಗೆ ಹೋಗು" ಮಗುವನ್ನು ರಮಿಸುವಂತೆ ರಮಿಸಿ ಅವಳನ್ನು ಕಾಲೇಜಿಗೆ ಕಳುಹಿಸಬೇಕಾಯಿತು.

ಬೇಸರವೆನಿಸಿತು ಅವರಿಗೂ ಕೂಡ. ಅಡಿಕೆ ಕತ್ತರಿಯ ಮಧ್ಯೆ ಸಿಕ್ಕಿಕೊಂಡಂಥ ಸ್ಥಿತಿ ಅವರದು. ಮಕ್ಕಳು ಇರಲಿಲ್ಲ. ತಮ್ಮ ಕಾಣೆಯಾಗಿ ಅವರ ಸಂಸಾರ ಫುಟ್‌ಪಾತ್‌ಗೆ ಬೀಳೋ ಸಮಯದಲ್ಲಿ ತಂದಿಟ್ಟುಕೊಂಡರು ಆಸರೆಯಾದರು. ಅಕ್ಕರೆ ನೀಡಿದರು. ನಾದಿನಿ, ತಮ್ಮನ ಬಗ್ಗೆ ಅವರಿಗೆ ಯೋಚನೆ ಇಲ್ಲ. ಮುಗಿದು ಹೋದ ಕತೆಯ ಪಾತ್ರಗಳು ಅವರು. ಆದರೆ ಈ ಇಬ್ಬರು ಹೆಣ್ಣುಗಳ ಭವಿಷ್ಯ.

ಅಷ್ಟರಲ್ಲಿ ಬಂದ ದ್ರೌಪದಿ ಇಣುಕಿ "ಹೊರಟ್ಹೋದ್ಲಾ ಪಲ್ಲವಿ. ಅವ್ಳಿಗೆ ಎಷ್ಟು ಸಲ ಹೇಳಿದ್ದೀನಿ. ತಿಂಡಿ ತಿಂದ ತಟ್ಟೆ ತೊಳೆದಿಟ್ಟು ಹೋಗೂಂದರೇ ಆರಾಮಾಗಿ ತಟ್ಟೆನ ಬಚ್ಚಲು ಮನೆಯಲ್ಲಿಟ್ಟು ಕೈ ತೊಳ್ದು ಹೋಗ್ತಾಳೆ. ಅಪರೂಪಕ್ಕಾದ್ರೆ ಪರ್ವಾಗಿಲ್ಲ. ದಿನಕ್ಕೊಮ್ಮೆಯಾದ್ರೂ ಪಲ್ಲವಿ ತಟ್ಟೆ ತೊಳ್ಯೋ ಸೌಭಾಗ್ಯ ನಂದು" ಆಕೆ ಒದರಿ ಬಿಟ್ಟರು. ಗಂಡ ಆಕೆಯನ್ನು ತರಾಟೆಗೆ ತೆಗೆದುಕೊಂಡಿದ್ದರು. ಅದೇ ಈ ತರಹದ ಅಸಹನೆಗೆ ಕಾರಣ.

"ಸ್ವಲ್ಪ ಅವಸರದ ಹುಡ್ಗೀ. ಹೇಳ್ತೀನಿ ದಯವಿಟ್ಟು ಕ್ಷಮ್ಸಿ" ವಿನಯದಿಂದ ಕೇಳಿಕೊಂಡರು. "ಅಕ್ಕತಂಗಿಯರಾದ್ರೂ ಸ್ವಭಾವದಲ್ಲಿ ತದ್ವಿರುದ್ಧ. ಆನಂದನಿಗೆ ಕೇಳೋಲ್ಲ. ಎಂದಾದ್ರೂ ಸಂಜೆ ಸಂಗೀತ ಕೇಳುತ್ತೆ. ಮೆಲುಸ್ವರದಲ್ಲಿ ಹೇಳ್ಕೊತಾಳೆ" ಬಾಯಿಬಿಟ್ಟು ಹೊಗಳಿದರು.

"ಹೌದೌದು. ಅವ್ಳು ಪ್ರೈಮರಿ ಸ್ಕೂಲಿನಲ್ಲಿ ಓದ್ತಾ ಇದ್ದಾಗ್ಲೇ ಬಿಟ್ಲು. ಪಲ್ಲವಿ ಕಾಲೇಜುವರ್ಗೂ ಕಲಿತವಳು. ಡಿಗ್ರಿಗೆ ಸೇರ್ಕೊಂಡಿದ್ದಾಳೆ. ಹೊರ್ಗಿನ ಜಗತ್ತು ಕಂಡವ್ಳು. ಅದೇ ಅವ್ಳ ಸ್ವಭಾವವನ್ನು ತಿದ್ದಿದೆ. ರಾಯರು ಹೊರ್ಗಡೆ ಎಲ್ಲಾದ್ರೂ ಹೋದ್ರಾ?" ಕೇಳಿ ಮನೆಯನ್ನು ಜ್ಞಾಪಿಸಿ ಮತ್ತೇನು ಕೇಳದೆ ಹಿಂದಿರುಗುವಂತೆ ಮಾಡಿದರು.

ಅನುಪಲ್ಲವಿಗಿಂತ ಪಲ್ಲವಿಯೆ ಹೆಚ್ಚು ಪ್ರೀತಿ. ಮುಚ್ಚಟೆ ಪಡೆದು ಬೆಳೆದಿದ್ದು. ಎಲ್ಲಾದರೂ ಅನು ತೋಡಿಕೊಂಡರೇ ತಾಯಿಯ ಬಗೆಗೆ ಎಲ್ಲೋ ಹೋದ ತಂದೆಯ ಬಗ್ಗೆ ಮಾತ್ರ, ವಯಸ್ಸಿಗೆ ಅನುಗುಣವಾದ ಕನಸುಗಳನ್ನು ಮೆಟ್ಟಿ ನಿಲ್ಲುವಂಥ ಆತ್ಮವಿಶ್ವಾಸವೇನೋ ಅವಳದು ಎಂದು ಅಂಜುತ್ತಿದ್ದರು.

ದ್ರೌಪದಿ ಹಿಂದಿರುಗುವ ವೇಳೆಗೆ ಮಗ ಶಂಕರ್ ಮುಖಕ್ಕೆ ಹಚ್ಚುವ ಕ್ರೀಮ್‌ಗಾಗಿ ಹುಡುಕಾಡುತ್ತಿದ್ದ. ಆಗಾಗ ನಾಪತ್ತೆಯಾಗುತ್ತಿತ್ತು. ಮರಳಿ ಸಿಗುವುದು ಇತ್ತೀಚಿನ ರೂಢಿಯಾಗಿತ್ತು.

"ಎಲ್ಲಮ್ಮ ಕ್ರೀಮ್?" ಬೇಸರದ ದನಿ ಮಾಡಿದ.

"ಅಲ್ಲೇ ಎಲ್ಲೋ ಇದೆ ನೋಡ್ಕೋ" ಅಡುಗೆ ಮನೆಯಿಂದಲೇ ಕೂಗಿ ಹೇಳಿದರು "ಇಲ್ಲೆಲ್ಲು ಇಲ್ಲ. ಇದೇನು ಅರಮನೇನ, ಹತ್ತು ರೂಮು ಇರೋಕೆ. ಇಲ್ಲೇ ಇತ್ತು. ಕಾಣ್ತಾ ಇಲ್ಲ..." ದಡಬಡ ಸದ್ದಿನೊಂದಿಗೆ ಹುಡುಕತೊಡಗಿದಾಗ ರಾಯರು ಪೇಪರ್ ಮಡಚಿ ಟೀಪಾಯಿ ಮೇಲಾಕಿದರು.

"ಒಂದ್ಕಡೆ ಇದ್ರೆ ಸರಿಹೋಗುತ್ತೆ. ಬರೀ ಹಾರಾಟ. ಈ ಪುಟ್ಟ ಮನೆಗೆ ಇಷ್ಟು ಹಾರಾಟ. ಇನ್ನ ಅರಮನೆ ಬೇರೆ. ಮೊದ್ಲು ಅಲ್ಲಿರೋ ಯೋಗ್ಯತೆ ಇದ್ಯಾ" ಛೀಮಾರಿ ಶುರು ಮಾಡಿದಾಗ ತಂದೆ, ಮಗನ ಮಧ್ಯೆ ಮಾತಿನ ಯುದ್ಧ ನಡೆಯುವುದು ಬೇಡವೆಂದು ಮಧ್ಯೆ ಬಂದರು ದ್ರೌಪದಿ.

ಅಷ್ಟರಲ್ಲಿ ಬೀಗದ ಕೀ ಹಿಡಿದುಬಂದ ಸೋನಿಯಾ "ಪಾಣಿ ಬಂದ್ರೆ ಈ ಕೀ ಕೊಟ್ಬಿಡಿ. ಬರೀ ಗಡಿಬಿಡಿ ಮಾಡ್ಕೊಂಡ್ ಕೀ ಇಲ್ಲೇ ಬಿಟ್ಹೋಗಿದ್ದಾರೆ" ಬೀಗದ ಕೈ ಬಂಚ್‌ನ ಟೀಪಾಯಿ ಮೇಲಿಟ್ಟಳು ರಾಯರ ಮುಂದೆ.

ತಲೆಗೂದಲಲ್ಲಿ ಕೂಮ್ ಆಡಿಸುತ್ತಿದ್ದ ಶಂಕರ "ಒಂದು ಸಣ್ಣ ವಾರ್ ನಡೆದಿರಬೇಕು. ನಂಗಂತೂ ಡ್ರಾಪ್ ಸಿಕ್ಕುತ್ತೆ" ಬಾಚಣಿಗೆಯನ್ನು ಪ್ಯಾಂಟ್‌ನ ಹಿಪ್ ಪ್ಯಾಕೆಟ್‌ಗೆ ಸೇರಿಸುತ್ತ ಓಡಿದ.

ಸೋನಿಯಾ ಕೂತು ಬಿಟ್ಟಳು. ತಲೆಯಲ್ಲಿ ಸಿಡಿತ. ಒಂಬತ್ತಕ್ಕೆ ಮನೆ ಬಿಟ್ಟರೇ ಸಂಜೆಯೇನೆ ಪಾಣಿ, ಸೋನಿಯ ಭೇಟಿ ಮಲಗುವ ವೇಳೆಗೆ ಒಂದಲ್ಲ ಒಂದು

ವಿಷಯಕ್ಕೆ ವಾದ ಪ್ರತಿವಾದ. ಭಿನ್ನಾಭಿಪ್ರಾಯ. ನಂತರ ಇಬ್ಬರ ನಡುವೆ ಸಣ್ಣ ಜಗಳ. ಮುಖ ತಿರುಗಿಸಿ ಹಾಸಿಗೆ ಸೇರುವುದು. ಕೆಲವೊಮ್ಮೆ ಹಾಸಿಗೆ ಕೂಡ ರಾಜಿ ಮಾಡಿಸದಿದ್ದಾಗ ಬೆಳಿಗ್ಗೆಗೂ ಮುಂದುವರಿಯುತ್ತಿತ್ತು. ನಂತರ ಮುಕ್ತಾಯ. ಮೂರು ದಿನಗಳವರೆಗೂ ಕೆಲವೊಮ್ಮೆ ಮುಂದುವರಿಯುತಿತ್ತು. ನಂತರ ಮುಕ್ತಾಯದ ಸಿಹಿ ತೀರಾ ಆಪ್ಯಾಯಮಾನ. ಇನ್ನೆಂದಿಗೂ ತಾವಿಬ್ಬರು ಜಗಳವೇ ಆಡಬಾರದೆಂದು ಆಣೆ ಪ್ರಮಾಣಮಾಡುತ್ತಿದ್ದರು. ಆರು ಗಂಟೆಗಳ ಅಂತರದಲ್ಲಿಯೇ ಮರೆಯಾಗಿ ಬಿಡುತಿತ್ತು. ಯಾಕೆ? ಜಿಜ್ಞಾಸೆಯಾಗಿತ್ತು ಸೋನಿಯಾಗೆ.

"ಯಾಕಮ್ಮ ಸೋನಿಯಾ?" ರಾಯರು ಮುಖದ ಮುಂದಿನಿಂದ ಪೇಪರ್ ತೆಗೆದರು "ನಾನು ತಪ್ಪು ಮಾಡ್ಬಿಟ್ಟೆ ಅಂಕಲ್. ಲವ್ ಅಫೇರ್ಸ್‌ನಲ್ಲಿ ಬಿದ್ದು ಕೆಟ್ಟೆ" ಬಾಬು ಕೂದಲನ್ನು ಒರಟಾಗಿ ಹಿಂದಕ್ಕೆ ತಳ್ಳಿದಳು.

ಇದೇನು ಮೊದಲಲ್ಲ. ಆಗಾಗ ಇಂಥ ಸಂದರ್ಭಗಳು ಬರುತ್ತಿದ್ದವು. ಗೊಣಗುತ್ತಿದ್ದಳು. ಗಂಡಸು ಕುಲವನ್ನು ಶಪಿಸುತ್ತಿದ್ದಳು. ಇಂದು ಮಾತ್ರ ಅವಳ ಸ್ವರದಲ್ಲಿದ್ದುದನ್ನು ಪಶ್ಚಾತ್ತಾಪ. ಈ ಸ್ಟೇಜ್ ಅಪಾಯವೆನಿಸಿತು ದಂಪತಿಗಳಿಗೆ.

"ಛೆ, ಛೆ... ನೀನು ಪಶ್ಚಾತ್ತಾಪ ಪಡೋಷ್ಟೇನು ಪಾಣಿ ಕೆಟ್ಟವರಲ್ಲ. ಇಬ್ಬರ ನಡುವಿನ ಬಾಳ್ವೆಯೆಂದ್ರೆ ಸಣ್ಣಪುಟ್ಟ ಘಟನೆಗಳು. ವಿರಸ ಇವೆಲ್ಲ ಇರೋದೆ. ಗಂಡು ಈಗ್ಲೂ ಹಿಂದಿನ ಅಮಲಿನಲ್ಲಿಯೇ ಇದ್ದಾನೆ, ಪೂರ್ತಿ ಅಲ್ಲದಿದ್ರೂ ಅಲ್ಪ ಸ್ವಲ್ಪವಾದ್ರೂ ಅದೇ ಛಾಯೆ ಇದೆ. ತಾನು ಗಂಡು, ಎಲ್ಲಾ ನನ್ಮಾತಿನಂತೆ ನಡೀಬೇಕು. ಮದ್ವೆ ಬಗ್ಗೆನು ಒಂದಿಷ್ಟು ಹೆಚ್ಚಿನ ಸ್ವಾರ್ಥ. ತನಗಾಗಿ ತನ್ನ ಕೆಲಸಗಳನ್ನು ಮಾಡುವ ಸಲುವಾಗಿಯೇ ಹೆಣ್ಣನ್ನು ಪೋಷಿಸೋದು ಅನ್ನೋ ದುರಹಂಕಾರ ಬೇರೆ. ಇದು ಒನ್ ವೆ. ಹೆಣ್ಣು ಈಗ ಆ ಸ್ಥಿತಿಯಲ್ಲಿಲ್ಲ. ಅವ್ಳು ಹೊರ್ಗೆ ಹೋಗಿ ದುಡೀತಾ ಇದ್ದಾಳೆ. ಸಮನಾದ ಸ್ವತಂತ್ರ ಸಾಮರಸ್ಯ ಬೇಕು ಇಬ್ರ ನಡ್ವೆ" ಒಂದು ನಾಲ್ಕು ಮಾತು ಹೆಚ್ಚಿಗೆ ಹೇಳಿದರು ರಾಯರು. ಆರ್ಥಿಕ ಸ್ವತಂತ್ರವುಳ್ಳ ಹೆಣ್ಣು ತೀರಾ ತಲೆ ಬಾಗುವ ಸಂಪ್ರದಾಯವನ್ನು ತಿರಸ್ಕರಿಸಿದ್ದಾಳೆಂದು ಅವರಿಗೆ ಗೊತ್ತು.

ಸೋನಿಯಾ ಕಣ್ಣಿಂದ ಎರಡು ಹನಿ ಜಾರಿ ಕೆನ್ನೆಯ ಮೇಲೆ ಉರುಳಿಬಿಟ್ಟಿತು. ದ್ರೌಪದಿ ಗರಬಡಿದವರಂತೆ ನಿಂತು ಬಿಟ್ಟರು. ಈ ಎಂಟು ಮನೆಗಳಲ್ಲಿ ದಾರ್ಷ್ಟಿಕ ಹೆಣ್ಣು ಸೋನಿಯಾ ಎಂದು ಅವರ ಅಭಿಪ್ರಾಯ.

"ನೀನು ಅಳೋದಾ ಸೋನಿಯಾ!" ಆಕೆ ರಾಗ ತೆಗೆದಳು. ತಟ್ಟನೆ ಕರ್ಚೀಫ್‌ನಿಂದ ಕಣ್ಣೀರು ತೊಡೆದುಕೊಂಡವಳು "ಬದ್ಕೇ ಬೋರಾಗ್ಬಿಟ್ಟಿದೆ ಆಂಟೀ. ಇಷ್ಟಕ್ಕಾಗಿ ಅಪ್ಪ ಅಮ್ಮನ ಎದುರು ಬಿದ್ದು ಅಷ್ಟೊಂದು ರಾದ್ಧಾಂತ ಮಾಡಿದ್ನಾ! ಮದ್ವೆ ಆಗೋಕೆ ಪಾಣಿನೆ ಯಾಕೆ ಆಗ್ಬೇಕಿತ್ತು? ಅಪ್ಪ ತೋರ್ಸಿದ ಗಂಡಿಗೆ ಮಾಲೆ ಹಾಕಿ ನಿಶ್ಚಿಂತಳಾಗಬೇಕಿತ್ತು. ಪ್ರೇಮಿಯ ರೂಪವೆ ಬೇರೆ. ದಾಂಪತ್ಯ ಜೀವ್ನ ಗಂಡಿನ ಮುಖವೆ ಬೇರೆ. ಎಷ್ಟೊಂದು ವಿರೋಧಾಭಾಸ. ನಂಗೋಸ್ಕರ ಆತ್ಮಹತ್ಯೆಗೆ ಸಿದ್ಧವಾದ ಪಾಣಿ ಈಗ ನನ್ನ ಒಂದ್ಮಾತು ಕೇಳೋಕೆ ಸಿದ್ಧವಿಲ್ಲ" ಅವರುಗಳ ಮುಂದೆ ಮನ ಬಿಚ್ಚಿದಳು.

ರಾಯರು, ದ್ರೌಪದಿಯ ಬಾಯಿಂದ ಮಾತುಗಳು ಹೊರಡಲಿಲ್ಲ. ಅವರದು ಪ್ರೇಮ ವಿವಾಹವಲ್ಲ. ವಿವಾಹಕ್ಕೆ ಮುಂಚಿನ ಪ್ರೀತಿ, ಪ್ರಣಯದ ರುಚಿ ಕಂಡವರಲ್ಲ. ಅಂಥವರ ಒಪ್ಪಿಗೆ ಪಡೆದು ಆದ ವಿವಾಹಗಳಿಗಿಂತ ಪ್ರೇಮಿಸಿ ಮದುವೆಯಾದವರು ಸುಖವಾಗಿರುತ್ತಾರೆ. 'ಪ್ರೇಮ' ಅಲ್ಲಿ 'ಹೈಲೈಟ್' ಎನ್ನುವ ನಂಬಿಕೆ ಇಂದು ಸಡಿಲವಾಯಿತು.

"ಸ್ವಲ್ಪ ಸಮಾಧಾನ ಮಾಡ್ಕೋ ಸೋನಿಯಾ. ಒಮ್ಮೊಮ್ಮೆ ಹಾಗೇ ಅನ್ನಿಸುತ್ತಷ್ಟೇ. ಹಾಗಂತ ಇಂಥ ಅಭಿಪ್ರಾಯಕ್ಕೆ ಬರಬಾರ್ದು" ಸಮಾಧಾನ ಹೇಳಿದ ದ್ರೌಪದಿ ಕಾಫಿ ತಂದುಕೊಟ್ಟರು.

"ಸ್ವಲ್ಪ ಮುಖ ತೊಳ್ಕೋತೀನಿ. ನನ್ನ ಮಮ್ಮಿ ಮ್ಯಾನೇಜರ್ ಆಗಿದ್ದ ಕಡೆಗೆ ಕೆಲ್ಸ ಮಾಡೋದು. ಆಗಾಗ ನನ್ನ ಗಮನಿಸ್ತ ಇರ್ತಾರೆ ಮಾತಾಡ್ಸದ್ದು" ಎದ್ದು ಹೋಗಿ ಅವರ ಬಾತ್ ರೂಮಿನಲ್ಲಿಯೇ ಮುಖ ತೊಳೆದು ಬಂದಾಗ ರಾಯರು ಎದ್ದು ಟವಲು ಕೊಟ್ಟರು.

ಆಗ ಬಂತು ನೋಡಿ ಮುಖಕ್ಕೆ ಹಚ್ಚುವ ಕ್ರೀಮ್ ವಿಷಯ "ತಿಂಗ್ಳಿಗೊಂದು ಟ್ಯೂಬ್ ಕೊಂಡು ತಂದ್ರೆ ನಾವಿಬ್ರೂ ಬಳ್ಸಬಹುದಿತ್ತು. ಆದರೆ... ಪಲ್ಲವಿ ಬಂದ್ಮೇಲೆ ವಾರಕ್ಕೊಂದು ಬೇಕಾಗುತ್ತೆ. ಸ್ನಾನ ಮುಗ್ಸಿಕೊಂಡು ಮಾತಾಡೋ ಸಲುವಾಗಿ ಬಂದವ್ರು ರಂಗು, ಕ್ರೀಮ್, ಲಿಪ್‌ಸ್ಟಿಕ್ ಎಲ್ಲಾ ಉಪಯೋಗ್ಸಿಕೊಂಡ್ಬಿಡ್ತಾಳೆ. ನಂಗೂ ನೋಡಿ ನೋಡಿ ಸಾಕಾಯ್ತು. ಈಗ ಉಪಯೋಗ್ಸಿದ ಕೂಡ್ಲೇ ಬೀರುನಲ್ಲಿಟ್ಟು ಬೀಗ ಹಾಕ್ಬೇಕಿದೆ. ಮಾಮೂಲಾಗಿ ಬೇಕಾದ್ರೆ ಉಪಯೋಗ್ಸಿಕೊಳ್ಳಿ. ಅರ್ಧ ಟ್ಯೂಬ್ ಫೇರ್ ಅಂಡ್ ಲವ್ಲೀ ಮುಖ ಕೈಗಳಿಗೆ ಹಚ್ಚಿಬಿಡ್ತಾಳೆ" ಇಂದು ಹೇಳಿ ಬಿಟ್ಟಳು ಸೋನಿಯಾ. ಒಂದಿಷ್ಟು ಅವರ ಮನೆಯವರ ಕಿವಿಗೂ ಬಿದ್ದು ಒಂದಿಷ್ಟು ಬುದ್ಧಿ ಹೇಳಲೀ ಅನ್ನೋ ಉದ್ದೇಶ ಕೂಡ ಇತ್ತು.

ರಾಯರು ಹೆಂಡತಿಯ ಕಡೆ ನೋಡಿದರು. ಆಕೆಗೆ ಅರ್ಥವಾಯಿತು ಪಲ್ಲವಿಯು ಬರುವಿಕೆ. ಕೆಳ ಮಧ್ಯಮ ದರ್ಜೆಯ ಸಂಸಾರಸ್ಥೆ ಬೇಸರವಾಯಿತು ಅವಳ ಬಗೆಗೆ.

"ಅನುಕೂಲಸ್ಥವಾದ ಸಂಸಾರವಲ್ಲ. ಸಂಗೀತ ವಿದ್ಯಾಲಯದಲ್ಲಿ ದೊಡ್ಡ ಹುಡ್ಗೀಗೆ ಟೀಚರ್ ಕೆಲ್ಸ. ಎಷ್ಟು ಖರ್ಚುಗಳ ಪೂರೈಕೆ ಅದ್ರಿಂದ ಸಾಧ್ಯ?" ರಾಯರು ಅವರ ಮನೆಯ ಆರ್ಥಿಕ ಚಿತ್ರದ ವಿಶ್ಲೇಷಣೆ ನಡೆಸಿದರು.

"ಏನೋ ಹೋಗ್ಲಿ ಬಿಡಿ. ಆದ್ರೂ ಆ ಹುಡ್ಗೀ ಒಂದು ತರಹ ಸ್ವಾರ್ಥಿಯಾಗಿ ಕಾಣ್ತಾಳೆ! ಕಾಲೇಜಿನಿಂದ ಮನೆಗ್ಬಂದ್ರೆ... ಈ ಎಂಟು ಮನೆಗಳಲ್ಲಿ ಒಂದಲ್ಲ ಒಂದ್ಮನೆಯಲ್ಲಿದ್ದು ಹೊತ್ತು ಕಳೀತಾಳೆ. ಅದ್ರ ಬದ್ಲು ಮನೆಗೆ ಪ್ರಯೋಜಕವಾಗೋ ಪ್ರಯತ್ನ ಮಾಡೋಲ್ಲ" ಇದು ಸೋನಿಯಾ ಅಭಿಪ್ರಾಯ. ಕಲಿತ ಹೆಣ್ಣು, ಉತ್ತಮ ಅನುಕೂಲಸ್ಥ ಕುಟುಂಬದಲ್ಲಿ ಬೆಳೆದು ಪಾಣಿಯ ಪ್ರೇಮ ಪಾಶಕ್ಕೆ ಬಿದ್ದವಳು.

ಕೆಳಮನೆಯಲ್ಲಿದ್ದ ಪಾತಕ್ಕ ಬಂದಾಗ ಅವಳು ಎದ್ದಳು. "ಬರ್ತೀನಿ, ಪಾಣಿ ಬಂದ್ರೆ ಕೀ ಕೊಟ್ಬಿಡಿ" ಸೋನಿಯಾ ಹೊರನಡೆದಳು. ಗಂಡನ ಬಗ್ಗೆ ಆಗಲೇ

ಮೃದುವಾಗಿದ್ದಳು. ತನ್ನ ತಪ್ಪಿನ ಬಗ್ಗೆ ವಿಮರ್ಶಿಸಿಕೊಳ್ಳುವ ಮನಸ್ಥಿತಿಗೆ ಬಂದಿದ್ದಳು.

"ಆಫೀಸ್‌ಗಾ..." ಆಕೆಯ ರಾಗಕ್ಕೆ ಅವಳ ಪ್ರತಿಕ್ರಿಯೆ ಇಲ್ಲ.

ಸೋನಿಯಾ ಹೋದ ಮೇಲೆಯೇ ಗೊಣಗಿದ್ದು ಪಾತಕ್ಕ "ದುರಹಂಕಾರ ಹುಡ್ಗೀ. ದುಡಿದು ಕಾಸು ಸಂಪಾದಿಸ್ತೀನಿ ಅನ್ನೋ ಕೆಚ್ಚು" ಮೂತಿ ಸೊಟ್ಟಗೆ ಮಾಡಿದರು.

ತೆಪ್ಪಗೆ ಮುಖದ ಮುಂದೆ ಪೇಪರ್ ಹಿಡಿದರು ರಾಯರು. ಆಕೆಯ ಮಾತಿನ ತೀಕ್ಷ್ಣತೆ ಬಲ್ಲರು.

"ಹಾಗೇನು ಕಾಣೋಲ್ಲ! ಇದೇನು ಬಂದಿದ್ದು? ಮಡಿ ಸಮಯವಲ್ವಾ?" ನೆನಪಿಸಿದರು. ಹೆಚ್ಚು ಮಾತಾಡಲು ಇಷ್ಟವಿಲ್ಲ ದ್ರೌಪದಿಗೂ ಕೂಡ "ಒಂದು ಬಟ್ಟಲು ಸಕ್ರೆ ಬೇಕಿತ್ತು. ನಂಗೆ ಆ ಹುಡ್ಗೀ ಸುತರಾಂ ಇಷ್ಟವಾಗೋಲ್ಲ" ಮತ್ತೊಮ್ಮೆ ಹಿಂದಕ್ಕೆ ತಿರುಗಿ ನೋಡಿದರು. ಕಂಪೌಂಡ್‌ನ ದೊಡ್ಡ ಗೇಟಿನಿಂದ ಹೊರಗೆ ನಡೆಯುತ್ತಿದ್ದಳು ಸೋನಿಯಾ.

ಮುಖದ ಮುಂದಿನಿಂದ ಪೇಪರ್ ತೆಗೆಯಲಿಲ್ಲ ರಾಯರು. ಆಕೆಯ ಮಡಿ ಮೈಲಿಗೆಯ ಹಾರಾಟ ಇಡೀ ಬಿಲ್ಡಿಂಗ್‌ಗೆ ಗೊತ್ತಿದ್ದುದ್ದೆ. ಈ ಎಂಟು ಮನೆಗಳಲ್ಲಿ ಆಕೆಯದೆ ಚಿಕ್ಕ ಮನೆ. ಕಡಿಮೆ ಬಾಡಿಗೆಗೆ. ಎಂಟರಲ್ಲಿ ದೊಡ್ಡ ಮನೆ ಸೋನಿಯಾದೆ. ಸ್ವಲ್ಪ ಹೆಚ್ಚು ಅನುಕೂಲವಾಗಿಯು ಇತ್ತು. ಬಾಡಿಗೆನು ಹೆಚ್ಚು. ಆ ಅಂತರ ಲೆಕ್ಕ ಹಾಕಿಕೊಂಡು ಹೊಟ್ಟೆಕಿಚ್ಚು ಪಡುತ್ತಿದ್ದರೇನೋ!

ಸಕ್ಕರೆ ತುಂಬಿದ ಬಟ್ಟಲಿನೊಂದಿಗೆ ಕುಂಕುಮನು ಹಿಡಿದು ಬಂದರು ದ್ರೌಪದಿ "ತಗೊಳ್ಳಿ, ಮಡಿಯ ಸಮಯ. ಒಂದ್ಸಲ ಮಾತಿಗೆ ನಿಂತು ಹುಳಿ ಸೀದು ತಳ ಹತ್ತಿದ್ದು ನೆನಪಿದೆ" ಜ್ಞಾಪಿಸಿ ಆಕೆಯನ್ನು ಜಾಗ ಖಾಲಿ ಮಾಡಿಸಿದ್ದರು.

ಪೇಪರ್ ಇಳಿಸಿದ ರಾಯರು "ಪದ್ಮ ಮಹರಾಯ್ತಿ ಖಾಲಿ ಆದ್ಲು! ಈಕೆಯದೊಂದು ಮನೆ ಖಾಲಿಯಾದ್ರೆ ಒಂದು ರೀತಿಯಲ್ಲಿ ನಿಶ್ಚಿಂತೆ. ಈ ಪುಣ್ಯಾತ್ಗಿತ್ತೀಗೆ ಯಾರ್ನ ಕಂಡರಾಗುತ್ತೆ" ಪೇಪರನ್ನ ಮಡಚಿ ರಪ್ಪೆಂದು ಎಸೆದರು.

ಅಷ್ಟೊಂದು ತಾಳ್ಮೆಯ ಮನುಷ್ಯರಲ್ಲ ರಾಯರು. ಸಣ್ಣ ಸಣ್ಣದಕ್ಕೂ ಸಿಡಿಮಿಡಿಯೆಂದರೂ ಒಳ್ಳೆಯ ವ್ಯಕ್ತಿ. ಯಾರಿಗೂ ಕೇಡನ್ನ ಬಯಸದವರು.

ತಿಂಡಿಯ ನಡುವೆ ಎರಡು ಒಳ್ಳೆಯ ಮಾತುಗಳನ್ನ ಹೇಳಿದರು ರಾಯರು. ಹೆಂಡತಿಗೆ "ನಾವೇನು ಸುಪ್ಪತ್ತಿಗೆಯಲ್ಲಿರೋ ಜನ. ನೂರು ರೂಪಾಯಿ ಇರಲೀ, ಕಡೆಗೆ ಹತ್ತು ರೂಪಾಯಿಗೇನು ಕೆಲವೊಮ್ಮೆ ಹತ್ತು ಪೈಸೆ ಬಗ್ಗೆಯು ಯೋಚ್ಸೋ ಸ್ಥಿತಿ. ಆ ಹುಡ್ಗೀಗೆ ತಿಂಡಿನೋ ಕಾಫೀನೋ ಕೊಡು ಬೇಡಾನ್ನೋಲ್ಲ. ಆದ್ರೆ ಕ್ರೀಮ್, ಪೌಡರ್ ಅಂತ ಸಾಮಾನುಗಳ್ನ ಮುಟ್ಟದಂಗೆ ನೋಡ್ಕೋ" ತಾಕೀತು. ಒಂದು ರೀತಿಯಲ್ಲಿ ಸುಗ್ರೀವಾಜ್ಞೆ ಹೊರಡಿಸಿದಂತೆ.

ಆಕೆಗೂ ಅದು ಸರಿಯೆನಿಸಿತು. ಸರಿಯಾಗಿ ಮಾತಾಡಬಲ್ಲರೇ ವಿನಃ ಎಂದೂ ಒಂದಿಷ್ಟು ಸಹಾಯ ಮಾಡಲು ಕೈ ಹಚ್ಚಿರಲಿಲ್ಲ ಪಲ್ಲವಿ.

"ಆಯ್ತು ಬಿಡಿ. ಅಕ್ಕಪಕ್ಕ ಚೆನ್ನಾಗಿರ್ಬೇಕೂಂತ..." ಹೆಂಡತಿ ಮಾತು ಪೂರೈಸುವ ಮುನ್ನವೇ ರೇಗಿಬಿಟ್ಟರು. "ನಿಂಗೆ ತಲೆ ನೆಟ್ಟಗಿಲ್ಲ ಕಣೇ. ಚೆನ್ನಾಗಿರ್ಬೇಕೂಂತ ನೆತ್ತಿ ಮೇಲೆ ಕಲ್ಲು ಚಪ್ಪಡಿ ಎಳೆಸಿಕೊಳ್ಳೋಕಾಗುತ್ತ" ತಿಂಡಿಯ ತಟ್ಟೆಯನ್ನಿಟ್ಟು ಕೈ ತೊಳೆಯಲು ಎದ್ದು ಬಿಟ್ಟರು. ಇದು ಅವರ ಸ್ವಭಾವ. ಸ್ವಲ್ಪ ಸಿಟ್ಟು ಬಂದರೂ ಅರ್ಧಕ್ಕೆ ಊಟ, ತಿಂಡಿ ನಿಲ್ಲಿಸಿ ಬಿಡುತ್ತಿದ್ದರು. ಇದಕ್ಕಾಗಿಯೇ ಕೆಲವೊಮ್ಮೆ ಬಾಯಿ ಮುಚ್ಚಿಕೊಂಡಿರಬೇಕಿತ್ತು ದ್ರೌಪದಿ.

ಎಂಟು ಕುಟುಂಬಗಳಲ್ಲಿ ತೋರಿಕೆಗೆ ಆರ್ಥಿಕವಾಗಿ ಸುಭದ್ರವಾಗಿ ಆಕರ್ಷಕವಾಗಿ ಕಾಣುತ್ತಿದ್ದುದು ಸೋನಿಯಾ, ಪಾಣಿ ದಂಪತಿಗಳದು. ಇಬ್ಬರ ದುಡಿಮೆ. ಪಾಣಿ ಸರ್ಕಾರಿ ಕಾಲೇಜಿನಲ್ಲಿ ಉಪನ್ಯಾಸಕರಾದರೇ, ಸೋನಿಯಾ ಮಠದಿಂದ ನಡೆಸಲ್ಪಡುವ ಫಸ್ಟ್‌ಗ್ರೇಡ್ ಕಾಲೇಜಿನಲ್ಲಿ ಲೆಕ್ಚರರ್. ತೀರಾ ಕೂಡಿಡುವ ಅಥವಾ ಚಿನ್ನದ ಮೇಲಿನ ವ್ಯಾಮೋಹವಿಲ್ಲದಿದ್ದರಿಂದ ಆರಾಮವಾಗಿ ಓಡಾಡಿಕೊಂಡಿದ್ದರು. ಫ್ರಿಜ್, ಟಿ.ವಿ. (ಕಲರ್), ವಿ.ಸಿ.ಆರ್. ಇದ್ದದ್ದು ಅವರ ಮನೆಯಲ್ಲಿ ಮಾತ್ರ. ಆದರೂ ಕೋರಿಕೆಯ ಶ್ರೀಮಂತಿಕೆ ವ್ಯಕ್ತಪಡಿಸದ ವಿದ್ಯಾವಂತ ಜನ.

ಇನ್ನ ಪಾತಕ್ಕ ಸಂಸಾರದಲ್ಲಿ ಐದು ಜನ. ಮೂರು ಗಂಡುಮಕ್ಕಳು ಮಾಡುತ್ತಿದ್ದದ್ದು ಚಿಲ್ಲರೆ ಕೆಲಸಗಳು. ಗ್ಯಾರಂಟಿ ಕೆಲಸ ನಿಗದಿ ಸಂಬಳ ಇರಲಿಲ್ಲ. ಗಂಡನದು ಅಡಿಗೆ ಕಂಟ್ರಾಕ್ಟ್. ಮದುವೆಯ ಕಾಲದಲ್ಲಿ ಪರವಾಗಿಲ್ಲ. ಈಗ ದಲ್ಲಾಳಿಗಳ ಮೂಲಕ ವ್ಯವಹಾರ. ಅವರ ಕಮಿಷನ್ ಮುರಿದುಕೊಂಡೆ ಅವರ ಕೈ ಸೇರಬೇಕು. ಥಳುಕಿನ ಜನವಲ್ಲ ಅದಕ್ಕೆ ಸಂಪಾದನೆ ಅಷ್ಟಕ್ಕಷ್ಟೆ.

ಕೆಳಗಡೆ ಇನ್ನೊಂದು ಪೋಷನ್‌ನಲ್ಲಿ ನಾಲ್ಕು ಕಾಲೇಜು ಓದುವ ಯುವಕರಿದ್ದರು. ಬೆಳಿಗ್ಗೆ ಹೋದರೆ ರಾತ್ರಿಯೇ ಮನೆಗೆ ಬರುತ್ತಿದ್ದರು. ಇದ್ದರು ಒಳಗಡೆಯೇ ಅವರ ಗಲಾಟೆ. ಅಷ್ಟಿಷ್ಟು ಮಾತು ಶಂಕರ್‌ನೊಂದಿಗೆ ಮಾತ್ರ. ಅದೇ ಕಾಲೇಜಿನಲ್ಲಿ ಕಲಿಯುತ್ತಿದ್ದರಿಂದ ಪಾಣಿನ ಕಂಡರೆ ಒಂದಿಷ್ಟು ಭಯ.

ಕೆಳಗಡೆಯ ಕೊನೆಯ ಮನೆಯಲ್ಲಿ ಹುಲಿಯಪ್ಪನ ಸಂಸಾರ. ನಲ್ಲಿಯ ಕಂಟ್ರಾಕ್ಟರ್ ಊರುಕಡೆ ಜಮೀನು ಇತ್ತು. ನಾಲ್ಕು ಮಂದಿ ಹೆಣ್ಣುಮಕ್ಕಳು. ಹತ್ತರ ವಯಸ್ಸಿನವಳೇ ದೊಡ್ಡವಳು. ಕಡೆಯವಳಿಗೆ ಒಂದೂವರೆ ವರ್ಷ ಆದರೂ ಗಂಡು ಮಗುವಿನ ಹಂಬಲ. ಪಡೆದೆ ತೀರಬೇಕೆಂಬ ಹಟ. ಆ ಬಗ್ಗೆ ಆಗಾಗ್ಗೆ ಘರ್ಷಣೆಗಳು, ಜಗಳ ನಡೆದು ಅಳು ಕೂಡ ಕೇಳಿಸುತ್ತಿತ್ತು. ಆದರೆ ಯಾರು ತಲೆ ಕೆಡಿಸಿಕೊಳ್ಳಬೇಕಿರಲಿಲ್ಲ. ಹಳ್ಳಿಯಿಂದ ತರಕಾರಿ, ಹಣ್ಣು, ಅವರೆಕಾಯಿ ಅಕ್ಕಪಕ್ಕದ ಮನೆಗಳಿಗೆ ಆಗಾಗ ಕೊಟ್ಟು ಎಲ್ಲರೊಡನೆ ಸ್ನೇಹದಿಂದಿದ್ದರು.

ಕೆಳಗಿನ ಮಧ್ಯದ ಮನೆ ಖಾಲಿಯಾಗಿತ್ತು. ಆಗಾಗ ಮನೆಯ ಓನರ್ ಬಂದು ಒಂದೆರಡು ದಿನ ಉಳಿದುಹೋಗುತ್ತಿದ್ದರು.

"ಅಪತೂಪಕ್ಕೆ ಬರೋದು. ನಮ್ಮ ಮನೆಯಲ್ಲಿ ಉಳ್ದುಕೊಂಡರಾಯ್ತು. ಸುಮ್ನೇ ಯಾಕೆ ಮನೇನ ಖಾಲಿ ಬಿಟ್ಕೊಂಡ್ ಇರ್ತೀರಾ" ಬಂದಾಗ ರಾಯರು ಸಲಹೆ

ಕೊಡುತ್ತಿದ್ದರು. ಬಸಣ್ಣ ಮುಗುಳ್ನಗುತ್ತಿದ್ದ ಅಂತು ಆ ಮನೆ ಖಾಲಿ.

* * *

ಸ್ನಾನ ಮುಗಿಸಿಕೊಂಡು ಸೋನಿಯಾ ಮನೆಗೆ ಹೋಗಿದ್ದ ಪಲ್ಲವಿ ಹಿಂದಿರುಗಿ ಬಂದಾಗ ಅವಳ ಕೈಯಲ್ಲಿ ಪಾಂಡ್ಸ್ ಡ್ರೀಮ್ ಫ್ಲವರ್‌ನ ಕ್ರೀಮ್‌ನ ಸಣ್ಣ ಡಬ್ಬಿ ಇತ್ತು.

"ಇದೇನಿದು?" ಮೃತ್ಯುಂಜಯ ಕೇಳಿದರು.

"ಏನಿಲ್ಲ, ಕಾಲೊಡೆದಿತ್ತು. ಒಂದಿಷ್ಟು ವ್ಯಾಸ್‌ಲೀನ್ ಇಸ್ಕೊಂಡ್ಬಂದೆ" ಅಪ್ಪಟ ಸುಳ್ಳು ಹೇಳಿದಳು. ನೇರವಾಗಿ ಅವರ ನೋಟ ಇಳಿದಿದ್ದು ಅವಳ ಕಾಲುಗಳ ಕಡೆಗೆ ಹಿಮ್ಮಡಿ ಮುಚ್ಚಿತ್ತು. "ಅದ್ಕೇ ವ್ಯಾಸಲೀನ್ ಯಾಕೆ ಬೇಕಿತ್ತು. ಕೊಬ್ಬರಿ ಎಣ್ಣೆ, ಕರ್ಪೂರ ಸೇರ್ಸಿ ಬೆಚ್ಚಗೆ ಮಾಡಿ ಹಚ್ಕೊಂಡಿದ್ರೆ ಹೋಗ್ತಾ ಇತ್ತು. ಸುಮ್ನೇ ಅವ್ರ ಮನೆಯಲ್ಲಿ ಯಾಕೆ ಇಸ್ಕೊಂಡ್ಬಂದೆ" ಅವರ ಮೂಗಿನ ತುದಿ ಕೆಂಪಗಾಗಿತ್ತು. ತಿರುಗಾಟ ಇಷ್ಟವಾಗದು.

"ನಾಳೆ ಹಾಗೇ ಮಾಡ್ತೀನಿ" ಬಚ್ಚಲು ಮನೆಗೆ ಹೋಗಿ ಬಾಗಿಲು ಹಾಕಿಕೊಂಡಳು. "ಈ ಹುಡ್ಗೀ ಏನೇನು ಅರ್ಥವಾಗಲ್ಲು" ನಿಟ್ಟುಸಿರು ದಬ್ಬಿದರು.

ಈ ಮಾತುಗಳು ಅನುಪಲ್ಲವಿಯ ಕಿವಿಗೂ ಬಿದ್ದಿತ್ತು. ನೊಂದುಕೊಂಡಳು ಒಳಗೊಳಗೆ. ಈ ಹುಡ್ಗೀನ ಇನ್ನಷ್ಟು ಸುಖವಾಗಿಟ್ಟುಕೊಳ್ಳೋದು ಹೇಗೆ ಯೋಚಿಸು ವಂತಾಯಿತು.

"ಪಲ್ಲವಿ, ಬಾಮ್ಮ... ತಟ್ಟೆ ಹಾಕಿದ್ದೀನಿ" ಕೂಗಿದಳು.

ಮೃತ್ಯುಂಜಯ ತಿದ್ದಿದರು "ತಟ್ಟೇ ಹಾಕ್ಕೋ ಬಾ ಅಂತ ಕೂಗು. ಪ್ರತಿಯೊಂದು ಅವ್ಳ ಕೆಲ್ಸನು ನೀನು ಮಾಡ್ಬೇಡ. ಪೂರ್ತಿ ಸೋಮಾರಿಯಾಗ್ಬಿಡ್ತಾಳೆ."

"ಕಾಲೇಜಿಗೆ ಹೋಗ್ಬೇಕು. ಓದೋದು ಸಾಕಷ್ಟಿರುತ್ತೆ. ಚೆನ್ನಾಗಿ ಓದಿ ಒಳ್ಳೆ ಪರ್ಸಂಟೇಜ್ ಸಿಕ್ರೆ... ಬೇಗ ಕೆಲ್ಸ ಸಿಗುತಂತೆ. ಅಮ್ಮನ್ನು ಕರ್ಕೊಂಡ್ಬಂದು ತೋರ್ಸಬಹ್ದು. ಎಲ್ಲಾ ಒಂದ್ಕಡೆ ಇದ್ರೆ ನೆಮ್ದೀಯಲ್ವಾ, ದೊಡ್ಡಪ್ಪ" ಎಂದಳು. ಅವಳ ಆಸೆ ಬಾಗಿನಂಚನ್ನ ಮುತ್ತಿಕ್ಕುತಿತ್ತು. ಆದರೆ ಪಲ್ಲವಿ ವಿಹಾರದ ಲೋಕ ಬೇರೆ. ಶ್ರೀಮಂತ ಗಂಡನನ್ನ ಪಡೆಯಬೇಕು. ಸಾಮಾನ್ಯ ಜೀವನ ಬಿಟ್ಟು ಒಳ್ಳೆಯ ಬದುಕು ತನ್ನದಾಗಿ ಕಾರು ಬಂಗ್ಲೆಯ ಸುಂದರ ಲೋಕದ ಕನಸು ಅವಳದು. ಅದನ್ನ ಶತಾಯ ಈಡೇರಿಸಿಕೊಳ್ಳುವತ್ತ ಮಾತ್ರ ಅವಳ ಗಮನ ಅದನ್ನ ಅರಿಯದಷ್ಟು ಮುಗ್ಧಳು ಅನುಪಲ್ಲವಿ.

"ಅಂಥ ದಿನ ಬರ್ಲೀ" ಎಂದರಷ್ಟೇ.

ಅನುಭವದಿಂದ ಪಕ್ವಗೊಂಡ ಜೀವ ಮೃತ್ಯುಂಜಯರದು. ಕನಸುಗಳು ಕಾಣೋ ವಯಸ್ಸಲ್ಲ. ಎಷ್ಟೋ ವರ್ಷಗಳ ಹಿಂದೆ ಕಾಣೆಯಾದ ತಮ್ಮ ಬರುವೆನೆಂದಾಗಲೀ ನಾದಿನಿ ಸರಿ ಹೋಗುತ್ತಾಳೆಂದಾಗಲೀ ಅವರಿಗೆ ನಂಬಿಕೆ ಇರಲಿಲ್ಲ.

ಪಲ್ಲವಿ ಬಂದು ಊಟಕ್ಕೆ ಕೂತಾಗ ಸುವಾಸನೆ ಹರಡಿತು. ಯಥೇಚ್ಛವಾಗಿ

ಕ್ರೀಮ್ ಹಚ್ಚಿಕೊಂಡಿದ್ದಳು. ಇಂದು ಸೋನಿಯಾ ಅವಳಿಗಾಗಿ ಖರೀದಿಸಿ ತಂದಿದ್ದನ್ನು ಕೊಟ್ಟಿದ್ದಳು.

"ನೀನೇ ಇಟ್ಕೊ, ಹಿತಮಿತವಾಗಿ ಬಳಸಿದ್ರೆ ಚರ್ಮ ಚೆನ್ನಾಗಿರುತ್ತೆ" ಒಂದು ಮಾತು ಹೇಳಲು ಮರೆಯಲಿಲ್ಲ. ಇವಳೇನು ಪೆಚ್ಚಾಗಿರಲಿ "ಥ್ಯಾಂಕ್ಯೂ ವೆರಿ ಮಚ್, ನಮ್ಮ ದೊಡ್ಡಪ್ಪನಿಗೆ ಇಂಥವೆಲ್ಲ ಇಷ್ಟವಿಲ್ಲ ಬೆವರಿಳಿಯೋ ಮುಖದಲ್ಲಿ ಕಾಲೇಜಿಗೆ ಹೋಗೋದ್ಹೇಗೆ. ನಮ್ಮ ಅನು ಅಕ್ಕನ ತರಹ ನಂಗೀರೋಕ್ಕಾಗೋಲ್ಲ" ಬಿಚ್ಚು ಮನಸ್ಸಿನಿಂದ ಹೇಳಿಕೊಂಡಾಗ ಸೋನಿಯಾಗೆ 'ಅಯ್ಯೋ' ಎನಿಸಿತು. ಆದರೂ ಪಲ್ಲವಿಯ ಸ್ವಭಾವ ಸರಿಯೆಂದು ಒಪ್ಪಿಕೊಳ್ಳಲಾಗಲಿಲ್ಲ.

ಇಂದು ಎಂದಿಗಿಂತ ನೀಟಾಗಿ ಡ್ರೆಸ್ ಮಾಡಿಕೊಂಡಳು. ಅವಳ ಸಹಪಾಠಿ ಯೊಬ್ಬಳ ಕಿವಿಮಾತು ಪಲ್ಲವಿಯ ಮಿದುಳಲ್ಲಿ ಚೆನ್ನಾಗಿ ಕೆಲಸ ಮಾಡಿತ್ತು.

"ನಮ್ಗೇ ರೂಪವೆ ಬಂಡವಾಳ. ಎಚ್ಚರದಿಂದ ಕಾಯ್ದುಕೊಂಡ್ ಸರ್ಯಾದ ಗಂಡಿಗೆ ಲಗ್ಗೆ ಹಾಕ್ಬೇಕು. ಇಲ್ದಿದ್ರೆ ಮುರುಕಲು ಮನೆ, ಹರಕಲು ಚಾಪೆ ಕೊಳೆ ಬಟ್ಟೆಗಳ್ನ ಒಗ್ದುಕೊಂಡು ಜೀವ ಸವೆಸ್ಬೇಕು. ನಿಂದು ಗುಡ್ ಫಿಗರ್. ಒಳ್ಳೆ ಬಣ್ಣ, ಚೆನ್ನಾಗಿ ಮೇಕಪ್ ಮಾಡ್ಕೊಂಡ್ ಕಾಲೇಜಿಗೆ ಬಾ. ರೂಪ ನೋಡಿ ಮರುಳಾಗಿ ಕೈ ಹಿಡ್ಯೋ ಶ್ರೀಮಂತ ಯುವಕರು ಇದ್ದಾರೆ."

ಊಟ ಮುಗಿಸಿ ಎದ್ದ ಪಲ್ಲವಿ ಪುಟ್ಟ ಕನ್ನಡಿಯ ಮುಂದೆ ಐದು ನಿಮಿಷ ನಿಂತವಳು ಮುಖ ಸಿಂಡರಿಸಿಕೊಂಡು ಹೋಗಿ ಕೆಳಗಡೆಯ ಹುಲಿಯಪ್ಪನ ಮನೆಯಲ್ಲಿ ಸ್ವಲ್ಪ ದೊಡ್ಡ ಕನ್ನಡಿ ಮುಚ್ಚಿ ತಂದು ಅಡಿಗೆಯ ಮನೆಯಲ್ಲಿರಿಸಿಕೊಂಡು ಹತ್ತು ನಿಮಿಷ ಮುಖ ತೀಡಿದಳು.

"ಅವ್ಳೇನು ಮಾಡ್ತಾಳೆ?" ಮೃತ್ಯುಂಜಯ ಕೂಗಿದ ಮೇಲೆ ಹೊರಗೆ ಬಂದಿದ್ದು "ಒಂದಿಷ್ಟು ಪಾತ್ರೆ ಒರೆಸಿಡುತ್ತಿದ್ದೆ" ಅಪ್ಪಟ ಸುಳ್ಳು. ಅವರು ಕೂಡ ನಂಬಲಾರರೆಂದು ಪಲ್ಲವಿಗೆ ಗೊತ್ತು.

"ಬರ್ತೀನಿ ದೊಡ್ಡಪ್ಪ, ಮರೀದೆ ಮಾತ್ರೆ ನುಂಗಿ ಕಾಫಿ ಬೆರೆಸಿಟ್ಟಿದ್ದೀನಿ. ಒಂದಿಷ್ಟು ಬಿಸಿ ಮಾಡ್ಕೊಂಡ್ ಕುಡೀರಿ" ಹೇಳಿ ಮನೆ ಬಿಟ್ಟಳು ಅನುಪಲ್ಲವಿ.

ತಂಗಿ ಅವಳ ಜೊತೆಗೆ ಎಂದು ಬರುತ್ತಿರಲಿಲ್ಲ. ಅವಸರ ಮಾಡಿಕೊಂಡು ಐದು ನಿಮಿಷ ಮೊದಲಾದರೂ ಹೋಗುತ್ತಿದ್ದಳು ಅಥವಾ ಅವಳು ಹೊರಟ ನಂತರ ಹೊರಗೆ ಹೆಜ್ಜೆ ಇರಿಸುತ್ತಿದ್ದಳು. ಯಾಕೋ ಯೋಚಿಸುವಷ್ಟು ಪ್ರಬುದ್ಧಳಲ್ಲ ಅನುಪಲ್ಲವಿ.

ಅತ್ತಿತ್ತ ನೋಡಿ ಪಲ್ಲವಿ ಸೋನಿಯಾ ಮನೆಗೆ ಬಂದಳು. "ಪ್ಲೀಸ್, ಒಂದಿಷ್ಟು ಪರ್‌ಫ್ಯೂಮ್ ಬೇಕು. ನನ್ನ ಫ್ರೆಂಡ್ ಬರ್ತ್‌ಡೇ" ಸಂಕೋಚವಿಲ್ಲದೆ ಕೇಳಿ ಪಡೆದುಕೊಂಡು ಸಿಂಪಡಿಸಿಕೊಂಡೇ ಹೊರಟಿದ್ದು.

ರೂಮಿನಿಂದ ಹೊರಗೆ ಬಂದ ಪಾಣಿ "ಮೈ ಗಾಡ್. ಎಂಥ ಹುಡ್ಗೀ ಇವ್ಳು. ಅಲ್ಪ ಸ್ವಲ್ಪ ಸಂಕೋಚವಿದ್ರೆ ಚೆನ್ನ. ಸ್ವಲ್ಪ ನೀನು ಒರಟಾಗದಿದ್ರೆ ನಿನ್ನ ಸಂಬ್ಳ ಅವ್ಳಿಗೆ

ಖರ್ಚು ಮಾಡ್ಬೇಕಾಗುತ್ತೆ. ಬಿ ಕೇರ್ ಫುಲ್" ಹೆಂಡತಿಯನ್ನು ಬಾಹುಗಳಲ್ಲಿ ತಗೊಂಡು ಕೆನ್ನೆಯ ಬಾಳಿ ಉಸುರಿದ. ಉರುಟಾದ ಕೈಗಳ ನಡುವೆ ಕ್ಷಣ ನಲುಗಿದಳು.

"ನಂಗೆ ಬೇರೆ ಭಯ!" ಕಣ್ಣು ಮಿಟುಕಿಸಿದ ಸೋನಿಯಾ ಮೂಗು ಹಿಂಡಿ "ಇಂಥ ಹಲವಾರು ಹುಡ್ಗೀಯರಿಗೆ ನಾನು ಪಾಠ ಹೇಳ್ತೀನಿ. ಡೋಂಟ್ ಫಿಯರ್" ಹುಬ್ಬು ಕುಣಿಸಿದ.

ಇವರ ಸ್ಕೂಟರ್ ತಿರುವಿಗೆ ಬರುವ ವೇಳೆಗೆ ಬಸ್ ಸ್ಟಾಪ್‌ನಲ್ಲಿ ನಿಂತ ಪಲ್ಲವಿ ಕಣ್ಣಿಗೆ ಬಿದ್ದಳು "ವಾಕಬಲ್ ಡಿಸ್ಟನ್ಸ್. ಇದ್ವರ್ಗೆ ಆರಾಮಾಗಿ ಕಾಲೇಜು ತಲುಪಬಹುದಿತ್ತು" ಬೇಸರದ ಸ್ವರದಲ್ಲಿ ಹೇಳಿ ಪಾಣಿ ಸ್ಕೂಟರ್‌ನ ವೇಗ ಹೆಚ್ಚಿಸಿದ.

ಹತ್ತು ನಿಮಿಷಗಳು ಕಾದನಂತರವೇ ಸುನೀತ ಕಾರು ಬಂದಿದ್ದು. "ಹಲೋ..." ಇವಳೇ ಕೂಗಿದಳು. ನಿಂತ ಕಾರಿನಲ್ಲಿ ಕೂತವಳು ತಂಪು ಕನ್ನಡಕ ತೆಗೆದು "ಅರೇ, ಇದೇನಿದು ಇಲ್ಲಿ!" ಎನ್ನುವ ವೇಳೆಗೆ ಪಲ್ಲವಿ ಹಾರಿ ಬಂದಿದ್ದಾಗಿತ್ತು. "ಬಸ್ಸಿಗೆ ಕಾಯ್ತ ಇದ್ದೆ" ಅವಳ ಕಣ್ಣುಗಳಲ್ಲಿ ಆಸೆ ಮುಕ್ಕಳಿಸಿತು. ಕಾರಿನ ಓಡಾಟ, ಕಾರಿದ್ದವರೊಡನೆ ಸ್ನೇಹ, ತಿರುಗಾಟ ಎಲ್ಲಾ ಇಷ್ಟ ಅವಳಿಗೆ.

"ಬನ್ನಿ... ಡ್ರಾಪ್ ಮಾಡ್ತೀನಿ" ಡೋರ್ ತೆಗೆದು ಆಹ್ವಾನಿಸಿದಳು ಸುನೀತ. ಮೂರನೆಯವರ ಮುಖಾಂತರ ಪಲ್ಲವಿಯ ಪರಿಚಯವಾಗಿದ್ದು. ಅವಳು ಓದುತ್ತಿದ್ದ ಕಾಲೇಜಿನ ಓಲ್ಡ್ ಸ್ಟೂಡೆಂಟ್ ಸುನೀತ. ಹಿಂದಿನ ವರ್ಷ ಅವಳ ಮದುವೆಯಾಗಿತ್ತು. ಅಂತು ಇದು ತವರುಮನೆ ಅವಳಿಗೆ.

ಕಾರು ತಿರುವಿಗೆ ಬಂದಾಗ ಸುನೀತ "ಸಾರಿ, ಒಂದಿಷ್ಟು ನಮ್ಮಣ್ಣನನ್ನು ನೋಡೋದಿದೆ ನೋಡಿ ಹೋಗೋಣ್ವಾ" ವೇಗ ತಗ್ಗಿಸಿ ಯೋಚಿಸುತ್ತ ಹೇಳಿದಾಗ "ಬೈ ಆಲ್ ಮೀನ್ಸ್. ನಂಗೆ ಮೊದಲೆರಡು ಪೀರಿಯಡ್ಸ್ ಇಲ್ಲ. ಒಂದ್ಗಂಟೆ ತಡವಾದ್ರೂ ತೊಂದರೆ ಇಲ್ಲ" ಆತುರದಿಂದ ನುಡಿದಳು.

ಸ್ವಲ್ಪ ಸಂಕೋಚವೆನಿಸಿತ್ತು ಸುನೀತಾಗೆ. ಅವಳ ಫ್ರೆಂಡ್ ತಂಗಿ ಪಲ್ಲವಿಯ ಕ್ಲಾಸ್‌ಮೇಟ್. ಎರಡು ಸಲ ಅವರ ಮನೆಯಲ್ಲೇ ಅವಳನ್ನು ಭೇಟಿಯಾಗಿದ್ದು. ಅಂದು ಅವಳಿದ್ದ ಎರಡು ಗಂಟೆಯು ಪಲ್ಲವಿ ಅಲ್ಲೇ ಇದ್ದು ಪರಿಚಯ, ಸ್ನೇಹ ಬೆಳೆಸಿಕೊಂಡಿದ್ದಳು.

"ಬ್ಯೂಟಿಫುಲ್, ನಿಮ್ಮ ಕಣ್ಣುಗಳು ತುಂಬ ಚೆನ್ನಾಗಿದೆ" ಅಂದಿದ್ದಳು ಸುನೀತಾ ಮಾತಿನ ಸಂದರ್ಭದಲ್ಲಿ ತೀರಾ ಸಹಜವಾಗಿ, ಆದರೆ ಪಲ್ಲವಿಯ ಮೇಲೆ ತೀವ್ರತರನಾದ ಪರಿಣಾಮ ಬೀರಿತು. ಮಾತುಗಳ ನಡುವೆ ಅವರ ಶ್ರೀಮಂತಿಕೆ, ಸುನೀತಾಗೆ ಇರೋ ಮದುವೆಯಾಗದ ಒಬ್ಬನೆ ಅಣ್ಣ. ಅವನ ಇಷ್ಟಗಳು ಪ್ರಸ್ತಾಪಕ್ಕೆ ಬಂದು ಆಸೆಗಳು ಗರಿಗೆದರಿದವು ಪಲ್ಲವಿಯಲ್ಲಿ.

ಆ ಜನ ವರದಕ್ಷಿಣೆ, ಅಂತಸ್ತು ನೋಡಿದೇ ಬರೀ ಹುಡುಗಿಯನ್ನು ನೋಡಿ ಒಪ್ಪಿ ಮದುವೆಯಾಗುವಂಥ ಡಾಕ್ಟರ್ ಗಂಡು. ಪಲ್ಲವಿಯ ಬಾಯಲ್ಲಿ ನೀರೂರಿತು.

ಮೃಷ್ಟಾನ್ನ ಭೋಜನ ಮುಂದಿರುವಂತೆ ಖುಷಿಪಟ್ಟಿದ್ದಳು. ಆದರೆ ಹೇಗೆ ಕಾರ್ಯಗತ ವಾಗುವುದು? ಸುಲಭವಾದ ದಾರಿ. ಆದಷ್ಟು ಅವರುಗಳ ಹತ್ತಿರವಾಗುವುದು.

ಜಯಂತ್ ನರ್ಸಿಂಗ್ ಹೋಂ ಮುಂದೆ ಕಾರು ನಿಂತಾಗ ಇಳಿದು ಸುನೀತ "ಕೂತಿರಿ, ಬಂದ್ಬಿಟ್ಟೆ" ಗೇಟು ತೆಗೆದುಕೊಂಡು ಒಳಗೆ ಹೊರಟಾಗ ತಾನು ಕೆಳಗಿಳಿದ ಪಲ್ಲವಿ ಆರಾಮಾಗಿ ಒಳಗೆ ಬಂದಳು. 'Out Patient' ಕಡೆ ರೋಗಿಗಳ ಸಾಲು. ಒಮ್ಮೆ ಪೂರ್ತಿ ಸುತ್ತಿದ್ದಳು, ಸರ್ಜಿಕಲ್ ವಾರ್ಡ್ ಲೇಬರ್ ವಾರ್ಡ್, ಆಪರೇಷನ್ ಥಿಯೇಟರ್, ಲ್ಯಾಬೋರೇಟರಿ ಎಲ್ಲವನ್ನು ತನ್ನಲ್ಲಿ ಅಡಗಿಸಿಕೊಂಡಿತ್ತು. ನರ್ಸಿಂಗ್ ಹೋಂ ಅವಳಿಗೆ ಇಷ್ಟವಾಯಿತು. ಇದರ ಒಡೆಯನನ್ನು ಮದುವೆಯಾಗುವುದೆಂದರೆ ಸಾವಿರ ವರ್ಷಗಳ ತಪಸ್ಸಿನ ಪುಣ್ಯ. ಅದು ತನ್ನ ಪಾಲಾಗಲಿ ಸಾಲಾಗಿ ತನಗೆ ಗೊತ್ತಿದ್ದ ಎಲ್ಲ ದೇವರುಗಳಿಗೂ ಹರಕೆ ಹೊತ್ತಳು.

"ಪಲ್ಲವಿ..." ದನಿ ಕೇಳಿಸಿದತ್ತ ತಿರುಗಿದಳು. ಒಬ್ಬ ಯುವಕನ ಜೊತೆ ಬರುತ್ತಿದ್ದಳು ಸುನೀತ. ಎತ್ತರದ ನಸುಗೆಂಪು ಬಣ್ಣದ ನೀಳಕಾಯದ ವ್ಯಕ್ತಿ. ಬಿಳಿ ಕೋಟು. ಸ್ಟೆತಾಸ್ಕೋಪ್ ಅತ್ಯಂತ ಶೋಭಾಯಮಾನವಾಗಿ ಕಂಡಿತು ಪಲ್ಲವಿಗೆ.

"ನಿಮ್ಗೇ ಲೇಟಾಯಿತೇನೋ, ನಮಣ್ಣ..." ಪರಿಚಯಿಸಿದಳು. "ಓ..." ಎಂದವ "ಸಾರಿ, ಆಪರೇಷನ್ ಇದೆ" ಹೊರಟೇಬಿಟ್ಟ, ಅತ್ತಲೆ ಹರಿದ ಪಲ್ಲವಿಯ ನೋಟದಲ್ಲಿ ನೂರು ಆಸೆಗಳು.

"ಬನ್ನಿ... ಹೋಗೋಣ" ಸುನೀತಾನೆ ಎಚ್ಚರಿಸಬೇಕಾಯಿತು.

ಕಾಲೇಜು ಮುಂದೆ ಇವಳನ್ನು ಇಳಿಸಿದ ಕಾರು ಕಣ್ಮರೆಯಾಯಿತು. 'ಎಂಥ ಅದೃಷ್ಟ. ದೇವರು ಯಾಕೆ ಇಂಥ ತಾರತಮ್ಯಗಳನ್ನಿಟ್ಟ' ತಾನು ಕೂಡ ತುಂಬ ಶ್ರೀಮಂತ, ವಿದ್ಯಾವಂತ ಫ್ಯಾಮಿಲಿಯಲ್ಲಿ ಹುಟ್ಟಬಾರದಿತ್ತ? ಕ್ಷಣ ಅಳುವಂತಾಯಿತು.

ತರಗತಿಗೆ ಹೋಗದೆ ಕಾಲೇಜಿನ ಕಾಂಪೌಂಡ್‌ನಲ್ಲಿ ಹೋಗಿ ಕೂತುಬಿಟ್ಟಳು. ಜಯಂತ್‌ನ ಹೇಗೆ ಪಡೆಯುವುದು? ದೊಡ್ಡಪ್ಪ ಹೋಗಿ ಕೇಳಿದರೆ ಸಂಬಂಧ ಒಪ್ಪಬಹುದೇ? ಹಾಸ್ಯ ಮಾಡಬಹುದು. ತನ್ನ ರೂಪಿನಿಂದ ಅವನನ್ನು ಆಕರ್ಷಿಸಿ ಹತ್ತಿರವಾಗಬೇಕು. ಆಗ ಎಲ್ಲಾ ಸುಲಭವಾಗಬಹುದು.

ಕಾಲಿನ ಬಳಿ ಬಿದ್ದ ಒಂದು ಕಲ್ಲನೆತ್ತಿ ದೂರಕ್ಕೆಸೆದಳು. ಗುರಿ ತಪ್ಪಿತು. ಮತ್ತೊಂದು, ಮಗದೊಂದು ಎಸೆದಳು. ಕಡೆಗೆ ಎಸೆದ ಕಲ್ಲೇ ಕಾಣೆಯಾಯಿತು.

ಕಾಲೇಜಿನ ಯೋಚನೆ ಬಿಟ್ಟು ಮನೆಗೆ ಬಂದಳು ನೇರವಾಗಿ. ಬೀಗ ನೇತಾಡುತ್ತಿತ್ತು ಬಾಗಿಲಿಗೆ ಇದ್ದ ಒಂದು ಬೀಗದ ಕೀಯನ್ನು ಒಬ್ಬರಲ್ಲಿ ಒಬ್ಬರ ಮನೆಗೆ ಕೊಡುವುದು ಪದ್ಧತಿ ಯಾರೇ ಹೊರಗೆ ಹೋಗಲಿ.

ಮೊದಲು ಹೊರಗೆ ಬಂದ ಹುಲಿಯಪ್ಪನ ಹೆಂಡತಿ "ಬೀಗದ ಕೈ ಇಲ್ಲದೆ, ನಿಮ್ಮ ದೊಡ್ಡಪ್ಪ ಹೊರ್ಗಡೆ ಹೋದ್ರು, ಇದೇನು ಕಾಲೇಜಿನಿಂದ ಇಷ್ಟು ಬೇಗ ಬಂದಿದ್ದೀಯ. ಇಲ್ಲೇ ಬಾ..." ಕರೆದರು. ಸದ್ಯ ಕಾಫೀಯೋ ತಿಂಡಿಯೋ ಆಗುತ್ತೆ. ಏನಾದರೂ

ಮಾಡುವುದು ತಪ್ಪಿ ಹೋಗುತ್ತದೆಯೆನ್ನುವ ಸಂತಸ ಆ ಗಳಿಗೆಯಲ್ಲಿ.

ಸಾಲಾಗಿ ಹೆಣ್ಣನ್ನು ಹೆತ್ತು ಪದೇ ಪದೇ ಗಂಡನಿಂದ ಛೀಮಾರಿ ಹಾಕಿಸಿಕೊಳ್ಳುತ್ತಿದ್ದ ಬಸಮ್ಮ ತೀರಾ ಒಳ್ಳೆಯ ಹೆಂಗಸು. ಆದರೆ ಹೆಣ್ಣು ಜನ್ಮದ ಬಗ್ಗೆಯೆ ತಿರಸ್ಕಾರ ಮೂಡಿ ಹೋಗಿತ್ತು.

"ಬಾ ಕೂತ್ಕೋ..." ಚಾಪೆ ಹಾಸಿದರು. ಇದ್ದ ಮಡಸುವ ಗಾಡ್ರೇಜ್ ಕುರ್ಚಿಗಳನ್ನು ಸಣ್ಣ ಅಟ್ಟದ ಮೇಲಿಟ್ಟಿದ್ದರು. ಐದು ಜನ ಹೆಣ್ಣುಮಕ್ಕಳು ಮಲಗಿದರೇ ಇಡೀ ಹಾಲ್ ತುಂಬಿಹೋಗುತಿತ್ತು.

ಗೋಡೆಗೊರಗಿ ಕೂತ ಅವಳ ನೋಟ ಸುತ್ತ ಅಲ್ಲಾಡಿತು. ಹೊಟ್ಟೆಬಟ್ಟೆಗಾಗುವಷ್ಟು ಸಂಪಾದನೆ ಇತ್ತು ಹುಲಿಯಪ್ಪನಿಗೆ. ಸಾಕುಸಾಕಾದ ಜೀವನ. ಯಾವುದನ್ನು ತುಂಬಿಕೊಳ್ಳಲಾಗಲಿಲ್ಲ. ಜಯಂತ್ ನರ್ಸಿಂಗ್ ಹೋಂ ಕಣ್ಣು ಮುಂದೆ ಕುಣಿಯಿತು. ಇಡೀ ನರ್ಸಿಂಗ್ ಹೋಂಗೆ ಒಡೆಯ, ಸಾಕಷ್ಟು ಸಂಪಾದನೆ, ಖರ್ಚು ಮಾಡುವಷ್ಟು ಹಣ ಕೈಯಲ್ಲಿ ಅಂಥ ಬದುಕು ಸ್ವರ್ಗವೆನಿಸಿತು. ನಕ್ಷತ್ರಗಳ ಮಧ್ಯೆ ತೇಲಾಡುವಂತಾಯಿತು.

"ತಗೋ..." ಒಂದಾರು ಸ್ವಲ್ಪ ಕಪ್ಪಾದ ಕೋಡುಬಳೆಗಳನ್ನು ತಂದು ಅವಳ ಮುಂದಿಟ್ಟು ಕೂತರು "ಚೆನ್ನಾಗಿ ಓದ್ಕೊಂಡ್ ಕೆಲ್ಸಕ್ಕೆ ಸೇರ್ಕೋ. ಈಗ ನನ್ನಾಡು ನೋಡು, ಯಾವ ಶತ್ರುಗಳಿಗೂ ಬೇಡ. ಕೋಪ, ಬೈಗಳ ಸಿಕ್ಕಿದಕ್ಕೆಲ್ಲ ಇಷ್ಟಪಟ್ಟ ಒಂದು ಸೀರೆ ಉಡೋಕ್ಕಾಗ್ಲಿಲ್ಲ ಇಂದಿಗೂ. ಈ ಸ್ಥಿತಿ ಯಾರ್ಗೇ ಬೇಕು? ಬುದ್ಧಿ ತಿಳ್ಯೋ ಮೊದ್ಲು ಕತ್ತಿಗೆ ತಾಳಿ ಬಿಗ್ಸಿದ್ರು. ಈಗ ನೋಡು..." ಕಣ್ಣಲ್ಲಿ ನೀರಾಕಿಕೊಂಡರು ಬಸಮ್ಮ. ಅಡುಗೆ ಮಾಡಿ ಮಕ್ಕಳನ್ನ ಹೆರುವುದರಲ್ಲಿ ಆಕೆಯ ಜೀವನದ ವಸಂತಗಳು ಮಾಸಿಹೋಗಿದ್ದವು.

ಒಂದು ಚಿತ್ರ ಬಿಡಿಸಿಟ್ಟಂತಾಯಿತು ಅವಳ ಮುಂದೆ. ಹಣೆಯಂಚಿನಲ್ಲಿ ಬೆವರಿನ ಹನಿಗಳು ಮೂಡಿದವು. 'ಐ ಹೇಟ್ ದಿಸ್' ಎಂದೂ ಇಂಥ ಬದುಕಿಗೆ ತನ್ನನ್ನು ಒಡ್ಡಿಕೊಳ್ಳಲಾರೆ! ಒಂದು ದೃಢವಾದ ನಿಶ್ಚಯಕ್ಕೆ ಬಂದುಬಿಟ್ಟಳು. ಅದಕ್ಕಾಗಿ ಏನು ಬೇಕಾದರೂ ಮಾಡಲು ತಯಾರು!

ಬರೀ ಬಸಮ್ಮ ತನ್ನ ಕಷ್ಟಗಳನ್ನು ಹೇಳಿಕೊಳ್ಳುವುದರ ಜೊತೆಗೆ "ನೋಡೋಕೆ ಚೆನ್ನಾಗಿದ್ದೀಯಾ! ನಿಮ್ಮ ದೊಡ್ಡಪ್ಪನ ಸ್ಥಿತಿಯಲ್ಲಿ ಒಳ್ಳೆ ಗಂಡು ಹುಡುಕೋದು ಕಷ್ಟ. ಹೇಗೂ ಕಾಲೇಜಿಗೆ ಹೋಗ್ತೀಯಾ. ಯಾರನಾದ್ರೂ ಲವ್ ಮ್ಯಾರೇಜ್ ಮಾಡ್ಕೊಂಡ್ಬಿಡು. ಈಗ ಸೋನಿಯಾ ನೋಡು" ಅವಳ ಒಂದು ಉದಾಹರಣೆಯನ್ನು ಕೊಡುವಷ್ಟು ಸಮರ್ಥಳಾದಳು.

ಶ್ರೀಮಂತಿಕೆಯ ಬಗೆಗಿನ ಪಲ್ಲವಿಯ ಆಕರ್ಷಣೆ ಹೆಚ್ಚಾಯಿತು.

ಬೀಗ ತೆಗೆದು ಒಳಗೆ ಬಂದವಳು ಒಂದು ಕಡೆ ಕೂತಳು. ಓದು, ಕಾಲೇಜಿಗೆ ಮೀರಿದ ಹಂಬಲ. ಹೆಬ್ಬಯಕೆ, ಶ್ರೀಮಂತಿಕೆಯ ಸುಖಜೀವನದ ಆಕಾಂಕ್ಷೆ.

ಪುಟ್ಟ ಕನ್ನಡಿಯಲ್ಲಿ ತನ್ನ ಮುಖವನ್ನು ಬದಲಿಸಿ ಬದಲಿಸಿ ನೋಡಿಕೊಂಡಳು. ಸಹಪಾಠಿಗಳ ಮುಖಕ್ಕೆ ತನ್ನ ಮುಖವನ್ನು ಹೋಲಿಸಿಕೊಂಡಳು. ಒಳ್ಳೆ ಬಣ್ಣ ಇತ್ತು. ಸುಂದರವಾದ ಕಣ್ಣುಗಳು ಮೂಗೊಂದು ಸ್ವಲ್ಪ ಮೊಂಡವೆನಿಸಿದರೂ 'ಚೆಲುವೆಯೇ' ಕನ್ನಡಿ ಭುಜ ತಟ್ಟಿ ಹೇಳಿತು. ಆಕಾಶದ ಮಧ್ಯೆ ಫಳಫಳ ಹೊಳೆಯುವ ನಕ್ಷತ್ರವಾದಳು ನಿಮಿಷಗಳು.

ಹೆಚ್ಚು ಆಕರ್ಷಕವಾಗಿ ಕಾಣಬೇಕಾದರೆ ತಾನೇನು ಮಾಡಬೇಕು. ಪಟ್ಟಿ ಮಾಡಿದಳು ಲೆಕ್ಕಾಚಾರದಿಂದ. ತಾನು ಬಳಸಬೇಕಾದ ಕಾಸ್ಮೆಟಿಕ್ಸ್‌ನ ವಿವರವನ್ನು ಬರೆದು ಹೊಡೆದು ಮಾಡಿ ಒಂದು ಲಿಸ್ಟ್ ತಯಾರಿಸಿದ್ದಳು. ಅದಕ್ಕೆ ಹಿಡಿದ ಹೊತ್ತು ಒಂದು ಗಂಟೆ ಇಪ್ಪತ್ತಾರು ನಿಮಿಷಗಳು.

ಮೃತ್ಯುಂಜಯ, ಅನುಪಲ್ಲವಿ ಒಟ್ಟಿಗೆ ಬಂದಾಗ ಅಡ್ವರ್ಟೈಸ್‌ಮೆಂಟ್‌ಗಳ ಕಟಿಂಗ್ಸ್‌ನ ಮುಂದೆ ಹಾಕಿಕೊಂಡು ಕೂತಿದ್ದವಳು ತೀರಾ ಪರಧಾನ್ಯದಲ್ಲಿದ್ದಂತೆ ಕಂಡಳು.

"ಪಲ್ಲವಿ..." ಅಕ್ಕನ ಸ್ವರ ಕೇಳಿದಕೂಡಲೇ ಬೆಚ್ಚಿಬಿದ್ದವಳಂತೆ ಜೋಡಿಸಿದಳು ಆತುರದಿಂದ "ಯಾಕೆ... ಹೀಗಿದ್ದೀಯಾ? ಬೇಗ್ಬಂದೇಂತ ಬಸಮ್ಮ ಹೇಳಿದ್ರು" ತಂಗಿಯ ಪಕ್ಕ ಕೂತಳು ಸ್ವಲ್ಪ ಆತಂಕದಿಂದ.

"ಏನಿಲ್ಲ, ಬರಿ ಹಣೆಬರಹ. ನಮ್ಮಂಥವ್ರ ಬದ್ಕು." ಅವಳ ಕಣ್ಣಿಂದ ಮುತ್ತುಗಳಂತೆ ಕಂಬನಿ ಉದುರಿದಾಗ ಅನುಪಲ್ಲವಿಗೆ ದಿಕ್ಕೇ ತೋಚದಂತಾಯಿತು. ಗಾಬರಿಯೋ ಗಾಬರಿ "ಏನಾಯ್ತು?" ಪಕ್ಕದಲ್ಲಿ ಕೂತಳು.

ಒಂದಿಷ್ಟು ಅತ್ತ ನಂತರವೆ ಹೇಳಿದ್ದು "ನನ್ನ ಎಲ್ಲಾ ಆಡಿಕೊಂಡು ನಗ್ತಾರೆ!" ಅನುಪಲ್ಲವಿ ಮೃತ್ಯುಂಜಯ ಅವರತ್ತ ನೋಟ ಹರಿಸಿದಳು "ನಗ್ತಾರೆ ತಾನೇ! ನಿಂಗೆ ಈ ಕಷ್ಟವೇ ಬೇಡ. ಊರಿಗೆ ಹೋಗ್ಬಿಡೋಣ. ಈ ಖರ್ಚುಗಳ್ನ ಭರಿಸೋಕ್ಕಾಗೋಲ್ಲ. ಹೇಗೋ ಆಗುತ್ತೆ. ನಿನ್ನ ಓದು ಕೆಲ್ಸ ಅವಕ್ಕೆಲ್ಲಿ ಅರ್ಥವಿದ್ದ ಹಾಗೇ ಕಾಣೋಲ್ಲ" ಸ್ವಲ್ಪ ಕಟುವಾಗಿಯೇ ನುಡಿದರು. ಪಲ್ಲವಿ, ಅನುಪಲ್ಲವಿ ಅವರಿಗೆ ಎರಡು ಕಣ್ಣುಗಳಿದ್ದಂತೆಯೇ. ಯಾವುದಕ್ಕೆ ಘಾಸಿಯಾದರೂ ನೋವೇ. ಪಲ್ಲವಿಯ ಬೇಜವಾಬ್ದಾರಿತನ ಹೊಸ ಭಯವೊಂದನ್ನು ಹುಟ್ಟಿಸಿತು.

"ನಾನು ಓದ್ಬೇಕು! ಅಮ್ಮನ್ನ ಸರ್ಯಾದ ಕಡೆ ತೋರ್ಸಿ ಕಾಯಿಲೆ ವಾಸಿ ಮಾಡ್ಬೇಕು. ಸಾಧ್ಯವಾದ್ರೆ ಅಪ್ಪನ್ನ ಕೂಡ ಹುಡುಕಿಸ್ತೀನಿ" ಕಣ್ಣೀರು ತೊಡೆದುಕೊಂಡು ಪಲ್ಲವಿ ಹೇಳಿದಾಗ ಅವರಲ್ಲೇನು ಭರವಸೆ ಹುಟ್ಟಲಿಲ್ಲ. ಸಪ್ಪಗೆ ಮುಖ ಮಾಡಿ ಅಡ್ಡಡ್ಡ ತಲೆಯಾಡಿಸಿ ನಿಟ್ಟುಸಿರು ಚೆಲ್ಲಿದರು "ದೇವರಿಗೆ ಗೊತ್ತು" ಎಂದ ಮೃತ್ಯುಂಜಯ ಷರಟು ಬಿಚ್ಚಿ ಗೂಟಕ್ಕೆ ತಗುಲಿ ಹಾಕಿ ಹೊರಹೋದರು.

"ನೋಡಿದ್ಯಾ.... ದೊಡ್ಡಪ್ಪ!" ಪಲ್ಲವಿ ದೂರಿದಳು.

ಕಣ್ಣಲ್ಲಿಯೇ ಸುಮ್ಮನಾಗಿಸಿ ಬಚ್ಚಲು ಮನೆಗೆ ಹೋದಳು. ಒಂದು ತೊಟ್ಟು ನೀರಿರಲಿಲ್ಲ. ಅರ್ಧ ಬಕೆಟ್ ನೀರಿತ್ತು, ಅದು ಖಾಲಿ, ಅದನ್ನೆಲ್ಲ ಪಲ್ಲವಿ ಹಚ್ಚಿಕೊಳ್ಳಲು.

ಬಕೆಟ್ ಹಿಡಿದುಕೊಂಡು ಬಂದಾಗ ನೀರು ಹಿಡಿಯುತ್ತಿದ್ದ ಬಸಮ್ಮ "ನಿನ್ತಂಗಿ ಎರಡು ಬಕೆಟ್ ನೀರಿಡಿದು ಇಡಬಹುದಿತ್ತಲ್ಲ. ಸಣ್ಣಗೆ ಬರೋ ಈ ನಳದಲ್ಲಿ ಬಕೆಟ್ ತುಂಬ ಬೇಕಾದ್ರೆ ಅರ್ಧಗಂಟೆ ಆಗುತ್ತೆ" ಎಂದಳು. ಬೇಗ ಬೇಗ ನೀರು ತುಂಬಿಕೊಳ್ಳುತ್ತಿದ್ದ ಆಕೆಗೆ ಮಧ್ಯೆ ಅನುಪಲ್ಲವಿ ಬಕೆಟ್ ಹಿಡಿದು ಬಂದಿದ್ದು ಸರಿ ಬರಲಿಲ್ಲ.

"ನೀವ್ಹೋಗಿ ಬಸಮ್ಮ, ಬಕೆಟ್ ತುಂಬಿದ್ಮೇಲೆ ನಾನೇ ತಂದಿಟ್ಟು ಇಡ್ಕೋತೀನಿ. ಆಮೇಲೆ ನಿಮ್ಮ ಬಕೆಟ್ ಇಡ್ತೀನಿ" ಎಂದು ಕಳಿಸಿದಳು. ನಾಲ್ಕು ಸ್ವಲ್ಪ ದೊಡ್ಡದಾದ ಹೆಚ್ಚು ಬಾಡಿಗೆಯ ಮನೆಗಳಿಗೆ ಕೊಳಾಯಿ ವ್ಯವಸ್ಥೆ ಇತ್ತು. ಮಿಕ್ಕ ಮೂರು ಇರೋ ಒಂದು ನಲ್ಲಿಯಲ್ಲಿ ಸುರಿಯುವ ನೀರಿಗೆ ಬಕೆಟೊಡ್ಡಬೇಕು. ಈ ವ್ಯವಸ್ಥೆಯಿಂದ ನೀರಿಡಿಯುವವರಲ್ಲಿ ವೈಮನಸ್ಯ ಮೂಡುವುದು ಕೂಡ ಇತ್ತು. ಆಮೇಲೆ ಸರಿ ಹೋಗುತ್ತಿತ್ತು. ಒಮ್ಮೆ ಹುಲಿಯಪ್ಪ, ಬ್ಯಾಂಕ್ ಉದ್ಯೋಗಿ ಮೂಡಲಗಿರಿಯಪ್ಪನವರ ಮನೆಗಳ ನಡುವೆ ದೊಡ್ಡ ಯುದ್ಧ ನಡೆದು ಕೊನೆಗೆ ಖಾಲಿ ಮಾಡಿ ಹೋಗಿದ್ದುಂಟು. ಆ ಮನೆಗೆ ಈ ಅನುಪಲ್ಲವಿಯವರು ಬಂದಿದ್ದು.

ನಾಲ್ಕು ಬಕೆಟ್ ನೀರು ತುಂಬಿಕೊಳ್ಳುವ ವೇಳೆಗೆ ಒಂದು ಗಂಟೆಯೇ ಆಯಿತು. ಮೃತ್ಯುಂಜಯ ಕಸಿವಿಸಿಯಿಂದ ಒಳಕ್ಕೂ ಹೊರಕ್ಕೂ ಓಡಾಡಿದರು.

* * *

ಸುನಿತಾ ಬಾಲ್ಕನಿಗೆ ಬರುವ ವೇಳೆಗೆ ಅಂಜಲಿಯ ಜೊತೆ ಪಲ್ಲವಿಯು ಕೂಡ ಆಟೋದಿಂದ ಇಳಿಯುತ್ತಿರುವುದು ಕಂಡಿತು. ಅಂಜಲಿ ಹತ್ತಿರದ ಬಂಧುಗಳ ಮನೆಯ ಹುಡುಗಿ. ಅವಳ ಮೂಲಕವೆ ಪರಿಚಯವಾಗಿದ್ದು ಪಲ್ಲವಿಯದು. ಹೆಚ್ಚಿಗೇನು ಭಾವಿಸಲಿಲ್ಲ.

ಇಬ್ಬರನ್ನು ಆತ್ಮೀಯತೆಯಿಂದಲೇ ಆಹ್ವಾನಿಸಿದಳು "ಸರ್‌ಪ್ರೈಜ್ ವಿಸಿಟ್! ನಿನ್ನೆ ಬಂದ ನಿಮ್ಮಮ್ಮ ಏನು ಹೇಳ್ಲೇ ಇಲ್ಲ" ನಸುನಗು ಅಲಂಕರಿಸಿತು ಸುನೀತ ತುಟಿಗಳ ಮೇಲೆ ಮೃದು ಸ್ವಭಾವ. ನಯವಾದ ಮಾತು. ಇದು ಅವಳ ಸ್ವಭಾವ.

ಪೆಚ್ಚು ನಗೆ ಬೀರಿದಳು ಅಂಜಲಿ. ಎರಡು ದಿನದಿಂದ ಗಂಟು ಬಿದ್ದಿದ್ದಳು ಪಲ್ಲವಿ. ಯಾಕೋ ನಂಗೆ ಸುನೀತಾನ ನೋಡ್ಬೇಕೂಂತ ಅನ್ನಿಸಿದೆ. ಪ್ಲೀಸ್ ಅವ್ರ ಮನೆಗೆ ಹೋಗೋಣ ಎಂದಾಗ ನಿವಾರಿಸಿಕೊಳ್ಳಲಾರದೆ ಬಂದಿದ್ದಳು ಅವಳು.

"ಈ ಕಡೆ ಪಲ್ಲವಿ ಫ್ರೆಂಡ್ ಮನೆ ಇತ್ತು. ಅವ್ರು ಇರ್ಲಿಲ್ಲ, ಹೇಗೂ ಬಂದಿದ್ದೀವಲ್ಲಾಂತ ಇಲ್ಲಿಗೆ ಲಗ್ಗೆ ಹಾಕಿದ್ದು. ಕಾಫೀ, ಜ್ಯೂಸಾದ್ರೂ ಸಿಕ್ಕುತ್ತೆ" ಎಂದಳು ಅಂಜಲಿ.

ಸಮೋಸಾ, ಐಸ್‌ಕ್ರೀಮ್‌ಗಳ ಉಪಚಾರವೆ ಆಯಿತು. ಪ್ರತಿಯೊಂದನ್ನು ಪಲ್ಲವಿ ಕಣ್ಣರಳಿಸಿ ನೋಡುತ್ತಿದ್ದಳು. ಕಾಸ್ಟ್ಲೀ ಸೋಫಾ, ಕಾರ್ಪೆಟ್ ತಲೆ ತಿರುಗುವಂತೆ ಮಾಡಿದರೇ ಕಲರ್ ಟಿ.ವಿ., ವಿ.ಸಿ.ಆರ್., ಬಣ್ಣದಿಂದ ಅಲಂಕಾರಗೊಂಡ ನುಣುಪಾದ

ಗೋಡೆಗಳು ನರಕದಿಂದ ಸ್ವರ್ಗಕ್ಕೆ ಕಾಲಿಟ್ಟಂತಾಯಿತು. ಎಲ್ಲಾ ಇಷ್ಟವಾಯಿತು ತುಂಬ... ತುಂಬ.

"ಅಮ್ಮ, ಅಪರೂಪಕ್ಕೆ ಫ್ರೆಂಡ್ ಮನೆಗೆ ಹೋಗಿದ್ದಾಳೆ. ನಾನ್ಬಂದಾಗ ಸ್ವಲ್ಪ ಫ್ರೀ! ನಮ್ಮ ಜಯಂತ್ ಮದ್ವೆಯಾಗೋವರ್ಗೂ ಒಂದು ರೀತಿಯಲ್ಲಿ ಅವ್ರಿಗೆ ಬಂಧನ. ಯಾಕೋ ಮನಸ್ಸು ಮಾಡ್ತಾ ಇಲ್ಲ. ಅವ್ನಿಗೆ ತನ್ನ ಪ್ರೊಫೆಷನಲ್ಲಿರೋರ್ನ ವಿವಾಹವಾಗೋ ಮನಸ್ಸಿಲ್ಲ. ಗೃಹಿಣಿಯ ಪಟ್ಟ ಒಂದು ರೀತಿಯಲ್ಲಿ ಫುಲ್ ಟೈಮ್. ನಮ್ಮನೆಗೆ ಅಂಥ ಹೆಣ್ಣಿನ ಅಗತ್ಯವಿದೆ. ಮನೆ, ಅಮ್ಮ ಇಷ್ಟೊಂದು ಜವಾಬ್ದಾರಿ ಹೊತ್ಕೋಬೇಕು. ನಮ್ಮಣ್ಣನಿಗೆ ತನ್ನ ಪ್ರೊಫೆಷನ್ ನರ್ಸಿಂಗ್ ಹೋಂ ಅಂದ್ರೆ... ಮುಗ್ದೋಯ್ತು" ಮನಸ್ಸು ಬಿಚ್ಚಿ ಹೇಳಿಕೊಂಡಳು ಸುನೀತ. ಆಡಂಬರ, ದೊಡ್ಡಸ್ಥಿಕೆ ಇಲ್ಲದ ಸ್ವಭಾವ. ಹೊಸದಾಗಿ ಶ್ರೀಮಂತರಾದವರ ಪೈಕಿಯಲ್ಲಿ, ಅವಳ ತಂದೆ ಕೂಡ ಫೇಮಸ್ ಡಾಕ್ಟರ್ ಅದನ್ನು ಸ್ವಲ್ಪ ವಿಸ್ತರಿಸಿದ್ದ ಜಯಂತ್.

ಕಲ್ಪನೆಯ ಸಾಮ್ರಾಜ್ಯದಲ್ಲಿ ನಲಿದಳು ಪಲ್ಲವಿ ಒಳಗೊಳಗೆ. ಈ ಸ್ಥಾನ ತುಂಬಲು ತಾನು ಸಂಪೂರ್ಣ ಯೋಗ್ಯಳು ಎನ್ನುವ ವಿಚಾರ ಅವಳದು.

ಅಂಜಲಿ ಕಣ್ಣರಳಿಸಿದಳು "ಮೈ ಗಾಡ್, ಬೇಕಾದ್ರೆ ಹೆಣ್ಣುಗಳ್ನ ಕ್ಯೂ ನಿಲ್ಲಿಸ್ಬಹ್ದು. ಡಾಕ್ಟರ್ ಹೆಸರು, ಪರ್ಸನಾಲಿಟಿಗೆ ಹೆಣ್ಣು ಹೆತ್ತವರು ಮುಗಿಬೀಳ್ಬಹ್ದು" ಛೇಡಿಸಿದಳು.

"ಅದೆಲ್ಲ ವಿಶೇಷವಲ್ಲ. ಅವ್ನು ಹಾಗಂತ ತಿಳಿಯೋಕೆ ತಯಾರಿಲ್ಲ. ಅವ್ನು ಯಾವ ಹುಡ್ಗೀನ ಇಷ್ಟಪಟ್ರೂ ಇನ್ನೊಂದ್ಮಾತಿಲ್ಲ. ನೋಡ್ಬೇಕು ಅವ್ನ ಕೈ ಹಿಡಿಯೋ ಅದೃಷ್ಟವಂತೆ ಯಾರೋ!" ಅತ್ಯಂತ ಸಹಜವಾಗಿ ನುಡಿದಳು ಸುನೀತಾ.

ಬೇಗ ಎದ್ದಳು ಅಂಜಲಿ. ಆದರೆ ಅಲ್ಲಿಂದ ಹೊರಡುವುದೇ ಬೇಡವೆನ್ನುವಂತೆ ಪರಿತಪಿಸಿದಳು. ಪ್ರತಿಯೊಂದು ವಸ್ತುವಿನ ಕಡೆಗೂ ಪಲ್ಲವಿಯ ನೋಟ ಹರಿದಾಡುತ್ತಿತ್ತು. ತಾನು ಇಲ್ಲೇ ಪೂರ್ತಿ ನಿಲ್ಲುವ ದಿನವೆಂದು?

ಗೇಟಿನವರೆಗೂ ಬಂದು ಬೀಳ್ಕೊಟ್ಟಳು ಸುನೀತಾ "ಅಮ್ಮಂಗೂ ಬೇಜಾರು ಆಗಾಗ ಬನ್ನಿ" ಒಂದು ಆಹ್ವಾನ ಕೊಟ್ಟಳು. ಬಂಧುಗಳ ಹುಡುಗಿಯಾದ ಅಂಜಲಿಗೆ ಅತಿಶಯವೆನಿಸಲಿಲ್ಲ. ಹೆಚ್ಚು ಸಂತೋಷದಿಂದ ವಿಹರಿಸಿದವಳು ಪಲ್ಲವಿ. ಆಗಾಗ ಬಂದು ಹೋಗಬಹುದು ಒಂದು 'ಹಿಂಟ್' ಸಿಕ್ಕಂತಾಯಿತು.

ಅವಳೇನು ಕಾಲೇಜಿಗೆ ಹೋಗಲಿಲ್ಲ. ನೇರವಾಗಿ ಬಂದಿದ್ದು ಸಂಗೀತ ವಿದ್ಯಾಶಾಲೆಗೆ. ಕುಮಾರಿ ಶಾಂತ ವಿಠಲ ಕಟ್ಟುನಿಟ್ಟು ಎಲ್ಲಾ ವಿಷಯದಲ್ಲು. ಹೊರಗಿನ ವರಾಂಡದಲ್ಲಿ ಅಕ್ಕನಿಗಾಗಿ ಕಾದು ಕೂತಳು.

ಎರಡು ಕ್ಲಾಸ್ ಮುಗಿಸಿ ವಿದ್ಯಾರ್ಥಿಗಳನ್ನು ಕಳುಹಿಸಿದ ನಂತರವೇ ಅನುಪಲ್ಲವಿ ಹೊರಗೆ ಬಂದಿದ್ದು. ಆಶ್ಚರ್ಯದ ಜೊತೆ ಸಂತೋಷವು ಕೂಡ. ಕಿರುನಗು ಅರಳಿತು ತುಟಿಗಳ ಮೇಲೆ. ಮೊದಲಿನ ದಿನ ಇಲ್ಲಿಗೆ ಬಂದ ನಂತರ ಪಲ್ಲವಿ ಒಮ್ಮೆ ಕೂಡ ಇತ್ತ ಬಂದಿರಲಿಲ್ಲ. ಅವಳಿಗೆ ಸಂಗೀತದ ಬಗ್ಗೆ ಯಾವ ಆಸಕ್ತಿಯು ಇರಲಿಲ್ಲ.

"ನೀನು ಬಂದಿದ್ದು ತುಂಬ ಸಂತೋಷ. ಆಗಾಗ ಕೇಳ್ತಾ ಇರ್ತಾರೆ ಮೇಡಮ್. ಇಂದು ಸ್ವಲ್ಪ ಪುರಸತ್ತಿದೆ" ಒಳಗೆ ಕರೆದೊಯ್ದಳು. ಆಕೆಯನ್ನ ನೋಡಿ ಮಾತಾಡುವಲ್ಲಿ ಪಲ್ಲವಿಗೆ 'ಕ್ರೇಜ್' ಇರಲಿಲ್ಲ.

ಯಾರಿಗೋ ಫೋನ್ ಮಾಡುತ್ತಿದ್ದ ಕುಮಾರಿ ಶಾಂತ ವಿಠಲ ಕಣ್ಣಲ್ಲಿಯೇ ನಗು ತುಳುಕಿಸಿದರು. ಎರಡು ನಿಮಿಷ ಅವರ ಮಾತುಕತೆ ಸಾಗಿದ ನಂತರವೇ ಫೋನಿಟ್ಟು ಇವರತ್ತ ಗಮನ ಹರಿಸಿದ್ದು.

"ನಿನ್ತಂಗಿ ಅಲ್ವಾ! ಬಹಳ ಅಪರೂಪಕ್ಕೆ ಬಂದಿದ್ದಾಳೆ. ಹೇಗೆ ಸಾಗಿದೆ ಓದು?" ಕೇಳಿದರು. ಅವಳ ಗಮನ ಇದ್ದಿದ್ದು ಎಂಟು ಎಳೆಯ ಉದ್ದ ಚೈನಿನ ಮೇಲೆ. ಕತ್ತಿನಿಂದ ತೂಗಿ ಎದೆಯ ಮೇಲಿಂದ ಇಳಿದು ನಾಭಿಯನ್ನು ಮುಟ್ಟುವಂಥ ಲಾಂಗ್ ಚೈನ್ ಫಳಫಳ ಹೊಳೆಯುತ್ತ ಕುಮಾರಿ ಶಾಂತವಿಠಲ ಅವರ ಸೌಂದರ್ಯವನ್ನೇ ಹೆಚ್ಚಿಸಿತ್ತು.

ಅದು ಆಕೆಯ ಗಮನಕ್ಕೆ ಬಂದು ನಸು ನಕ್ಕರು. "ನೀನು ಸರಸ್ವತಿಗಿಂತ ಲಕ್ಷ್ಮಿಯನ್ನು ಆರಾಧಿಸ್ತೀಯಾ!" ಅರ್ಥಗರ್ಭಿತವಾಗಿ ನುಡಿದರು. ಅದೇನು ಅರ್ಥವಾಗಲಿಲ್ಲ ಅನುಪಲ್ಲವಿಗೆ. ಹಾಗೆಂದು ನಟಿಸಿದಳು ಪಲ್ಲವಿ "ಸಾರಿ ಮೇಡಮ್, ನಾನೇನೋ ಯೋಚ್ನೇ ಮಾಡ್ತಾ ಇದ್ದೆ."

ಕಾಫೀ ತರಿಸಿಕೊಟ್ಟು ಅವಳ ಕಾಲೇಜು, ಓದಿನ ಬಗ್ಗೆ ವಿಚಾರಿಸಿದರು. ಗೆಲುವಿರಲಿಲ್ಲ. ಅನ್ಯಮನಸ್ಕತೆಯಿಂದ ಮಾತಾಡುತ್ತಿದ್ದುದ್ದು ಆಕೆಯ ಅನುಭವಕ್ಕೆ ಬಂತು.

"ನೀನ್ಯಾಕೆ? ಸಂಗೀತ ಕಲೀಲಿಲ್ಲ ಎಂಥ ವಿದ್ವತ್ ನಿಮ್ಮಕ್ಕನದು." ಮನೆಯಲ್ಲೇ ಕಲ್ತುಕೋ. ಇಲ್ಲ–ಇಲ್ಲಿಗ್ಬಾ. ಈ ವಾತಾವರಣದಲ್ಲಿ ಶಾರದ ಬೇಗ ನಿಂಗೆ ಒಲೀತಾಳೆ ಎರಡು ಮಾತು ಹೇಳಿದರು.

ಅದಕ್ಕೆ ಪ್ರತಿಕ್ರಿಯಿಸದೆ ಮೇಲೆದ್ದಳು ಪಲ್ಲವಿ "ಬರ್ತೀವಿ ಮೇಡಮ್" ಆಕೆಯ ಮೂಗು ಸ್ವಲ್ಪ ಕೆಂಪಗಾಯಿತು. ಅಕ್ಕತಂಗಿಯರ ಮಧ್ಯದ ಅಂತರ ಅರಿವಾಯಿತು ಆಕೆಗೆ. ತಂಬೂರಿ ಹಿಡಿದರೆ ಸಾಕ್ಷಾತ್ ಶಾರದೆಯೇ ಅನುಪಲ್ಲವಿಯೆಂದು ಆಕೆಗೆ ಗೊತ್ತು.

ಗೇಟು ದಾಟುವ ವೇಳೆಗೆ ವಿದ್ಯಾಲಯದ ಕೆಲಸದವಳು ಬಂದು ಪ್ಲಾಸ್ಟಿಕ್ ಚೀಲ ಹಿಡಿದು ಬಂದಳು "ಅಮ್ಮಾವ್ರು ನಿಮ್ಗೇ ಕೊಡೋಕೆ ಹೇಳಿದ್ರು" ಕೊಟ್ಟು ಹಿಂದಕ್ಕೆ ತಿರುಗಿದಳು "ಬೆಳಿಗ್ಗೆ ಬೇಗ ಬರ್ಬೇಕಂತೆ."

ಮೂತಿ ತಿರುಗಿಸಿದಳು ಪಲ್ಲವಿ. ಸ್ವಲ್ಪ ಅಸಮಾಧಾನವೇ ಅವಳಿಗೆ "ಒಳ್ಳೆ ಸಂಪಾದ್ನೆ!" ಒಂದು ತರಹ ಮಾತಾಡಿದಾಗ ಸ್ವಲ್ಪ ಕಸಿವಿಸಿಯಾಯಿತು. ಅನುಪಲ್ಲವಿಗೆ "ಯಾರ್ಬಗ್ಗೆ ಅಂದಿದ್ದು! ಛೆ, ಹಾಗೆಲ್ಲ ಮಾತಾಡ್ಬೇಡ" ಕೆನ್ನೆಗೆ ಹಾಕಿಕೊಂಡಳು "ಇವತ್ತು ನಿನ್ನ ಕಲಿಕೆ ನಡೀತಾ ಇರೋದು ಆಕೆಯಿಂದ. ನಂಗಂತು ಎಷ್ಟೊಂದು ಭಯವಾಗಿತ್ತು.

ಹೊರಜಗತ್ತನ್ನೆ ಕಾಣ್ದಂತೆ ಬೆಳೆದೋಳು. ನಾಲ್ಕು ಜನರನ್ನ ಒಟ್ಟಿಗೆ ನೋಡಿದ್ರೆ ನಂಗೆ ಬೆನ್ನಲ್ಲಿ ಚಳಿ ಶುರುವಾಗುತ್ತೆ. ಆಕೆ ಎಷ್ಟೊಂದು ಸಹನೆಯಿಂದ ಆತ್ಮವಿಶ್ವಾಸ ತುಂಬಿದ್ರು" ಕೃತಜ್ಞತೆಯಿಂದ ಹೇಳಿದಳು. ಸ್ವರ ಒದ್ದೆಯಾಗಿತ್ತು. ಕುಮಾರಿ ಶಾಂತವಿಠಲ ಬಗ್ಗೆ ಗೌರವ, ಭಕ್ತಿ.

"ಹೌದೌದು, ಫ್ರೀಯಾಗಿ ಹಣ ಕೊಡ್ತಾ ಇದ್ದಾಳೆ. ನಾವು ಸ್ವಲ್ಪ ಮನಸ್ಸು ಮಾಡಿದ್ರೆ..." ಪೂರ್ತಿ ಹೇಳದೆ ನಿಲ್ಲಿಸಿದಳು. ಸದ್ಯಕ್ಕೆ ಅಂಥ ತೊಂದರೆಗಳು ಬೇಕಿರಲಿಲ್ಲ. "ನಂಗೊಂದಿಷ್ಟು ಹಣ ಬೇಕು. ಕಾಲೇಜಿನಲ್ಲಿ ನನ್ನ ನೋಡಿ ನಗೆಯಾಡುತ್ತಾರೆ" ದನಿಯಲ್ಲಿ ದುಃಖ ತುಂಬಿ ಉಸುರಿದಳು.

ಏನೇನು ಅರ್ಥವಾಗಲಿಲ್ಲ. ಕಾಲೇಜಿನಲ್ಲಿ ಕಲಿಯುತ್ತಿದ್ದ ವಿದ್ಯಾರ್ಥಿಗಳು ಸಂಗೀತದ ಶಿಕ್ಷಣ ಪಡೆಯಲೆಂದು ಬರುತ್ತಿದ್ದರು. ಸಲ್ವಾರ್ ಕಮೀಜ್ ಜೊತೆ ಸೀರೆಯುಡುವವರು ಇದ್ದರು. ತೀರಾ ಅತಿ ನಾಜುಕಾದ ಉಡುಪಿನಲ್ಲಿ ಸಂಗೀತಾಭ್ಯಾಸಕ್ಕೆ ಬರಬಾರದೆಂದು ನಿಯಮವಿದ್ದುದರಿಂದ ಅಂಥ ಮಾಡ್ ಉಡುಪಿನವರಾರು ಬರುತ್ತಿರಲಿಲ್ಲ.

"ಯಾಕಂತೆ?" ಮೆಲ್ಲಗೆ ಕೇಳಿದಳು.

ಅಷ್ಟರಲ್ಲಿ ಮೃತ್ಯುಂಜಯರೆ ಎದುರಾದರು. "ನಮ್ಮ ಚಿಕ್ಕಮ್ಮನಿಗೆ ಹುಷಾರಿಲ್ವಂತೆ. ಊರಿಗೆ ಹೋಗ್ತಾ ಇದ್ದೀನಿ. ಎಂಟು ಮನೆಗಳಲ್ಲಿ ನಮ್ದು ಒಂದ್ಮನೆಯಾದ್ದರಿಂದ ಭಯವಿಲ್ಲ. ಆದ್ರೂ ಜೋಪಾನವಾಗಿರಿ" ಪಲ್ಲವಿಯ ಕಡೆ ನೋಡಿದರು. ಅವಳಿಗಂತು ಹರ್ಷ ಅವರ ಸುಗ್ರೀವಾಜ್ಞೆಗಳ ಮಧ್ಯೆ ಬದುಕು ಬೇಸರವೆನಿಸಿತ್ತು.

"ನಾನು ಬರ್ಲಾ ದೊಡ್ಡಪ್ಪ" ಅನುಪಲ್ಲವಿಯ ಸ್ವರದಲ್ಲಿ ಆತಂಕವಿತ್ತು. "ಏನು ಬೇಕಿಲ್ಲ. ಫ್ಲೂ ಜ್ವರಾ ನಾಲ್ಕು ದಿನ ರೆಸ್ಟ್ ತಗೊಂಡ್ರೆ ಸರ್ಯೋಗುತ್ತೆ. ನೀವುಗಳು ಹುಷಾರಾಗಿರಿ" ಮತ್ತೊಮ್ಮೆ ಎಚ್ಚರಿಸುವುದರ ಜೊತೆಗೆ ನಾಲ್ಕು ಬುದ್ಧಿ ಮಾತುಗಳನ್ನು ಹೇಳಿದರು ಪಲ್ಲವಿಗೆ.

ಆಮೇಲಿನ ಅವಳ ನಡಿಗೆಯಲ್ಲಿ ಗರ್ವವಿತ್ತು. ಮಾತಿನಲ್ಲಿ ಉಲ್ಲಾಸವಿತ್ತು ಪೂರ್ತಿ ಅನ್ಯಮನಸ್ಕಳಾದದ್ದು ಅನುಪಲ್ಲವಿ.

"ಚಿಕ್ಕಮ್ಮಗೆ ಹುಷಾರಿಲ್ಲಾಂದ್ರೆ, ಅಮ್ಮನ್ನ ನೋಡಿಕೊಳ್ಳೋರ್ಯಾರು. ಇಲ್ಲಿಗೆ ಕರ್ಕೊಂಡ್ಬಂದ್ರೇಗೆ" ವ್ಯಾಕುಲದಿಂದ ನುಡಿದಾಗ ನಿಜವಾಗಿ ಭಯಪಟ್ಟಳು ಪಲ್ಲವಿ.

"ಇಲ್ಲಿಗಾ, ನಿಂಗೇನು ತಲೆ ಕೆಟ್ಟಿಲ್ವಾ! ಹೇಗೆ ಸುಧಾರಿಸೋದು. ಅಲ್ಲಿ ದೊಡ್ಡ ಹಿತ್ತಲು ಇದೆ. ಮನೆ ಮುಂದೆ ಜಾಗ ಇದೆ ಕೂತ್ಕೊಂಡ್ ಗೊಣಗಿಕೊಂಡಿರ್ತಾರೆ. ಅಲ್ಲಿ ಜನಕ್ಕೆ ಅಮ್ಮನ್ನ ವಿಷ್ಯ ಗೊತ್ತು. ಇಲ್ಲಿಗೆ ಕರ್ಕೊಂಡ್ಬಂದ್ರೆ ಮನೆ ಖಾಲಿ ಮಾಡಿಸ್ತಾರೆ" ಹೆದರಿಸಿದಳು. 'ನಮ್ಮ' ಪದಕೆ. ಎಳ್ಳು ನೀರು ಬಿಟ್ಟು 'ನನ್ನ' ಎನ್ನುವ ಪದವನ್ನು ಮಾತ್ರ ಪೋಷಿಸುತ್ತಿದ್ದಳು. ಸ್ವಹಿತ, ಸ್ವಂತ ಸುಖ, ತಾನ್ನೊಬ್ಬಳ ಭವಿಷ್ಯ ಮಾತ್ರ ಅವಳಿಗೆ ಮುಖವಾಗಿತ್ತು.

ತೀರಾ ಸಪ್ಪಗಾದಳು ಅನುಪಲ್ಲವಿ. ಗೇಟಿನೊಳಕ್ಕೆ ಪ್ರವೇಶಿಸಿದ ಪಲ್ಲವಿ

ಅದೃಶ್ಯಳಾದಳು. ಕ್ಷಣದಲ್ಲಿ ಸೋನಿಯಾ ಮನೆ ಬಾಗಿಲಲ್ಲಿದ್ದಳು.

ಕಾದಿದ್ದವರಂತೆ ಬಂದರು ದ್ರೌಪದಿ "ಸ್ವಲ್ಪ ಸಹಾಯ ಬೇಕು ಅನು ನಮ್ಮವ್ರು ಊರಿಗೆ ಹೊರಟು ನಿಂತಿದ್ದಾರೆ. ಅವ್ರ ತಂಗಿಗೆ ಮಕ್ಳು ಜಾಸ್ತಿ. ಹೋದ ಕೂಡ್ಲೇ ಕೈಗಳನ್ನ ನೋಡುತ್ತಾರೆ. ಒಂದಿಷ್ಟು ತಿಂಡಿ ಮಾಡಿ ಕಳ್ಸಬೇಕು. ಒಬ್ಳ ಕೈಯಲ್ಲೇ ಆಗೋಲ್ಲ" ತೋಡಿಕೊಂಡರು.

ಮನಸ್ಸಿನ ವ್ಯಾಕುಲ ಏಕಾಂತದಲ್ಲಿ ಕಮ್ಮಿಯಾಗುವುದಿಲ್ಲವೆಂದು ಗೊತ್ತು ಅನುಪಲ್ಲವಿಗೆ. ನಗುಮುಖದಿಂದಲೇ ಒಪ್ಪಿಗೆ ಸೂಚಿಸಿದಳು. ಅವರನ್ನು ಕೂಡಿಸಿಯೇ ಚಕ್ಕುಲಿ, ಉಂಡೆ, ಸಕ್ಕರೆ ಒಬ್ಬಟ್ಟು ಮಾಡುವ ವೇಳೆಗೆ ಅರ್ಧರಾತ್ರಿಯೇ ಆಯಿತು.

"ಎಲ್ಲಾ ಮುಗೀತು! ನಾನ್ಬರ್ಲಾ..." ಬೆವರನ್ನೊರೆಸಿಕೊಂಡ ಅನುಪಲ್ಲವಿ "ಅವ್ಳೇನು ಊಟ ಮಾಡಿದ್ದಾಳೋ, ಇಲ್ವೋ! ನಂಗಂತು ತಿಂಡಿ ಕೊಟ್ಟು ಹೊಟ್ಟೆ ತುಂಬ್ಸಿ ಬಿಟ್ರಿ" ಎಂದವಳು ಅವಸರವಾಗಿ ಮನೆಗೆ ಬಂದು ಬಾಗಿಲು ದೂಡಿದಾಗ ತೆರೆದೆ ಇತ್ತು. ಅವಳೆದೆ ಧಸಕ್ಕೆಂದಿತು.

ಪಲ್ಲವಿಯೇನು ಓದುತ್ತಿರಲಿಲ್ಲ. ಪುಸ್ತಕ ಹಿಡಿದು ತೂಕಡಿಸುತ್ತಿರಲಿಲ್ಲ. ಆರಾಮಾಗಿ ಹೊದ್ದು ಮಲಗಿದ್ದಳು ಊಟ ಕೂಡ ಮುಗಿದಿತ್ತು.

"ರಾತ್ರಿ ಹಗ್ಲು ನಿದ್ದೆಗೆಟ್ಟು ಓದ್ಬೇಕು. ಕ್ಲಾಸ್, ರ್‍ಯಾಂಕಂತು ಬಂದ್ರೆ ಯಾವುದಾದ್ರೂ ಕೆಲ್ಸ ಸಿಕ್ಕಿತು" ಮೃತ್ಯುಂಜಯ ಆಗಾಗ ಆಡುವ ಮಾತುಗಳು.

ಬಂದ ಹೊಸದರಲ್ಲಿ ಸದಾ ಪುಸ್ತಕವಿಡಿದಿರುತ್ತಿದ್ದಳು. ಈಗ ಅಲಂಕಾರದ ಕಡೆ ಹೆಚ್ಚು ಗಮನ. ಮಾತು ನಗುವನ್ನು ಕನ್ನಡಿಯ ಮುಂದೆ ನಿಂತು ಅಭ್ಯಾಸ ಮಾಡುತ್ತಿದ್ದಳು.

"ಇದೇನು ಹೊಸ ಚೇಷ್ಟೆ?" ಗದರಿಸಿದ್ದರು ಮೃತ್ಯುಂಜಯ. ಛಾತಿಯ ಹುಡುಗಿ ಸಮರ್ಥಿಸಿಕೊಂಡಿದ್ದಳು "ಹೋಗಿ ದೊಡ್ಡಪ್ಪ, ನಾನು ನಕ್ರೆ ಕಾಲೇಜಿನಲ್ಲೆಲ್ಲ ಆಡಿಕೋತಾರೆ. ಮಾತು ಕೂಡ ಸರಿಯಿಲ್ಲಾಂತಾರೆ. ನಂಗೊಂದು ತರಹ ಆಗುತ್ತೆ. ಅದ್ಕೇ ಅಭ್ಯಾಸ ಮಾಡ್ಕೋತಾ ಇದ್ದೀನಿ."

"ಚಿತ್ರವಿಚಿತ್ರ ಏನಾದ್ರೂ ಮಾಡ್ಕೋ. ನಿನ್ನ ಗಮನ ಪೂರ್ತಿ ವ್ಯಾಸಂಗದ ಕಡೆ ಇರ್‍ಲಿ!" ನಯವಾಗಿಯೇ ಗದರಿಸಿದ್ದರು. ಓದುವುದರ ಕಡೆ ಪಲ್ಲವಿಯ ಗಮನ ಕಡಿಮೆ ಯಾಗುತ್ತಿದೆಯೆನ್ನುವುದು ಅವರ ಭಾವನೆ.

ಇನ್ನೊಂದು ಹೊದಿಕೆ ಹೊದಿಸಿ ಹಾಸಿಗೆಯ ಮೇಲೆ ಉರುಳಿಕೊಂಡಾಗ ಎರಡು ದಾಟಿತ್ತು. ಇಂದು ಸ್ವಲ್ಪ ಮೈಕೈ ನೋವೆನಿಸಿತು. ಅನುಪಲ್ಲವಿಗೆ 'ಅಮ್ಮ...' ನರಳಿ ಪಕ್ಕಕ್ಕೆ ಉರುಳಿದಳು.

ತಾಯಿಯ ನೆನಪು ಬಾಧಿಸಿತು. ಸಂಜೆಗಾಗಿ ಕಾಯುವ ನಂತರ ಚಡಪಡಿಕೆಯಿಂದ ಎದುರು ನೋಡುವ ಅವಳ ಕಣ್ಣಿಂದ ಎರಡು ಹನಿಯುದುರಿ ದಿಂಬಿನೊಳಗೆ ಹುದುಗಿ ಅಣಕಿಸಿತು. 'ಅಮ್ಮ...' ಮಾಮೂಲಾಗುವ ದಿನ ಬಂದಿತೆ? ದೂರದ ಆಸೆ ಆ ಆಸೆ

ಕೈಗೂಡಲು ನೂರು ದೇವರಲ್ಲಿ ನೂರು ಹರಕೆ.

ನಿಮಿಷಗಳು ಕಳೆಯುತ್ತಿದ್ದವು. ನಿದ್ದೆ ಅವಳ ಬಳಿ ಸುಳಿಯಲಿಲ್ಲ. ಮಧ್ಯೆ ಒಮ್ಮೆ ಬಸಮ್ಮನ ಮನೆ ಗಲಾಟೆ ಕೇಳಿಸಿತು. ಇದು ಮಾಮೂಲಿ ಜಗಳ ಹೊಡೆತ ಬಡೆತವಿದ್ದರೂ ಹುಲಿಯಪ್ಪ ಇಡೀ ಎಲ್ಲಾ ಮನೆಗಳಿಗೂ ಬೇಕಾದ ವ್ಯಕ್ತಿ.

"ಆ ಕಡೆ ಹೊರಟಿದ್ದೀನಿ. ಕೊಡಿ ಎಲೆಕ್ಟ್ರಿಕ್ ಬಿಲ್, ಹಣ ಕಟ್ಟಿ ಬರ್ತೀನಿ" ಎನ್ನುತ್ತಿದ್ದ. "ಹಳ್ಳಿಗೆ ಹೋಗಿದ್ದೆ. ತಾಜಾ ತರಕಾರಿ ಕಾಯಿ ಪಲ್ಲೆಯನ್ನು ತಂದು ಸುರಿದರೂ ಪೈಸೆ ಮುಟ್ಟನು.

ಮಾಮೂಲಾಗಿ ಇನ್ನಷ್ಟು ಲೇಟಾಗಿಯೇ ಎದ್ದಿದ್ದು ಪಲ್ಲವಿ. 'ಹೆಚ್ಚು ನಿದ್ದೆ ಮುಖದ ತಾಜಾತನ ಉಳಿಸುತ್ತೆ' ಒಂದು ಪತ್ರಿಕೆಯಲ್ಲಿ ಓದಿದ್ದಳು. ಇಂದು ಕಣ್ಣು ಕೆಂಪಗೆ ಮಾಡುವ ದೊಡ್ಡಪ್ಪ ಇರದಿದ್ದರಿಂದ ಮತ್ತಷ್ಟು ಹೊತ್ತು ಹೊದ್ದು ಮಲಗಿದಳು.

ತಣ್ಣೀರಿನಲ್ಲಿಯೇ ಸ್ನಾನ ಮುಗಿಸಿ ದೇವರ ಮುಂದೆ ದೀಪ ಹಚ್ಚಿಟ್ಟು ಮೆಲ್ಲನೆಯ ದನಿಯಲ್ಲಿ ಹಾಡುತ್ತ ತಂಗಿಗಾಗಿ ಬಿಸಿ ನೀರಿಟ್ಟು ಎಬ್ಬಿಸಲು ಬಂದಳು.

"ಪಲ್ಲವಿ ಇದೇನಿದು! ಓದೋದು ತುಂಬ ಇರುತ್ತೆ ಅಂತಾರೆ. ಶಂಕರ್ ಇಡೀ ರಾತ್ರಿ ಓದ್ತಾನೆ" ದ್ರೌಪದಿಯವರ ಮಗನ ಬಗ್ಗೆ ಹೇಳಿದರು.

ಮುಖ ಗಡಿಗೆ ಮಾಡಿಕೊಂಡು ಎದ್ದುಹೋದ ಪಲ್ಲವಿ ಸ್ನಾನ ಮುಗಿಸಿಕೊಂಡು ಬರುವ ವೇಳೆಗೆ ದ್ರೌಪದಿ ಇದ್ದರು. ತಟ್ಟೆ ತುಂಬ ರಾತ್ರಿ ಮಾಡಿದ ತಿಂಡಿಗಳು ಜೊತೆಗೆ ಇಪ್ಪತ್ತರ ಒಂದು ಕೆಂಪು ನೋಟು. ಐದರ ಒಂದು ಮಾಸಿದ ನೋಟನ್ನು ಇಲ್ಲೇ ಇಟ್ಟರು.

"ಅಯ್ಯೋ ಬೇಡ, ಬೇಕಾದ್ರೆ ತಿಂಡಿ ಕೊಡಿ ದುಡ್ಡು ಮಾತ್ರ ಬೇಡ. ಊರು ಬಿಟ್ಟಂದಿರೋ ನಾವು ನಿಮ್ಮಂಥವ್ರ ನೆರಳಿನಲ್ಲಿ ಇರ್ಬೇಕು. ನಿಮ್ಮ ಪ್ರೀತಿ, ವಿಶ್ವಾಸ ಸಾಕು" ನಿರಾಕರಿಸುತ್ತಿದ್ದಳು ಅನುಪಲ್ಲವಿ. ಅವಳ ನಯವಾದ ನಿರಾಕರಣೆಗಿಂತ ಒತ್ತಾಯ ಅಧಿಕ ಪಟ್ಟಾಗಿ ಅಲ್ಲೇ ಉಳಿಯಿತು ಹಣ.

ಅದನ್ನ ತನ್ನ ಪರ್ಸ್‌ಗೆ ಸೇರಿಸಿದಳು ಪಲ್ಲವಿ "ನನ್ಹತ್ರ ಏನಿರ್ಲಿಲ್ಲ. ನಂಗಿರ್ಲಿ... ಯಾಕೆ ಬೇಡಾಂತೀಯಾ ಅದು ಅಕ್ಕ. ಇದು ಸಿಟಿ ಎಷ್ಟು ಹಣವಿದ್ರೂ ಸಾಲ್ದು. ಹಾಗೇ ನೋಡಿದ್ರೆ ಕೊಟ್ಟಿದ್ದು ಕಡಿಮೆನೇ" ಎಂದು ಕಡೆಯ ಮಾತನ್ನು ಅವಳ ಕಿವಿಯಲ್ಲಿ ಹೇಳಿದಳು. ಆದರೂ ಸರಿಯೆನಿಸಲಿಲ್ಲ ಅನುಗೆ. ಸುಮ್ಮನಾದಳು.

"ಸೋನಿಯಾ ಅವ್ರಿಗೆ ಇಂಥ ತಿಂಡೀಂದ್ರೆ ತುಂಬ ಇಷ್ಟ. ತಗೊಂಡ್ಹೋಗಿ ಕೊಡ್ಲಾ?" ಅಕ್ಕಿಯ ತಪ್ಪಲೆಯಲ್ಲಿ ಕೈಯಾಡಿಸುತ್ತಿದ್ದ ಅನುನ ಕೇಳಿದ ಪಲ್ಲವಿ "ಆಫೀಸ್ ಕೆಲ್ಸ. ಊಟಕ್ಕೆ ಹೋಟೆಲ್‌ಗೆ ಹೋಗ್ತಾರೆ ಆಗಾಗ. ಇನ್ನ ಇಂಥದ್ನ ಎಲ್ಲಿ ಮಾಡ್ತಾರೆ. ಕೊಟ್ಬರ್ತೀನಿ" ಹೊರಟೇಬಿಟ್ಟಳು. ಆ ಧಾರಾಳತನ ತೋರುವುದಕ್ಕೆ ಕಾರಣವಿತ್ತು. ಅವರ ಹತ್ತಿರವಿದ್ದ ನಸು ಹಳದಿಯ ಚೂಡಿದಾರ್ ಅವಳಿಗೆ ಇಷ್ಟವಾಗಿತ್ತು. ಒಂದು ದಿನಕ್ಕಾಗಿ ಎರವಲು ಪಡೆಯುವ ಸನ್ನಾಹ.

ಅತ್ತಿತ್ತ ನೋಡಿ ದ್ರೌಪದಿಯವರು ಹೊರಗಡೆ ಇಲ್ಲವೆಂದು ದೃಢಪಡಿಸಿಕೊಂಡ ನಂತರವೇ ತಿಂಡಿಯನ್ನು ಒಯ್ದಿದ್ದು ಸೋನಿಯಾ ಮನೆಗೆ. ಗಂಡ, ಹೆಂಡತಿ ಮಧ್ಯೆ ಒಂದಿಷ್ಟು ಜಗಳ ನಡೆಯುತ್ತಿತ್ತು. ಹೋದಾಗ ಪಾಣಿ ರೂಮಿಗೆ ಹೋಗಿ ರಪ್ಪೆಂದು ಬಾಗಿಲು ಹಾಕಿಕೊಂಡ.

"ಸಾರಿ, ನಾನು ಬಂದಿದ್ದು ತಪ್ಪಾಯಿತೇನೋ!?" ಒಂದು ತರಹ ಮುಖ ಮಾಡಿದಳು ಪಲ್ಲವಿ. ಜಗಳದಿಂದ ಬಿಡುಗಡೆ ಬೇಕಿತ್ತು ಸೋನಿಯಾಗೆ "ಏನಿಲ್ಲ ಈಗ ತಿಂಡಿ ಮಾಡೋದೋ, ಹೋಟೆಲ್‌ಗೆ ಹೋಗೋದೋ ಅನ್ನೋ ಚರ್ಚೆಯಲ್ಲಿದ್ವಿ" ಬೇಸರ ತೋರದೆ ಹೇಳಿದಳು.

"ಏರ್ಡು ಬೇಡ" ತಿಂಡಿಯ ತಟ್ಟೆಯನ್ನು ಟೀಪಾಯಿ ಮೇಲಿರಿಸಿದಳು "ಬೇಕಾದ್ರೆ ಕಾಫೀ ನಾನು ಮಾಡ್ಕೊಡ್ತೀನಿ" ಸೋನಿಯಾ ಕೂಡ ಒಂದಿಷ್ಟು ಪ್ರಸನ್ನಳಾದಳು.

ಹೊಗಳಿಕೆಯ ನಡುವೆ ಚೂಡಿದಾರ್ ಕೇಳಿಬಿಟ್ಟಳು "ತಗೊಂಡ್ಹೋಗು ಇಷ್ಟಾಂದ್ರೆ ನೀನೇ ಇಟ್ಕೋ" ಬೀರು ತೆಗೆದು ತಂದು ಅವಳಿಗೆ ಕೊಟ್ಟಳು. ಸೋನಿಯಾ ಪಲ್ಲವಿಗಿಂತ ಎತ್ತರ, ಒಂದಿಷ್ಟು ದಪ್ಪ ಅಳತೆ ಹೆಚ್ಚು ಕಮ್ಮಿಯಾಗುತ್ತೆ ಎನ್ನುವ ಪರಿಜ್ಞಾನಾನೆ ಇರಲಿಲ್ಲ ಅವಳಿಗೆ.

"ಥ್ಯಾಂಕ್ಸ್ ತುಂಬ ಥ್ಯಾಂಕ್ಸ್" ಓಡಿಯೇಬಿಟ್ಟಳು.

ಅವಸರದ ಕೆಲಸದಲ್ಲಿದ್ದ ಅನುಪಲ್ಲವಿ ಗಮನಿಸಲಿಲ್ಲ. ಒಂದು ಪ್ಲಾಸ್ಟಿಕ್ ಚೀಲದಲ್ಲಿ ಹಾಕಿಕೊಂಡು ತಕ್ಷಣ ಹೊರಟುಬಿಟ್ಟಳು.

"ಕಾಲೇಜಿಗೆ ಹೋಗ್ತರ್ತೀನಿ" ಚಪ್ಪಲಿ ಮೆಟ್ಟಿದಾಗ ಒಗ್ಗರಣೆ ಹಾಕುತ್ತಿದ್ದ ಅನುಪಲ್ಲವಿ ಮುಖವನ್ನೊರೆಸಿಕೊಳ್ಳುತ್ತ ಬಂದಳು "ಊಟ ಮಾಡ್ಕೊಂಡ್ಹೋಗು."

"ಹೊತ್ತಾಗಿ ಹೋಯ್ತು, ಊಟ ತಿಂಡೀಂತ ಕೂತ್ರೆ... ಆಗುತ್ತಾ? ಸಂಜೆ ಬಂದು ಮಾಡ್ಕೊತೀನಿ. ಮುಚ್ಚಿಟ್ಟಿಡು" ಹೊರಟೇಬಿಟ್ಟಳು.

ನೊಂದಳು ಅನುಪಲ್ಲವಿ. ತನ್ನದೇ ತಪ್ಪಾಯಿತೇನೋ!

ಕೀ ಬಂಚ್‌ನ ದ್ರೌಪದಿಯವರ ಮನೆಗೆ ಕೊಟ್ಟು ಹೊರಟಾಗ ಸೋನಿಯಾ, ಪಾಣಿ ಜೊತೆಯಲ್ಲಿ ಬಂದರು. ಬರೀ ಮುಗುಳ್ನಕ್ಕಳು. ಮಾತು ಕಡಿಮೆ, ಅಗತ್ಯವೆನಿಸಿದರೆ ಮಾತಾಡಿಯಾಳಷ್ಟೆ.

"ನಂಗೂ ಸಂಗೀತ ಕಲ್ಸೀ ಕೊಡ್ತೀರಾ!" ಗರಿಗರಿಯ ಸೀರೆಯ ನೆರಿಗೆಗಳನ್ನು ಚಿಮ್ಮುತ್ತ ಸೋನಿಯಾ ಕೇಳಿದಾಗ ಕನ್ನಡಕದೊಳಗಿನ ಕಣ್ಣುಗಳು ಮಿನುಗಿದವು "ನಂಗೇನು ತುಂಬ ಗೊತ್ತಿಲ್ಲ. ಕಲೀತಿರೋದು ತುಂಬ ಸ್ವಲ್ಪ" ನಯವಾಗಿ ಹೇಳಿದಳು.

"ಪ್ಲೀಸ್, ಸ್ವಲ್ಪ ಮನಸ್ಸು ಮಾಡಿ ಒಪ್ಕೊಳ್ಳಿ, ನಂಗೆ ಕನಿಷ್ಟ ಒಂದ್ಗಂಟೆಯಾದ್ರೂ ಇವ್ನ ಕಾಟದಿಂದ ವಿಮುಕ್ತಿ ಸಿಕ್ಕುತ್ತೆ" ಕಣ್ಣಲ್ಲಿಯೆ ಪಾಣಿ ಹೆಂಡತಿಯನ್ನು ಛೇಡಿಸಿದಾಗ "ಯೂ..." ಎಂದ ಸೋನಿಯಾ ಸುಮ್ಮನಾದಳು.

ಅನುಪಲ್ಲವಿ ತನ್ನ ಪಾಡಿಗೆ ತಾನು ಹೋದಳು.

"ಸೈಲೆಂಟ್ ಅಂಡ್ ಗುಡ್ ಗರ್ಲ್. ನಿನ್ನ ದೋಸ್ತಿ ಬರ್‍ತಾಳಲ್ಲ. ಚಾಟರ್ ಬಾಕ್ಸ್, ಬಂದಾಗ್ಲೆಲ್ಲ ಪೆನಾಲ್ಟಿ. ತಿಂಡಿಗೆ ಸೆಲ್ವಾರ್ ಕಮೀಜ್ ವಾ... ಅದು ವಾಪ್ಸು ಬರ್‍ಲಿಲ್ಲಾಂದ್ರೆ ನಿಂಗಂತು ಪನೀಷ್‌ಮೆಂಟ್ ಗ್ಯಾರಂಟಿ. ಕ್ರೀಮ್, ಲಿಪ್‌ಸ್ಟಿಕ್‌ನಿಂದ ಡ್ರೆಸ್‌ವರ್ಗ್ಗೂ ಬಂತು" ಜೋರು ಮಾಡಿ ಸ್ಕೂಟರ್ ಹತ್ತಿದ ಪಾಣಿ. ವಯಸ್ಸಿಗೆ ಸಹಜವಾದ ಪಲ್ಲವಿಯ ಆಸೆಗಳ ಬಗ್ಗೆ ಕನಿಕರವೇ ಆದರೆ ಅದು ಅತಿಯಾದರೆ ಅಪಾಯ. ಭವಿಷತ್‌ಗೆ ಮಾರಕವೆಂಬ ವಿಷಯ ಅವಳಿಗೆ ತಿಳಿಯದೇ?

ಇವರ ಸ್ಕೂಟರ್ ರೋಡು ಟರ್ನ್ ಆಗುವ ಕಡೆಯ ನ್ಯೂ ಟೈಲರ್ ಸೆಂಟರ್‌ನಲ್ಲಿ ನಿಂತಿದ್ದ ಪಲ್ಲವಿ ಅವರ ಕಣ್ಣಿಗೆ ಬಿದ್ದಳು.

"ಮಾದರಿಗೆ ತಗೊಂಡ್ಹೋಗಿರ್‍ಬಹುದ್ದು" ಎಂದಳು ಸೋನಿಯಾ.

ಆದರೆ ವಿಷಯವೇ ಬೇರೆ. ಪಲ್ಲವಿ ತನ್ನ ಅಳತೆಗೆ ಅನುಗುಣವಾಗಿ ಸೆಲ್ವಾರ್ ಕಮೀಜ್‌ನ ರಿಪೇರಿ ಮಾಡಿಸಿಕೊಂಡಳು ಸಂಜೆಯವರೆಗೂ ನಿಂತು. ಲಂಗ ಬಿಟ್ಟ ಮೇಲೆ ಕೆಲವಷ್ಟು ದಿನ ಉಳಿದ ಲಂಗಗಳ ಮೇಲೆ ದಾವಣಿ ಹಾಕುತ್ತಿದ್ದಳು. ನಂತರ ಸೀರೆ ಬೇರೆ ರೀತಿಯ ಡ್ರೆಸ್ ಅವಳ ಜೀವನದಲ್ಲಿ ಹಾಕುವ ದಿನ ಇದೇ ಮೊದಲನೆಯದು.

ಆತುರಾತುರವಾಗಿ ಮನೆಗೆ ಬಂದಾಗ ಸಂಡಿಗೆ ಒಣಗಿ ಹಾಕಿಕೊಂಡು ಕೂತಿದ್ದ ದ್ರೌಪದಿ, ಬಸಮ್ಮ ಕಣ್ಣರಳಿಸಿದರು.

"ಕಾಲೇಜು ಇಲ್ವಾ?" ದ್ರೌಪದಿ ಕೇಳಿದರು.

"ಕಾಲೇಜು ಇರ್‍ದೇ ಎಲ್ಹೋಗುತ್ತೆ. ಊಟ ಮಾಡಿರ್‍ಲಿಲ್ಲ ಅದ್ಕೇ ಬಂದೆ" ಹಾರುವ ನಡಿಗೆಯಲ್ಲಿ ಬೀಗ ತೆಗೆದು ಬಾಗಿಲು ಹಾಕಿಕೊಂಡವಳು.

ನಾಲ್ಕು ಸಲ ಸೋಪು ಹಾಕಿ ಮುಖ ತೊಳೆದು ಕನ್ನಡಿಯ ಮುಂದೆ ನಿಂತಳು. ಕ್ರೀಮ್, ಪೌಡರ್ ನಂತರ ಬಸಮ್ಮನಿಂದ ತಂದಿದ್ದ ನಂದಿ ಬಟ್ಟಲು ಹೂನಲ್ಲಿ ತಯಾರಿಸಿದ ಕಣ್ಣು ಕಪ್ಪನ್ನು ಹಚ್ಚಿಕೊಂಡು ಹತ್ತು ನಿಮಿಷ ಮುಖದ ಓರೆಕೋರೆಗಳನ್ನು ನೋಡಿಕೊಂಡು ತಿದ್ದಿದನಂತರ ಸೆಲ್ವಾರ್ ಕಮೀಜ್ ತೊಟ್ಟಿದ್ದು.

ಚೆನ್ನಾಗಿದ್ದ ಪಲ್ಲವಿ ಆ ಉಡುಪಿನಲ್ಲಿ ಆಕರ್ಷಕವಾಗಿಯೇ ಇದ್ದಳು. ಅದನ್ನು ನೋಡಿ ಸವಿಯಲು ಹರ್ಷಿಸಲು ನಿಲುವು ಕನ್ನಡಿ ಇರಲಿಲ್ಲ, ಖಿನ್ನಳಾದಳು.

ಸೆಲ್ವಾರ್ ಕಮೀಜ್ ಕೊಟ್ಟಾಗ ಹಕ್ಕಿಯಂತಾದಳು ಕುಣಿಯುವ, ಹಾರುವ ಉತ್ಸಾಹ, ಅತ್ತಿತ್ತ ಓಡಾಡಿದಳು. ನಸು ಹಳದಿಯ ಮೇಲಿನ ಹಿನ್ನೆಲೆ ಆಕರ್ಷಕವಾಗಿತ್ತು. ದುಪ್ಪಟ್ಟಾ ಹೊದ್ದಳು.

ಹೊರಟಾಗ ದ್ರೌಪದಿ, ಬಸಮ್ಮ ಕಣ್ಣರಳಿಸಿದರು. ಸೋನಿಯಾ ತೊಡುತ್ತಿದ್ದನ್ನು ನೋಡಿದ್ದರು. ಅದೇನಾ ಅಥವಾ ಬೇರೆಯದಾ?

"ಮತ್ತಷ್ಟು ಚಿಕ್ಕವಳ ಹಾಗೆ ಕಾಣ್ತಾಳೆ!" ಬಸಮ್ಮ ಹೇಳಿದರು. ಬರೀ ಹೆಣ್ಣುಮಕ್ಕಳ ತಾಯಿ. ಅವರ ಆಸೆ–ಆಕಾಂಕ್ಷೆ ಗೊತ್ತು, "ನೋಡೋಕು ಲಕ್ಷಣವಾಗಿದ್ದಾಳೆ. ವಯಸ್ಸಿನ

ಹುಡ್ಗಿ!" ಸಹಾನುಭೂತಿ ಆಕೆಯ ಸ್ವರದಲ್ಲಿ.

ತೀರಾ ಪಕ್ಕದಲ್ಲಿಯೇ ಇದ್ದ ದ್ರೌಪದಿಗೆ ಸ್ವಲ್ಪ ಬೇಸರವೆ ಅವಳ ಬಗ್ಗೆ "ಮಾಡ್ಕೊಳ್ಳಿ. ಯಾರ್ಬೇಡಾಂತಾರೆ. ನವಿಲು ಕುಣಿಯುತ್ತೇಂತ ಕೆಂಡಕ್ಕಿ ಪುಕ್ಕ ತಂದ್ಕೊಂಡ್ ಕುಣಿಯೋಕ್ಕಾಗುತ್ಯೆ! ಸೋನಿಯಾ ಅವ್ಳ ಗಂಡ ಇಬ್ರು ದುಡೀತಾರೆ. ಕೈತುಂಬ ಹಣ. ಇಬ್ರೂ ಅನ್ಕೂಲಸ್ಥರ ಮನೆಯಲ್ಲಿ ಹುಟ್ಟಿ ಬೆಳೆದೋರು. ನಾಳೆ ಕಷ್ಟಾಂದ್ರೆ ಓಡ್ಬರ್ತಾರೆ. ಇವ್ರಿಗೆ ಅನ್ಕೂಲ ಇಲ್ಲ. ಪಾಪ ಅನು ಎಷ್ಟೊಂದು ಕೆಲ್ಸ ಮಾಡ್ತಾಳೆ. ಇವ್ಳು ಮಹಾರಾಣಿ" ಸ್ವಲ್ಪ ಅಸಹನೆಯಿಂದಲೇ ಹೇಳಿದರು. ತೀರಾ ಸಂಕೋಚದ ಪ್ರವೃತ್ತಿ ಅನುಪಲ್ಲವಿಯದು. ಆದರೆ ಪಲ್ಲವಿಗೆ ಸಂಕೋಚ ಎನ್ನುವ ಪದದ ಅರ್ಥವೇ ಗೊತ್ತಿಲ್ಲ. ಅದು ನೆರೆಯವರಿಗೆ ಬೇಸರ ತರಿಸುವಂಥ ವಿಷಯವೇ.

ಅಷ್ಟರಲ್ಲಿ ಹುಲಿಯಪ್ಪ ಬಂದಿದ್ದರಿಂದ ಬಸಮ್ಮ ಒಳಕ್ಕೆ ಹೋದರು "ನೋಡಿದ್ಯಾ, ಆ ಹುಡ್ಗೀನ! ಅದೇ ಮೇಲಿನ ಮನೆ ಮೃತ್ಯುಂಜಯಪ್ಪನವ್ರು ಕಿರಿ ಮಗಳ್ನ. ನಂಗೆ ತಟ್ಟನೆ ಗುರ್ತು ಸಿಗ್ಲಿಲ್ಲ. ಆಯಮ್ಮನೆ ಮಾತಾಡಿಸಿದ್ಲು. ಮಜುಬೂತಾದ ಹೆಣ್ಣು. ಈ ತರಹ ಡ್ರೆಸ್ ಯಾಕೆ ಬೇಕಿತ್ತು" ಅಂದರು. ಅಂಥ ವಿದ್ಯಾವಂತನಲ್ಲ. ಸ್ವಲ್ಪ ಸಂಪ್ರದಾಯವಾದಿ ಮಹಿಳೆಯರ ಬಗ್ಗೆ ಒಂದು ಲಿಮಿಟ್‌ನಲ್ಲಿ ಯೋಚಿಸುವಂಥವ.

"ಅಯ್ಯೋ ಬಿಡಿ, ಈಗ ಎಲ್ಲಾ ಅಂಥ ಡ್ರೆಸ್ ಹಾಕೋದು. ಇನ್ನು ಚಿತ್ರ ವಿಚಿತ್ರವಾದ್ನ ಹಾಕ್ಕೋತಾರೆ. ಸೋನಿಯಾನ ನೋಡಿಲ್ವಾ! ಮದ್ವೆಯಾದ ಹುಡ್ಗೀ. ಅವ್ಳೇ ಆರಾಮಾಗಿ ಹಾಕ್ಕೊಂಡ್ ಓಡಾಡ್ತಾಳೆ" ನಯವಾದ ಸಮರ್ಥನೆ ಆಕೆಯದು. ಅದಕ್ಕೆ ಹುಲಿಯಪ್ಪನ ಒಪ್ಪಿಗೆ ಇಲ್ಲ. ಅಡ್ಡಡ್ಡ ತಲೆಯಾಡಿಸಿದ.

"ನೀನೊಬ್ಳು ಮೂದೇವಿ. ನಿಂಗೆ ಮಕ್ಳನ ಹಡಿಯೋದ್ಬಿಟ್ಟು ಬೇರೇನು ಗೊತ್ತಿಲ್ಲ. ಅಲ್ಲಿ ಮದ್ವೆ ಅನ್ನೋದೇ ಪ್ಲಸ್ ಪಾಯಿಂಟ್. ಕತ್ತಿನಲ್ಲಿ ಮಂಗಳ ಸೂತ್ರವಿದ್ರೆ ಕೆಲವು ಪುಂಡರು ಪೋಕರಿಗಳಾದ್ರೂ ಅವ್ಳ ಕಡೆ ನೋಡೋಲ್ಲ. ಇನ್ನ ಗಂಡಹೆಂಡ್ತಿ ಜೊತೆ ಜೊತೆಯಾಗಿ ಓಡಾಡ್ತಾರೆ, ಸ್ವಂತ ವೆಹಿಕಲ್ ಇದೆ. ಇದ್ನೆಲ್ಲ ತಲೆಯಲ್ಲಿ ಇಟ್ಕೊಂಡ್ ಮಾತಾಡು" ಗದರಿಸಿ ಹೇಳಿದ.

ಅಂತು ಅವಳ ಉಡುಪಿನ ಬಗ್ಗೆ ಇಡೀ ಗೇಟು ಹಿಂದಿರುವ ಮನೆಗಳಲ್ಲಿ ಚರ್ಚೆ ನಡೆಯಿತು. ಪರ ವಿರೋಧ ಏನೇ ಇರಲಿ ಎಲ್ಲರ ನಾಲಿಗೆಗಳ ಮೇಲು ಪಲ್ಲವಿ ಬಂದುಹೋದಳು.

ಸೋನಿಯಾ ಒಂದು ವಾರ ಕಾದಳು. ಡ್ರೆಸ್ ಹಿಂದಿರುಗಿಸಬಹುದೆಂದು ನಾಲ್ಕಾರು ಸಲ ಪಲ್ಲವಿ ಬಂದು ಹೋಗಿದ್ದಳು ಮಾಮೂಲಾಗಿ ಆದರೆ ಡ್ರೆಸ್ ಹಿಂದಿರುಗಿಸುವ ಪ್ರಸ್ತಾಪವಿಲ್ಲ. ಒಂದೆರಡು ಸಲ ಅವನ್ನ ಹಾಕಿಕೊಂಡು ಅವಳ ಮುಂದೆನೇ ಓಡಾಡಿದ್ದಳು. ಅದನ್ನ ಕಳೆದುಕೊಳ್ಳುವ ಇಷ್ಟವಿಲ್ಲ ಕೂಡ.

ಬಟ್ಟೆ ಲಾಂಡ್ರಿಗೆ ಹಾಕದ ವಿಷಯಕ್ಕೆ ಇಬ್ಬರಲ್ಲಿ ವಾದ ವಿವಾದವಾಗಿ ಪಾಣಿ ಸಿಟ್ಟಿಗೆದ್ದಿದ್ದ "ಸ್ಟುಪಿಡ್ ಗರ್ಲ್, ನಾನೂಂದ್ರೆ ನಿಂಗೆ ನೆಗ್ಲೆಕ್ಟ್, ನಾನು ಎಷ್ಟು ಪ್ರೀತಿಯಿಂದ ಖರೀದಿಸಿ ಕೊಟ್ಟಿದ್ದೆ ಆ ಸಲ್ವಾರ್ ಕಮೀಜ್ ನಿಂಗೆ ಸಂಬ್ಳ ಬರುತ್ತೆ. ಅಂಥ ನಾಲ್ಕನ್ನು

ಖರೀದಿಸ್ಬಲ್ಲೆ. ಅದ್ಕೇ ದಾನ ಮಾಡ್ದೆ" ಚುರುಕು ಮುಟ್ಟಿತ್ತು ಅವಳಿಗೆ.

ತುಂಬ ಬೇಸರವಾಯಿತು ಸೋನಿಯಾಗೆ. ವಾದ ವಿವಾದ ಬರಬಹುದು. ಜಗಳವಾಡುತ್ತಿದ್ದಳು, ಗಲಾಟೆ ಮಾಡುತ್ತಿದ್ದಳು. ಪ್ರಾಣಕ್ಕಿಂತ ಅಧಿಕವಾಗಿ ಪ್ರೀತಿಸಿ ಮನೆಯವರನ್ನೆಲ್ಲಿ ಎದುರು ಹಾಕಿಕೊಂಡು ರಿಜಿಸ್ಟರ್ ಆಫೀಸ್‌ನ ಮೆಟ್ಟಿಲು ಹತ್ತಿದ್ದಳು.

"ಇಲ್ಲ... ಇಲ್ಲ... ಇಲ್ಲ. ಯು ಆರ್ ಮಿಸ್ಟೇಕನ್ ನಾನೇನು ದಾನ ಮಾಡಿಲ್ಲ. ಬರೀ ಒಂದು ದಿನದ ಸಲುವಾಗಿ ತಗೊಂಡ್ಹೋಗಿದ್ದು. ಹಿಂದಕ್ಕೆ ತಂದ್ಕೊಟ್ಟಿದ್ದಾಳೆ" ಸೋನಿಯಾ ಸಮರ್ಥಿಸಿಕೊಳ್ಳುವ ಜೊತೆಗೆ ಒಂದು ಸುಳ್ಳನ್ನು ಹೇಳಿದಳು.

ಮೊದಲೇ ಸಿಟ್ಟಿನಿಂದ ಕುದಿಯುತ್ತಿದ್ದ ಪಾಣಿ. ಸೋನಿಯಾ ಮಾತಿನಿಂದ ಅವನ ಅಂಗುಷ್ಟದಿಂದ ನೆತ್ತಿಯವರೆಗೂ ಹತ್ತಿ ಉರಿದಂತಾಯಿತು. ವಾರ್ಡ್‌ರೋಬ್‌ನಲ್ಲಿರೋ ಎಲ್ಲ ಬಟ್ಟೆಗಳನ್ನು ಕಿತ್ತೆಸೆದ. ಲಾಂಡ್ರಿಯ ಬಟ್ಟೆಗಳಾಯಿತಷ್ಟೆ.

"ಎಲ್ಲಿದೆ ತೋರ್‍ಸು. ಯು ಆರ್ ಲೈಯಿಂಗ್. ನಿಂಗೆ ನನ್ಕಂಡ್ರೆ ಅಸಡ್ಡೆ" ಕೂಗಿದ ಸುಧಾರಿಸುವ ಹಿರಿಯರು ಇಲ್ಲದ ಕಾರಣ ಆಗಾಗ ಇಂಥ ಯುದ್ಧಗಳು ಅನಿವಾರ್ಯವಾಗಿ ಬಿಡುತ್ತಿತ್ತು. "ಬರೀ ಸುಳ್ಳು... ಸುಳ್ಳು... ಸುಳ್ಳು... ನಂಗೆ ಇಂಥದ್ದು ಇಷ್ಟವಾಗೋಲ್ಲ" ಸಿಗರೇಟು ಹಚ್ಚಿಕೊಂಡು ಹೊರಗೆ ಹೋದ.

ಕೆಲಸಕ್ಕಾಗಿ ಬಂದು ಇವರ ಜಗಳ ನೋಡಿ ಹೊರಗೆ ನಿಂತಿದ್ದ ಕೆಲಸದ ಪಂಚಮಿ ಹಾಗೆಯೇ ಹಿಂದಿರುಗಿದಳು. ವಿಷಯ ಅವಳಿಗೂ ಸ್ಪಷ್ಟವಾಗಿತ್ತು. ಸ್ವಲ್ಪ ಧಾರಾಳ ಕೈನ ಯಜಮಾನಿ ಸೋನಿಯಾ ಎಂದರೆ ಇಷ್ಟವೇ ನೇರವಾಗಿ ಹೋಗಿದ್ದು ದ್ರೌಪದಿ ಮನೆಗೆ. ರಾಯರು ತರಕಾರಿಗೆ ಹೋಗಿದ್ದರು.

"ಅಮ್ಮ ಪಾತ್ರೆ ತೊಳ್ದು ಕೊಡ್ಲಾ?" ಎಂಬ ರಾಗದಿಂದಲೇ ಒಳಗೆಹೋದವಳು "ಕೆಲ್ಸಕ್ಕೆ ಬಂದೆ. ಸೋನಿಯಮ್ಮ ಅವ್ರ ಗಂಡನ ಮಧ್ಯೆ ಒಂದಿಷ್ಟು ತಕರಾರು, ಸ್ವಲ್ಪ ತಣ್ಣಗಾಗ್ಲೀಂತ್ಬಂದೆ" ಎಂದವಳು ಅಲ್ಲಿಯೇ ಇದ್ದ ಪರಕೆ ತಕೊಂಡು ಕಸ ಬಳೆದಳು. ಅದೇನು ಪುಗಸಟ್ಟೆ ಅಲ್ಲ. ದ್ರೌಪದಿಯವರು ತಿಂಡಿನೋ, ಕಾಫೀನೋ ಕೊಡೋದರ ಜೊತೆಗೆ ಆಗಾಗ ತಮ್ಮ ಹಳೆ ಸೀರೆಗಳನ್ನು ಪಂಚಮಿಗೆ ಕೊಟ್ಟು ನಾಲ್ಕು ಮನೆಯಲ್ಲಿ 'ದ್ರೌಪದಿಯಮ್ಮ ತುಂಬ ಒಳ್ಳೆಯವ್ರು' ಎಂದು ಹೇಳುವ ಹಾಗೇ ನೋಡಿಕೊಂಡಿದ್ದರು.

"ತಗೋ..." ಮೂರು ದೋಸೆ ಮೇಲೆ ಒಂದಿಷ್ಟು ಚಟ್ನಿ ಹಾಕಿ ಅವಳ ಮುಂದಿಟ್ಟ ದ್ರೌಪದಿ "ತಿಂದು ಪಾತ್ರೆ ತೊಳೆದಿಡು. ನಾನು ಬಾಗ್ಲಿಗೆ ನೀರು ಹಾಕೋವಾಗ ಗಂಡ, ಹೆಂಡತಿ ನಗ್ತಾ ಹೊರ್‍ಗೆ ನಿಂತಿದ್ದರಲ್ಲ. ಇಷ್ಟು ಬೇಗ ಏನಾಯ್ತು?" ಕುತೂಹಲದಿಂದ ಕೇಳಿದರು. ಪಂಚಮಿ ತಿನ್ನುತ್ತಲೇ ವಿಷಯ ವಿವರಿಸಿದಳು.

"ಇದೇನು... ಚಂದ! ಕಾಫೀ ಪುಡಿ, ಸಕ್ರೆ ಕೂಡ ಕೇಳೋದು ನೋಡಿದ್ದೆ. ಬಟ್ಟೆ ಕೂಡ ಕೇಳಿ ಪಡ್ಯೋಂತ ಹುಡ್ಗೀನ ನಾನೆಲ್ಲೂ ನೋಡ್ಲಿಲ್ಲ ಬಿಡಿ" ತಟ್ಟೆಯೆತ್ತಿಕೊಂಡು ಪಾತ್ರೆ ತೊಳೆಯಲು ಎದ್ದು ಹೋದಳು.

ಚಪ್ಪಾಳೆ ತಟ್ಟುತ್ತ ಬಂದ ಶಂಕರ್. "ಹೀಗೋ ವಿಷ್ಯ ಆ ಡ್ರೆಸ್‌ನಲ್ಲಿ ಕಾಲೇಜಿನಲ್ಲಿ

ಓಡಾಡಿದ್ದೆ ಓಡಾಡಿದ್ದು. ಇಂಥ ಬ್ಯೂಟಿಗಳು... ಅರೆ ಬ್ಯೂಟಿಗಳು ಕಾಲೇಜಿನಲ್ಲಿ ಸಾಕಷ್ಟು ಜನ ಇದ್ದಾರೆ." ಜೋರಾಗಿ ನಕ್ಕ. ಮನೆಯಲ್ಲಿಯೇ ಮಾತು ಕತೆ. ಕಾಲೇಜಿನಲ್ಲಿ ಎದುರು ಸಿಕ್ಕರೂ ಅವನೇನು ಮಾತಾಡಿಸಲ್ಲ. ಪಲ್ಲವಿನು ಅಷ್ಟೇ ತಾನಾಗಿ ಮಾತಾಡಿಸುತ್ತಿರಲಿಲ್ಲ.

ಮೆಲ್ಲಗೆ ಬಂದ ದ್ರೌಪದಿ ಮಗನ ಬಳಿ "ಪಲ್ಲವಿ ಹೇಗೆ?" ಕೇಳಿದರು. ಇನ್ನು ಕ್ರಾಪ್‌ನಲ್ಲಿ ಕೂಮ್ ಆಡಿಸುತ್ತಿದ್ದವ "ಹೇಗೇಂದ್ರೆ, ಪಿ.ಯು.ಸಿ.ಯಲ್ಲಿ ಒಳ್ಳೆ ಮಾರ್ಕ್ಸ್ ಬಂದಿದ್ದರಿಂದ್ಲೇ ಈಸಿಯಾಗಿ ಅವ್ಳಿಗೆ ನಮ್ಮ ಕಾಲೇಜಿನಲ್ಲಿ ಸೀಟು ಸಿಕ್ಕಿದ್ದು. ರೆಗ್ಯುಲರ್ ಸ್ಟೂಡೆಂಟೇ" ಮತ್ತೆ ಕ್ರಾಪ್‌ನ ಕೂದಲನ್ನು ಕೆದರಿ ಬಾಚತೊಡಗಿದಾಗ ಬಾಚಣಿಗೆ ಕಿತ್ತುಕೊಂಡರು. ಬರೀ ಕುತೂಹಲ ಮಾತ್ರವಲ್ಲ ಒಂದು ಬಗೆಗಿನ ಸಹಾನುಭೂತಿ ಆ ಕುಟುಂಬದ ಬಗ್ಗೆ.

"ಅದೆಲ್ಲ ಇರ್ಲಿ, ಹುಡುಗ್ರು ಜೊತೆ ಏನಾದ್ರೂ ಓಡಾಟ ನಡ್ಸೀದ್ದಾಳ?" ತಮ್ಮ ಸಂದೇಹವನ್ನು ಮಗನ ಮುಂದಿಟ್ಟಾಗ ನಿರಾಕರಿಸಿದ. "ಪಾಪದ ಹುಡ್ಗೀ... ಅಂಥದೆಲ್ಲ ಏನಿಲ್ಲ. ನಾನು ಎದುರಿಗೆ ಸಿಕ್ರೂ ತಲೆ ತಗ್ಗಿಸ್ಕೊಂಡ್ ಹೋಗ್ಬಿಡ್ತಾಳೆ. ಒಂದ್ಸಲ ಕಾಫೀಗೆ ಕರ್ದೇ ಕ್ಯಾಂಟಿನಿಗೆ, ಅವಳ್ಯಾಕೆ ಬರ್ಬಾರ್ದು" ಮತ್ತೆ ಕನ್ನಡಿಯ ಕಡೆ ತಿರುಗಿದ.

ದ್ರೌಪದಿ ಮುಖ ಕೆಂಪಗೆ ಮಾಡಿದರು "ಇದಾ ವಿಷ್ಯ! ನಿಂಗೆಷ್ಟು ಪಾಕೆಟ್ ಮನೀ ಕೊಟ್ಟರೇ ಸಾಕಾಗುತ್ತೇಳು! ನೀನು ಸಿಕ್ಕಸಿಕ್ಕ ಹುಡ್ಗೀರ್ನ ಕ್ಯಾಂಟೀನ್‌ಗೆ ಕರ್ಕೊಂಡ್ಹೋಗಿ ಕಾಫೀ ಕೊಡ್ಸೋಕೆ. ನಿಮ್ಮಪ್ಪನಿಗೆ ಹೇಳ್ತೀನಿ. ಕೊಡೋ ಹಣದಲ್ಲಿ ಇನ್ನಷ್ಟು ಕಟ್ ಮಾಡೋಕೆ" ಎಂದಕೂಡಲೇ ತಾಯಿಯ ಕಾಲುಗಳನ್ನ ಹಿಡಿದುಬಿಟ್ಟ ಶಂಕರ.

"ಬಾಯಿ ತಪ್ಪಿ ನಿನ್ಮುಂದೆ ಅಂದ್ನಲ್ಲ. ಅಪ್ಪ ಕಟ್ ಮಾಡ್ತೋದೇನು, ಪೂರ್ತಿನೇ ನಿಲ್ಸಿ ಬಿಡ್ತಾರೆ. ನಿನ್ನ ದಮ್ಮಯ್ಯ ಸುಮ್ಮನಿರು. ಈಗಿನ ಹುಡ್ಗೀರ್ನ ಮಾತಾಡಿಸೋಕೆ, ಕಾಫೀ ಕೊಡ್ಸೋಕೆ ಎಂಟೆದೆ ಬೇಕು. ನಿನ್ನ ಮಗಂಗೆ ಇರೋ ಗುಂಡಿಗೆ ಒಂದೇ. ಅಪ್ಪನತ್ರ ಯಾವ್ದೇ ಸುದ್ದಿಗಳು ಬೇಡ" ಕೋಣೆಗೋಗಿ ಬಿಟ್ಟ. ತಂದೆಯ ಸ್ವಭಾವ ಬಲ್ಲ ಅವರು ಒಂದು ಸಲ ನಿರ್ಧಾರ ತೆಗೆದುಕೊಂಡರೇ ಮುಗಿದುಹೋಯಿತು.

ಭಾನುವಾರವಾದ್ದರಿಂದ ಅನುಪಲ್ಲವಿ ತಾನು ನೆತ್ತಿಗೆ ಎಣ್ಣೆ ಇಟ್ಟುಕೊಂಡು ತಂಗಿಗೆ ಹಚ್ಚುತ್ತಿದ್ದಳು.

"ಅಕ್ಕ ಸ್ವಲ್ಪ ಚೆನ್ನಾಗಿ ತಿಕ್ಕು. ಕಣ್ಣೆಲ್ಲ ಉರಿ, ರಾತ್ರಿ ಓದೋಕೆ ಕಷ್ಟ ಹೊರ್ಗಡೆ ಬಿಸ್ಲು. ಕಣ್ಣಿಗೆ ಅಪಾಯ. ನಾನೊಂದು ಕೂಲಿಂಗ್ ಗ್ಲಾಸ್ ತಗೋಳ್ಳಾ? ನಂಗೆ ತುಂಬ ಚೆನ್ನಾಗಿ ಕಾಣುತ್ತೆಂತ ನನ್ನ ಫ್ರೆಂಡ್ಸ್ ಹೇಳ್ತಾರೆ."

ತಂಗಿಯ ಮಾತುಗಳಿಗೆ ಅನುಪಲ್ಲವಿ ಯಾವುದೇ ಪ್ರತಿಕ್ರಿಯೆ ವ್ಯಕ್ತಪಡಿಸಲಿಲ್ಲ. ಇಲ್ಲಿನ ಬದುಕು ಎಷ್ಟು ಕಷ್ಟವೆಂದು ಅವಳಿಗೆ ಅರ್ಥವಾಗಿತ್ತು.

"ನೀನೇನು ಹೇಳ್ಳೇ ಇಲ್ಲ" ಅನುಪಲ್ಲವಿಯ ಕೈಹಿಡಿದಳು. ಮೆಲ್ಲಗೆ ಸರಿಸಿ "ಇರ್ಲಿಬಿಡು, ಅದ್ನ ತಗೋಳೋಕೆ ಹಣ ಬೇಕಲ್ಲ. ನಮ್ಹತ್ರ ಹಣ ಎಲ್ಲಿದೆ? ಸ್ವಲ್ಪ ಕಷ್ಟಪಟ್ಟು ಓದಿ ಪಾಸು ಮಾಡ್ಕೋ. ನಿಂಗೆ ಯಾವುದಾದ್ರೂ ಕೆಲ್ಸ ಸಿಕ್ಕರೆ, ಅಮ್ಮ,

ದೊಡ್ಡಮ್ಮನ ಇಲ್ಲಿಗೆ ಕರ್ಕೊಂಡ್ಬರ್ಬೇಕು. ನಂಗಂತು ಅಮ್ಮನ್ನ ನೋಡ್ಬೋಂಗಾಗಿದೆ" ಎಂದ ಅನುಪಲ್ಲವಿ ಎಣ್ಣೆಯ ಬಟ್ಟಲನ್ನೆತ್ತಿಕೊಂಡು ನೀರು ನೋಡಲು ಹೋದಳು.

ಪಲ್ಲವಿ ಸುಮ್ಮನೆ ಕೂತು ಬಿಟ್ಟಳು. ಅಕ್ಕನ ಕನಸುಗಳೆಲ್ಲ ನನಸಾಗಲು ಸಾಧ್ಯವೇ? ವರ್ಷಗಳು ಉರುಳಬೇಕು. ನಂತರ ತನಗೆ ಸಿಗೋ ನೌಕರಿಗಾಗಿ ಇಷ್ಟೊಂದು ಕಾರ್ಪಣ್ಯಗಳು ಕಾದು ಕೂತಿವೆ. ನಂತರದ ದಿನಗಳು ಸುಖವೇನಿಲ್ಲ–ನಿರಾಶೆಯಿಂದ ಹೊಯ್ದಾಡಿತು. ಅವಳ ಮನ ಪಾರಾಗಬೇಕು. ಹೇಗೆ? ಜಯಂತ್ ಅಂಥ ವ್ಯಕ್ತಿಯನ್ನ ಮದುವೆಯಾಗಬೇಕು! –ಕಮರಿದ ಕನಸುಗಳೆಲ್ಲ ಚಿಗುರಿದವು ತಟ್ಟನೆ.

ಹಣೆಯ ಮೇಲಿನಿಂದ ಇಳಿದ ಎಣ್ಣೆ ಅವಳನ್ನ ವಾಸ್ತವ ಪ್ರಪಂಚಕ್ಕೆ ಎಳೆದು ತಂದಿತು. ಉತ್ಸಾಹದಿಂದ ಪುಟ್ಟ ಮನೆಯಲ್ಲಿಯೇ ಓಡಾಡಿದಳು. ಹೊರಗೆ ನಿಂತು ಎಲ್ಲೆಡೆ ನೋಟ ಬೀರಿದಳು.

"ಪಲ್ಲವಿ ಎದ್ದು ಬಕೆಟ್ ನೀರು ಹಿಡಕೊಂಡ್ಬಾ" ಒಳಗಿನಿಂದಲೇ ಕೂಗಿ ಹೇಳಿದಳು. ಅವಳ ಸ್ವರ ಮೃದು. ಎಷ್ಟು ಎತ್ತರಿಸಿದರು ಅವರಲ್ಲಿನ ಮೃದು ಕರಗದು, ಸಂಗೀತವಾಗುತ್ತಿತ್ತಷ್ಟೆ.

ಎರಡು ಅಂಗೈಗಳನ್ನ ಉಜ್ಜಿ ಕೆನ್ನೆಗೊತ್ತಿಕೊಂಡು ಮುಖದ ಮೇಲಿಳಿದ ಎಣ್ಣೆಯಿಂದ ಹಣೆ ಕೆನ್ನೆಗಳನ್ನ ಮಾಲೀಸು ಮಾಡುತ್ತ ಒಳಗೆಹೋಗಿ ಪುಸ್ತಕ ಹಿಡಿದು ಕೂತಳು ಕೇಳದವಳಂತೆ.

ಬಂದ ಅನುಪಲ್ಲವಿ ತಂಗಿ ಓದುತ್ತಿರುವುದನ್ನು ನೋಡಿ ತಾನೇ ಬಕೆಟ್‌ಗಳನ್ನಿಟ್ಟು ಹೋದಳು. ಬಹುಶಃ ಅವಳು ಹೋಗದಿದ್ದರೇ, ಪಲ್ಲವಿ ಹೋಗಿದ್ದರೆ ಸಲ್ವಾರ್ ಕಮೀಜ್ ಪ್ರಕರಣ ತಣ್ಣಗಾಗುತ್ತಿತ್ತೋ ಮತ್ತೇನಾಗುತ್ತಿತ್ತೋ, ಆದರೆ ಆರಾಮಾಗಿ ಅನುಪಲ್ಲವಿಯ ಕಿವಿಗೆ ಬಿತ್ತು.

ಮಡಿ ನೀರಿಗೆಂದು ಹೋದ ದ್ರೌಪದಿ ಕೆಲಸದವಳು ಹೇಳಿದ ಮಾತುಗಳನ್ನ ಸ್ವಲ್ಪ ಬಣ್ಣ ಕಟ್ಟಿ ಬಸಮ್ಮನ ಕಿವಿಗೆ ಹಾಕಿದರು. ಆ ಮಾತುಗಳಿಗೆ ಇನ್ನಷ್ಟು ಕಲ್ಪನೆಯ ಮೆರಗು ಪಡೆದುಕೊಂಡಿತು ಆಕೆಯ ಮನದಲ್ಲಿ.

"ಪಲ್ಲವಿ ಇದ್ದಾಳ?" ಬಕೆಟ್ ಹಿಡಿದುಹೋದ ಅನುನ ಕೇಳಿದಳು. ಸಹಜ ಪ್ರಶ್ನೆಗೆ ಉತ್ತರಿಸಿದಳು ಸಾಮಾನ್ಯವಾಗಿ "ಭಾನುವಾರವಲ್ವಾ, ಎಲ್ಲು ಹೋಗೋಲ್ಲ. ಇಡೀ ವಾರ ಓಡಾಡ್ತಾಳೆ. ರಾತ್ರಿಯೆಲ್ಲ ಓದೋದು ಕಣ್ಣುರಿ ಅದ್ಕೇ ಎಣ್ಣೆಯೊತ್ತಿ ಕುಣ್ಸಿದ್ದೀನಿ."

ಸ್ವಲ್ಪ ಅವಳತ್ತ ಬಸಮ್ಮ ಸರಿದಾಗ ಕನ್ನಡಕ ಸರಿಮಾಡಿಕೊಂಡಳು. ಅನುಪಲ್ಲವಿ "ಗುಸುಗುಸು ಪಿಸುಪಿಸು ಒಳ್ಳೆದಲ್ಲ. ಯಾರ್ದೇ ಮಾತುಗಳ್ನ ಕೇಳೋಕೆ ಹೋಗ್ಬೇಡ. ಅಂಥ ಮಾತುಗಳಿಂದ ದೂರ ಇರು ಬೇರೊಬ್ರ ಮನೆ ವಿಚಾರಗಳಿಗೆ ತಟಸ್ಥವಾಗಿರೋದು ಒಳ್ಳೇದು" ಮೃತ್ಯುಂಜಯ ಕಿವಿಮಾತು ಹೇಳಿದ್ದರು. ಆ ಬಗ್ಗೆ ಎಚ್ಚರ.

"ಸೋನಿಯಾ ಅವ್ಳ ಗಂಡನ ನಡ್ವೆ ಎಷ್ಟೊಂದು ಜಗಳ ನಡೆದಿದೆ ಗೊತ್ತಾ? ಅದ್ಕೇ ಕಾರಣ ಯಾರು ಗೊತ್ತಾ?" ಬಸಮ್ಮ ಮೆಲು ದನಿಯಲ್ಲಿ ಕೇಳಿದ ಪ್ರಶ್ನೆಗಳು

ತೀಕ್ಷ್ಣವಾಗಿ ರಾಚಿದವು. ಸ್ವರ ಉಡುಗಿತು, ನಾಲಿಗೆಯಲ್ಲಿ ಪಸೆಯಾರಿತು. ಇಲ್ಲವೆಂದು ತಲೆಯಾಡಿಸಿದಳು. "ನಿನ್ತಂಗಿನೇ..." ಎಂದಕೂಡಲೇ ಭೂಮಿ ಆಕಾಶ ಒಂದಾದಂತಾಯಿತು. ಆದರೂ ಏನೂ ಅರ್ಥವಾಗಲಿಲ್ಲ.

ನಾಲ್ಕು ಮಾತುಗಳಲ್ಲಿ ಒದರಿ ಬಸಮ್ಮ ತುಂಬಿದ ಬಕೆಟನ್ನು ಈ ಕಡೆ ಇಟ್ಟುಕೊಂಡು "ಅನು, ನಿನ್ನ ಬಕೆಟ್ ತುಂಬಿದ್ಮೇಲೆ ನನ್ನ ಬಿಂದಿಗೆ ಇಟ್ಟಿಡು" ಹೇಳಿ ಹೋದರು.

ಬಕೆಟ್, ನೀರು, ನಲ್ಲಿ ಎಲ್ಲಾ ಮರೆತುಹೋಯಿತು ಅವಳಿಗೆ. ಖಾಲಿ ಬಕೆಟ್‌ಗಳನ್ನು ಒಯ್ದವಳು ಒಂದು ಕಡೆ ಕೂತು ಬಿಟ್ಟಳು. ಸೆಲ್ವಾರ್ ಕಮೀಜ್ ತೊಡುತ್ತಿದ್ದುದು ಅವಳಿಗೆ ಗೊತ್ತು. ಅದು ಸೋನಿಯಾದೆಂದು ತಿಳಿದಿರಲಿಲ್ಲ.

"ಚೆನ್ನಾಗಿದ್ಯಾ?" ಅಕ್ಕನ ಮುಂದೆ ನಿಂತು ಬೆಡಗಿನಿಂದ ಕೇಳಿದಾಗ 'ಅನುಪಲ್ಲವಿ' 'ಚೆನ್ನಾಗೇ ಇದೆ! ಯಾರ್ದೂ ಅದು? ಇಂಥ ಡ್ರೆಸ್ ದೊಡ್ಡಪ್ಪನಿಗೆ ಇಷ್ಟವಾಗೋಲ್ಲ.' ಒಂದು ಮಾತು ಸೇರಿಸಿದ್ದಳು.

"ಅವ್ರು ಹಳೆ ಕಾಲದವ್ರು. ಕಾಲೇಜಿಗೆ ಸೀರೆಯುಟ್ಟು ಹೋದ್ರೆ ಎಲ್ಲಾ ನಗ್ತಾರೆ. ಅವರಿದ್ದಾಗ ಉಡೋಲ್ಲ ಬಿಡು. ಊರಲ್ಲಿ ಒಂದಿಷ್ಟು ಹಣ ಉಳಿಸಿ ಇಟ್ಕೊಂಡ್ ಇದ್ದೆ. ಬಸ್ಸಿಗೆ ಕೂಡ ಕಾಸು ಹಾಕ್ದೇ ಅಷ್ಟಿಷ್ಟು ಉಳ್ಸಿಕೊಂಡ ದುಡ್ಡಿನಲ್ಲಿ ತಗೊಂಡೆ" ಅಳುವ ಮುಖ ಮಾಡಿದಾಗ 'ಅಯ್ಯೋ' ಅನಿಸಿತ್ತು. ಅನುಪಲ್ಲವಿಗೆ ಹತ್ತಿರ ಕೂತು ತಂಗಿಯ ಬೆನ್ನಮೇಲೆ ಕೈಹಾಕಿ ಪ್ರೀತಿಯಿಂದ "ಏನು ತಿಳ್ಕೋಬೇಡ. ವಿದ್ಯಾಲಯಕ್ಕೆ ಸಂಗೀತ ಪಾಠಕ್ಕೆ ಬರೋ ಹುಡ್ಗೀ ಬಣ್ಣಬಣ್ಣ ಉಡುಗೆ ತೊಡುಗೆಗಳಲ್ಲಿ ಹಕ್ಕಿಗಳ ಹಾಗೆ ಆಕರ್ಷಕವಾಗಿ ಕಾಣ್ತಾರೆ. ಆಗ ನೆನಪಾಗೋದು ನೀನೇನೇ. ನಮ್ಗೇ ಎಲ್ಲಿದೆ ಹೇಳು ಅಷ್ಟೊಂದು ಅನ್ಕೂಲ" ವ್ಯಥೆಯ ನೆರಳಾಡಿತ್ತು ಅವಳ ಸ್ವರದಲ್ಲಿ. ಆಗ ಅದು ಅಪ್ಪಟ ಸುಳ್ಳಂತ ಅನ್ನಿಸಿರಲಿಲ್ಲ.

ಈಗ–ಅವಳಿಗೆ ದಿಕ್ಕೇ ತೋಚದಂತಾಗಿತ್ತು. ಸಭ್ಯ, ಸುಸಂಸ್ಕೃತ ಒಳ್ಳೆಯ ರೀತಿಯಲ್ಲಿ ಬೆಳೆದವಳು. 'ಬರೀ ತೊಡೋ ಬಟ್ಟೆಗಾಗಿ ಇಷ್ಟೊಂದು ಸುಳ್ಳು, ಅವ್ರ ಮನೆಯಲ್ಲಿ ರಾದ್ಧಾಂತ' ಜೀವನದಲ್ಲಿ ಮೊದಲ ಸಲ ಅನುಪಲ್ಲವಿ ಆತ್ಮಹತ್ಯೆ ಮಾಡಿಕೊಳ್ಳಬೇಕೆನಿಸಿತು. ಆದರೆ ದಿಕ್ಕೆಟ್ಟ ತಾಯಿ, ನೂರು ಆಸೆಗಳನ್ನು ಇರಿಸಿಕೊಂಡು ಬೆಳೆಸಿದ ದೊಡ್ಡಪ್ಪ, ದೊಡ್ಡಮ್ಮ – ಮಂಕಾಗಿ ಕಣ್ಣೀರು ಸುರಿಸಿದಳು ಮೌನ ವಾತಾವರಣದಲ್ಲಿ.

ನೆತ್ತಿಯ ಎಣ್ಣೆ ಹಣೆಯ ಮೇಲಿಳಿದು ಆಗಾಗ ಮುಜುಗರವನ್ನುಂಟು ಮಾಡುತ್ತಿದ್ದರಿಂದ ಹೊರಗೆದ್ದು ಬಂದಳು ಪಲ್ಲವಿ ಬೇಸರದಿಂದ.

"ಅಕ್ಕಾ..." ಆತಂಕದಿಂದ ಧಾವಿಸಿದಳು "ಏನಾಯ್ತು, ಅಮ್ಮನ ನೆನಪಾ..." ಅಷ್ಟೆ ಬೇಗ ಹಗುರವಾದಳು "ಇದ್ನ ಸೆನ್ಸಿಟಿವ್ ಅಂತಾರೆ, ನಂಗೆ ನೀರು ಹಾಕು ಏಳು" ಕೈಹಿಡಿದು ಎಳೆದಳು.

"ಸೆಲ್ವಾರ್ ಕಮೀಜ್..." ಅನುಪಲ್ಲವಿ ಶುರು ಮಾಡಿದಕೂಡಲೇ "ಖಂಡಿತ ನಾನು ಯಾರ್ಹತ್ರನು ಸಾಲ ಮಾಡಿಲ್ಲ, ನಿನ್ನಾಣೆ..." ಅವಳ ತಲೆಯ ಮೇಲೆ ಕೈಯಿಟ್ಟಳು ಪಲ್ಲವಿ. ಆಗಾಗ ಚಿಲ್ಲರೆಪಲ್ಲರೆ ಹಣವನ್ನು ದ್ರೌಪದಿಯಿಂದ ಇಸುಕೊಳ್ಳುತ್ತಿದ್ದಳು. ಆಗ ತಾಕೀತಾಗಿತ್ತು.

ದೀರ್ಘವಾಗಿ ತಂಗಿಯನ್ನ ನೋಡಿದಳು. ಅವರಿಬ್ಬರ ನಡುವಿನ ಅಂತರ ಬರೀ ಎರಡು ವರ್ಷ. ಹಿರಿಯತನ ರೂಢಿಸಿಕೊಂಡು ಅನುಪಲ್ಲವಿ ಬೆಳೆದರೇ, ಕಿರಿಯಳು ಎನ್ನುವ ಕಾರಣಕ್ಕಾಗಿಯೇ ಬೇರೆಯ ರೀತಿಯಲ್ಲಿ ತನ್ನ ಸ್ವಭಾವವನ್ನು ರೂಢಿಸಿಕೊಳ್ಳುವುದರ ಜೊತೆಗೆ ಭವಿಷ್ಯದ ಬಗ್ಗೆ ಬಣ್ಣದ ಕನಸುಗಳನ್ನು ಕಂಡಿದ್ದಳು.

"ಕೂತ್ಕೋ ಪಲ್ಲವಿ, ನನ್ನ ಪ್ರಶ್ನೆಗೆ ಪ್ರಾಮಾಣಿಕ ಉತ್ತರ ಬೇಕು. ಸೆಲ್ವಾರ್ ಕಮೀಜ್ ನೀನು ಕೊಂಡುಕೊಂಡ್ಯಾ? ಅದು ಸೋನಿಯಾ ಅವ್ರದ್ದು ಅಲ್ವಾ?" ಕೇಳಿದಳು.

ಮೊದಲು ಗಾಬರಿಗೊಂಡರೂ ಮಹತ್ವಾಕಾಂಕ್ಷೆ ಬೆಳೆಸಿಕೊಂಡಿದ್ದ ಪಲ್ಲವಿ ಹೆದರಲಿಲ್ಲ.

"ಹೌದು, ಅದು ಸೋನಿಯಾದೇ. ನಾನೇ ಕೇಳಿ ಇಸ್ಕೊಂಡ್ ಬಂದೆ. ನೀನೇ ಇಟ್ಕೋಂತ ಹೇಳಿದ್ದು ಅವ್ಳೇ. ಅದ್ಕೇ ಇಟ್ಕೊಂಡೇ, ಈಗೇನಾಯ್ತು?" ಹಗುರವಾಗಿ ಹೇಳಿದಳು.

ಅನುಪಲ್ಲವಿ ಬೆರಗಾದಳು ತಂಗಿಯ ದಿಟ್ಟತನಕ್ಕೆ ಅಳಬಹುದು, ಕ್ಷಮೆ ಕೇಳಬಹುದು. ಮುಂದೆ ಈ ತರಹ ನಡೆದುಕೊಳ್ಳುವುದಿಲ್ಲವೆಂಬ ಭರವಸೆ ಕೊಡಬಹುದು–ಇದನ್ನೆಲ್ಲ ಸುಳ್ಳು ಮಾಡಿ ಮಾಡಿದ ತಪ್ಪನ್ನು ಸಮರ್ಥಿಸಿಕೊಳ್ಳುವ ಎದೆಗಾರಿಕೆ ತೋರಿದಳು.

ಮೆಲ್ಲಗೆ ತಲೆಯೆತ್ತಿ ತಂಗಿಯಲ್ಲಿ ನೆಟ್ಟಳು ನೋಟ "ನಿಂಗೆ ತಪ್ಪುಂತ ಅನ್ನಿಸೋಲ್ವಾ! 'ಇಟ್ಕೊಂಡ್ರೆ' ಇಟ್ಕೊಳ್ಳೋದು ಭಿಕ್ಷೆ ಅನ್ನಿಸೋಲ್ವಾ?" ವ್ಯಥೆಯಿಂದ ಪ್ರಶ್ನಿಸಿದಳು.

ಕುಸಿದು ಕೂತು ಅಕ್ಕನನ್ನ ತಬ್ಬಿಕೊಂಡು ಅತ್ತಳು "ನಂಗೆ ಕಾಲೇಜಿನಲ್ಲಿ ಎಲ್ಲಾ ಅವಮನ ಮಾಡ್ತಾರೆ. ನನ್ನ ಬಣ್ಣಗೆಟ್ಟ ಸೀರೆಗಳ್ನ ನೋಡಿ ಹಾಸ್ಯ ಮಾಡ್ತಾರೆ. ಯಾರು ಮಾತಾಡಿಸೋಲ್ಲ" ಅತ್ಯಂತ ಕರುಣಾಜನಕವಾಗಿ ಹೇಳಿ ಅನುಪಲ್ಲವಿ ಪೂರ್ತಿ ಕರಗುವಂತೆ ಮಾಡಿದಳು. ಸ್ವರವೇ ಹೊರಡಲಿಲ್ಲ ಅವಳ ಗಂಟಲಿನಿಂದ.

"ಹೋಗ್ಲಿ ಇನ್ಮೇಲೆ ಈ ತರಹ ಮಾಡೋದ್ಬೇಡ. ನೀರು ಹಾಕ್ಕೊಂಡ್ ತಗೊಂಡ್ಹೋಗಿ ಕೊಟ್ಟಿಡು" ತಾನೇ ಸಂತೈಸಿದಳು.

ಪೂರ್ಣ ವಿಧೇಯಳಂತೆ ಹಾಗೇ ಮಾಡಿದಳು ಕೂಡ ಪಲ್ಲವಿ ಗಂಡ, ಹೆಂಡತಿ ಇಬ್ಬರು ಒಂದೊಂದು ಕಡೆ ಮುಖ ತಿರುಗಿಸಿಕೊಂಡು ಕೂತಿದ್ದರಿಂದ ಇವಳನ್ನು ಯಾರು ಮಾತಾಡಿಸಲಿಲ್ಲ.

ಬೇಳೆ ಸಾರಿಗೆ ಹುಳಿ ಕಿವುಚಿ ಹಾಕುತ್ತಿದ್ದಾಗ ಪಲ್ಲವಿ ಬಂದವಳು ಮುಸಿಮುಸಿ ನಕ್ಕಳು "ಅದಕ್ಯಾಕೆ ಅಷ್ಟೊಂದು ಜಗಳ ಆಡಿ ಮುಖ ತಿರುಗಿಸ್ಕೊಂಡ್ ಕೂಡಬೇಕು!

ಇದೊಂದು ನೆಪ ಅಷ್ಟೆ. ಮೂರ್ಹೊತ್ತು ಅವ್ರು ಮಾಡೋ ಕೆಲ್ಸ ಜಗಳ, ಚರ್ಚೆ, ವಾದ ವಿವಾದ. ಈಗ್ನೋಡು ಮತ್ತೊಂದು ವಿಷ್ಯಕ್ಕೆ ಜಗಳ ಶುರು ಮಾಡ್ತಾರೆ" ಹೇಳಿದಳು.

ಸಾರಿನಲ್ಲಿ ಸೌಟಾಡಿಸಿ ಅನುಪಲ್ಲವಿ ಹುಳಿ ಕಿವುಚಿದ ಪಾತ್ರೆ ತೊಳೆದಿಟ್ಟು "ಅದು ಅವ್ರ ಮನೆ ವಿಷ್ಯ, ನಮಗ್ಯಾಕೆ ನೀನು ಕ್ಷಮೆ ಕೇಳಿದ್ಯಾ?"

ಅಕ್ಕನ ಮಾತಿಗೆ ಮುಖ ತಿರುಗಿಸಿದಳು "ನಾನು ಯಾಕೆ ಕೇಳ್ಲಿ...? ನೀನೇ ಇಟ್ಕೊಂತ ಹೇಳಿದ್ದು ಸುಳ್ಳಾಂತ ಕೇಳೋಣಾಂತ ಇದ್ದೆ. ನೀನೆಲ್ಲಿ ಇನ್ನ ಅತ್ತುಕೊಂಡ್ ಕೂಡ್ತೀಯೋಂತ ಸುಮ್ಮನಾದೆ. ನನ್ನ ಅಳತೆಗೆ ಪೂರ್ತಿಯಾಗಿ ರಿಪೇರಿ ಮಾಡ್ಸಿ ಬಿಟ್ಟಿದ್ದೀನಿ. ಇನ್ನ ಸೋನಿಯಾಗೆ ಎಲ್ಲಾಗುತ್ತೆ. ನಂಗೆ ಕರ್ದು ಕೊಡ್ಬೇಕು" ಅಂದಿದ್ದು ಆಗತಾನೇ ಬಾಗಿಲಿಗೆ ಬಂದ ಪಂಚಮಿಯ ಕಿವಿಗೆ ಬಿತ್ತು. ಅವಳು ಕೈಯಿಂದ ಬಾಯಿಮುಚ್ಚಿಕೊಂಡು ಹೋಗಿಯೇ ದ್ರೌಪದಿಗೆ ಸುದ್ದಿ ಮುಟ್ಟಿಸಿದ್ದು.

"ಎಂಥ ಕೆಡಕಿನ ಹುಡ್ಗೀ!" ಮೂಗಿನ ಮೇಲೆ ಬೆರಳಿಟ್ಟರು.

ಪಂಚಮಿ ಸೋನಿಯಾ ಮನೆಗೆ ಹೋದಾಗ ಪಲ್ಲವಿ ತಂದಿಟ್ಟು ಹೋದ ಡ್ರೆಸ್ ಟೀಪಾಯಿಯ ಮೇಲೆ ಇತ್ತು. ಬಿಗುವು ಕಡಿಮೆಯಾಗಿದ್ದರೂ ವಾತಾವರಣ ಪೂರ್ತಿ 'ಕೂಲ್' ಆಗಿರಲಿಲ್ಲ.

"ಯಾಕೆ ಇಷ್ಟೊತ್ತು?" ಸೋನಿಯಾ ಮುಖ ಗಂಟಿಕ್ಕಿಯೇ ಫ್ಲಾಸ್ಕಿನಲ್ಲಿದ್ದ ಕಾಫಿಯನ್ನು ಲೋಟಕ್ಕೆ ಬಗ್ಗಿಸಿ ಅವಳಿಗೆ ಕೊಟ್ಟಿದ್ದು "ಆಗ್ಲೇನೇ ಬಂದೆ..." ಮುಂದಿನದು ಅರ್ಥವಾದ್ದರಿಂದ "ಬೇಗ ಕೆಲ್ಸ ಮುಗ್ಸು..." ಎಂದು ಹೇಳಿ ರೂಮಿಗೆ ಹೋದಳು.

ರಜದ ದಿನ. ಇಡೀ ದಿನ ಮನೆಯಲ್ಲಿಯೇ ಉಳಿಯಬೇಕು. ಈ ಕೋಪದ ವಾತಾವರಣದಲ್ಲಿ ಅದೆಷ್ಟು ಅಸಹನೀಯ ಪಾಣಿ ತಾನೇ ರಾಜಿಗೆ ಸಿದ್ಧವಾದ.

"ಗೋ ಟು ಹೆಲ್, ಒಂದು ಕಪ್ ಕಾಫೀ ತಗೊಂಡ್ಬಾ. ಬ್ರೇಕ್‌ಫಾಸ್ಟ್, ಲಂಚ್ ಎಲ್ಲಾ ಹೊರ್ಗಡೇನೇ" ಮಡದಿನ ತೋಳೊಳಗೆ ತಗೊಂಡು ಕೆನ್ನೆಯ ಸವಿಯನ್ನು ತುಟಿಯಿಂದ ಸವರಿ ಸುಖಿಸಿದ "ನೋ, ನಾನು ಬರೊಲ್ಲ..." ನಸು ಮುನಿಸು ಸೋನಿಯಾ ಕೆನ್ನೆಗಳನ್ನ ಮತ್ತಷ್ಟು ರಂಗೇರಿಸಿತು. "ಇಡೀ ದಿನ ಹೀಗೇನೇ..." ಮಡದಿಯ ತಲೆಗೆ 'ಡಿ' ಕೊಟ್ಟು ಮೋಹಕನಾಗಿ ನೋಡಿದ. ಇಬ್ಬರಿಗೂ ಬೆಳಗಿನಿಂದ ಕಿತ್ತಾಡಿದ್ದೆ ನೆನಪಾಗಲಿಲ್ಲ.

"ಪಂಚಮಿ ಬಂದಿದ್ದಾಳೆ" ಅವನ ತೋಳಿನಿಂದ ಹೊರಗೆ ಬಂದವಳು ಕನ್ನಡಿಯ ಮುಂದೆ ನಿಂತು ಕೆನ್ನೆಯ ಗುರುತುಗಳನ್ನು ಅಳಿಸಿ ಹಾಕಿಯೇ ಹೊರಗೆಬಂದಿದ್ದು.

ಜೆಟ್ ವೇಗದಲ್ಲಿ ಪಂಚಮಿಯ ಕೆಲಸ, ಪಾತ್ರೆ ಮುಗಿಸಿ ನೆಲವನ್ನೊರೆಸಲು ಸಿದ್ಧವಾಗಿದ್ದವಳು ಪಲ್ಲವಿ ತಂದಿಟ್ಟ ಡ್ರೆಸ್ ಕಡೆ ನೋಡಿ "ಅಮ್ಮ, ಪಲ್ಲವಿ ಹೇಳ್ತಾ ಇದ್ರು. ಈಗ ಈ ಡ್ರೆಸ್ ನಿಮ್ಗೇ ಆಗೋಲ್ವಂತೆ. ಅವ್ರ ಅಳತೆಗೆ ರಿಪೇರಿ ಮಾಡ್ಸಿಕೊಂಡಿದ್ದಾರಂತೆ. ನೀವೇ ಕರ್ದು ಅವ್ರಿಗೆ ಕೊಡ್ತೀರಂತೆ" ವಿಷಯ ಮುಟ್ಟಿಸಿದಳು ಆರಾಮಾಗಿ ಬಹುಶಃ ಈ ಮಾತುಗಳನ್ನು ಪಂಚಮಿ ಹೇಳದಿದ್ದರೆ ಬೇಸರದಿಂದ ಗೊಣಗಿಕೊಂಡು ಹಾಗೇ

ಮಾಡುತ್ತಿದ್ದಳು ಸೋನಿಯಾ. ಈಗ ಅವಳ ಮೈಸಿಟ್ಟಿನಿಂದ ಕುದಿಯಿತು.

ಕೋಣೆಗೆ ಒಯ್ದು ತನ್ನ ದೇಹಕ್ಕೆ ಹಿಡಿದು ನೋಡಿದಳು. ಪಂಚಮಿಯ ಮಾತು ಸರಿಯಾಗಿತ್ತು. ಅಂದು ಟೈಲರ್‌ನ ಬಳಿ ಪಲ್ಲವಿ ನಿಂತಿದ್ದು ಜ್ಞಾಪಕಕ್ಕೆ ಬಂತು.

"ಡ್ಯಾಮಿಟ್..." ಅವಳ ವಿವೇಕಪೂರ್ತಿ ಹಾಳಾಯಿತು. "ಎಷ್ಟೊಂದು ಧೈರ್ಯ ಅವ್ಳಿಗೆ. ಒಂದ್ಮಾತು ಕೇಳ್ದೇ ಇಷ್ಟ ಬಂದಂಗೆ ರಿಪೇರಿ ಮಾಡ್ಸಿಕೊಂಡಿದ್ದಾಳೆ. ಬ್ಲಡಿ ಬಾಸ್ಟರ್ಡ್..." ಕತ್ತರಿ ತಗೊಂಡು ಹತ್ತಾರು ಚೂರುಗಳಾಗಿ ಕತ್ತರಿಸಿ ಬಿಟ್ಟಳು ಪಾಣಿ ತಡೆಯುವ ವೇಳೆಗೆ.

"ವಾಟ್ ಈಸ್ ದಿಸ್...? ಎಷ್ಟು ಇಷ್ಟಪಟ್ಟುಕೊಂಡು ಕೊಟ್ಟಿದ್ದೆ ಹಾಳಾಗ್ಲೀಂತ ಅವ್ಳಿಗೆ ಕೊಟ್ಬಿಡ್ಬೇಕಿತ್ತು. ವಿಪರೀತದ ಆಸೆಯ ಹುಡ್ಗೀ" ಕೋಪಕ್ಕಿಂತ ಪಾಣಿ ಪಲ್ಲವಿಯ ಬಗ್ಗೆ ಸಂತಾಪವನ್ನೇ ವ್ಯಕ್ತಪಡಿಸಿದ. ತಾನಿರುವ ಭುವಿಯನ್ನು ಮರೆತು ಆಕಾಶದಲ್ಲಿ ವಿಹರಿಸುವ ಪ್ರಯತ್ನ ಅತಿಯಾದ ಅಪಾಯವೆಂದು ತಿಳಿಯದ ಮೂಢ ಹುಡುಗಿಯಾಗಿ ಕಂಡಳು.

ಚೂರಾದ ಗುಡ್ಡೆಯನ್ನು ತಂದು ಹಾಲ್‌ನಲ್ಲಿ ಹಾಕಿದ ಸೋನಿಯಾ "ಪಂಚಮಿ ಇದ್ನ ತಗೊಂಡ್ಹೋಗಿ ಕಾಂಪೌಂಡ್‌ನಲ್ಲಿರೋ ಡಸ್ಟ್‌ಬಿನ್‌ಗೆ ಹಾಕು" ಆಜ್ಞೆ ಮಾಡಿದಳು.

ಮರುಕ್ಷಣವೆ ಸೋನಿಯಾಗೆ ತನ್ನ ತಪ್ಪಿನ ಅರಿವಾಗಿ ಒಂದು ಕಡೆ ಮಂಕಾಗಿ ಕೂತುಬಿಟ್ಟಳು. ಪಲ್ಲವಿಗೆ ಕೊಟ್ಟು ಬಿಡಬೇಕಿತ್ತು! ಈ ತರಹ ಅನಿಸಿದ್ದು ಕೆಲವೇ ಕ್ಷಣಗಳು, ಮರುಕ್ಷಣ ಗಟ್ಟಿಯಾದಳು. ಇಂಥ ಪ್ರಕರಣಗಳು ಮರುಕಳಿಸಬಾರದು ಪಲ್ಲವಿ ಕೂಡ ತನ್ನ ಸ್ಟೈಲ್‌ನ ಸ್ವಲ್ಪ ತಿದ್ದಿಕೊಳ್ಳಬೇಕೆಂದುಕೊಂಡಳು.

ಅಂದು ಮಧ್ಯಾಹ್ನ ಎಲ್ಲಾ ಮನೆಗಳಲ್ಲು ಇದೇ ವಿಷಯ. ಅವರವರ ಮನಸ್ಸು, ಸಂಸ್ಕೃತಿಗನುಗುಣವಾಗಿ ಮಾತಾಡಿಕೊಂಡರು. ಏನೇ ಇರಲೀ, ಹೇಗೇ ಇರಲೀ ಅಂತು ಪಲ್ಲವಿ ಅದರಲ್ಲಿ ಪ್ರಮುಖ ವ್ಯಕ್ತಿ.

ರಾಯರು ಮುಖ ಕೆಂಪಗೆ ಮಾಡಿಕೊಂಡು ಹೆಂಡತಿಗೆ ಹೇಳಿದರು "ಸ್ವಲ್ಪ ಬುದ್ಧಿ ಹೇಳು. ಮೃತ್ಯುಂಜಯ ಹೋಗೋವಾಗ 'ನಿಮ್ಮ ಸುಪರ್ದಿನಲ್ಲಿದ್ದಾರೇಂತ ನಿಶ್ಚಿಂತವಾಗಿ ಹೋಗ್ತಾ ಇದ್ದೀನಿ. ನಾಲ್ಕು ಬುದ್ಧಿ ಮಾತು ಹೇಳೋ ಅಧಿಕಾರನು ನಿಮ್ಗೇ ಇದೆ' ಅಂತ ಹೇಳ್ಹೋಗಿದ್ದಾರೆ. ನಾವು ಸುಮ್ಮನಿದ್ರೆ ಚೆನ್ನಲ್ಲ. ಸಣ್ಣ ಊರಿನಿಂದ ಸಿಟಿಗೆ ಬಂದೋರು, ಏನೇನು ಚೆನ್ನಿಲ್ಲ ಆ ಹುಡ್ಗೀ ಎಲ್ಲಾ ಚೆಂದಿ ಮಾಡಿ ಡಸ್ಟ್‌ಬಿನ್‌ಗೆ ಹಾಕ್ಬೇಕಾದ್ರೆ ಎಷ್ಟೊಂದು ಕೋಪ ಇರ್ಬೇಕು, ಸ್ವಲ್ಪ ವಿಚಾರ್ಸಿ ನಾಲ್ಕು ಮಾತ್ಹೇಳು" ಕಳಿಸಿದರು ತಕ್ಷಣ.

ಬಂದ ದ್ರೌಪದಿ ಅಕ್ಕತಂಗಿಯರ ನಡುವೆ ಕುಳಿತರು. ಅನು ಅಕ್ಕಿ ಆರಿಸುತ್ತಿದ್ದರೇ ಹೊಸದಾಗಿ ಶುರುವಾದ ಪತ್ರಿಕೆಯಲ್ಲಿನ ಶೃಂಗಾರ ಸಾಧನಗಳ ಬಳಕೆಯ ಬಗೆಗಿನ ಲೇಖನ ಓದುತ್ತಿದ್ದಳು ಪಲ್ಲವಿ.

"ಬನ್ನಿ. ಈಗ ನಾನೇ ಬರೋಣಾಂತ ಇದ್ದೆ. ನಿಮ್ಗೇ ಹೀರೆಕಾಯಿ ತೊವ್ವೆ ಇಷ್ಟ.

ಅದ್ಕೇ ತಂದ್ಕೊಡೋಣಾಂತ, ಊಟ ಆಗೋಯ್ತಾ?" ಕೇಳಿದ ಅನು ಅಕ್ಕಿಯನ್ನು ಸರಿಸಿಟ್ಟಳು ಪಕ್ಕಕ್ಕೆ.

ಪಲ್ಲವಿ ಲೇಖನದಲ್ಲಿ ಮುಳುಗಿ ಮಾತೇ ಆಡಲಿಲ್ಲ. ಹೆಚ್ಚು ವಾಡಿಕೆ, ಮಾತು ಅವಳ ಬಳಿಯಲ್ಲಿಯೇ ಜಾಸ್ತಿಯೆನ್ನುವಂಥ ಪರಿಚಯ ಅವಳದ್ದೇ ದ್ರೌಪದಿಗೆ.

ನೇರವಾಗಿ ನೋಡಿದರು. ಎರೆದ ತುಂಬುಗೂದಲನ್ನು ಮುಂದಕ್ಕೆ ಹಾಕಿಕೊಂಡಿದ್ದಳು. ಒಳ್ಳೆ ಬಣ್ಣ, ರೂಪು-ಚೆನ್ನಾಗಿಯೆ ಇದ್ದಳು.

"ಏನೋ ಓದ್ತಾ ಇದ್ದೀಯಾ!" ಅವಳನ್ನು ಕೇಳಿದರು.

"ಏನಿಲ್ಲ ಆಂಟೀ..." ಮ್ಯಾಗಝೀನ್‌ನ ಒಳಗೊಯ್ದು ಇಟ್ಟುಬಂದಳು "ಸಾರಿ, ಈಗ ನಾನೇ ಬರ್ರೋಳಿದ್ದೆ. ಅಕ್ಕ ಬರೀ ಹೀರೆಕಾಯಿ, ಬೇಳೆ ತೊವ್ವೆ ಮಾಡಿಟ್ಟಿದ್ದಾಳೆ. ನಂಗೆ ಬೇಜಾರು" ತುರುಬು ಟಿ.ವಿ.ಯಲ್ಲಿನ ಶಾಂಪು ಅಡ್ವಟೈಸ್‌ಮೆಂಟ್‌ನಂತೆ ಸ್ಟೈಲಾಗಿ ಹಿಂದಕ್ಕೆ ಹಾಕಿಕೊಂಡಳು.

ಶ್ರೀಮಂತ, ಸುಂದರ ಬದುಕಿನ ಬಯಕೆ ಅವಳದು. ಜೀವನಕ್ಕೆ 'ಸೆಕ್ಯೂರಿಟಿ' ಬೇಕು. ತನ್ನ ತಾಯಿಯ ಬಾಳಿನಂತಾಗಬಾರದು ಸದಾ ಇದನ್ನು ಯೋಚಿಸುತ್ತಿದ್ದದ್ದು ಪಲ್ಲವಿ.

ಆ ಮಾತುಗಳತ್ತ ಗಮನ ಕೊಡದ ಅನುಪಲ್ಲವಿ "ನನ್ಜೊತೆನೆ ಊಟ ಮಾಡಿ, ತಟ್ಟೆ ಹಾಕ್ಲಾ? ಬೇಕಾದ್ರೆ ಚಿಕ್ಕಪ್ಪನ್ನ ಕೂಡ ಕರೀತೀನಿ" ಮೃದುವಾದ ಮಾತುಗಳು ಗಂಧ ತೀಡಿದಂತಿತ್ತು.

"ಮಾಡಿದ್ರಾಯ್ತು, ಅಡ್ಗೇ ಮಾಡಿಟ್ಟು ಬಂದಿದ್ದೀನಿ. ಎರ್ಡು ಬುದ್ಧಿ ಮಾತು ಹೇಳ್ಬಾಂತ ನನ್ನ ಅವ್ರೇ ಕಳ್ಸಿದ್ದು. ಇದೇನು ಚೆನ್ನಲ್ಲ ಪಲ್ಲವಿ. ಸೋನಿಯಾ ನೀನು ತೊಟ್ಟಿದ್ದೇ ಅನ್ನೋ ಒಂದೇ ಕಾರಣಕ್ಕೆ ಇಡೀ ಉಡುಪನ್ನು ಕತ್ತರಿಸಿ ಕಸದ ತೊಟ್ಟಿಗೆ ಹಾಕಿದ್ದಾಳೆ. ಎಷ್ಟು ಅವಮಾನ" ಆಕೆಯ ದನಿಯೇರಿತು ನೇರವಾಗಿಯೇ ಆಕ್ಷೇಪಿಸಿದ್ದರು.

ಈ ವಿಷಯ ಅಕ್ಕತಂಗಿಯರಿಗೆ ತಿಳಿದಿರಲಿಲ್ಲ. ಕೆಳತುಟಿಯನ್ನು ಹಲ್ಲಿನಡಿಯಲ್ಲಿ ಕಚ್ಚಿಡಿದಳು ಅನುಪಲ್ಲವಿ. ಪಲ್ಲವಿಗೆ ತಡೆದುಕೊಳ್ಳಲಾಗಲಿಲ್ಲ, ಅತ್ತೇಬಿಟ್ಟಳು. ತುಂಬ ಕಾಸ್ಟ್ಲಿಯ ಉಡುಪು. ಎಂಟುನೂರಕ್ಕೂ ಅಧಿಕ ಬೆಲೆಯ ಡ್ರೆಸ್. ಕತ್ತರಿಸಿ ಎಸೆಯುವಂಥ ಹುಚ್ಚುತನ! ಸೋನಿಯಾ ದಡ್ಡಳಾಗಿ ಕಂಡಳು. ಬರೀ ಇದನ್ನು ಯೋಚಿಸಿದಳೇ ವಿನಃ ಬೇರೆಯವರ ದೃಷ್ಟಿಯಲ್ಲಿ ತಾನೇನು? ಅದರಿಂದ ಸೋನಿಯಾಗೆ ಆದ ನಷ್ಟವೆಷ್ಟು? ಇಷ್ಟೆಲ್ಲ ಚಿಂತಿಸುವಂಥ ಧಾರಾಳ ಮನಸ್ಸು ಅವಳದಾಗಿರಲಿಲ್ಲವೇನೋ!

"ಇದೆಲ್ಲ ಸ್ವಲ್ಪನು ಚೆನ್ನಾಗಿಲ್ಲ! ಸೋನಿಯಾ ಹತ್ರ ಡ್ರೆಸ್ ಕೇಳಿ ತಂದಿದ್ದೇ ತಪ್ಪು. ಆಮೇಲಾದ್ರೂ ಬೇಗ ಕೊಡ್ಬಹುದಿತ್ತು. ನಿನ್ನ ಅಳತೆಗೆ ರಿಪೇರಿ ಮಾಡ್ಸಿಕೊಂಡಿದ್ದೇಕೆ, ಅದಕ್ಕೋಸ್ಕರ ಗಂಡಹೆಂಡ್ತಿಗೆ ವಿಪರೀತ ಜಗಳ. ಡೈವೋರ್ಸ್‌ವರ್ಗ್ಗೂ ಹೋಯಿತಂತೆ ವಿಷ್ಯ" ತರಾಟೆಗೆ ತಗೊಂಡಿದ್ದರು ದ್ರೌಪದಿ ಹಿರಿಯತನದ ಜವಾಬ್ದಾರಿ ವಹಿಸಿಕೊಂಡು.

ಅನುಪಲ್ಲವಿ ಮುಖ ಭಯದಿಂದ ಬಿಳುಚಿಕೊಂಡಿತು.

ದ್ರೌಪತಿಯ ಎರಡು ಕೈಗಳನ್ನು ಹಿಡಿದುಕೊಂಡಳು "ಈಗೇನ್ಮಾಡಿದ್ರೆ ಸರಿ ಹೋಗುತ್ತೇಳಿ? ದಯವಿಟ್ಟು ನೀವು ದೊಡ್ಡವರಾಗಿ ಏನಾದ್ರೂ ಮಾಡಿ" ಕೇಳಿಕೊಂಡಳು. ವಿಷಮ ಸ್ಥಿತಿಯಲ್ಲಿ ನಿಂತಂತಾಗಿತ್ತು.

ಆಕೆಗೂ ಏನು ತೋಚಲಿಲ್ಲ "ಕೆಲವ್ನ ಸರಿ ಮಾಡೋಕ್ಕಾಗೋಲ್ಲ. ಮುಂದಾದ್ರೂ ಇಂಥ ಉಸಾಬರಿಗೆ ಹೋಗ್ದೇ ತೆಪ್ಪಗಿರೋಕ್ಹೇಳು ನಿನ್ನ ತಂಗಿಗೆ. ಹಾಸಿಗೆ ಇದ್ದಷ್ಟು ಕಾಲುಚಾಚಿ ಒಂದಿಷ್ಟು ಸ್ವಾಭಿಮಾನ, ಸಂಕೋಚ ಇರ್ಲಿ" ಎಂದಂದು ಎದ್ದುಹೋದರು.

ಮಂಕಾಗಿ ಕೂತುಬಿಟ್ಟಳು ಅನುಪಲ್ಲವಿ 'ತಾನಾಗಿ ಬರೋ ಸಮಸ್ಯೆಗಳನ್ನು ಧೈರ್ಯವಾಗಿ ಎದುರಿಸಬೇಕು. ಆದರೆ ಸಮಸ್ಯೆಗಳನ್ನ ತಾನೇ ತಂದು ಹಾಕಿಕೊಳ್ಳುವುದು ಮೂರ್ಖತನ' ಇದು ಹಿರಿಯರ ಬುದ್ಧಿವಾದ. ಈಗ ಪಲ್ಲವಿಯೇ ಒಂದು ಸಮಸ್ಯೆಯಾಗಿ ಕಂಡಳು.

"ಪಲ್ಲವಿ ನೀನು ಈ ತರಹ ಮಾಡ್ಬಾರ್ದಿತ್ತು. ಈಗ ಅದ್ರ ಹಣವಾದ್ರೂ ಕೊಡ್ಬೇಕಿತ್ತು. ಈಗ್ಲೂ ಕೊಡೋಣ. ಹೋಗಿ ಕ್ಷಮೆ ಕೇಳಿ ಅದ್ರ ಬೆಲೆ ಎಷ್ಟೂಂತ ತಿಳ್ಕೊಂಡ್ಬಾ" ತಂಗಿಗೆ ಹೇಳಿದಳು.

ಸುಮ್ಮನೆ ಎದ್ದುಹೋದ ಪಲ್ಲವಿ ಮುಖ ತೊಳೆದುಕೊಂಡು ಬಂದಳು. "ನಾನೇನು ಹರ್ದು ಕಸದ ತೊಟ್ಟಿಗೆ ಹಾಕೂಂತ ಹೇಳ್ಲಿಲ್ಲ. ಹೋಗ್ಲಿ ಬಿಡು. ನನ್ಹತ್ರ ಇದ್ರಿದ್ರೇನಾಗ್ತ ಇತ್ತು? ನೀನು ಹೇಳ್ದಿದ್ರೆ ನಾನು ಕೊಡ್ತಾನೆ ಇರ್ಲಿಲ್ಲ. ಅನ್ಯಾಯವಾಗಿ ಹಾಳಾಯ್ತು" ಸ್ವಂತದನ್ನು ಕಳೆದುಕೊಂಡಂತೆ ಸಂಕಟಪಟ್ಟಳು.

ನಿಬ್ಬೆರಗಾಗಿ ನೋಡಿದಳು ತಂಗಿಯನ್ನು. ವಿಚಿತ್ರವಾಗಿ ಕಂಡಿತು. ಇಂಥ ಬುದ್ಧಿವಂತಿಕೆ ಕಾಲೇಜು ವ್ಯಾಸಂಗದಿಂದ ಬರುತ್ತಾ?

ಪಲ್ಲವಿ ಎರಡು ತಟ್ಟೆ ಹಾಕಿ ಬಂದಳು. ಅವಳಿಗೆ ತೊವ್ವೆ ಅಂದರೆ ಅಷ್ಟಕ್ಕಷ್ಟೆ. ಈಗ ದ್ರೌಪದಿಯವರ ಬಳಿ ಹುಳಿಗಾಗಿ ಹೋಗಲು ಇಷ್ಟವಾಗಲಿಲ್ಲ. ಆದರೂ ಅರೆ ಮನಸ್ಸು.

"ಅನುಕ್ಕ ಬಡ್ಸು ಬಾ. ನಂಗಂತು ಹೊಟ್ಟೆ ತಾಳ. ನೀರು ಹಾಕ್ಕೊಂಡಾಗ್ಲೇ ಶುರುವಾಗಿತ್ತು ಹೊಟ್ಟೆ ಹಸಿವು" ಕೂಗಿದಳು. ಊಟ ಮಾಡುವಾಗ ಮಾತು ಬೇಡವೆಂದು ಬಡಿಸಿದಳು ಮೌನವಾಗಿ ಅನುಪಲ್ಲವಿ. ತಂಗಿಯ ಬಗ್ಗೆ ಮಮತೆ, ಅನುಕಂಪ. ಅವೆರಡನ್ನು ಮೀರಿದಂಥ ಆಸೆಯ ಕೋಲ್ಮಿಂಚು. ಓದು, ಕೆಲಸ, ನಂತರದ ತಾಯಿಯ ಟ್ರೀಟ್‌ಮೆಂಟ್ ಇಷ್ಟೆ ಅವಳ ಸದ್ಯದ ಕನಸುಗಳು.

"ನೀನು ಬಡಿಸ್ಕೋ..." ಹೇಳಿದಳು ಪಲ್ಲವಿ.

"ಆಮೇಲೆ ಮಾಡ್ತೀನಿ. ಯಾಕೋ ಹಸಿವಿಲ್ಲ" ಹೊರಗೆ ಬಂದಳು. ಬಾಗಿಲು ದಾಟಿ ಹೊರಗೆ ಹೋಗುವ ಧೈರ್ಯವಿಲ್ಲ ಅನುಪಲ್ಲವಿಗೆ. ಎಲ್ಲರು ತಮ್ಮತ್ತ ನೋಡಬಹುದು. ಕಸದ ತೊಟ್ಟಿಯಲ್ಲಿರುವ ಬಟ್ಟೆಯ ತುಂಡುಗಳು ಅಟ್ಟಹಾಸದ

ನಗೆಗೈದಂತಾಯಿತು.

ಕಣ್ತುಂಬಿ ಒಳಗೆಬಂದಳು.

ಮಾಮೂಲಾಗಿ ಊಟ ಮುಗಿಸಿ ಹೊರಗೆ ಬಂದಿದ್ದು ನಿಧಾನವಾಗಿಯೇ. "ಹೋಗಿ ಊಟ ಮಾಡಕ್ಕ, ಮುಗ್ದು ಹೋದ ಕತೆಗೆ ಮುನ್ನುಡಿ ಬರ್ಯೋ ಪ್ರಯತ್ನ ಬೇಡ. ಜೀವ್ನದಲ್ಲಿ ಸುಖ, ಸಂತೋಷಗಳು ಕೆಲವರ ಪಾಲಿಗೆ ಮಾತ್ರ" ದುಗುಡದಿಂದ ನುಡಿದವಳು ಒಂದು ಕಡೆ ಕೂತಳು ಲಕ್ಷಣವಾಗಿ.

ಅವಳತ್ತ ನೋಡಿದಳು ಅನುಪಲ್ಲವಿ.

"ನಂಗೆ ಹಾಗೇನು ಅನ್ನಿಸೋಲ್ಲ. ಏನಾಗಿದೆ ನಮ್ಗೇ? ನಮ್ಮ ವಿದ್ಯಾಲಯಕ್ಕೆ ಒಂದು ಹುಡ್ಗೀ ಬರುತ್ತೆ. ಎರ್ಡು ಕೈ ಇಲ್ಲ. ಆದ್ರೂ ಎಂಥ ಉತ್ಸಾಹ. ಬದ್ಕೀನ ಬಗ್ಗೆ ಎಷ್ಟೊಂದು ಸಂತೋಷ, ಪ್ರೀತಿ ಉತ್ಸಾಹದ ಚಿಲುಮೆ ಸದಾ ಅವಳಲ್ಲಿ" ಜಲಜನ ನೆನಪಿಸಿಕೊಂಡಳು.

"ನೀನು ಫಿಲಾಸಫಿ ಮಾತಾಡೋಕೆ ಶುರು ಮಾಡ್ಬಿಟ್ಟೆ, ಅದ್ಬಿಟ್ಟು ಬೇರೆ ರೀತಿ ಯೋಚ್ಸು, ಸರ್‍ಯಾದ ವಯಸ್ಸು, ಬೇಕಾದ್ದು ಕೊಟ್ಟು ಕುಣಿದು ಕುಪ್ಪಳಿಸೋಂಥ ದಿನಗಳು ಏನಿದೆ? ಏನೇನು ಇಲ್ಲ" ಕಣ್ಣೀರು ತೊಡೆದುಕೊಂಡ ಪಲ್ಲವಿ ಎದ್ದು ಹೋದಳು.

ಐದು ನಿಮಿಷದಲ್ಲಿ ಕೂದಲಿಗೆ ಒಂದು ಕ್ಲಿಪ್ ಸಿಕ್ಕಿಸಿ ಉಡುಪು ಬದಲಾಯಿಸಿ "ಒಂದು ಪುಸ್ತಕ ಬೇಕಾಗಿದೆ. ನನ್ನ ಫ್ರೆಂಡ್ ಮನೆಗೆ ಹೋಗ್ಬರ್ತೀನಿ" ಹೊರಟಳು ಚಪ್ಪಲಿ ಮೆಟ್ಟಿ.

ಅನುಪಲ್ಲವಿ ಕೂತೇ ಇದ್ದಳು ಇಪ್ಪತ್ತೆರಡು ನಿಮಿಷದಷ್ಟು ದೀರ್ಘವಾಗಿ ಅವಳ ಪ್ರಕಾರ ಆದ ನಷ್ಟಕ್ಕೆ ಪರೋಕ್ಷವಾಗಿ ಕಾರಣ ಪಲ್ಲವಿಯೇ. ಅದನ್ನು ಅವಳೇ ತುಂಬಿ ಕೊಡಬೇಕು. ಹೇಗೆ?

ದ್ರೌಪದಿಯನ್ನರಸಿಕೊಂಡು ಹೋದಳು.

"ಆ ಡ್ರೆಸ್‌ಗೆ ಎಷ್ಟಾಗುತ್ತೆ ಹಣ?" ಎನ್ನುವ ವೇಳೆಗೆ ಹೃದಯ ಕಿತ್ತು ಬಾಯಿಗೆ ಬಂದಂತಾಯಿತು. ಸಹಾನುಭೂತಿಯಿಂದ ನೋಡಿದರು "ನಂಗೆ ಅಷ್ಟಾಗಿ ಗೊತ್ತಿಲ್ಲ. ಸೋನಿಯಾ ಉಳ್ಳವರ ಮನೆ ಹುಡ್ಗೀ. ಪಾಣಿಗೂ ಕೈ ತುಂಬ ಸಂಬಳ ಚೆನ್ನಾಗಿರೋದೆ ತಗೊಂಡಿರ್ತಾರೆ ಅವ್ರನ್ನೆ ವಿಚಾರ್ಸಬೇಕು."

ಏನು ಮಾಡಬೇಕೋ ಅನುಪಲ್ಲವಿಗೆ ಒಂದು ತೋಚಲಿಲ್ಲ. ಇಂಥ ಸಂದಿಗ್ಧತೆಯನ್ನು ಎದರಿಸಿದ್ದು ಇದು ಮೊದಲ ಸಲ ದೊಡ್ಡಪ್ಪನಾದರೂ ಇರಬೇಕೆಂದುಕೊಂಡಳು.

ಸಂಜೆ ಅಳುಕುತ್ತಲೇ ಸೋನಿಯಾ ಫ್ಲ್ಯಾಟ್‌ಗೆ ಬಂದಳು. "ಪಾಣಿ ಹೋದ್ರು, ಹೋಗಿ ಮಾತಾಡಿ ಒಂದಿಷ್ಟು ಹಣ ಕೊಟ್ಬಿಡು. ಒಂದು ಕಡೆ ಇರೋರು ಅಸಮಾಧಾನದ ಹೊಗೆ ಬೇಡ" ದ್ರೌಪದಿ ಹೇಳಿ ಕಳಿಸಿದ್ದರು.

ಮೈಯೆಲ್ಲ ಹಿಡಿ ಮಾಡಿಕೊಂಡು ಬಂದ ಅನುಪಲ್ಲವಿಯನ್ನು ನೋಡಿದ. ಸೋನಿಯಾ ಬಲವಂತವಾಗಿಯಾದರೂ ತುಟಿಗಳ ಮೇಲೆ ಮುಗುಳ್ನಗೆ ಅರಳಿಸಿದಳು. ಮೊದಲ ಸಲ ಅವಳು ಬರುತ್ತಿರುವುದು.

"ಬನ್ನಿ, ಇವತ್ತು ರಜ! ಒಂದಿಷ್ಟು ಆರಾಮ್! ನೀವೊಂದು ಸಂಜೆ ಹಾಡ್ತಾ ಇರೋದು ಕೇಳ್ದೆ. ಸ್ವೀಟ್ ವಾಯ್ಸ್, ನಂಗೂ ಸಂಗೀತ ಕಲೀಂತ ಪಾಣಿ ಒತ್ತಾಯ ಮಾಡ್ತಾ ಇದ್ದಾರೆ. ನನ್ನ ಶಿಷ್ಯಳಾಗಿ ಸ್ವೀಕರಿಸಿ ಬಿಡಿ ಪರ್ಮನೆಂಟಾಗಿ" ಲಘು ಹಾಸ್ಯ ಬೆರೆಸಿ ಮಾತಾಡಿ ಅನುಪಲ್ಲವಿಯನ್ನು ಬರಮಾಡಿಕೊಂಡಳು.

ಹೆದರಿ ಬಂದವಳ ಮೇಲೆ ಕಪ್ಪೆ ಎಸೆಯಲಿಲ್ಲ.

ಬಹುಶಃ ಅನುಪಲ್ಲವಿಯಲ್ಲಿ ಮಾತುಗಳಿಲ್ಲ ಸರಳ, ಸಾಮಾನ್ಯ ಜನರಲ್ಲಿ ಬೆರೆತು ಬೆಳೆದವಳು. ಸಿಟಿಯ ನಾಗರಿಕತೆಯ ಬೆಡಗು, ಸೊಗಸು ಅವಳಿಗೆ ತಿಳಿಯದು. ಗಂಟಲು ಕಟ್ಟಿತು ಮಾತುಗಳು ಉರುಳಲು ಪ್ರಯಾಸವೇ.

ಸಂಕೋಚಿಸಿ ಸಂಕೋಚಿಸಿ ತುಟಿ ತೆರೆದಳು "ದಯವಿಟ್ಟು ತಪ್ಪು ತಿಳ್ಕೋಬೇಡಿ. ನಂಗೆ ಯಾವ್ದೇ ವಿಷ್ಯಗಳು ಗೊತ್ತಿಲ್ಲ. ಪಲ್ಲವಿ ಪುಟ್ಟ ಮಗುವಿನಂತೆ ನಿಮ್ಮ ಡ್ರೆಸ್ ಎಷ್ಟಾಗುತ್ತೇ ಗೊತ್ತಿಲ್ಲ. ಬೇರೆ ತಗೊಳ್ಳಿ" ಅಂಗೈನಲ್ಲಿ ಬೆವತು ಐದು ನೂರರ ನೋಟುಗಳನ್ನು ಸೋನಿಯಾ ಮುಂದಿಟ್ಟಳು. ವಿನಯದಿಂದ ಇಡೀ ಅಂಗೈ ಬೆವರಿನ ಮುದ್ದೆ.

ಸೋನಿಯಾ ನೋಟುಗಳನ್ನು ಅನುಪಲ್ಲವಿಯ ಮುಖವನ್ನು ಬದಲಿಸಿ ಬದಲಿಸಿ ನೋಡಿದಳು 'ತಂಗಿ ಅನುಪಲ್ಲವಿಯ ಪ್ರಕಾರ ಪುಟ್ಟ ಮಗು' ಪಲ್ಲವಿಗೆ ಸ್ವಲ್ಪ ಸಂಕೋಚವು ಇಲ್ಲವೆಂದು ಅವಳಿಗೆ ಗೊತ್ತು, ಕಾಲೇಜಿಗೆ ಹೋಗುವ ಮುನ್ನ ಹಾರಿ ಬಂದವಳು ಅದು ಇದೂ ಮಾತಾಡುತ್ತ ಕ್ರೀಮ್, ಸೆಂಟ್ ಉಪಯೋಗಿಸೋಳು. ಒಮ್ಮೆ ಪಾಣಿಯ ಸೆಂಟ್ ಬಾಟಲಿಗೆ ಕೈಹಾಕಿದ್ದಳು ಅಂಥ ದಿಟ್ಟೆ.

"ಬಂದೆ... ಕೂತ್ಕೊಳ್ಳಿ" ಕಿಚನ್‌ಗೆ ಹೋದಳು ಸೋನಿಯಾ...

ಬಿಸ್ಕಟ್, ಟೀ ಹಿಡಿದು ಬಂದು ಇಟ್ಟಳು ಅನುಪಲ್ಲವಿಯ ಮುಂದೆ "ತಗೊಳ್ಳಿ, ಮೊದಲ್ನೇ ಸಲ ನಮ್ಮನೆಗೆ ಬಂದಿರೋದು" ಬಲವಂತ ಮಾಡಿದಳು.

ಇಂದು ಹತ್ತಿರದಿಂದ ನೋಡಿದ್ದಳು ಅನುಪಲ್ಲವಿಯನ್ನು ಬಿಗಿಯಾಗಿ ಬಾಚಿ ಒಂದು ಜಡೆ ಹೆಣೆದ ಕಪ್ಪು ಕೂದಲು. ಮುಖಕ್ಕೆ ಯಾವುದೇ ಅಲಂಕಾರವಿಲ್ಲ. ಹಣೆಯಲ್ಲಿ ಕುಂಕುಮದ ಬೊಟ್ಟು, ಯೌವನ, ಸೌಂದರ್ಯ ಯಾವುದರ ಬಗ್ಗೆಯು ಗಮನವಿಲ್ಲದ ಸೌಮ್ಯ ಹೆಣ್ಣು ಇಷ್ಟವಾದಳು ಸೋನಿಯಾಗೆ.

"ದಯವಿಟ್ಟು ಏನು ತಿಳ್ಕೋಬೇಡಿ" ಮತ್ತೆ ಹೇಳಿದಳು.

ಸೋನಿಯಾ ನಕ್ಕು ಬಿಟ್ಟಳು "ನಂದೇ ತಪ್ಪು! ಹಾಗೇ ವರ್ತಿಸ್ಬಾರ್ದಿತ್ತು. ಅದ್ನ ಪಲ್ಲವಿಗೆ ಕೊಟ್ಟಿದ್ದರಾಗಿತ್ತು. ಕೋಪ ಎಂಥ ಅನಾಹುತಗಳ್ನ ಮಾಡಿಸುತ್ತೆ. ಹೋಗ್ಲೀ... ಬಿಡಿ ಈ ಹಣ ಬೇಡ" ಅವಳ ಅಂಗೈ ತೆಗೆದು ನೋಟುಗಳ ಮಡಿಕೆಯನ್ನು

ಅದರಲ್ಲಿಟ್ಟು ಮುಚ್ಚಿ ನಸು ನಕ್ಕಳು ಸೋನಿಯಾ. ಅನುವಿನ ಬಲವಂತಕ್ಕೇನು ಮಣಿಯಲಿಲ್ಲ.

ಮನೆಗೆ ಬಂದಾಗ ಪಲ್ಲವಿ ಕೂತಿದ್ದಳು. ನರ್ಸಿಂಗ್ ಹೋಂಗೆ ಒಮ್ಮೆ ಭೇಟಿ ಕೊಟ್ಟು ಬಂದ ಖುಷಿಯಲ್ಲಿ ಹಕ್ಕಿಯಂತಿದ್ದಳು.

"ಎಲ್ಲೋಗಿದ್ದೆ" ಅಂದವಳು "ಆಂಟೀ ಹೇಳಿದ್ದು ಸೋನಿಯಾ ಮನೆಗೆ ತಾನೇ?" ಏರುಪೇರಿಲ್ಲದ ಸ್ವರದಲ್ಲಿ ಕೇಳಿದಾಗ ಹೌದೆಂದು ತಲೆದೂಗಿದಳು "ತುಂಬ ಒಳ್ಳೆಯೋರು. ನಂಗೆ ಭೂಮಿಯಲ್ಲಿ ಅವಿತಿಟ್ಟುಕೊಳ್ಳುವಂಥ ಸಂಕೋಚವಾಯ್ತು" ಅಂಗೈಯಲ್ಲಿನ ನೋಟುಗಳನ್ನು ಅಲ್ಲೇ ಇದ್ದ ತೆರೆದ ಅಲಮಾರಿನಲ್ಲಿಟ್ಟಳು ಅನುಪಲ್ಲವಿ "ಹಣ ಕೊಡೋಕೆ ಹೋಗಿದ್ದೆ ತಗೊಳ್ಳಿಲ್ಲ."

ತಕ್ಷಣ ಚುರುಕಾದ ಪಲ್ಲವಿ ನೋಟುಗಳನ್ನೆತ್ತಿಕೊಂಡಳು. "ನಾಳೆ ಸುನೀತಾ ತಾಯಿನ ನೋಡೋಕೆ ಹೋಗ್ಬೇಕು. ಮತ್ತೆ ಬಿ.ಪಿ. ಜಾಸ್ತಿಯಾಗಿದೆಯಂತೆ. ಅಮ್ಮ, ಅಪ್ಪ ಹೋಗ್ಬಂದ್ರು, ನಾನೊಮ್ಮೆ ವಿಸಿಟ್ ಕೊಡ್ಬೇಕು" ಅಂಜಲಿ ಮಾತಿನ ಸಂದರ್ಭದಲ್ಲಿ ಆಡಿದ್ದು. ಈ ಅವಕಾಶ ತಪ್ಪಿಸಿಕೊಳ್ಳಲು ಸಿದ್ಧವಿಲ್ಲ ಪಲ್ಲವಿ.

"ನಾನು ಬರ್ತೀನಿ, ಯಾಕೋ ಸುನೀತಾಂದ್ರೆ ನಂಗೊಂದು ತರಹ ಅಫೆಕ್ಷನ್ ನಾನ್ಬರ್ತೀನಿ" ದುಂಬಾಲು ಬಿದ್ದಾಗ ಅಂಜಲಿ ಕಣ್ಣು ಮಿಟುಕಿಸದೆ ನೋಡಿದಳು. ಇವಳನ್ನು ಏನೇನು ಅರ್ಥವಾಗಿರಲಿಲ್ಲ. ಕಾಲೇಜಿನಲ್ಲಿ ಸಾಕಷ್ಟು ವಿದ್ಯಾರ್ಥಿನಿಯರಿದ್ದರು. ಸುನೀತಾ ಈಗ ಕಾಲೇಜಿನ ಸ್ಟೂಡೆಂಟ್ ಅಲ್ಲ. ಒಂದೆರಡು ಸಲದ ಭೇಟಿ ನನ್ನ ಮೂಲಕವಾಗಿ ಅಂಥದ್ದರಲ್ಲಿ ಅವಳ ಬಗ್ಗೆ 'Affection' ಯೋಚಿಸುವಂತಾದ್ದೆನಿಸಿತು.

"ಅದೇನು, ಸುನೀತಾ ನಾಲ್ಕು ದಿನ ಇದ್ದು ಹೋಗೋಕೆ ಬಂದಿರೋದು. ನಿನ್ನ ಬಗ್ಗೆ ಅವ್ಳೇನು ಇಂಟರೆಸ್ಟ್ ತೋರಿಸ್ಲಿಲ್ವಲ್ಲ" ಚುರುಕು ಮುಟ್ಟಿಸಿದಳು. ಅದಕ್ಕೇನು ವಿಚಲಿತಳಾಗಲಿಲ್ಲ. "ಏನೋಪ್ಪ ಹಾಗಂತ... ನಿನ್ನೊತೆ ಬರ್ತೀನಿ" ಅಂದಿದ್ದಳು.

ಅವಳಿಗೆ ಆಶ್ಚರ್ಯವೋ ಆಶ್ಚರ್ಯ!

"ನೀನು ಸೋನಿಯಾ ಹತ್ರ ಡ್ರೆಸ್ ತಗೋ ಬಾರ್ದಿತ್ತು" ಎಂದು ಅನುಪಲ್ಲವಿ ತಂಗಿಯನ್ನು ಎಚ್ಚರಿಸಿದಳು. "ಬಟ್ಟೆ ಬರೆ ಎರವಲು ತರೋದ. ಏನು ಚೆನ್ನ. ದೊಡ್ಡಪ್ಪನಿಗೆ ಗೊತ್ತಾದ್ರೆ ಕಾಲೇಜು ಬೇಡ ಏನು ಬೇಡಾಂತ ಕರ್ಕೊಂಡ್ಹೋಗಿ ಬಿಟ್ಟರೆ ಅದನ್ನು ನಿಧಾನವಾಗಿಯೇ ಹೇಳಿದ್ದು.

ಧಾವಿಸಿದ ಪಲ್ಲವಿ ಅಕ್ಕನ ಕೊರಳಿಗೆ ತನ್ನ ತೋಳುಗಳಿಂದ ಹಾರ ಹಾಕಿ "ಪ್ಲೀಸ್ ಹೇಳ್ಬೇಡ, ನಾನು ಚೆನ್ನಾಗಿ ಓದೋದ್ಬೇಡ್ವಾ! ಓದಿ ಕೆಲ್ಸಕ್ಕೆ ಸೇರಿಕೊಂಡರೇನೇ ಏನಾದ್ರೂ ಮಾಡೋಕೆ ಸಾಧ್ಯ!" ಲಲ್ಲೆಗರೆದಳು.

"ಖಂಡಿತ ಒದ್ಬೇಕು. ನಿನ್ನಿಂದ್ಲೇ ನಮ್ಮ ಇಡೀ ಸಂಸಾರ ಸರ್ಯೋಗ್ಬೇಕು. ನಂಗೆ ಸಂಗೀತ ಬಿಟ್ರೆ ಏನು ಗೊತ್ತಿಲ್ಲ. ಎಲ್ಲಾ ನಿನ್ನಿಂದ್ಲೇ ಆಗ್ಬೇಕು" ತಂಗಿಯ ಎರಡು ಕೈಗಳನ್ನು ಹಿಡಿದುಕೊಂಡಳು. ಯಾಕೋ ಪಲ್ಲವಿಗೆ ಅವಳ ಕಣ್ಣುಗಳನ್ನು

ದಿಟ್ಟಿಸಲಾಗಲಿಲ್ಲ. "ಅಮ್ಮ, ಸರಿ ಹೋಗ್ತಾಳೇಂತ ಅಂತೀಯಾ!" ಸಪ್ಪಗೆ ಕೇಳಿದಳು.

ಅನುಪಲ್ಲವಿ ಉತ್ತೇಜಿತಳಾಗಿ "ಖಂಡಿತ ಸರಿ ಹೋಗ್ತಾರೆ. ಆ ಮೂಲೆ ಮನೆ ಪಾರ್ವತಮ್ಮ ಬಟ್ಟೆ ಹರ್ದುಕೊಂಡ್ ಕೂದಲು ಕಿತ್ತುಕೊಂಡು ಎಲ್ಲರಿಗೂ ಹೊಡ್ದು ಬಡ್ದು ಮಾಡ್ತಾ ಇದ್ರು. ಈಗ ಎಷ್ಟು ಹುಷಾರಾಗಿದ್ದಾರೆ. ಅಮ್ಮ ಕೂಡ ಸರಿಹೋಗ್ತಾರೆ" ದೂರದ ಆಸೆ ಇತ್ತು ದನಿಯಲ್ಲಿ. ಪಲ್ಲವಿಗೆ ಅಂಥ ನಂಬಿಕೆ ಇರಲಿಲ್ಲ.

"ಆಯ್ತು. ನಾನು ಈ ಹಣದಲ್ಲಿ ಒಂದು ಡ್ರೆಸ್ ಕೊಂಡ್ಕೋತೀನಿ. ಆಗ ಯಾರನ್ನು ಕೇಳೋ ಹಂಗಿಲ್ಲ" ಎಂದಳು ನೋಟುಗಳನ್ನು ನೋಡಿಕೊಳ್ಳುತ್ತ "ಈಗ್ಲೇ ಹೋಗ್ತೀನಿ" ಹೊರಟೇಬಿಟ್ಟಳು.

ಅದು ಈ ತಿಂಗಳಿನ ಬಾಡಿಗೆ ಹಣ ಅನುಪಲ್ಲವಿ ತನಗೇ ತಾನೇ ಸಮಾಧಾನ ಮಾಡಿಕೊಂಡಳು.

ಹತ್ತು ಅಂಗಡಿ ಸುತ್ತಿದ ನಂತರ ನಾಲ್ಕು ನೂರ ಎಂಬತ್ತೈದು ರೂಪಾಯಿಗಳಿಗೆ ಒಂದು ಡ್ರೆಸ್ ಖರೀದಿಸಿ ತೃಪ್ತಳಾದಳು. ಆಕಾಶಕ್ಕೆ ಏಣಿ ಹಾಕಿದಂಥ ಸಂತೋಷ. ಅಲ್ಲಿ ಜಯಂತ್, ಅವನ ಸ್ಟೇಟಸ್, ಶ್ರೀಮಂತಿಕೆ ಎಲ್ಲಾ ಇತ್ತು. ಶತಾಯಗತಾಯ ಅಲ್ಲಿಗೆ ತಲುಪಬೇಕು. ಸದ್ಯದ ಗುರಿ ಅಷ್ಟೇ.

ಪಾರ್ಕಿನಲ್ಲಿ ಬಂದು ಕೂತಳು ಪಲ್ಲವಿ. ಬಡತನದ ರೇಖೆ ದಾಟಿ ಬಿಡಬೇಕು. ವಿಪರೀತ ಶ್ರಮದಿಂದ ಕೂಡ ತಲುಪುವುದು ಕೂಡ ಕಷ್ಟವೆನಿಸಿತು ಡಾ॥ ಜಯಂತ್ ಶ್ರೀಮಂತಿಕೆಯ ಆಕರ್ಷಣೆ ಹುಚ್ಚಳನ್ನಾಗಿಸಿತ್ತು.

ಗಟ್ಟಿ ನಿರ್ಧಾರಕ್ಕೆ ಬಂದವಳಂತೆ ಪಾರ್ಕ್‌ನಿಂದ ಹೊರಬರುವುದಕ್ಕೂ ನರ್ಸಿಂಗ್ ಹೋಂ ಕಾರು ಬರುವುದಕ್ಕೂ ಸರಿಹೋಯಿತು. ಬೆಳಿಗ್ಗೆ ತಾನೇ ಹೋಗಿ ನೋವಿಗಾಗಿ ಪಿಲ್ಸ್ ತಂದಿದ್ದಳು.

"ಹಲೋ..." ಮುಂದೆ ವೆಹಿಕಲ್‌ಗಳ ಮಹಾಪೂರವೇ ಇದ್ದುದ್ದರಿಂದ ಡೆಡ್ ಸ್ಲೋನಲ್ಲಿತ್ತು ಫಿಯಟ್. ಕೇಳಿಸಿ ಇತ್ತ ತಿರುಗಿ ನೆನಪಿಸಿಕೊಂಡ.

"ಬೆಳಿಗ್ಗೆ ಬಂದಿದ್ರಲ್ಲ ಸುನೀತಾ ಫ್ರೆಂಡ್..." ಕನ್ನಡಕವನ್ನು ಹಿಂದಕ್ಕೆ ತಳ್ಳಿ ಸರಿ ಮಾಡಿಕೊಂಡ.

"ಹೌದು ಸಾರ್. ಆಟೋಗೋಸ್ಕರ ಕಾಯ್ತ ಇದ್ದೆ. ಸ್ವಲ್ಪ ಡ್ರಾಪ್ ಕೊಟ್ರೆ..." ಸಂಕೋಚ ಹತ್ತಿಕ್ಕಿ ಬಾಯಿಬಿಟ್ಟು ಕೇಳಿದಳು. ಡೋರ್ ತೆಗೆದ.

ಅವನ ನೆನಪಿನಲ್ಲಿ, ಜಯಂತ್‌ನ ಮನದಲ್ಲಿ ಪೂರ್ತಿ ತಳವೂರಿದರೆ ತನ್ನ ಕೆಲಸ ಸುಲಭವಾಗುತ್ತೆ. ಇದು ಅವಳ ಮನದಿಚ್ಛೆ.

ಮುಂದಿನ ವಾಹನಗಳು ತೆರವಾದಾಗ ಕಾರಿನ ವೇಗ ಹೆಚ್ಚಿಸುತ್ತ, "ಎಲ್ಲಿಗೆ...?" ಎಂದ. ಸದಾ ಬಿಜಿ ಇರುವ ಮನುಷ್ಯ ಅಗತ್ಯಕ್ಕಿಂತ ಕಡಿಮೆಯೇ ಮಾತು. ರೋಗಿಗಳ ಬಳಿಯಲ್ಲಿಯೇ ಸ್ವಲ್ಪ ಮಾತು. ಇದು ಡಾ॥ ಜಯಂತ್‌ನ ಸ್ವಭಾವ.

ಪಲ್ಲವಿಯೇನು ಉತ್ತರಿಸಲಿಲ್ಲ. ಇದೇ ಕಾರು, ಇದೇ ಜಯಂತ್ ಹೀಗೆಯೇ ಬಾಳಪೂರ್ತಿ ಸಾಗಿ ಹೋದರೇ, ಆ ಕನಸಿನಲ್ಲಿದ್ದಳು ಪಲ್ಲವಿ.

ಒಂದು ಕಡೆ ಪೂರ್ತಿಯಾಗಿ ಕಾರು ನಿಲ್ಲಿಸಿದ. ಬದಿಗೆ ಆಟೋ ಸ್ಟಾಂಡ್, ಮತ್ತೊಂದು ಕಡೆ ಬಸ್ ಸ್ಟಾಪ್‌ಗೆ ಹತ್ತಿರ.

"ಇಳೀರಿ..." ಅಷ್ಟೇ ಹೇಳಿದ್ದು ಕಾರು ಮುಂದಕ್ಕೆ ಹೋಯಿತು.

ಪಲ್ಲವಿ ನಿಂತೇ ಇದ್ದಳು. ಸುನೀತಾ ಹೇಳಿದ್ದು ನೆನಪಾಯಿತು "ಮಾತು ಕಮ್ಮಿ. ಕೆಲವೊಮ್ಮೆ ಹ್ಞಾ ಹ್ಞೂ ಅನ್ನೋದು ಕೂಡ ಕಷ್ಟ. ಇಷ್ಟಪಟ್ಟು ಆಯ್ದುಕೊಂಡ ಪ್ರೊಫೆಷನ್ ತೀರಾ ಇನ್ವಾಲ್‌ಮೆಂಟ್. ಸದ್ಯ ಅವನನ್ನ ಅರ್ಥಮಾಡಿಕೊಳ್ಳುವಂಥ ಹೆಣ್ಣು ಸಿಕ್ರೆ ಸಾಕು. ಅವ್ನು ಯಾರ್ಕಡೆ ಕೈ ತೋರ್‍ಸಿದ್ರು ಮಾಲೆ ಹಾಕ್ಸಿ ಸೊಸೆ ಮಾಡಿಕೊಳ್ಳೋಕೆ ಅಮ್ಮ ಸಿದ್ಧ" ಅಣ್ಣನ ಬಗ್ಗೆ ಸುನೀತಾ ಹೇಳಿಕೊಂಡ ಮಾತುಗಳು.

'ಪ್ಲೀಸ್ ಸುನೀತಾ ನಾನು ಅರ್ಥಮಾಡ್ಕೊಂಡಿದ್ದೀನಿ. ಅವ್ರು ದಿನಗಟ್ಲೇ ನನ್ನಲ್ಲಿ ಮಾತಾಡದಿದ್ರೂ ಬೇಡ. ಮದ್ವೆಯಾಗ್ಬಿಟ್ರೆ ಸಾಕು' ಮನದಲ್ಲಿಯೇ ಹೇಳಿಕೊಂಡಳು ಸುನೀತಾ ಎದುರಿನಲ್ಲಿದ್ದಾಳೆಂದು ಭ್ರಮಿಸಿ.

ಮನೆಗೆ ಬಂದಾಗ ಆರು ದಾಟಿತ್ತು. ಗಾಬರಿಯಿಂದಲೇ ಆಕ್ಷೇಪಿಸಿದಳು "ಕಾಲೇಜಿಲ್ಲ, ಎಲ್ಲಿಗೆ ಹೋಗಿದ್ದೆ? ನಂಗಂತೂ ಕೈಕಾಲು ಆಡ್ಲಿಲ್ಲ" ಆ ಮಾತು ತನ್ನ ಕಿವಿಗೆ ಬೀಳಲೇ ಇಲ್ಲವೆನ್ನುವಂತೆ ತಾನು ತಂದ ಡ್ರೆಸ್‌ನ ಅನುಪಲ್ಲವಿಯ ಮುಂದಿಟ್ಟಳು.

"ನೋಡು, ಚೆನ್ನಾಗಿದ್ಯಾ?" ಬಿಲ್ ಅವಳ ಕೈಯಲ್ಲಿಟ್ಟಳು. "ಸೋನಿಯಾ ಸೆಲ್ವಾರ್ ಕಮೀಜ್ ಇನ್ನೂ ಹೆಚ್ಚಿನ ಬೆಲೆಯದು ಇರ್ಬೇಕು. ಇಂಥದ್ದೇ ಸಿಕ್ಕಿದ್ದು" ಹೇಳುತ್ತಲೇ ಇದ್ದಳು. ಅನುಪಲ್ಲವಿ ಕೇಳುವ ಸ್ಥಿತಿಯಲ್ಲಿರಲಿಲ್ಲ "ಸದ್ಯಕ್ಕೆ ಯಾವ್ದೆ ದುಂದುವೆಚ್ಚ ಬೇಡ. ಊಟ ತಿಂಡಿ ಮಾಡ್ಕೊಂಡಿರಿ" ಮೃತ್ಯುಂಜಯ ಹೇಳಿ ಹೋಗಿದ್ದರು.

"ಪಲ್ಲವಿ ಅದು ಬಾಡ್ಗೇ ಹಣ" ಹೇಳಿದಳು ದೈನ್ಯದಿಂದ.

ಡ್ರೆಸನ್ನು ಬಿಚ್ಚಿ ತನ್ನ ಮೈಮೇಲೆ ಹಾಕ್ಕೊಂಡು "ಇದ್ನ ಸೋನಿಯಾ ತಗೊಂಡಿದ್ರೆ ಏನ್ಮಾಡ್ತಾ ಇದ್ದೆ? ಹಾಗಂತ್ಲೇ ತಿಳ್ಕೋ. ನಿನ್ನ ಒಂದ್ಸಲ ಕಾಲೇಜಿಗೆ ಕರ್ಕೊಂಡ್ಹೋಗ್ತೀನಿ. ಆಗ್ನೋಡು..." ಸಂತೋಷದಲ್ಲಿ ಮಗ್ನಳಾದಳು ಪಲ್ಲವಿ.

ಯಾಕೆ ಸ್ಥಿತಿಯ ಬಗ್ಗೆ ತಂಗಿ ಯೋಚಿಸೋಲ್ಲ. ಅವಳ ಚಿಂತನೆ ಬಿಡುಗಡೆಯ ಬಗೆಯದು. ಅಭಿಮುಖವಾಗಿ ನಿಂತಂತಾಯಿತು.

ಪಲ್ಲವಿ ಮರುದಿನದ ಕನಸು ಕಂಡಳು. ಡಾ॥ ಜಯಂತ್‌ನ ತಾಯಿ ಕೂಡ ಮೆಚ್ಚುವ ಹಾಗೆ ನಡೆದುಕೊಳ್ಳಬೇಕು. ಆಗ ಅಲ್ಲಿ ಹೋಗಿಬರುವುದಕ್ಕೆ ಸುಲಭವಾಗುತ್ತೆ. ಹೇಗೆ? ಹೇಗೆ? ಇಡೀ ರಾತ್ರಿ ಅಂಥ ಕನಸಿನಲ್ಲಿಯೇ ಮುಳುಗಿ ತೇಲಿದಳು.

ಸಂಪೂರ್ಣವಾಗಿ ಪಲ್ಲವಿ ಓದನ್ನು ನಿರ್ಲಕ್ಷಿಸಿದ್ದಳು. ಪುಸ್ತಕ ಮುಟ್ಟುವುದು ಬೇಸರದ ಸಂಗತಿ. ಒತ್ತಾಯದಿಂದ ಹಿಡಿದರೂ ನೋಟ ಅಕ್ಷರಗಳ ಅರ್ಥವನ್ನು

ಗ್ರಹಿಸಲಾರದೆ ಸೋಲುತಿತ್ತು.

ಬೆಳಿಗ್ಗೆ ಆ ಉಡುಪು ತೊಟ್ಟು ಅರ್ಧಗಂಟೆ ಡ್ರೆಸ್ ಮಾಡಿಕೊಂಡು ಇರೋ ಪುಟ್ಟ ಕನ್ನಡಿಯಲ್ಲಿಯೇ ನೂರು ಸಲವಾದರೂ ಹಿಡಿಹಿಡಿದು ನೋಡಿಕೊಂಡಳು.

"ಊಟ ಮಾಡೋಲ್ವಾ!" ಅನುಪಲ್ಲವಿ ಕೇಳಿದಾಗ ಅವಳು ಅಲಂಕಾರದಲ್ಲಿಯೇ ಮಗ್ನೆ "ನಾನು ಮಾಡ್ಕೊತೀನಿ, ನೀನ್ಹೋಗು. ಸಂಜೆ ಬರೋದು ಲೇಟಾಗುತ್ತೆ. ಈಗ ಸ್ವಲ್ಪ ನಿಧಾನವಾಗಿ ಹೋಗ್ತೀನಿ" ಕಣ್ಣಿಗೆ ಹಚ್ಚಿದ ಕಪ್ಪನ್ನು ಸರಿಪಡಿಸಿಕೊಳ್ಳತೊಡಗಿದಳು.

ಮಧ್ಯಾಹ್ನದ ಮೇಲೆಯೇ ಕಾಲೇಜಿಗೆ ಹೋಗಿದ್ದು. ಅಂಜಲಿಯನ್ನು ಹುಡುಕೋದೆ ಮುಖ್ಯವಾದ ಕೆಲಸವಾಯಿತು. ಕ್ಯಾಂಟೀನ್‌ನಲ್ಲಿ ಸಿಕ್ಕಾಗ ಆಕಾಶವೆ ಧರೆಗಿಳಿದಂತಾಯಿತು ಅವಳಿಗೆ.

"ಯಾಕೆ ಕಾಲೇಜಿಗೆ ಬಂದಿರ್ಲಿಲ್ಲ?" ಕಪ್‌ನ ಕಾಫಿಯನ್ನ ಸಾಸರ್‌ಗೆ ಬಗ್ಗಿಸಿ ಅವಳಿಗೆ ಕೊಡುತ್ತ ಕೇಳಿದ ಅಂಜಲಿ ಅವಳ ಡ್ರೆಸ್ ಅಲಂಕಾರ ನೋಡಿ ಹುಬ್ಬೇರಿಸಲಿಲ್ಲ. ಇದೆಲ್ಲ ಸಹಜವೇ. ಆದರೆ ಬಹಳ ಬೇಗ ಬದಲಾಗುತ್ತಿದ್ದಾಳೆಂದುಕೊಂಡಳಷ್ಟೆ.

"ಗೆಸ್ಟ್ ಬಂದಿದ್ರು. ಅವ್ರು ಹೊರಡೋಕೆ ಲೇಟಾಯ್ತು" ಎಂದವಳು ಕಾಫೀ ಕುಡಿಯತೊಡಗಿದಳು. ಅಂಜಲಿ ಆರಾಮಾಗಿ ಇನ್ನೊಬ್ಬ ಸಹಪಾಠಿಯೊಂದಿಗೆ ಸಂಭಾಷಿಸತೊಡಗಿದಳು. ಎಲ್ಲರ ಹಾಗೇ ಇವಳು ಅಷ್ಟೆ. ಆದರೆ ಅಂಜಲಿಯನ್ನು ಹೆಚ್ಚಿಗೆ ಹಚ್ಚಿಕೊಂಡವಳು ಪಲ್ಲವಿಯೆ.

ಅಂಜಲಿಯನ್ನು ಬಿಟ್ಟು ಅಲ್ಲಾಡಲಿಲ್ಲ ಪಲ್ಲವಿ. ಅವರ ಮನೆಯವರ ಪೂರ್ಣ ಪರಿಚಯ, ಸ್ನೇಹಕ್ಕೆ ಇವಳು ಸೇತುವೆಯಾಗಬೇಕು. ಹೆಚ್ಚಿನ ದಿನವೇನು ಬಳಸಿಕೊಳ್ಳಲಾರಳು. ಕೆಲವೇ ಕೆಲವು ದಿನ ಆಮೇಲೆ ಇದೇ ಅಂಜಲಿ ಎಂದಾದರೂ ಬಂದರೆ ಬಿಗುಮಾನದಿಂದ ಮಾತಾಡಿಸಿಯಾಳು ಅಷ್ಟೆ. ಆ ಮಟ್ಟಿನ ಕಾನ್ಫಿಡೆನ್ಸ್ ಅವಳದು.

ಹೊರಟಾಗ ಇವಳು ಜೊತೆಯಾದಳು. ಇದು ವಿಪರೀತವೆನಿಸಿತು ಅಂಜಲಿಗೆ "ಇವತ್ತು ಲೇಟಾಗುತ್ತೆ. ಮನೆಯಲ್ಲಿ ಹೇಳಿದ್ದೀನಿ, ಮತ್ತೊಮ್ಮೆ ಫೋನ್ ಮಾಡಿದ್ರಾಯ್ತು. ನೀನೇನು ಮಾಡ್ತೀಯಾ?" ಕೇಳಿದಳು. ಪಲ್ಲವಿಯೇನು ವಿಚಲಿತಳಾಗಲಿಲ್ಲ.

"ನೋ ಪ್ರಾಬ್ಲಮ್, ನಾನು ಹೇಳ್ಬಂದಿದ್ದೀನಿ" ತಟ್ಟನೆ ಉತ್ತರಿಸಿದಳು.

ಆ ಕ್ಷಣ ಅಂಜಲಿಗೆ ಸ್ವಲ್ಪ ಬೇಸರವೆನಿಸಿದ್ದುಂಟು. ಬಂಧುತ್ವ, ಪರಿಚಯ, ಸ್ನೇಹ ಇರುವ ಅವರುಗಳೊಂದಿಗೆ ಇವಳನ್ನು ಕರೆದೊಯ್ಯುವುದು ಎಷ್ಟು ಸರಿ. ಹೇಗೆ ಬೇಡವೆನ್ನುವುದು? ಮತ್ತೆಂದು ಹೇಳದಿದ್ದರಾಯಿತೆಂಬ ತೀರ್ಮಾನಕ್ಕೆ ಬಂದಳು.

ಅವರ ಮನೆ ಗೇಟು ತಲುಪಿದಾಗ ಕಾರು ಬಾಲ್ಕನಿಯಲ್ಲೇ ಇತ್ತು. ಡಾ॥ ಜಯಂತ್ ಮನೆಯಲ್ಲಿಯೇ ಇದ್ದಾರೆಂದುಕೊಂಡಳು ಅಂಜಲಿ.

"ಡಾಕ್ಟ್ರು ಮನೆಯಲ್ಲೇ ಇದ್ದಾರೆ" ಎಂದಳು ಎಲ್ಲೋ ನೋಡುತ್ತ ಅಂಜಲಿ. ಪಲ್ಲವಿ ಮುಖ ಅರಳಿತು. ಉತ್ಸಾಹ ಮೂಡಿತು. ಕಣ್ಣಲ್ಲಿ ಮಿಂಚು ಕುಣಿಯಿತು 'ಹುರ್ರೆ'

ಎಂದು ಕೂಗಬೇಕೆನಿಸಿತು.

ಸುನೀತಾನೆ ಎದುರುಗೊಂಡು ಕರೆದೊಯ್ದಳು. ತಾಯಿ ಬಿ.ಪಿ. ಪರೀಕ್ಷಿಸುತ್ತಿದ್ದ ಡಾ॥ ಜಯಂತ್ ಒಂದು ಮಾತಾಡದೇ ಇನ್‌ಸ್ಟ್ರೂಮೆಂಟ್ ಮಡಚಿಟ್ಟು ಹೊರಗೆ ಹೋದ.

"ಕೂತ್ಕೊಳ್ಳಿ, ಅಣ್ಣನ್ನ ಕಳ್ಸಿ ಬರ್ತೀನಿ" ಸುನೀತಾ ಹೋದಳು.

ಅಂಜಲಿ ಆತ್ಮೀಯವಾಗಿ ವಿಚಾರಿಸಿದ ನಂತರವೇ ಇವಳನ್ನು ಪರಿಚಯಿಸಿದ್ದು. ಆಕೆಗಿಂತ ಅಲ್ಲಿನ ಮಂಚ, ಟೀಪಾಯಿ ಗೋಡೆಗೊರಗಿಸಿದ್ದ ಹೊಸ ನಮೂನೆಯ ಅಲಮಾರು. ಅದರ ಮೇಲಿನ ಚಿತ್ತಾರ ಸೊಬಗು, ಮಿಂಚುವ ರೀತಿ ಅದರಲ್ಲಿ ಮಗ್ನಳಾಗಿದ್ದಳು ಸಂಪೂರ್ಣವಾಗಿ.

ಆಕೆ ದೊಡ್ಡಸ್ತಿಕೆ ತೋರಿಸದೆ ಮಾತಾಡಿಸಿದಳು. ಪ್ರತಿಯೊಂದು ಕೆದಕಿ, ಕೇಳಿ ಕುತೂಹಲ ವ್ಯಕ್ತಪಡಿಸುವ ಸ್ವಭಾವದವರಲ್ಲ.

ಉಪಾಹಾರ, ಟೀಯ ನಂತರ ಇವರುಗಳು ಎದ್ದಾಗ ಆಕೆ ನೆನಪಿಸಿಕೊಂಡಂಗೆ "ಒಂದಿಷ್ಟು ತಿಂಡಿ ಮಾಡೋದಿದೆ, ಸ್ವಲ್ಪ ಜಾನಕಿನ ಕಳಿಸೋಕ್ಹೇಳು" ಅಂಜಲಿಗೆ ಹೇಳಿದರು.

"ಇಲ್ಲ ಆಂಟೀ, ಆಕೆ ಊರಿಗೆ ಹೋಗೇ ಎರ್ಡೇ ತಿಂಗಳು ಆಯ್ತು, ಅಮ್ಮನಿಗೆ ತಿಂಡಿ ಮಾಡೋದೆ ಬೇಡಾಂದ್ಬಿಟ್ಟಿದ್ದೀನಿ. ಒಂದು ದಿನಾನು ಹದ ಸರಿ ಇರೋಲ್ಲ" ತಾಯಿ ಮಾಡುವ ತಿಂಡಿಗಳನ್ನು ನೆನಸಿಕೊಂಡು ಹೇಳಿದಳು. ಆಕೆಗೆ ಕರದ ತಿಂಡಿಗಳನ್ನ ಮಾಡುವುದು ಬರದು.

"ಈಗೇನ್ಮಾಡೋದು! ನಾನಂತು ಮಾಡೋಕೆ ಸುನೀತಾ ಒಪ್ಪೋಲ್ಲ. ಅವ್ರ ಗಂಡನಿಗಂತು ಕುರುಕಲು ತಿಂಡಿ ಅಂದ್ರೆ ಇಷ್ಟ. ಆಗಾಗ ಸುನೀತಾನ ಕಳ್ಸೋಕೆ– ಅದು ಒಂದು ಕಾರಣ" ನಕ್ಕು ಬಿಟ್ಟರು.

ಬಂದ ಸುನೀತಾ ತನ್ನ ನಗುವನ್ನು ಸೇರಿಸಿ "ಷ್ಯೂರ್, ಹೋದ ಕೂಡ್ಲೇ ಎರ್ಡು ದಿನ ರಜ ಹಾಕಿ ಮನೆಯಲ್ಲಿ ಉಳೀತಾರೆ. ತಗೊಂಡ್ ಹೋಗಿರೋ ತಿಂಡಿಗಳ್ನ ಖಾಲಿ ಮಾಡೋಕೆ" ಜೋಕ್ ಮಾಡಿದಳು.

ನೆನಪಿಸಿಕೊಂಡವಳಂತೆ ಅಂಜಲಿ ಪಲ್ಲವಿಯತ್ತ ತಿರುಗಿದಳು "ನೀನು ತರೋ ತಿಂಡಿಯೆಲ್ಲ ತುಂಬ ರುಚಿ. ಆಕೆನೇ ಯಾಕೆ ಕಳ್ಸಬಾರ್ದು. ಅಂದು ನೀನು ತಂದಿದ್ದೆ ಕೋಡುಬಳೆಯ ರುಚಿ ಇಂದಿಗೂ ಮರ್ಯೋಕ್ಕಾಗೋಲ್ಲ."

ಉಗುಳು ಗಂಟಲಲ್ಲಿ ಸಿಕ್ಕಿ ಹಾಕಿಕೊಂಡಂತಾಯಿತು ಪಲ್ಲವಿಗೆ. ಅಂದು ಅಂದಿದ್ದು ಬಾಯಿತಪ್ಪಿ. ಅದನ್ನು ಮಾಡಿದವಳು ಅನುಪಲ್ಲವಿ.

ಇವಳು ಏನಾದ್ರೂ ಹೇಳುವ ಮುನ್ನ ಸುನೀತಾ ಅಮ್ಮ "ಒಂದಿಷ್ಟು ತಿಂಡಿ ಮಾಡ್ಕೊಟ್ರೆ ಸಾಕು. ಏನು ಕೇಳಿದ್ರೂ ಕೊಡೋಣ. ಖಂಡಿತ ನೀನು ಕರ್ಕೊಂಡ್ಬಾ" ಒಂದು ರೀತಿಯಲ್ಲಿ ಒತ್ತಾಯವೇರಿದರು.

ಪಲ್ಲವಿಯ ಸ್ವರ ಒಣಗಿತು. ಹೇಗೆ ಸಾಧ್ಯ? ವಿಷಯ ಒಂದು ಹಂತಕ್ಕೆ ಬರುವವರೆಗೂ ತನ್ನ ಮನೆಯವರ ಪರಿಚಯ ಈ ಕುಟುಂಬಕ್ಕೆ ಆಗಕೂಡದು. ಅವರುಗಳು ಕೂಡ ಆಸಕ್ತಿ ವಹಿಸಿರಲಿಲ್ಲ.

"ನೋಡ್ತೀನಿ..."

ಗೇಟಿನ ಬಳಿ ಸುನೀತಾ ಮತ್ತೊಮ್ಮೆ ಹೇಳಿದಳು "ಪಲ್ಲವಿ ಮರೀಬೇಡಿ. ಅಮ್ಮ ಸ್ವತಃ ರಿಸ್ಕ್ ತಗೊಂಡ್ಬಿಡ್ತಾರೆ. ಕೇಳಿದಷ್ಟು ದುಡ್ಡು ಕೊಡೋಣಾ. ಸಂಜೆ ಅಥ್ವಾ ರಾತ್ರಿ ವೇಳೆ ಬಂದು ಮಾಡ್ಕೊಟ್ರು ಆಯ್ತು ರುಚಿಯಾಗಿರ್ಬೇಕು ಹದ ಕೆಡ್ಬಾರ್ದು."

'ಸರಿಯೆನ್ನುವಂತೆ ತಲೆಯಾಡಿಸಿದಳು. ಉತ್ಸಾಹ ಒಣಗಿದ್ದು ಒಂದೆರಡು ನಿಮಿಷಗಳಷ್ಟೆ. ಅಷ್ಟು ದೂರ ಬಂದವಳು ಹಿಂದಕ್ಕೆ ತಿರುಗಿ ನೋಡಿದಳು. ಭವ್ಯವಾದ ಮನೆ ಎತ್ತರದ ಗೇಟು ಇವೆಲ್ಲ ತನ್ನ ಪಾಲಿಗಾದರೆ! ಆಗಲೇಬೇಕು.'

ಉಲ್ಲಾಸ ತುಂಬಿಕೊಂಡು ಹೊರಟಳು ಅಂಜಲಿಯೊಂದಿಗೆ. ಇನ್ನು ಅವಳ ಅಗತ್ಯ ಅಷ್ಟಾಗಿ ಕಾಣಲಿಲ್ಲ. ತಾನೇ ಬಂದು ಹೋಗಬಹುದು. ಚಪ್ಪಾಳೆ ತಟ್ಟಿಕೊಂಡು ಕುಣಿಯುವಂತಾಯಿತು.

ತಂಗಿ ಖುಷಿಯಾಗಿದ್ದು ಕಂಡು ಅನುಪಲ್ಲವಿಗೂ ಸಮಾಧಾನವೇ. ರಾತ್ರಿಯ ಊಟದ ನಂತರ ನೆನಸಿಕೊಂಡಳು.

"ಗಮಕದ ತರಗತಿಗೆ ಒಂದು ಹುಡ್ಗೀ ಬರುತ್ತೆ, ಅವ್ರಪ್ಪ ಲಂಚ ತಗೊಳ್ಳೋವಾಗ ಸಿಕ್ಕಿ ಹಾಕ್ಕೊಂಡ್ ಅವಮಾನ ತಾಳಲಾರ್ದೇ ಎಲ್ಲೋ ಹೊರಟ್ಹೋಗಿದ್ರಂತೆ ನಿನ್ನೆ ಬಂದ್ರಂತೆ. ಈ ಹುಡ್ಗಿ ಸಿಹಿ ತಂದು ಹಂಚಿದಳು ಎಲ್ಲರಿಗೂ."

ಓದುತ್ತಿದ್ದ ಪುಸ್ತಕವನ್ನು ತುಪ್ಪೆಂದು ಮುಚ್ಚಿದಳು ಪಲ್ಲವಿ "ಅಮ್ಮನಿಗೆ ಭ್ರಮೆಯಾದ್ರೆ, ನಿಂಗೂ ಹುಚ್ಚಷ್ಟೆ. ನಂಗೇನು ಅಪ್ಪನ ಬಗ್ಗೆ ಭರವಸೆ ಇಲ್ಲ. ನಂಗೆ ನಾಲ್ಕು ವರ್ಷವೇನೋ, ಎಷ್ಟೊಂದು ವರ್ಷವಾಯ್ತು ಹೋಗಿ. ಅದೆಲ್ಲ ಮರ್ತು ಬದ್ಕೀಗೆ ಹೊಂದಿಕೋಬೇಕು" ನಿರ್ಲಕ್ಷದಿಂದ ಉಸುರಿ ಅಲ್ಲೇ ಇದ್ದ ನೀರಿನ ಲೋಟ ಖಾಲಿ ಮಾಡಿ ಹೋಗಿ ಮಲಗಿದಳು.

ಹಿಂದೆಲ್ಲ ಪಲ್ಲವಿ ಈ ರೀತಿ ಮಾತಾಡುತ್ತಿರಲಿಲ್ಲ! ಅಥವಾ ತನಗೇ ಗಮನಿಸೋಕೆ ಪುರಸತ್ತಿರಲಿಲ್ಲವೇನೋ. ತನಗೆ ತಾನೇ ಸಮಾಧಾನ ಮಾಡಿಕೊಂಡು ದಿಂಬಿನ ಮೇಲೆ ತಲೆಯಿಟ್ಟಳು.

* * *

ಬಹಳ ಖುಷಿಯಾಗಿ ತಂದ ಹೊಸ ಡ್ರೆಸ್ ತೊಟ್ಟು ಕಾಲೇಜಿಗೆ ಹೊರಟ ತಂಗಿಯ ಕೈಗೆ ತಿಂಡಿಯ ಡಬ್ಬಿ ಕೊಟ್ಟಳು. "ರಾತ್ರಿ ಸ್ವಲ್ಪ ತಲೆನೋವಿತ್ತು. ಬೆಳಿಗ್ಗೆ ಎದ್ದಿದ್ದು ನಿಧಾನ. ಏನು ಮಾಡೋಕ್ಕಾಗಿಲ್ಲ. ಆಂಟೀ ಮನೆ ಉಂಡೆ ಚಕ್ಕುಲಿ ಇದೆ. ಅದ್ನೇ ತಿಂದ್ಕೋ. ಅಡ್ಗೇ ಮಾಡಿಟ್ಟು ಹೋಗ್ತೀನಿ" ಹಣೆಯೊತ್ತಿಕೊಳ್ಳುತ್ತ ಅಡುಗೆ

ಮನೆಗೆ ಹೋದಳು.

ಇದ್ದಿಲು ಒಲೆಯ ಮೇಲಿದ್ದ ಕುದಿಯುವ ಬೇಳೆಯ ಪಾತ್ರೆಯೊಳಗೆ ಸೌಟಾಡಿಸಿದಳು. ತೆಗೆದು ನೋಡಿದಳು, ಇನ್ನ ಬೆಂದಿರಲಿಲ್ಲ. ಕುಕ್ಕರ್ ಕೂಗಿಸಿ ಐದು ನಿಮಿಷದಲ್ಲಿ ಅಡುಗೆ ಮಾಡುವ ದ್ರೌಪದಿಯವರ ನೆನಪಾಯಿತು. ಪಕ್ಕಕ್ಕೆ ಸರಿಸಿದಳು ಮನದಿಂದ. ಅವಳ ಮಟ್ಟಿಗೆ ಅದೆಲ್ಲ ಹೆಚ್ಚಿನ ಶ್ರೀಮಂತಿಕೆಯ ಸೊತ್ತೆ.

ಇಂದು ಇವಳಿಗಾಗಿ ಕಾಯುತ್ತಿದ್ದ ಅಂಜಲಿ "ಸದ್ಯ ಬಂದೆಯಲ್ಲ! ನಿನ್ನೆ ಸುನೀತಾ ಎರ್ಡು ಸಲ ಫೋನ್ ಮಾಡಿದ್ರು. ಬೇರೆಯವ್ರನ್ನ ಕರ್ಸ್ರೀ ಮಾಡ್ಸೋ ಇಷ್ಟ ಇಲ್ಲ. ತಿಂಡಿ ಮನೆ ತರಹನೆ ಇರ್ಬೇಕು. ಏನಾಯ್ತು ನೀನು ಹೇಳ್ದ ವಿಷ್ಯ?" ನೆನಪಿಸಿದಳು.

ಇದೊಂದು ಅವಕಾಶವಾಗಿ ಕಂಡಿತು. ಕಳೆದುಕೊಳ್ಳಬಾರದೆನಿಸಿತು. ಆದರೆ ಎರಡು ನಿಮಿಷ ಹಿಂಜರಿದವಳು ಧೈರ್ಯವನ್ನು ಒಂದುಗೂಡಿಸಿದಳು.

"ಹೇಳಿದ್ದೀನಿ, ನಾಲ್ಕು ದಿನ ಊರಿನಲ್ಲಿ ಇರ್ಲಿಲ್ಲ. ಸಂಜೆ ಕಳ್ಸೋ ಏರ್ಪಾಟು ಮಾಡ್ತೀನಿ" ಎಂದಳು ಉತ್ಸಾಹದಿಂದ.

ತಿಂಡಿ ಮಾಡುವುದರಲ್ಲಿ ದೊಡ್ಡಮ್ಮನಿಂದ ತರಬೇತು ಪಡೆದ ಅನುಪಲ್ಲವಿಯ ಕೈಯಲ್ಲಿ ಹದಗೆಡುತ್ತಿರಲಿಲ್ಲ.

ಮಧ್ಯಾಹ್ನವೇ ಸಂಗೀತ ವಿದ್ಯಾನಿಲಯಕ್ಕೆ ಹೋದಳು. "ನೀನು ಈಗ್ಲೇ ಬರ್ಬೇಕು. ಒಂದಿಷ್ಟು ಅರ್ಜೆಂಟ್ ಕೆಲ್ಸವಿದೆ" ಎಂದು ಅನುಪಲ್ಲವಿಯನ್ನ ಕರೆದು ತಂದವಳು ಒಂದು ಪಾರ್ಕ್‌ಗೆ ಕರೆದೊಯ್ದಳು.

ಅನುಪಲ್ಲವಿಗೆ ಗಾಬರಿ. ಅತ್ತಿತ್ತ ನೋಡಿ "ಏನು ಇಲ್ಲ? ಊರಿಂದ ಏನಾದ್ರೂ ಪತ್ರ ಬಂತಾ? ಅಮ್ಮ ಹುಷಾರಾಗಿದ್ದಾಳೆ ತಾನೇ?" ಆತಂಕದಿಂದ ಅವಳ ಸ್ವರ ನಡುಗುತ್ತಿತ್ತು.

ತೋಳಿಡಿದು ಕಲ್ಲು ಬೆಂಚಿನ ಮೇಲೆ ಕೂಡಿಸಿದ ತಾನು ಅವಳ ಪಕ್ಕ ಕೂತು ಅಕ್ಕನ ಕೈಯನ್ನ ತನ್ನ ಕೈಯೊಳಗೆ ತಗೊಂಡು "ಅಲ್ಲೆಲ್ಲ ಏನು ತೊಂದರೆ ಇಲ್ಲ" ಅವಳ ಮುಖ ಮುದುಡಿತು.

ಒಂದೇ ಸಮ ಏರಿತು ಅನುಪಲ್ಲವಿಯ ಹೃದಯದ ಬಡಿತ. "ಏನಾಯ್ತು ಪಲ್ಲವಿ? ನಂಗೆ ಏನು ತಡೆದುಕೊಳ್ಳೋಕ್ಕಾಗೋಲ್ಲ. ಊರಿಗೆ ಹೋಗ್ಬಿಡೋಣ ಅಲ್ಲಿ ದೊಡ್ಡಪ್ಪ, ದೊಡ್ಡಮ್ಮ, ಅಮ್ಮ ಎಲ್ಲಾ ಇದ್ದಾರೆ" ಒಂದೇ ಉಸುರಿಗೆ ಹೇಳಿದಳು.

"ಛೆ, ಅಂಥದೆಲ್ಲ ಏನಿಲ್ಲ. ನಾನು ಓದೋದು ನಿಂಗೆ ಇಷ್ಟ ತಾನೇ! ಹಾಗೇ ಒಳ್ಳೆ ಮಾರ್ಕ್ಸ್ ಕೂಡ ತಗೋ ಬೇಕು. ಇಲ್ದಿದ್ರೆ ಕೆಲ್ಸ ಸಿಗೋಲ್ಲ. ಪಟ್ಟ ಶ್ರಮವೆಲ್ಲ ವ್ಯರ್ಥವಾಗುತ್ತೆ" ಬುದ್ಧಿವಂತಿಕೆಯಿಂದ ಪೀಠಿಕೆ ಹಾಕಿದಳು ಪಲ್ಲವಿ. ಅಕ್ಕ ಎಷ್ಟು ಮುಗ್ದಳೆಂದು ಅವಳಿಗೆ ಗೊತ್ತು. ಅಕ್ಷರ ಕಲಿತಿದ್ದು ಒಂದೆರಡು ವರ್ಷವಷ್ಟೆ.

ಒಂದು ಸುಂದರವಾದ ಸುಳ್ಳು ಕಥೆಯನ್ನು ಹೆಣೆದಳು, ಮಾರ್ಮಿಕವಾಗಿತ್ತು. ಹೃದಯಂಗಮ ತಿರುವು.

"ಅವ್ರು ಮನೆಗೆ ಹೋಗಿ ನೀನು ಅವ್ರು ಹೇಳ್ದ ತಿಂಡಿ ಮಾಡಿಕೊಡ್ಬೇಕು. ನಿಂಗೆ ಶ್ರಮ, ಸ್ವಲ್ಪ ಅವ್ರ ಪರಿಚಯ ಹೆಚ್ಚಾದ್ರೆ ನಂಗೆ ಮಾರ್ಕ್ಸ್ ಸಿಗುತ್ತೆ. ಮುಂದೆ ಉಪಯೋಗವಾಗುತ್ತೆ. ಒಳ್ಳೆ ಕೆಲ್ಸ ಸಿಕ್ರೆ ಅಮ್ಮನ್ನ ಎಲ್ಲರನ್ನ ಇಲ್ಲಿಗೆ ಕರ್ಸ್ಕೊಳ್ಳಬಹುದ್ದು. ಅಮ್ಮಂಗೆ ಟ್ರೀಟ್‌ಮೆಂಟ್ ಕೊಡ್ಸಬಹುದ್ದು. ಇನ್ನ ಒಂದು ಹೆಜ್ಜೆ ಮುಂದಕ್ಕೆ ಹೋಗಿ ಅಪ್ಪನ್ನ ಕೂಡ ಹುಡುಕಬಹುದ್ದು. ಎಲ್ಲಕ್ಕೂ ಹಣ, ಒಳ್ಳೆಯವ್ರ ಪರಿಚಯ ಬೇಕು." ಒಂದು ಸಂಪೂರ್ಣ ಚಿತ್ರವನ್ನ ಅಕ್ಕನ ಮುಂದಿಟ್ಟು ಒಲಿಸಿಕೊಂಡಳು.

ತಂಗಿಯ ಎರಡು ಕೈಗಳನ್ನ ಹಿಡಿದುಕೊಂಡಳು "ಅಷ್ಟಾದ್ರೆ ಸಾಕು. ಬರೀ ತಿಂಡಿ ಮಾಡಿ ಕೊಡೋದಾ, ಇಷ್ಟೊಂದು ಸಾಧಾರಣ ವಿಷ್ಯಕ್ಕೆ ಇಷ್ಟೆಲ್ಲ ಪೀಠಿಕೆ ಯಾಕೆ? ಈಗ್ಲೇ ಬಂದು ಮಾಡಿಕೊಡ್ತೀನಿ" ನಿಶ್ಚಿಂತೆಯಿಂದ ನುಡಿದಳು ಅನುಪಲ್ಲವಿ. ಅವಳಿಗೆ ತನ್ನ ಕುಟುಂಬಕ್ಕೆ ಒಳ್ಳೆಯದಾಗುವುದಾದರೆ ಎಂಥ ಶ್ರಮಕ್ಕೂ ರೆಡಿ.

"ಆದ್ರೆ... ನೀನು ನನ್ನಕ್ಕ ಅಂತ ಅವ್ರ ಮುಂದೆ ಹೇಳೋಹಾಗಿಲ್ಲ. ಅದ್ನೇ ಮನಸ್ಸಿನಲ್ಲಿಟ್ಕೊಂಡ್ ಮಾರ್ಕ್ಸ್ ಕಳೀತಾರೆ" ಏನೋ ಹೇಳಿದಳು. ಅರ್ಥವಾಗದಿದ್ದರೂ ನಂಬಿದಳು ಅನುಪಲ್ಲವಿ.

"ಆಯ್ತು ಬಿಡು" ಒಪ್ಪಿಗೆ ಸೂಚಿಸಿದಳು.

ಡಾ॥ ಜಯಂತ್ ಮನೆಗೆ ಕರೆದೊಯ್ದಳು. ಫೋನ್‌ನಲ್ಲಿ ಗಂಡನೊಂದಿಗೆ ಸಂಭಾಷಿಸುತ್ತಿದ್ದ ಸುನೀತಾ ಕೂಡುವಂತೆ ಸನ್ನೆ ಮಾಡಿ ಎರಡು ನಿಮಿಷದ ನಂತರವೇ ಬಂದಿದ್ದು.

"ಹಲೋ, ಪಲ್ಲವಿ! ಅಂಜಲಿ ಬರಲಿಲ್ವಾ...?" ಕೇಳಿದಳು.

ಪಲ್ಲವಿಯೊಬ್ಬಳೆ ಕೂತಿದ್ದಿದು. ಅನುಪಲ್ಲವಿ ನಿಂತೇ ಇದ್ದಳು. ಇದನ್ನೆಲ್ಲ ತಿಳಿಸಿಯೇ ಕರೆ ತಂದಿದ್ದಳು. ಮತ್ತಷ್ಟು ಸೆರೆಗೊದ್ದು ಹಿಡಿಯಾಗಿದ್ದ ಅವಳು ಬೆವೆತುಹೋಗಿದ್ದಳು.

"ಇಲ್ಲ, ಇವ್ರೆ ತಿಂಡಿ ಮಾಡೋರು. ಚೆನ್ನಾಗಿ ಮಾಡ್ತಾರೆ, ನಾನು ಕಾಲೇಜಿಗೆ ಹೋಗ್ಬೇಕು" ಎದ್ದು ಬಿಟ್ಟಳು. ಅವಳ ಹೃದಯದಲ್ಲಿ ಭಯಂಕರವಾದ ಸಂಕಟ, ಉಸಿರು ಕಟ್ಟಿದಂತಾಗಿತ್ತು. "ನಾಳೆ ಬರ್ತೀನಿ..." ನಡದೇ ಬಿಟ್ಟಳು.

ಸುನೀತಾ ನೋಟವೆತ್ತಿ ಅನುಪಲ್ಲವಿಯತ್ತ ಹೊರಳಿಸಿದಳು "ಕೂತ್ಕೊಳ್ಳಿ, ಈಗ ಅಂಜಲಿ ಫೋನ್ ಮಾಡಿದ್ಲು" ಏನೇನು ಹೇಳಿದಳೋ ಅನುಪಲ್ಲವಿಗಂತು ಅರ್ಥವಾಗಲಿಲ್ಲ.

ತಾಯಿನ ಕರೆತಂದಳು ಸುನೀತಾ. ಆಕೆ ಕೂಡ ತೀರಾ ನಯವಾಗಿ ಮಾತಾಡಿಸಿದಳು. ಕೇಳಿದ್ದಕ್ಕೆ ಹೇಗೆ, ಎಷ್ಟು ಉತ್ತರಿಸಬೇಕೆಂದು ತರಬೇತು ನೀಡಿದ್ದಳು ಪಲ್ಲವಿ.

ಅಡುಗೆ ಮನೆಗೆ ಕರೆದೊಯ್ದರು. ಗ್ಯಾಸ್ ಅಂಥದ್ದು ಉಪಯೋಗಿಸಿ ಅವಳಿಗೆ ಅಭ್ಯಾಸವಿಲ್ಲ. ಒಂದು ರೀತಿಯ ಹೆದರಿಕೆ.

"ಏನು ಬೇಕೋ, ನಾನು ನೋಡ್ಕೋತೀನಿ, ನೀನು ರೆಸ್ಟ್ ತಗೋಮ್ಮ" ಸುನೀತಾ

ತಾಯಿಯನ್ನ ಕಳುಹಿಸಿದಳು.

ನಯ, ವಿನಯ, ನಾಜೂಕು ಒಂದು ಮಾತಾಡದೆ ಕೆಲಸ ಮಾಡುವ ರೀತಿ ಸುನೀತಾಗೆ ಹೆಚ್ಚು ಹಿಡಿಸಿತು. ಏಳು ಗಂಟೆಯ ವೇಳೆಗೆ ಚಕ್ಕುಲಿ ಕೋಡುಬಳೆಯ ಕೆಲಸ ಮುಗಿಯಿತು.

"ಅದ್ನೆಲ್ಲ ವಾಸು ಎತ್ತಿಡುತ್ತಾನೆ. ಮುಖ ತೊಳ್ಕೊಂಡ್ಬನ್ನಿ" ಸುನೀತಾ ಹೇಳಿದಾಗ ನಯವಾಗಿ ನಿರಾಕರಿಸಿದಳು "ಏನು ಬೇಡ, ಹೇಗೂ ಮನೆಗೆ ಹೋಗ್ಬಿಡ್ತೀನಲ್ಲ." ತೀರಾ ಸಂಕೋಚದ ಸ್ವಭಾವವೆಂದು ಅರ್ಥಮಾಡಿಕೊಂಡಳು.

ಬಹಳ ಬಲವಂತದ ನಂತರ ಒಂದಿಷ್ಟು ತಿಂಡಿ ತಿಂದು ಕಾಫೀ ಕುಡಿದಿದ್ದು.

"ಏನು ಕೊಡ್ಬೇಕು?" ಸುನೀತಾ ಕೇಳಿದಳು.

ತಕ್ಷಣಕ್ಕೆ ಏನು ಅರ್ಥವಾಗಲಿಲ್ಲ. ದೊಡ್ಡಮ್ಮನಿಗೆ ಸಹಾಯ ಮಾಡುತ್ತಿದ್ದಳೇ ವಿನಃ ಎಂದೂ ಬೇರೆಯವರ ಮನೆಗೆ ಹೋಗುತ್ತಿರಲಿಲ್ಲ. ಮನೆ ಬಿಟ್ಟರೆ ಅವರಲ್ಲಿಗೆ ಸಂಗೀತಾಭ್ಯಾಸಕ್ಕೆ ಹೋಗುತ್ತಿದ್ದಳಷ್ಟೇ.

ತೀರಾ ಗಲಿಬಿಲಿಯಾಗಿ ಮಾತಾಡಲಾಗಲಿಲ್ಲ "ದಯವಿಟ್ಟು, ಏನು ಬೇಡ ಬರ್ತೀನಿ..." ಅವಳಿಗೆ ಅಲ್ಲಿರಲಾಗಲಿಲ್ಲ. ಅವಸರದಿಂದ ನಾಲ್ಕು ಹೆಜ್ಜೆ ಮುಂದಕ್ಕೆ ಬರುವುದಕ್ಕೂ ಕಾರ್ಪೆಟ್‌ಗೆ ಎಡವಿ ಮುಗ್ಗರಿಸಿದಾಗ ಕನ್ನಡಕ ಹೋಗಿ ಪಾಟುಗೆ ಬಡಿಯಿತು.

ಕ್ಷಣ ದಿಗ್ಭ್ರಮೆಯಿಂದ ನಿಂತಳು. ತಲೆನೋವು ಬರುತ್ತಿದ್ದಾಗ ಪರೀಕ್ಷಿಸಿ ಕನ್ನಡಕ ಕೊಡಿಸಿದ್ದರು. ಸರಿಯಾಗಿ ಗೈಡು ಮಾಡುವವರಿರಲಿಲ್ಲ. ಸದಾ ಹಾಕಿಯೇ ಕೆಲಸ ಮಾಡುತ್ತಿದ್ದಳು. ಮಲಗಿದಾಗಲೇ ತೆಗೆದಿಡುತ್ತಿದ್ದದ್ದು. ಇಂದು ಒಂದು ಅಂಗವೇ ಊನವಾದಂತಾಯಿತು. ಕಣ್ಮುಂದೆ ಪೂರ್ತಿ ಮಂಜು.

ಬಹುಶಃ ಈ ಘಟನೆ ನಡೆಯದಿದ್ದರೆ ಬೇರೆ ಏನಾದರು ತಿರುವು ಸಿಕ್ಕುತ್ತಿತ್ತೇನೋ ಪಲ್ಲವಿಯ ಜೀವನಕ್ಕೆ. ಆದರೆ ಎಲ್ಲಾ ಮುಚ್ಚಿಹೋಯಿತು.

ರೆಟ್ಟೆ ಹಿಡಿದು ಒಂದು ಕಡೆ ಕೂಡಿಸಿದ ಸುನೀತಾ "ಯಾವಾಗ್ಲೂ ಕನ್ನಡಕ ಹಾಕ್ತಾ ಇದ್ರಾ?" ಕೇಳುವ ಮುನ್ನವೇ ಕಂಬನಿಯ ಧಾರೆ ಅನುಪಲ್ಲವಿಯ ಕೆನ್ನೆಯ ಮೇಲೆ ಹರಿಯಿತು.

"ಡೋಂಟ್ ವರೀ... ಬನ್ನಿ" ಕರೆದೊಯ್ದುಳು.

ನೇರವಾಗಿ ಕಾರು ಬಂದಿದ್ದು ನರ್ಸಿಂಗ್ ಹೋಂಗೆ ಡಾ॥ ಜಯಂತ್ ಯಾವುದೋ ಎಮರ್ಜನ್ಸಿ ಆಪರೇಷನ್‌ನಲ್ಲಿದ್ದರು. ಸುನೀತಾನೆ ಕರೆದೊಯ್ದು ಇಂಪಾರ್ಟೆಂಟ್ ಕೇಸ್ ಎಂದು ಡಾ॥ ಲೂಸಿಯವರಲ್ಲಿ ಚೆಕಪ್ ಮಾಡಿಸಿ ಕನ್ನಡಕ ಕೊಡಿಸಿಯೇ ಕಾರು ಹತ್ತಿಸಿದ್ದು.

"ನಿಮ್ಮನ್ನು ಮನೆಗೆ ತಲುಪಿಸ್ತೀನಿ. ನಿಮ್ಮ ಮನೆಯವ್ರು ಗಾಬ್ರಿ ಆಗ್ಬಾರ್ದಲ್ಲ!" ಎಂದಳು ನಗುತ್ತ. ಪೂರ್ತಿ ಸಂಕೋಚದ ಮುದ್ದೆಯಾದಳು. ಅನುಪಲ್ಲವಿ "ನನ್ನಿಂದ

ನಿಮ್ಗೇ ಬರೀ ತೊಂದರೆನೇ ಆಯ್ತು. ದಯವಿಟ್ಟು ಕ್ಷಮ್ಸಿ ಬಿಡಿ" ಅವಳ ಗಂಟಲಲ್ಲಿನ ಪಸೆಯಾರಿತು.

ಸುನೀತಾ ಅವರ ಮನೆಯವರ ಬಗ್ಗೆ ಏನು ಪ್ರಶ್ನಿಸಲಿಲ್ಲ. ಅನವಶ್ಯಕವಾಗಿ ಕೆದಕುವ ಸ್ವಭಾವವಲ್ಲ. ಕತ್ತಿನಲ್ಲಿದ್ದ ಒಂಟಿ ಎಳೆಯ ಸರ ನೋಡಿ ಮಾತ್ರ ಮದುವೆಯಾಗಿಲ್ಲವೆಂದು ಗುರ್ತಿಸಿದಳಷ್ಟೆ.

"ನಾಳೆ ಬರ್ಬೇಕು. ಒಂದಿಷ್ಟು ಉಂಡೆ ಕೆಲ್ಸ ಮುಗ್ಸಿ ಕೊಟ್ಬಿಡಿ. ನಮ್ಮವ್ರು ಉತ್ತರದ ಕಡೆಯವರಾದ್ರೂ ಈ ಕಡೆ ತಿಂಡಿಗಳ್ನ ಇಷ್ಟಪಡ್ತಾರೆ. ಎಷ್ಟೊತ್ತಿಗೆ ಬರ್ತೀರಾ?" ಕೇಳಿದಳು ಸುನೀತಾ.

ಕೃತಜ್ಞತೆ ತಂಗಿಯ ಭವಿಷ್ಯ ಅವಳಿಂದ ಇಲ್ಲವೆನ್ನಲಾಗಲಿಲ್ಲ. "ಸಂಜೆ ಬರ್ತೀನಿ" ಅಷ್ಟೇ ಉಸುರಿದ್ದು.

ಬೆಂಕಿಯ ಮಧ್ಯೆ ನಿಂತವಳಂಗೆ ಚಡಪಡಿಸುತ್ತಿದ್ದ ಪಲ್ಲವಿ ಧಾವಿಸಿದಳು.

"ಅವ್ರೇನು ಕೇಳಿಲ್ವಾ ಅನು ಅಕ್ಕ" ಇಲ್ಲವೆಂದು ತಲೆಯಾಡಿಸಿ ಒಡೆದು ಹೋದ ಕನ್ನಡಕ ವಿಷಯ ಹೇಳಿದಳು. "ಇದಕ್ಕೆ ಎಷ್ಟಾಯಿತೋ ಏನೋ ನೀನೇ ವಿಚಾರ್ಸು. ನಂಗಂತು ಭಯವಾಯ್ತು" ಒಂದು ಕಡೆ ಕೂತು ಬಿಟ್ಟಳು ಅನುಪಲ್ಲವಿ.

ಅಲ್ಲಿ ಎಲ್ಲಾ ಸರಳವಾಗಿ ಕಂಡರೂ ಯಾಕೋ ಆ ಶ್ರೀಮಂತ ವಾತಾವರಣದಲ್ಲಿ ಕತ್ತಿಡಿದಂತಾಗಿತ್ತು.

"ಹೋಗ್ಲಿ ಬಿಡು. ಹೇಗೂ ಹಣವಿರೋ ಜನ. ಅವ್ರಿಗೆ ಒಂದು ಕನ್ನಡಕ ಕೊಡಿಸೋದೇನು ಕಷ್ಟವಲ್ಲ. ಇನ್ನ ಅವ್ರ ಸುದ್ದಿ ಬೇಡ" ತೆಪ್ಪಗೆ ಒಂದು ಕಡೆ ಪುಸ್ತಕವಿಡಿದು ಕೂತಳು ಪಲ್ಲವಿ.

ಮರುದಿನ ಬೆಳಿಗ್ಗೆ ಎದ್ದ ಕೂಡಲೇ ಧಾವಿಸಿದ್ದು ಅವರ ಮನೆಗೆ. ಬೆಳಿಗ್ಗೆ ಒಂದು ರೌಂಡ್ ನರ್ಸಿಂಗ್‌ಹೋಂಗೆ ಹೋಗಿ ಬಂದರೂ ಡಾ॥ ಜಯಂತ್ ಮತ್ತೆ ಮನೆ ಬಿಡುವುದು ಒಂಭತ್ತರವರೆಗೆ. ಒಂದು ವಿಸಿಟ್ ಕೊಡುವುದು ಅವನ ಕಣ್ಣಿಗೆ ಬೀಳುವುದು.

ಬಹಳ ಶ್ರದ್ಧೆಯಿಂದ ಅಲಂಕರಿಸಿಕೊಂಡು ಅವರ ಮನೆಯ ಗೇಟು ಮುಟ್ಟಿದಾಗ ಡಾ॥ ಜಯಂತ್ ಹೊರಗಡೆ ನಾಯಿಯೊಡನೆ ಆಟವಾಡುತ್ತಿದ್ದ.

ಸದ್ದಾಗದಂತೆ ಗೇಟು ತೆರೆಯಲು ಯೋಚಿಸಿ ನಂತರ ಅದನ್ನು ಕೈ ಬಿಟ್ಟು ಸದ್ದು ಮಾಡಿದಳು. ಇತ್ತ ತಿರುಗಿದ ಡಾ॥ ಜಯಂತ್ ನಾಯಿಯನ್ನು ಹೋಗುವಂತೆ ಹೇಳಿದವನು ಒಳಕ್ಕೆ ಹೋದ. ಹಣಕ್ಕಿಂತ ಸಮಯದ ಬಗ್ಗೆ ಅವನದು ಲೆಕ್ಕಾಚಾರದ ಮನೋಭಾವ.

ಧೈರ್ಯದ ಹುಡುಗಿಯೇ, ಆರಾಮಾಗಿ ವರಾಂಡ ದಾಟಿ ಹಾಲ್‌ನಲ್ಲಿ, ಯಾರು ಇರದ್ದು ಗಮನಿಸಿ ಡೈನಿಂಗ್‌ಗೆ ಹೋದಳು ಸಂಕೋಚವಿಲ್ಲದೆ. ಬ್ರೇಕ್ ಫಾಸ್ಟ್‌ಗೆ ಕೂತಿದ್ದರು ಮೂವರು.

"ಹಲೋ... ಸುನೀತಾ..." ಇತ್ತ ತಿರುಗಿದ ಸುನೀತಾ "ಓ... ಬನ್ನಿ... ಬನ್ನಿ ನಾನೇ ಅಂಜಲಿಗೆ ಫೋನ್ ಮಾಡೋಣಾಂತ ಇದ್ದೆ" ಆಹ್ವಾನಿಸಿದಳು.

ಹೆಚ್ಚಿನ ಒತ್ತಾಯ ಬೇಕಿರಲಿಲ್ಲ. ಹೂವಿನಂಥ ಮೃದುವಾದ ಇಡ್ಲಿ, ಚಟ್ನಿ, ಬೆಣ್ಣೆ, ಸಾಂಬರ್ ಜೊತೆಗೆ ಒಂದು ನಾಲ್ಕು ಸೇಬು ಚೂರುಗಳು, ಒಂದು ಯಾಲಕ್ಕಿ ಬಾಳೆಹಣ್ಣು, ಬಾಯಲ್ಲಿ ನೀರೂರಿಸುವಂಥ ತಿಂಡಿ. ಇದು ತನಗೆ ಶಾಶ್ವತವಾಗಲಿಯೆಂದು ತನಗೆ ತಿಳಿದ ಎಲ್ಲಾ ದೇವರಲ್ಲು ಒಟ್ಟಿಗೆ ಪ್ರಾರ್ಥನೆ ಸಲ್ಲಿಸಿದಳು. ಇಂಥ ಜೀವನವಿದ್ದಾಗಲೇ ಹುಟ್ಟಿನ ಸಾರ್ಥಕ.

ಜಯಂತ್ ಎದ್ದಾಗ ಬಾಯಲ್ಲಿದ್ದ ಇಡ್ಲಿಯನ್ನು ನುಂಗಿ ನೀರು ಕುಡಿದರು "ಅರೇ, ನೀವು ನಿಧಾನವಾಗಿ ತಗೋಬಹುದಿತ್ತು" ಅವಳ ಆತುರ ಗಮನಿಸಿ ಹೇಳಿದಳು ಸುನೀತಾ.

"ಕಾಲೇಜಿಗೆ ಹೊತ್ತಾಗುತ್ತೆ" ಎಂದಳು ಮುಖದಲ್ಲಿ ನಗು ಅರಳಿಸುತ್ತ. ಸುನೀತಾಗೆ ಸ್ವಲ್ಪ ವಿಚಿತ್ರವಾಗಿ ಕಂಡರೂ ಸರಳವಾಗಿ ಹೊಂದಿಕೊಳ್ಳುವ ಪಲ್ಲವಿ ಸ್ವಭಾವ ಇಷ್ಟವಾಯಿತು.

"ಅವ್ರು ಹೆಸರು ಕೇಳ್ಲೆ ಇಲ್ಲ. ಮಾಡಿದಕ್ಕೆ ಏನು ತಗೋಳಿಲ್ಲ. ಕನ್ನಡಕ ಹೊಡೀತು ಆ ಗಲಾಟೆಯಲ್ಲಿ ಏನು ಕೊಡ್ಲಿಲ್ಲ. ಇವತ್ತು ಉಂಡೆ ಮಾಡಿಕೊಡೋಕೆ ಹೇಳಿದ್ದೀನಿ. ಎರ್ಡು ಒಟ್ಟಿಗೆ ಸೇರಿ ಕೊಡ್ಬಹ್ದು. ತುಂಬ ಸಂಕೋಚಾಂತ ಕಾಣುತ್ತೆ. ನೀವೇನು ಕೊಡ್ತೀರಾ? ನಮ್ಮನೆ ಅಡ್ಗೇ ಕೆಲ್ಸಕ್ಕೆ ಒಪ್ಕೊಂಡ್ರೆ ಪುಣ್ಯ. ಬೇರೆ ಕಡೆಗಿಂತ ಸ್ವಲ್ಪ ಹೆಚ್ಚಿಗೆ ಬೇಕಾದ್ರೂ ಹಣ ಕೊಡೋಣ" ಎಂದು ಹೇಳಿದಳು.

ಪಲ್ಲವಿಗೆ ಅಡಿಕೆಯ ಕತ್ತರಿಯ ಮಧ್ಯೆ ಸಿಕ್ಕಿಕೊಂಡಂತಾಯಿತು. ಧಾರಾಳವಾಗಿ ಮುಂದಿನ ಅನಾಹುತಗಳನ್ನು ಲೆಕ್ಕಕ್ಕೆ ತೆಗೆದುಕೊಳ್ಳದೆ ಸುಳ್ಳು ಹೇಳಿದ್ದಳು ಅವರಿಗೆ ಹತ್ತಿರವಾಗುವ ಸಲುವಾಗಿ, ಈಗ...

"ವಿಚಾರಿಸ್ತೀನಿ, ಆಗಾಗ ನಮ್ಮನೆಗೂ ತಿಂಡಿ ಮಾಡಿಕೊಡೋಕೆ ಬರೋದು ನಂಗೂ ಏನು ಗೊತ್ತಿಲ್ಲ" ನುಸುಳಿಕೊಂಡಳು ಪಲ್ಲವಿ.

ಡಾ॥ ಜಯಂತ್ ಕಾರು ಹತ್ತುವ ವೇಳೆಗೆ ಹಾಜರಾದಳು.

"ಸ್ವಲ್ಪ ಕೂಡ ತಲೆನೋವು ಕಡ್ಮೇಯಾಗಿಲ್ಲ!" ಕಾರಿನ ವಿಂಡ್‌ನ ಷಟರ್‌ನ ಮೇಲಕ್ಕೇರಿಸುತ್ತಿದ್ದ ಡಾ॥ ಜಯಂತ್ "ಒಮ್ಮೆ ಡಾ॥ ಲಿಲ್ಲಿನ ಮೀಟ್ ಮಾಡಿ. ಹೆಚ್ಚು ಅಪಾಯಿಂಟ್‌ಮೆಂಟ್ಸ್ ಇಲ್ದಿದ್ರೆ ಬೇಗ್ನೆ ನೋಡ್ತಾರೆ." ಹತ್ತಿ ಕೂತ. ಸುನೀತಾ ಕೂಡ ಒಂದು ಮಾತು ಹೇಳಿದಳು, "ಹೇಗೂ ಹೋಗ್ತಾ ಇದ್ದೀಯಾ ಡಾ॥ ಲಿಲ್ಲಿಗೆ ಒಂದ್ಮಾತು ಹೇಳೋಕ್ಕಾಗುತ್ತೇನೋ ನೋಡು."

ಅಂತು ಕಾರಿನಲ್ಲಿ ಜಾಗ ಗಿಟ್ಟಿಸಿದಳು. ಅವಳಿಗೇನು ತಲೆ ನೋವಿರಲಿಲ್ಲ. ಕೊಟ್ಟ ಮಾತ್ರೆಗಳು ಪಲ್ಲವಿಯ ಪರ್ಸ್‌ನಲ್ಲಿಯೇ ಇತ್ತು. ಎಷ್ಟು ಚುರುಕಾಗಿದ್ದಳೆಂದರೆ ಸ್ವಲ್ಪ ಅವಳ ಬಗ್ಗೆ ಡಾ॥ ಜಯಂತ್ ಇಂಟರೆಸ್ಟ್ ತೋರಿಸಿದರೂ ಹಿಂದಿನ ಬದುಕು. ಆ

ಜನವೆಲ್ಲ ಕೆಟ್ಟ ಕನಸೆಂದು ತಿಳಿದು ಭೂತಕಾಲದ ಬಾಗಿಲನ್ನು ಮುಚ್ಚಲು ಸಿದ್ಧಳಿದ್ದಳು.

ನರ್ಸಿಂಗ್ ಹೋಂ ಮುಂದು ಡಾ॥ ಜಯಂತ್ ಜೊತೆ ಇಳಿದಾಗ ಸುತ್ತಲ ಪ್ರಪಂಚವೆಲ್ಲ ತನ್ನನ್ನು ನೋಡುತ್ತಿರುವಂತೆ ಭಾಸವಾಯಿತು. ಕತ್ತು ಎತ್ತಿ ಮತ್ತಷ್ಟು ಹಮ್ಮುನಿಂದ ಮುಂದಕ್ಕೆ ಹೆಜ್ಜೆ ಇಡುವ ವೇಳೆಗೆ ಡಾ॥ ಜಯಂತ್ ಮುಂಬಾಗಿಲು ದಾಟಿ ಔಟ್ ಪೇಷಂಟ್ ಬಳಸಿಕೊಂಡು ಎಲ್ಲೋ ಮಾಯವಾದ.

ರಾತ್ರಿ ಅಡ್ಮಿಟ್ ಮಾಡಿಕೊಂಡ ಒಂದು ಪೇಷಂಟ್‌ನ ಸ್ಥಿತಿ ಚಿಂತಾಜನಕವಾಗಿತ್ತು. ಆ ಗಡಿಬಿಡಿಯಲ್ಲಿ ಮುಳುಗಿ ಹೋದ. ಅಲ್ಲಿ ಇಲ್ಲಿ ಓಡಾಡಿ ಅವರವರ ಬಳಿ ಡಾ॥ ಜಯಂತ್‌ನ ವಿಚಾರಿಸಿ ಕಾರಿಡಾರ್‌ನೊಳಕ್ಕೆ ಬರುವ ವೇಳೆಗೆ ಎದುರಾಗಿ ಇಬ್ಬರು ಜೂನಿಯರ್ ಡಾಕ್ಟರ್‌ಗಳ ಜೊತೆ ಬರುತ್ತಿದ್ದ ಜಯಂತ್ ಅವಳನ್ನ ಗುರ್ತಿಸಲೇ ಇಲ್ಲ.

ಒಂದು ಕಡೆ ನಿಂತು ಸುನೀತಾ ಹೇಳಿದ ಡಾ॥ ಜಯಂತ್ ಬಗೆಗಿನ ಮಾತುಗಳೆಲ್ಲ ಜ್ಞಾಪಿಸಿಕೊಂಡಳು. 'ವೃತ್ತಿಯಲ್ಲಿ ಬಹಳ ಇನ್ವಾಲ್‌ಮೆಂಟ್ ಇಷ್ಟಪಟ್ಟು ಆಯ್ದುಕೊಂಡ ಪ್ರೊಫೆಷನ್.'

ಪಲ್ಲವಿಯ ತುಟಿಯಂಚಿನಲ್ಲಿ ಮುಗುಳ್ನಗೆ ತೇಲಿತು. ತನ್ನ ವೃತ್ತಿಯಲ್ಲಿ ಪೂರ್ತಿ ಬಿಜಿಯಾಗಿರುವ ಗಂಡು, ಹೆಂಡತಿಯ ಎಂದಿನ ಜೀವನ, ಹಣ ಮತ್ತ್ಯಾವುದರ ಕಡೆ ಆಸಕ್ತಿ ವಹಿಸಲಾರ ಸಂಸಾರವೊಂದೇ ಅವನ ಜೀವನವಲ್ಲ. ಇದೊಂದು ಭಾಗ ಮಾತ್ರ ಎಲ್ಲೋ ಕೇಳಿದ್ದೋ, ಓದಿದ್ದೋ; ತಾನಾಗಿ ಲಾಜಿಕ್ ಮಾಡಿದ್ದೋ ಜಯಂತ್‌ನ ಜೊತೆಯಲ್ಲಿನ ತನ್ನ ಬಾಳ್ವೆಗೆ ಪೂರ್ತಿ ನೆಮ್ಮದಿ ಸಿಗುತ್ತದೆಯೆಂಬ ಭರವಸೆಯುಂಟಾದಾಗ ಮತ್ತಷ್ಟು ಉತ್ಸಾಹ ತುಂಬಿಕೊಂಡಳು.

ಮರುದಿನ ಸಂಜೆ ಒಂಟಿಯಾಗಿಯೇ ಅವರ ಮನೆಗೆ ಹೋದಳು. ಗಾರ್ಡನ್‌ನಲ್ಲಿ ವಾಕ್ ಮಾಡುತ್ತಿದ್ದ ಸುನೀತಾ ಅಮ್ಮ ಮುಗುಳ್ನಕ್ಕರು. ಪದೇ ಪದೇ ಈ ಹುಡುಗಿ ಯಾಕೆ ಬರುತ್ತಾಳೆ? ಸಮಸ್ಯೆಯಾಗಿ ಕಾಡಿತು ಕ್ಷಣ.

"ಬಾ... ಬಾ, ಅಂಜಲಿ ಬರಲಿಲ್ವಾ...?" ಕೇಳಿದರು ಸ್ವಲ್ಪ ಸಲುಗೆಯಿಂದಲೇ. ತುಂಬು ನಗೆಯನ್ನು ಹರಿಸಿದಳು. "ಇಲ್ಲ, ನಿಮ್ಗೇ ಹುಷಾರ್ ಇರಲಿಲ್ವಲ್ಲ. ನೋಡ್ಕೊಂಡ್ಹೋಗೋಣಾಂತ್ಬಂದೆ" ಹೇಳಿದಳು.

ಅವರಿಗೂ ಕೊಂಚ ಬೇಸರವಿತ್ತು. ಒಳಗೆ ಕರೆದೊಯ್ದರು. ಡಾ॥ ಜಯಂತ್ ಊಟಕ್ಕೆ ಬರುವ ಸಮಯ! ಕೆಲವೊಮ್ಮೆ ಬರುತ್ತಿರಲಿಲ್ಲ. ಗೊತ್ತಿದ್ದ ದಿನ ಕ್ಯಾರಿಯರ್ ಹೋಗುತ್ತಿತ್ತು. ಅದು ಹಾಗೆಯೇ ವಾಪಸ್ಸು ಬರುತ್ತಿತ್ತು ಒಮ್ಮೊಮ್ಮೆ.

"ಸುನೀತಾ ಹೊರಟ್ಹೋದ್ರಾ?" ನೋಟವರಿಸಿದಳು ಸುತ್ತಲೂ. ಅವರು ಕೂಡುತ್ತ "ಇಲ್ಲ ಇಲ್ಲೇ ಇದ್ದಾಳೆ. ಜಯಂತ್ ಅಪ್ಪ ಗಂಡನ ಜೊತೆ ಮಾತಾಡ್ತ. ಸದ್ಯಕ್ಕೆ ನನ್ನ ಆರೋಗ್ಯ ಸ್ವಲ್ಪ ಸುಧಾರಿಸೋವರ್‍ಗೂ ಇರ್ತಾರೆ. ಸುಮ್ನೇ ತೊಂದರೆ ಅವ್ರು ನನ್ಮಾತು ಕೇಳೋಲ್ಲ" ಹೇಳಿಕೊಂಡರು. ಕಾರಂಜಿಯಂತೆ ಚಿಮ್ಮಿತು ಅವಳೊಳಗಿನ ಆಸೆಗಳು.

ಅರ್ಧಗಂಟೆ ಕೂತೇ ಇದ್ದಳು. ಸುನೀತಾ ಅಮ್ಮ ಕೂಡ ಅಂಥ ಮಾತಿನವರಲ್ಲ.

ಅವರಿಗೂ ಬೇಜಾರಾಯಿತು. ಹೋಗುವವಳೇನೋಂತ ಕಾದರು. ಅಲ್ಲಾಡುವ ಸೂಚನೆಯೇ ಕಾಣಲಿಲ್ಲ.

"ಆ ಹುಡ್ಗೀ ತುಂಬ ಚೆನ್ನಾಗಿ ತಿಂಡಿ ಮಾಡ್ತಾಳೆ. ಹಣ ಕೂಡ ಇಸಿಕೊಳ್ಲಿಲ್ಲ. ಯಾಕೆ?" ನೆನಪಿಸಿಕೊಂಡು ಕೇಳಿದವರು ಹಿಂದೆಯೇ "ಎಲ್ಲು ಕೆಲ್ಸ ಮಾಡ್ದ ರೂಢಿ ಇದ್ದಂಗೆ ಕಾಣ್ಲಿಲ್ಲ. ವಿಪರೀತ ಸಂಕೋಚ" ಎರಡು ಮಾತು ಕೂಡ ಕೇಳಿದರು.

ಯಾಕೋ ಏನೋ ಇಲ್ಲಿ ಅನುಪಲ್ಲವಿಯ ವಿಷಯ ಬರುವುದು ಬೇಕಿರಲಿಲ್ಲ ಅವಳಿಗೆ. ಸುಳ್ಳು ಹೇಳಿದಕ್ಕೆ ಪಶ್ಚಾತ್ತಾಪವೋ, ಹಿಂದಿನ ವ್ಯಕ್ತಿಗಳು ತನ್ನ ಭವಿಷ್ಯಕ್ಕೆ ಮಾರಕವೆಂಬ ಭಯವೋ, ಅಂತು ಅವಳ ವಿಷಯ ಬೇಕಿರಲಿಲ್ಲ.

ನಯವಾಗಿ ಮಾತಾಡುತ್ತ ಊಟ ಮುಗಿಸಿದಳು ಅಲ್ಲೇ. ಮೊದಲು ಸುನೀತಾ ತಾಯಿಗೆ ಇಷ್ಟವಾಗಿ ಕಂಡರೂ ಗಂಟೆಗಟ್ಟಲೇ ಉಳಿದಿದ್ದು ಸುನೀತಾ ರೂಮಿಗೆ ಹೋಗಿ ಮೇಕಪ್ ಮಾಡಿಕೊಂಡಿದ್ದು ಸರಿಬರಲಿಲ್ಲ.

"ನಂಗೆ ರೆಸ್ಟ್ ಬೇಕು" ಆಕೆಯೇ ಮೇಲೆದ್ದರು.

"ನಾನು ಸುನೀತಾ ಬರೋವರ್ಗೂ ಇರ್ತೀನಿ" ಒಂದು ಮ್ಯಾಗಝೀನ್ ಎತ್ತಿಕೊಂಡಾಗ, ಅವರಿಗೆ ನಗುಬಂತು. ವಿಲಕ್ಷಣ ಹುಡುಗಿಯಾಗಿ ಕಂಡಳು. ಸ್ವಂತದವರೇ ಒಬ್ಬರಿಗೊಬ್ಬರು ಹಚ್ಚಿಕೊಳ್ಳದ ದಿನಗಳಲ್ಲಿ ಈ ತರಹದ ಸ್ವಭಾವ ಅಪರೂಪವೆಂದುಕೊಂಡರು.

ಇಲ್ಲಿನ ಆಕರ್ಷಣೆ ಎಷ್ಟಿತ್ತೆಂದರೆ ಬಿಟ್ಟುಹೋಗಬೇಕೆಂದರೆ ಹೃದಯ ಕಿತ್ತು ಬಾಯಿಗೆ ಬಂದಂತಾಗುತ್ತಿತ್ತು. ಇದೇ ತನ್ನ ಮನೆಯೆನ್ನುವಂಥ ಭ್ರಮೆ ಅವಳನ್ನ ಬಂಧಿಸಿತ್ತು. ಅದರಿಂದ ಬಿಡಿಸಿಕೊಳ್ಳಲಾರಳು.

ಸುನೀತಾ ಡಾ॥ ಜಯಂತ್ ಮನೆಗೆ ಬಂದಿದ್ದು ಮೂರರ ಸುಮಾರಿಗೆ ಸುನೀತಾಗೆ ಇವಳನ್ನು ನೋಡಿ ಆಶ್ಚರ್ಯ. ಡಾ॥ ಜಯಂತ್ ಮಾತ್ರ ತನ್ನ ಪಾಡಿಗೆ ತಾನು ರೂಮಿಗೆ ಹೋದ.

"ಯಾವಾಗ್ಬಂದ್ರಿ? ಕಾಲೇಜಿಗೆ ಹೋಗಲಿಲ್ವಾ?" ಕೇಳಿದಳು.

ತಟ್ಟನೆ ಮೇಲೆದ್ದ ಪಲ್ಲವಿ ನಸುನಕ್ಕಳು "ಆಗ್ಲೇ ಬಂದೆ. ಅಮ್ಮನಿಗೆ ಹುಷಾರು ಇರಲಿಲ್ವಲ್ಲ ನೋಡ್ಕೊಂಡ್ಹೋಗೋಣಾಂತ. ನೀವು ಇರ್ಲಿಲ್ಲ."

ವಿಸ್ಮಿತಳಾದಳು ಸುನೀತಾ. ಬಂಧುಗಳ ಮನೆ ಹುಡುಗಿ ಅಂಜಲಿ ಬರುತ್ತಿದ್ದದ್ದು ಕೂಡ ಅಪರೂಪವಾಗಿಯೇ. ಬರುವ, ಹೋಗುವುದರ ಹಿಂದಿನ ಉದ್ದೇಶವೇನು?

ಒಂದೆರಡು ನಿಮಿಷ ಮಾತಾಡಿಸಿಯೇ ಸುನೀತಾ ಎದ್ದಿದ್ದು. "ಸಾರಿ, ಇವತ್ತೇನು ಇನ್ನ ಮೂರು ದಿನ ನಾನು ಮಾತಾಡೋ ಮೂಡ್ ಇರೋಲ್ಲ. ನನ್ನ ಹಳೆ ಫ್ರೆಂಡ್ ಸಿಕ್ಕಿ ಬಹುಶಃ ವಾರಕ್ಕೇನು, ತಿಂಗಳಿಗೆ ಆಗೋಷ್ಟು ಮಾತಾಡಿದ್ದೀನಿ" ನಗುವಿನಲ್ಲಿ ತೇಲಿಸಿದಳು.

ಬಲವಂತವಾಗಿಯೇ ಪಲ್ಲವಿ ಹೊರಟಿದ್ದು. ದಾರಿಯಲ್ಲಿ ಸುನೀತಾನ ಬಯ್ದುಕೊಂಡಳು ಕೂಡ. ತನ್ನ ಜಯಂತ್‌ನ ವಿವಾಹವಾದ ಮೇಲೆ ಸುನೀತಾ ಬಹಳ ದಿನ ಇಲ್ಲಿ ಬಂದಿರಲು ಅವಕಾಶ ಕೊಡಬಾರದು. ಇಂಥ ಯೋಚನೆ ಕೂಡ ಅವಳ ಮನಕ್ಕೆ ಬಂದುಹೋಯಿತು.

ಆ ಒಂದು ವಾರದಲ್ಲಿ ಪ್ರತಿದಿನವು ಬಂದಳು ಡಾ॥ ಜಯಂತ್ ಮನೆಗೆ ಇಷ್ಟು ಕಡಿಮೆಯಲ್ಲಿ ಕಿಚನ್. ಉಗ್ರಾಣ ಮಾತ್ರವಲ್ಲ ಡಾ॥ ಜಯಂತ್ ರೂಮಿಗೂ ಹೋಗುವಷ್ಟು ಸ್ನೇಹವನ್ನು ತಾನಾಗಿ ಬೆಳೆಸಿಕೊಂಡಳು.

* * *

ದೊಡ್ಡ ಗೇಟಿನ ಮುಂಭಾಗದಲ್ಲಿ ಕಾರಿನಿಂದ ಇಳಿದಳು ಸುನೀತಾ. ನಾಲ್ಕಾರು ಜನ ಡಾ॥ ಜಯಂತ್ ಗೆಳೆಯರು ಬರುವವರಿದ್ದರು. ಒಂದೆರಡು ದಿನದ ಮಟ್ಟಿಗೆ ಅನುಪಲ್ಲವಿಯನ್ನು ಕರೆದೊಯ್ಯುವ ಉದ್ದೇಶದ ಜೊತೆಗೆ ಅವರ ಮನೆಯವರೊಂದಿಗೆ ಮಾತಾಡಬಹುದೆಂದು ಬಂದಿದ್ದಳು.

ಮೊದಲು ಸ್ಕೂಟರ್‌ನಲ್ಲಿ ಎದುರಾದವರು ಸೋನಿಯಾ ಪಾಣಿ. ಸೋನಿಯಾ ಅವಳು ಕ್ಲಾಸ್‌ಮೇಟ್ಸ್. ಕಣ್ಣು ಕಿರಿದುಗೊಳಿಸಿ ಬಾಯಿ ಅಗಲಿಸಿದ ಸೋನಿಯಾ ಧುಮುಕಿ ಇವಳತ್ತ ಧಾವಿಸಿದಳು.

"ಮೈ ಗಾಡ್, ನಿನ್ನ ಮದ್ವೆಯಲ್ಲೆ ನಿನ್ನ ನೋಡಿದ್ದು. ಇದೇನು ಇಲ್ಲಿ ದರ್ಶನ" ಅವಳೆರಡು ಕೈ ಹಿಡಿದುಕೊಂಡಾಗ ಪಾಣಿ "ನಂಗೆ ಹೊತ್ತಾಯ್ತು, ನಿನ್ನ ಆಫೀಸ್‌ಗೆ ಲೀವ್ ಲೆಟರ್ ಕೊಟ್ಟು ನಾನು ಆಫೀಸ್‌ಗೆ ರಜ ಹಾಕ್ಬರ್ತೀನಿ. ಅಲ್ಲಿವರ್‍ಗೂ ನಿನ್ನ ಫ್ರೆಂಡ್‌ನ ನಿಲ್ಲಿಸ್ಕೋ ಅಪರೂಪಕ್ಕೆ ಬಂದಿರೋ ಗೆಸ್ಟ್..." ಹೇಳಿ ಸ್ಕೂಟರ್‌ನೊಂದಿಗೆ ಮರೆಯಾದ.

ಅತ್ತಲೆ ನೋಡಿದ ಸುನೀತಾ "ಗುಡ್ ಅಂಡರ್‌ಸ್ಟಾಂಡಿಂಗ್, ನಿನ್ನ ಬಹಳ ಚೆನ್ನಾಗಿ ಅರ್ಥಮಾಡ್ಕೊಂಡಿದ್ದಾರೆ" ಹೇಳಿದಳು. ಕೆನ್ನೆಯುಜ್ಜಿ ಮಾತಾಡದೆ ಎಳೆದುಕೊಂಡು ಹೋದಳು ಸೋನಿಯಾ ಒಳಕ್ಕೆ.

ಫ್ಲ್ಯಾಟ್‌ನ ಬಾಗಿಲು ತೆಗೆದು "ಇದೇ ಸದ್ಯದ ನಮ್ಮ ಅರಮನೆ..." ಡೈನಿಂಗ್, ಕಿಚನ್, ಬೆಡ್‌ರೂಂ ಎಲ್ಲಾ ಪರಿಚಯಿಸಿದಳು.

ಇಬ್ಬರ ಸ್ವಂತ ವಿಷಯಗಳನ್ನ ಹತ್ತು ನಿಮಿಷ ಹರಟಿದ ನಂತರವೇ ಸೋನಿಯಾ ಪ್ರಶ್ನಿಸಿದ್ದು.

"ನಾನು ಇಲ್ಲಿರೋದು ನಿಂಗೆ ಹೇಗೆ ತಿಳೀತು?"

ಸೋನಿಯಾ ಕೈ ಹಿಡಿದುಕೊಂಡ ಸುನೀತಾ ಕ್ಷಮೆಯಾಚಿಸಿದಳು "ಸಾರಿ, ಎಕ್ಸ್‌ಕ್ಯೂಸ್‌ಮಿ, ನಿಂಗೋಸ್ಕರ ಬರ್‍ಲಿಲ್ಲ. ಅಂದು ಇಲ್ಲೇ ಇಳ್ಸಿ ಹೋದೆ ಇದೇ ಗೇಟು ಹೊಕ್ಕಿದ್ದು ನೋಡ್ದೆ. ಹೆಸರು ವಿಚಾರಿಸಿಲ್ಲಿಲ್ವೇನೋ ಅಥ್ವಾ ಮರ್‍ತು ಬಿಟ್ನೇ. ಒಂದು

ಗೊತ್ತಾಗ್ಲಿಲ್ಲ ಎಂದು ತಮ್ಮ ಮನೆಯಲ್ಲಿ ತಿಂಡಿ ಮಾಡಿದ ಯುವತಿಯ ಬಗ್ಗೆ ವಿಚಾರಿಸಿದಳು.

"ಎಲ್ಲೋ ಮಿಸ್ ಮಾಡ್ಕೊಂಡಿದ್ದೀಯಾ! ಇಲ್ಯಾರು ಅಡ್ಗೇ, ತಿಂಡಿ ಮಾಡೋಂಥವ್ರು ಯಾರಿಲ್ಲ. ನಲ್ಲಿ ಕಂಟ್ರಾಕ್ಟರ್ ಹುಲಿಯಪ್ಪಾಂತ ಇದ್ದಾರೆ. ಐದು ಹೆಣ್ಣು ಮಕ್ಳು. ಆದ್ರೂ ಯಾರನ್ನು ಸಂಪಾದನೆಗೆ ಕಳಿಸೋಲ್ಲ. ಎದುರು ಕಟ್ಟಡದಲ್ಲಿ ವಿಚಾರಿಸಿದ್ರೆ ಗೊತ್ತಾಗಬಹುದಷ್ಟೆ" ಎಂದಾಗ ಸುನೀತಾಗೆ ಗೊಂದಲವಾದರೂ ಇರಬಹುದೇನೋ ಅಂದುಕೊಂಡಳು.

ದ್ರೌಪದಿಯವರೆ ಮನೆಯ ಬಾಗಿಲಲ್ಲಿ ನಿಂತು ಹರಟೆ ಹೊಡೆಯುತ್ತಿದ್ದ ಪಂಚಮಿಯನ್ನ ಚಪ್ಪಾಳೆ ತಟ್ಟಿ ಕರೆದಳು.

"ಈ ಎಕ್ಸ್‌ಟೇಷನ್‌ಗೆ ಹಳಬಳು. ಈ ಏರಿಯಾದ ಎಲ್ಲಾ ಮನೆಗಳಲ್ಲು ಕೆಲ್ಸ ಮಾಡಿ ಬಿಟ್ಟಿದ್ದಾಳೆ. ಅವಳ್ನ ವಿಚಾರಿಸಿದ್ರೆ ಗೊತ್ತಾಗುತ್ತೆ" ಎಂದಳು ಸೋನಿಯಾ.

ಸ್ವಲ್ಪ ಕನ್‌ಫ್ಯೂಷನ್ ಸುನೀತಾಗೇನೇ.

ಪಂಚಮಿ ಎಲ್ಲಾ ಡಿಟೈಲ್ಸ್ ವಿಚಾರಿಸಿಕೊಂಡಳು "ಅಂಥವ್ರು ಯಾರು ಈ ಏರಿಯಾದಲ್ಲಿಲ್ಲ. ನಲವತ್ತರ ಗೌರಕ್ಕೆ ಕಪ್ಪು, ಉಬ್ಬು ಹಲ್ಲು, ಬಾಯಿ ಜಾಸ್ತಿ..." ಹಾಗೇ ಯೋಚಿಸುತ್ತ ನಿಂತವಳ ಮಿದುಳಿನಲ್ಲಿ ಇಣುಕಿದ್ದು ಅನುಪಲ್ಲವಿ. ಆದರೆ ಅನುಮಾನಿಸಿದಳು. ಹಾಡುತ್ತ ಕೂತರೇ ಸರಸ್ವತಿ ವಿದ್ಯಾಲಯದಲ್ಲಿ ಸಂಗೀತ ಪಾಠ ಮಾಡುವ ಮೇಡಮ್ ತಿಂಡಿ ಮಾಡಲು ಹೋಗುವುದುಂಟೆ?

"ತುಂಬ ಮೆತ್ತಗೆ ಮಾತಾಡ್ತಾರೆ. ಕಂಠ ಕೋಗಿಲೆ ದನಿಯಂತಿದೆ. ಒಳ್ಳೆ ಉದ್ದ, ಬಣ್ಣ, ಕಣ್ಣಿಗೆ ಕನ್ನಡಕ..." ಹೇಳುತ್ತ ಹೋದಾಗ "ಹೌದೌದು ಹಣ ಕೂಡ ತಗೊಳಿಲ್ಲ. ನಂಗೆ ಅಂಥ ಆಶ್ಚರ್ಯವಾಯ್ತು. ಅಮ್ಮ ಇಷ್ಟಪಟ್ರೆ ಅಡ್ಗೇ ಕೆಲ್ಸಕ್ಕೆ ಇಟ್ಕೋ ಬೇಕೂಂತಿದ್ದಾರೆ. ಅದ್ಕೇ ನನ್ನ ಕಳ್ಸಿದ್ದು, ಅವ್ರ ಮನೆಯವರೊಂದಿಗೆ ಮಾತಾಡಿ ಕೊಂಡ್ಬರೋಕೆ" ಉಸುರಿದಳು.

ಪಂಚಮಿ ಎರಡು ಕೆನ್ನೆಗೂ ಹಾಕಿಕೊಂಡಳು. "ಸಾಕ್ಷಾತ್ ಸರಸ್ವತಿ ಆಯಮ್ಮನ್ನ ಅಡ್ಗೇ ಕೆಲ್ಸಕ್ಕೆ ಇಟ್ಕೊತೀರಾ!" ಎಂದ ಪಂಚಮಿ ಸೋನಿಯಾ ಕಡೆ ತಿರುಗಿ "ಅನುಪಲ್ಲವಿಯಮ್ಮನ ಬಗ್ಗೆ ಇವ್ರು ಕೇಳೋದು."

ಸೋನಿಯಾ ಮುಖ ವಿವರ್ಣವಾಯಿತು. ಅಂದರೆ ತಿಂಡಿ ಮಾಡೋ ಕೆಲಸಕ್ಕೂ ಹೋಗುತ್ತಾಳೆ ಅನುಪಲ್ಲವಿ? ತೀರಾ ಕೆಡುಕೆನಿಸಿತು.

"ವಾಟ್ ಎ ಟ್ರಾಜಿಡಿ!" ಹಣೆಯೊತ್ತಿಕೊಂಡಳು.

ಆ ಹೆಸರೇ ಅರ್ಧ ಅರ್ಥ ಮಾಡಿಸಿತು ಸುನೀತಾಗೆ. ಪಲ್ಲವಿ ಹೆಸರು ಗೊತ್ತು. ಅಂದರೆ ಅನುಪಲ್ಲವಿ ಅವಳಕ್ಕ. ಮುಖ ಕಿವುಚಿ ಕೊಡವಿದಳು. ಸ್ವಂತ ಒಡ ಹುಟ್ಟಿದವಳನ್ನ ಕೆಲಸದವಳ ಸ್ಥಾನಕ್ಕೆ ಇಳಿಸಿದ್ದಳು, ಯಾಕೆ?

ಗೆಳತಿಯರಿಬ್ಬರು ವಿಚಾರ ವಿನಿಮಯ ಮಾಡಿಕೊಂಡರು ಪಲ್ಲವಿಯ ಸಣ್ಣಪುಟ್ಟ

ಆಸೆಗಳು ಸಹಜವೆಂದು ತಳ್ಳಿ ಹಾಕಿದ್ದ ಸೋನಿಯಾ ದಿಙ್ಮೂಢಳಾದಳು. ಇದರಲ್ಲಿ ಅವಳ ಉದ್ದೇಶವೇನು?

"ಎಂಥ ಕೆಟ್ಟ ಹೆಣ್ಣು! ಸುಳ್ಳಿನ ಅಗತ್ಯವೆ ಇರ್ಲಿಲ್ಲ. ನಮ್ಗೇ ಯಾವಾಗ್ಲೂ ಅಂತಸ್ತಿನ ಕಾಂಪ್ಲೆಕ್ಸ್ ಇಲ್ಲ. ಅದೂ ಅಲ್ದೇ ಅಂಥ ಅಗತ್ಯವೇನು? ನಂಗೆ ಅಂಜಲಿಯ ಮೂಲಕ ಪರಿಚಯ. ಮತ್ತೆ ಮತ್ತೆ ಬರದಿದ್ರೆ... ಅಪರಿಚಿತಳಾಗಿ ಬಿಡುತಿದ್ಲು. ನಾನು ಬಂದಿದ್ದು ಒಂದು ರೀತಿಯಲ್ಲಿ ಒಳ್ಳೆಯದೇ ಆಯ್ತು" ಸುನೀತಾ ಮೇಲೆದ್ದಳು.

ಹೊರ ಬರುವುದಕ್ಕೂ ಅನುಪಲ್ಲವಿ ಎದುರಾಗುವುದಕ್ಕೂ ಸರಿಹೋಯಿತು. ಬಂದ ಉದ್ದೇಶ ಖಂಡಿತ ಹೇಳಲು.

"ನೀವಿಲ್ಲಿ... ಬನ್ನಿ" ಕರೆದಳು.

ಸುನೀತಾ ಆಪ್ಯಾಯಮಾನದಿಂದ ಎರಡು ಕೈಗಳನ್ನು ಹಿಡಿದುಕೊಂಡು ಕಣ್ಣಿಗೊತ್ತಿಕೊಂಡಳು "ದಯವಿಟ್ಟು ಕ್ಷಮ್ಸಿ. ನಿಮ್ಗೇ ಪುರುಸೊತ್ತಾದಾಗ ಒಮ್ಮೆ ಬಂದು ಒಂದರ್ಧಗಂಟೆ ನಮ್ಮನೆಯಲ್ಲಿ ಹಾಡಿ. ಶಾಸ್ತ್ರೀಯ ಸಂಗೀತಾದ್ರೆ ನಮ್ಗೆಲ್ಲ ಇಷ್ಟ. ಖಂಡಿತ ಬರ್ಬೇಕು" ತಬ್ಬಿಬ್ಬಾದಳು ಅನುಪಲ್ಲವಿ, ಏನೇನು ಅರ್ಥವಾಗಲಿಲ್ಲ. ಸೋನಿಯಾ ಅತ್ತ ನೋಡಿದಳು. ಅವಳು ಮುಗುಳುನಕ್ಕಳು. ಆ ನಗುವಿನ ಹಿಂದೆ ವ್ಯಥೆಯ ನೆರಳಿತ್ತು. ಇಂಥ ಮುಗ್ಧ ಒಳ್ಳೆಯ ಹೆಣ್ಣನ್ನು ತನ್ನ ಸ್ವಾರ್ಥಕ್ಕಾಗಿ ಬೇರೆ ಸ್ಥಾನದಲ್ಲಿ ನಿಲ್ಲಿಸಿದ ಪಲ್ಲವಿಯನ್ನು ಷೂಟ್ ಮಾಡಿ ಬಿಸಾಡಬೇಕೆನಿಸಿತು.

ಕಾರಿನವರೆಗೂ ಸೋನಿಯಾ, ಅನುಪಲ್ಲವಿ ಹೋಗಿ ಹತ್ತಿಸಿದರು.

"ಖಂಡಿತ ಬರ್ಬೇಕು. ನಮ್ಮನೆಯಲ್ಲು ತಂಬೂರಿ ಇದೆ ಅಲಂಕಾರಕ್ಕೆ. ಅಮ್ಮನ ವಾದ್ಯ, ನಂಗೆ ಇಂಟರೆಸ್ಟಿಲ್ಲ. ಬಂದ ಸೊಸೆ ಇಷ್ಟಪಟ್ರೆ ಉಪಯೋಗಿಸ್ಕೊಬಹ್ದು. ಈಗ ನಿಮ್ಮ ಶೃತಿಗಾಗುತ್ತೆ" ತುಂಬು ಮನದ ಆಹ್ವಾನ ಕೊಟ್ಟಳು.

ಸಂಕೋಚದಿಂದ ಹಿಡಿಯಾದಳು ಅನುಪಲ್ಲವಿ "ನಂಗೆ ಅಲ್ಪ ಸ್ವಲ್ಪ ಗೊತ್ತಿರೋದು ಸಂಗೀತಾನೇ. ಗುರುಗಳ ದಯೆಯಿಂದ ಕಲಿತದ್ದು. ಪರೀಕ್ಷೆ ಅಂಥದೇನು ಮಾಡ್ಕೊಂಡಿಲ್ಲ" ಹೇಳಿದಳು ಸ್ವಚ್ಛ ಮನಸ್ಸಿನಿಂದ.

"ಎಲ್ಲಾ ಕಲಿಕೆಗೂ ಶಾಲೆ. ಕಾಲೇಜು, ಸರ್ಟಿಫಿಕೇಟ್ಸ್ ಬೇಕಿಲ್ಲ" ಕೈಯನ್ನು ಮೃದುವಾಗಿ ಒತ್ತಿದಳು ಸುನೀತಾ.

ನರ್ಸಿಂಗ್ ಹೋಂಗೆ ಹೋದ ಸುನೀತಾ ಔಟ್ ಪೇಷಂಟ್ ಕ್ಯೂನಲ್ಲಿ ಪಲ್ಲವಿಯನ್ನು ನೋಡಿ ಅವಾಕ್ಕಾದಳು. ಮಾತು ಕೂಡ ಆಡಿಸದೆ ವಾರ್ಡ್ ಕಡೆ ಹೋದಳು.

"ಹಾಯ್... ಸುನೀತಾ... ಇದೇನಿಲ್ಲಿ?" ಓ.ಟಿ.ಯಿಂದ ಬರುತ್ತಿದ್ದ ಡಾ॥ ಜಯಂತ್ ಮಾತಾಡಿಸಿದ "ಅಂಥದೇನಿಲ್ಲ, ನಿನ್ಹತ್ರ ಮಾತಾಡ್ಬೇಕೆನಿಸ್ತು. ನಂಗೂ ಈಗ ಮೆಡಿಸಿನ್ ಮಾಡಿದ್ರೆ ಚೆನ್ನಾಗಿತ್ತೂಂತ ಅನ್ನಿಸುತ್ತೆ. ನಿಂಗೇನು ಡಿಸ್ಟರ್ಬ್ ಆಗ್ಲಿಲ್ವಾ?" ಕೇಳಿದಳು ಹಸನ್ಮುಖಿಯಾಗಿ.

"ಏನಿಲ್ಲ, ಒಂದಿಷ್ಟು ರಿಲ್ಯಾಕ್ಸ್ ಮಾಡ್ಕೋಬೇಕು. ಬಾ..." ಪರ್ಸನಲ್ ರೂಮಿಗೆ ಕರೆದೊಯ್ದವನು ಸೋಫಾ ಮೇಲೆ ಜಾರಿದ. ಫ್ಲಾಸ್ಕ್‌ನಲ್ಲಿದ್ದ ಕಾಫಿಯನ್ನು ಗ್ಲಾಸ್‌ಗೆ ಬಗ್ಗಿಸಿ ಅಣ್ಣನ ಮುಂದಿಡಿದಳು. "ನನ್ನ ಪ್ರಯಾಣ ಒಂದೇ ಸಮ ಪೋಸ್ಟ್‌ಪೋನ್ ಆಗ್ತಾ ಇದೆ. ಒಬ್ಬ ಅತ್ಗೇ ಮನೆಯಲ್ಲಿದ್ರೆ ನಿಶ್ಚಿಂತಳಾಗಿ ಇರ್ತಾ ಇದ್ದೆ. ಅಮ್ಮ ಒಬ್ಳೇ ಮನೆಯಲ್ಲಿ" ಹೇಳಿದಳು. ಪ್ರಸ್ತುತ ಸ್ಥಿತಿಯೇ. ಅವನೇನು ಡೀಪಾಗಿ ತೆಗೆದುಕೊಳ್ಳಲಿಲ್ಲ ಡಾ॥ ಜಯಂತ್.

"ಡೋಂಟ್ ವರೀ, ನನ್ನ ಸ್ವಭಾವ ನಮ್ಮ ಮನೆಗೆ ಹೊಂದಿಕೊಂಡ್ಹೋಗೋಂಥ ಹೆಣ್ಣು ಬೇಕು. ಇಲ್ದಿದ್ರೆ ಒಂದೇ ತಿಂಗ್ಳಿಗೆ ಬೇರೆಯಾಗಿ ಡೈವೋರ್ಸ್‌ಗೆ ಅರ್ಜಿ ಹಾಕಿಕೊಳ್ಳಬೇಕಾಗುತ್ತೆ. ಅದ್ಕೇ ತಾನೇ ನನ್ನತ್ರ ವೇಳೆ ಎಲ್ಲಿದೆ? ಆಮೇಲೆ ಮತ್ತೆ ಇದೇ ಸ್ಥಿತಿ" ಎನ್ನುತ್ತ ಕಾಫಿಯ ಕಪ್‌ನ ತುಟಿಯ ಬಳಿಗೊಯ್ದ.

ಸ್ವಲ್ಪ ಎದೆ ಭಾರವೆನಿಸಿತು ಸುನೀತಾಗೆ. ಡಾ॥ ಜಯಂತ್‌ಗೆ ತನ್ನ ಹುದ್ದೆ ಬಿಟ್ಟರೆ ಬೇರೆ ಕಡೆ ಗಮನ ತೀರಾ ಕಡಿಮೆ. ಯಾಕೋ ಏನೋ ತಾನಾಗಿ ಬಂದ ಎಷ್ಟೋ ಸಂಬಂಧಗಳನ್ನು 'ಮನಸ್ಸಿಲ್ಲ' ಎಂದು ನಿರಾಕರಿಸುತ್ತಿದ್ದ.

ಮತ್ತೆ ಆ ವಿಷಯ ಎತ್ತಲಿಲ್ಲ ಸುನೀತಾ. ಹತ್ತು ನಿಮಿಷ ಕೂತು ಅದು ಇದು ಮಾತಾಡಿದ ನಂತರ ಮೇಲೆದ್ದಳು.

"ಮನೆಗೆ ಹೋಗ್ತೀನಿ. ಇಲ್ದಿದ್ರೆ ನಾನೇ ಪೇಷಂಟ್ ಅನ್ನೋ ಅನುಮಾನ ನಂಗ್ಬಂದ್ರೆ ಕಷ್ಟ" ನಗುತ್ತ ಹೊರಟಳು.

ಕಾರಿನ ಬಳಿ ನಿಂತ ಪಲ್ಲವಿ ತುಟಿಗಳನ್ನು ಅರಳಿಸಿದಳು, ಕೋಪದಿಂದ ಅವಳ ಮೈ ಬಿಸಿಯಾಯಿತು. ಪರಿಚಯವೇ ಇಲ್ಲದಂತೆ ಕಾರು ಹತ್ತಿ ಕೂತಳು.

"ಹಲೋ... ಹಲೋ..." ಪಲ್ಲವಿ ಕೂಗಿದಳು.

ಡೋರ್ ತೆಗೆದು ಹತ್ತಿಸಿಕೊಂಡರು ಒಂದು ಮಾತು ಕೂಡ ಆಡಲಿಲ್ಲ ಅವಳೊಂದಿಗೆ. ಪಲ್ಲವಿ ಆಡಿದ ಯಾವುದೇ ಮಾತುಗಳಿಗೂ ಅವಳದು ಮೌನದ ಪ್ರತಿಕ್ರಿಯೆ.

ಒಂದು ಕಡೆ ಕಾರನ್ನ ನಿಲ್ಲಿಸುವಂತೆ ಡ್ರೈವರ್‌ಗೆ ಹೇಳಿದವಳು "ಈ ಸಾಮಾನುಗಳ್ನ ತಗೊಂಡ್ಬಾ..." ಒಂದು ಸ್ಲಿಪ್ ಕೊಟ್ಟು ಕಳುಹಿಸಿ ಇವಳತ್ತ ಗಮನಹರಿಸಿದಳು.

"ಕಾಲೇಜಿಗೆ ಹೋಗ್ಲಿಲ್ವಾ?" ಕಟುವಾಗಿತ್ತು ಸುನೀತಾ ದನಿ. ಏನೋ ಹೇಳಲು ಬಾಯಿ ತೆರೆಯುವ ಮುನ್ನ "ಪಲ್ಲವಿ ಆಕಾಶದ ವಿಹಾರ ಒಳ್ಳೆದಲ್ಲ. ಭೂಮಿಯ ಮೇಲೆ ಹುಟ್ಟಿ ಸಾಯೋ ಮನುಷ್ಯ ಜಾತಿ ನಮ್ದು. ಗಗನದ ವಿಹಾರ ಪಕ್ಷಿಗಳಿಗೆ ಮಾತ್ರ ಐ ಹೇಟ್ ಯು. ಮತ್ತೆಂದು ನಮ್ಮ ಮನೆಗೆ ಬರೋ ಸಾಹಸ ಮಾಡ್ಬೇಡ. ಇಳೀ, ನಮ್ಮಣ್ಣನ ಮ್ಯಾರೇಜ್ ಎಂಗೇಜ್‌ಮೆಂಟ್ ಮುಗಿದಿದೆ. ತಲೆನೋವು ಬರ್ಸಿಕೊಂಡು ನರ್ಸಿಂಗ್ ಹೋಂಗೆ ಹೋಗ್ಬೇಡ. ಇಲ್ಲೇ... ಇಳೀ... ನಡೆದೇ ಸಾಗಬೇಕು ಬದ್ಕು" ಎಂದಳು. ಛೀಮಾರಿ ಹಾಕಿದಂತಾಯಿತು ಪಲ್ಲವಿಗೆ.

ಆ ಮಾತುಗಳನ್ನು ತಕ್ಷಣ ಅವಳ ಮೇಲೆ ಏನು ಪರಿಣಾಮ ಬೀರಲಿಲ್ಲ. ಕೆಲಸ ಮಾಡಬೇಕಾದ ನರಮಂಡಲ ವಿಕ್ಷಿಪ್ತ ಸ್ಥಿತಿಯಲ್ಲಿತ್ತೇನೋ!

ಅಷ್ಟರಲ್ಲಿ ಡ್ರೈವರ್ ಸಾಮಾನುಗಳನ್ನು ಹಿಡಿದು ಬಂದ.

"ಇಳೀ ಪಲ್ಲವಿ..." ಸ್ವಲ್ಪ ಜೋರಾಗಿಯೇ ಹೇಳಿದಳು. ಒಂದು ರೀತಿಯ ಅಸಹ್ಯಭಾವ ಅವಳ ಮೇಲೆ ಇವಳು ಓದಿಗಾಗಿ ದುಡಿಯುತ್ತಿದ್ದ ಅನುಪಲ್ಲವಿಯ ಬಗ್ಗೆ ಪ್ರೀತಿ, ವಾತ್ಸಲ್ಯವಿರಲೀ, ಕನಿಷ್ಟ ಕೃತಜ್ಞತೆಯಾದರೂ ಇರಬೇಕಿತ್ತು.

ಗೊಂಬೆಯಂತೆ ಪಲ್ಲವಿ ಕೂತೇ ಇದ್ದಳು. ಅವಳಿಗೆ ಷಾಕ್ ಆಗಿತ್ತು. ಹಾರಲಾರದೆ ಹಕ್ಕಿ ಭುವಿಗೆ ಬಿದ್ದು ಒದ್ದಾಡುತ್ತಿತ್ತು.

ತಾನೇ ಡೋರ್ ತೆಗೆದು "ಇಳೀ ಪಲ್ಲವಿ..." ಎಂದಳು ತೀಕ್ಷ್ಣವಾಗಿ. 'ಟೆನ್ಸ್'ನಲ್ಲಿದ್ದಂತೆ ಕೆಳಗಿಳಿದಳು ಪಲ್ಲವಿ. ಮೆತ್ತಗೆಯ ಕಾರಿನಲ್ಲಿನ ಕಾರ್ಪೆಟ್‌ನಿಂದ ಇಳಿದ ಕಾಲುಗಳು ಒರಟು ನೆಲವನ್ನು ಸ್ಪರ್ಶಿಸಿತು.

ಧೂಳು ಎಬ್ಬಿಸುತ್ತ ಕಾರು ಮುಂದಕ್ಕೆ ಹೋಯಿತು.

ಅನುಬಂಧ

ಹಳ್ಳಿಯಲ್ಲೆಲ್ಲ ಡಾ॥ ಶ್ರೀನಿವಾಸ್ ಮಗ ಗೋಕುಲ್ ಇಲ್ಲೇ ಬಂದು ನೆಲೆಸುವ ಬಗೆಗೆ ದೊಡ್ಡ ಸುದ್ದಿಯಾಗಿತ್ತು. ಕೆಲವರು ಹುಬ್ಬೇರಿಸಿದರು. ಇದು ಸಾಧ್ಯವಾ? ಎಷ್ಟೋ ಜನ ಯೋಚಿಸಿದ್ದುಂಟು. ಆದರೆ ಅದಕ್ಕೆ ಸಾಕ್ಷಿಯೆನ್ನುವಂತೆ ಹಳೆಯ ಮನೆ ದುರಸ್ತಿಯಾಗುತಿತ್ತು. ತಾತನ ಆಸ್ತಿಯಾದ ಖಾಲಿ ಜಮೀನಿನಲ್ಲಿ ಕಟ್ಟಡಗಳೇಳುತಿತ್ತು.

ಅವರುಗಳ ಮನದಲ್ಲಿ ಮರೆಯಾಗಿದ್ದ ಜೋಯಿಸರ ಮಗ ಶ್ರೀನಿವಾಸ ಪ್ರತ್ಯಕ್ಷನಾಗಿದ್ದ. ಹತ್ತಾರು ಬಗೆಯಲ್ಲಿ ಯೋಚಿಸಿ ತಲೆ ಕೆಡಿಸಿಕೊಳ್ಳತೊಡಗಿದ.

ಒಳಗೆ ಬಂದ ಶಾಮಣ್ಣನವರು ಜೋಡು ಕಳಚಿ ಹಜಾರಕ್ಕೆ ಬಂದರು. ಅವರ ಮನದ ನೆಮ್ಮದಿಯೇ ಕೆಟ್ಟು ಹೋಗಿತ್ತು. ವಿದೇಶಿ ಹೆಣ್ಣಿನ ಹೊಟ್ಟೆಯಲ್ಲಿ ಹುಟ್ಟಿದ ಅವನಿಗೆ ಇಲ್ಲೇನು ಕೆಲಸ? ತಾತನ ಆಸ್ತಿಗೆ ವಾರಸುದಾರನಾಗಿ ಬಂದಿದ್ದಾನೋ! ಎಲ್ಲಾದರೂ ಹಾಳಾಗಲಿ ಎಂದು ಕೊಡವಿಕೊಂಡಷ್ಟು ವಿಷಯ ಜಟಿಲವಾಗತೊಡಗಿತು.

"ಸುನಂದ..." ಮರದ ಛೇರಿನಲ್ಲಿ ಕುಸಿದು ಕೂತಳು. ಹಣೆಯ ಗೆರೆಗಳು ಆಳವಾದವು. ಹುಬ್ಬುಗಳು ಸಂಕುಚಿಸಿದವು, ಕಣ್ಣುಗಳು ಕಿರಿದಾದವು.

ಹೆಂಡತಿ ಬಂದು ಎದುರು ನಿಂತಾಗ ಅಡಿಯಿಂದ ಮುಡಿಯವರೆಗೂ ನೋಡಿದರು. ಇವಳು ಗಟ್ಟಿ ಮನದ ಹೆಣ್ಣು? ತಮ್ಮಲ್ಲಿ ತಾವೇ ಪ್ರಶ್ನಿಸಿಕೊಂಡರು.

"ಅವ್ನು ಬರೋದಂತೂ ನಿಜ. ನೀನು ಮಾತ್ರ ಮನೆ ಬಾಗ್ಲಿಗೂ ಸೇರ್‍ಸಬಾರ್ದು!" ಸುನಂದಮ್ಮ ಎದೆಯಲ್ಲಿ ಭಾರವಾದ ಉಸಿರನ್ನ ಹೊರ ದಬ್ಬಿದರು. ಈ ಎರಡು ತಿಂಗಳಿಂದ ಅದೆಷ್ಟನೇ ಭಾರಿಯೋ ಹೀಗೆ ಹೇಳಿದ್ದು "ಇನ್ನೆಷ್ಟು ಸಲ ಹೇಳ್ತೀರಾ! ಎಂದೋ ತೊಡೆದ್ಹೋದ ಸಂಬಂಧನ ಮತ್ಯಾಕೆ ಬೆಳ್ಸಿಕೊಳ್ಳಿ."

ಬಾಯಲ್ಲಿ ಹಾಗಂದರೂ ಸುನಂದಮ್ಮನ ಮನ ಬರುವ ಅಣ್ಣನ ಮಗನನ್ನು ನೋಡಲು ಕಾತುರವಾಗೇ ಇತ್ತು. ಅಣ್ಣನ ನೆನಪಿನಿಂದ ಆಕೆಯ ಮನ ಭಾರವಾಯಿತು. ವಿಷಯ ಅರಿವಾದಾಗ ಪುಟ್ಟ ವಯಸ್ಸಿನ ಸುನಂದ ಕಣ್ಣೀರಿನಲ್ಲಿಯೇ ಕೈ ತೊಳೆದಿದ್ದಳು.

'ಹೀಗ್ಯಾಕೆ ಮಾಡ್ದ? ನಮ್ಮೆಲ್ಲರ ಮೇಲಿನ ಅವ್ನ ಪ್ರೀತಿ ಸತ್ತೋಯ್ತಾ?' ಎಷ್ಟೋ ಸಲ ಯೋಚಿಸಿದ್ದಳು, ಕೆಂಪು ಹೆಣ್ಣಿನ ಮೇಲೆ ಕಿಡಿ ಕಾರಿದ್ದಳು. ನೂರು ಶಾಪ ಹಾಕಿದ್ದಳು.

"ಯಾಕೆ ಬರ್ತ್ತಾರೆ... ನಮ್ಮನೆ ಬಾಗ್ಲಿಗೆ!" ಸ್ವರದಲ್ಲಿ ದುಗುಡ ಇಣುಕಿತು. ಕಣ್ಣಂಚಿನಲ್ಲಿ ಕಂಬನಿ ಜಿನುಗಾಡಿತು. ಶಾಮಣ್ಣ ಗಂಭೀರವಾದರು.

ಮೊದಮೊದಲು ಅವರು ನಂಬಲಿಲ್ಲ. ಶ್ರೀನಿವಾಸನ ಹಿಂದಿನ ಗೆಳೆಯ ಬಂದು ಮನೆಯ ಬೀಗದ ಕೈ ಪಡೆದು ಜಮೀನಿನ ವಿಚಾರವೆತ್ತಿದಾಗ ಹುಬ್ಬೇರಿಸಿದ್ದರು. ಶ್ರೀನಿವಾಸ ಸತ್ತ ವಿಷಯ ತಿಳಿದಾಗಲೇ ಆ ವಿಷಯಕ್ಕೆ ಸಮಾಧಿ ಕಟ್ಟಿದ್ದರು.

"ಈ ಕೆಂಪು ಹುಡ್ಗ ಇಲ್ಲಿಗ್ಯಾಕೆ ಬರ್ತಾನೆ?" ಗಡ್ಡ ತುರಿಸಿದರು. ವಿಷಯ ಅವರ ಪಾಲಿಗೆ ಒಗಟಾಗಿಯೇ ಉಳಿದಿತ್ತು.

"ನಂಗೇನೋ ಇಲ್ಬಂದು ಉಳ್ಯೋ ನಂಬಿಕೆ ಇಲ್ಲ!"

ಶಾಮಣ್ಣನವರು ಬೇಸರದ ಮುಖಹೊತ್ತು ಹೊರಗೆ ಹೋದರು. ಮಾವ ಸಾಯುವ ಮುನ್ನ ಆಸ್ತಿನ ಎರಡು ಪಾಲು ಮಾಡಿದ್ದರು. ಶ್ರೀನಿವಾಸ ಮಾಡಿದ್ದು ಅಕ್ಷಮ್ಯ ಅಪರಾಧವಾದರೂ ಮಗ ಎನ್ನುವ ಸಂಗತಿಯನ್ನು ಮರೆತಿರಲಿಲ್ಲ. ಮೂಕವಾಗಿ ವೇದನೆಯನ್ನು ಅನುಭವಿಸಿದರು. ಬಾಯೆತ್ತಿ ಕೆಟ್ಟ ನುಡಿಯನ್ನು ಆಡಿರಲಿಲ್ಲ.

ಅವನ ಬಗ್ಗೆ ನೂರಾರು ಕನಸುಗಳನ್ನು ಕಟ್ಟಿದ್ದರು, ತಾವು ಹುಟ್ಟಿಬೆಳೆದ ಜನರೊಡನೆ ಬೆರೆಯಬೇಕು. ಆ ಸೇವೆ ಇಲ್ಲಿನ ಜನರನ್ನ ತಲುಪಬೇಕು. ಅದೊಂದು ಆಗದೇ ಎಲ್ಲಾ ನುಚ್ಚುನೂರು ಮಾಡಿ ಹೋಗಿದ್ದ.

ಅಮೇರಿಕಗೆ ಹೊರಟಾಗ ಹೇಳಲು ಬಂದಿದ್ದ. ತುಟಿ ಎರಡು ಮಾಡದೇ ಗಂಭೀರವಾಗಿದ್ದರು. ಆಮೇಲೆ ನಿರ್ಲಿಪ್ತತೆ ಅವರನ್ನು ಆವರಿಸಿಕೊಂಡಿತು. ಮಗನ ಬಗ್ಗೆ ತಾವು ಬರೆದಿದ್ದ ಅಧ್ಯಾಯಕ್ಕೆ ಸಮಾಪ್ತಿಯನ್ನ ಹಾಡಿದ್ದರು.

"ಜೋಯಿಸ್ರೆ ಈ ವಯಸ್ಸಿನಲ್ಲಿ ಎಂಥ ಕಷ್ಟಬಂತು!" ಎಂದು ಸಹಾನುಭೂತಿ ತೋರಿಸಿದರೆ ಹಸನ್ಮುಖರಾಗಿ ಬಿಡುತ್ತಿದ್ದರು.

ಆಮೇಲೆ ಮನೆಯಲ್ಲಿದ್ದಿದ್ದು ಇಬ್ಬರೇ. ಮಗಳು ಸುನಂದ ಮನೆಯ ಕೆಲಸವನ್ನೆ ಅಚ್ಚುಕಟ್ಟಾಗಿ ಮಾಡುವವಳು. ಯಾವುದಕ್ಕೂ ಆತುರವಿರಲಿಲ್ಲ. ಮಧ್ಯಾಹ್ನದ ಬಿಸಿಲು ಸ್ವಲ್ಪ ಕಮ್ಮಿಯಾಗುತ್ತಿದ್ದಾಗಲೇ ಮನೆ ಬಿಟ್ಟು ಹೊರಟರು. ತೋಟದ ಮನೆಯ ಕಡೆ ದೊಡ್ಡ ಕೆರೆಯ ದಾರಿಯ ಮೇಲೆ ಅಷ್ಟು ದೂರ ಒಬ್ಬಂಟಿಗರಾಗಿ ಸುತ್ತಾಡಿ ರಸ್ತೆ ದೀಪ ಹಚ್ಚುವ ವೇಳೆಗೆ ಮನೆಗೆ ಹಿಂದಿರುಗುತ್ತಿದ್ದರು. ಆಮೇಲೆ ಊರಿನ ಅಧಿಕಾರಿಗಳು ಮುಖಂಡರು ಬಂದು ರಾತ್ರಿ ಒಂಬತ್ತರವರೆಗೂ ಜಗುಲಿಯ ಮೇಲೆ ಕೂತು ಮಾತಾಡುತ್ತಿದ್ದರು. ಆಮೇಲೆ ಒಂದು ತುತ್ತು ಊಟ ಮಾಡಿದ ಶಾಸ್ತ್ರ ಮಾಡಿ ಮಲಗಿ ಬಿಡುತ್ತಿದ್ದರು.

ತಂದೆಯ ಮಗನ ಬೇಗುದಿಯನ್ನೆ ಅರಿತ ಸುನಂದ ಏಕಾಂತದಲ್ಲಿ ಒಬ್ಬಳೇ ಕೂತು ಮುಸುಮುಸು ಅಳುತ್ತಿದ್ದಳು. ಆ ಎರಡು ಹೃದಯಗಳ ದುಃಖ ತನಗೇ

ಸಂಬಂಧಿಸಿದಲ್ಲವೆಂದು ತನ್ನ ಮಹತ್ವಾಕಾಂಕ್ಷೆಯ ಸಾಧನೆಗೆ ಹೊರಟಿದ್ದ ಶ್ರೀನಿವಾಸ ಆ ಮೇಧಾವಿಗೆ ತನ್ನ ತಾಯಿನಾಡು ನಿಕೃಷ್ಟವಾಗಿ ಕಂಡಿರಬೇಕು. ನಿಸ್ಸಂಕೋಚವಾಗಿ ಅಲ್ಲೇ ಉಳಿದ. ತನ್ನ ಮದುವೆಯ ಬಗ್ಗೆ ತಿಳಿಸಿ ಆಶೀರ್ವಾದ ಬಯಸಿ ಪತ್ರ ಬರೆದಿದ್ದ.

ಆ ಪತ್ರ ಓದಿದ ಜೋಯಿಸರು ಅದನ್ನೆತ್ತಿ ಹೆಂಡತಿಯ ಫೋಟೋ ಹಿಂದೆ ಇಟ್ಟರು. ಸತ್ತಿದ್ದ ಹೆಂಡತಿಯೆ ಅದೃಷ್ಟವಂತಳಾಗಿ ಕಂಡಿರಬೇಕು ಆ ಗಳಿಗೆಯಲ್ಲಿ.

ಆಮೇಲೆ ಬದುಕಿನ ಬಗ್ಗೆ ತೀರಾ ನಿರಾಶರಾದರೂ ದಿನಗಳನ್ನ ದೂಡುವುದೇ ಭಾರವೆನಿಸಿತು. ನಿದ್ದೆ ಇಲ್ಲದ ರಾತ್ರಿಗಳನ್ನು ಹೊರಗೆ ಜಗುಲಿಯ ಮೇಲೆ ಕೂತು ಕಳೆಯುತ್ತಿದ್ದರು. ನಕ್ಷತ್ರಗಳಿಂದ ನಿಬಿಡವಾದ ಆಕಾಶವನ್ನು ಅವಲೋಕಿಸುವರು. ಮನದಲ್ಲೇ ವಿಶ್ಲೇಷಿಸುವರು.

ಇದ್ದಕ್ಕಿದ್ದಂತೆ ಒಂದು ದಿನ ಶ್ರೀನಿವಾಸ ಹೆಂಡತಿಯೊಂದಿಗೆ ಬಂದ. ಮಂಡಿಯ ಮೇಲೆ ತುಂಡು ಲಂಗ ಧರಿಸಿದ್ದ ಕೆಂಪು ಹೆಣ್ಣನ್ನು ನೋಡಿದ ಕೂಡಲೇ ಅವರ ಇಡೀ ಶರೀರರವೇ ಭಗ್ಗೆಂದು ಉರಿಯಿತು. ನೇರವಾಗಿ ದೇವರ ಕೋಣೆಗೆ ಹೋಗಿ ಕೂತುಬಿಟ್ಟರು. ಶ್ರೀನಿವಾಸ ಹೊರಟಮೇಲೆಯೇ ಅವರು ಹೊರಗೆ ಬಂದದ್ದು.

ತರಾತುರಿಯಲ್ಲಿ ಸುನಂದಳ ಮದುವೆ ಮುಗಿಸಿದರು. ಯಾವ ವಿಷಯದಲ್ಲೂ ಅವರ ಮಗನಿಗೆ ತಮ್ಮ ಕೋಪ ತೋರಿಸಲು ಪ್ರಯತ್ನಿಸಲಿಲ್ಲ. ಪೂರ್ವಿಕರಿಂದ ತಮಗೆ ಬಂದ ಆಸ್ತಿಯನ್ನೆಲ್ಲ ಅವನಿಗೆ ಬರೆದರು. ತಮ್ಮ ಸ್ವಂತ ಗಳಿಕೆ ಮಾತ್ರ ಸುನಂದಳ ಪಾಲಿಗೆ ಬಿಟ್ಟುಹೋದರು.

* * *

ಜೋಯಿಸರು ಸತ್ತ ಮೇಲೆ ಸುನಂದಳೊಂದಿಗೆ ಶಾಮಣ್ಣ ಇಲ್ಲೇ ಉಳಿದ. ಸದ್ಯಕ್ಕಂತೂ ಶ್ರೀನಿವಾಸನ ಜಮೀನು-ಮನೆ ಅವರಲ್ಲಿಯೇ ಉಳಿದಿತ್ತು. ಆದರೆ ಸಾಯುವ ಮುನ್ನ ಜೋಯಿಸರು ಮಗನ ಗೆಳೆಯ ಕೃಷ್ಣನ್ ಮೂಲಕ ಆಸ್ತಿ ವಿಭಾಗದ ಪತ್ರದ ವಿಷಯ ದೀರ್ಘವಾಗಿ ಶ್ರೀನಿವಾಸನಿಗೆ ತಿಳಿಸಿ ಬರೆಸಿದ್ದರು.

"ಅಮ್ಮ..." ಅನುಪಮ ಸಡಗರದಿಂದ ಕಂಕುಳಿನಲ್ಲಿದ್ದ ಕೊಡರನ್ನು ಇಳಿಸಿದಳು. ಅವಳ ಸ್ವರದಲ್ಲಿ ಉತ್ಸಾಹವಿತ್ತು. ಸದಾ ಚಿಮ್ಮುಖ ಚಿಲುಮೆಯಂಥ ಸ್ವಭಾವ ಅವಳದು. ಆದರೆ ಕೆಲವು ವಿಷಯಗಳಲ್ಲಿ ಗಂಭೀರವಾಗಿ ಯೋಚಿಸುವವಳು.

ಹಣೆಯ ಮೇಲಿನ ಬೆವರನ್ನು ಸುನಂದಮ್ಮ ಸೆರಗಿನಿಂದಲೇ ತೊಡೆದುಕೊಳ್ಳುತ್ತ ಬಂದರು. ಕುತೂಹಲ ಅವರ ಮುಖದ ಮೇಲೆ ಇಣುಕದೇ ಹೋಗಲಿಲ್ಲ.

"ಅದೇ..." ಅಂದವಳೇ ಮಧ್ಯದಲ್ಲಿ ನಿಲ್ಲಿಸಿ "ನಾಳೆ ದಿನ ನಮ್ಮ ಮನೆಗೆ... ಬರ್ತಾರಂತೆ" ಅವರ ಕಣ್ಣುಗಳು ಮಿಂಚಿದವು. ಕೆಂಪು ಹೆಣ್ಣಿನ ಹೊಟ್ಟೆಯಲ್ಲಿ ಹುಟ್ಟಿದ್ದರೂ ಅಣ್ಣನ ಮಗನನ್ನು ನೋಡುವ ತವಕ ಇಂಗಿರಲಿಲ್ಲ.

"ಯಾರು ಹೇಳಿದ್ದು?" ಅನುಪಮಾ ಮಧುರವಾಗಿ ತುಟಿಗಳ ಮೇಲೆ ನಗುವನ್ನು

ತೇಲಿಸಿದಳು. ತಾಯಿಯ ಬಗ್ಗೆ ಅವಳಿಗೆ ಅಪಾರವಾದ ಸಹಾನುಭೂತಿ.

"ಬೆಂಗ್ಳೂರು ಮಾವನ ಕಾರು ನಿಂತಿತ್ತು. ಸಿಹಿನೀರಿನ ಬಾವಿಯತ್ರ ಅದೇ ಮಾತು."

ಸುನಂದಮ್ಮ ಹಾಗೆಯೇ ನಿಂತರು. ಅಣ್ಣನ ಮಗನ ರೂಪವನ್ನು ಮನದಲ್ಲಿಯೇ ಕಲ್ಪಿಸಿಕೊಂಡರು ಹೊಂಬಣ್ಣದ ಕೂದಲು, ನೀಲಿಯ ಕಣ್ಣುಗಳು, ಕೆಂಪು ಬಣ್ಣ– ದೀರ್ಘವಾಗಿ ಉಸಿರನ್ನು ಎಳೆದು ಹೊರದಬ್ಬಿದರು.

"ಮನೆಗೂ ಬರಬೋದು" ಅನುಮಾನವಾಗಿಯೇ ಹೇಳಿದರು. ಅನುಪಮಳ ಮುಖ ಚಿಕ್ಕದಾಯಿತು.

ಕೃಷ್ಣನ್ ಆ ದೊಡ್ಡ ಮನೆಯ ರಿಪೇರಿ ಹಿಡಿದಾಗಿನಿಂದ ಆಗಾಗ ಬರುತ್ತಿದ್ದರು. ಬಂದಾಗ ಒಂದೆರಡು ಭಾರಿ ಇಲ್ಲಿಗೂ ಬಂದಿದ್ದರು. ಆಗ ಅವರಿಗೆ ಸಿಕ್ಕ ಸ್ವಾಗತ ಎಂಥದ್ದು? – ಶಾಮಣ್ಣನವರು ಮುಖ ಸಿಂಡರಿಸಿದ್ದರು. ಸರಿಯಾಗಿ ಮುಖ ಕೊಟ್ಟು ಮಾತಾಡಿರಲಿಲ್ಲ. ಕಾಗದಪತ್ರಗಳನ್ನು ತಂದು ಅವರ ಮುಂದೆ ಹಾಕಿ ಕೊಟ್ಬಿಡಿ. ಇಷ್ಟು ದಿನ ಭಾರವಾಗಿ ನಮ್ಹತ್ರ ಇತ್ತು. ಇನ್ನೊಂದ್ಮಾತು ಯಾವ ಕಾರಣಕ್ಕೂ ನಿಮ್ಮ ಸ್ನೇಹಿತರ ಮಗ ಈ ಮನೆ ಹೊಸಲು ಮೆಟ್ಟಬಾರ್ದು. ನಮ್ಮ ಮಾವನೇ ಎಲ್ಲಾ ತೊಡ್ದು ಕೊಂಡಿದ್ರು. ನಮಗಿನ್ನು ಆ ಸಹವಾಸ ಬೇಡ! ಎಂದಾಗ ಕೃಷ್ಣನ್ ಏನೋ ಹೇಳಲು ಬಾಯಿ ತೆರೆದರು. ಆದರೆ "ದಯವಿಟ್ಟು ಇನ್ನು ಆ ಸುದ್ದಿ ಬೇಡ" ಶಾಮಣ್ಣನವರು ಎದ್ದು ಹೋಗಿದ್ದರು. ತಮ್ಮ ಮನದ ಬೇಸರ ಜಿಗುಪ್ಸೆ, ಕೋಪ –ಎಲ್ಲಾ ಒಟ್ಟಿಗೆ ತೋಡಿಕೊಂಡಿದ್ದರು.

ಕಾರು ಸದ್ದು ಕೇಳಿ ತಾಯಿಮಗಳಿಬ್ಬರು ಹೊರಗೆಹೋದರು. ಕೃಷ್ಣನ್ ಹಣೆಯ ಮೇಲಿನ ಬೆವರನ್ನು ಒತ್ತುತ್ತ ಒಳಗೆ ಬಂದರು. ಶ್ರೀನಿವಾಸ ಸಾಯುವುದಕ್ಕೆ ಮುನ್ನ ತನ್ನ ಮನದ ಹೋರಾಟ ವ್ಯಥೆಯನ್ನು ಬಣ್ಣಿಸಿ ದೀರ್ಘ ಪತ್ರ ಬರೆದಿದ್ದರು. ಅದಕ್ಕಾಗಿ ಸೈರಣೆ ಅಗತ್ಯವಾಗಿತ್ತು.

"ಅನುಪಮ ಸ್ವಲ್ಪ ಕುಡ್ಯೋಕೆ ನೀರು ಕೊಡ್ತೀಯಾ ಮಗು..." ತಲೆಯೆತ್ತಿ ಅವರತ್ತ ನೋಡಿದಳು. ಮಾವ ಶ್ರೀನಿವಾಸನದು ಇದೇ ವಯಸ್ಸು. "ಅಯ್ಯೊ... ಎಂದ ಪ್ರೀತಿಯ ಅಂತಃಕರಣ ತಮ್ಮಿಂದ ದೂರವಾಯಿತು" ಮನದಲ್ಲಿ ನೋವಿನ ನೆರಳಾಡಿತು.

"ತರ್ಗಿನಿ... ಕೂತ್ಕೊಳ್ಳಿ..." ಅವಳು ಹೋದತ್ತ ನೋಡಿದರು. ಶ್ರೀನಿವಾಸನ ಕೊನೆಯ ಬಯಕೆ ನೆರವೇರಿತಾ? ಸಂಶಯದ ಪಡಿನೆರಳಾಡಿತು.

"ನಿಮ್ಮ ಸೋದರಳಿಯ ನಾಳೇ ಬರ್ತಾನೆ"

ಸುನಂದಮ್ಮನ ಮುಖ ಕೋಪ ವ್ಯಥೆಯಿಂದ ಬಣ್ಣಗೆಟ್ಟಿತು. ತನ್ನಣ್ಣನನ್ನು ಕಸಿದುಕೊಂಡ ಆ ಹೆಣ್ಣಿನ ಹೊಟ್ಟೆಯಲ್ಲಿ ಹುಟ್ಟಿದವನನ್ನು ಸೋದರಳಿಯನೆಂದು ಒಪ್ಪಿಕೊಳ್ಳಲು ಅವರ ಮನ ಹಿಂಜರಿಯಿತು.

"ಅದು ತೊಡ್ದು ಹೋದ ಸಂಬಂಧ. ಅಣ್ಣ ಸಾಯೋ ಕಾಲದಲ್ಲಿ ಎಷ್ಟೊಂದು

ನೋವು ಅನುಭವಿಸಿದ್ರು..." ಕಣ್ಣಂಚಿನಲ್ಲಿ ಇಣುಕಿದ ಕಂಬನಿಯನ್ನು ಸೆರಗಿನ ತುದಿಯಿಂದ ಒತ್ತಿ ಕೊಂಡರು.

ಕೃಷ್ಣನ್ ತಲೆ ತಗ್ಗಿಸಿದರು. ಅವರ ಹುಬ್ಬುಗಳು ಸಂಕುಚಿಸಿದವು. ಶ್ರೀನಿವಾಸ ದೊಡ್ಡ ತಪ್ಪು ಮಾಡಿಬಿಟ್ಟಿದ್ದ. ಆದರೆ ಅದಕ್ಕಾಗಿ ಅವನು ಅನುಭವಿಸಿದ ನೋವು ಇವರಿಗೆ ಗೊತ್ತಿಲ್ಲ.

ಮಾತೇ ಮರೆತು ಹೋದವರಂತೆ ಕೂತು ಬಿಟ್ಟಿದ್ದರು.

"ತಗೊಳ್ಳಿ ಮಾವ" ನೀರನ್ನು ಕುಡಿದು ಮೇಲಕ್ಕೆದ್ದರು. ಸೌಜನ್ಯಕ್ಕಾಗಿಯಾದರೂ ಹೇಳಿ ಹೋಗಬೇಕೆನ್ನುವುದನ್ನು ಮರೆತು ಹೋಗಿಬಿಟ್ಟರು.

ಹೊಸದಾಗಿ ರಿಪೇರಿ ಸುಣ್ಣಬಣ್ಣ ಕಂಡ ಮನೆ ಶೋಭಿಸುತಿತ್ತು. ಅದರತ್ತ ನೋಡಿ ನಿಟ್ಟುಸಿರು ದಬ್ಬಿದರು. ಯಾವುದೋ ನಿಶ್ಚಯಕ್ಕೆ ಬಂದು ಹೊರಟುಬಿಟ್ಟರು.

ಬಂದ ಗೋಕುಲ್‌ನ ಎದುರುಗೊಳ್ಳಲು ತಾವೇ ಏರ್‌ಪೋರ್ಟ್‌ಗೆ ಹೋದರು. ಅಂದು ಕೂಡ ಶ್ರೀನಿವಾಸನನ್ನು ಕಳುಹಿಸಿಕೊಡಲು ಅವರೇ ಏರ್‌ಪೋರ್ಟ್‌ಗೆ ಹೋಗಿದ್ದರು. ಇಂದು ಅವನ ಮಗನನ್ನು ಎದುರುಗೊಳ್ಳಲು ಬಂದಿದ್ದರು. ಎದೆ ಭಾರವಾಯಿತು. ಕನ್ನಡಕ ತೆಗೆದು ಕಣ್ಣೊರೆಸಿಕೊಂಡರು.

"ಶ್ರೀನಿ... ನಿನ್ನಾಸೆ ನೆರವೇರೋದ್ರಲ್ಲಿ ನಂಗೆ ಸಂಶಯ!" ಆಕಾಶದತ್ತ ನೋಡಿದರು. ಗಾಢವಾದ ಚಿಂತೆಯಲ್ಲಿ ಮುಳುಗಿಬಿಟ್ಟರು.

"ಅಂಕಲ್..." ಸ್ವರಕ್ಕೆ ವಾಸ್ತವಿಕ ಜಗತ್ತಿಗೆ ಮರಳಿದರು. ಅವರು ತಮ್ಮ ಕಣ್ಣುಗಳನ್ನೆ ನಂಬದಾದರು. ಬಿಟ್ಟ ಕಣ್ಣುಗಳಿಂದ ನೋಡುತ್ತ ನಿಂತುಬಿಟ್ಟರು ಎಲ್ಲಾ ಶ್ರೀನಿವಾಸನ ತದ್ರೂಪು!

"ನಾನು... ಗೋಕುಲ್..." ಎಂದಾಗ ಸಂತೋಷ ತಡೆಯದಾದರು "ಹಲೋ ಮೈ ಬಾಯ್..." ಎರಡು ಕೈಯಲ್ಲು ಬಿಗಿದಪ್ಪಿದರು. ಅಂದು ಗೆಳೆಯನನ್ನು ಹೀಗೆಯೇ ಬಿಗಿದಪ್ಪಿ ಕಣ್ತುಂಬ ಕಳಿಸಿದ್ದರು.

"ಹೋಗೋಣ..." ಅಚ್ಚ ಕನ್ನಡದಲ್ಲಿ ನುಡಿದ. ತೊಡಕಿರಲಿಲ್ಲ. ತೊದಲಲಿಲ್ಲ. ಸಹಜ ಸ್ವರದಲ್ಲಿ ಆಡಿದ್ದ. ಮನದಲ್ಲಿಯೇ 'ಭೇಷ್' ಎಂದುಕೊಂಡರು.

"ಏನೂ ತೊಂದರೆ ಆಗಲಿಲ್ಲ ತಾನೇ" ಇಲ್ಲವೆನ್ನುವಂತೆ ತಲೆಯಾಡಿಸಿದ. ಆ ತುಟಿಗಳ ಮೇಲೆ ಮಾಸದ ನಗೆ ಇದೊಂದು ಶ್ರೀನಿವಾಸನಿಗೆ ಇರಲಿಲ್ಲವೆಂದುಕೊಂಡರು.

ಕಾರು ಹೊರಟ ಕೂಡಲೇ ತನ್ಮಯತೆಯಿಂದ ಇಕ್ಕೆಡೆಗಳಲ್ಲಿ ನೋಡಿದ. ತಂದೆಯ ನೆನಪಿನಿಂದ ಅವನೆದೆ ಭಾರವಾಯಿತು. ಅವರು ತಮ್ಮ ಕಡೆದಿನಗಳಲ್ಲಿ ತಾನು ಹುಟ್ಟಿಬೆಳೆದ ನಾಡಿನ ಬಗೆಗೆ ಹುಚ್ಚರಾಗಿದ್ದರು. ಸದಾ ಅದೇ ಮಾತು. ಧ್ಯಾನ. ಇಲ್ಲಿನ ಸಂಸ್ಕೃತಿ ಹಿರಿಮೆಯನ್ನು ಎಷ್ಟು ಹೊಗಳಿಕೊಂಡರು ಅವನಿಗೆ ತೃಪ್ತಿ ಬರಲಿಲ್ಲ. ಅಲ್ಲಿನ ಶ್ರೀಮಂತ ಜೀವನಕ್ಕೆ ಬೇಸ್ತು ಬಿದ್ದು ಉಳಿದಿದ್ದರು. ಮನಶ್ಶಾಂತಿಯನ್ನು ಪಡೆದುಕೊಂಡಿರಲಿಲ್ಲ.

'ಗೋಕುಲ್ ನೀನ್ಹೋಗಿ ನಾನು ಹುಟ್ಟಿದೂರಿನಲ್ಲೇ ನೆಲೆಸಬೇಕು. ಆ ನಾಡು-ಸಮಾಜ-ಮಣ್ಣಿಗೆ ನಾನು ದ್ರೋಹ ಬಗೆದಿದ್ದೀನಿ...' ಮುಂದೆ ಮಾತನಾಡಲಾರದೇ ಗದ್ಗದಿತರಾಗಿದ್ದರು.

ಅಮೆರಿಕದಲ್ಲಿ ಹುಟ್ಟಿ ಬೆಳೆದಿದ್ದರೂ ಅವನ ವಂಶದ ಬೇರು ಭಾರತದಲ್ಲಿಯೇ ಇತ್ತು. ತಾಯ್ನಾಡಿಗೆ ಬಂದ ಅಲೌಕಿಕ ಆನಂದದಿಂದ ಉತ್ಸಾಹಿತನಾಗಿದ್ದ.

"ಅಂಕಲ್ ನಾಳೆ ಬೆಳಿಗ್ಗೆ ನಮ್ಮೂರಿಗೆ ಹೊರ್ಡಬಹುದಲ್ಲ!" ಸ್ವರದಲ್ಲಿದ್ದ ಉತ್ಸಾಹ ಕಂಡು ಕೃಷ್ಣನ್ ತೀಕ್ಷ್ಣವಾಗಿ ಅವನತ್ತ ನೋಡಿದರು. ಅಲ್ಲಿನ ಜನರಿಂದ ಕೂಡ ಒಳ್ಳೆಯ ಪ್ರತಿಕ್ರಿಯೆ ಸಿಕ್ಕಿರಲಿಲ್ಲ. ಖಂಡಿತವಾಗಿ ಶಾಮಣ್ಣ ಬಾಯಿಂದಲೇ ಹೇಳಿದ್ದರು. ವಿಭಿನ್ನವಾದ ಪರಿಸರದಲ್ಲಿ ಅಮೆರಿಕದಂತ ದೇಶದಲ್ಲಿ ಹುಟ್ಟಿ ಬೆಳೆದೋನು ಅವನ್ನೆಲ್ಲ ಹೇಗೆ ಸಹಿಸಬಲ್ಲ!

ಮೊದಮೊದಲು ಭಾರತದ ಬಗ್ಗೆ ಪ್ರೀತಿ, ಪ್ರೇಮ, ಕರ್ತವ್ಯವನ್ನು ಶ್ರೀನಿವಾಸ್ ಮಗನಲ್ಲಿ ಬೆಳೆಸಿದ್ದರು. ಆಮೇಲೆ ಸ್ವಯಂಪ್ರೇರಿತವಾಗಿ ಡಾ॥ ಗೋಕುಲ್ ಭಾರತವನ್ನು ಅದಮ್ಯವಾಗಿ ಪ್ರೀತಿಸಲಾರಂಭಿಸಿದ್ದ. ಅದರಲ್ಲೂ ತನ್ನ ತಂದೆ ಹುಟ್ಟಿ ಬೆಳೆದ ಊರನ್ನು ಕಾಣಲು ತವಕದಿಂದಿದ್ದ.

"ನಾಲ್ಕಾರು ದಿನ ಆದ್ಮೇಲೆ ಯೋಚಿಸೋಣ" ಸ್ವರ ಗಾಳಿಯಲ್ಲಿ ತೇಲಾಡಿತು. ಸೀಟಿನಿಂದ ಸ್ವಲ್ಪ ಮುಂದಕ್ಕೆ ಬಾಗಿದ ಗೋಕುಲ್ "ನೋ ನೋ... ಅಂಕಲ್ ನಾಳೆ ದಿನ ಹೋಗ್ಲೇಬೇಕು!" ಮೌನವಾಗಿ ತಲೆಯಾಡಿಸಿದರು. ಗೋಕುಲ್‌ಗೆ ಹೇಗೆ ತಿಳಿಸಿ ಹೇಳಬೇಕೆಂಬುದೇ ಅರ್ಥವಾಗಲಿಲ್ಲ.

ಕೃಷ್ಣನ್ ಮನೆಯಲ್ಲಿ ಸಂಭ್ರಮದ ಸ್ವಾಗತವೇ ದೊರೆಯಿತು. ಮಗ ಸುದಿಲ್ ಸುನಿಲ್, ಮಗಳು ಸುನೀತಾ ಸಂತೋಷಿಸಿದರು.

"ಅಂಕಲ್ ಬೆಳಿಗ್ಗೆ ಹೇಗೆ ಹೋಗೋದು?" ಹುಬ್ಬೆತ್ತಿ ಪ್ರಶ್ನಿಸಿದ.

ಕೃಷ್ಣನ್ ತುಟಿ ಕಚ್ಚಿ ಕೂತರು. ಗೋಕುಲ್ ಕಣ್ಣುಗಳು ಕಿರಿದಾದವು. ಮನದಲ್ಲೇ ನಕ್ಕ. ಹೋದಾಗ ಸಿಗಬಹುದಾದ ಸ್ವಾಗತವನ್ನು ತಂದೆ ಒತ್ತಿ ಒತ್ತಿ ಹೇಳಿದ್ದರು.

"ಡ್ಯಾಡಿ ಎಲ್ಲಾ ಹೇಳಿದ್ದಾರೆ. ಯೋಚಿಸೋದೇನು ಬೇಡ" ಅವನ ಆತ್ಮವಿಶ್ವಾಸಕ್ಕೆ ತಲೆದೂಗಿದರು.

"ಓ.ಕೆ. ಸದ್ಯಕ್ಕೆ ನನ್ನ ಕಾರಿನಲ್ಲೇ ಹೋಗೋಣ. ಆಮೇಲೆ ಮಿಕ್ಕಿದೆಲ್ಲ ಏರ್ಪಾಟು ಮಾಡೋಣ" ಎಂದಾಗ ಸರಿಯೆಂದು ತಲೆಯಾಡಿಸಿದ.

ಡಾ॥ ಗೋಕುಲ್ ಹೊರಡುವ ಮುನ್ನ ತಿಳಿದು ಸುನಿಲ್-ಸುನೀತಾ ಬೇಸರ ವ್ಯಕ್ತಪಡಿಸಿದರು. ಅದರ ಬಗ್ಗೆ ಅವನು ತಲೆಕೆಡಿಸಿಕೊಳ್ಳಲು ಹೋಗಲಿಲ್ಲ.

ಇಡೀರಾತ್ರಿ ನಿದ್ದೆ ಇಲ್ಲದೇ ಹೊರಳಾಡಿದ. ಭಾರತಕ್ಕೆ ಹೊರಡುವ ಬಗೆಗೆ ತಿಳಿಸಿದಾಗ ತಾಯಿ ವರ್ಜಿನಿಯಾ ಬೇಸರದ ಜೊತೆ ಕೋಪವನ್ನು ಪ್ರದರ್ಶಿಸಿದ್ದರು. ಅಲ್ಲಿನ ಕಡುಬಡತನ - ಅಂಧಶ್ರದ್ಧೆ - ಮೂಢನಂಬಿಕೆಯ ಬಗ್ಗೆ ಎಚ್ಚರಿಸಿದ್ದಳು.

ಆದರೂ ಅವನ ನಿರ್ಧಾರ ಬದಲಾಗಲಿಲ್ಲ.

"ಗೋಕುಲ್, ನಿಮ್ಮ ತಾತ ದೊಡ್ಡ ವ್ಯಕ್ತಿ. ನನ್ನ ಡಾಕ್ಟರನ್ನಾಗಿ ಮಾಡ್ದ ಉದ್ದೇಶವೇ ಬೇರೆ. ನಾನು ದೊಡ್ಡ ಪ್ರಸಿದ್ಧಿ ಗಳಿಸಲೆಂದಾಗಲಿ, ಹಣ ಸಂಪಾದನೆ ಮಾಡಲೆಂದಾಗ್ಲಿ ಆತ ಬಯಸಿರಲಿಲ್ಲ. ನನ್ನ ವಿದ್ಯೆಯ ಸಾರ್ಥಕತೆ ಹುಟ್ಟಿದೂರಿಗೆ ಮೀಸಲಾಗಲೆಂಬುದೇ ಅವರಿಚ್ಛೆಯಾಗಿತ್ತು. ಆದರೆ ಹುಟ್ಟಿದೂರನ್ನು ಮಾತ್ರವಲ್ಲ ಸ್ವದೇಶವನ್ನೆ ತೊರೆದುಕೊಂಡೆ. ಆ ಅಪರಾಧ ನನ್ನ ಕೊಲ್ತಾ ಇದೆ. ನೀನು ಮಾತ್ರ ಸರಿಮಾಡ್ಬಲ್ಲೆ!" ಅಂದು ಹೇಳಿದ ಮಾತುಗಳು ಅವನ ಕಿವಿಯಲ್ಲಿ ಗುಂಯ್‌ಗುಟ್ಟಿದ್ದವು.

ಬೆಳಿಗ್ಗೆ ಮನೆಯವರೆಲ್ಲ ಏಳುವ ಮುನ್ನ ಎದ್ದು ಕೂತ. ಸ್ನಾನ ಮುಗಿಸಿ ಕೃಷ್ಣನ್ ಏಳುವುದನ್ನು ಕಾದು ಕೂತ. ಬರುವಾಗ ತಾಯಿ ಕಣ್ಣೀರಿಟ್ಟಿದ್ದನ್ನು ನೆನಪು ಮಾಡಿಕೊಂಡ. ತಾಯಿ ರೂಪ ಹೊತ್ತ ತಮ್ಮ ಕಾರ್ಟರ್‌ನ ನೆನಪು ಮಾಡಿಕೊಂಡಾಗ ಹೃದಯ ಹಗುರವಾಯಿತು.

"ಗುಡ್ ಮಾರ್ನಿಂಗ್... ಮೈ ಬಾಯ್" ಕೋಣೆಯಿಂದ ಹೊರಗೆಬಂದ ಕೃಷ್ಣನ್ ಅವರ ಕಣ್ಣುಗಳಲ್ಲಿ ಮೆಚ್ಚಿಗೆ ಕುಣಿಯಿತು. ಹುಬ್ಬೆತ್ತಿ "ವೆರಿಗುಡ್ ಮಾರ್ನಿಂಗ್... ಅಂಕಲ್" ಎಂದು ನಸುನಕ್ಕ.

ಬೆಳಗಿನ ಉಪಾಹಾರ ತೀರಿಸಿಕೊಂಡು ಇಬ್ಬರು ಹೊರಟರು. ಆಳೆತ್ತರ ಧೂಳು ಎರಚುವ ರಸ್ತೆಯಲ್ಲಿ ಕಾರು ಅಂಕು-ಡೊಂಕಾಗಿ ಸಾಗಿತ್ತು. ಅವನ ನೋಟ ಇಕ್ಕೆಡೆಗಳಲ್ಲಿ ಹರಿದಾಡುತಿತ್ತು. ತುಂಬಿ ನಿಂತ ಹಸಿರು ಕಣ್ಣು ಮನಗಳಿಗೆ ತಂಪೆನಿಸಿತು.

"ನಮ್ಮ ಡ್ಯಾಡ್ ತಂದೆನ ನೀವೂ ನೋಡಿದ್ರಾ?" ಮೃದುವಾಗಿ ಕೇಳಿದ. ಕೃಷ್ಣನ್ ಅವನತ್ತ ನೋಟವರಿಸಿದರು. ಅವರ ವ್ಯಕ್ತಿತ್ವ ಉನ್ನತಮಟ್ಟವೆಂದು ಅವರಿಗೂ ಗೊತ್ತಿತ್ತು "ನೋಡಿದ್ದೆ ಹಿ ಈಸ್ ಗ್ರೇಟ್. ನಿರಾಶೆ, ನೋವನ್ನು ಒಳ್ಗೇ ನುಂಗಿ ಕೊಂಡ್ರೆ" ರಸ್ತೆಯ ಕಡೆ ನೋಡುತ್ತಿದ್ದರು. ಅವರ ಮುಖ ಗಂಭೀರವಾಗಿತ್ತು.

"ಶೀನ ನನ್ನ ತುಂಬ ಗೆಳೆಯರು. ನನ್ಗೇ ಇತಿಹಾಸದ ಬಗೆಗೆ ಒಲವು. ಅವ್ನು ವೈದ್ಯಕೀಯ ಆರ್‍ಸಿಕೊಂಡ, ಜೋಯಿಸರ ಆಸೆಯೂ ಅದೇ ಇತ್ತು. ಆದರೆ..." ಮುಂದೆ ಹೇಳುವುದು ಡಾ॥ ಗೋಕುಲ್‌ಗೆ ಬೇಕಿರಲಿಲ್ಲ. ತಂದೇನೆ ಎಷ್ಟೋ ಸಲ ಹೇಳಿಕೊಂಡಿದ್ದರು.

ಮಂಗಪುರದ ಸಮೀಪ ಕಾರು ಬಂದಾಗ ಎದುರಾದ ಜನ ಅತ್ತಿತ್ತ ಸರಿದು ನಿಂತರು. ಅವರ ಕಣ್ಣುಗಳಲ್ಲಿ ಕುತೂಹಲವಿತ್ತು. ದೊಡ್ಡ ಜಗುಲಿಯ ಮನೆಯ ಮುಂದೆ ಕಾರು ನಿಂತಿತು.

ಡಾ॥ ಗೋಕುಲ್ ಕೆಳಗೆ ಇಳಿದು ಬಂದು ಸುತ್ತಲೂ ಕಣ್ಣಾಡಿಸಿದ. ಸಾಧಾರಣ ಮನೆಗಳು ಕೆಲವಂತೂ ತೀರಾ ಕೆಳಮಟ್ಟದಲ್ಲಿದ್ದವು ಹೊಸ ಜಗತ್ತನ್ನು ಕಂಡಂತಾಯಿತು.

"ಬಾ... ಗೋಕುಲ್" ಎರಡು ಕಲ್ಲಿನ ಮೆಟ್ಟಿಲು ಏರಿ ನಿಂತರು. ಅವನ ಮುಖದಲ್ಲಿನ ಪ್ರತಿಕ್ರಿಯೆ ಗಮನಿಸಿದರು. ಜಿಗುಪ್ಸೆ ಇರಲಿಲ್ಲ, ಹಸನ್ಮುಖನಾಗಿದ್ದ.

ಡಾ। ಗೋಕುಲ್ ಹೊಸಲು ತಲುಪಬೇಕಾದ ನಾಲ್ಕು ಮೆಟ್ಟಿಲು ಏರಿ ಅಕ್ಕಪಕ್ಕದಲ್ಲಿರುವ ಜಗುಲಿಯತ್ತ ನೋಡಿದ. ತಂದೆ ಹೇಳಿದ ದೃಶ್ಯ ಕಣ್ಣಿಗೆ ಕಟ್ಟಿದಂತಾಯಿತು, ಶಾಲು ಹೊದ್ದು ಸೌಮ್ಯ ಗಂಭೀರ ಮುಖದ ಜೋಯಿಸರು ಜಗುಲಿಯ ಮೇಲೆ ಕೂತು ಹತ್ತು ಜನ ಊರಿನ ಮುಖ್ಯಸ್ಥರ ಜೊತೆ ಚರ್ಚಿಸುತ್ತಿರುವುದು ಆಪ್ಯಾಯಮಾನವೆನಿಸಿತು.

"ಕಮಾನ್ ಮೈ ಬಾಯ್..." ದೊಡ್ಡ ಆರಾಮಾಸನದಲ್ಲಿ ಕೂತರು. ಅವರು ಆದಷ್ಟು ಶ್ರಮವಹಿಸಿ ನೂತನೀಕರಿಸಲು ಪ್ರಯತ್ನಿಸಿದರು. ಅಷ್ಟಿಷ್ಟು ಒಂದು ಸ್ಥಿತಿಗೆ ಬಂದಿತ್ತು.

ಡಾ। ಗೋಕುಲ್ ಅತ್ತಿತ್ತ ಕಣ್ಣಾಡಿಸುತ್ತಲೇ ಬಂದು ಇನ್ನೊಂದು ವಿರಾಮಾಸನದಲ್ಲಿ ಕೂತ. ಬಲವಾದ ಹಿಡಿಯ ಮೇಲೆ ಬೆರಳಾಡಿಸಿದ. ಇನ್ನು ನೂರು ವರ್ಷಗಳಾದರೂ ಸುಸ್ಥಿತಿಯಲ್ಲಿದ್ದೀತು!

ಕೃಷ್ಣನ್ ಹಿಂದಿನ ದಿನ ಕರೆತಂದು ಬಿಟ್ಟಿದ್ದ ಹುಡುಗ ಕಾಫೀ ತಂದಿಟ್ಟ ಇಬ್ಬರು ಕುಡಿದರು.

"ಶೀನಿ ಯೋಚ್ನೆ ಒಳ್ಳೆದಿರಬೋದು. ಆದರೆ ತುಂಬ ಕಷ್ಟಪಡಬೇಕಾಗುತ್ತೆ. ಸುಮ್ನೇ ಈ ಯೋಚ್ನೆ ಬಿಟ್ಬಿಡು, ಬೆಂಗ್ಳೂರಲ್ಲಿ ಒಂದು ನರ್ಸಿಂಗ್ ಹೋಂ–ಪ್ರಾರಂಭ ಮಾಡೋಣ ಅಮೆರಿಕದಿಂದ ಬಂದ ನಿನ್ನಂಥ ಡಾಕ್ಟ್ರು ಇರ್ಬೇಕಾದ ಸ್ಥಳ ನಗರ. ಈ ಹುಚ್ಚಾಟದಿಂದ ತುಂಬ ಹಿಂಸೆ ಅನುಭವಿಸ್ಬೇಕಾಗುತ್ತೆ!" ಕೃಷ್ಣನ್ ಮನದಲ್ಲಿದ್ದನ್ನು ನೇರವಾಗಿ ಹೇಳಿದರು.

ಡಾ। ಗೋಕುಲ್ ಎದೆಯ ಮೇಲೆ ಕೈಕಟ್ಟಿ ಗಂಭೀರವಾಗಿ ಕೂತ.

"ಇಲ್ಲ ಅಂಕಲ್. ಮಮ್ಮಿಗೆ ನಾನು ಇಲ್ಲಿಗೆ ಬರೋದೇ ಇಷ್ಟವಿಲ್ಲ. ಆದ್ರೂ ಬಂದೆ. ಡ್ಯಾಡಿ ನನ್ನಲ್ಲಿಯ ಭಾರತೀಯ ರಕ್ತವನ್ನು ಚೇತನಗೊಳಿಸಿದ್ದಾರೆ. ಕನ್ನಡತನದ ಸಾಮರಸ್ಯ ನನ್ನಲ್ಲಡಗಿದೆ. ನಿಮ್ಮ ಸಹಕಾರ, ಆಶೀರ್ವಾದ ಅಷ್ಟು ಸಾಕು" ಅವನ ಕಣ್ಣುಗಳಲ್ಲಿ ಮಿಂಚಿದ ಕಾಂತಿಗೆ ಬೆರಗಾದರು.

"ಗುಡ್–ಗಾಡ್ ಬ್ಲೆಸ್ ಯು" ಎಂದರು.

ಎರಡು ದಿನ ಕೃಷ್ಣನ್ ಅವನ ಜೊತೆಯಲ್ಲಿಯೇ ನಿಂತರು. ಮನೆಗೆ ಸೇರಿದಂತಿದ್ದ ದೊಡ್ಡ ಬಯಲಿನಲ್ಲಿ ನರ್ಸಿಂಗ್ ಹೋಂ ಕಟ್ಟುವ ನಿರ್ಧಾರ ಮಾಡಿದರು. ಅದಕ್ಕಾಗಿ ತಾವೇ ಓಡಾಡಿದರು, ಇಂಜಿನಿಯರ್‌ಗಳನ್ನು ಕರೆತಂದರು. ತಮಗೆ ತಿಳಿದ ಕಂಟ್ರಾಕ್ಟರ್‌ಗೆ ಒಪ್ಪಿಸಿದರು.

ಮಂಗಲಾಪುರದಲ್ಲಿ ಇದೊಂದು ದೊಡ್ಡ ಸುದ್ದಿಯಾಯಿತು. ಯಾರ ಬಾಯಲ್ಲಿ ನೋಡಿದರು ಇದೇ ವಿಷಯವೇ. ಕೆಲವರು ಹುಬ್ಬೇರಿಸಿದರು.

ಇನ್ನು ಕೆಲವರು 'ಇಂಥ ಊರಲ್ಲಿ ಎಂಥ ಸಂಪಾದ್ನೇ ಇದ್ದೀತು! ಈ ಜನಕ್ಕೆ ಬುದ್ಧಿ ಇಲ್ವಾ!!' ಅಲ್ಪ ಸ್ವಲ್ಪ ವಿದ್ಯಾವಂತರೆನಿಸಿಕೊಂಡವರು ಮಾತಾಡಿದ ರೀತಿ.

ಹೊಂಗೂದಲು, ನೀಲಿಕಣ್ಣುಗಳ ಕೆಂಪು ಯುವಕನನ್ನು ನಿರೀಕ್ಷಿಸಿದ್ದ ಅವರಿಗೆ ಡಾ। ಗೋಕುಲ್ ನೋಡಿದ ಮೇಲೆ ದೊಡ್ಡ ಆಶ್ಚರ್ಯವೇ ಆಯಿತು. ಜೋಯಿಸರ ಮಗ ಶ್ರೀನಿವಾಸ ಈ ವಯಸ್ಸಿನಲ್ಲಿ ಹೀಗೆಯೇ ಇದ್ದ ಆದರೆ ಡಾ। ಗೋಕುಲ್ ಮಿಂಚಿನ ಬಳ್ಳಿಯಂತೆ ಇನ್ನು ಕಳೆಯಾಗಿದ್ದ.

ಡಾ। ಗೋಕುಲ್‌ಗೆ ಎಚ್ಚರವಾದಾಗ ಬೆಳಗಿನ ಸಮಯವಾಗಿತ್ತು. ಅಮೆರಿಕನ್ನರ ಶಿಸ್ತು ಅವನಲ್ಲಿ ಮೇಳೈಸಿತ್ತು. ಎದ್ದು ಹೊರಬಂದ. ಸುಮಾರು ಹತ್ತು ಗಜದಷ್ಟು ದೂರವಿರುವ ಎದುರು ಮನೆಯತ್ತ ನೋಟವಿರಿಸಿದ. ಕೃಷ್ಣನ್ ಬಂದ ದಿನವೇ ಆ ಮನೆಯ ಕಡೆ ಬೆಟ್ಟು ಮಾಡಿ ಸಂಬಂಧ ವಿವರಿಸಿದ್ದರು. ಅವನ ಹೃದಯ ಹರ್ಷದಿಂದ ಹಾರಿತ್ತು.

"ಶ್ರೀನಿವಾಸನ ಮೇಲಿನ ಕೋಪ, ದ್ವೇಷ ಅವ್ನ ಮಗನ ಮೇಲೂ ಇದೆ. ಅವ್ರ ಬಗ್ಗೆ ಯಾವ ವ್ಯಾಮೋಹವೂ ಬೇಡ!" ಕಡ್ಡಿ ತುಂಡು ಮಾಡಿದಂತೆ ಹೇಳಿದಾಗ ಎದೆಯಲ್ಲಿ ತಿದಿಯೊತ್ತಿದಂಥ ನೋವು ನುಂಗಿಕೊಂಡಿದ್ದ.

ಇದುವರೆಗೂ ಇವನ ನೋಟ ಅತ್ತ ಹರಿದಾಗಲೆಲ್ಲ ಬಾಗಿಲು ಮುಚ್ಚಿಯೇ ಇರುತಿತ್ತು. ಇಂದು ವಾರೆಯಾಗಿತ್ತು. ಚೆನ್ನಾಗಿ ಕೂತ ಯುವತಿ ಅಂಗಳದಲ್ಲಿ ದೊಡ್ಡ ರಂಗೋಲಿ ಬಿಡಿಸುತ್ತಿದ್ದಳು. ಅವಳ ನೀಳವಾದ ಕಪ್ಪು ಜಡೆ ಬೆನ್ನು ಮೇಲೆ ಮಲಗಿತ್ತು. ಎಂತಹುದೋ ಮಧುರವಾದ ಭಾವ ತನ್ನ ತಂದೆಯ ರಕ್ತ ಸಂಬಂಧಿಗಳು- ಅಲೌಕಿಕವಾದ ಆನಂದ ಅನುಭವಿಸಿದ.

ಹಾದಿಯತ್ತ ನಡೆದ... ಎದುರು ಬಂದ ಜನ ದೂರ ಸರಿದುಹೋಗುತ್ತಿದ್ದರು. ಗೌರವದಿಂದಲೋ, ಬೇಸರದಿಂದಲೋ, ಜಿಗುಪ್ಸೆಯಿಂದಲೋ ತಿಳಿಯುವಂತಿರಲಿಲ್ಲ.

ತೋಟದತ್ತ ನಡೆದ ವಿಶಾಲ ತೋಟದಲ್ಲಿ ಮಧ್ಯಕ್ಕೆ ಬೇಲಿ ಬಿದ್ದಿತ್ತು. ಬರುವ ವಿಷಯ ತಿಳಿದ ಮೇಲೆ ಶಾಮಣ್ಣನವರೇ ತಕ್ಷಣ ನಿಂತು ಆ ಕೆಲಸ ಮಾಡಿಸಿದ್ದರು. ಇಷ್ಟು ದಿನ ಪೂರ್ಣ ಅವರ ಸ್ವತ್ತಾಗಿತ್ತು. ಇಂದು ವಾರಸುದಾರ ಬಂದಿದ್ದ.

ಸಿಹಿ ನೀರಿನ ದೊಡ್ಡ ಬಾವಿ ಅವನ ತೋಟದಲ್ಲಿಯೇ ಇತ್ತು. ಕೃಷ್ಣನ್ ತಾವೇ ಪಕ್ಕದೂರಿನಿಂದ ತೋಟ ನೋಡಿಕೊಳ್ಳಲು ಒಂದು ಬಡ ಸಂಸಾರವನ್ನು ತಂದಿಟ್ಟಿದ್ದರು.

ಬೇಲಿಯ ಬಳಿ ಬಂದಾಗ ಸಿಹಿ ನೀರು ಹೊತ್ತ ಹೆಂಗಳೆಯರು ಎದುರಾದರು. ಪಕ್ಕಕ್ಕೆ ಸರಿದು ನಿಂತ ಅವರುಗಳು ಹೊರಟ ಮೇಲೆ ಒಳಕ್ಕೆ ನಡೆದ.

ಅಲ್ಲಿದ್ದಿದ್ದೆಲ್ಲ ಬರೀ ಹೂಗಿಡಗಳೇ ಮಲ್ಲಿಗೆ – ಸೇವಂತಿಗೆ – ಜಾಜಿಯ ಬಳ್ಳಿಗಳು ಹಬ್ಬಿಕೊಂಡಿದ್ದವು. ಯೋಚಿಸಿದ ಶಾಮಣ್ಣನವರು ಕೂಡ ವ್ಯಾವಹಾರಿಕ ಜನವಾಗಿ ಕಾಣಲಿಲ್ಲ. ಜೋಯಿಸರ ಕಾಲದಲ್ಲಿದಂತೆಯೇ ತೋಟವಿತ್ತು. ಅದರ ಕಡೆ ಅಷ್ಟು ನಿಗಾವಹಿಸಿದ ಹಾಗೇ ಕಾಣಲಿಲ್ಲ. ಸುತ್ತಲೂ ದೃಷ್ಟಿಸಿ ಏನು ಮಾಡಬಹುದೆಂದು ಯೋಚಿಸಿದ. ಸದ್ಯಕ್ಕೆ ಹಾಗೇ ಉಳಿಸುವುದು ಸರಿಯೆಂದುಕೊಂಡ.

ತೋಟದ ಆಳು ದೂರದಿಂದಲೇ ಕೈ ಮುಗಿದು, ಮುಗುಳ್ನಗುತ್ತ ಹತ್ತಿರಕ್ಕೆ

ಹೋಗಿ ಅವನ ಭುಜ ತಟ್ಟಿದ ಮೆಟ್ಟಿ ಬಿದ್ದವನಂತೆ ಅವನು ಹಿಂದಕ್ಕೆ ಸರಿದ. ಹೊಸದಾಗಿ ಕಂಡಿತು.

"ಯಾಕೆ? ಸರ್ಯಾಗಿ ನೋಡ್ಕೊ, ಏನಾದ್ರೂ ಬೇಕಿದ್ರೆ ಬಂದ್ಕೇಳು" ಕಣ್ಣು ಕಿರಿದು ಮಾಡಿ ಸಿಹಿ ನೀರಿನ ಬಾವಿಯತ್ತ ನೋಡಿದೆಯಾ. ಎಂಥ ಕಾಲದಲ್ಲೂ ಬತ್ತದ ಪನ್ನೀರಿನಂಥ ನೀರು ತಂದೆ ಆಗಾಗ ಹೇಳುತ್ತಿದ್ದುದು ಜ್ಞಾಪಕದಲ್ಲಿತ್ತು.

"ಯಾರಾದ್ರೂ ಸೇದಿಕೊಳ್ಳಿ..."

ಬಂದ ದಾರಿಯತ್ತ ಹೆಜ್ಜೆ ಹಾಕಿದ. ಚೆನ್ನಾಗಿ ಕೂತು ರಂಗೋಲಿ ಹಾಕುತ್ತಿದ್ದ ಹೆಣ್ಣು ಜಗುಲಿಯಂಚಿನಲ್ಲಿ ನಿಂತಿದ್ದಳು. ಅವಳಿಗೂ ಮಾವನ ಮಗನನ್ನು ನೋಡುವ ಕುತೂಹಲವಿರಬೇಕು. ಒಂದು ತರಹ ಸಹಾನುಭೂತಿನೂ ಇತ್ತು.

ಎರಡು ನೋಟ ಕ್ಷಣ ಸಂಧಿಸಿದಾಗ ಇಬ್ಬರ ಮೈಗಳು ಪುಳಕಗೊಂಡವು. ತಂದೆ ಹೇಳುತ್ತಿದ್ದ ಹಾಗೇ ಕೆಂಗೂದಲು-ಕೆಂಪು ಬಣ್ಣ ನೀಲಿಯ ಕಂಗಳು ಯುವಕನ ಸ್ವತ್ತಾಗಿರಲಿಲ್ಲ. ಹಜಾರದಲ್ಲಿದ್ದ ಮಾವನ ಫೋಟೋದಂತಿದ್ದ. ಸಂತೋಷದಿಂದ ಕುಣಿದಾಡುವಷ್ಟು ಸಂತೋಷವಾಯಿತು. ಕಣ್ಣಲ್ಲಿ ಮಿಂಚೊಡೆಯಿತು.

"ಅಮ್ಮ..." ಎಂದು ಕೂಗಿಕೊಂಡು ಒಳಗೋಡಿಬಿಟ್ಟಳು. ಡಾ। ಗೋಕುಲ್ ಕಣ್ಣುಗಳು ಅವಳನ್ನೆ ಹಿಂಬಾಲಿಸಿದವು. ಎಂತಹುದೋ ಅಲೌಕಿಕ ಆನಂದ ಅನುಭವಿಸಿದಂತಾಯಿತು.

"ಒಂದ್ಮಾತು..." ಅನುಪಮಳ ಮೈ ಮೃದುವಾಗಿ ಕಂಪಿಸುತ್ತಿತ್ತು. ಮಗಳ ಧ್ವನಿಯಲ್ಲಿದ್ದ ಉದ್ವೇಗ ಗಮನಿಸಿದ ಸುನಂದಮ್ಮ ಗಾಬರಿಯಾದರು. "ಏನಾಯ್ತೆ?"

"ನಾನು ಶೀನಿ ಮಾವನ ಮಗನ್ನ ನೋಡ್ದೇ..." ಅತ್ತಿತ್ತ ನೋಡಿ ಬಾಯನ್ನು ಕೈಯಿಂದ ಮುಚ್ಚಿಕೊಂಡಳು. ಅವಳೆದೆ ನಗಾರಿಯಾಯಿತು. ಸುನಂದಮ್ಮನ ಹಣೆಯ ಮೇಲೆ ಬೆವರಿನ ಹನಿಗಳು ಸಾಲುಗಟ್ಟಿ ನಿಂತವು. ಮಗಳ ತಲೆಯ ಮೇಲೊಂದು ಮೊಟಕಿ ಅಡುಗೆ ಮನೆಯಿಂದ ಹೊರಗೆ ಬಂದು ಅತ್ತಿತ್ತ ನೋಡಿದರು. ಕೋಣೆಯಲ್ಲಿ ಇಣುಕಿದರು. ಸದ್ಯ ಗಂಡ ಮನೆಯಲಿಲ್ಲವೆಂದು ತಿಳಿದು ಎದೆಯ ಮೇಲೆ ಕೈಯಿಟ್ಟು ಸರಾಗವಾಗಿ ಉಸಿರನ್ನು ಹೊರಗೆ ದಬ್ಬಿದರು.

"ಅನು, ನಿಂಗ್ಯಾಕೆ ಬುದ್ಧಿಯಿಲ್ಲಾ- ಈ ವಿಷ್ಯ ನಿಮ್ಮಪ್ಪನ ಕಿವಿಗೆ ಬಿದ್ರೆ..." ಸೆರಗಿನಿಂದ ಹಣೆಯ ಮೇಲಿನ ಬೆವರನ್ನೊತ್ತಿಕೊಂಡರು.

"ಏನಮ್ಮ ನೀನೂ... ಕಣ್ಮುಚ್ಕೊಂಡು ಓಡಾಡೋಕಾಗುತ್ತ? ಇಲ್ಲೇ ಇದ್ಮೇಲೆ ನೋಡ್ಲೇ, ಬೇಕಾಗುತ್ತೆ!" ಅನುಪಮಳ ಸ್ವರದಲ್ಲಿ ಅಸಮಾಧಾನ ಇಣುಕಿತು. 'ಶೀನಿ ಮಾವನ ಮೇಲಿನ ಕೋಪ ಅವ್ನ ಮಗನ್ಮೇಲೆ ತೀರಿಸ್ಕೊಳ್ಳೋದು ಯಾವ ನ್ಯಾಯ? ಪಾಪ... ಅಷ್ಟು ದೊಡ್ಡ ದೇಶದ್ದಿಂದ ಎಲ್ಲರನ್ನೂ ಬಿಟ್ಟು ಇಲ್ಲಿಗೆ ಬಂದಿದಾನಲ್ಲ ಅಯ್ಯೋ... ಅನ್ನಿಸೋಲ್ವಾ?'

ಸುನಂದಮ್ಮನ ಹಣೆಯ ಮೇಲಿನ ಗೆರೆಗಳು ಆಳವಾದವು. ಕಣ್ಣುಗಳಲ್ಲಿ

ನೋವು ಕಾಣಿಸಿತು. ಅಪಾರವಾದ ವೇದನೆ ಅನುಭವಿಸಿದಂತೆ ಕಂಡರು. ಈಗ ತಂದೆ ಬದುಕಿದ್ದರೇ ಹೇಗೆ ವರ್ತಿಸುತ್ತಿದ್ದರು? ಗಂಭೀರ ಸ್ವಭಾವ ಒಳ್ಳೆಯತನ, ಮಾನವೀಯ ವ್ಯಕ್ತಿತ್ವವುಳ್ಳ ಮನುಷ್ಯರು ಮಗನ ದೊಡ್ಡ ತಪ್ಪನ್ನು ಕ್ಷಮಿಸಿ ದೂರದಿಂದ ಅರಸಿ ಬಂದ ಮೊಮ್ಮಗನನ್ನು ಮಮತೆಯಿಂದ ಅಪ್ಪಿಕೊಳ್ಳುತ್ತಿದ್ದರೇನೋ!

ಸುಮ್ಮನೇ ಒಳಗೋಗಿ ಬಿಟ್ಟಳು. ತಾಯಿಯ ಹೃದಯದ ವೇದನೆ ಅವಳಿಗೆ ಅರ್ಥವಾಯಿತು. ಅರಗಿಸಿಕೊಂಡಳು.

ಅನುಪಮ ವಿರಾಮದ ವೇಳೆಯಲ್ಲಿ ಹೋಗಿ ತೋಟದಲ್ಲಿ ಕೂಡುತ್ತಿದ್ದಳು. ಇಡೀ ಭಾನುವಾರ ಅಲ್ಲೇ ಅಡ್ಡಾಡುತ್ತಿದ್ದಳು. ಈಗ ಅಲ್ಲಿಗೆ ಹೋಗಲೇಬಾರದೆಂದು ತಂದೆಯ ಕಟ್ಟಪ್ಪಣೆಯಾಗಿತ್ತು. ಯಾಕೆ? ಅವರ ಮನದಲ್ಲೇನಿತ್ತು ಎಂಬುದು ಅವಳಿಗೆ ಅರಿವಾಗಿರಲಿಲ್ಲ.

ನರ್ಸಿಂಗ್ ಹೋಂ ಕಟ್ಟಡ ಶರವೇಗದಿಂದ ಮೇಲೇಳುತಿತ್ತು. ಊರಿನವರು ಕಣ್ಣರಳಿಸುವಂತಾಗಿತ್ತು. ಕೃಷ್ಣನ್ ಎರಡು ದಿನಕ್ಕೊಮ್ಮೆ ಬಂದು ಹೋಗುತ್ತಿದ್ದರು. ಮಗ, ಮಗಳು ಕೂಡ ಅವರ ಜೊತೆ ಬಂದು ಒಂದೆರಡು ದಿನವಿದ್ದು ಹಿಂದಿರುಗುತ್ತಿದ್ದರು.

ಡಾ। ಗೋಕುಲ್ ಅನುಕೂಲಕ್ಕಾಗಿ ಕಾರು ಬಂತು. ಮುಂದಿನ ವ್ಯವಸ್ಥೆ ಬಗೆಗೆ ಬಹಳಷ್ಟು ಯೋಚಿಸಿಯೇ ಸರಿಯಾದ ಕ್ರಮದಲ್ಲಿ ಯೋಜನೆ ಸಿದ್ಧಪಡಿಸಬೇಕಾದ ವ್ಯವಸ್ಥೆ ಮಾಡಿ ಕೃಷ್ಣನ್‌ಗೆ ಒಪ್ಪಿಸಿಯೇ ಕಣ್ಮುಚ್ಚಿದ್ದರು. ಅವರಿಗಿಂತ ಆತ್ಮೀಯವಾದ ವ್ಯಕ್ತಿ ಭಾರತದಲ್ಲಿ ಅದರಲ್ಲೂ ಕರ್ನಾಟಕದ ತಮ್ಮ ಊರಿನ ಸಮೀಪ ಅವರೊಬ್ಬರೇ ಇದ್ದಿದ್ದು ನಂಬಿಕೆಯು ಇತ್ತು.

ಡಾ। ಗೋಕುಲ್ ಸಂಜೆಯ ಕಾಫೀ ಕುಡಿದು ತೋಟದ ಕಡೆ ನಡೆದ. ಅದರಲ್ಲಿ ಹತ್ತಾರು ಮಾರ್ಪಾಟುಗಳಾಗಿದ್ದವು. ಒಂದು ಲಾರಿಯ ಹೂ, ಕ್ರೋಟನ್ ಗಿಡಗಳು ಬಂದು ಅಲಂಕರಿಸಿದ್ದವು. ಕಡೆಪಕ್ಷ ಸಂಜೆಯ ವೇಳೆ ಬಂದು ಒಂದು ಗಂಟೆ ಕೂಡುತಿದ್ದ. ಅಮೇರಿಕನ್ ತಾಯಿಯ ಹೊಟ್ಟೆಯಲ್ಲಿ ಹುಟ್ಟಿದ್ದ ಕಾರಣ ಶಿಸ್ತು ಹುಟ್ಟಿನಿಂದಲೇ ಬೆಳೆದು ಬಂದಿತ್ತು.

ತೋಟ ಹೊಕ್ಕಾಗ ಅವನ ನೋಟ ಅಲ್ಲಲ್ಲಿ ಸರಿದಾಡಿ ಒಂದೆಡೆ ನಿಂತಿತ್ತು. ಕಣ್ಣಲ್ಲಿ ಮಿಂಚೊಡೆಯಿತು. ಕೈಯಲ್ಲಿ ಪುಸ್ತಕವಿಡಿದ ಅನುಪಮ ಕಲ್ಲು ಬೆಂಚಿನ ಮೇಲೆ ಕುಳಿತಿದ್ದಳು. ನೀಳವಾದ ಕಪ್ಪು ಬಣ್ಣದ ಮಿನುಗುವ ಕೂದಲು, ಸಡಿಲವಾದ ಜಡೆಯಾಗಿ ಬೆನ್ನಿನ ಮೇಲೆ ಇಳಿ ಬಿದ್ದಿದೆ. ಮೈಮುಖ ತುಂಬು ಆರೋಗ್ಯದ ಶುಭ್ರ ಕಾಂತಿಯಿಂದ ಬೆಳಗುತಿದೆ. ಮಾರ್ದವತೆ ಚಿಮ್ಮುತ್ತ ಗಂಭೀರ ಮುಖ ಸ್ತ್ರೀ ಚೈತನ್ಯ ತುಂಬಿರುವ ಅಂಗಾಂಗಗಳು. ಚಿತ್ತ ಅತ್ತಿತ್ತ ಅಲುಗಾಡದೇ ನಿಂತು ಬಿಟ್ಟಿತು. ಭಾರತೀಯ ಸಂಸ್ಕೃತಿ, ಸಾಹಿತ್ಯ, ಸಂಗೀತದ ಸಾಂಗತ್ಯವೆನ್ನುವಂತೆ ಕಂಡಳು.

ಆಗಾಗ ಅನುಪಮಳನ್ನು ಕಂಡಿದ್ದರೂ ಪೂರ್ಣವಾಗಿ ನಿಂತು ನೋಡುವ ಅವಕಾಶ ಅವನಿಗೆ ಇಂದು ದೊರಕಿದ್ದು. ಅಲೆಗಳ ಮಧ್ಯೆ ತೇಲಿಹೋದಂತೆ ಭಾಸವಾಯಿತು.

"ಬುದ್ಧಿ..." ಏನೋ ಹೇಳಲು ಮುಂದಾದ ಮಾಲಿಯನ್ನು ಮಾತಾಡಬಾರದೆಂದು ಸನ್ನೆ ಮಾಡಿದ. ಮಾಲಿ ತಣ್ಣಗಾಗಿ ತನ್ನ ಕೆಲಸದತ್ತ ನಡೆದ.

ಮಧ್ಯದಲ್ಲಿ ಹಾಕಿದ್ದ ಬೇಲಿಯತ್ತ ನಡೆದ. ಮಾತುಗಳು ತುಟಿಯವರೆಗೂ ಬಂದವು. ತಂದೆಯ ಬಂಧುಗಳ ಬಗೆಗೆ ಅವನೆದೆಯ ಪ್ರೀತಿ ಚಿಲುಮೆಯಂತೆ ಉಕ್ಕುಕ್ಕಿ ಹರಿಯುತಿತ್ತು. ಆದರೆ...

"ಗುಡ್ ಈವ್ನಿಂಗ್... ಮೇಡಮ್" ತುಟಿ ದಾಟಿ ಸ್ವರ ಹೊರ ಧಾವಿಸಿತು. ಅನುಪಮ ಬೆಚ್ಚಿದವಳಂತೆ ಎದ್ದು ನಿಂತಳು. ಕಣ್ಣೆವೆಗಳು ಅಲುಗಾಡದೇ ಅಚಲವಾಗಿ ನಿಂತವು ತಾನೊಬ್ಬ ವಿದೇಶಿ ಯುವಕನನ್ನ ನೋಡುತ್ತಿರುವುದು; ಶೀನಿ ಮಾವನ ಮಗನನ್ನು ಅವಳೆದೆ ಹಾರಿತು. ಸುಸ್ವರ ಸುಂದರ ಕನ್ನಡ ಸ್ವರ...

ಅನುಪಮಳ ಗಂಟಲಿನಲ್ಲಿನ ತೇವ ಆರಿ ಹೋಯಿತು. ಬಹಳ ಪ್ರಯಾಸಪಟ್ಟು "ವೆರಿಗುಡ್ ಈವ್ನಿಂಗ್..." ಸ್ವರ ಉಡುಗಿ ಹೋದಂತಾಯಿತು. ಬೆದರಿದ ನೋಟ ಅತ್ತಿತ್ತ ನೋಡಿತು.

ಕಬ್ಬಿಣದ ಬೇಲಿಯ ಮೇಲೆ ಅವನ ಬೆರಳುಗಳಾಡುತಿತ್ತು.

"ಇದ್ರ ಅಗತ್ಯವೇನು ಇರ್ಲಿಲ್ಲ!" ಬೇಲಿಯನ್ನು ಉದ್ದೇಶಿಸಿ ಹೇಳಿದ. ಶುದ್ಧ ತಪ್ಪಿಲ್ಲದ ಕನ್ನಡದ ಸ್ವರ. ಅದು ಹೇಗೆ ಸಾಧ್ಯ? ಅವಳ ಮೆದುಳಿನಲ್ಲಿ ಪ್ರಶ್ನೆ ಎದ್ದಿತು.

ಸಂಜೆಯ ಹೊಂಗಿರಣಗಳ ಸೊಬಗು ಮುಖದ ಮೇಲೆ ಚೆಲ್ಲಿ ಹೊನ್ನಿನಂತೆ ಕಂಗೊಳಿಸುತ್ತಿದ್ದಾಳೆ. ತಂದೆಯ ಬಗ್ಗೆ ಯೋಚಿಸಿದ. ಅವರಲ್ಲಿ ಸೌಂದರ್ಯ ಪ್ರಜ್ಞೆಯೇ ಇರಲಿಲ್ಲವೆನಿಸಿತು. ವಯೋಧರ್ಮದ ಆಕರ್ಷಣೆಯಿಂದ ಆ ಮದುವೆಯ ಬಂಧನಕ್ಕೆ ಒಳಗಾಗಿರಬೇಕು.

"ನಾನೇನಾದ್ರೂ ತಪ್ಪಾಗಿ ಹೇಳಿದ್ನಾ?" ಸ್ವರದಲ್ಲಿ ನವಿರಿತ್ತು.

"ಏನಿಲ್ಲ..." ಬಿಗುಮಾನ ತಗ್ಗಿಸಿ ರೆಪ್ಪೆಗಳನ್ನು ಮೇಲಕ್ಕೆತ್ತಿದ್ದಳು. "ನಿಮ್ಮ ಮದರ್ ಹತ್ರ ಮಾತಾಡ್ಬೇಕೂಂತ ತುಂಬ ಆಸೆ. ಡ್ಯಾಡಿ ಆಗಾಗ ನೆನಸಿಕೊಂಡು ದುಃಖಪಡ್ತಾ ಇದ್ರು!" ಅವಳ ಕರುಳು ಚುರುಕ್ಕೆಂದಿತು. ಎಳೆಯ ಹುಡುಗನಂತೆ ಹೇಳಿದ್ದ. ಅವಳೇನು ಉತ್ತರಿಸಬಲ್ಲಳು?

"ನಾನೇನು ಹೇಳ್ಲಾರೆ" ಸದ್ದಾದ ಕಡೆ ತಿರುಗಿದವಳೇ ಸರಸರನೇ ಹೆಜ್ಜೆ ಹಾಕಿ ಹೊರಟುಬಿಟ್ಟಳು. ಅವನ ಹುಬ್ಬುಗಳು ಸಂಕುಚಿಸಿದವು. ಕಣ್ಣುಗಳಲ್ಲಿ ನೋವು ಕಾಣಿಸಿಕೊಂಡಿತು.

"ಪೂವಯ್ಯ...?" ಹೆಜ್ಜೆಗಳು ಮಾಲಿಯತ್ತ ಸರಿದವು. ನೀರುಣಿಸುತ್ತ ಸೊಂಟ ಬಗ್ಗಿಸಿದವನು ನೆಟ್ಟಗಾದ, ತಲೆಗೆ ಕಟ್ಟಿದ್ದ ಟವಲನ್ನು ಬಿಚ್ಚಿ ಹೆಗಲಿನ ಮೇಲೆ ಹಾಕಿಕೊಂಡ. ಕಣ್ಣುಗಳಲ್ಲಿ ನಿರ್ಮಲ ಕೃತಜ್ಞತಾಭಾವ ತೇಲಿತು.

ಅವನು ತೊಟ್ಟ ಬಟ್ಟೆಗಳತ್ತ ಅವನ ನೋಟವಾಯಿತು ಹೆಗಲ ಮೇಲಿನ ಟವಲನ್ನು ತೆಗೆದು ಅವನ ಮುಂದಿಡಿದು 'ಎಷ್ಟೊಂದು ಕೊಳೆಯಾಗಿದೆ' ಪೂವಯ್ಯನ

ತಲೆ ಕೆಳಬಾಗಿತ್ತು. ನೋಟ ನೆಲದಲ್ಲಿ ಹರಿದಾಡಿತು.

ಡಾ। ಗೋಕುಲ್ ಹುಬ್ಬೆತ್ತಿ ಎರಡು ನಿಮಿಷ ಸ್ವಚ್ಛತೆಯ ಬಗೆಗೆ ವಿವರಿಸಿದ.

"ನಾಳೆಯಿಂದ ಸ್ನಾನ ಮಾಡಿ ಒಗ್ದ ಬಟ್ಟೆನ ಹಾಕ್ಕೋಬೇಕು" ಅವನ ಸ್ವರದಲ್ಲಿ ತಿರಸ್ಕಾರವಾಗಲಿ, ಅಸಹ್ಯವಾಗಲಿ ಇರಲಿಲ್ಲ. ಸನಿಹದಲ್ಲಿ ನಿಂತು ಆತ್ಮೀಯವಾಗಿ ಹೇಳಿದ್ದ.

ಪೂವಯ್ಯನ ಕಣ್ಣಂಚಿನಲ್ಲಿ ನೀರುಣಿಸಿತು. ಎಷ್ಟೋ ಜನ ಯಜಮಾನರ ಕೈಕೆಳಗೆ ಕೆಲಸ ಮಾಡಿದ್ದ. ಯಾರು ಇಷ್ಟು ಮುತುವರ್ಜಿಯಿಂದ ನೋಡಿಕೊಂಡಿರಲಿಲ್ಲ. ಅಷ್ಟು ದೂರದಲ್ಲಿ ನಿಂತು ಮಾತಾಡಿಸುತ್ತಿದ್ದರು. ಗದರಿಸಿಕೊಂಡು ಬೈಸಿಕೊಂಡೇ ಅವನಿಗೆ ಅಭ್ಯಾಸವಾಗಿತ್ತು.

"ಬರ್ಲಾ..." ಭುಜದ ಮೇಲೆ ಕೈಹಾಕಿ ಕಬ್ಬಿಣದ ಗೇಟನ್ನು ತೆರೆದುಕೊಂಡು ಹೊರಗಡಿಯಿಟ್ಟ.

ಈಗ ಊರಿನ ಜನ ಅಷ್ಟು ದೂರ ನಿಲ್ಲುತ್ತಿರಲಿಲ್ಲ. ಕೆಲವು ವಿದ್ಯಾವಂತ ಯುವಕರು ತಾವಾಗಿ ಬಂದು ಪರಿಚಯ ಮಾಡಿಕೊಂಡಿದ್ದರು. ಮುಂದಿನ ಕೋಣೆಯಲ್ಲಿ ಕ್ಲಿನಿಕ್ ತೆಗೆದಿದ್ದ. ಕೃಷ್ಣನ್ ಪ್ರಕಾರ ಇದೊಂದು ನಷ್ಟದ ಯೋಜನೆಯಾಗಿತ್ತು.

ಇವನು ಮನೆ ತಲುಪುವ ವೇಳೆಗೆ ಊರಿನ ಮುಖಂಡರೆನಿಸಿಕೊಂಡಿದ್ದ ಪರಪ್ಪನವರು ಕಾದು ಕೂತಿದ್ದರು. ಒಂದೆರಡು ಬಾರಿ ಬಂದು ಹೋದ ಪರಿಚಯವಷ್ಟೆ.

"ನಮಸ್ಕಾರ ಡಾಕ್ಟ್ರೆ" ಸ್ವರದಲ್ಲಿ ಕೃತಕ ವಿನಯ ಕಾಣಿಸಿಕೊಂಡಿತು. ಡಾ। ಗೋಕುಲ್ ತುಟಿಯಂಚಿನಲ್ಲಿ ನಕ್ಕ "ನಮಸ್ಕಾರ, ಕೂತ್ಕೊಳ್ಳಿ" ಎದ್ದು ನಿಂತವನಿಗೆ ಸೋಫಾದತ್ತ ತೋರಿ ಕೂತ. ಅವರು ಸಾವಕಾಶವಾಗಿ ಕೂತರು.

"ರಾಜ..." ಮೃದುವಾಗಿ ಕೂಗಿದ. ಪರಪ್ಪನವರು ತಟ್ಟನೇ ಮೇಲಿದ್ದವರೇ "ಏನು ಬೇಡ ನಾನೆಲ್ಲ ಮುಗ್ಸಿಕೊಂಡೇ ಬಂದಿದ್ದೀನಿ. ಬೇರೆ ಕಡೆ ಏನು ತಗೊಳ್ಳೋ... ಅಭ್ಯಾಸವಿಲ್ಲ!" ಮುಖಕ್ಕೆ ರಾಚಿದಂತೆ ಹೇಳಿದರು. "ಆಯ್ತು ಬಂದ್ವಿಷ್ಯ ಹೇಳಿ" ಸೋಫಾ ಬೆನ್ನಿಗೆ ಒರಗಿಕೂತಿದ್ದ.

"ಜೋಯಿಸರ ಕಾಲ್ದಲ್ಲಿ ಒಳ್ಳೇ ಸ್ಥಿತಿಯಲ್ಲಿದ್ದ ಮನೆ..." ಸಹಾನುಭೂತಿಯಿಂದ ಪರಪ್ಪನವರ ನೋಟ ಎಲ್ಲಾ ಕಡೆಯು ಚಲಿಸಿತು. ಅರ್ಥವಾಗದವನಂತೆ ಡಾ। ಗೋಕುಲ್ ಹುಬ್ಬು ಗಂಟಿಕ್ಕಿದ. ಅದನ್ನು ಆದಷ್ಟು ಸುಸ್ಥಿತಿಯಲ್ಲಿಡಲು ಬಹಳಷ್ಟು ಹಣ ವ್ಯಯ ಮಾಡಿದ್ದ.

ಪರಪ್ಪನವರು ಕೈ ಹೊಸಕಿದರು. ಹಣೆಯುಜ್ಜಿದರು. ಗಡ್ಡ ತೀಡಿಕೊಂಡರು. ತುಟಿಯ ಮೇಲೆ ನಾಲಿಗೆಯಾಡಿಸಿದರು. ಡಾ। ಗೋಕುಲ್ ಗಂಭೀರ ಮುಖ ನೋಡಿಯೇ ಅವರಿಗೆ ಮಾತಾಡಲು ಕಷ್ಟವಾಯಿತು.

"ವಿಷ್ಯ ಏನೂಂತ ತಿಳ್ಸಿ" ಎಂದಾಗ ಅವರ ಕತ್ತಿನ ನರಗಳು ಉಬ್ಬಿಕೊಂಡವು "ಜೋಯಿಸರ ಸಂಬಂಧವೇ ನಾನು..." ಗಂಟಲು ಹಿಡಿದಂತಾಯಿತು.

ಡಾ। ಗೋಕುಲ್ ಸ್ವಲ್ಪ ಮುಂದಕ್ಕೆ ಬಗ್ಗಿ "ತುಂಬ ಸಂತೋಷ..." ಪರಪ್ಪನವರ ಎರಡು ಕೈಗಳನ್ನು ಹಿಡಿದುಕೊಂಡ. ಅವರ ಕೈಗಳು ಮುಜುಗರದಿಂದ ನಲುಗಿ ಹೋದವು. 'ಛೆ! ಛೆ!...' ಏನನ್ನೋ ನೆನಸಿಕೊಂಡು ವಾಕರಿಸಿಕೊಂಡರು. ತಿಂದದ್ದು ಬಾಯಿಗೆ ಬಂದಂತಾಯಿತು. ಮೆಲ್ಲಗೆ ಬಿಡಿಸಿಕೊಂಡು ಹಿಂದಕ್ಕೆ ಸರಿದು ಕೂತರು. ಪಂಚೆಯನ್ನು ಮುದುರಿಕೊಂಡರು ಶಾಮಣ್ಣನಿಗೆ ಮನಸ್ಸಿನಲ್ಲಿಯೇ ಹಿಡಿಶಾಪ ಹಾಕಿದರು.

"ನೀವ್ಯಾಕೆ ಇಲ್ಲಿಗ್ಬಂದದ್ದು?" ನೇರ ಪ್ರಶ್ನೆಗೆ ಒಮ್ಮೆಲೆ ದಂಗಾದರೂ ಸೆಟೆದು ಕುಳಿತ. ತುಟಿಯಂಚಿನಲ್ಲಿ ಕಿರುನಗು ನಲಿದಾಡಿತು. ಎದೆಯ ಮೇಲೆ ಕೈಕಟ್ಟಿದ. ನೇರವಾಗಿ ಪರಪ್ಪನವರನ್ನು ನೋಡಿದ ಅವನ ಕಣ್ಣಿನ ತೀಕ್ಷ್ಣತೆಗೆ ವಿಚಲಿತರಾದರೂ ತಮ್ಮ ಮೈಯ ಪ್ರತಿಯೊಂದು ಭಾಗವನ್ನು ಕತ್ತರಿಸಿ ಹಿಡಿದು ಪರೀಕ್ಷಿಸಿದಂತಾಯಿತು. ಕುಳಿತಿರುವುದೇ ಕಷ್ಟವಾಯಿತು. ಹಣೆ, ಕತ್ತು, ಕಂಕುಳು ಅಂಗೈ ಬೆವರಿನಿಂದ ತೊಯ್ದು ಹೋಯಿತು. ಲಜ್ಜೆಯ ಭಾರಕ್ಕೆ ಇಡೀ ಅಂಗಸೌಷ್ಟವ ಸಂಕುಚಿಸಿ ಹಿಡಿಯಾದ ಅನುಭವವಾಯಿತು.

"ನನ್ನ ವಂಶದ ಬೇರು ಇಲ್ಲೇ ಇದೆ"

ಪರಪ್ಪನವರ ಮೇಲೆ ಗದಾಪ್ರಹಾರವಾದಂತಾಯಿತು. ಅವರ ಮುಸುಡಿ ಕೆಂಪಾಯಿತು. ಯುದ್ಧಕ್ಕೆ ಸನ್ನದ್ಧರಾದವರಂತೆ ಕೂತರು.

"ಒಂದ್ಕೆಲ್ಸ ಮಾಡು. ಈ ಮನೆ, ಜಮೀನು, ತೋಟ ಮಾರ್‍ಬಿಡು. ಶಾಮಣ್ಣ ತಗೋತಾನಂತೆ, ಇಷ್ಟಪಟ್ರೆ ಬೆಂಗ್ಳೂರು, ಬೊಂಬಾಯಿ, ಕಲ್ಕತಾಕ್ಕೋ ಹೋಗು, ಇಲ್ಲದಿದ್ರೆ ಅಮೆರಿಕಗೆ ಹೋಗ್ಬಿಡು. ಯಾಕೆ ಸುಮ್ನೇ ಕಷ್ಟಪಡ್ತೀಯಾ."

ಡಾ। ಗೋಕುಲ್ ಮೈ ಅವಮಾನದಿಂದ ಉರಿದುಹೋಯಿತು. ಹುಬ್ಬು ಗಂಟಾಯಿತು. ಮುಂದಿದ್ದ ಟೀಪಾಯಿಯನ್ನು ಮುಂದಕ್ಕೆ ದೂಡಿ ಎದ್ದು ನಿಂತ.

"ನಿಮ್ಮ ಸಲಹೆಗೆ ಧನ್ಯವಾದಗಳು. ಹೋಗ್ಬಹುದ್ದು" ಬಾಗಿಲತ್ತ ಕೈ ಮಾಡಿದ. ಸಿಡಿದುಹೋಗುತ್ತಿದ್ದ ಮೆದುಳು ಸಮಾಧಾನ ಸ್ಥಿತಿಗೆ ಬರಬೇಕಾದರೇ ಆ ವ್ಯಕ್ತಿ ಅಲ್ಲಿಂದ ತೊಲಗಿಹೋಗಬೇಕು.

"ನೋಡಯ್ಯ ಪರಂಗಿ ಹುಡ್ಗ... ಈ ಮನೇಂದ್ರೆ ಸಾಮಾನ್ಯವಲ್ಲ, ದೇವರಂಥ ಜೋಯಿಸರ ವಂಶಸ್ಥರು ಬದ್ಕಿ ಬಾಳಿದ ಮನೆ. ನಿಮ್ಮಪ್ಪ ಇಲ್ಲಿನ ಕುಲಾಚಾರದ ಹೆಣ್ಣಿನ ಮದ್ವೆಯಾಗಿ ಆಚಾರವಿಚಾರ ಧರ್ಮ ಕರ್ಮ ನಡ್ಸಿಕೊಂಡ್ಹೋಗಿದ್ರೆ. ಈ ಮನೆಯಲ್ಲಿರೋ ಅಧಿಕಾರ ನಿನ್ನದಾಗ್ತಾ ಇತ್ತು. ಈಗ ಆ ಹಕ್ಕು ಇಲ್ಲ."

ಡಾ। ಗೋಕುಲ್, ಒಂದು ನಿಮಿಷ ಯೋಚನಾಪರವಶನಾದರೂ ಮರುಕ್ಷಣ ಜೋರಾಗಿ ನಕ್ಕುಬಿಟ್ಟ.

"ಯುವರ್ ರಿಮಾರ್ಕ್ಸ್ ಆರ್ ನಾಟ್ ಬೇಸ್ಡ್ ಆನ್‌ಫ್ಯಾಕ್ಟ್ ನನ್ನ ತಾತ ವಿಚಾರವಂತರು, ಅಧ್ಯಯನಶೀಲರು ನಿಮ್ಮ ಅಭಿಪ್ರಾಯಕ್ಕೆ ಅವ್ರು ಬಂದಿದ್ರೆ ಈ

ಮನೆ ನನ್ನ ತಂದೆಗೋಸ್ಕರ ಬಿಟ್ಹೋಗ್ತಾ ಇರ್ಲಿಲ್ಲ. ಪ್ಲೀಸ್ ಗೋ ಔಟ್..." ಹಣೆಯ ಮೇಲೆ ಹರಡಿದ ಕೂದಲನ್ನು ಹಿಂದಕ್ಕೆ ತಳ್ಳಿಕೊಂಡ.

ಪರಪ್ಪನವರು ಕೆಕ್ಕರಿಸಿಕೊಂಡು ನೋಡುತ್ತ ಶಾಮಣ್ಣನವರ ಮನೆಗೆ ನಡೆದರು. ಅವಮಾನದಿಂದ ಅವರ ಮೈ ಉರಿದು ಹೋಗುತ್ತಾ ಇತ್ತು.

"ಬನ್ನಿ..." ಸುನಂದಮ್ಮ ತುಂಬು ಮನಸ್ಸಿನಿಂದ ಸ್ವಾಗತಿಸಲಿಲ್ಲ. ಜೋಯಿಸರು ಬದುಕಿದ್ದ ಕಾಲದಲ್ಲಿ ಪರಪ್ಪನವರ ಕುಟುಂಬದವರನ್ನು ಸ್ವಲ್ಪ ದೂರವೇ ಇಟ್ಟಿದ್ದರು. ದೂರದ ಬಂಧುಗಳೆಂಬ ನೆಪದಲ್ಲಿ ಬಂದರೂ ಬಿಗುಮಾನದ ಧೋರಣೆಯಿಂದಲೇ ಕಳುಹಿಸಿ ಬಿಡುತ್ತಿದ್ದರು. ಈಗ ಅಪ್ಪ ಸತ್ತಿದ್ದ. ಮಗ ಇನ್ನು ಒಂದೆಜ್ಜೆ ಮುಂದಿದ್ದ.

"ಒಳ್ಳೆ ಮರ್ಯಾದೆ ಮಾಡ್ಸಿಕೊಂಡ್ಬಂದಂಗಾಯ್ತು!" ತಲೆಯ ಮೇಲೆ ಕೈಯಾಡಿಸಿಕೊಂಡರು. "ಶ್ಯಾಮು ತಪ್ಪು ಮಾಡ್ಕೊಂಡ. ಕಾಗ್ದ ಪತ್ರ ಒಪ್ಪಿಸಿ ಮನೆ, ತೋಟ, ಜಮೀನು ಅವ್ರ ವಶಕ್ಕೆ ಯಾಕೆ ಬಿಟ್ಟು ಕೊಡ್ಬೇಕಾಗಿತ್ತು?"

ಸುನಂದಮ್ಮನಿಗೆ ತಲೆ ಬುಡವೊಂದು ಅರ್ಥವಾಗಲಿಲ್ಲ. ಆದರೂ ತಿಳಿಯಲು ಉತ್ಸಾಹ ತೋರಲಿಲ್ಲ. ಸೆರಗನ್ನು ಸೊಂಟಕ್ಕೆ ಸಿಗಿಸಿಕೊಂಡು ಒಳಗೋಗಿ ಬಿಟ್ಟರು.

ಎರಡು ಕಾಲುಗಳನ್ನು ಕುರ್ಚಿಯ ಮೇಲೆಯೇ ಮಡಚಿಟ್ಟುಕೊಂಡು ನೋಟ್ಸ್ ತಿರುವಿ ಹಾಕುತ್ತಿದ್ದ ಅನುಪಮ ಮೆಲ್ಲಗೆ ಕಾಲುಗಳನ್ನು ಕೆಳಕ್ಕೆ ಬಿಟ್ಟು ಸರಿಯಾಗಿ ಕೂತಳು. ಪಾದಗಳು ನೆಲದಲ್ಲಿ ತಾಳ ಹಾಕುತ್ತಿತ್ತು. ಪುಸ್ತಕದತ್ತಲೇ ನೋಡುವ ನಟನೆ ಮಾಡಿದಳು.

"ನಿಮ್ಮಪ್ಪ ಎಲ್ಲೇ... ಹುಡ್ಗಿ?" ಅವರು ಕೇಳಿದ ರೀತಿಗೆ ಅವಳಿಗೆ ನಗು ಬಂತು. ಬಾಯಿ ಮೇಲೆ ಕೈ ಅಡ್ಡ ಇಟ್ಟಳು. ತಣ್ಣನೆಯ ಸಂಜೆ. ವೇಳೆಯಲ್ಲು ಅವರ ಕರಿ ಮುಖದಿಂದ ಧಾರೆಯಾಗಿ ಇಳಿಯುತ್ತಿದ್ದ ಬೆವರನ್ನು ನೋಡಿ ಕೈಯಡಿಯಲ್ಲಿಯೇ ಕಿಸಕ್ಕನೇ ನಕ್ಕಳು.

"ಕೇಳ್ಸಲಿಲ್ಲೇನು?" ಕಟು ಧ್ವನಿಯಲ್ಲಿ ಕೇಳಿದಾಗ ಬಾಯಿಂದ ಕೈ ಕೆಳಗೆ ಜಾರಿತು. ಉಗುಳು ನುಂಗಿ "ಕೇಳುಸ್ತು. ಯೋಚಿಸ್ತಾ ಇದ್ದೆ!" ಪರಪ್ಪನವರ ಪಿತ್ತ ನೆತ್ತಿಗೇರಿತು. ಕಾಲೇಜು ಮೆಟ್ಟಿಲು ಹತ್ತಿದ ಹುಡುಗಿಯರನ್ನು ಕಂಡರೇ ಅವರಿಗೆ ಆಗೋಲ್ಲ. ಅದರಲ್ಲೂ ಅನುಪಮನ ಕಂಡರಂತೂ ಅವರ ಮೈಯಲ್ಲಿ ಉರಿದು ಹೋಗುತಿತ್ತು. "ನಿನ್ತಲೆ... ಯೋಚ್ನೋಕೇನಿದೆ! ಎಲ್ಹೋದ... ಶಾಮಣ್ಣ!" ನೆಲದ ಮೇಲೆ ಹಿಡಿ ಶರೀರದ ಭಾರ ಹಾಕಿ ಎದ್ದು ನಿಂತಳು.

"ಅದೇ ಗೊತ್ತಿಲ್ಲ" ಹುಬ್ಬೆತ್ತಿ ನಿಂತಳು.

ಚಪ್ಪಲಿ ಸದ್ದು ಕೇಳಿಸಿದ ಕೂಡಲೇ ಮೆಲ್ಲಗೆ ಜಾಗ ಖಾಲಿ ಮಾಡಿದಳು. ತಂದೆಯ ಕೆಲವು ವಿಚಾರಗಳು ಅವಳಿಗೆ ಹಿಡಿಸುತ್ತಿರಲಿಲ್ಲ.

"ಬಂದು ತುಂಬ ಹೊತ್ತಾಯಿತೇನೋ?" ಶಾಮಣ್ಣ ಅನ್ನುತ್ತಲೇ ಬಂದು ಪರಪ್ಪನವರ ಎದುರು ಕೂತರು. ಕಪ್ಪು ಮತ್ತಷ್ಟು ಉಜ್ವಲವಾಗಿ ಪ್ರಕಾಶಿಸುತಿತ್ತು.

ಶಾಮಣ್ಣನವರು ಒಳಗೊಳಗೆ ಮುಖ ಕಿವುಚಿದರು. ನೋಡಲಾರದೇ ನೋಟವನ್ನು ಅತ್ತಿತ್ತ ಹೊರಳಾಡಿಸಿದರು.

"ಹೋಗಿದ್ದೆ ಮುಖಕ್ಕೆ ಮಂಗಳಾರತಿ ಎತ್ತಿ ಕಳಿಸ್ತಾ!" ಶಾಮಣ್ಣನವರು ತುಸು ಬಾಗಿದರು. ಹುಬ್ಬುಗಳು ಸಂಕುಚಿಸಿದವು ಮೆಲ್ಲಗೆ ತುಟಿ ಸವರಿಕೊಂಡರು.

"ಏನಂದ?" ಮೆಲ್ಲಗೆ ಕೇಳಿದರು.

"ಹೇಳಿದ್ನಲ್ಲಯ್ಯ! ಮುಖಕ್ಕೆ ಮಂಗಳಾರತಿ ಎತ್ತಿ ಕಳಿಸ್ತಾ! ಅಯೋಗ್ಯ ಕೆಲ್ಸ ಮಾಡ್ಕೊಂಡೆ-ಅನುಭವಿಸು" ಸೆಟೆದು ಕೂತರು. ಪರಪ್ಪನವರ ಕಣ್ಣಿನ ಗೋಲಿಗಳು ವಿಚಿತ್ರ ರೀತಿಯಲ್ಲಿ ಗರಗರನೇ ತಿರುಗಿದವು.

"ನಿಮ್ಮಾವ..." ರಾಗ ಎತ್ತಿದ್ದ ಕೂಡಲೇ ಶಾಮಣ್ಣ "ಅವ್ರ ಸುದ್ದಿ ಎತ್ಬೇಡಿ. ಆ ಯೋಗ್ಯತೆ ನಮಗಿಲ್ಲ" ಜೋಯಿಸರನ್ನು ನೆನಸಿಕೊಂಡರು. ಅವರ ನೆನೆಪೆ ಶಾಮಣ್ಣನವರಿಗೆ ಎದೆಯ ಭಾರ ಅವರ ಮನಸ್ಸಿನಲ್ಲೇನಿತ್ತೋ ಏನೋ! -ಮಗನನ್ನು ಒಂದು ದಿನವಾದರೂ ಅಂದವರಲ್ಲ. ಅವನಿಗೆ ಸೇರಬೇಕಾದನ್ನೆಲ್ಲ ಅವನ ಹೆಸರಿಗೇನೇ ಬಿಟ್ಟು ಹೋಗಿದ್ದರು. ಅವನನ್ನು ಅರ್ಥಮಾಡಿಕೊಳ್ಳಲಾಗಲೇ ಇಲ್ಲ.

"ಏನೋ ಒಂದು ತರಹ ಸಂಕಟ, ಹುಚ್ಚು ವ್ಯಾಮೋಹ ಆಚಾರ ವಿಚಾರವಿಟ್ಟುಕೊಂಡವ್ರು ಬಾಳಿದ ಮನೆ. ದನದ ಮಾಂಸ ಬೇಯೋದ್ಬೇಡ ಅಂತ ಅಷ್ಟೇ" ಅವರಿಗೆ ಹೊಟ್ಟೆ ತೊಳೆಸಿಕೊಂಡು ಬಂದಂತಾಯಿತು.

"ಅದ್ಕೇ ಬೇರೇನಾದ್ರೂ... ಮಾಡೋಣ" ಪರಪ್ಪನವರು ಒಳಗೇ ಲೆಕ್ಕ ಹಾಕಿದರು. ಊರವರನ್ನು ಸುಲಭವಾಗಿ ಎತ್ತಿ ಕಟ್ಟಿದರೇ... ಕೆಲಸ ಆಗಬಹುದೇನೋ! ಆದರೆ ಕಾಲೇಜು ಕಲಿತು ಕೆಲಸವಿಲ್ಲದೇ ಊರಿನಲ್ಲಿ ಗೂಳಿಗಳ ಹಾಗೇ ತಿರುಗುತ್ತಿದ್ದ ಯುವಕರಿಗೆ ಅಮೆರಿಕದಿಂದ ಬಂದ ಡಾ॥ ಗೋಕುಲ್ ಬಗೆಗೆ ವಿಪರೀತ ಗೌರವಾಭಿಮಾನ. ಎದೆ ಸೆಟೆಸಿಕೊಂಡು ಅವರಿವರ ಬಳಿ ತಮ್ಮೂರಿನಲ್ಲಿ ಆಧುನಿಕವಾಗಿ ಮೇಲೇಳುತ್ತಿದ್ದ ನರ್ಸಿಂಗ್ ಹೋಂ ಬಗ್ಗೆ ಹೇಳಿಕೊಳ್ಳುತ್ತಿದ್ದರು. ಹೇಗೆ ಮಾಡಿದರೆ ಸರಿ ಹೋಗಬಹುದು?

"ಏನಾದ್ರೂ ಕೊಡು" ಹೆಂಡತಿಗೆ ಕೂಗಿ ಹೇಳಿದರು. ಮುಖ ದಪ್ಪ ಮಾಡಿಕೊಂಡೇ ಕಾಫೀ ಹಿಡಿದು ಬಂದರು "ಅನು ಎಲ್ಹೋದ್ಳು?" ಮುಖ ಮೇಲೆತ್ತಿ ಹೆಂಡತಿಯನ್ನು ಕೇಳಿದರು.

"ಎಲ್ಹೋಗ್ತಾಳೆ! ಕೋಣೆಯಲ್ಲಿರ್ಬೇಕು."

ಸ್ವರ ಕಿವಿಗೆ ಬಿದ್ದ ಕೂಡಲೇ ಅನುಪಮ ಮತ್ತಷ್ಟು ಮುದುರಿ ಕೂತಳು. ಹಣೆಯನ್ನು ಒತ್ತಿ ಹಿಡಿದಳು. ತಂದೆನ ಅರ್ಥಮಾಡಿಕೊಳ್ಳುವುದೇ ಅವಳಿಗೆ ಕಷ್ಟವಾಗಿತ್ತು.

ಡಾ। ಗೋಕುಲ್ ಈ ಊರಿಗೆ ಬಂದಾಗಿನಿಂದ ಒಂದೇಸಮನೆ ಚಡಪಡಿಸುತ್ತಿದ್ದರು. ರಾತ್ರಿಗಳಲ್ಲಿ ಕೂಡ ಅವರಿಗೆ ಸರಿಯಾಗಿ ನಿದ್ದೆ ಬರುತ್ತಿರಲಿಲ್ಲ. ಯಾವುದೋ ಭೀತಿ

ಅವರನ್ನು ಕುಟುಕುತಿತ್ತು. ಅದು ಯಾವುದು?

"ಅನು..." ಸ್ವರ ಕಿವಿಗೆ ಬಿದ್ದೊಡನೇ ಮೆಲ್ಲನೆ ಕೋಣೆಯಿಂದ ಹೊರಗೆ ಬಂದಳು. ಬಣ್ಣ ಹಚ್ಚಿದ ಉಗುರುಗಳನ್ನು ನೋಡುತ್ತ ನಿಂತಳು. "ತೋಟದ ಕಡೆ ಹೋಗಿದ್ಯಾ?" ತೋಟಕ್ಕೆ ಹೋಗಿದ್ದಂತೂ ನಿಜ. ಹಿಂದೆಯಂತೂ ಅದು ಅವಳಿಗೆ ಪ್ರಿಯವಾದ ಸ್ಥಳವಾಗಿತ್ತು. ಡಾ॥ ಗೋಕುಲ್ ಬಂದ ಮೇಲಂತೂ ಅಲ್ಲಿಗೆ ಹೋಗಲೇಬಾರದೆಂಬ ಕಟ್ಟಾಜ್ಞೆ.

"ಹೋಗಿದ್ದೆ"

"ಯಾಕೆ ಹೋಗಿದ್ದೆ?" ಸ್ವರ ಗಡುಸಾಗಿತ್ತು.

ಹಗುರವಾಗಿ ನಕ್ಕು ಬಿಟ್ಟಳು. ತಂದೆಯ ಕೆಂಪನೆಯ ಮುಖ ನೋಡಿದಕೂಡಲೇ ಗಂಭೀರವಾದಳು.

"ನೀವು ಹೀಗಂತ ಕೇಳಿದ್ರೆ–ನಾನ್ಹೇಳಿ? ನಮ್ಮ ತೋಟಕ್ಕೆ ನಾವ್ಯಾಕೆ ಹೋಗ್ಬಾರ್ದು? ಹೇಗೂ ಬೇಲಿ ಹಾಕಿದ್ದಿರಲ್ಲ..." ಅಸಮಾಧಾನದ ಸ್ವರ ಶಾಮಣ್ಣನವರನ್ನು ಕುಟುಕಿತು. ತಮ್ಮ ಮಾತು ಕೂಡ ತಿಳಿಗೇಡಿತನವೆನಿಸದಿರಲಿಲ್ಲ. ಗೊಂದಲದಲ್ಲಿ ಬಿದ್ದರು.

"ಓದ್ಕೋ ಹೋಗು" ಗೆದ್ದವಳಂತೆ ತಲೆಯೆತ್ತಿ ಕೋಣೆಯತ್ತ ನಡೆದಳು.

"ಹೆಣ್ಣು ಮಕ್ಳು ಕಾಲೇಜಿಗೆ ಹೋದ್ಮೇಲೆ ಮುಗ್ದೋಯ್ತು?" ಪರಪ್ಪನವರು ತಮ್ಮ ನುಣ್ಣಗಿನ ತಲೆಯ ಮೇಲೆ ಕೈಯಾಡಿಸಿಕೊಂಡರು.

ಪರಪ್ಪನವರು ಅರ್ಧಗಂಟೆ ಮೆಲುಧ್ವನಿಯಲ್ಲಿ ಮಾತನಾಡುತ್ತ ಕೂತಿದ್ದು ಎದ್ದು ಹೋದರು.

ಶಾಮಣ್ಣನವರಿಗೆ ತಮ್ಮ ಆಚಾರ ವಿಚಾರಗಳಲ್ಲಿ ಅನನ್ಯ ನಿಷ್ಠೆ. ತಮ್ಮ ಎತ್ತರದ ಜೀವನದ ಬಗೆಗೆ ಸಲ್ಲದ ಅಭಿಮಾನ.

* * *

ಅನುಪಮ ಫರ್ಲಾಂಗ್ ಹಾದಿ ನಡೆದು ಬಂದು ಬಸ್ಸಿಗಾಗಿ ಕಾದು ನಿಂತಳು. ಬಂದ ದಾರಿಯತ್ತ ಹಿಂದಿರುಗಿ ನೋಡಿದಳು. ದಿನವು ಕಾಲೇಜಿಗೆ ಬರುತ್ತಿದ್ದ ಇಬ್ಬರು ಸಹಪಾಠಿಗಳ ಸುಳಿವಿರಲಿಲ್ಲ. ಯಾಕೆ ಬರಲಿಲ್ಲ? ತಲೆ ಕೆರೆದುಕೊಂಡಳು. ಕೈಯಲ್ಲಿದ್ದ ವಾಚ್ ಕಡೆ ನೋಡಿದಳು ರೋಡಿನುದ್ದಕ್ಕೂ ನೋಟವಿರಿಸಿದಳು. ಬಸ್ಸು ಬರುವ ಸೂಚನೇ ಕಾಣಲಿಲ್ಲ. ಸಿಡಿಮಿಡಿಗೊಂಡಳು.

"ನಾನು ಹಾಸ್ಟಲ್‌ನಲ್ಲಿದ್ದು ಓದ್ತಿನಿ" ಎಷ್ಟೋ ಸಲ ತಂದೆಯ ಮುಂದೆ ದುಂಬಾಲು ಬಿದ್ದಿದ್ದಳು. ಶಾಮಣ್ಣನವರು ಮಾತ್ರ ಒಪ್ಪಲಾರರು. "ನಿಂಗಷ್ಟು ಕಷ್ಟವಾದ್ರೆ ಕಾಲೇಜಿಗೆ ಹೋಗ್ಲೇ ಬೇಡ" ಗದರಿಸಿದ್ದರು.

ಯಾರು ಕಲಿತ ಗಂಡುಗಳೆಲ್ಲ ಗ್ರಾಜುಯೇಟ್ ಹೆಣ್ಣಗಳ್ನೇ ಕೇಳೋದು. ಸುಮ್ನೇ ಮನೆಯಲ್ಲಿಟ್ಕೋಬೇಡ. ಕಾಲೇಜಿಗೆ ಕಳ್ಸು ಎಂದಿದ್ದರು. ಆದ್ದರಿಂದಲೇ ದೊಡ್ಡ ಮನಸ್ಸು

ಮಾಡಿ ಕಾಲೇಜಿಗೆ ಸೇರಿಸಿದ್ದರು.

ಊರು ಕಡೆಯಿಂದ ಧೂಳೆಬ್ಬಿಸುತ್ತ ಕಾರು ಬಂತು. ಅರ್ಥಮಾಡಿಕೊಂಡು ಹಿಂದಕ್ಕೆ ಸರಿದು ನಿಂತಳು. ಸದ್ಯ ಮಾತಾಡಿಸದೇ ಸುಮ್ಮನೆ ಹೋಗಿಬಿಟ್ಟರೇ ಸಾಕು! ಮನದಲ್ಲಿಯೇ ದೇವರಿಗೆ ಹರಕೆ ಹೊತ್ತಳು.

ಕಾರು ಅಷ್ಟು ದೂರ ಮುಂದಕ್ಕೆ ಹೋದದ್ದು ಹಿಂದೆ ಬಂದು ನಿಂತಿತು.

ಡಾ। ಗೋಕುಲ್ ಕಾರಿನಿಂದ ತಲೆ ಹೊರಗೆ ಹಾಕಿ 'ಗುಡ್ ಮಾರ್ನಿಂಗ್... ಮೇಡಮ್' ಸ್ವರದಲ್ಲಿ ಸಜ್ಜನಿಕೆ ಮಿನುಗಿತು. ಒಂದಿಂಚು ತಲೆ ತಗ್ಗಿಸಿಯೇ "ಗುಡ್ ಮಾರ್ನಿಂಗ್..." ಎಂದಳು. ಎದೆ ಬಡಿತದ ವೇಗ ಹೆಚ್ಚಿತು. ನೋಟ ಬೇರೆಡೆ ಹೊರಳಿಸಿದಳು.

ಡಾ। ಗೋಕುಲ್ ಸುಲಭವಾಗಿ ಅರಿತ. ಕೃಷ್ಣನ್ ಆ ಮನೆಯವರ ಕೋಪ, ಜಿಗುಪ್ಸೆಯನ್ನು ಪ್ರತಿ ಬಾರಿಯೂ ಜ್ಞಾಪಿಸಿ ಹೋಗುತ್ತಿದ್ದರು. ಮರೆಯಲು ಎಲ್ಲಿ ಸಾಧ್ಯ? ತಂದೆಯ ನುಡಿಗಳು ಅವರುಗಳ ನಿರಾಶೆ, ನೋವನ್ನು ಒತ್ತಿ ಹೇಳಿದಂತಾಯಿತು. ಅದನ್ನು ತೊಡೆದು ಹಾಕಲು ತನ್ನಿಂದ ಸಾಧ್ಯವೆ? ಪ್ರಯತ್ನಿಸಬಾರದೇಕೆ? ಹಳ್ಳಿಯ ಮಣ್ಣು ಜಿಗುಟು. ಹಸಿಹಸಿಯಾದ ಜೇಡಿಮಣ್ಣು ಗೊಂಬೆಯನ್ನಾಗಿಸಲು ಸುಲಭ. ಶಿಲ್ಪಿ ಕುಶಲಿಯಾಗಿರಬೇಕಷ್ಟೆ.

"ಬಸ್‌ಗೋಸ್ಕರ ಕಾಯ್ತಾ ಇದ್ದೀರಾ?" ಸ್ವರ ಬಂದತ್ತ ಹುಬ್ಬೆತ್ತಿ ನೋಡಿದಳು. ಆ ಕಣ್ಣುಗಳಲ್ಲಿ ಕಾಣದ ಶೀನಿ ಮಾವನನ್ನು ಕಂಡಂತಾಯಿತು. ಆತ್ಮೀಯತೆ ತುಳುಕಾಡಿತು. ಅರ್ಥವಾಗದ ಭಾವ ಕಣ್ಣುಗಳಲ್ಲಿ ತುಂಬಿಕೊಂಡಿತು.

"ಹೌದು..." ಸ್ವರ ಮೃದುವಾಗಿತ್ತು.

"ಬನ್ನಿ, ಡ್ರಾಪ್ ಕೊಡ್ತೀನಿ"

ತಂದೆಯ ಮುಖ ಅಡ್ಡ ಬಂತು. ಬಾಯಲ್ಲಿನ ತೇವವೇ ಆರಿಹೋಯಿತು. ಕಾಲುಗಳಲ್ಲಿ ಶಕ್ತಿ ನಿಂತ ನೆಲದಲ್ಲಿ ಹರಿದುಹೋದಂತಾಯಿತು. ಸಾವರಿಸಿಕೊಂಡಳು.

"ಥ್ಯಾಂಕ್ಸ್, ಎಕ್ಸ್ ಕ್ಯೂಜ್ ಮಿ... ನನ್ನ ಫ್ರೆಂಡ್ಸ್ ಬರ್ತಾರೆ" ಸ್ವರದಲ್ಲಿನ ದೃಢತ್ವ ತಪ್ಪಿತು, ಸೀಳಾಯಿತು. ಭೀತಿ ನುಸುಳಿದಂತಾಯಿತು.

"ಓಕೆ..." ಕಾರು ಮುಂದಕ್ಕೆ ಹೋದ ಮೇಲೆ ಎದೆಯ ಮೇಲೆ ಕೈಯಿಟ್ಟುಕೊಂಡು ಸಮಾಧಾನದ ಉಸಿರುಬಿಟ್ಟಳು. ಮನದಲ್ಲಿ ಮಧುರ ಭಾವನೆಯೊಂದು ಹಾದಿ ಹೋಯಿತು. ಮುಖ ಅರಕ್ತವಾಯಿತು.

ಕೆಲವು ಬೇಕಾದ ಔಷಧಿಗಳನ್ನು ಕೊಂಡ ಡಾ। ಗೋಕುಲ್ ಕೃಷ್ಣನ್ ಮನೆಯ ಮುಂದೆ ಕಾರು ನಿಲ್ಲಿಸಿದ. ಬೆಂಗಳೂರು ಮಂಗಲಾಪುರದ ನಡುವಿನ ಅಂತರ ಅಷ್ಟೇನೂ ಹೆಚ್ಚಲ್ಲ. ಬಿ.ಟಿ.ಎಸ್. ಬಸ್ಸುಗಳು ಓಡಾಡುತ್ತಿದ್ದವು.

"ಹಲೋ ಗೋಕುಲ್..." ಜೀನ್ಸ್ ತೊಟ್ಟ ಸುನೀತ ಬಂದು ಕೈಕುಲುಕಿದಳು. ಪ್ರತಿ ಸಲವು ಶ್ರೀನಿವಾಸ್ ಭಾರತೀಯ ಹೆಣ್ಣು ಸಂಪ್ರದಾಯ, ನಡೆನುಡಿಗಳ ಬಗ್ಗೆ

ಬಹಳ ಗಂಭೀರವಾಗಿ ಹೇಳುತ್ತಿದ್ದರು. ವಿದ್ಯಾವಂತ ಮಹಿಳೆಯರು ಕೂಡ ಪಾಶ್ಚಾತ್ಯ ದೇಶಗಳಂತೆ ಸರಾಗವಾಗಿ ಗಂಡಸರೊಂದಿಗೆ ಬೆರೆಯಲಾರರು.

"ಹಲೋ ಸುನೀತಾ... ಅಂಕಲ್ ಇದ್ದಾರ?" ಅವಳ ಬೋಳು ಹಣೆ ನೋಡಿ ಅವನ ಕಣ್ಣುಗಳು ಸಂಕುಚಿಸಿದವು. ಹಣೆಯ ಅಂಗಳದಲ್ಲಿ ಶೋಭಿಸುವ ಸುಂದರ ಬೊಟ್ಟು ಹೆಣ್ಣಿಗೆ ತಿಲಕ ಪ್ರಾಯವಾಗಿ ಕಂಡಿದ್ದೀತು. ಇಲ್ಲಿನ ವೈವಿಧ್ಯಮಯ ಬದುಕು ಆಕರ್ಷಕವೆನಿಸಿತ್ತು.

ಹಣೆಯ ಮೇಲೆ ಬೆಟ್ಟು ಇಟ್ಟುಕೊಂಡು ತೋರಿಸಿ "ಯಾಕೆ ಇಟ್ಟಿಲ್ಲ?" ಎಂದ. ಸುನೀತಾ ಜೋರಾಗಿ ನಕ್ಕು ಬಿಟ್ಟಳು. ಕಕ್ಕಾಬಿಕ್ಕಿಯಾದ.

ಅಷ್ಟರಲ್ಲಿ ಕೃಷ್ಣನ್ ಬಂದಿದ್ದರಿಂದ ಮಾತಿಗೆ ವಿರಾಮ ಬಿತ್ತು. ಕೈ ಕುಲುಕಿ ಬೆನ್ನು ಚಪ್ಪರಿಸಿ ಆತ್ಮೀಯತೆಯಿಂದ ಮಾತಾಡಿಸಿದರು.

"ಹೇಗಿದೆ?" ತಲೆಯಾಡಿಸಿ "ಚೆನ್ನಾಗಿದೆ ಲೈಫ್‌ನಲ್ಲಿ ಒಂದು ತರಹ ಇಂಟರೆಸ್ಟಿಂಗ್ ಬರ್ತಾ ಇದೆ" ಅವರು ಜೋರಾಗಿ ನಕ್ಕು ಬಿಟ್ಟರು.

"ಅಲ್ಲಿ ತುಂಬ ಪ್ರಾಬ್ಲಮ್... ಇಲ್ಲೇ ಇದ್ದಿದ್ರೆ...!" ಡಾ। ಗೋಕುಲ್ ಕಣ್ಣುಮುಚ್ಚಿ ತೆಗೆದು ನಕ್ಕ. ಅಮೆರಿಕದಲ್ಲಿನ ಶ್ರೀಮಂತ ಬದುಕಿಗಿಂತ ಅವನಿಗೆ ಇಲ್ಲಿನ ಸರಳ ಜೀವನದಲ್ಲಿ ವಿಶಿಷ್ಟ ಇದೆ, ಶಾಂತಿ ಇದೆಯೆನಿಸಿತ್ತು.

ಜನರ ಅವಶ್ಯಕತೆಯ ಬಗೆಗೆ ವಿವರಿಸಿದ. ತಾಯಿ ವರ್ಜಿನಿಯಾ ಕ್ಯಾಲಿಫೋರ್ನಿಯಾ ವಿಶ್ವವಿದ್ಯಾಲಯದಲ್ಲಿ ಡಾಕ್ಟರೇಟ್ ಪಡೆದ ಪ್ರತಿಭಾವಂತ ಮಹಿಳೆ. ಸಂಬಂಧಿಕರು ರಾಜಕೀಯದ ಪ್ರಮುಖ ಸ್ಥಾನಗಳಲ್ಲಿದ್ದರು. ಬಯಸಿದ್ದರೇ ಗಣ್ಯ ವ್ಯಕ್ತಿ ಇವನಾಗಬಹುದಿತ್ತು. ತಂದೆ ಹೃದಯದಲ್ಲಿ ನೆಟ್ಟು ಚಿಗುರಿಸಿದ ಭಾರತದ ಬಳ್ಳಿ ಹೆಮ್ಮರವಾಗಿ ಬೆಳೆದಿತ್ತು. ಯಾವ ಆಕರ್ಷಣೆಯೂ ಕಡಿದೊಗೆಯಲಾರದಾಗಿತ್ತು. ಕರ್ತವ್ಯಪ್ರಜ್ಞೆ ಎಳೆತಂದಿತ್ತು.

"ನಾನೆಲ್ಲ... ಏರ್ಪಾಟು ಮಾಡ್ತೀನಿ" ಕೃಷ್ಣನ್ ಕಣ್ಣುಗಳಲ್ಲಿ ಸಹಾನುಭೂತಿ ಮಿಸುಕಾಡಿತು. ಶ್ರೀನಿವಾಸ ತಮ್ಮ ನಡುವಿನ ಸ್ನೇಹದ ತಂತುವನ್ನು ಜ್ಞಾಪಿಸಿಕೊಂಡರು.

"ಶೀನಿ ಯೋಚ್ನೆ ಅತಿಯಾಯ್ತು ಅನ್ನಿಸುತ್ತೆ" ಅವನತ್ತ ನೋಡಿ ಕೃಷ್ಣನ್ ಬೇಸರದಿಂದ ಹಣೆ ತಿಕ್ಕಿದಾಗ "ನೋ ನೋ ಅಂಕಲ್... ಇದ್ರಿಂದ ನಂಗೂ ಸಂತೋಷವೆನಿಸಿದೆ...!" ಯಾವುದೋ ನೆನಪಿನಿಂದ ಅವನ ಹುಬ್ಬುಗಳು ಸಂಕುಚಿಸಿದವು. ಹಣೆಯಲ್ಲಿ ಗೆರೆಗಳು ಮೂಡಿದವು.

"ಅಂಕಲ್... ಡ್ಯಾಡ್ ತಾವಾಗಿ ಸಾವಿಗೆ ಹತ್ತಿರವಾದ್ರೂ, ತಾವು ಇಲ್ಲಿ ಒಂಟಿ ಅನ್ನೋ ಭಾವನೆ ಬಲವಾಗಿ ಕಾಡತೊಡಗಿತ್ತು. ತುಂಬಿ ಪ್ರೀತಿಸುತ್ತಿದ್ದ ಮಮ್ಮಿಯಿಂದ ಕೂಡ ವಿಮುಖರಾಗಿದ್ರು ವೇದನೆ, ಸಂಕಟ ಅಸಾಧ್ಯವಾಗಿತ್ತು. ಕುಡ್ದು ಕುಡ್ದು ತಮ್ಮ ಆರೋಗ್ಯ ಹಾಳು ಮಾಡಿಕೊಂಡ್ರು. ನಂಗೆ ಸ್ವಲ್ಪ ಬುದ್ಧಿ ಬಂದ ಕೂಡಲೇ ಅವ್ರು ಪ್ರಥಮವಾಗಿ ನಂಗೇ ಕನ್ನಡ ಅಕ್ಷರಾಭ್ಯಾಸ ಮಾಡಿಸಿದ್ರು. ಅದು ತಮ್ಮ ಮುಖ್ಯ

ಕೆಲ್ಸವೆಂದು ಭಾವಿಸಿದ್ರು. ನನ್ನೊಂದಿಗೆ ಅವ್ರ ಸಂಭಾಷಣೆ, ಮಾತುಕತೆಯೆಲ್ಲ ಕನ್ನಡದಲ್ಲೇ ನಡೆಯುತಿತ್ತು. ಆಗ ಅವ್ರ ಕಣ್ಣುಗಳಲ್ಲಿ ಒಂದು ತರಹ ಅವ್ಯಕ್ತ ತೃಪ್ತ ಭಾವದ ಮಿಂಚು ಇಣುಕುತ್ತಿತ್ತು. ತಮ್ಮ ಕಾರ್ಟರ್ ಮುಖ ಕಂಡರೇ ಮುಖ ಸಿಂಡರಿಸುತಿದ್ರೂ, ಕಾರಣವೊಂದೇ–ಅವ್ನು ಮಮ್ಮಿ ರೂಪ ಹೊತ್ತು ಹುಟ್ಟಿದ್ದ" ದೀರ್ಘ ಶ್ವಾಸ ಹೊರದಬ್ಬಿದ ಕೃಷ್ಣನ್ ತಾವೇ ಅನುಭವಿಸಿದವರಂತೆ ಸಂಕಟಪಟ್ಟರು.

"ಆದ್ರೆ ತಂದೆನ ತುಂಬ ಪ್ರೀತಿಸಿತಿದ್ರು–ಗೌರವಿಸ್ತಿದ್ರೂ..." ಹಣೆಯುಜ್ಜಿದ.

"ಮೈ ಬಾಯ್... ನಾನು ಅರ್ಥಮಾಡ್ಕೊಂಡೆ, ಬೆಸ್ಟ್ ಆಫ್ ಲಕ್" ಕೈ ಹಿಡಿದು ಅದುಮಿದರು.

ಹೊರಟು ನಿಂತಾಗ "ಬೈದಿ ಬೈ... ನಿಂಗೆ ಬೇಕಾದ್ರೆ ಸುನೀತಾನ ಕರ್ಕೊಂಡ್ಹೋಗು. ಅಷ್ಟಿಷ್ಟು ಸಹಾಯ ಮಾಡ್ತಾಳೆ!" ಕಾರು ಡೋರ್ ತೆಗೆಯುತ್ತಿದ್ದವನು ನಿಬ್ಬೆರಗಾಗಿ ನಿಂತ. ಮೆಲ್ಲಗೆ ತಲೆ ಕೆರೆದುಕೊಂಡು "ಅಂಕಲ್..." ಸ್ವರದಲ್ಲಿ ಅನುಮಾನ ಇಣುಕಿತು.

ಕೃಷ್ಣನ್ ಅರ್ಥಮಾಡಿಕೊಂಡವರಂತೆ ಜೋರಾಗಿ ನಕ್ಕು ಬಿಟ್ಟರು.

"ಶೀನಿ ಇಲ್ಲಿನ ಸಂಸ್ಕೃತಿ ಆಚಾರವಿಚಾರಗಳನ್ನೆಲ್ಲ ಪೂರ್ಣವಾಗಿ ಹೇಳಿದ್ದಾನೆ. ಶುದ್ಧ ಭಾರತಿಯನ್ನ ಮಾಡಿದ್ದಾನೆ!" ಮೆಚ್ಚಿಗೆ ಕಣ್ಣುಗಳಲ್ಲಿ ತುಳುಕಾಡಿತು.

ನಕ್ಕು ಕಾರು ಹತ್ತಿ ಕೂತ ಡಾ। ಗೋಕುಲ್ "ಬರ್ತೀನಿ ಅಂಕಲ್..." ಕೈ ಬೀಸಿದ.

"ನಾಳಿದ್ದು ಬರ್ತೀನಿ" ಕೃಷ್ಣನ್ ಬಗ್ಗಿ ಹೇಳಿದರು. ಕಾರು ವೇಗವಾಗಿ ಮುಂದಕ್ಕೆ ಹೋಯಿತು.

ಕೃಷ್ಣನ್‌ರ ಎದೆ ಗೆಳೆಯನ ವೇದನೆಯ ಕತೆ, ಸಾವಿನಿಂದ ಭಾರವಾಯಿತು. ಇಡೀ ಪರಿಸರದಲ್ಲಿ ನಾನು ಒಂಟಿಗನಾಗಿದ್ದೀನಿ. ಪ್ರಚಂಡ ಸೋಲಿನ ಅನುಭವವಾಗುತ್ತ ಇದೆ. ಪ್ರೀತಿಸಿ ಮದುವೆಯಾದ ವರ್ಜಿನಿಯಾ ಕೂಡ ನನ್ನವಳಲ್ಲ ಎನ್ನುವ ಮಟ್ಟಿಗೆ ನಿರಾಶೆಯಾಗಿದೆ. ಶ್ರೀನಿವಾಸನ ಪ್ರತಿ ಪತ್ರವು ಇದೇ ತೆರನಾದ ಸಾರಾಂಶದಿಂದ ತುಂಬಿರುತಿತ್ತು. ಆದರೆ ಅವನ ರವಿಕಿರಣವಾಗಿದ್ದ ಪಡಿಯಚ್ಚಿನ ಗೋಕುಲ್.

ಡಾ। ಗೋಕುಲ್ ಮಂಗಲಾಪುರ ಮುಟ್ಟಿದಾಗ ಸಂಜೆಯ ಸಮಯವಾಗಿತ್ತು. ಕಾರು ನಿಲ್ಲಿಸಿ ಒಳಗೆ ನಡೆದ ಧಗೆ ಸಹಿಸಲಸಾಧ್ಯವಾಗಿತ್ತು. ಷರಟು ಬಿಚ್ಚಿ ಹ್ಯಾಂಗರ್‌ಗೆ ಹಾಕಿ ಮಂಚದ ಮೇಲೆ ಉರುಳಿಕೊಂಡ.

"ರಾಜು, ಫ್ಯಾನ್ ಹಾಕು" ಎಂದ ಬಿಸಿಯುಸಿರನ್ನು ಹೊರಗೆ ದಬ್ಬುತ್ತಾ,

ರಾಜು ಕಾರು ನಿಂತಾಗಲೇ ಓಡಿ ಬಂದಿದ್ದ. ಫ್ಯಾನ್ ಸ್ವಿಚ್ ಒತ್ತಿ ಒಳಗೋಡಿದ. ತಂಪಿನ ಹಣ್ಣಿನ ಪಾನೀಯ ಹಿಡಿದು ಬಂದ, ಬಂದಾಗಿನಿಂದ ಗಮನಿಸುತ್ತಿದ್ದ. ಕೃಷ್ಣನ್ ರಾಜುಗೆ ಡ್ರಿಂಕ್–ಮಾಂಸ ತಂದು ಒದಗಿಸಲು ಹೇಳಿದ್ದರು.

ಎಷ್ಟೋ ಸಲ "ಏನಾದ್ರೂ ತರ್ಬೇಕಾ ಸಾರ್" ಕೇಳುತ್ತಿದ್ದ. ಎಂದೂ ಅವುಗಳ ಬಗ್ಗೆ ಚಕಾರವೆತ್ತಿರಲಿಲ್ಲ. ಯಾಕೆ? ತನ್ನಲ್ಲೆ ಯೋಚಿಸಿ ತಲೆ ಕೆಡಿಸಿಕೊಂಡಿದ್ದ.

"ರಾತ್ರಿಗೆ ಏನಾದ್ರೂ ಬೇರೆ ಅಡ್ಗೇ ಮಾಡ್ಲಾ?" ಎಂದು ಕೇಳಿದಾಗ

ಡಾ। ಗೋಕುಲ್ ತಲೆಯೆತ್ತಿ ಪ್ರಶ್ನಾರ್ಥಕವಾಗಿ ನೋಡಿದ. ಕಣ್ಣುಗಳು ಸಂಕುಚಿಸಿದವು.

"ಮಾಂಸ ಬೇಕಾದ್ರೆ ಸಿಗುತ್ತೆ"

ಡಾ। ಗೋಕುಲ್ ಕಣ್ಣುಗಳಲ್ಲಿ ಒಂದು ವಿಧವಾದ ತೀಕ್ಷ್ಣತೆ ಮಿನುಗಿ ಮರೆಯಾಯಿತು. ಎದ್ದು ಮಂಚದ ಕಟ್ಟೆಗೆ ಒರಗಿ ಎರಡು ಕೈ ಬೆರಳುಗಳನ್ನು ಬೆಸೆದು ತಲೆಯ ಹಿಂದಕ್ಕೆ ಇಟ್ಟುಕೊಂಡ. ಕೇಳಬಾರದಿತ್ತು ಎಂದು ಪೇಚಾಡಿಕೊಂಡ.

"ಕ್ಷಮಿಸಿ ಸಾರ್..."

"ಪರ್ವಾಗಿಲ್ಲ. ನಿನ್ಕೆಲ್ಸ ನೋಡ್ಕೋಗು" ಮನ ಏಕಾಂತವನ್ನು ಬಯಸಿತು.

ಮಾಂಸ, ಮದ್ಯ ಅವನನ್ನು ಸಮೀಪಿಸದಂತೆ ಶ್ರೀನಿವಾಸ ಜಾಗ್ರತೆ ವಹಿಸಿದ್ದರು. ಎಷ್ಟೋ ಸಲ ಗಂಡ, ಹೆಂಡತಿ ಈ ವಿಷಯವಾಗಿ ಜಗಳವಾಡಿದ್ದರು.

"ವರ್ಜಿ, ಅವ್ನ ಮೂಗು, ಮುಖ, ಬಣ್ಣ ಎಲ್ಲಾ ನನ್ದೇ. ಶುದ್ಧ ಭಾರತೀಯನಾಗಿ ಹುಟ್ಟಿದ್ದಾನೆ. ಜೋಯಿಸರ ಮೊಮ್ಮಗನಾಗೇ ಬೆಳೀಲಿ, ನಾನು ಮಾಡ್ದ ತಪ್ಪು ಅವ್ನು ಮಾಡೋದ್ಬೇಡ!" ಕಡ್ಡಿ ತುಂಡು ಮಾಡಿದಂತೆ ಹೇಳಿದ್ದರು. ರೂಢಿಯಲ್ಲಿದ್ದ ಆಹಾರ-ಜೀವನ ಎಲ್ಲಾದರಿಂದ ಅವನನ್ನು ದೂರವಾಗಿಯೇ ಬೆಳೆಸಿದ್ದರು.

ಸುಮ್ಮನೇ ಹೊರಳಾಡಿ ಎದ್ದು ಹೊರಗೆ ಬಂದ. ಒಬ್ಬ ಹುಡುಗ ಓಡುತ್ತ ಬಂದ.

"ಡಾಕ್ಟ್ರು ಸಾಹೇಬ್ರೆ, ನಮ್ಮವ್ವಾರಿಗೆ ಇಪರೀತ ಜ್ವರ..." ಕೈಕಟ್ಟಿ ನಿಂತ. ಡಾ। ಗೋಕುಲ್ ಆಶ್ವಾಸನೆ ನೀಡುವಂತೆ ಮುಗುಳ್ನಕ್ಕ. ಜೊತೆಯಲ್ಲಿಯೇ ತೊಟ್ಟ ಉಡುಪಿನಲ್ಲಿಯೇ ನಡೆದ. ಹೆದರಿಯೋ, ಗೌರವದಿಂದಲೋ ಹಿಂದೆ ಸರಿದ ಜನರನ್ನು ಆತ್ಮೀಯತೆಯಿಂದ ಮಾತಾಡಿಸಿದ. ಇದ್ದವರು ಬೆರಗುಗಣ್ಣಿನಿಂದ ನೋಡಿದರು.

ಸರಳತೆಯಿಂದ ಊರಿನ ಜನರನ್ನು ಮರಳು ಮಾಡಲು ಬಹಳ ದಿನ ಬೇಕಾಗಲಿಲ್ಲ. ಊರಿನ ಜನ ಒಂದಲ್ಲ ಒಂದು ಕಾರಣದಿಂದ ಆತ್ಮೀಯರಾದರು. ಕೈ ತುಂಬ ಕೆಲಸ. ಕಂಪೌಂಡರ್ ಒಬ್ಬ ನರ್ಸ್ ನೇಮಕಗೊಂಡಿದ್ದರು. ಆದರೆ ನಾಲ್ಕು ಕುಟುಂಬಗಳು ಅವನಿಂದ ಸರಿದು ದೂರವೇ ನಿಂತಿತು. ತಮಗೆ ಬರೋ ಕಾಹಿಲೆ ಖಸಾಲೆಗಳಿಗೆ ಬೇರೆ ಕಡೆನೇ ಹೋಗುತ್ತಿದ್ದರು.

ಅಂದು ಡಾ। ಗೋಕುಲ್ ತುಂಬ ಆಯಾಸಗೊಂಡಿದ್ದ. ತಾಯಿ ವರ್ಜಿನಿಯಾ, ತಮ್ಮ ಕಾರ್ಟರ್‌ನ ನೆನಪಾದಾಗ ಎದೆ ಭಾರವಾಯಿತು. ಒಂಟಿತನ ಬಾಧಿಸಿತು.

"ಸುತ್ತಾಡಿ ಬರ್ತೀನಿ" ರಾಜುಗೆ ಹೇಳಿ ಮನೆಯಿಂದ ಹೊರಬಿದ್ದ. ನರ್ಸಿಂಗ್ ಹೋಂನ ಕಟ್ಟಡ ಪೂರ್ಣವಾಗುವ ಹಂತ ಮುಟ್ಟಿತ್ತು. ಅದರ ಪೂರ್ಣ ಜವಾಬ್ದಾರಿ ಕೃಷ್ಣನ್ ವಹಿಸಿಕೊಂಡಿದ್ದರು. ಅವರಿಗೆ ಸಮಾಜದಲ್ಲಿ ಮಾತ್ರವಲ್ಲ, ಆರ್ಥಿಕವಾಗಿ ಕೂಡ ಪ್ರಬಲ ಸ್ಥಾನದಲ್ಲಿದ್ದರು.

ತೋಟದ ಬಳಿಗೆ ಬಂದ ಸಿಹಿ ನೀರಿಗೆ ಬರುವ ಜನ ಕಮ್ಮಿಯಾಗಿದ್ದರು. ಕತ್ತಲು ಮುಸುಕತೊಡಗಿತ್ತು. ಸೂರ್ಯ ಸಂಧ್ಯಾ ದೇವಿಯ ಗರ್ಭದಲ್ಲಿ ಅಡಗಿ ಹೋಗಲು ಆತುರನಾಗಿದ್ದ. ಬಲವಾದ ಕಬ್ಬಿಣ ಗೇಟನ್ನು ತೆರೆದು ಒಳಗಡಿಯಿಟ್ಟ.

ಆಡುತ್ತಿದ್ದ ಮಾಲಿಯ ಮಕ್ಕಳು ಬೆದುರು ಗೊಂಬೆಗಳಂತೆ ನಿಂತವು. ಮುಗುಳ್ನಕ್ಕು ಹತ್ತಿರಕ್ಕೆ ಹೋಗಿ ಕೆನ್ನೆ ಸವರಿದ. ಅವುಗಳ ಮುಖದಲ್ಲಿ ಗೆಲುವು ಕಾಣಿಸಿಕೊಂಡಿತು.

"ಆಡ್ಕೋ ಹೋಗಿ..." ಬೆನ್ನುತಟ್ಟಿ ಅತ್ತ ನಡೆದ. ತೋಟಕ್ಕೆ ವಿಶಿಷ್ಟವಾದ ಕಳೆ ಬಂದಿತ್ತು. ಅರಳಿನಿಂತ ಬಣ್ಣಬಣ್ಣದ ಗುಲಾಬಿ ಹೂಗಳನ್ನು ನೋಡಲು ಸುತ್ತಮುತ್ತಲ ಊರಿನಿಂದ ಜನ ಬರುತ್ತಿದ್ದರು. ಪ್ರತಿಯೊಂದರಲ್ಲೂ ಅಮೇರಿಕನ್ನರ ಶಿಸ್ತು ಭಾರತೀಯರ ಸೌಂದರ್ಯಪ್ರಜ್ಞೆ ಎದ್ದುಕಾಣುತ್ತಿತ್ತು.

ಅವನ ನೋಟ ಬೇಲಿ ದಾಟಿ ಹೊರಗೆ ನಡೆಯಿತು. ಸುನಂದಮ್ಮ ಬುಟ್ಟಿ ಕೈಯಲ್ಲಿಡಿದು ಮೆಲ್ಲಗೆ ಮೊಗ್ಗು ಕೀಳುತ್ತಿದ್ದರು. ಉಟ್ಟಿದ್ದಿದ್ದು ಸಾಧಾರಣ ನೂಲಿನ ಸೀರೆ ಕಿವಿಯಲ್ಲಿ ಬಿಳಿಯ ಕಲ್ಲಿನ ಬೆಂಡೋಲೆ. ಸೌಮ್ಯ ಮುಖ. ಹಣೆಯಲ್ಲಿ ಅಗಲವಾದ ಕುಂಕುಮದ ಬೊಟ್ಟು, ಕಣ್ಣರಳಿಸಿ ನೋಡಿದ. ಇಲ್ಲಿನ ಜನರ ವ್ಯಕ್ತಿತ್ವ, ಜೀವನ, ವೇಷಭೂಷಣ ಪ್ರತಿಯೊಂದರಲ್ಲೂ ವೈವಿಧ್ಯತೆ ಎದ್ದು ಕಾಣುತ್ತಿತ್ತು.

ಅವನ ಕಣ್ಣುಗಳು ಕಿರಿದಾದವು. ತಂದೆಯ ಬೆನ್ನು ಬಿದ್ದ ಸ್ವಂತ ತಂಗಿ ಮನ ಮುದಗೊಂಡಿತು. ಸುಮ್ಮನೆ ಕೈ ಕಟ್ಟಿ ಅವರನ್ನೆ ನೋಡುತ್ತ ನಿಂತ.

ಸುನಂದಮ್ಮ ನೋಟ ಇತ್ತ ಹರಿದಾಗ ಗರಬಡಿದವರಂತೆ ನಿಂತುಬಿಟ್ಟರು. ಒಂದಂಗುಲ ಚಲಿಸಲು ಅವರಿಂದಾಗಲಿಲ್ಲ. ಮಂಜು ಕಣ್ಣುಗಳ ಮುಂದೆ ಮಿಸುಕಾಡಿತು. ಎದೆಯಲ್ಲಿ ತಿದಿಯೊತ್ತಿದಂಥ ಭಾವ ಹೊರಹೊಮ್ಮಿತು. ಸೆರಗನ್ನು ಬಾಯಿಗಡ್ಡವಾಗಿಡಿದು ಬಿಕ್ಕಳಿಸಿದರು. ಹಿಂದಿನ ನಿರಾಶೆಯೋ ಈಗಿನ ಭಯವೋ, ವಿಷಾದವೋ, ಒಂದು ಅರ್ಥವಾಗಲಿಲ್ಲ.

ಡಾ। ಗೋಕುಲ್ ನಿಂತಲ್ಲಿಯೇ ಪರಿತಪಿಸಿದ. ನಿರಾಶೆಯಿಂದ ಬೇಲಿಯತ್ತ ನೋಡಿದ. ಸುನಂದಮ್ಮ ಕಣ್ಣೀರು ತೊಡೆದುಕೊಂಡು ಬೇಲಿಯ ಬಳಿ ಬಂದರು. ಅನುಬಂಧದ ಮುಂದೆ ಎಲ್ಲಾ ಮರೆತುಹೋಯಿತು. ಎರಡು ಕೈಗಳನ್ನು ಮುಂದಕ್ಕೆ ಚಾಚಿ ಮುಖವನ್ನಿಡಿದು ಗಲ್ಲವನ್ನು ಸವರಿದರು. ಅವರ ಕೈಗಳು ಸಂತೋಷದಿಂದಲೋ, ದುಃಖದಿಂದಲೋ ನಡುಗುತಿತ್ತು. ಕೂದಲಲ್ಲಿ ಕೈಯಾಡಿಸಿದರು. ನಡುಗುವ ತುಟಿಗಳು ನೂರು ಮಮತೆಯ ಮಾತುಗಳನ್ನು ಬರೆಯಿತು.

ತಟ್ಟನೇ ಕೈಗಳನ್ನು ಹಿಂದಕ್ಕೆ ತೆಗೆದುಕೊಂಡವರೇ ಅತ್ತಿತ್ತ ನೋಡಿ ಹೊರಟು ಬಿಟ್ಟರು. ಡಾ। ಗೋಕುಲ್‌ನ ತುಟಿಗಳು ಬಿಗಿದುಕೊಂಡಿದ್ದವು.

'ಕಡೆದೊಗೆಯಲಾರದ ಅನುಬಂಧ' ವಿಷಯವನ್ನು ಪೂರ್ತ ಅರ್ಥ ಮಾಡಿಕೊಳ್ಳುವ ಪ್ರಯತ್ನ ಮಾಡಿದ. ಅದು ಸ್ಫಟಿಕದಷ್ಟೆ ಸ್ಪಷ್ಟವಾಗಿತ್ತು. ಭಾರತೀಯರಲ್ಲಿ ಕಟ್ಟುಪಾಡುಗಳಲ್ಲಿ ಬಿಗಿ ಹೆಚ್ಚು ಶಾಸ್ತ್ರ, ಸಂಪ್ರದಾಯ, ನೀತಿ ನಿಯಮಗಳು ಜೀವನದ ಮೂಲ ಚೇತನವಾದ ಪ್ರೀತಿಯನ್ನೆ ಗುರುತಿಸುತ್ತದೆ. ಅವನೆದೆಯ ಮೇಲೆ ದೊಡ್ಡ ಬಂಡೆ ಏರಿದಂತಾಯಿತು.

ಎರಡು ದಿನ ಕ್ಲಿನಿಕ್‌ನ ಜವಾಬ್ದಾರಿ ಕಾಂಪೌಂಡರ್, ನರ್ಸ್‌ಗೆ ಒಪ್ಪಿಸಿ

ಬೆಂಗಳೂರಿಗೆ ಬಂದ. ಕೃಷ್ಣನ್ ನರ್ಸಿಂಗ್ ಹೋಂಗೆ ಬೇಕಾದ ಸರ್ಜಿಕಲ್ ಸಲುವಾಗಿ ತಮ್ಮ ಮಿತ್ರ ಡಾಕ್ಟರನ್ನು ಕಾಣಲು ಮುಂಬೈಗೆ ಹೋಗಿದ್ದರು.

ಸುನೀತಾನೇ ಸ್ವಾಗತಿಸಿದಳು. ಓದಿಕೊಂಡ ವಿಚಾರವಾದಿ ಯುವತಿ ನಿರರ್ಗಳವಾಗಿ ಚರ್ಚಿಸಬಲ್ಲಳು.

"ಅಂಕಲ್, ಯಾವಾಗ ಬರ್ತಾರೆ?" ಕಣ್ಣು ಕಿರಿದುಗೊಳಿಸಿ ಸೋಫಾ ಮೇಲೆ ಮೈ ಚೆಲ್ಲಿದ ಬೇಸರ, ಒಂಟಿತನದ ನೋವಿನಿಂದ ಮೈ ಕೂಡ ಬಳಲಿದಂತಿತ್ತು. ಮ್ಲಾನ ವದನನಾಗಿದ್ದ.

"ಬರೋ ವಿಷ್ಯ ಗೊತ್ತಿಲ್ಲ. ಯಾಕೆ ತುಂಬ ಡಲ್ ಆಗಿ ಕಾಣ್ತೀರಿ?" ಸೋಫಾ ಬೆನ್ನು ಮೇಲೆ ಕೈಗಳಿಂದ ಪೂರ್ಣ ಭಾರ ಹಾಕಿ ತುಸು ಬಗ್ಗಿ ಕೇಳಿದಳು. ಗಾಳಿಯಲ್ಲಿ ಕೈಯಾಡಿಸಿ ಕಿರುನಗು ನಕ್ಕ.

"ನಿಮ್ಮ ಮಮ್ಮಿ ಡ್ಯಾಡ್‌ಗೆ ಪತ್ರ ಬರೆದಿದ್ರು, ಅಲ್ಲಿ ಅವ್ನು ಕಷ್ಟ ಅನುಭವಿಸೋದ್ಬೇಡ, ಮನಸ್ಸು ಬದಲಾಯ್ಸಿ ಇಲ್ಲಿಗೆ ಕಳ್ಸಿ ಕೊಟ್ಬಿಡಿ, ಆ ಬಡ ದೇಶದಲ್ಲೇನಿದೆ? ಮೂರ್ಖತನ..."

"ಸ್ಟಾಪ್ ಇಟ್" ಸ್ವರ ಗಡುಸಾಗಿತ್ತು. ಮುಖದ ಮೇಲೆ ಬೇಸರ ಚೆಲ್ಲಾಡಿತು.

"ಸಾರಿ, ಗೋಕುಲ್ ನಿಮ್ಮ ಮದರ್ ಬರ್ದ ವಿಷ್ಯನ ತಿಳಿಸ್ದೇ ಅಷ್ಟೆ..." ಪಶ್ಚಾತ್ತಾಪ ಭಾವ ಮುಖದ ಮೇಲೆ ಮಿಸುಕಾಡಿದಾಗ ಗೋಕುಲ್ ತಣ್ಣಗಾದ.

"ಬೈದಿ ಬೈ... ಆ ವಿಷ್ಯ ಬೇಡ ಬಿಡಿ. ಎರಡು ದಿನ ಉಳಿಬೇಕೂಂತ ಬಂದಿದ್ದೀನಿ, ಬೆಂಗ್ಲೂರು ನೋಡೋಕೆ ಕಂಪನಿ ಕೊಡಿ" ಸುನೀತಳ ಮುಖ ತಾವರೆಯಂತೆ ಅರಳಿತು. ಅವಳ ಸುಂದರ ಕಣ್ಣುಗಳಲ್ಲಿ ಗಾಢವಾದ ಮಿಂಚೊಡೆಯಿತು.

"ಓಕೆ..." ಅವನ ಕೈಹಿಡಿದು ಬಲವಾಗಿ ಕುಲುಕಿದಳು. ಸುನೀಲ್‌ಗೆ ಸ್ವಂತ ಕೆಲಸವಿದ್ದುದರಿಂದ ಸುನೀತಾನೇ ಆ ಕೆಲಸ ವಹಿಸಿಕೊಂಡಳು. ಒಂದೇ ದಿನದಲ್ಲಿ ಅವನ ಉತ್ಸಾಹ ತಗ್ಗಿಹೋಯಿತು. ಸದ್ದುಗದ್ದಲದ ಬದುಕಿಗಿಂತ ಮಂಗಲಾಪುರದ ಸರಳ ಜೀವನದ ವ್ಯಾಮೋಹ ಕಾಡಿತು.

ಲಾಲ್‌ಬಾಗ್ ಬಂದಕೂಡಲೇ "ಸುನೀತಾ ಇಷ್ಟಕ್ಕೆ ಸಾಕು. ನಾನು ಹೊರಟ್ಬಿಡ್ತೀನಿ" ಸ್ವರದಲ್ಲಿ ನಿರ್ಧಾರ ಒಡೆದು ಕಾಣಿಸಿತು.

ಸುನೀತಾ ಕುಸಿದು ಕುಳಿತಳು. ತಲೆ ಕೆರೆದುಕೊಂಡಳು. ಏನೇನು ಅರ್ಥವಾಗಲಿಲ್ಲ. ಕಣ್ಣುಗಳಲ್ಲಿ ನಿರಾಶೆ ಹೊಮ್ಮಿತು.

"ಗೋಕುಲ್ ನಿಮ್ಮನ್ನ ಒಂದ್ಮಾತು ಕೇಳ್ಲಾ? ಖಂಡಿತ ನಿಜ ಹೇಳ್ತೀರಾ" ಸುನೀತಾಳ ಕಣ್ಣುಗಳಲ್ಲಿ ಚೇಷ್ಟೆಯ ನಗು ಕಾಣಿಸಿತು.

"ಕೇಳಿ, ಸುಳ್ಳು ಹೇಳ್ಬೇಕಾದ ಅವಶ್ಯಕತೆ ನಿಮ್ಗೇ ಇದೆಯೆನಿಸುತ್ತಾ!" ಮುಗುಳು ನಗುವಿನ ಮೋಡಿಗೆ ಬಿದ್ದಳು. ಕಣ್ಣುಗಳಲ್ಲಿದ್ದ ಚುರುಕುತನಕ್ಕೆ ದಂಗಾದಳು.

"ಎಷ್ಟೋ ಜನ ನಿಮ್ಮ ತಂದೆಯಂಥ ಪ್ರತಿಭಾವಂತ್ರು ವಿದೇಶಗಳಲ್ಲೇ ಮದ್ವೆಯಾಗಿ

ಉಳಿದಿದ್ದಾರೆ. ಅದೇನು ದೊಡ್ಡ ಸಂಗ್ತಿಯಲ್ಲ. ಆದರೆ ನೀವು ನಿಮ್ಮ ತಾಯಿ, ತಮ್ಮ, ಹುಟ್ಟಿದ ದೇಶ, ಜನಾಂಗ ಬಿಟ್ಟು ಏಳೆಂಟು ಸಾವಿರ ಮೈಲಿ ದೂರದ ಭಾರತ ದೇಶಕ್ಕೆ ಯಾತಕ್ಕಾಗಿ ಬಂದ್ರಿ? ಇಲ್ಲೇನಿದೆ? ಅದರಲ್ಲೂ ಮಂಗಲಾಪುರದಲ್ಲಿ ಹೋಗಿ ನೆಲಸೋ ಕೆಟ್ಟ ಆಕಾಂಕ್ಷೆ ಯಾಕೆ?" ಗೋಕುಲ್ ಗಂಭೀರವಾದ.

ಸ್ವಲ್ಪ ಹೊತ್ತು ಮೌನವಾಗಿ ಕೂತಿದ್ದ. ಅಮೇಲೆ ನೇರವಾಗಿ ತಲೆಯೆತ್ತಿ "ಭಾರತ ಅಪರಿಚಿತ ದೇಶ ಅಂತ ಯಾರೂ ನಿಮ್ಗೇ ಹೇಳಿದ್ದು?" ಅವನ ಪ್ರಶ್ನೆ ಚಾಟಿಯೇಟಿನಂತಿತ್ತು. ನಿಬ್ಬೆರಗಾದಳು.

"ನನ್ನ ರೂಪ ಬಣ್ಣ ಭಾಷೆ, ನಡತೆ ನೋಡಿದರೇ ನಿಮಗೆ ಅಮೆರಿಕ ದೇಶದ ಯುವಕರನ್ನು ಕಂಡಂತಾಗುತ್ತದೆಯೇ?" ಸವಾಲೆಸೆದಂತಿತ್ತು. ಕಣ್ಣುಗಳು ಚುರುಕಾದವು. ತಲೆಯಾಡಿಸಿ "ಇಲ್ಲ" ಎಂದಳು. ಕಿರುನಗು ನಕ್ಕ.

"ಮತ್ತೆ ಆ ದೇಶದಲ್ಲಿ ಹೇಗೆ ಉಳಿಲಿ?" ಸ್ವರ ಮೃದುವಾಗಿತ್ತು. ಜೋರಾಗಿ ನಕ್ಕು ಬಿಟ್ಟಳು.

ಮರುದಿನದ ನಸು ಬೆಳಕಿನಲ್ಲಿಯೇ ಹೊರಟು ಬಿಟ್ಟ, ಮಂಗಲಾಪುರದ ತಿರುವಿಗೆ ಬಂದಾಗ ಅನುಪಮ ಬಸ್ಸಿಗೆ ಕಾಯುತ್ತ ನಿಂತಿದ್ದು ಕಾಣಿಸಿತು. ಮಂಜಿನಲ್ಲಿ ಮಿಂದ ಶುಭ್ರ ಹೂವಿನಂತೆ ಕಂಡಳು. ಅರಿವಿಗೆ ಬರದಂತೆ ಕಾರು ನಿಂತಿತು.

"ಗುಡ್ ಮಾರ್ನಿಂಗ್ ಮೇಡಮ್" ತುಸು ವಾಲಿ ಹೇಳಿದ, ಅವಳ ಮುಖಕ್ಕೆ ರಂಗು ರಾಚಿತು. ತಕ್ಷಣ ಬಿಳಿಚಿಕೊಂಡಿತು. ತುಸು ತಲೆ ತಗ್ಗಿಸಿ "ಗುಡ್ ಮಾರ್ನಿಂಗ್ ಡಾಕ್ಟರ್" ಎಂದಳು. ಗೋಕುಲ್‌ಗೆ ನಗುಬಂತು.

"ಬಸ್‌ಗೋಸ್ಕರ ಕಾಯ್ತ ಇದ್ದೀರಾ?" ಹೌದೆನ್ನುವಂತೆ ತಲೆಯಾಡಿಸಿದಳು. ಅವಳ ನೋಟ ಕಾರಿನ ಟೈಯರನ್ನು ನಿರುಕಿಸುತಿತ್ತು. ಹಿಂದಿನ ದಿನ ದೊಡ್ಡ ಯುದ್ಧವೇ ಮನೆಯಲ್ಲಿ ನಡೆದುಹೋಗಿತ್ತು. ಅದಕ್ಕೆ ಕಾರಣ ಸುನಂದಮ್ಮ ಡಾ। ಗೋಕುಲ್ ಬಗೆಗೆ ಊರವರು ಆಡುವ ಒಳ್ಳೆಯ ಮಾತುಗಳನ್ನು ಬಾಯಿತಪ್ಪಿ ಗಂಡನ ಮುಂದೆ ಆಡಿಬಿಟ್ಟಿದ್ದರು. ರೌದ್ರಾವತಾರ ತಾಳಿ ಕೂಗಾಡಿಬಿಟ್ಟರು.

"ಮನೆ ಹಾಳ... ಕೃತಜ್ಞತೆ ಇಲ್ಲದೋಳು, ಜಾತಿ ಕೆಟ್ಟೋನ ಮಗ್ನ ನೀತಿಯ ಬಗ್ಗೆ ಹೇಳ್ತಿಯಲ್ಲ! ನಾಚ್ಕೇ ಆಗ್ಬೇಕೂ... ಮಾಂಸ ತಿನ್ನೋನಿಗೆ ನೀತಿಯೊಂದು ಕೇಡು!"

ಅದನ್ನೆಲ್ಲ ನೆನಸಿಕೊಂಡು ಸಂಕೋಚದಿಂದ ಹಿಡಿಯಾಗಿ ಹೋದಳು.

"ಬರ್ತಿನಿ..." ಕಾರು ಮುಂದಕ್ಕೆ ಹೋಯಿತು. ಆದರೆ ಅವನ ಮನ ಅವಳಿಂದ ಇಂಚು ಕದಲದೇ ಅಲ್ಲಿಯೇ ನಿಂತಿತು. ಇಲ್ಲಿನ ಸಾಮಾಜಿಕ ಜೀವನದಲ್ಲಿ ಬೆರೆತು ಹೋಗಿ ಜೋಯಿಸರ ಮೊಮ್ಮಗನೆನಿಸಿಕೊಳ್ಳಲು, ತಂದೆ ಹೇಳಿದಂತೆ ಸಾಧನೆ ಮಾಡಲು ಸ್ಫೂರ್ತಿ ನೀಡುವಂತೆ ಸಂಗಾತಿಯ ಅವಶ್ಯಕತೆ ಇತ್ತು. ಎಂದಿಗಾದರೂ ಸಾಧ್ಯವೇ? ಚಿಂತೆಗೀಡಾದ.

ಸಂಜೆ ಅನುಪಮ ಮನೆಗೆ ಬಂದಾಗ ರಾದ್ಧಾಂತವಾಗಿದ್ದು ಸುನಂದಮ್ಮ ಮುಸಿ

ಮುಸಿ ಅಳುತ್ತಿದ್ದರು. ಅವಳ ಕಣ್ಣುಗಳಲ್ಲಿ ಗಾಬರಿ ಇಣುಕಿತು.

"ಯಾಕಮ್ಮ?" ಆತಂಕದಿಂದ ಹುಬ್ಬುಗಳು ಸಂಕುಚಿಸಿದವು. ಅವಳೆದೆ ಏರಿಳಿಯಲು ಶುರುವಾಯಿತು, ಹಣೆಯ ಮೇಲೆ ಬೆವರೊಡೆಯಿತು.

ಕೆಂಪಗಾದ ಮೂಗನ್ನು ಮತ್ತಷ್ಟು "ನೀನೂ ಮಾತಾಡಿದ್ದು ನಿಜ್ವೇನೇ?" ಅವಳ ಹಣೆ ಗಂಟಾಯಿತು. ಕಣ್ಣುಗಳು ಕಿರಿದಾದವು. "ಯಾರ್ಹತ್ರ? ಮಾತಾಡಿದ್ರೆ... ಅಳೋಕೆನಾಯ್ತು!" ಬೇಸರದಿಂದ ಕೇಳಿದಾಗ ಸುನಂದಮ್ಮನಿಗೆ ಏನೇಳಬೇಕೋ ತಿಳಿಯದಾಯಿತು. ತಲೆ ಚಚ್ಚಿಕೊಂಡರು.

"ಅಲ್ವೆ, ನೀನೂ..." ಹೇಗೆ ಸಂಬೋಧಿಸಬೇಕೆಂಬುದೇ ತಿಳಿಯದಾಯಿತು. "ಅಮೆರಿಕದಿಂದ... ಬಂದಿರೋ..." ಅನುಪಮಳ ಮುಖದ ಮೇಲಿನ ಗಾಬರಿ, ಬೇಸರ ಕರಗಿಹೋಯಿತು. ತಾಯಿಯ ಅವಸ್ಥೆ ನೋಡಿ ಜೋರಾಗಿ ನಕ್ಕುಬಿಟ್ಟಳು. ಅದರ ಹಿಂದೆ ನಡೆದಿರಬಹುದಾದ್ದನ್ನು ವಿವೇಚಿಸಲು ಹೋಗಲೇ ಇಲ್ಲ.

"ಸುಮ್ಮನಿರೇ, ನಿಮ್ಮಪ್ಪ ಏನಾದ್ರೂ ಕೇಳಿದ್ರೆ... ಮಾತಾಡೇ ಇಲ್ಲ, ಗೊತ್ತೆ ಇಲ್ಲ ಅಂದ್ಬಿಡು."

ಈಗ ಅವಳಿಗೆ ವಿಷಯ ಸ್ಪಷ್ಟವಾಯಿತು. ಬೆಳಿಗ್ಗೆ ಡಾ। ಗೋಕುಲ್ ಕಾರು ನಿಲ್ಲಿಸಿ ಮಾತಾಡಿಸಿದ್ದನ್ನು ಯಾರೊ ವರದಿ ಮಾಡಿಬಿಟ್ಟಿದ್ದಾರೆ. ಮುಂದೆ ಎದುರಿಸ ಬೇಕಾದುದ್ದನ್ನು ಯೋಚಿಸಿದಳು. ಒಂದು ತರಹ ಬೇಸರವು ಆಯಿತು. ಸರಾಗವಾದ ಬದುಕು ಕೂಡ ಭಾರವೆನಿಸಿತು.

"ಒಳ್ಳೆ ಗ್ರಹಚಾರ ಬಂತಲ್ಲಮ್ಮ! ಊರಿನೋರೆಲ್ಲ ಮಾತಾಡೋಲ್ವಾ! ನಾವು ಮಾತಾಡಿದ್ರೆ ಪ್ರಾಣ ಹೋಗೋದೇನಿದೆ? ಅದಕ್ಯಾಕಿಷ್ಟು ಹಾರಾಟ!?" ಕೈಯಲ್ಲಿನ ಪುಸ್ತಕಗಳನ್ನು ಟೇಬಲ್ಲು ಮೇಲೆ ಕುಕ್ಕಿ ಮಂಚದ ಮೇಲೆ ಗದ್ದಕ್ಕೆ ಮುಖ ಹಚ್ಚಿ ಕೂತು ಬಿಟ್ಟಲು. ಅಳು ಬಂತು, ಅಳಲನ್ನು ನುಂಗಿಕೊಂಡಳು.

"ನೀನೂ ಮಾತಾಡಿದ್ದು ನಿಜ್ವಾ?" ತಮ್ಮ ಮನದ ಸಂಶಯ ಪರಿಹರಿಸಿಕೊಳ್ಳಲು ಕೇಳಿದರು. ದುರದುರನೇ ನೋಡಿದಳು ಅನುಪಮ. ಅವಳಿಗೆ ಸುಳ್ಳು ಹೇಳಬೇಕೆನಿಸಲಿಲ್ಲ.

"ಗುಡ್ ಮಾರ್ನಿಂಗ್ ಅಂದ್ರು-ಗುಡ್ ಮಾರ್ನಿಂಗ್ ಅಂದೇ" ಸ್ವರದಲ್ಲಿ ಅಳು ಉಕ್ಕಿ ಬಂತು "ಯಾವುದಾದ್ರೂ ರಾಜ್ಯ ಮುಳುಗಿಹೋಯ್ತ?" ಅಸಹನೆ ಕಟ್ಟೆಯೊಡೆದು ಹೊರಗೆ ಪ್ರವಹಿಸಿತು.

"ನಂಗೊಂದು ಅರ್ಥವಾಗ್ಲಿಲ್ಲ. ಆ ಪುಣ್ಯಾತ್ಮ ಯಾವ ಗಳಿಗೆಯಲ್ಲಿ ಈ ಊರಿಗೆ ಕಾಲು ಇಟ್ನೋ... ಮನಃಶಾಂತಿನೇ ಹಾಳಾಗಿ ಹೋಗಿದೆ. ಆಗ ಅಷ್ಟು ದಿನ ಕೊರಗಿದಾಯ್ತು! ಈಗ ಎರಡರಷ್ಟು ನರಳಬೇಕಾಗಿದೆ!!"

ತಲೆಯೆತ್ತಿ ತಾಯಿಯತ್ತ ನೋಡಿದಳು. ಒಂದಂತೂ ನಿಜ, ಇನ್ನೊಂದು ಎಷ್ಟರಮಟ್ಟಿಗೆ ನಿಜ? ಡಾ। ಗೋಕುಲ್ ಕಾರು ಸದ್ದಾದ ಕೂಡಲೇ ಅತ್ತಿತ್ತ ನೋಡಿ ಕಿಟಕಿಯ ಬಳಿ ಹೋಗಿ ನಿಲ್ಲುತ್ತಿದ್ದರು. ಕಣ್ಣು ತುಂಬಿಕೊಳ್ಳುತ್ತಿದ್ದರು. ಎಂತಹುದೋ

ತೃಪ್ತಿ ಆ ಮಮತೆಯ ಅನುಬಂಧದಿಂದ ಮಡಿಲಿಗೆ ಹಾಯಿಬಿಟ್ಟು ಯಾರೊಂದಿಗೂ ಹೇಳಿಕೊಳ್ಳಲಾರರು.

ಒಂದು ದಿನ ತಾಯಿ ಹೋಗಿ ನಿಂತಿದ್ದು ನೋಡಿದ ಅನುಪಮ "ಓಹೋ... ಹೀಗಾ ವಿಷ್ಯ! ಅಪ್ಪಂಗೆ... ಹೇಳ್ತೀನಿ!" ನಗುವನ್ನು ತುಂಬಿ ಹೇಳಿದಾಗ ಮೊದಲು ಹೆದರಿದರೂ ಆಮೇಲೆ ಅತ್ತೆ ಬಿಟ್ಟಿದ್ದರು. "ಶೀನಣ್ಣಯ್ಯನನ್ನು ನೋಡಿದಂಗೆ ಆಗುತ್ತೆ!" ಎಂದಿದ್ದರು.

"ಮಾತಾಡ್ಲಿಲ್ಲ, ಅಂದ್ಬಿಡು" ತಾಯಿ ಹೋದತ್ತಲೇ ನೋಡಿದಳು. ಸಹಾನುಭೂತಿಯಿಂದ ಅವಳ ಕಣ್ತುಂಬಿ ಬಂತು. ಶಿಷ್ಟಾಚಾರದ ಶಿಸ್ತಿನ ತಂದೆ ಸಮಾಜಕ್ಕೆ ಪೂರ್ಣವಾಗಿ ಬೆಲೆ ಕೊಡುತ್ತಾರೆ. ಅದರಿಂದ ಬರೀ ಆತ್ಮನಾಶವಷ್ಟೆ!

ಎದ್ದು ಹೋಗಿ ಮುಖ ತೊಳೆದು ಬಂದಳು. ತಂದೆಯ ಮುಂಗೋಪದ ಅರಿವಿತ್ತು. ಏನೋ ಒಂದು ತರಹದ ಉದಾಸೀನ ಕವಿದುಕೊಂಡಿತ್ತು.

"ಕಾಫೀ ಕುಡಿ" ಲೋಟ ಹಿಡಿದು ಬಂದ ತಾಯಿಯತ್ತ ನೋಡಿದಳು. ಆಗ ಕೆಂಪಗಿದ್ದ ಮುಖ ಈಗ ಬಿಳಿಚಿಕೊಂಡ ಹಾಗೇ ಕಾಣಿಸಿತು. ತುಟಿ ಕಚ್ಚಿ ಲೋಟ ಕೈಗೆ ತೆಗೆದುಕೊಂಡಳು. ತುಟಿಯ ಬಳಿಗೆ ಒಯ್ದು ಲೋಟ ಕೆಳಗಿಳಿಯಿತು.

"ಇಷ್ಟು ವಾಯುವೇಗದಲ್ಲಿ ಈ ಸಣ್ಣ ಸುದ್ದಿ ಮುಟ್ಸಿದ ಪುಣ್ಯಾತ್ಮ ಯಾರು?" ಹುಬ್ಬೆತ್ತಿ ಕೇಳಿದಳು.

"ಇನ್ಯಾರು, ಆ ಪರಪ್ಪ..." ಮುಖದ ಮೇಲೆ ಜಿಗುಪ್ಸೆಯೊಡೆಯಿತು. ಲೋಟವಿಡಿದು ಕೋಣೆಯತ್ತ ನಡೆದಳು. ಕಿಟಕಿಯ ಸರಳುಗಳನ್ನು ಹಿಡಿದು ನಿಂತಳು. ಎದುರು ಮನೆ ನಿಶ್ಚಲವಾಗಿ ಕಾಣುತಿತ್ತು. ಕಣ್ಮುಚ್ಚಿ ನಿಲ್ಲಲು ಸಾಧ್ಯವೇ? ಮೇಜಿನ ಮೇಲಿಟ್ಟ ಕಾಫೀ ತಣ್ಣಗಾಯಿತು.

ಕೃಷ್ಣನ್ ಬಂದು ಡಾ। ಗೋಕುಲ್ ಬಂದು ಇಲ್ಲಿ ಉಳಿಯುವ ಬಗೆಗೆ ತಿಳಿಸುವ ಮುನ್ನ ಆ ಮನೆಯ ಉಪಯೋಗವು ಇವರದ್ದೇ ಆಗಿತ್ತು. ಅನುಪಮ ಇಲ್ಲಿಗಿಂತ ಅಲ್ಲಿಯೇ ಇರುತ್ತಿದ್ದಳು.

"ಅನು..." ಅವಳಿಗೆ ತಂದೆಯ ಗಡಸು ಸ್ವರ ಕೇಳಿ ಉಸಿರು ನಿಂತಂತಾಯಿತು. ಮುಂದೆ ಆಗಬಹುದಾದ ರಾದ್ಧಾಂತ ನೆನಸಿಕೊಂಡಳು.

ಧೈರ್ಯದಿಂದ ಹೊರಗೆ ಬಂದಳು. ಶಾಮಣ್ಣನವರು ಕುರ್ಚಿಯ ಮೇಲೆ ಕೂತಿದ್ದರು. ಮನದ ಆಂದೋಲನ ಮುಖದ ಮೇಲೆ ಕಾಣುತಿತ್ತು. ಹೆಜ್ಜೆಗಳನ್ನು ಕಿತ್ತಿಟ್ಟಳು.

'ಏನ್ ಸಮಾಚಾರ?' ಅವಳ ಕಣ್ಣು ಕಿರಿದಾದವು. ಹುಬ್ಬುಗಳು ಸಂಕುಚಿಸಿದವು. "ಏನಿಲ್ವಲ್ಲ!" ಗಾಳಿಯಲ್ಲಿ ಕೈಯಾಡಿಸಿದಳು. ಶಾಮಣ್ಣನವರು ಕೋಪವನ್ನು ಬಲವಂತವಾಗಿ ನುಂಗಿದರು.

"ಅವ್ನ ಜೊತೆ ಏನ್ಮಾತು ಇತ್ತು?"

ತುಟಿ ಕಚ್ಚಿದಳು. ಇದೆಲ್ಲ ಒಂದು ತರಹ ಸೆಂಟಿಮೆಂಟಲ್ ಅನ್ನಿಸಿತ್ತು. ಶ್ರೀನಿವಾಸನ ಸಂಬಂಧ ಎಂದೋ ತೂರೆದು ಹೋಗಿದೆಯೆಂದು ಹೇಳುವ ಈ ಜನ ಇತರೇ ಜನರಂತೆ ಡಾ। ಗೋಕುಲ್‌ನನ್ನು ಇವರುಗಳು ಕಾಣುವುದು ಏಕೆ ಸಾಧ್ಯವಿಲ್ಲ? ಈ ಅನುಬಂಧ ತೊಡೆದು ಹೋಗುವಂಥದಲ್ಲವೆನಿಸಿತು.

"ನಂಗೇನು ಅರ್ಥವಾಗೋಲ್ಲ! ನಾನಾಗಿ ಮಾತಾಡ್ಲಿಲ್ಲ. ಇದೇನು ಸಿಟಿ ಅಲ್ಲ. ಒಂದೇ ಊರಿನಲ್ಲಿರೋ ಜನ ಬದುಕು ಒಂದೇ ಛಾವಣಿಯ ಕೆಳಗೆ ಅನ್ನುವಷ್ಟು ಸಹಜ. ನೋಡೋದು, ಮಾತಾಡೋದು ಸಹಜವಾದ ಪ್ರಕ್ರಿಯೆ ಕಾರಣಗಳ್ನ ಕೊಡೋದು ಕಷ್ಟ" ಸ್ವರದಲ್ಲಿ ಅಳುಕಿರಲಿಲ್ಲ.

ಶಾಮಣ್ಣನವರಿಗೆ ಸೋಲಿನ ಅನುಭವವಾಯಿತು. ಅನುಪಮ ಅವರ ಪ್ರೀತಿಯ ಸಂತಾನ. ದಿಟ್ಟತನದ ನ್ಯಾಯಬದ್ಧ ನುಡಿಗಳಿಗೆ ಕೊಡರಿದರು.

"ಅದೆಲ್ಲ ಬೇಡ, ಜಾತಿಗೆಟ್ಟ, ನೀತಿಗೆಟ್ಟ ಕೃತಜ್ಞತೆ ಇಲ್ಲದವನ ಮಗನ ಸುದ್ದಿ ಬೇಡ. ಜೋಯಿಸರ ವಂಶದಲ್ಲಿ ಕೆಟ್ಟ ಹುಳು ಹುಟ್ಟಿದೆ." ತಮ್ಮ ನೀತಿಯನ್ನು ಸಮರ್ಥನೆ ಮಾಡಿಕೊಳ್ಳುವ ಪ್ರಯತ್ನ ಮಾಡಿದರು.

"ನಾನಾಗಿ ಮಾತಾಡಿಲ್ಲ, ಸೌಜನ್ಯಕ್ಕಾಗಿ ವಂದನೆ ಹೇಳಿದೆ. ದೊಡ್ಡ ವಿಷ್ಯವಲ್ಲ. ಊರವರಂತೆ ನಾವ್ಯಾಕೆ ಇರ್ಬಾರ್ದು? ಶೀನಿ ಮಾವನ ಮಗ ಅನ್ನೊದನ್ನೇ ಮರ್ತು ಬಿಡ್ಬೋದಲ್ಲ!"

ಶಾಮಣ್ಣನವರು ನಿರುತ್ತರರಾದರು.

"ಹೋಗಿ ನಿನ್ನ ಕೆಲ್ಸ ನೋಡ್ಕೋ" ಎಂದಾಗ ಅನುಪಮಳ ತುಟಿಯಂಚಿನಲ್ಲಿ ನಗು ಸುಳಿಯಿತು. ದ್ವೇಷ, ಜಿಗುಪ್ಸೆಗಿಂತ ಸಮಾಜದ ಭಯವೇ ಹೆಚ್ಚೆನಿಸಿತು.

ಶಾಮಣ್ಣನವರು ಮರುದಿನವೇ ಬೆಂಗಳೂರಿಗೆ ಹೊರಟರು. ಸದ್ಯಕ್ಕೆ ಮಗಳನ್ನು ತಮ್ಮ ಗೆಳೆಯರ ಮನೆಯಲ್ಲಿ ಬಿಡುವ ಯೋಜನೆ ಅವರದಾಗಿತ್ತು. ರಾತ್ರಿಯಲ್ಲಿ ಯೋಚಿಸಿ ತೀರ್ಮಾನಕ್ಕೆ ಬಂದಿದ್ದರು. ಬುದ್ಧಿಯೆ ಸ್ಥಿಮಿತದಲ್ಲಿರಲಿಲ್ಲ. ಯಾವುದೋ ಅವ್ಯಕ್ತ ಭಯ ಅವರನ್ನು ಕಾಡುತಿತ್ತು.

ಇವರು ಸಂಜೆ ಮನೆಗೆ ಬಂದಾಗ ಅನುಪಮ ಮನೆಯಲ್ಲಿಯೇ ಇದ್ದಳು. ಅಂದು ಕಾಲೇಜಿಗೆ ರಜೆ ಇತ್ತು.

"ಏನಾದ್ರೂ ಸ್ವಲ್ಪ ತಣ್ಣಗೇ ತಗೋಂಡ್ಬಾ" ಸ್ವರ ಸೋತಂತಿತ್ತು. ಕೂತಿದ್ದ ಅನುಪಮ ಮೆಲ್ಲಗೇ ಎದ್ದು ಹೊರಗೆಹೋದಳು. ತಾಯಿ ಮನೆಯಲ್ಲಿರಲಿಲ್ಲ. ಹೂ ಕೀಳುವ ನೆಪದಲ್ಲಿ ಪ್ರತಿದಿನ ಸಂಜೆ ತೋಟಕ್ಕೆ ಹೋಗುತ್ತಿದ್ದರು. ಅದರ ಕಾರಣ ಅವಳಿಗೆ ಗೊತ್ತು ಅಲ್ಲಿಗೆ ಬರುವ ಡಾ। ಗೋಕುಲ್‌ನ ಕಣ್ತುಂಬ ನೋಡುವ ಅಭಿಲಾಷೆ ಅವರದಾಗಿತ್ತು.

ತಣ್ಣನೆಯ ನೀರು ಹಿಡಿದು ಬಂದಳು. ಸದ್ಯಕ್ಕೆ ಅವರಿಗೆ ಅಷ್ಟು ಸಾಕೆಂದು ಅನುಪಮಳಿಗೆ ಗೊತ್ತು.

ನೀರು ಕುಡಿದ ಅವರು "ಬಸ್ಸಿನಲ್ಲಿ ವಿಪರೀತ ರಷ್. ದಿನಾ ಹೇಗೆ ಓಡಾಡ್ತೀಯೋ... ಸಾಕಪ್ಪಾ... ಸಾಕು..." ಟವಲಿನಿಂದ ಮುಖ ಉಜ್ಜಿಕೊಂಡರು. ಇದು ಯಾವುದೋ ಮಾತಿಗೆ ಪೀಠಿಕೆಯೆನಿಸಿತು.

"ಒಂದೊಂದು ದಿನ ಅಷ್ಟೆ ನಮ್ಗೆಲ್ಲಿ... ಮಾಮೂಲಿಯಾಗಿ ಹೋಗಿದೆ!" ಸ್ವರ ನವಿರಾಗಿತ್ತು. ತಲೆಯೆತ್ತಿ ಮಗಳ ಕಡೆ ನೋಡಿದರು. ಅವಳ ಬುದ್ಧಿವಂತಿಕೆಯ ಬಗೆಗೆ ಅಪಾರವಾದ ಮೆಚ್ಚಿಗೆಯೇ. ವಾದದಲ್ಲಿ ಅನುಪಮ ಗೆದ್ದಾಗ 'ಶಭಾಷ್ ಗಿರಿ' ಕೊಡುತ್ತಿದ್ದರು. ಈಗ ಮಾತ್ರ ಒಂದು ತರಹ ಕಸಿವಿಸಿ.

"ನಿಮ್ಮಮ್ಮ ಎಲ್ಲಿ?" ಕುರ್ಚಿಯ ಹಿಡಿಯ ಮೇಲೆ ಭಾರ ಹಾಕಿ ಎದ್ದು ನಿಂತರು. ಕಾಲುಗಳು ಕಂಪಿಸಿದವು. ಪಾದಗಳನ್ನು ಭದ್ರವಾಗಿ ನೆಲದ ಮೇಲೂರಲು ಪ್ರಯತ್ನಿಸಿದರು.

"ಯಾಕಪ್ಪ?" ಅವರ ಅವಸ್ಥೆಯನ್ನು ಅರ್ಥಮಾಡಿಕೊಂಡವಳು ಆತಂಕದಿಂದ ಪ್ರಯತ್ನಿಸಿದಳು. "ಏನಿಲ್ಲ, ಬಸ್ಸಿನಲ್ಲಿ ನಿಂತು ಬಂದೆ" ಮೆಲ್ಲನೆ ಕೋಣೆಯತ್ತ ನಡೆದವರೇ ಹೋಗಿ ಮಲಗಿಬಿಟ್ಟರು.

ಅನುಪಮಳ ಮನ ರಣಾಂಗಣವಾಯಿತು. ಧರ್ಮ ಕರ್ಮ ವಿಷಯ ಯೋಚಿಸಿದರೇ ವಿಚಾರಶಕ್ತಿಯೇ ಪ್ರಬಲವಾಗುತಿತ್ತು. ಶೀನಿ ಮಾವ ದೊಡ್ಡ ಅಪರಾಧ ಮಾಡಿದ್ದ. ಮನದಲ್ಲಿ ಜಿಜ್ಞಾಸೆ ಹುಟ್ಟಿಕೊಂಡಿತು.

"ನಿಮ್ಮಪ್ಪ... ಬಂದ್ರಾ?" ಸ್ವರ ಬಂದತ್ತ ತಿರುಗಿದಳು. ಸುನಂದಮ್ಮನ ಕೈಯಲ್ಲಿ ಬುಟ್ಟಿಯಿತ್ತು. ತೋಟದಲ್ಲಿರುವ ಎಲ್ಲಾ ತರಹೆಯ ಹೂವನ್ನು ಕಿತ್ತು ತಂದಿದ್ದರು. ವೇಳೆ ಕಳೆಯಲು ಅಲ್ಲಿ ಇದೊಂದು ನೆಪವೆಂದುಕೊಂಡಳು.

"ಹೂ... ಬಂದಿದ್ದಾರೆ" ಅವರತ್ತ ಬೆನ್ನಾಕಿ ಅಡುಗೆಯ ಮನೆಯತ್ತ ನಡೆದಳು.

ಮನೆಯಲ್ಲಿ ಮೊದಲಿನ ಹರ್ಷ, ಶಾಂತಿ ಮಾಯವಾಗಿತ್ತು. ಅವಳಿಗಂತೂ ತಲೆ ಕೆಟ್ಟಂತಾಗಿತ್ತು. ಡಾ॥ ಗೋಕುಲ್ ತಾಯಿತಂದೆಯರ ಮೆದುಳಿನಲ್ಲಿ ಬಲವಾಗಿ ನಿಂತು ಬಿಟ್ಟಿದ್ದ. ಸದಾ ಅದೇ ಯೋಚನೆ. ಊರಿನವರಂತೆ ಇವರುಗಳೇಕೆ ತಲೆ ಕೆಡಿಸಿಕೊಳ್ಳದೇ ಇರಲು ಸಾಧ್ಯವಾಗಿಲ್ಲ?

ತಂದೆಯ ಜೋರಿನ ಸ್ವರ ಕೇಳಿದಾಗ ಹೊರಗೆ ಬಂದಳು. "ವಾಮನ್‌ಗೆ ಹೇಳ್ಬಂದಿದ್ದೀನಿ ತಿರ್‍ಗಾಡಿ ಬಳಲೋದೇನ್ಬೇಡ. ಅಲ್ಲೇ ಇರ್ಲಿ" ಅವಳ ಹುಬ್ಬುಗಳು ಮೇಲೇರಿದವು.

"ಇಷ್ಟು ದಿನವಾಯ್ತು, ಪರೀಕ್ಷೆವರ್ಗ್ಗೂ ಓಡಾಡ್ಲಿ ಬಿಡಿ ಮುಂದಿನ್ವರ್ಷ ಏನಾದ್ರೂ ವ್ಯವಸ್ಥೆ ಮಾಡೋಣ" ಎಂದಾಗ ಶಾಮಣ್ಣನವರಿಗೆ ವಿನಾಕಾರಣ ಸಿಟ್ಟು ಬಂತು. ಮೂಗಿನ ತುದಿ ಕೆಂಪಾಯಿತು. ಕತ್ತಿನ ನರಗಳು ಉಬ್ಬಿಕೊಂಡವು. ದುರದುರನೆ ನೋಡಿದರು.

"ಬಾಯ್ಮುಚ್ಕೊಂಡು ಸುಮ್ಮನಿರು. ಅವ್ಳು ಇಲ್ಲಿರೋದೇನ್ಬೇಡ" ಕಡ್ಡಿ ತುಂಡು

ಮಾಡಿದಂತೆ ನಿರ್ಧಾರದ ಧ್ವನಿಯಲ್ಲಿ ಹೇಳಿದರು. ಸುನಂದಮ್ಮ ಪೆಚ್ಚಾದರು.

ಇರೋ ಒಬ್ಬ ಮಗಳು ತಮ್ಮ ಕಣ್ಣಿಂದ ದೂರವಿರೋದು ಅವರಿಗೆ ಇಷ್ಟವಿಲ್ಲ. ನಾಳೆ ಅತ್ತೆ ಮನೆಗೆ ಹೋಗೋ ಹುಡುಗಿ...

"ಅವ್ಳೇನು ಕಾಲೇಜು ಕಲ್ಯೋದೇನು ಬೇಡ. ಗಂಡು ಸಿಗೋವರ್ಗ್ಗೂ ಮನೆಯಲ್ಲೇ ಇರ್ಲಿ..." ನೇರವಾಗಿ ವಿರೋಧ ವ್ಯಕ್ತಪಡಿಸಿದರು. ಶಾಮಣ್ಣನ ಕಣ್ಣುಗಳಿಗೆ ಹೆಂಡತಿ ಕಣ್ಣಿನ ತುಂತುರು ಕಂಡಿತು. ಎದೆಯಲ್ಲಿ ತಿದಿಯೊತ್ತಿದಂಥ ನೋವು ಕಾಣಿಸಿಕೊಂಡಿತು. ವ್ಯರ್ಥವಾಗಿ ನೋಯಿಸಿದಕ್ಕೆ ಬೇಸರಗೊಂಡರು.

"ಸ್ವಲ್ಪ ಯೋಚ್ಸಿ, ಕಲ್ತ ಗಂಡುಗಳೆಲ್ಲ ಕಾಲೇಜು ಓದಿದ ಕನ್ಯೆಗಳನ್ನೇ ಕೇಳ್ತಾರೆ..." ಸುನಂದಮ್ಮನ ಕಣ್ಣಂಚಿನ ತುಂತುರು ಕೆನ್ನೆಯ ಮೇಲಿಳಿಯಿತು. ಏನೋ ನೆನಸಿಕೊಂಡು ಬಿಕ್ಕಿದರು. ಸೆರಗು ಕಂಬನಿಯನ್ನೊತ್ತಿ ಹಿಡಿಯಿತು.

"ಯಾಕೆ ಅಳ್ತೀಯೇ?" ಶಾಮಣ್ಣನವರ ಮುಖದ ಮೇಲೆ ಬೇಸರವೊಡೆಯಿತು. ಜೋಯಿಸರ ಮ್ಲಾನವದನ ಜ್ಞಾಪಕಕ್ಕೆ ಬಂತು. ಎಂಥ ಅಗ್ನಿಕುಂಡವನ್ನು ಎದೆಯಲ್ಲಿ ಬಚ್ಚಿಟ್ಟುಕೊಂಡು ಸಹಜ ಬದುಕಿನ ಬಗೆಗೆ ಆಸಕ್ತಿ ತಳೆದಿದ್ದರು!

"ಈ ಹೆಂಗ್ಸರಿಗೆ ಅಳೋದೊಂದೆ ಗೊತ್ತು!" ಸಿಡಿಮಿಡಿಗೊಂಡರು. ಹಣೆಯ ಗೆರೆಗಳು ಆಳವಾದವು. ಬಳಲಿದ ಶರೀರವನ್ನೆ ಹೊತ್ತು ಹೊರನಡೆದರು.

ಹೊಸಲು ದಾಟಿ ಜಗುಲಿಯ ಅಂಚಿಗೆ ಬಂದರು. ಡಾ॥ ಗೋಕುಲ್ ಬ್ಯಾನೆಟ್ ಎತ್ತಿ ಕಾರಿನ ರಿಪೇರಿಯಲ್ಲಿಡತೊಡಗಿದ್ದ, ಅರಿವಾಗದಂತೆ ಅವರ ನೋಟ ಅಲ್ಲಿ ನಿಂತಿತು. ಮನದಲ್ಲಿ ಒಂದು ರೀತಿ ಅವ್ಯಕ್ತ ಅನುಬಂಧದ ತುಯ್ದಾಟ.

ಶ್ರೀನಿವಾಸನನ್ನು ಅವರು ನೋಡಿದ್ದರು. ಎಲ್ಲಾ ಅದೇ ರೂಪು. ಅಮೆರಿಕ ತಾಯಿಯ ಗರ್ಭ ಸಂಜಾತನಾದರೂ ಭಾರತೀಯ ಶ್ರೀನಿವಾಸನ ಪುತ್ರ, ರೂಪು, ನಡತೆ ಸಹಜವೇ.

ಹೊರಗೆ ಇಣುಕಿದ ಅನುಪಮ ಬಂದ ನಗುವನ್ನು ತಡೆಯುತ್ತ ಬಾಯಿ ಮೇಲೆ ಕೈಯಿಟ್ಟುಕೊಂಡು ಎರಡೆಜ್ಜೆ ಹಿಂದಕ್ಕೆ ಸರಿದಳು. ತಂದೆಯ ಬಗೆಗೆ ಸಹಾನುಭೂತಿ ಯುಂಟಾಯಿತು. ಅವರೆದೆಯ ಹಾರಾಟಕ್ಕೆ ಉತ್ತರ ಸಿಕ್ಕಂತಾಯಿತು.

ಅಂದು ಬೆಳಿಗ್ಗೆ ಅನುಪಮ ತೋಟಕ್ಕೆ ಬಂದಾಗ ಸೂರ್ಯನ ಚುರುಕಿನ ಕಿರಣ ಎಲ್ಲೆಡೆ ಹರಡಿತ್ತು. ಕಬ್ಬಿಣದ ತಡಿಕೆಯ ಬಾಗಿಲು ಸರಿಸಿ ಒಳಗೆ ಬಂದಾಗ ಅವಳಿಗೆ ಬಿಕೋ ಎನಿಸಿತು. ನೋಟ ಅಡ್ಡ ಬೇಲಿಯನ್ನು ದಾಟಿ ಹೊರ ನಡೆಯಿತು. ಕಣ್ಣು ಮನ ತಂಪಾಯಿತು. ಅರಳಿ ನಿಂತ ಹೂಗಳ ಚೆಂದ ಹೊಸ ಲೋಕವನ್ನು ತೋರಿಸಿದಂತಾಯಿತು. ಎಲ್ಲಾ ಡಾ॥ ಗೋಕುಲ್ ಅಭಿರುಚಿ ಮನದಲ್ಲಿ ಮೆಚ್ಚಿಗೆ ಮೂಡಿತು.

ಬೇಲಿಯ ಬಳಿಹೋಗಿ ನಿಂತಳು. ಸಂತೋಷದಿಂದ ಕುಣಿದು ಕುಪ್ಪಳಿಸು ವಂತಾಯಿತು.

ಸೂರ್ಯನ ಹೊನ್ನಿನ ಕಿರಣ ಸುಂದರ ಗುಲಾಬಿ ಹೂಗಳ ಮೇಲೆ ಬಿದ್ದು ನವಶೋಭೆಯನ್ನು ನೀಡಿತ್ತು.

"ಬ್ಯೂಟಿ ಫುಲ್!" ಉದ್ಗರಿಸಿದಳು.

"ಅವ್ವಾರೇ..." ಮಾಲಿಯ ಸ್ವರ ಅವಳನ್ನು ವಾಸ್ತವ ಜಗತ್ತಿಗೆ ಮರಳಿಸಿತು. ಸಣ್ಣ ಗುದ್ದಲಿ ಅಗೆಯುವಂಥದ್ದು ಅವನ ಕೈಯಲ್ಲಿತ್ತು. ಮುಖದಲ್ಲಿ ಗೆಲುವಿನ ಕಳೆ.

"ತುಂಬ ಚೆನ್ನಾಗಿ ಮಾಡಿದ್ದೀಯಾ, ತೋಟ" ಸ್ವರದಲ್ಲಿ ಮೆಚ್ಚಿಗೆ ತುಳುಕಾಡಿದಾಗ "ನಂಗೆಲ್ಲ ಬರುತ್ತಾವ್ವಾ... ಎಲ್ಲಾ ಅಯ್ಯಾರು... ಡಾಕ್ಟ್ರು ಸಾಹೇಬ್ರು ಮಾಡಿದ್ದು" ಅವನ ನೋಟ, ಸ್ವರದಲ್ಲಿ ಮೆಚ್ಚಿಗೆ, ಗೌರವ ತುಳುಕಿತು.

"ಅವ್ರು ಕೆಲ್ಸ ಮಾಡ್ತಾರ?" ಕುತೂಹಲದಿಂದ ಕೇಳಿದಳು. ಈಗ ಅವಳ ಕಣ್ಮುಂದೆ ಡಾ। ಗೋಕುಲ್‌ನ ಶಿಸ್ತಿನ ತುಂಬು ವ್ಯಕ್ತಿತ್ವ ನಿಂತಿತು.

ಊರಿನ ಕೆಳವರ್ಗದ ಜನರೆಲ್ಲ ಅಪಾರವಾದ ಗೌರವ ಇರಿಸಿಕೊಂಡಿದ್ದರು. ಅವನ ಬಗ್ಗೆ, ತಮ್ಮನ್ನು ದೂರ ನಿಲ್ಲಿಸಿ ಮಾತಾಡಿಸುವ ಗಡಸು ಸ್ವರಗಳನ್ನು ಕಂಡಿದ್ದ ಅವರಿಗೆ ಡಾ। ಗೋಕುಲ್ ದೇವತಾಪುರುಷನಾಗಿದ್ದ. ಶುದ್ಧ ಭಾರತೀಯನಾಗಿದ್ದರೂ ಅನಾಗರಿಕತೆಯ ಮೌಢ್ಯಕ್ಕೆ ಗುರಿಯಾಗಿರಲಿಲ್ಲ. ಅಮೆರಿಕನ್ನರ ವೈಜ್ಞಾನಿಕ ಮನೋಭಾವ ಅವನಲ್ಲಿತ್ತು. ಹಾಗೆಂದು ಮಾನವೀಯ ಮೌಲ್ಯಗಳನ್ನು ಕಡೆಗಣಿಸುವುದು ಅವನ ಮನೋಧರ್ಮಕ್ಕೆ ವಿರುದ್ಧ.

"ಓ... ಎಲ್ಲಾ ಮಾಡ್ತಾರೆ ನಮ್ಮ ಪರಪ್ಪ ಸ್ವಾಮಿಗಳಂಗೆ ಅಷ್ಟು ದೂರ ನಿಲ್ಲೋರಲ್ಲ...!" ಅವನ ಸ್ವರದ ಧಾಟಿಯೇ ಬದಲಾಯಿತು.

ಅತ್ತಿತ್ತ ನೋಡಿ ಹಿಂದಕ್ಕೆ ಸರಿದಳು. ಮರದ ಬೊಡ್ಡೆಗೆ ಒರಗಿನಿಂತಳು. ಕೆಲವು ಗಿಡಗಳು ನೀರಿಲ್ಲದೇ ಒಣಗಿತ್ತು ತಂದೆಗೆ ಆಸಕ್ತಿಯಿಲ್ಲ. ಜಮೀನು ಮಾಡೋ ಕೆಂಪ ಪುರುಸೊತ್ತಾದ್ದಾಗ ಬಂದು ಅಷ್ಟಿಷ್ಟು ಮಾಡಿ ಹೋಗಬೇಕು.

ಉದುರಿದ ಹಣ್ಣೆಲೆ ಎಲ್ಲಾ ಕಡೆಯು ಹರಡಿಕೊಂಡಿತ್ತು. ಗೊಣಗುಟ್ಟುತ್ತ ಸೆರಗನ್ನು ಸೊಂಟಕ್ಕೆ ಸಿಕ್ಕಿಸಿ ಈಚಲು ಬರಲನ್ನು ಕೈಗೆತ್ತಿಕೊಂಡಳು. ಅರ್ಧಗಂಟೆ ಶ್ರಮಪಟ್ಟು ಗುಡ್ಡೆ ಮಾಡಿದಳು. ಬಿಸಿಲಿನ ಝಳಕ್ಕೆ ಮುಖ ಕೆಂಪಾಯಿತು. ಕಂಕುಳು, ಕತ್ತು, ಮುಖ ಬೆವರಿನಿಂದ ತೊಯ್ದು ಹೋಯಿತು.

"ಗುಡ್ ಮಾರ್ನಿಂಗ್ ಮೇಡಮ್" ಸೊಂಟ ನೇರವಾಗಿ ಮಾಡಿ ಸ್ವರ ಬಂದತ್ತ ತಿರುಗಿದಳು. ಕಪ್ಪು ಕನ್ನಡಕ ಧರಿಸಿದ್ದ ಡಾ। ಗೋಕುಲ್ ನಿಂತಿದ್ದ. ತುಂಬು ತೋಳಿನ ಬಿಳಿಯ ಷರಟನ್ನು ಕೊಟ್ಟಿದ್ದ.

"ಗುಡ್ ಮಾರ್ನಿಂಗ್ ಡಾಕ್ಟರ್" ಸಂಕೋಚವಿಲ್ಲದೇ ಹೇಳಲು ಪ್ರಯತ್ನಪಟ್ಟಳು. ಕೆಂಪಾದ ಮುಖ ಮತ್ತಷ್ಟು ಕೆಂಪಾಯಿತು. ಕಣ್ಣಂಚಿನಲ್ಲಿ ಲಜ್ಜೆ ಮಿನುಗಿತು.

"ಬಹಳ ಇಂಟರೆಸ್ಟಾಗಿ ಕೆಲ್ಸ ಮಾಡ್ತಾ ಇದ್ದೀರಾ!" ಸವಿಯಾದ ಕನ್ನಡದ ಸ್ವರ ಅವಳ ಮನಕ್ಕೆ ಹಿತವೆನಿಸಿತು. ಅವಳ ಬಟ್ಟಲು ಕಣ್ಣುಗಳು ಅಗಲವಾದವು.

ತುಟಿಯಂಚಿನವರೆಗೂ ಬಂದಿದ್ದನ್ನು ನುಂಗಿಕೊಂಡಳು.

"ನೀವೇನು ಕೇಳ್ಬೇಕೊಂತಿದ್ದಿರಾ ಅನ್ನೋದು ನಂಗೆ ಅರ್ಥವಾಗಿದೆ. ನಾನು ಇಷ್ಟು ಚೆನ್ನಾಗಿ ಕನ್ನಡ ಭಾಷೆ ಮಾತಾಡೋಕೆ ಹೇಗೆ ಸಾಧ್ಯವಾಗಿದೆ ಅನ್ನೋದು ತಾನೇ!" ಅವಳ ಮನವನ್ನು ತೆರೆದಿಟ್ಟ ಪುಸ್ತಕದಂತೆ ಓದಿದಾಗ ದಂಗಾದಳು. ಅಚ್ಚರಿಯಿಂದ ಅವಳ ಕಣ್ಣುಗಳು ಮಿನುಗಿದವು.

"ನನ್ತಂದೆ ನನ್ನೊಂದಿಗೆ ಕನ್ನಡದಲ್ಲೇ ಸಂಭಾಷಿಸುತಿದ್ರು. ಭಾರತೀಯ ಭಾಷೆಗಳ ಪರಿಚಯ ಮೊದ್ಲಿನಿಂದಾನೇ ಮಾಡಿಸಿದ್ರು. ನಂಗೆ ಓದೋ ಸಲುವಾಗಿ ಕನ್ನಡ ಪುಸ್ತಕಗಳ್ನ ತೆಗ್ಸಿ ಕೊಡ್ತಾಯಿದ್ರು. ಇಲ್ಲಿನ ಸಾಮಾಜಿಕ ಜೀವನದಲ್ಲಿ ನಾನು ಪೂರ್ಣವಾಗಿ ಹೊಂದಿಕೊಳ್ಬೇಕೆಂಬುದೇ ಅವರಾಜ್ಞೆಯಾಗಿತ್ತು. ಭಾಷಾ ಬಾಂಧವ್ಯ ಆತ್ಮೀಯತೆಗೆ ಒಂದು ಸೇತುವೆ ಅನ್ನೋದು ಅವ್ರ ಅಭಿಪ್ರಾಯವಾಗಿತ್ತು. ಅದು ಬಹಳಷ್ಟು ನಿಜ. ಕನ್ನಡ ಭಾಷೆ ಬರದಿದ್ರೆ ಇಲ್ಲಿನ ಜನರೊಂದಿಗೆ ಹೊಂದಿಕೊಳ್ಳೋದೇ ಕಷ್ಟವಾಗ್ತ ಇತ್ತು." ಸ್ವರ ನವಿರಾಗಿತ್ತು. ಭಾವುಕತೆಯ ಹಿಂದೆ ದೃಢ ಪ್ರಾಮಾಣಿಕ ವಿಶ್ವಾಸವಿದ್ದಂತೆ ಕಂಡಿತು.

ನೇರವಾಗಿ ಅವಳತ್ತ ನೋಡಿದ. ತುಂಬಿಕೊಂಡ ಭಾರತೀಯ ವೈವಿಧ್ಯತೆ ಆಕರ್ಷಣೀಯವೆನಿಸಿತು. ಸುಂದರ ಕಪ್ಪನೆಯ ಕೂದಲು ಹೆಣ್ಣಿಗೆ ಒಂದು ವರವೆನಿಸಿತು.

"ಏನಾದ್ರೂ ಮಾತಾಡಿ" ತಡಬಡಿಸಿದಳು. ಏನು ಮಾತಾಡಬೇಕೆಂಬುದೇ ಹೊಳೆಯಲಿಲ್ಲ. ಅತ್ತಿತ್ತ ನೋಟವರಿಸಿದಳು.

"ಎಕ್ಸ್‌ಕ್ಯೂಸ್ ಮೀ... ತಪ್ಪು ತಿಳ್ಕೋಬೇಡಿ–ಗೊತ್ತಾಗ್ತ ಇಲ್ಲ!" ಅವಳ ನೋಟ ಕೆಂಪಗಾದ ಅಂಗೈಯನ್ನು ನೋಡುತಿತ್ತು. ದೊಡ್ಡ ಕಡ್ಡಿಯ ಪೊರಕೆ ಅಂಗೈಯನ್ನು ಘಾಸಿಗೊಳಿಸಿತ್ತು. ಮತ್ತೆ ಮತ್ತೆ ನೋಡಿದಳು. ಚುರುಗುಟ್ಟುವಂಥ ನೋವು.

"ಬರ್ತೀನಿ..." ಒಣಗಿದ ಎಲೆಗಳನ್ನು ದೊಡ್ಡ ಮಂಕರಿಗೆ ತುಂಬಿದಳು. ಅಭ್ಯಾಸವಿಲ್ಲದ ಕೈಗಳು ಎತ್ತಲಾರದೇ ದಣಿದವು.

"ನಾನು ಸಹಾಯ ಮಾಡ್ಲಾ?" ಬೆಚ್ಚಿದಳು. "ಏನು ಬೇಡ" ಅವಳ ಕಣ್ಣುಗಳಲ್ಲಿ ಭಯ ಇಣುಕಿತು. ಆ ಕೆಲಸವನ್ನು ಅಷ್ಟಕ್ಕೆ ಬಿಟ್ಟಳು.

"ಈ ತೋಟ ಮಾರೋ ವಿಷ್ಯ ನಿಜಾನಾ?" ಡಾ। ಗೋಕುಲ್ ಕೇಳಿದಾಗ ಅವಳ ಕಣ್ಣುಗಳು ಕಿರಿದಾದವು. ಪೆಚ್ಚಾಗಿ ಸುತ್ತಲೂ ನೋಟವರಿಸಿದಳು.

ಇದರಿಂದ ಆದಾಯವಿಲ್ಲದೇ ಇರುವುದು ನಿಜ, ಆದರೆ ಮಾರಬೇಕಾದ ಅಗತ್ಯವೇನು?

"ಗೊತ್ತಿಲ್ಲ" ಮುಖದಲ್ಲಿ ನೋವು ಕಾಣಿಸಿಕೊಂಡಿತು. ಅವಳಿಗೆ ಖಂಡಿತ ಇದು ಇಷ್ಟವಿಲ್ಲ. ಯಾಕಾಗಿ ಮಾರಬೇಕು?

ಹೆಜ್ಜೆಗಳು ತಡಿಕೆ ಬಾಗಿಲಿನತ್ತ ಧಾವಿಸಿದವು. ಸಹನೆಗೆಟ್ಟವಳಂತೆ ಹಿಂದಕ್ಕೆ ತಳ್ಳಿದಳು. ಮುಂದಕ್ಕೆ ತಳ್ಳಿ ಕಟ್ಟಬೇಕೆಂದನ್ನೆ ಮರೆತು ಹೆಜ್ಜೆಗಳ ವೇಗ ಹೆಚ್ಚಿಸಿದಳು.

ಡಾ॥ ಗೋಕುಲ್ ಮನೆಗೆ ಹೊರಡುವಾಗ ತಾನೇ ಬಂದು ತಡಿಕೆಯನ್ನು ಮುಂದಕ್ಕೆ ಎಳೆದು ದನಗಳು ನುಗ್ಗದಂತೆ ಬಲವಾಗಿ ಕಟ್ಟಿ ಮನೆಯತ್ತ ಹೊರಟ.

ಮನೆಗೆ ಬಂದವನೇ ಬಟ್ಟೆ ಬದಲಾಯಿಸಿ ಮಲಗಿ ಬಿಟ್ಟ. ಮರುದಿನ ಅವನ ಹುಟ್ಟಿದ ಹಬ್ಬ ತಾಯಿ ವರ್ಜಿನಿಯಾ, ತಮ್ಮ ಕಾರ್ಟರ್ ಕೆಲವು ಅಮೆರಿಕನ್ ಮಿತ್ರರು ಕೇಬಲ್ ಕಳಿಸಿ ಶುಭಾಷಯ ಕೋರಿದ್ದರು. ನೆನಪುಗಳಿಂದ ಅವನ ಮನ ಭಾರವಾಗಿತ್ತು. ಒಂಟಿತನ ಅವನನ್ನು ಹಿಂಡಿ ಹಿಪ್ಪೆ ಮಾಡುತ್ತಿತ್ತು. ಕೊರತೆ... ಕೊರತೆ... ಕೊರತೆ...

ವರ್ಜಿನಿಯಾ ಮಗನ ಹುಟ್ಟುಹಬ್ಬವನ್ನು ಬಹು ಸಡಗರದಿಂದ ಆಚರಿಸುತ್ತಿದ್ದಳು, ತಮ್ಮ ಸಿಹಿ ತಿನ್ನಿಸಿ ಅಪ್ಪುತ್ತಿದ್ದ. ಮರೆಯಲಾರದ ದಿನಗಳು, ಆದರೆ ಅಲ್ಲಿನ ಜನರು ಇವನ ರೂಪ, ಬಣ್ಣ ನೋಡಿ ಹಿಂದೆ ಸರಿಯುವ ಭ್ರಮೆ ಇವನಿಗೆ.

"ಮಮ್ಮಿ... ಡಿಯರ್ ಕಾರ್ಟರ್..." ಹೊರಳಿ ನರಳಿದ. ಇಡೀ ಪರಿಸರದಲ್ಲಿ ಒಂಟಿಗನಾಗಿದ್ದ, ಬಂದಾಗಿನ ಆತ್ಮವಿಶ್ವಾಸವೇ ಕುಸಿಯುತ್ತಿದೆಯೆನಿಸಿತು.

ಈ ಬ್ರಹ್ಮಾಂಡ ಒಂಟಿತನದ ಅನುಭವ ಪ್ರಥಮ ಸಲವಾದಂತಾಯಿತು. ಈಗ ತಂದೆಯ ಸುಕ್ಕುಗಟ್ಟಿದ-ವಯಸ್ಸಿಗೆ ಮೀರಿದ ವೃದ್ಧಾಪ್ಯದ ಅಂಚನ್ನು ಸೇರಿದ್ದ ಸವೆದ ಶರೀರ ಕಣ್ಮುಂದೆ ನಿಂತಿತು.

"ಡ್ಯಾಡ್, ಈಗ ನಿಜವಾಗ್ಲೂ ನಿಮ್ಮ ವೇದನೆಯನ್ನು ಅರ್ಥಮಾಡ್ಕೊಂಡೇ" ವೇದನೆಯ ಸ್ವರದಲ್ಲಿ ಉಸುರಿದ.

ನರ್ಸಿಂಗ್ ಹೋಂ ಕಟ್ಟಡ ಪೂರ್ತಿಯಾಗಿತ್ತು. ಮೊದಲಿನ ಪರಿಸ್ಥಿತಿ ಬದಲಾಗಿತ್ತು. ಜನ ಬರುತ್ತಿದ್ದರು. ಇಲ್ಲಿ ಆದಾಯಕ್ಕಿಂತ ಅದರಲ್ಲಿ ವಿಶ್ವಾಸ ಗಳಿಸಿಕೊಳ್ಳುವ ಪ್ರಯತ್ನ ಮಾಡುತ್ತಿದ್ದ. ಆದರೆ ಆತ್ಮೀಯತೆ ಎನಿಸಿಕೊಳ್ಳುತ್ತಿರಲಿಲ್ಲ. ಉಪಕಾರ ಪಡೆಯುವ ದೃಷ್ಟಿ ಮಾತ್ರವಲ್ಲದೇ ಹೆಚ್ಚು ತೊಂದರೆ, ಖರ್ಚು ಇಲ್ಲದೇ ಅಮೆರಿಕದಂಥ ದೇಶದಲ್ಲಿ ಕಲಿತು ಬಂದ ಡಾಕ್ಟರ್‌ನಿಂದ ತಮ್ಮ ರೋಗರುಜಿನಗಳನ್ನು ವಾಸಿ ಮಾಡಿಕೊಳ್ಳಲು ಮಾತ್ರ ಬರುತ್ತಿದ್ದರು. ಆದರೆ ಒಂದಲ್ಲ ಒಂದು ದಿನ ಶಾಮಣ್ಣನವರಲ್ಲಿ ಸಂಬಂಧ ಕುದುರಬಹುದು. ಸುನಂದಮ್ಮ ತಾಯಿಯ ಸ್ಥಾನದಲ್ಲಿ ನಿಂತು ಆದರಿಸಬಹುದೆಂಬ ಸುಪ್ತ ಆತ್ಮವಿಶ್ವಾಸ ಅವನಲ್ಲಿತ್ತು. ಅವರುಗಳ ಧೋರಣೆ ನೋಡಿದ ಮೇಲೆ ಕುಸಿಯ ತೊಡಗಿತ್ತು. ಸುನಂದಮ್ಮ ಕೆನ್ನೆ ಸವರಿ ತಲೆಗೂದಲಿನಲ್ಲೇ ಕೈಯಾಡಿಸಿದೊಂದೇ ಅವನ ಜೀವನದಲ್ಲಿ ಮರೆಯಲಾರದ ಘಟನೆ. ಮತ್ತೆಂದೂ ಮಾತಾಡಿಸಿರಲಿಲ್ಲ. ಅನುಪಮ ಸೌಜನ್ಯಕ್ಕಾಗಿ ಮಾತಾಡಿದರೂ ಅವಳ ಕಣ್ಣುಗಳಲ್ಲಿ ಭೀತಿ ಇಣುಕುತ್ತಲೇ ಇತ್ತು.

"ಹಲೋ... ಗೋಕುಲ್..." ಕೃಷ್ಣನ್‌ರವರ ಸ್ವರ ಕೇಳಿದಕೂಡಲೇ ಅವನ ದೇಹದಲ್ಲಿ ಹೊಸ ಸಂಚಾರವಾಯಿತು. ತಟ್ಟನೇ ಎದ್ದು ಕೂತ.

"ಬನ್ನಿ... ಅಂಕಲ್..." ಕೋಣೆಯೊಳಗೆ ಬಂದ ಕೃಷ್ಣನ್‌ರವರ ಹುಬ್ಬು ಗಂಟಾಯಿತು. ಪೆಚ್ಚಾದ ಗೋಕುಲ್ ಮುಖ ನೋಡಿ ಸಹಾನುಭೂತಿಯಿಂದ ಅವರೆದೆ ಮಿಡಿಯಿತು. ಸತ್ತ ಗೆಳೆಯನಿಗೆ ಮನದಲ್ಲಿಯೇ ಶಾಪ ಹಾಕಿದರು.

"ಮೈ... ಬಾಯ್..." ಸ್ವರ ಮೃದುವಾಯಿತು. ಹುಬ್ಬೆತ್ತಿ ಗೋಕುಲ್ ಅವರತ್ತ ನೋಡಿದ, ಕಣ್ಣುಗಳು ನೋವು ಸಹಾನುಭೂತಿಯ ಹೊಂಡಗಳಾಗಿದ್ದವು.

"ಮ್ಯಾನ್ ಈಜ್ ಮಾರ್ಟಲ್. ಯುವರ್ ಫಾದರ್ ಈಸ್ ಫೂಲಿಶ್ ತತ್ವ, ಅವ್ನು ಮಾಡಿದ ತಪ್ಪಿಗೆ ನೀನೂ ಬಲಿಯಾಗೋದ್ಬೇಡ. ಈ ಜನ, ಇಲ್ಲಿನ ಜೀವ್ನ ಯಾವ್ದೂ ಬೇಡ, ಬೆಂಗ್ಳೂರಿಗೆ ಬಂದ್ಬಿಡು, ಇಲ್ಲದಿದ್ರೆ ಅಮೆರಿಕಾಗೆ. ಹೊರಡ್ತೀನಿಂದ್ರೂ ಸಂತೋಷವೇ... ನಿನ್ನ ತಾಯಿಗೂ ಸಂತೋಷವಾಗುತ್ತೆ. ಅದ್ಕೇ ಬೇಕಾದ ಏರ್ಪಾಟು ಆಕೆ ಮಾಡ್ತಾರೆ."

ಕೃಷ್ಣನ್ ಅವನ ಎರಡು ಕೈಗಳನ್ನು ಹಿಡಿದುಕೊಂಡರು. ಪ್ರೀತಿಯಿಂದ ಭುಜ ತಟ್ಟಿದ್ದರು. ಶಾಮಣ್ಣ ಗಡಸು ಎದುರು ನಿಂತಂತಾಯಿತು. 'ಛೀ' ಎಂದು ಉಗಿಯ ಬೇಕೆನಿಸಿತು.

"ಧರ್ಮ, ಆಚಾರವಿಚಾರ, ಸಮಾಜ, ನೀತಿಯ ಕಟ್ಟುಪಾಡುಗಳು ಈ ದೇಶದಲ್ಲಿ ಬಲವಾಗಿ ಬೇರು ಬಿಟ್ಟಿದೆ. ಈ ರೂಢಿಯ ಮೂಲ ನಂಬಿಕೆಗಳು ಕಿತ್ತು ಹಾಕೋದು ಸುಲಭವಲ್ಲ, ಇದಕ್ಕಾಗಿ ಅಂತರಾತ್ಮದ ಪ್ರೀತಿ, ಮಮತೆಗಳ ಬಲಿಯು ಆಗಿ ಹೋಗುತ್ತೆ" ನೊಂದು ನುಡಿದರು ಕೃಷ್ಣನ್. ಅವರ ಕೈ ಹಿಡಿದು ಮೃದುವಾಗಿ ಒತ್ತಿದ.

ಬಹಳ ಹೊತ್ತು ಕೂತು ಮಾತಾಡಿದರು. ಡಾ। ಗೋಕುಲ್‌ನ ಸ್ವರದಲ್ಲಿ ಉತ್ಸಾಹವಿರಲಿಲ್ಲ. ಕೃಷ್ಣನ್ ಸದ್ಯಕ್ಕೆ ನರ್ಸಿಂಗ್ ಹೋಂ ಪ್ರಾರಂಭದ ದಿನವನ್ನು ಮುಂದೂಡಿದರು.

"ಒಂದ್ನಿಮಿಷ... ಬರ್ತೀನಿ" ಎದ್ದು ಎದುರು ಮನೆಯತ್ತ ಹೆಜ್ಜೆ ಹಾಕಿದರು. ತಮ್ಮ ಸ್ವಾಭಿಮಾನ ಮರೆತು ಹೊರಟಿದ್ದರು.

ಮೊದಲು ಎದುರು ಬಂದಿದ್ದು ಅನುಪಮ. ಬಲವಂತದಿಂದ ಉಗುಳು ನುಂಗಿದರು. ಸ್ವತಂತ್ರವಾಗಿ ವಿಚಾರ ಮಾಡದ ಪ್ರತಿಯೊಂದು ಹೆಣ್ಣಿನ ಬಗ್ಗೆಯು ಅವರಿಗೆ ಬೇಸರ, ಜಿಗುಪ್ಸೆ.

"ಬನ್ನಿ ಮಾವ" ಅಲ್ಲೇ ನಿಂತಳು.

ಕೃಷ್ಣನ್ ಬೇಸರದಿಂದಲೇ ಅಲ್ಲಿದ್ದ ಮರದ ಚೇರಿನ ಮೇಲೆ ಕೂತರು. ಸುತ್ತಲೂ ದೃಷ್ಟಿಸಿದರು. ಉಳಿದ ಬೆಲೆಬಾಳುವ ಸಾಮಾನುಗಳನ್ನು ಕೂಡ ಮಗ, ಮಗಳಿಗೆ ಸಮನಾಗಿ ಹಂಚಿದ್ದರು. ತಮ್ಮ ಹಿರಿಯರು ಕಟ್ಟಿಸಿದ ಬದುಕಿ ಬಾಳಿದ ಕಂಬಸಾಲೆಯ ದೊಡ್ಡ ಮನೆಯನ್ನು ಶ್ರೀನಿವಾಸನ ಹೆಸರಿಗೆ ಬರೆಸಿದ್ದರು. ಅವನು ಮಾಡಿದ ದೊಡ್ಡ ತಪ್ಪು ಕೂಡ ಪಿತೃ ಕರ್ತವ್ಯವನ್ನು ಅಲುಗಾಡಿಸಿರಲಿಲ್ಲ.

"ನಿಮ್ಮಪ್ಪ ಇಲ್ವಾ?" ಸ್ವರ ಗಡುಸಾಗಿತ್ತು.

"ಇಲ್ಲ..." ತಲೆಯಾಡಿಸಿದಳು. ಅವರ ಮುಖ ಸಿಟ್ಟಿನಿಂದ ಕುದಿಯುತಿತ್ತು "ನಿಮ್ಮಮ್ಮನ... ಕರೀ..." ಕಾಲುಗಳನ್ನು ಇನ್ನಷ್ಟು ಮುಂದಕ್ಕೆ ಚಾಚಿ ಆರಾಮಾಗಿ ಕೂತರು.

ಸುನಂದಮ್ಮ ಕೃಷ್ಣನ್ ಸ್ವರ ಕೇಳಿಯೇ ಒಳಗುಳಿದಳು. ಆಮೇಲೆ ಅವರಾಗಿಯೇ ಹೊರಗೆ ಬಂದರು.

"ಹೇಗಿದ್ದೀರಿ?" ಕೃಷ್ಣನ್ ಸ್ವರ ಮೃದುವಾಯಿತು. ಸುನಂದಮ್ಮ ಸೊರಗಿದ್ದರು. ಮೊದಲಿನಂತೆ ಗೆಲುವಾಗಿ ತುಂಬಿಕೊಂಡಿರಲಿಲ್ಲ. ಕೋಪದಿಂದ ಆಡಬೇಕೆಂದುಕೊಂಡು ಬಂದಿದ್ದ ಮಾತುಗಳನ್ನೆಲ್ಲ ಮರೆತುಬಿಟ್ಟರು.

"ಇದ್ದೀವಿ" ತೀರಾ ತಗ್ಗಿದ ಧ್ವನಿಗೆ ಆಶ್ಚರ್ಯಗೊಂಡರು. ಮಾನಸಿಕ ಹಿಂಸೆಗೆ ಗುರಿಯಾಗಿದ್ದಾರೆಂದುಕೊಂಡರು. ಅದು ಸಹಜ!

"ತೋಟ ಮಾರೋ ವಿಷ್ಯ ನಿಜಾನಾ?" ಬಂದ ವಿಷಯ ಮರೆತು ಬೇರೆ ವಿಷಯ ಎತ್ತಿಕೊಂಡರು. ಇಲ್ಲಿಗೆ ಬರುವಾಗಲೇ ಅದರ ಪ್ರಸ್ತಾಪ ಕೂಡ ಮಾಡಬೇಕೆಂದಿದ್ದರು.

"ಹೌದು, ಅದ್ರಲ್ಲಿ ಬರೋ ಆದಾಯ ಅಷ್ಟರಲ್ಲೇ ಇದೆ. ಹೇಗೂ ಗಂಡು ಗೊತ್ತಾದ್ರೆ–ಮದ್ವೆಗೇಂತ ಅಷ್ಟು ದುಡ್ಡು ಬೇಕಲ್ಲ. ಅದಕ್ಕಾಗೇ ಮಾರಿ ಬಿಡೋಣಾಂತ!"

ನಿಜಸಂಗತಿ ಇದಲ್ಲವೆಂದು ಅವರಿಗೆ ಸುಲಭವಾಗಿ ಅರಿವಾಯಿತು. ತುಟಿ ಕಚ್ಚಿ ಗಂಭೀರವಾಗಿ ಕೂತರು.

"ಬೇಜಾರು ಮಾಡ್ಕೊಬೇಡಿ, ಆ ತೋಟ ಮಾರಿ ಅದ್ರಲ್ಲಿ ಮದ್ವೆ ಮಾಡೋಂತ ಸ್ಥಿತಿಯಲ್ಲಿ ನೀವಿಲ್ಲ, ಒಟ್ಟಿನಲ್ಲಿ ಆ ಹುಡ್ಗ ಬಂದ. ಇಲ್ಲಿ ನಿಂತಿದ್ದು ನಿಮಗಿಷ್ಟವಿಲ್ಲ."

ಸುನಂದಮ್ಮ ಸುಮ್ಮನೇ ನಿಂತರು. ಗಂಡನ ಬಗೆಗೆ ಅತಿಯೆನಿಸಿದರೂ, ಹೃದಯ ಪ್ರೀತಿಯಿಂದ ತುಡಿದರೂ ಆಚಾರ, ನಿಷ್ಠೆಯಲ್ಲಿ ನಂಬಿಕೆಯಿಟ್ಟಿದ್ದರು. ಸೋಲು ಒಪ್ಪಿಕೊಳ್ಳಲು ಅವರಿಗಿಷ್ಟವಿಲ್ಲ.

"ಅದೆಲ್ಲ ಏನಿಲ್ಲ ಯಾರ್ಬಂದ್ರೆ ನಮ್ಗೇನು, ಎಲ್ಲಾ ಕೊಡ್ತು ಕೊಂಡ್ಹೋದ್ನೋ, ಅಂದಿಗೆ ಮುಗ್ದು ಹೋಯ್ತು."

ಕೃಷ್ಣನ್ ತಲೆಯಾಡಿಸಿ ನಕ್ಕುಬಿಟ್ಟರು. ಅಂತಃಕರಣಕ್ಕಿಂತ ಇವರಿಗೆ ಆಚಾರವೇ ಹೆಚ್ಚು, ಸುಮ್ಮನೇ ಗೋಕುಲ್‌ಗೆ ಬುದ್ಧಿಯಿಲ್ಲ!

'ಆಯ್ತು ಈ ಮೂಢ ಜನರ ಸಂಗ್ತಿ ಅವ್ನಿಗೆ ಗೊತ್ತಿಲ್ಲ. ಅಲ್ಲಿಂದ ಬಂದ ಅವ್ನ ಔದಾರ್ಯದಿಂದ ಆದರಿಸೋ ದೊಡ್ಡ ಬುದ್ಧಿ ಈ ಜನರಿಗೆ ಯಾವಾಗ್ಲೂ ಬರೋ ಸಾಧ್ಯವಿಲ್ಲ' ಅಸಹ್ಯಭಾವ ಅವರ ಮುಖದಲ್ಲಿ ಮೂಡಿತು.

"ಖರೀದಿ..." ಎದ್ದು ನಿಂತವರೇ "ಅದ್ನ ಮಾರೋದಾದ್ರೆ ನಮ್ಗೆ... ಮಾರಿಬಿಡಿ. ಜೋಯಿಸರ ಆಸ್ತಿ ಅವ್ರ ಮೊಮ್ಮಗನಿಗೆ ಬಿಟ್ಟು ಬೇರೆಯವ್ರಿಗೆ ಸೇರೋದ್ಬೇಡ!" ಖಡಾಖಂಡಿತವಾಗಿ ಹೇಳಿದರು. ಅವರ ಮುಖ, ಮೂತಿ ಕೋಪದಿಂದ ಕೆಂಪಾಗಿತ್ತು.

"ಶಾಮಣ್ಣನವ್ರಿಗೆ ಹೇಳ್ಬಿಡಿ" ಹೊರಟೇಬಿಟ್ಟರು.

ಸುನಂದಮ್ಮನಿಗೆ ನಿಜವಾಗಿ ಕೋಪ ಬರಲಿಲ್ಲ. ಕಣ್ತುಂಬಿ ನಿಂತರು. ಡಾ। ಗೋಕುಲ್‌ಗೆ ಅವರೊಬ್ಬರಾದರೂ ಬಂಧು, ಹಿತೈಷಿಗಳಾಗಿ ನಿಂತರಲ್ಲ.

ಅಷ್ಟು ದೂರ ಹೋದವರು ಹಿಂದಿರುಗಿ ಬಂದರು. ಒಂದುಕ್ಷಣ ಯೋಚಿಸಿದರು. ಅವರು ಡಾ॥ ಗೋಕುಲ್ ಒಪ್ಪಿದರೇ ತಮ್ಮ ಮಗಳನ್ನು ಕೊಟ್ಟು ಮದುವೆ ಮಾಡಲು ಸಿದ್ಧ, ಅವರು ಕಂದಾಚಾರಗಳಿಗೆಲ್ಲ ಸೊಪ್ಪು ಹಾಕುವಂಥ ಮನುಷ್ಯರಲ್ಲ.

ಸನ್ನೆ ಮಾಡಿ ಅನುಪಮಳನ್ನು ಹತ್ತಿರಕ್ಕೆ ಕರೆದರು. "ನೀನೂ ವಿದ್ಯಾವಂತೆ... ನಾಳೇ ಗೋಕುಲ್ ಹುಟ್ಟಿದ ಹಬ್ಬ, ಕಡೆ ಪಕ್ಷ ಬಂದು ಶುಭಾಷಯವಾದ್ರೂ ಹೇಳೋದು ನಿನ್ನ ಕರ್ತವ್ಯ..." ಬಿರುಸಿನ ಹೆಜ್ಜೆಗಳನ್ನು ಹಾಕುತ್ತ ಹೊರಟು ಬಿಟ್ಟರು. ಅನುಪಮ ಶಿಲೆಯಂತೆ ನಿಂತಳು.

ಕೃಷ್ಣನ್ ಬಂದಾಗ ತೀರಾ ಬೇಸರಗೊಂಡಿದ್ದರು. ಒಂದು ವಿಧವಾದ ವಿಚಿತ್ರ ಹಿಂಸೆ ಅನುಭವಿಸುತ್ತಿದ್ದರು.

"ಗೋಕುಲ್ ನಡೀ, ಹೋಗೋಣ" ಹಣೆಯುಜ್ಜಿದರು. ಗೋಕುಲ್ ಪ್ರಶ್ನಾರ್ಥಕವಾಗಿ ನೋಡಿದ "ನಿನ್ನ ಹುಟ್ಟಿದ ಹಬ್ಬಾನ ನಮ್ಮ ಮನೆಯಲ್ಲೇ ಮಾಡೋಣ" ಭಾರವಾದ ಮನದಿಂದ ನಕ್ಕುಬಿಟ್ಟ. ಪರಿಸ್ಥಿತಿಯ ಸ್ಪಷ್ಟಚಿತ್ರಣ ಅವನ ಕಣ್ಮುಂದೆ ಬಿತ್ತು.

"ಅದೆಲ್ಲ ಏನು ಬೇಡ, ನಂಗೆ ಸ್ವಲ್ಪ ಯೋಚಿಸೋಕೆ ಅವಕಾಶ ಕೊಡಿ" ಹಣೆ ಹಿಂಡಿದ ಮನದಲ್ಲಿ ದ್ವಂದ್ವ ಶುರುವಾಗಿತ್ತು. ಒಂಟಿತನದಿಂದ ನರಳುತ್ತಿದ್ದ, ಅವನ ಮಟ್ಟದ ಬಗೆಗೆ ಯೋಚಿಸುವಂಥ ಗೆಳೆಯರಾರು ಸಿಕ್ಕಿರಲಿಲ್ಲ. ಬಿಡುವಿನ ಸಮಯದಲ್ಲಿ ಬಂದು ವಿದ್ಯಾವಂತರೆನಿಸಿಕೊಂಡ ಯುವಕರ ತಂಡ ಕೂಡುತ್ತಿದ್ದರು. ಅವರಲ್ಲಿ ಸ್ನೇಹವುಂಟಾಗಿರಲಿಲ್ಲ, ಅವರುಗಳು ಬರುತ್ತಿದ್ದುದು ಪ್ರೀತಿ, ವಿಶ್ವಾಸದಿಂದಲ್ಲ. ಅಮೇರಿಕದಿಂದ ಬಂದ ಡಾಕ್ಟರ್ ತಮ್ಮ ಸ್ನೇಹಿತರೆಂದು ಹೇಳಿಕೊಳ್ಳುವ ಸಲುವಾಗಿ ಮಾತ್ರ. ಜೋಯಿಸರ ಮೊಮ್ಮಗನೆಂಬ ಆತ್ಮೀಯತೆಯಿಂದ ಕಾಣಲಾರರು.

ಕೃಷ್ಣನ್ ಹೊರಟಮೇಲೆ ಮಂಕು ಕವಿದವನಂತೆ ಕೂತ. ಕಾಂಪೌಂಡರ್ ನರ್ಸ್ ಬಂದ ಜನಗಳಿಗೆ ಔಷಧಿ ಕೊಟ್ಟು ಕಳುಹಿಸುತ್ತಿದ್ದರು. ತೀರಾ ಅವಶ್ಯಕವೆನಿಸಿದಾಗ ಮಾತ್ರ ಹೋಗುತ್ತಿದ್ದ. ಮೊದಲಿನ ಗೆಲುವು, ಉತ್ಸಾಹ ಕರಗಿ ಹೋಗುತಿತ್ತು. ಇಂಥ ನಿರ್ವಿಯತೆಗಾಗಿ ಅಮೇರಿಕಾದಿಂದ ಇಲ್ಲಿಗೆ ಬರಬೇಕಾಯಿತಾ? ಯೋಚಿಸಿದಷ್ಟು ಸಮಸ್ಯೆಗಳು ತೀರಾ ಜಟಿಲವಾಗುತ್ತಲೇ ಹೋಗುತಿತ್ತು.

"ರಾಜ ರಾತ್ರಿಗೆ ಅನ್ನ ತಿಳಿಸಾರು ಮಾಡು" ಕೂಗಿ ಹೇಳಿದ. ಇಲ್ಲಿನ ಅಡುಗೆಗೆ ಅವನು ಪೂರ್ಣವಾಗಿ ಒಗ್ಗಿಕೊಂಡಿದ್ದ ಶ್ರೀನಿವಾಸ ಮಗನನ್ನು ಒಗ್ಗಿಸಿದ್ದರು.

ಹುಡುಗನಾಗಿದ್ದಾಗ ತಾಯಿಯ ಬಲವಂತಕ್ಕೆ ಒಂದೆರಡು ಚಮಚಾ ಮಾಂಸದೂಟ ಮಾಡಿದ್ದ. ಯಾಕೋ ಒಗ್ಗಿರಲಿಲ್ಲ. ತಿಂದಿದ್ದೆಲ್ಲ ವಾಂತಿ ಮಾಡಿಕೊಂಡಿದ್ದ. ಮತ್ತೆಂದು ಬಲವಂತಕ್ಕಾಗಿಯಾದರೂ ತಿನ್ನಲು ಹೋಗುತ್ತಿರಲಿಲ್ಲ.

ವರ್ಜಿನಿಯಾಗೆ ಈ ವಿಷಯದಲ್ಲಿ ಕೋಪವಿತ್ತು. ಮಗ ಪೌಷ್ಟಿಕಾಂಶದ ಕೊರತೆಯಿಂದ ನರಳಬಹುದೆಂದು ಗಂಡನೊಂದಿಗೆ ವಾದಿಸುತ್ತಿದ್ದಳು.

"ನಿನಗೊಂದು ಹುಚ್ಚು! ನನ್ನ ತಂದೆ ಪೂರ್ತಿ ಸಸ್ಯಾಹಾರಿಗಳು. ಈ ವಯಸ್ಸಿನಲ್ಲೂ ಅವ್ರು ಎಷ್ಟೊಂದು ಗಟ್ಟಿಮುಟ್ಟಾಗಿದ್ದರು ಗೊತ್ತ! ಆಶ್ಚರ್ಯವಾಗುತ್ತೆ, ಕಾಲುನಡಿಗೆಯಲ್ಲೇ ಆಯಾಸವಿಲ್ಲದೇ ಮೈಲಿಗಟ್ಟಲೇ ನಡೆಯುತ್ತಾರೆ. ಅವ್ರ ಉಪವಾಸದ ವೈಖರಿಯಂತೂ ಅದ್ಭುತ. ಮನದ ಮೇಲಿನ ಹಿಡಿತಕ್ಕೆ ಎಂಥವರೂ ಆಶ್ಚರ್ಯಪಡಬೇಕಾದುದ್ದೇ!" ಅಭಿಮಾನದಿಂದ ಹೆಂಡತಿಯ ಮುಂದೆ ಶ್ರೀನಿವಾಸ್ ಹೇಳಿಕೊಂಡಿದ್ದರು. ಅವು ಪ್ರಶಂಸೆಯ ಮಾತುಗಳಲ್ಲ.

ರಾತ್ರಿ ಎರಡು ತುತ್ತು ಊಟ ಮಾಡಿ ಮಲಗಿಬಿಟ್ಟ. ನಿದ್ದೆ ಬರಲು ಬಹಳ ಹೊತ್ತು ಹಿಡಿಸಿತು. ಬೆಳಿಗ್ಗೆ ಎದ್ದವನೇ ತಲೆಗೆ ಸ್ನಾನ ಮಾಡಿದ. ಬಂದು ಹತ್ತು ನಿಮಿಷ ದೇವರ ಮುಂದೆ ನಿಂತು ಪ್ರಾರ್ಥಿಸಿ ಹೊರಗೆ ನಿಂತು ಎದುರು ಮನೆಯತ್ತ ನೋಡಿದ. ಹಿರಿಯರಾಗಿ ನಿಂತು ಆಶೀರ್ವದಿಸಬೇಕಾದವರು ಕಲ್ಲಾಗಿದ್ದರು. ಕಣ್ಣಿನ ಮುಂದೆ ಮಂಜು ಮಿಸುಕಾಡಿತು. ಮಂಕು ಬಡಿಯಿತು, ನೀರವತೆಯನ್ನು ತಡೆದು ಕೊಳ್ಳಲಾರದೇ ಕಿಟಕಿಯ ಬಳಿ ಹೋಗಿ ನಿಂತ.

ಕಾಂಪೌಂಡರ್ ಯಾರೊಂದಿಗೋ ಎತ್ತರದ ಧ್ವನಿಯಲ್ಲಿ ಮಾತಾಡುತ್ತಿದ್ದ. ಮಾತು ಕೂಡ ಬೇಸರವೆನಿಸಿತು. ಹಾಲ್‌ನಲ್ಲಿದ್ದ ದೊಡ್ಡ ವಿರಾಮ ಕುರ್ಚಿಯಲ್ಲಿ ಕುಸಿದ. ಅದರ ಹಿಡಿಗಳ ಮೇಲೆ ಕೈಯಿಟ್ಟ ಭದ್ರವಾಗಿತ್ತು. ಬಹಳ ವರ್ಷಗಳಿಂದ ಈ ಮನೆಗೆ, ಈ ವಂಶಕ್ಕೆ ಅಲಂಕಾರಪ್ರಾಯವಾಗಿರಬೇಕು. ಆತ್ಮೀಯತೆಯಿಂದ ಬೆರಳುಗಳಿಂದ ಸವರಿದ ಪ್ರೀತಿಯುಂಟಾಯಿತು.

"ಗುಡ್ ಮಾರ್ನಿಂಗ್" ತಲೆಯೆತ್ತಿ ಸ್ವರ ಬಂದತ್ತ ತಿರುಗಿದ. ಉದ್ದಕ್ಕೂ ಅನುಪಮ ನಿಂತಿದ್ದಳು. ಅವಳ ಕೈಯಲ್ಲಿ ಒಂದು ಸ್ಟೀಲ್‌ನ ಮುಚ್ಚಿದ ಡಬ್ಬಿ ಪುಷ್ಪಗಳ ಗುಚ್ಛವಿತ್ತು. ವಿವಿಧ ಹೂಗಳನ್ನು ಸಂಗ್ರಹಿಸಿ ಸ್ವತಃ ತಯಾರಿಸಿದ್ದು, ಸಂಭ್ರಮದಿಂದ ಅವನ ಮನ ಲಾಗ ಹಾಕಿತು.

"ವೆರಿ ಗುಡ್ ಮಾರ್ನಿಂಗ್, ಬನ್ನಿ... ಬನ್ನಿ..." ಎದ್ದು ನಿಂತ. ಯಾವುದೋ ಅವ್ಯಕ್ತ ಆನಂದದಿಂದ ಮೈ ಪುಳಕಿತವಾಗಿತ್ತು.

"ಮೆನಿ ಹ್ಯಾಪಿ ರಿಟರ್ನ್ಸ್ ಆಫ್ ದಿ ಡೆ"

ಕೈಯಲ್ಲಿದ್ದ ಪುಷ್ಪದ ಗುಚ್ಛವನ್ನು ಮುಂದೆ ಮಾಡಿದಳು. ಸ್ವಲ್ಪ ಬಗ್ಗಿ ಎರಡು ಕೈಯಲ್ಲೂ ತಗೊಂಡ.

"ಅಮ್ಮ, ಸಿಹಿ ಕಳ್ಸಿದ್ದಾಳೆ" ತಮ್ಮ ಪಾಲಿಗೆ ಇಲ್ಲವೆಂದುಕೊಂಡಿದ್ದ, ಮನುಷ್ಯ ಸಹಜವಾಗಿ ಬಯಸುವ ಅನುಬಂಧದ ಅರಿವಾಯಿತು ಡಾ। ಗೋಕುಲ್ ತುಟಿಯಂಚಿನಲ್ಲಿ ಮಾಸಲಾರದ ಕಿರುನಗು ಮೂಡಿತು.

"ಥ್ಯಾಂಕ್ಸ್..." ಅಷ್ಟನ್ನು ಹೇಳುವುದು ಬಿಟ್ಟು ಮತ್ತೇನು ಹೇಳಲಾರದೇ ಹೋದ.

"ಬರ್ತೀನಿ..." ಹಿಂದಕ್ಕೆ ತಿರುಗಿ ಎರಡು ಹೆಜ್ಜೆ ಮುಂದಿಟ್ಟಳು. ತಟ್ಟನೇ "ಒಂದ್ನಿಮಿಷ..." ಎಂದು ನಿಂತಲ್ಲೇ ತಲೆ ತಿರುಗಿಸಿ ನೋಡಿದಳು. ಕಣ್ಣುಗಳು ನಿರ್ಮಲ

ಜ್ಯೋತಿಗಳಂತೆ ಬೆಳಗುತಿತ್ತು.

"ಎರ್ಡು ನಿಮಿಷ ಕೂತ್ಕೋಬಹುದಲ್ಲ!"

ಅನುಪಮಳ ಮುಖದ ಗೆಲುವು ಮಾಸಿತು. ತಂದೆ ಯಾವ ಕ್ಷಣದಲ್ಲಿಯಾದರೂ ಬರಬಹುದು. ಯಾರಾದರೂ ಈ ಸುದ್ದಿ ಸರಾಗವಾಗಿ ಮುಟ್ಟಿಸಬಹುದು, ಆಮೇಲಿನ ಪರಿಣಾಮ... ಭಯಂಕರ!

"ಬಹಳ ಅರ್ಜೆಂಟು... ಮತ್ತೊಂದು ದಿನ ಬರ್ತೀನಿ" ಅವನ ಕಣ್ಣುಗಳಲ್ಲಿ ಮಿಂಚೊಡೆಯಿತು. "ಶೂರ್..." ಎಂದ ತಲೆಯಾಡಿಸಿ ಹೊರಗೆ ಬಂದಳು. ಅತ್ತಿತ್ತ ನೋಡಿ ಮನೆಯತ್ತ ಹೊರಟಳು. ಸುನಂದಮ್ಮ ಕಿಟಕಿಯಲ್ಲಿಯೇ ನಿಂತಿದ್ದರು, ಕಣ್ಣಂಚಿನ ತೇವವನ್ನು ಸೆರಗಿನಿಂದೊತ್ತಿಕೊಂಡರು.

"ಅಮ್ಮ..." ಎರಡು ಮೆಟ್ಟಿಲು ಹಾರಿಯೇ ಹೊಸಲು ದಾಟಿದಳು. "ತಗೊಂಡ್ನಾ?" ಅವರ ಸ್ವರದಲ್ಲಿ ಅನುಮಾನವಿತ್ತು. ಮೆಲ್ಲಗೆ ನಕ್ಕು ಬಿಟ್ಟಳು. ಅವನ ಕಣ್ಣುಗಳಲ್ಲಿ ವ್ಯಕ್ತವಾದ ಸಂತೋಷವನ್ನು ಹೇಗೆ ತಾಯಿಯ ಮುಂದೆ ವರ್ಣಿಸಿಯಾಳು?

"ತಗೊಂಡ್ರು ಥ್ಯಾಂಕ್ಸ್... ಅಂದ್ರು" ತಮ್ಮ ಶ್ರಮ ಸಾರ್ಥಕವಾಯಿತೆನ್ನುವಂತೆ ಎದೆಯಲ್ಲಿ ಭಾರವಾಗಿದ್ದ ಬಿಸಿಯುಸಿರನ್ನು ಹೊರಗೆ ದಬ್ಬಿದರು.

ಅನುಪಮ ಎದೆಯ ಮೇಲೆ ಕೈಯಿಟ್ಟುಕೊಂಡಳು. ಕೃಷ್ಣನ್ ಬಂದು ಹೋದಾಗಿನಿಂದ ತಾಯಿಯ ಬಳಿ ದೊಡ್ಡ ಹೋರಾಟವೇ ನಡೆಸಿದ್ದಳು. ಮೊದಮೊದಲು ಸೋಲು ಇವಳದಾಗಿದ್ದರೂ ಕಡೆಯಲ್ಲಿ ಗೆಲುವನ್ನು ಪಡೆದುಕೊಂಡಿದ್ದಳು.

"ನಿಮ್ಮಪ್ಪನ ಕಿವಿಗೆ ಬಿದ್ರೆ..." ಅವರ ಜೀವ ನಡುಗಿತು. ಅನುಪಮಳ ಹುಬ್ಬುಗಳು ಗಂಟಾದವು "ಬಿಲ್ಲಿ... ಇರೋ ವಿಷ್ಯ ನೇರವಾಗಿ ಹೇಳೋದು..." ಸರಾಗವಾಗಿ ಹೇಳಿಬಿಟ್ಟಳು. ಆಮೇಲೆ ತನಗಷ್ಟು ಧೈರ್ಯವಿದೆಯೇ ಎಂದು ಯೋಚಿಸಿದಳು. ಇಕ್ಕಟ್ಟಿಗೆ ಸಿಕ್ಕಿಕೊಂಡಾಗ, ತಪ್ಪಿಲ್ಲವೆಂದು ಮನಕ್ಕೆ ಗೊತ್ತಾದಾಗ ತಾನಾಗಿ ಧೈರ್ಯ ಬರುತ್ತದೆಯೆಂದುಕೊಂಡಳು.

"ನಿನ್ನದೆಂಥ ಕೆಟ್ಟ ಧೈರ್ಯ. ವಿಷ್ಯವೇನಾದ್ರೂ ತಿಳಿದ್ರೆ ಮೊದ್ಲು ನಿನ್ನ ಕತ್ತಿಗೆ ತಾಳಿ ಬಿಗ್ಸಿ ಕಳುಸ್ತಾರೆ" ಗಕ್ಕನೇ ನಿಂತಳು.

"ಓಹೋ... ಇದಾ ವಿಷ್ಯ! ನಾನು ಇಲ್ಲಿದ್ರೆ ಎಂದಾದ್ರೂ ಮಾತಾಡಬಹ್ದೂಂತ ತಾನೇ. ಗೆಳೆಯರ ಮನೆಗೆ ಹೊತ್ತು ಹಾಕೋ ಪ್ಲಾನ್ ನಡ್ಸಿದ್ದು. ತೋಟ ಮಾರೋಕೂ... ಅದೇ ಕಾರಣನಾ?" ದುಗುಡದಿಂದ ಅವಳೆದೆ ಭಾರವಾಯಿತು.

"ಛೆ! ಇದೆಂಥ ಯೋಚ್ನೇ! ಮಾವನ ಮಗನೆಂಬ ಪ್ರೀತಿಗಿಂತ ಅಮೆರಿಕಾದಂಥ ದೇಶದಿಂದ ತನ್ನವರನ್ನೆಲ್ಲ ಬಿಟ್ಟು ಈ ದೇಶಕ್ಕೆ ಇಂಥ ಸಣ್ಣ ಊರಿಗೆ ಬಂದ ಅವನ ಬಗ್ಗೆ ಮೆಚ್ಚಿಗೆ, ಅಭಿಮಾನ, ಸಹಾನುಭೂತಿ ಇತ್ತು."

"ನಂಗಂತೂ ಏನೇನು ಅರ್ಥವಾಗೋಲ್ಲ. ಒಂದೆರಡು ಮಾತುಗಳ್ನ ಆಡೋದ್ರಿಂದ ನಮ್ಮ ವಿಚಾರ, ನೀತಿಗಳೇನು ನಷ್ಟವಾಗೋಲ್ಲ, ಆ ದೇಶದಲ್ಲಿ ಮಾವ

ಹೇಗೆ ನಿಭಾಯಿಸಿರಬೇಕು...!"

ಸುನಂದಮ್ಮ ಸುಮ್ಮನೇ ಒಳಗೋಗಿಬಿಟ್ಟರು. ದ್ವಂದ್ವದಲ್ಲಿ ತೊಳಲಾಡುತ್ತಿದ್ದಳು. ಅನುಪಮ ನಿಟ್ಟುಸಿರು ಚೆಲ್ಲಿದಳು.

ಪರೀಕ್ಷೆಗಳು ಮುಗಿದು ಕಾಲೇಜಿಗೆ ರಜ ಬಂದಿತ್ತು. ಮನೆ ಬಿಟ್ಟು ಅಲ್ಲಾಡುವ ಹಾಗಿರಲಿಲ್ಲ. ತೋಟವೆನಿಸಿಕೊಂಡಿದ್ದ ಪ್ರದೇಶ ವ್ಯಾಪಾರಕ್ಕೆ ನಿಂತಿತ್ತು. ಅವಳತ್ತ ಮುಖ ಹಾಕುವುದನ್ನೇ ಬಿಟ್ಟಿದ್ದಳು.

ಒಂದು ದಿನ ಶಾಮಣ್ಣನವರು ಮಗಳಲ್ಲಿ ನೇರವಾಗಿ ಪ್ರಸ್ತಾಪಿಸಿದರು.

"ಒಳ್ಳೆ ಕಡೆ ಸಂಬಂಧ ಬಂದಿದೆ, ಸುಮ್ನೇ ಒಂದ್ವರ್ಷ ಕಾದು ಹಾಳು ಮಾಡ್ಕೋಳ್ಳೋದೇಕೆ..."

ಬಣ್ಣದ ಕಾಗದದ ರಾಶಿಯನ್ನು ಮುಂದೆ ಹರಡಿಕೊಂಡು ಹಾರ ಮಾಡುತ್ತಿದ್ದ ಅನುಪಮ ತಲೆ ಎತ್ತಿದಳು. ಮಗಳು ಏನಾದರೂ ಹೇಳಬಹುದೆಂದು ನಿರೀಕ್ಷಿಸಿದರು. ಮತ್ತೆ ತಲೆತಗ್ಗಿಸಿ ಮೌನವಾಗಿ ಕುಳಿತಳು.

"ಆದ್ರೆ ಇನ್ನೊಂದ್ವರ್ಷ ಕಾಲೇಜಿಗೆ ಕಳ್ಸಿ ಓದುಸ್ತಾರಂತೆ" ತಲೆ ಸ್ವಲ್ಪ ವಾಲಿಸಿ ಅಷ್ಟು ದೂರದಲ್ಲಿ ಕೂತಿದ್ದ ತಾಯಿಯತ್ತ ನೋಡಿದಳು. ಅವರು ಗೆಲುವಾಗಿದ್ದರು. ಈಗಾಗಲೇ ಅವರ ಒಪ್ಪಿಗೆ ತಂದೆಗೆ ಸಿಕ್ಕಿದೆಯೆನಿಸಿತು. ಅಕಸ್ಮಾತ್ ಬೇಡವೆನ್ನುವುದಕ್ಕೆ ಮತ್ಯಾವ ಕಾರಣವಿದೆ?

"ಮೊದ್ಲು ಹುಡ್ಗನ್ನ ನೋಡು... ಒಪ್ಕೋ ಆಮೇಲೆ ಉಳಿದ ವಿಚಾರ" ಶಾಮಣ್ಣನವರ ಕೈ ಅವರ ತಲೆಯಲ್ಲಿ ಉಳಿದ ಕೂದಲಿನ ಮೇಲಾಡಿತು. ಅರ್ಧ ಹುಡುಗರಿಗೆ ಪಾಠ ಹೇಳುವುದರಲ್ಲೇ ಅವರ ತಲೆಯ ಕೂದಲು ಉದುರಿಹೋಗಿತ್ತು.

ಮಗಳ ಮೌನ ಅವರಿಗೆ ಬೇಸರ ತಂದಿರಬೇಕು. ಅಸಹನೆಯಿಂದ ಗುಡುಗಿದರು.

"ಏನಾದ್ರೂ ಹೇಳು"

ಜೋರಾಗಿ ನಕ್ಕುಬಿಟ್ಟಳು. ಮಗಳ ಮುಖದ ಮೇಲೆ ಹಾಲು ಚೆಲ್ಲಿದಂಥ ತುಂಬು ಬೆಳದಿಂಗಳನ್ನು ಕಂಡಂತಾಯಿತು. ಪ್ರಸನ್ನರಾದರು.

"ಹೇಳೋಕೆ... ಏನಿಲ್ಲ ಮತ್ತೆ... ಏನ್ಮಾತಾಡ್ಲಿ..." ಅವಳ ಮುಖದ ನಗು ಮಾಸಿ ಹೋಗಲಿಲ್ಲ. ದಟ್ಟವಾಗಿತ್ತು.

"ಒಪ್ಪಿಗೆ... ತಾನೇ?" ಉಗುರಿನಿಂದ ತಲೆ ಕೆರೆದುಕೊಂಡಳು. "ಇನ್ನು ಗಂಡನ್ನೇ... ನೋಡಿಲ್ಲ" ಶಾಮಣ್ಣನವರು ಛಾವಣಿ ಹಾರುವಂತೆ ಜೋರಾಗಿ ನಕ್ಕು ಬಿಟ್ಟರು.

ಮದುವೆಯ ಪ್ರಸ್ತಾಪ ಬಂದ ಮೇಲೆ ಅನುಪಮ ಮೌನಿಯಾದಳು. ಯಾಕೋ ಅವಳಿಗಂತೂ ಅರ್ಥವಾಗಲಿಲ್ಲ. ಅವಳಂತೂ ಪುರುಷ ದ್ವೇಷಿಯಲ್ಲ. ಹೊಸ ವಿಚಾರಗಳನ್ನು ತಲೆಯಲ್ಲಿ ತುಂಬಿಕೊಂಡು ಮದುವೆ ಬೇಡವೆಂದು ಹಾರಾಡುವ ಜಾಯಮಾನದ ಹೆಣ್ಣಲ್ಲ.

ಸುಡು ಬಿಸಿಲಿನಲ್ಲಿ ಪರಪ್ಪ ಬಂದಾಗ ನಡುಮನೆಯಲ್ಲಿ ಕೂತಿದ್ದವಳು ಎದ್ದು ಕೋಣೆಗೆ ಹೋದಳು. ಮನಸ್ಸಿನಲ್ಲಿಯೇ ಹಿಡಿಶಾಪ ಹಾಕಿದಳು.

"ಆರಾಮಾ... ಬಿಡಿ ನಿಮ್ಮೆಲ್ಲ" ಪರಪ್ಪ ನಗೆಯಾಡುತ್ತಲೇ ಒಳಗೆ ಬಂದರು. ಈ ಸಮಯದಲ್ಲಿ ಬಂದಿದ್ದು ಶಾಮಣ್ಣನವರಿಗೂ ಇಷ್ಟವಾಗಲಿಲ್ಲ. ಅದನ್ನು ತೋರ್ಪಡಿಸಿ ಕೊಳ್ಳದೇ ನಗುನಗುತ್ತಲೇ ಸ್ವಾಗತಿಸಿದರು.

"ವಿಷ್ಯ ಗೊತ್ತಾಯ್ತ?" ಹಣೆಯ ಮೇಲಿನ ಬೆವರನ್ನು ಹೆಗಲ ಮೇಲಿನ ವಸ್ತ್ರದಿಂದೊತ್ತಿಕೊಂಡರು. ಶಾಮಣ್ಣನವರ ಕಣ್ಣುಗಳು ಕಿರಿದಾದವು, ಕುತೂಹಲ ಇಣುಕಿತು.

"ಎಂಥದ್ದು? ಏನೂ ಗೊತ್ತಾಗ್ಲಿಲ್ಲ, ಜಮೀನು ಕಡೆ ಸುತ್ತಾಡಿಕೊಂಡ್ಬಂದ್ರೆ... ಮುಗಿದೋಯ್ತು– ಮನೆ ಬಿಟ್ಟು ಅಲ್ಲಾಡೋಲ್ಲ!" ಪರಪ್ಪನವರಿಗೆ ಅವರ ಮೇಷ್ಟ್ರ ಕೆಲಸದ ಬಗೆಗೆ ಅಸೂಯೆ ಮೂಡದಿರಲಿಲ್ಲ.

"ಅದೃಷ್ಟವಂತ. ಸುತ್ತಮುತ್ತ ಊರುಗಳಿಗೆ ಟ್ರಾನ್ಸ್‌ಫರ್ ಮಾಡ್ಸಿಕೊಂಡೇ... ಸರ್ವಿಸೆಲ್ಲ ಕಳ್ದು ಬಿಟ್ಟೆ" ದೇಶಾವರಿ ನಗೆ ಬೀರಿದಾಗ ಶಾಮಣ್ಣನವರಿಗೆ 'ಈ ಮಹರಾಯ ಆದಷ್ಟು ಬೇಗ ಜಾಗ ಖಾಲಿ ಮಾಡಿದ್ರೆ... ಒಳ್ಳೇದು' ಎಂದುಕೊಂಡರು.

"ಬಂದ ವಿಷ್ಯನ ಮರ್ತು ಬಿಟ್ರೆ..." ಮೆಲ್ಲಗೆ ಜ್ಞಾಪಿಸಿದಾಗ ಪರಪ್ಪನ ಕಣ್ಣುಗಳು ಕಿರಿದಾದವು, ಸ್ವಲ್ಪ ಮುಂದಕ್ಕೆ ಜಗ್ಗಿ "ಶೀನಿ ಗೆಳೆಯ ಕೃಷ್ಣ ಇಲ್ವಾ..." ಹುಬ್ಬುಗಳು ವಿಚಿತ್ರ ಗತಿಯಲ್ಲಾಡಿದವು. ಎಂಜಲು ಎಷ್ಟು ದೂರಕ್ಕೆ ಹಾರಿ ಶಾಮಣ್ಣನ ಮುಖಕ್ಕೆ ಅಭಿಷೇಕಿಸಿತು. ಅವರಿಗೆ ವಾಕರಿಸಿಕೊಂಡು ಬಂದಂತಾಯಿತು. ಕೈಯಿಂದ ತೊಡೆದು ಕೊಳ್ಳುತ್ತ ತುಸು ಹಿಂದಕ್ಕೆ ಸರಿದರು.

ಪರಪ್ಪನವರಿಗೆ ತಾವು ಹೇಳುವ ವಿಷಯದ ಮೇಲೆ ಮಾತ್ರ ಆಸಕ್ತಿಯಿದ್ದುದರಿಂದ, ಎಂಜಲು ಸಿಡಿದಿದ್ದೆ ಆಗಲಿ, ತೊಡೆದುಕೊಂಡಿದ್ದಾಗಲಿ, ಹಿಂದಕ್ಕೆ ಸರಿದದ್ದಾಗಲಿ ಗಮನಿಸದೇ ಮತ್ತಷ್ಟು ಶಾಮಣ್ಣನತ್ತ ಬಗ್ಗಿದರು.

"ಒಂದ್ನಿಮಿಷ ಬಂದೇ" ಎಂದು ಶಾಮಣ್ಣ ಎದ್ದಾಗ ಹೇಳುವ ಗಂಟಲಿನ ಆಸಕ್ತಿ ಉಡುಗಿಹೋಯಿತು. ಕಿರಿಕಿರಿ ಮಾಡಿಕೊಂಡರು.

ಸುನಂದಮ್ಮ ದೊಡ್ಡ ಸ್ಟೀಲ್ ಲೋಟ ತುಂಬ ನಿಂಬೆಹಣ್ಣಿನ ಶರಬತ್ತನ್ನು ತಂದಿಟ್ಟರು. ಅದರಲ್ಲಿ ಉತ್ಸಾಹವಾಗಲಿ, ಆತ್ಮೀಯತೆಯಾಗಲಿ ಇರಲಿಲ್ಲ.

"ಹೇಗಿದ್ದಿಯಮ್ಮ? ಮಗ್ಳ ಮದ್ವೆ ವಿಷ್ಯ ಎಲ್ಲಿವರ್ಗೂ ಬಂತು?" ಲೋಟ ಮೇಲೆತ್ತಿದರು.

"ಹೀಗೆ ನಡೀತಾ ಇದೆ" ಸ್ವರದಲ್ಲಿ ನೀರಸ ಒಡೆದು ಕಾಣಿಸಿತು. ಪರಪ್ಪನವರ ಕೈ ಲೋಟ ಕೆಳಗಿಳಿಯಿತು "ಇನ್ನೇನು ಚಿಂತೆ ಮಾಡ್ಬೇಕಿಲ್ಲ. ಆರಾಮಾಗಿರೋದು..." ಒಗಟಾಗಿ ಹೇಳಿದಾಗ ಸುನಂದಮ್ಮನ ಹುಬ್ಬೇರಿತು. ಅರ್ಥವಾಗದವರಂತೆ ನೋಡಿದರು.

"ಶೀನಿ ಮಗಂಗೆ ಮದ್ವೆ..." ಗೊಳ್ಳನೇ ನಕ್ಕರು. ಸುನಂದಮ್ಮನ ಮುಖ

ಗಂಟಾಯಿತು. ನಗೋಂಥ ವಿಷ್ಯ ಇದರಲ್ಲೇನಿದೆ? ಎಂದು ಕೇಳಬೇಕೆನಿಸಿತು, ಕೇಳಲಿಲ್ಲ.

"ಬೆಂಗ್ಳೂರು ಕೃಷ್ಣ ಮಗಳ್ನ ಕೊಡ್ತಾನಂತೆ!" ಮುಖ ಕಿವಿಚಿ ಅವಹೇಳನದ ವಿಷಯ ಹೇಳುವಂತೆ ಹೇಳಿದರು. "ಹಾಳಾಗ್ಲಿ ಬಿಡಿ, ಕುಲಗೆಟ್ಟ ಜನ" ಬಾಯನ್ನು ವಿಚಿತ್ರ ರೀತಿಯಲ್ಲಿ ತಿರುಗಿಸುತ್ತ ಹೇಳಿದರು. ಸುನಂದಮ್ಮನಿಗೆ ಸಂತೋಷವಾಯಿತು. ಗೋಕುಲ್‌ಗಂತೂ ಕೆಡುಕು ಕನಸಿನಲ್ಲಿ ಕೂಡ ಬಯಸಲಾರರು.

"ಹೋಗ್ಲಿ ಬಿಡಿ... ಅವ್ರುಗಳು ದೊಡ್ಡ ಮನ್ಸು ಮಾಡಿದ್ರು..." ಮನ ತುಂಬಿಯೇ ನುಡಿದರು.

ಈ ವಿಷಯ ಕಿವಿಗೆ ಬಿದ್ದ ಮೇಲೆ ಮೆಲ್ಲಗೆ ಹೊರಗೆಬಂದಳು ಅನುಪಮ. ಕೃಷ್ಣನ್ ಏನೂ ಬಹಳ ದೊಡ್ಡ ವ್ಯಕ್ತಿಯಾಗಿ ಕಾಣಲಿಲ್ಲ. ಡಾ। ಗೋಕುಲ್ ಅಂಥ ಯುವಕನಿಗೆ ಹೆಣ್ಣು ಕೊಡಲು ಯಾರು ಹಿಂದೇಟು ಹಾಕಲಾರರು. ಸತ್ಯ ಸಂಗತಿ!

ಕೋಣೆಯ ಕಿಟಕಿಯ ಬಳಿ ಬಂದು ನಿಂತಳು. ಕೃಷ್ಣನ್ ಅವರ ಕಾರು ಬಂದು ನಿಂತಿತು. ವಿಶೇಷವಾಗಿ ಕಾಣಲಿಲ್ಲ. ಆಗಾಗ ಬರುತ್ತಿದ್ದರು. ನರ್ಸಿಂಗ್ ಹೋಂ ಕಟ್ಟಡ ಭವ್ಯವಾಗಿ ತಲೆಯೆತ್ತಿ ನಿಂತಿದ್ದರೂ ತಟಸ್ಥವಾಗಿತ್ತು. ಆದ್ದರಿಂದ ಊರಿನವರಿಗೂ ಅನುಮಾನವಾಗಿತ್ತು.

"ಅಂಥ ದೊಡ್ಡ ಡಾಕ್ಟ್ರು ಇರೋಂಥ ಊರಲ್ಲ!" ಯುವಕರು ತಮ್ಮದೇ ರೀತಿಯಲ್ಲಿ ಪ್ರಚಾರ ನಡೆಸಿದ್ದರು. ಆದರೆ ಡಾ। ಗೋಕುಲ್‌ನ ಸುಸ್ವಭಾವ, ಸರಳ ಮಾತು, ಚಿಕಿತ್ಸೆ ನೀಡುವ ವಿಧಾನ ಮೆಚ್ಚಿಕೊಂಡಿದ್ದ ಜನ ಬಹಳ ಸಂಕಟಪಡುತ್ತಿದ್ದರು.

ಹಿಂದುಳಿದ ಜನರಂತೂ ದೂರ ನಿಂತೂ ಮಾತಾಡಿಸದೇ ಅಸಹಿಸಿಕೊಳ್ಳದೇ ಹತ್ತಿರ ಬಂದು ಭುಜದ ಮೇಲೆ ಕೈಹಾಕಿ ಆತ್ಮೀಯರಾಗಿ ಮಾತಾಡಿಸುವ ಈ ಅಮೆರಿಕದ ಯುವಕರ ಸಹಜ ಸ್ವಭಾವದಿಂದ ಅವರನ್ನು ಆಕರ್ಷಿಸಿದ್ದ ಅವರುಗಳಂತೂ ಕಣ್ತುಂಬಿಯೇ ಮಾತಾಡಿಕೊಳ್ಳುತ್ತಿದ್ದರು.

ಟೈಟ್ ಪ್ಯಾಂಟ್, ಟೀ ಷರಟು ಧರಿಸಿದ್ದ ಬಿಚ್ಚು ಕೂದಲಿನ ಸುನೀತ ಹೊರಗೆ ಬಂದಾಗ ಅನುಪಮ ಕಣ್ಣರಳಿಸಿದಳು. ಮುಖದಲ್ಲಿನ ಗೆಲುವು, ಕಣ್ಣಲ್ಲಿನ ಮಿಂಚು ಮೆಚ್ಚಿಗೆಯಾಯಿತು.

'ಗೋಕುಲ್ ಕಡೆಯವರಾಗಿ ನಾವಾದ್ರೂ ಮದ್ವೆಗೆ ಹೋಗ್ಬೇಕೂ... ಅದಕ್ಕೂ ಅಪ್ಪ ಅಡ್ಡಿ ಮಾಡಿದ್ರೆ...' ಮುಖದ ಮೇಲೆ ಬೇಸರದ ಛಾಯೆ ಮೂಡಿತು.

ಸಂಜೆಯವರೆಗೂ ಹೇಗೆ ಸಮಯವನ್ನು ದೂಡಿದಳೋ. "ಅಮ್ಮ ತೋಟದ್ವರ್ಗೆ ಹೋಗ್ಬರ್ತೀನಿ..." ಹೊರಟೇಬಿಟ್ಟಳು. ಸುನಂದಮ್ಮ ಹೊರಗೆ ಬಂದಾಗ ಮಗಳು ಇರಲೇ ಇಲ್ಲ, ಮನೆಯಲ್ಲೇ ಕೂತು ಏನ್ಮಾಡ್ತಾಳೆ ಹೋಗ್ಬರ್ಲಿ... ಎಂದುಕೊಂಡು ಒಳಗೆ ಹೋದರು. ಗಂಡ ಪರಪ್ಪನೊಂದಿಗೆ ಹೊರಟಿದ್ದರಿಂದ ಯಾವ ಭಯವೂ ಇರಲಿಲ್ಲ.

ತೋಟದ ಬಳಿ ಬಂದಾಗ ಕಾರು ನಿಂತಿತ್ತು. ಹಿಂದಿರುಗಿ ಬಿಡಲೇ ಯೋಚಿಸಿದಳು.

ಉದಾಸೀನವಾಗಿ ತಮ್ಮ ತೋಟದ ಬಾಗಿದ ಬಾಗಿಲಿನತ್ತ ನಡೆದಳು. ಇನ್ನು ಅಧೋಸ್ಥಿತಿಗೆ ಬಂದಿತ್ತು. ಬರಡಾಗಿ ಕಾಣುತಿತ್ತು. ಕಳಕಳಿಸುವ ಪಕ್ಕದ ತೋಟದತ್ತ ನೋಟವರಿಸಿದಾಗ, ಒಂದು ತರಹ ಸಂಕೋಚವಾಯಿತು.

ಮೆಲ್ಲಗೆ ದೂಡಿ ಒಳಗೆಜ್ಜೆಯಿಟ್ಟಳು. ಪಕ್ಕದ ಸುಂದರ ಕಾಣದಂತೆ ಇದು ಕಂಗೊಳಿಸುವ ಹಾಗಿದ್ದರೇ ಡಾ। ಗೋಕುಲ್‌ಗೆ ಯಾಕೆ ಕೊಟ್ಟುಬಿಡಬಾರದು. ಕೃಷ್ಣನ್ ಅದರ ಪ್ರಸ್ತಾಪ ಮಾಡಿದ್ದು ತಿಳಿದು ಶಾಮಣ್ಣ ಕೋಪದಿಂದ ಹಾರಾಡಿದ್ದರು. ಅದು ಪಾಳು ಬಿದ್ದರೂ ಸರಿ ಕೊಡುವುದಿಲ್ಲವೆಂದಿದ್ದರು ಮೂರ್ಖತನದ ಪರಮಾವಧಿ!

ಕಲಕಲ ನಗುವಿನ ಸದ್ದು ಕೇಳಿಸಿತು. ಕಿವಿ ನಿಮಿರಿತು, ಕಡೆಯಲ್ಲಿದ್ದ ನಂದಿ ಬಟ್ಟಲ ಹೂವಿನ ಗಿಡದ ಬದಿಯಲ್ಲಿ ಹೋಗಿ ನಿಂತಳು.

"ಅನುಪಮ..." ಕೃಷ್ಣನ್ ಧ್ವನಿ ಅವಳನ್ನು ಮೇಲಿನಿಂದ ಕೆಳಕ್ಕೆಸೆದಂತಾಯಿತು. ಹಲ್ಲಿನಡಿ ತುಟಿ ಕಚ್ಚಿಕೊಂಡಳು. ಈಗ ಬಂದು ತಪ್ಪು ಮಾಡಿದೆನೆಂದುಕೊಂಡಳು. ತುಟಿಯನ್ನು ನಾಲಿಗೆಯಿಂದ ಸವರಿಕೊಂಡಳು.

"ಬಾಮ್ಮ..." ಉಗುಳು ನುಂಗಿ ಬೇಲಿಯತ್ತ ನಡೆದಳು. ಅವರು ಅತ್ತ ನಿಂತಿದ್ದರು. ಇವಳು ಈ ಕಡೆ ನಿಂತಳು. ತುಟಿಯಂಚಿಗೆ ಕಿರು ನಗುವಿನ ಲೇಪನ ಮಾಡಿದಳು.

"ಏನೂ... ಮಾವ?" ಶುದ್ಧ ಉಚ್ಚಾರದ ಸುಸ್ವರಕ್ಕೆ ತಲೆದೂಗಿದರು. ಜೋಯಿಸರ ಮೃದು ಸ್ವರ ಕೇಳಿದಂತಾಯಿತು.

"ನಮ್ಗೇ ಕಂಪನಿ ಕೊಡು ಬಾ" ಕೃಷ್ಣನ್ ಅಂದಾಗ ಅವಳೆದೆಯ ಬಡಿತವೇ ನಿಂತಂತಾಯಿತು. ಆ ತೋಟದಲ್ಲಿ ಕಾಲಿಟ್ಟು ಬದುಕೋಕೆ ಸಾಧ್ಯವೇ?

"ಇಲ್ಲಪ್ಪ, ಈಗ ಮನೆಗೆ ಹೋಗ್ಬೇಕೂ..." ಅವಳ ಸ್ವರ ಉಡುಗಿದಂತಾಯಿತು. ಕೃಷ್ಣನ್ ತುಟಿಗಳ ಮೇಲೆ ನೋವಿನ ನಗು ಕಾಣಿಸಿತು. 'ಸಮಾಜ ತೀರಾ ಕ್ರೂರ!' ಎಂದುಕೊಂಡರು.

"ಗೋಕುಲ್ ಯಾರು ಗೊತ್ತಾ?" ಬಗ್ಗಿಸಿದ ತಲೆಯನ್ನು ಮೇಲೆತ್ತಿದಳು. ಕಣ್ಣುಗಳಲ್ಲಿ ಮಿಶ್ರಭಾವ ಇಣುಕಿತು. ಬದಿಯಲ್ಲಿದ್ದ ಡಾ। ಗೋಕುಲ್ ಕಣ್ಣುಗಳು ಹೊಳೆದವು. ಏನೂ ಹೇಳಲಾರದೇ ತಲೆ ಬಗ್ಗಿಸಿದಳು.

"ನೋಡು..." ಏನೋ ಹೇಳಲು ಮುಂದಾದರು. ತಟ್ಟನೇ "ಮಾವ ಏನ್ಹೇಳ್ಬೇಡಿ" ಅನುಪಮಳ ನಿಸ್ಸಹಾಯಕ ಸ್ವರ ಅವರನ್ನು ತಡೆಯಿತು.

"ಹೋಗ್ಲಿ ಬಿಡು ತೋಟ ಮಾರೋ ವಿಷ್ಯ ಏನಾಯ್ತು?" ಅಲ್ಲಿ ನಿಲ್ಲಲು ಅವಳಿಗೆ ಕಸಿವಿಸಿಯಾಯಿತು. ಕೃಷ್ಣನ್ ಸುಲಭವಾಗಿ ಅರ್ಥಮಾಡಿಕೊಂಡರು.

"ನಾನು... ಬರ್ಲಾ" ಸುನೀತಳ ಕಣ್ಣುಗಳಲ್ಲಿ ಆಸೆಯ ಮಿಂಚು ಮಿಂಚಿತು. ಸುತ್ತಲೂ ನೋಟವರಿಸಿದ ಅನುಪಮ "ಎಲ್ಲಾ... ಬರಡಾಗಿದೆ" ಎಂದು ಹೇಳಿದಳು. ಆದರೆ ಸುನೀತಾ ಸುಲಭವಾಗಿ ಬೇಲಿಯನ್ನು ಹಾರಿ ಬಂದೇಬಿಟ್ಟಳು. ಸ್ನೇಹಪರ ಸ್ವಭಾವಕ್ಕೆ ಮೆಚ್ಚಿಕೊಂಡಳು.

"ಡ್ಯಾಡಿ, ಹೇಳೋ ಹಾಗೇ ನೀವು ಶುದ್ಧ ಭಾರತೀಯ ಪರಂಪರೆಯ ಹೆಣ್ಣು..." ಎಂದಾಗ ಅವಳು ಹಗುರವಾಗಿ ನಕ್ಕುಬಿಟ್ಟಳು.

ಸುನೀತಾ ಮಾತಿನ ಹುಡುಗಿ, ಇಬ್ಬರು ಒಂದೆಡೆ ಕೂತರು. ಮಾತೆಲ್ಲ ಅವಳದೇ ಅನುಪಮ ಮೌನವಾಗಿ ಆಲಿಸಿದಳು ಡಾ। ಗೋಕುಲ್ ಬಗ್ಗೆ ನೂರು ಮಾತುಗಳನ್ನು ಆಡಿದಳು. ಅವಳ ಅಭಿಪ್ರಾಯದಲ್ಲಿ ಅವನಂಥ ಪರಿಣಿತ ಡಾಕ್ಟರ್ ಈ ಊರಿನಲ್ಲಿ ಉಳಿಯುವುದು ಮೂರ್ಖತನವೆನ್ನುವುದು.

"ನಿಮ್ಮ ಅಭಿಪ್ರಾಯ..." ಹುಬ್ಬೆತ್ತಿ ಪ್ರಶ್ನಿಸಿದಳು "ಅವಶ್ಯಕವು ಅಲ್ಲ, ಅಗತ್ಯವು ಅಲ್ಲ, ಬೇರೊಬ್ಬರ ಸ್ವಂತ ವಿಷ್ಯದಲ್ಲಿ ತಲೆ ಹಾಕೋಕೆ ನಾನಿಷ್ಟ ಪಡೋಲ್ಲ!" ಕಣ್ಣುಗಳಲ್ಲಿ ಸ್ಫಟಿಕದಂಥ ಶುಭ್ರ ಕಾಂತಿ, ಸ್ವರದಲ್ಲಿ ಕೊಂಕಾಗಲಿ, ವ್ಯಂಗ್ಯವಾಗಲಿ, ಅಸಹನೆಯಾಗಲಿ ಇಣುಕಲಿಲ್ಲ. ಸುನೀತಾ ಕಣ್ಣರಳಿಸಿ ನೋಡಿದಳು.

ಕತ್ತಲು ಮೆಲ್ಲಮೆಲ್ಲಗೆ ಆವರಿಸತೊಡಗಿತು. ದುರ್ಬಲತೆ ತೋರಿಸಿಕೊಳ್ಳಲಾರದೇ ಅನುಪಮ ಕೂತೇ ಇದ್ದಳು. ಕೃಷ್ಣನ್ ಎಚ್ಚರಿಸಿದಾಗ ಇಬ್ಬರು ಮೇಲೆದ್ದರು.

ಕಾರು ಹೊರಟುನಿಂತಾಗ ಡಾ। ಗೋಕುಲ್ ಅವಳತ್ತ ನೋಡಿದ "ಬನ್ನಿ..." ಎಂದ ತಲೆಯಾಡಿಸಿದಳು. "ತಂಪಾದ ಸಮಯ ವಾಕ್ ನಂಗಿಷ್ಟ."

ಹೆಜ್ಜೆಗಳನ್ನು ವೇಗಗೊಳಿಸಿದರು. ಕೃಷ್ಣನ್ ಇವರುಗಳ ಮೂರ್ಖತನದ ಹುಚ್ಚಾಟದ ಬಗೆಗೆ ಗೊಣಗಿಕೊಂಡರು.

"ಶಾಮಣ್ಣನಲ್ಲಿ ಬದಲಾವಣೆ ನಿರೀಕ್ಷಿಸೋದು ತಪ್ಪು" ಕೃಷ್ಣನ್ ನುಡಿದಾಗ ಡಾ। ಗೋಕುಲ್ ಕಣ್ಣುಗಳಲ್ಲಿ ವ್ಯಥೆಯ ನೆರಳಾಡಿತು. ಆ ಮನೆಯ ಸಂಬಂಧ ಸರಿ ಹೋಗದೇ ಇಲ್ಲಿನ ಸಾಮಾಜಿಕ ಜೀವನದಲ್ಲಿ ಬೆರೆತು ಹೋಗುವುದು ಕಷ್ಟವೆನಿಸಿತು.

ಅನುಪಮ ಮನೆಗೆ ಬಂದಾಗ ಸುನಂದಮ್ಮ ಬಾಗಿಲಿನಲ್ಲೇ ಎದುರು ನೋಡುತ್ತ ಕೂತಿದ್ದರು. ಕಣ್ಣುಗಳಲ್ಲಿ ಅವ್ಯಕ್ತ ನೋವಿತ್ತು.

"ಯಾಕಮ್ಮ ಒಂದು ತರಹ ಇದ್ದೀ?" ಆತಂಕದ ಸ್ವರ ಅವರ ಮನದ ಮೇಲೆ ಎರಚಾಡಿ ಮುಳ್ಳುಗಳಾಯಿತು. ಏನೆಲ್ಲ ಅಸಹನೆಯಿಂದ ಅಪರೂಪಕ್ಕೆ ಸಿಡುಕಿದಾಗ ದಂಗಾದಳು.

ಇವರುಗಳ ಮನದಲ್ಲೇನಿದೆಯೋ ಅರ್ಥಮಾಡಿಕೊಳ್ಳುವುದೇ ಕಷ್ಟವೆಂದು ಕೊಂಡರು. ಮಿದುಳು ಸಿಡಿಯತೊಡಗಿತು. ಸುಮ್ಮನೇ ಒಳಗೆ ಹೋದಳು.

ಕೈಗೆ ಸಿಕ್ಕಿದ ಪುಸ್ತಕಗಳನ್ನು ಮುಂದೆ ಹಾಕಿಕೊಂಡು ಕೂತಳು. ಓದಲು ಕೂಡ ಬೇಸರ, ಸುಮ್ಮನೇ ಗಾಳಿಯಲ್ಲಿ ಪುಟಗಳನ್ನು ಮೊಗುಚ ತೊಡಗಿದಳು.

"ಮನೆಯಲ್ಲಿ ಯಾರೂ ಇಲ್ವಾ!" ಗೊಂಬೆಗಳಂತೆ ಕೂತ ದೇಹಗಳಿಗೆ ಚಲನೆ ಬಂತು ಶಾಮಣ್ಣನವರ ಸ್ವರ ಕೇಳಿ.

"ಇಲ್ವೇ, ಎಲ್ಹೋಗ್ಲಿ!" ತಾಯಿಯ ಸ್ವರ ಕೇಳಿಸಿದಾಗ ಎದ್ದ ಅನುಪಮ ತಟಸ್ಥಳಾಗಿ

ಸುಮ್ಮನೇ ಕೂತಳು. ಅವರುಗಳ ಮಾತುಗಳ ಬಗೆಗೆ ಜಿಗುಪ್ಸೆ ಬಂದಿತ್ತು. ಗೋಕುಲ್ ಮೇಲೂ ಸಿಟ್ಟು ಬಂತು. ಬಂದ ದಿನದಿಂದಲೂ ಅವನ ವಿಷಯದಲ್ಲಿಯೇ ಸಿಡಿಮಿಡಿ, ಗೊಂದಲ, ವೇದನೆ.

"ಸದ್ಯ ಮಾರಾಯ ಜಾಗ ಖಾಲಿ ಮಾಡಿದ್ರೆ–ನಿರಾತಂಕವಾಗಿರ್ರೋದು!" ಎಂದುಕೊಂಡಳು.

ತಲೆ ಬಿಸಿ ಸ್ವಲ್ಪ ಕಡಿಮೆ ಮಾಡಿಕೊಳ್ಳಬೇಕೆನಿಸಿತು, ತಂದೆಯ ಗೆಳೆಯರಾದ ಮೇಷ್ಟರ್ ವಾಮನ್‌ರಾಯರ ಮಗಳು ಇವಳ ಗೆಳತಿ ಒಂದೆರಡು ದಿನ ಅಲ್ಲಿ ಹೋಗಿ ಉಳಿಯಲು ತಂದೆಯೇನು ಅಡ್ಡಿ ಹೇಳಲಾರರು.

"ಅಪ್ಪಾ..." ಕೂಗುತ್ತಲೇ ನಡುಮನೆಗೆ ಬಂದಳು. ಏನೋ ಹೇಳುತ್ತಿದ್ದ ಶಾಮಣ್ಣನವರು ತಲೆಯನ್ನು ಅವಳತ್ತ ತಿರುಗಿಸಿ "ಏನಮ್ಮ?" ಎಂದರು. ಅವರ ಸ್ವರ ಮೃದುವಾಗಿತ್ತು 'ಬದುಕಿದೆಯಾ ಬಡ ಜೀವವೇ' ನಾಲಿಗೆಯಿಂದ ತುಟಿ ಸವರಿಕೊಂಡರು.

"ತುಂಬಾ ಬೇಜಾರು ನಾಲ್ಕು ದಿನ ಮೇಷ್ಟರ್ ಮಾವನ ಮನೆಗಾದ್ರೂ... ಹೋಗ್ಲಾ?"

ಶಾಮಣ್ಣನವರ ಗಂಭೀರ ಮುಖ ನೋಡಿ ಕೇಳಿದ್ದು ತಪ್ಪಾಯಿತೇನೋ ಎಂದು ತುಟಿ ಕಚ್ಚಿಕೊಂಡಳು. ಮುಖದ ಗೆಲುವಿನ ಬಣ್ಣ ಇಳಿಮುಖವಾಯಿತು.

"ಹೋಗಿದ್ದು... ಬಾ"

ತಂದೆಯ ಮಾತು ಕೇಳಿ ಅವಳಿಗೆ ಕುಣಿದಾಡುವಷ್ಟು ಸಂತೋಷವಾಯಿತು.

ತಟ್ಟನೇ ಸುನಂದಮ್ಮ "ಎಲ್ಲಿಗೂ ಬೇಡ, ಕಾಲೇಜು ಶುರುವಾದ್ಮೇಲೇ ಸುತ್ತಾಡೋದು ಇದ್ದೆ ಇರುತ್ತೆ. ಅವರಿಪ್ರ ಮನೆಗ್ಯಾಕೆ!" ಮೂಗಿನುದ್ದಕ್ಕೂ ಅಸಹನೆ ಹರಡಿಕೊಂಡಿತ್ತು. ಅನುಪಮ ಸಂದಿಗ್ಧಕ್ಕೆ ಬಿದ್ದಳು. ಕಾಲಿನ ಹೆಬ್ಬೆರಳಿನತ್ತ ನೋಡುತ್ತ ನಿಂತಳು.

"ನಾಲ್ಕು ದಿನ ಹೋಗ್ಬರ್ಲಿ ಬಿಡೇ" ಶಾಮಣ್ಣನವರು ಎಂದಾಗ ಹೆಡೆ ತುಳಿದ ನಾಗಿಣಿಯಾದರೂ ಸುನಂದಮ್ಮ "ಬೇಡ ಅಂದ್ಮೇಲೆ... ಬೇಡ, ಅವ್ರೇನೂ ಅವ್ಳ ಸ್ವಂತ ಸೋದರ ಮಾವನ? ಆ ಅದೃಷ್ಟ ಅವ್ಳು ಕೇಳ್ಕೊಂಡ್ಬರಲಿಲ್ಲ!" ಮೂಗು ಮುಖ ಉಬ್ಬಿ ಅಳಲು ಶುರು ಮಾಡಿದರು.

ಅನುಪಮಳ ಕಣ್ಣುಗಳಲ್ಲಿ ಅಚ್ಚರಿ, ಆತಂಕ ಇಣುಕಿತು. ಕೋಪ, ಅಸಹನೆಯೆಲ್ಲಾ ಹೊಸದಾಗಿ ಕಂಡಿತು.

ಶಾಮಣ್ಣನವರು ಸುಸ್ತಾದರು.

* * *

ಸುನಂದಮ್ಮ ದಿನದಿಂದ ದಿನಕ್ಕೆ ಸವೆಯತೊಡಗಿದರು. ಡಾ। ಗೋಕುಲ್ ಹದಿನೈದು ದಿನದಿಂದ ಊರಿನಲ್ಲಿರಲಿಲ್ಲ. ಕಾರಣ ಯಾರಿಗೂ ಗೊತ್ತಿರಲಿಲ್ಲ.

ಕಾಂಪೌಂಡರ್, ನರ್ಸ್‌ಗೆ ಬೆಂಗಳೂರಿಗೆ ಹೋಗಿ ಬರುವುದಾಗಿ ಮಾತ್ರ ತಿಳಿಸಿದ್ದರು.

"ಅಮ್ಮ, ಡಾಕ್ಟ್ರ ಹತ್ರನಾದ್ರೂ ತೋರ್ಸೋಣ" ತಾಯಿಯ ನಿರ್ಜೀವ ಕಣ್ಣುಗಳಲ್ಲಿ ಕಣ್ಣಿಟ್ಟು ನೋಡಿದಳು. ಅಳುಬಂದಂತಾಯಿತು. "ನಂಗೇನಾಗಿದೆ, ವಯಸ್ಸಾಯ್ತು ಅಷ್ಟೆ" ಸ್ವರ ಸೋತಂತಿತ್ತು.

"ಹೋಗಮ್ಮ, ನಿಂಗೇನೂ ಅಂಥ ವಯಸ್ಸಾಗಿರೋದು! ಸುಮ್ಕೆ ಏನೇನೋ ಹಚ್ಕೊಂಡು ಕೊರಗ್ತಿಯಷ್ಟೆ, ಮನಸ್ಸಿನಲ್ಲಿರೋದೇನೂಂತ ಬಾಯಿ ಬಿಟ್ಟಾದ್ರೂ... ಹೇಳು" ಕಣ್ಣಿನ ಕಂಬನಿ ಕೆನ್ನೆಯ ಮೇಲಿಳಿಯಿತು.

"ಶೀನಣ್ಣಯ್ಯನಿಗೆ ಸಾಯೋಂಥ ವಯಸ್ಸಾಗಿತ್ತಾ?" ಅವರ ನೋಟ ಶೂನ್ಯದಲ್ಲಿ ನೆಟ್ಟಿತ್ತು. ಮುಖದ ಮೇಲೆ ನಿರ್ಲಿಪ್ತತೆ ಕಾಣಿಸಿಕೊಂಡಾಗ ಬೆಚ್ಚಿದಳು.

ಸುನಂದಮ್ಮ ಮನ ಅರ್ಥವಾಗದ ವಿಚಿತ್ರ ಭಾವನೆಗಳಲ್ಲಿ ಸಿಲುಕಿಹೋಗಿತ್ತು. ಡಾ। ಗೋಕುಲ್‌ನ ಕರೆದು ಬಾಯಿ ತುಂಬ ಮಾತಾಡಿಸಬೇಕು, ಆದರಿಸಬೇಕು. ಆದರೆ ತಮ್ಮ ಆಚಾರ ನಿಯಮ ನಿಷ್ಠೆಯಲ್ಲಿ ಅಚಲವಾದ ನಂಬಿಕೆಯುಳ್ಳವರು. ಗಂಡನಿಗೆ ವಿರೋಧವಾಗಿ ಹೋಗಲಾರರು. ಈ ದ್ವಂದ್ವದಲ್ಲಿ ಚಿತ್ತದ ಸಮಸ್ಥಿತಿಯನ್ನೇ ಕಳೆದುಕೊಂಡಿದ್ದರು. ಹೃದಯ ಒಡೆದು ಹೋಗುವಂಥ ಪರಿಸ್ಥಿತಿ ಅವರದಾಗಿತ್ತು.

ಮೆಲ್ಲಗೆ ತಾಯಿಯ ಪಕ್ಕದಲ್ಲಿ ಹೋಗಿ ಕುಳಿತಳು. ಭುಜದ ಮೇಲೆ ಕೈಯಿಟ್ಟಳು.

"ಅಮ್ಮ..." ಅವರ ಮನದಲ್ಲಿ ಮೂಡಿದ್ದ ದ್ವಂದ್ವವನ್ನು ಒಂದಕ್ಷರ ಬಿಡದಂತೆ ಓದಿ ಅರಗಿಸಿಕೊಂಡಳು. ಸರಳವಾದ ದಾರಿಯಿತ್ತು. ಅದಕ್ಕೆ ಕಟ್ಟಳೆ ಬಿಗಿದು ಭೀತಿಯಿಂದ ಅದರತ್ತ ನೋಡುತ್ತಿದ್ದರು.

"ಅಮ್ಮ, ಗೋಕುಲ್ ಅಮೆರಿಕನ್ ತಾಯಿಯ ಹೊಟ್ಟೆಯಲ್ಲಿ ಹುಟ್ಟಿದ್ರೂ ಶೀನಿ ಮಾವನ ಮಗ ತಾನೇ! ಇದು ಬೇರಿನಿಂದ ಬೆಳೆದು ಬಂದ ಅನುಬಂಧ, ಸುಮ್ನೆ ಯಾಕೆ ಕೊರಗು? ಆಗಾಗ ಮಾತಾಡ್ಸು. ಅಣ್ಣನ ಮಗನೆಂಬ ಪ್ರೀತಿಯಿಂದ ಆದರಿಸು, ಅದ್ರಲ್ಲಿ... ತಪ್ಪೇನು?" ಸುನಂದಮ್ಮನ ಕಣ್ಣುಗಳಲ್ಲಿ ಭೀತಿ ಕಾಣಿಸಿಕೊಂಡಿತು.

"ಬೇಡಮ್ಮ ಬೇಡ ನಂಗೇನು ಪ್ರೀತಿಯಿಲ್ಲ" ನಿರ್ದಾಕ್ಷಿಣ್ಯವಾಗಿ ಸುಳ್ಳು ಹೇಳಿದಾಗ ಅನುಪಮಳ ಮುಖ ಪೆಚ್ಚಾಯಿತು. ಭುಜದ ಮೇಲಿನ ಕೈ ಸರಿದು ಕೆಳಗೆ ಜಾರಿತು. ತುಟಿಗಳು ಬಿಗಿದುಕೊಂಡವು. ಮೆಲ್ಲನೆದ್ದು ಹೊರಗೆಬಂದಳು.

ಮರುದಿನ ಕಾರಿನ ತುಂಬ ಜನ ಇಳಿದರು. ಗೋಕುಲ್‌ನನ್ನು ನೋಡುವ ಸಲುವಾಗಿ ಅವನ ತಾಯಿ ವರ್ಜಿನಿಯಾ, ತಮ್ಮ ಕಾರ್ಟರ್ ಬಂದಿದ್ದರು. ನಾಲ್ಕಾರು ಕಡೆ ಸುತ್ತಾಡಿಕೊಂಡು ಇಲ್ಲಿಗೆ ಬಂದಿದ್ದರು.

ಊರಿನವರಿಗೆಲ್ಲ ಅವರನ್ನು ನೋಡುವ ಕುತೂಹಲ ಹರೆಯದಲ್ಲಿ ಒಮ್ಮೆ ಗಂಡನ ಜೊತೆ ಇಲ್ಲಿಗೆ ಬಂದಿದ್ದಳು. ಈಗ ಮತ್ತೆ ಬರುವ ಸುಯೋಗ ಮಗ ಒದಗಿಸಿಕೊಟ್ಟಿದ್ದ.

"ಆಯಮ್ಮ ಮಗ್ನ ಕೆಂಪು ದೇಶಕ್ಕೆ ಕರ್ಕಂಡ್ ಹೋಗೋಕೆ ಬಂದಿದ್ದಾಳೆ!"

ಊರಲ್ಲೆಲ್ಲ ಇದೇ ಮಾತು. ಎದ್ದು ನಿಂತ ನರ್ಸಿಂಗ್ ಹೋಂ ಕಟ್ಟಡ ಪ್ರಶ್ನಾರ್ಥಕವಾಗಿ ನಿಂತಿತ್ತು. ಬರೀ ಅಂತೆ ಕಂತೆಗಳೇ. ನಿಜಾಂಶಗಳೊಂದು ಗೊತ್ತಾಗೋಲ್ಲ.

"ಜನ ಬಂದಿದ್ದಾರೆ" ಶಾಮಣ್ಣನವರು ಅರ್ಥಗರ್ಭಿತವಾಗಿ ಹೆಂಡತಿಯ ಮುಂದೆ ಆಡಿದರು. ಸುನಂದಮ್ಮ ಮೌನವಹಿಸಿದರು. ಅನುಪಮಳ ಮನದಲ್ಲಿ ಹೊಸದೊಂದು ಯೋಚನೆ ಹುಟ್ಟಿಕೊಂಡಿತು. ತಂದೆಯ ಪ್ರಸನ್ನಭಾವ ಕಂಡು ಆಡಿಯೇ ಬಿಟ್ಟಳು.

"ಅಪ್ಪ ಹೇಗೂ ಬಂದಿದ್ದಾರೆ. ಊಟಕ್ಕಾದ್ರೂ ಕರೆಯೋಣ್ವಾ?" ಶಾಮಣ್ಣನವರ ಮೈಯಿನ ರಕ್ತವೆಲ್ಲ ಮುಖಕ್ಕೆ ನುಗ್ಗಿತು. ಕೆರಳಿ ಕೆಂಡಾಮಂಡಲವಾದರು.

ತಲೆಯ ಮೇಲೊಂದು ಮೊಟಕಿಕೊಂಡಳು. ಎಲ್ಲಾ ತಿಳಿದೂ ಕೂಡ ಈ ಸುದ್ದಿ ಎತ್ತಿದ್ದು ತನ್ನದು ತಪ್ಪೆಂದುಕೊಂಡಳು.

ನಾಲ್ಕು ದಿನ ಇರಲು ಬಂದ ಕಾರ್ಟರ್, ವರ್ಜಿನಿಯಾ ಒಗ್ಗಿಕೊಳ್ಳದೇ ಎರಡೇ ದಿನದಲ್ಲಿ ಹೊರಟರು. ಬೇರೆಯಾಗಿಯೇ ಬೆಳೆದಿದ್ದ ಕಾರ್ಟರ್‌ಗೆ ಜನ, ರೀತಿ ನೀತಿಗಳೆಲ್ಲ ವಿಚಿತ್ರವಾಗಿ ಕಂಡವು.

ಡಾ। ಗೋಕುಲ್ ಒಬ್ಬಂಟಿಗನಾದ, ಮೆದುಳು ಯೋಚನಾಶಕ್ತಿಯನ್ನೇ ಕಳೆದು ಕೊಂಡಿತು. ಚಲನೆ ಕೊಡುವ ಶಕ್ತಿ ಬೇಕಾಗಿತ್ತು.

ಸಂಜೆ ಬೇಸತ್ತ ಮನವನ್ನು ಹೊತ್ತು ತೋಟಕ್ಕೆ ಬಂದ ಬೇಲಿಯ ಆಚೆ ನೋಟವಿರಿಸಿದ ಯಥಾಸ್ಥಿತಿಯಲ್ಲಿತ್ತು. ಮನ ಮರುಕಗೊಂಡಿತು.

"ಯಾರಾದ್ರೂ ಕೊಂಡು ಕೊಂಡ್ರಾ?" ಗೊಬ್ಬರ ಹಾಕುತ್ತಿದ್ದ ಮಾಲಿಯನ್ನು ಕೇಳಿದ. "ಇಲ್ಲಾ ಸಾರ್... ಅವ್ರು ಈಗ ಮಾರೋಲ್ವಂತೆ" ಎಂದಾಗ ಆಶ್ಚರ್ಯವೆನಿಸಿತು.

ಇಷ್ಟು ದೊಡ್ಡ ಬಯಲು, ನಳನಳಿಸಬೇಕಾದ ತೋಟ ಬರಡಾಗಿತ್ತು, ವ್ಯಥೆಯಾಯಿತು. ಈ ದೇಶದ ಬಡತನಕ್ಕೆ ಇಂತಹ ಉದಾಸೀನವು ಕಾರಣವಾಗಬಹುದು. ಪ್ರತಿಯೊಂದರಲ್ಲೂ ವೈಜ್ಞಾನಿಕವಾಗಿ ಶೋಧಿಸಿ ಲಾಭದಾಯಕವಾಗಿ ಮಾಡುವ ಅಮೆರಿಕಾಗಿನ್ನ ಭಿನ್ನವಾಗಿ ಕಾಣಿಸಿತು.

ಕಮಾನುಗಳಿಗೆ ಬಳ್ಳಿ ಹಬ್ಬಿಸಲಾಗಿತ್ತು. ಕೆಳಗೆ ಸಿಮೆಂಟು ಬೆಂಚುಗಳು. ಹೋಗಿ ಒಂದರ ಮೇಲೆ ಕೂತ, ಪ್ರತಿಯೊಂದರ ವಿಕಾಸದ ಹಿಂದೆಯು ಅದಮ್ಯ ಶಕ್ತಿಯೊಂದಿರುತ್ತದೆ. ಅದು ಯಾವುದು?

"ಒಂದ್ಮಾತು..." ತಲೆ ಕೆರೆದುಕೊಳ್ಳುತ್ತ ನಿಂತ. ಹಿಂದೆ ಕಣ್ಣುಗಳಲ್ಲಿ ಕಾಣುತ್ತಿದ್ದ ದರಿದ್ರ ಪ್ರಜ್ಞೆ ಮರೆಯಾಗಿತ್ತು. ಈಗ ಆತ್ಮವಿಶ್ವಾಸ ಇಣುಕುತಿತ್ತು.

"ತಾವ್ ಬ್ಯಾಗ ಊರಿಗೆ ಹೊರಟು ಬಿಡ್ತಿರಂತೆ!" ತಲೆಯೆತ್ತಿದ. ತನ್ನ ಮನದ ದುರ್ಬಲತೆ ಇವನ ಕಣ್ಣುಗಳಿಗೆ ಗೋಚರಿಸಿತೇ? ಕಣ್ಣು ಕಿರಿದು ಮಾಡಿ ಡಾ। ಗೋಕುಲ್ ಅವನತ್ತ ನೋಡಿದ. ಅಂಥದ್ದೇನು ಕಾಣಲಿಲ್ಲ. ಮುಗ್ಧ ಕಳೆ ಇಣುಕುತಿತ್ತು.

"ನೋಡೋಣ..." ಬೇರೆಡೆ ದೃಷ್ಟಿ ಹರಿಸಿದ. ಕ್ಷಿತಿಜದ ಅಂಚಿನಲ್ಲಿ ಸೂರ್ಯ

ಮುಳುಗುತ್ತಿದ್ದ. ಹೊನ್ನ ವರ್ಣದಲ್ಲಿ ಮರದ ಹಸಿರು ಹೊಸ ಸೊಬಗಿನಿಂದ ಬೀಗುತ್ತಿತ್ತು.

ವರ್ಜಿನಿಯಾ "ಬೇಡ ಮಗು, ಈ ಕಂದಾಚಾರದ ನಾಡಿನಲ್ಲಿ ನೀನೂ ಬದುಕೋಕೆ ಆಗೋಲ್ಲ. ಇಲ್ಲಿನ ಬಡತನ, ಅಜ್ಞಾನ ಮನುಷ್ಯನನ್ನು ನಿರ್ವೀರ್ಯನನ್ನಾಗಿ ಮಾಡುತ್ತೆ, ಸುಮ್ನೇ ನಮ್ಮ ದೇಶಕ್ಕೆ ಹಿಂದಿರ್ಗ್ಗೋಣ" ಕೈ ಹಿಡಿದು ಹೇಳಿದ್ದಳು.

"ಐ ಬೆಗ್ ಯುವರ್ ಪಾರ್ಡನ್. ನನ್ನ ನಿರ್ಧಾರ ಅಚಲವಾಗಿದೆ" ತಾಯಿಯ ಕೈಯನ್ನು ತುಟಿಗೊತ್ತಿಕೊಂಡಿದ್ದ. ನೆನಪು ಹಸಿರಾದಾಗ ಎದೆ ಭಾರವಾಯಿತು.

ಎದ್ದು ಅಡ್ಡಾಡಿದ ಕತ್ತಲು ಮುಸುಕಿದರೂ ಹಾಲುಬೆಲ್ಲದಂಥ ಬೆಳದಿಂಗಳು ಎಲ್ಲೆಡೆ ಪ್ರಸರಿಸಿತು. ಆಹ್ಲಾದಕರವಾದ ವಾತಾವರಣ ಒಂದೆರಡು ಗಂಟೆಗಳಾದರೂ ಅಲ್ಲೇ ಉಳಿಯಲು ತೀರ್ಮಾನಿಸಿದ.

ಮಾಲಿ ಬಂದು ಕೆಳಗೆ ಕೂತ.

"ಮೇಲೆ ಕೂತ್ಕೋ..." ನವಿರಾಗಿ ಹೇಳಿದ. ಎಷ್ಟೋ ಸಲ ತಿದ್ದಿದ್ದ ರೂಢಮೂಲವಾಗಿ ಬಂದಿದ್ದು ಅಷ್ಟು ಬೇಗ ಅಳಿಸಿಹೋಗಲು ಸಾಧ್ಯವೇ?

"ಇಲ್ಲೇ ವೈನಾಗಿದೆ!" ಕಾಲುಗಳನ್ನು ಮಡಚಿಕೊಂಡು ಸರಿಯಾಗಿ ಮುದುರಿ ಕೂತ. ಗೋಕುಲ್ ಕಣ್ಣುಗಳು ಯಾವುದೋ ದೃಶ್ಯಗಳನ್ನು ಮೆಲುಕು ಹಾಕುತ್ತಿದ್ದವು. ಪರದೆ ಮೇಲೆ ಸರಿದುಹೋಗುವಂತೆ ಹೋಗುತ್ತಿದ್ದವು.

"ನಮ್ಮ ತಾತನ್ನ ನೋಡಿದ್ಯಾ?" ಅವರ ಸುದ್ದಿ ಎತ್ತಿದಕೂಡಲೇ ಅಷ್ಟು ದೂರ ಸರಿದು ಕೂತ. ಕಣ್ಣುಗಳಲ್ಲಿ ಗೌರವ, ಭಕ್ತಿ ಭಾವ ಇಣುಕಿತ್ತು. ಅವನದು ಐವತ್ತರಿಂದ ಅರವತ್ತರ ಒಳಗಿನ ವಯಸ್ಸು ಜೋಯಿಸರನ್ನು ನೋಡಿದ.

"ನೋಡಿದ್ದೆ ಬುದ್ಧಿ" ಸ್ವರ ಮೆಲುವಾಗಿತ್ತು.

"ಹೇಗಿದ್ರೂ...?" ಗಾಳಿಯಲ್ಲಿ ತೇಲುವಂತೆ ಕೇಳಿದ. ಇನ್ನಷ್ಟು ಮುದುರಿ ಕುಳಿತ. ಸಂಕೋಚದಿಂದ ಹಿಡಿಯಾದ "ನಾನ್ಯಾಗೇ... ಹೇಳ್ಲಿ? ದೇವರಂಗಿದ್ರೂ..." ಗೋಕುಲ್ ಅವನನ್ನು ದಿಟ್ಟಿಸಿದ. ಪೊಳ್ಳು ಮಾತಾಗಿ ಕಾಣಲಿಲ್ಲ. ಜೋಯಿಸರ ವ್ಯಕ್ತಿತ್ವವನ್ನು ದೇವರ ಎತ್ತರಕ್ಕೆ ಏರಿಸಿದ್ದ.

"ಊಟ ಮಾಡಿ ಮಲಕ್ಕೋ ಹೋಗು" ಕೈಯನ್ನು ತಲೆಯ ಕೆಳಗಿಳಿಸಿಕೊಂಡು ಅಂಗಾತನಾಗಿ ಸಿಮೆಂಟ್ ಬೆಂಚಿನ ಮೇಲೆ ಮಲಗಿಬಿಟ್ಟ. ಕಣ್ಮುಚ್ಚಿದ. ಶುಭ್ರ ಬೆಳದಿಂಗಳಿನ ಪ್ರಕೃತಿಯ ರಮ್ಯ ಚೇತನದಲ್ಲಿ ದೇಹ ಹೂವಾಯಿತು. ಆಕಾಶಕ್ಕೆ ಹಾರಿ ಹಾರಾಡಿತು.

ಹಾಗೆಯೇ ನಿದ್ದೆ ಮಾಡಿಬಿಟ್ಟ, ಎಚ್ಚರವಿಲ್ಲದಂಥ ಗಾಢ ನಿದ್ದೆ. ರಾಜು ಬಂದಿದ್ದು ಕೂಡ ಅವನಿಗೆ ಗೊತ್ತಿರಲಿಲ್ಲ. ಅರ್ಧ ರಾತ್ರಿಗೆ ಮೀರಿಯೇ ಎಚ್ಚರವಾದದ್ದು.

ಅಷ್ಟು ದೂರದಲ್ಲಿ ಕೈಯನ್ನು ದಿಂಬಾಗಿರಿಸಿಕೊಂಡೇ ಪೂವಯ್ಯ ನಿದ್ರಿಸುತ್ತಿದ್ದ. ಕರ್ರಗಿನ ಮೈ ವರ್ಣ ವಯಸ್ಸಿಗೆ ಮೀರಿದ ಮುದಿತನ ಮೈ ತಟ್ಟಿ ಎಬ್ಬಿಸಿದ್ದ.

"ಹೋಗಿ ಗುಡಿಸಿಲಲ್ಲಿ ಮಲಕ್ಕೋ" ಎಂದು ಹೇಳಿ ತೋಟದ ಕಬ್ಬಿಣದ ಗೇಟನ್ನು ತೆರೆದುಕೊಂಡು ಹೊರಗೆ ಬಂದ. ಪೂವಯ್ಯ ಅವನಿಂದೆಯೇ ಬಂದ.

ನಿಂತು ಯಾಕೆನ್ನುವಂತೆ ಪ್ರಶ್ನಾರ್ಥಕವಾಗಿ ಅವನತ್ತ ನೋಡಿದ. "ಮನೆವರ್ಗೂ... ಬರ್ತೀನಿ" ಎಂದಾಗ ಬೇಡವೆಂದು ಹೇಳಿ ಹೆಜ್ಜೆಗಳನ್ನು ಚುರುಕುಗೊಳಿಸಿದ.

ಮೊದಲು ಬೀದಿ ನಾಯಿಗಳು ಬೊಗಳಲು ಶುರು ಮಾಡಿದರೂ ಆಮೇಲೆ ಸುಮ್ಮನಾದವು. ಅವುಗಳಿಗೆ ಗುರುತು ಹತ್ತಿರಬೇಕು.

ಮನೆಯ ಬಳಿ ಬಂದಾಗ ಎದುರು ಮನೆಯತ್ತ ಅವನ ದೃಷ್ಟಿ ಹೊರಳಿತು. ಒಂದು ಕೋಣೆಯಲ್ಲಿ ದೀಪ ಉರಿಯುತಿತ್ತು. ಕಣ್ಣುಗಳು ಕಿರಿದಾದವು. ಹುಬ್ಬುಗಳು ಸಂಕುಚಿಸಿದವು ಅನುಪಮಗೆ 'ತುಂಬ ಓದೋ ಹಾಬಿ ಇರಬೋದು' ತುಟಿಗಳ ಮೇಲೆ ಕಿರುನಗು ಮೂಡಿತು.

ಬಾಗಿಲ ಮೇಲೆ ಕೈಯಿಟ್ಟ ಬಲವಾದದ್ದು ಹಿಂದಕ್ಕೆ ದೂಡಿದ ಒಳಗೆ ಚಿಲಕ ಹಾಕಿರಲಿಲ್ಲ. ಒಂದು ತರಹ ಶಬ್ದದೊಂದಿಗೆ ತೆರೆದುಕೊಂಡಿತು. ಅಲ್ಲೇ ಮಲಗಿದ್ದ ರಾಜು ಎಚ್ಚೆತ್ತ. ತಣ್ಣನೆಯ ನೆಲದ ಮೇಲೆಯೇ ಮಲಗಿ ಬಿಟ್ಟಿದ್ದ.

"ರಾಜು ಬೋಲ್ಟ್ ಹಾಕೇ ಇಲ್ಲ" ಸ್ವರ ಆಕ್ಷೇಪಣೆ ಒತ್ತಿದಾಗ ನಗುತ್ತಾ "ಈ ಬಾಗ್ಲು ಸಾಮಾನ್ಯದ ಸದ್ದು ಮಾಡುತ್ತಾ!" ತಲೆ ಕೆರೆದುಕೊಂಡ.

"ನಾನು ಬಂದಿದ್ದೆ ನೀವ್ ಚೆನ್ನಾಗಿ ನಿದ್ದೆ ಮಾಡ್ಬಿಟ್ಟಿದ್ರಿ– ಎಬ್ಸಲಿಲ್ಲ. ಏನಾದ್ರೂ... ತಗೋತೀರಾ?" ಬೇಡವೆನ್ನುವಂತೆ ಸನ್ನೆ ಮಾಡಿ ಹೋಗಿ ಮಂಚದ ಮೇಲೆ ಉರುಳಿಕೊಂಡ. ಆ ನಿದ್ದೆಯ ಜೊಂಪಿನಿಂದ ಅವನು ಮುಕ್ತವಾಗಿರಲಿಲ್ಲ. ಹಾಯಾಗಿ ಮಲಗಿ ನಿದ್ರಿಸಿ ಬಿಟ್ಟ. ಚೆನ್ನಾಗಿ ಬೆಳಕು ಬಂದ ಮೇಲೇನೇ ಅವನಿಗೆ ಎಚ್ಚರವಾದದ್ದು.

ಹಲ್ಲುಜ್ಜಿ, ಸ್ನಾನ ಮಾಡಿ ಹೊರಗೆ ಬಂದ. ತುಂಬ ಬೆನ್ನ ಮೇಲೆ ಹರಡಿಕೊಂಡಿದ್ದ ಅನುಪಮ ಹೊಸಲು ಬಳಿ ಜಗ್ಗಿ ಏನೋ ಮಾಡುತಿದ್ದಳು. ಕೂದಲಿನ ತುದಿಗೆ ಸಣ್ಣ ಗಂಟಿತ್ತು.

ಇಲ್ಲಿನ ಪ್ರತಿಯೊಂದು ಕೆಲಸದಲ್ಲೂ ವೈವಿಧ್ಯತೆ ಇತ್ತು. ಕಣ್ಣಂಚಿನಲ್ಲಿ ಮೆಚ್ಚಿಗೆ ಮೂಡಿತು. ಭಾರತೀಯ ಸಂಸ್ಕೃತಿಗೆ ಭವ್ಯ ಪರಂಪರೆಯು ಇದೆ. ಇತಿಹಾಸವೇ ಅದನ್ನು ಒತ್ತಿ ಹೇಳಿದೆ.

"ಕಾಫೀ..." ರಾಜು ಕೈನ ಬಟ್ಟಲು ಅವನ ಕೈಗೆ ಬಂತು. ನೋಟ ಮಾತ್ರ ಅಲ್ಲಿಂದ ಚಲಿಸಲಿಲ್ಲ. ಸಣ್ಣ ಧ್ವನಿಯ ಹಾಡು ಅವನ ಕಿವಿ ಮುಟ್ಟಿತು. ಅರ್ಥವಾಗದಷ್ಟು ಮೆಲು ಧ್ವನಿಯಲ್ಲಿತ್ತು.

ಕೈಯಲ್ಲಿ ತಟ್ಟೆ ಹಿಡಿದೇ ಇತ್ತ ತಿರುಗಿದಳು. ಬಾನಂಗಳದಲ್ಲಿ ನವ ಚಂದ್ರೋದಯ ಕಂಡಂತಾಯಿತು. ಸೂರ್ಯನಿಗೆ ನಮಸ್ಕರಿಸಿ ಒಳಗೆ ಹೋದಳು.

ನಾಲ್ಕಾರು ಜನ ರೋಗಿಗಳು ಸಾಲುದಟ್ಟಿ ಬಂದರು. ಮುಗುಳ್ನಗೆಯಿಂದಲೇ ಬರಮಾಡಿಕೊಂಡ ತಾನೇ ವಿಚಾರಿಸಿ ಪರೀಕ್ಷಿಸಿ ಔಷಧಿ ಕೊಟ್ಟು ಕಳುಹಿಸಿದ. ಬಹಳ

ದಿನಗಳ ನಂತರ ಮತ್ತೆ ತಾನು ರೂಪಿಸಿಕೊಳ್ಳಬೇಕೆಂದುಕೊಂಡಿದ್ದ ಬದುಕಿನ ಬಗೆಗೆ ಆಸ್ಥೆ ವಹಿಸಿದ್ದ.

ಬೆಳಗಿನ ಉಪಾಹಾರಕ್ಕೆ ಕುಳಿತಾಗ ಕಾಂಪೌಂಡರ್‌ಗೆ ರೋಗಿಯ ಕಡೆಯವನೊಬ್ಬ ಶಾಮಣ್ಣನವರ ಮನೆಗೆ ಗಂಡಿನ ಕಡೆಯವರು ಹೆಣ್ಣು ನೋಡಲು ಬರುವ ವಿಷಯ ತಿಳಿಸುತ್ತಿದ್ದ. ತಳಮಳವಾಯಿತು. ತಿಂಡಿಯನ್ನು ಅರ್ಧದಲ್ಲಿಯೇ ಬಿಟ್ಟು ಎದ್ದು ಹೋದ.

ಒಂದೊಂದು ಸಲ ಶ್ರೀನಿವಾಸ್ ಗೋಕುಲ್ 'ಯು ಆರ್ ಅನ್ ಲಕ್ಕಿ ನಮ್ಮ ಸುನಂದಾಗೆ ಮುದ್ದಾದ ಮಗ್ಳಿದ್ದಾಳಂತೆ ಕೃಷ್ಣ ಬರೆದಿದ್ದಾನೆ. ಅವ್ಳು ನ್ಯಾಯವಾಗಿ ನಿಂಗೇ ಜೀವನ ಸಂಗಾತಿಯಾಗಬೇಕಾದೋಳು...' ಕಣ್ಣುಗಳಲ್ಲಿ ನಿರಾಶಭಾವ ಇಣುಕಿತು. "ಎಂದಾದ್ರೂ... ಹಾಗೇ ನಡೆದ್ರೆ... ಅವನನ್ನು ತಬ್ಬಿ ಹಣೆಗೆ ಮುತ್ತಿಟ್ಟಿದ್ದರು. ನೆನಪಾಗಿ ಕಾಡಿತು."

ಅನುಪಮ ಕಿರುಗಣ್ಣಿನಲ್ಲಿ ಡಾ। ಗೋಕುಲ್‌ನ ನೋಡಿದ್ದಳು. ಮನೆಯಲ್ಲಿ ಸಡಗರ ತುಂಬಿಕೊಡಿತ್ತು. ಅವಳು ಮಾತ್ರ ನಿರ್ಲಿಪ್ತಳಾಗಿಯೇ ಇದ್ದಳು.

"ಒಳ್ಳೆ ಸೀರೆ ಉಟ್ಟುಕೊಂಡು ಅಲಂಕಾರ ಮಾಡ್ಕೋ..." ಸುನಂದಮ್ಮ ಕೈಯಲ್ಲಿ ಬಾಣಲೆ ಹಿಡಿದು ಬಂದೇ ಹೇಳಿದರು.

"ನಂಗೇ ಬೇಜಾರು!" ಸಿಡುಕಿದಳು. ಕೂದಲಿನ ಕೊನೆಯ ಗಂಟು ಬಿಚ್ಚಿ ಒರಟಾಗಿ ಕೊಡವಿದಳು. ಸುತ್ತು ಗಂಟಾಗಿದಳು.

ನಾಲ್ಕಾರು ಮಂದಿಯೊಂದಿಗೆ ಶಾಮಣ್ಣನವರು ಮನೆಗೆ ಬಂದರು. ಸಡಗರ, ಸಂಭ್ರಮದ ವಾತಾವರಣ ದಿಢೀರ್ ನಿರ್ಧಾರ!

ಸುಮಾರಾಗಿ ಅಲಂಕರಿಸಿಕೊಂಡಳು. ಮದುವೆಯಾದರೆ ಈ ಎಲ್ಲಾ ಸಂಕಟಗಳಿಂದ ಒಮ್ಮೆಲೇ ಪಾರಾಗಬಹುದು. ಆಮೇಲಾದರೂ ಗೋಕುಲ್‌ನೊಂದಿಗೆ ಆತ್ಮೀಯವಾಗಿ ಮಾತಾಡಬಹುದು. ಆಹ್ವಾನಿಸಬಹುದು. ಕಣ್ತುಂಬಿ ಬಂತು.

"ಏನಮ್ಮ..." ಶಾಮಣ್ಣನವರು ಕೋಣೆಯೊಳಗೆ ಬಂದರು. ಗಂಭೀರವಾದ ಮಗಳ ಮುಖ ನೋಡಿ ಅವರಿಗೆ ಕಸಿವಿಸಿಯಾಯಿತು "ಅನು... ಯಾಕೆ ಒಂದು ತರಹ ಇದ್ದೀ..." ಹತ್ತಿರಕ್ಕೆ ಬಂದು ಗಲ್ಲ ಸವರಿದರು.

"ಇನ್ನೊಂದ್ವರ್ಷವಾದ್ರೂ ಹಾಯಾಗಿರಬೇಕೂಂತ ಇದ್ದೆ. ಹೋರೋ ಭಾರದ ಲೆಕ್ಕ ಹಾಕ್ತಾ ಇದ್ದೆ..." ಎಂದಾಗ ಶಾಮಣ್ಣನವರು ನಕ್ಕು ಬಿಟ್ಟರು. ಅವರ ಮನ ಹಗುರವಾಯಿತು. ಹರ್ಷದ ತುಂತುರು ಚೆಲ್ಲಾಡಿತು.

"ಯೋಚ್ನೇ ಮಾಡೋಣ ಪ್ರಸ್ತಾಪ ಮಾಡಿದಾಯ್ತು..." ಕತ್ತಿನ ಮೇಲೆ ಕೈಯಾಡಿಸಿಕೊಂಡರು. ತಾವು ಆತುರಪಟ್ಟೆವೇನೋ ಎಂದು ಯೋಚಿಸಿದರು. ದವಡೆಗಳು ಕೆಳಕ್ಕೂ ಮೇಲಕ್ಕೂ ಆಡಿದವು.

"ಸ್ವಲ್ಪ ಜೋರಾಗಿರು, ಅವ್ರು ಮುಂದುವರೆದ ಜನ..." ಅನುಪಮಳ ಕಣ್ಣುಗಳು

ಸುಂದರವಾಗಿ ಅರಳಿದವು. "ಅಂದ್ರೆ..." ತುಟಿ ಕೊಂಕಿಸಿ ನಕ್ಕಳು "ಹಾಗೆಲ್ಲ ಏನಿಲ್ಲ, ತುಂಬ ಓದಿಕೊಂಡಿದ್ದಾರೆ. ಆಚಾರ ಬಿಟ್ಟು ನಡೆದೋರೆಲ್ಲ!" ಗೊಂದಲಕ್ಕೆ ಬಿದ್ದವರಂತೆ ನುಡಿದರು.

ಮಗಳ ಜೊತೆ ಮಾತಾಡಲು ಅವರು ಯಾವಾಗಲೂ ಹೆದರುತ್ತಿದ್ದರು. ಅವಳ ಮಾತಿನ ಧಾಟಿಗೆ ಇವರು ಬೇಸ್ತು, ಸೊನ್ನೆ ಮಾರ್ಕ್ ತೆಗೆದುಕೊಳ್ಳುವುದೇ ಇವರ ಹಣೆಬರಹ!

ಹೇಳಿದ ವೇಳೆಗೆ ಗಂಡಿನ ಕಡೆಯವರು ಬಂದರು. ಊರಿನ ಮುಖ್ಯಸ್ಥರೆಲ್ಲ ಸೇರಿದ್ದರು. ಎಲ್ಲಾ ಸಾಂಗವಾಗಿ ನೆರವೇರಿತು. ಹಜಾರದಲ್ಲಿ ಕುಳಿತ ಡಾ। ಗೋಕುಲ್ ನಾಟಕ ನೋಡುವಂತೆ ನೋಡಿದ.

"ರಾಜು ಯಾವಾಗ ಮದ್ವೆ?" ಅವನು ಕಕ್ಕಾಬಿಕ್ಕಿಯಾದ. ಅವನಿಗೆ ಯಾವ ವಿಷಯವು ಗೊತ್ತಿರಲಿಲ್ಲ. "ಯಾರ್ದೂ?" ಎಂದಾಗ ನಕ್ಕುಬಿಟ್ಟ.

ಅಲ್ಲಿಗೆ ಹೋಗಬೇಕು. ಸಮಾರಂಭದಲ್ಲಿ ಭಾಗಿಯಾಗಬೇಕು ಏನೇನೋ ಅನಿಸಿಕೆಗಳು, ಆಸೆಗಳು, ಕಲ್ಪನೆಗಳು, ಒಂದು ನಡೆಯದು.

ರಾಜು ಏನೋ ಹೇಳಲು ಮುಂದಾದಾಗ ಸುಮ್ಮನಿರುವಂತೆ ಕೈಯಿಂದಲೇ ಸನ್ನೆ ಮಾಡಿದ. ಎದ್ದು ನರ್ಸಿಂಗ್ ಹೋಂ ಕಡೆ ನಡೆದ. ಕಟ್ಟಡ ಮುಗಿದು ತಿಂಗಳ ಮೇಲಾಗಿತ್ತು. ಯಾಕೆ ಈ ಅನಾಸಕ್ತಿ? ತನ್ನ ದೃಢನಿರ್ಧಾರ ಕುಸಿದಿದೆಯೇ? ಮಮ್ಮಿ ಹೇಳಿದ ಹಾಗೇ ಅಮೆರಿಕಾಗೆ ಹೋಗಿಬಿಡಲೇ? ಯಾಕೋ ಮನ ಒಪ್ಪಲಿಲ್ಲ.

ಅವರುಗಳೆಲ್ಲ ಹೊರಟ ಮೇಲೆ ಸುನಂದಮ್ಮ ತಿಂಡಿಯ ತಟ್ಟೆಯನ್ನು ತಂದು ಅವಳ ಮುಂದಿರಿಸಿದರು. ಗದ್ದಕ್ಕೆ ಕೈಯೂರಿ ಗಂಭೀರವಾಗಿ ಕೂತಿದ್ದಳು. ಎಂತಹುದೋ ಸಂಕಟ, ವ್ಯಥೆ, ಅಪರಾಧ ಮನೋಭಾವ ತೀರಾ ದೂರದ ಸಂಬಂಧಿಕರೆನಿಸಿಕೊಂಡವರು ಕೂಡ ತಮ್ಮ ಅಧಿಕಾರ ಮಾತುಕತೆಗಳ ನಡುವೆ ಸ್ಥಾಪಿಸಲು ಬಂದಿದ್ದರು. ಆದರೆ... ಡಾ। ಗೋಕುಲ್... ತಾಯಿ ಸ್ವಂತ ಅಣ್ಣನ ಮಗ ಕಣ್ಣಂಚಿನ ಕಂಬನಿ ಕೆನ್ನೆಯ ಮೇಲೆ ಜಾರಿತು.

"ಯಾಕೆ?" ಮೈಯಲ್ಲಿನ ಶಕ್ತಿಯೆಲ್ಲ ಉಡುಗಿಹೋದವರಂತೆ ಕುಸಿದು ಕುಳಿತು ಬಿಟ್ಟರು. ಸುನಂದಮ್ಮ ಬೆರಳಿನಿಂದ ಕಂಬನಿ ತೊಡೆದುಕೊಂಡ ಅನುಪಮ "ಏನಿಲ್ಲ ಬಿಡಮ್ಮ!" ಸಮಾಧಾನ ಮಾಡುವ ಒಣಪ್ರಯತ್ನ ಮಾಡಿದಳು. ಅವರ ಮನಕ್ಕೆ ಸಾಂತ್ವನ ನೀಡಲು ಅವಳಿಂದಾಗಲಿಲ್ಲ.

"ಜೀವ ಮೊದ್ಲಿನ ಹಾಗೆ ಗಟ್ಟಿಯಾಗಿಲ್ಲ. ನೋವು ಸಂಕಟ... ಒಂದು ಅರ್ಥವಾಗೋಲ್ಲ" ಸುನಂದಮ್ಮನ ನಿಟ್ಟುಸಿರಿನ ಬುಗ್ಗೆ ಚಿಮ್ಮನೇ ಚಿಮ್ಮಿತು.

"ಅರ್ಥವಾಗದ್ದು ಬಿಟ್ಟು ಬಿಡ್ಬೇಕೂ, ನೀನೂ ಕೊರಗೋದ್ರಿಂದ ಯಾವ ಪರಮಾರ್ಥ ಸಾಧನೆ ಸಾಧಿಸಿದಂತಾಗೋಲ್ಲ" ಸಿಡಿಮಿಡಿಗುಟ್ಟುತ್ತಲೇ ಎದ್ದು ಹೋದಳು.

ಸುನಂದಮ್ಮ ಮೆಲ್ಲಗೆ ಅಡಿಗೆ ಮನೆಗೆ ಎದ್ದು ಹೋದರು. ಸಜ್ಜಿಗೆಯ ಪಾತ್ರೆ ಎದುರಿನಲ್ಲಿತ್ತು. ಶೀನಣ್ಣಯ್ಯನಿಗೆ ಸಜ್ಜಿಗೆ ತುಂಬ ಇಷ್ಟ. ಅವರ ಕಣ್ಣಲ್ಲಿ ನೀರಾಡಿತು. ಎಷ್ಟೋ ದಿನ ಜೋಯಿಸರೇ ತಾವೇ ಹದವಾಗಿ ಮಾಡಿ ಮುಂದೆ ಕೂಡಿಸಿಕೊಂಡು ತಿನ್ನಿಸಿದ್ದರು. ಮಗ ಅಮೆರಿಕಗೆ ಹೋದ ಮೇಲೆ ಒಂದು ಪಿಡಚೆ ಕೂಡ ಬಾಯಿಗೆ ಹಾಕಲಿಲ್ಲ ಜೋಯಿಸರು.

ಡಾ। ಗೋಕುಲ್‌ಗೆ ಕರೆದು ಕೊಡಬೇಕೆನಿಸಿತು. ತಿನ್ನುವುದನ್ನು ನೋಡಬೇಕೆನಿಸಿತು. ಅಸಹಾಯಕತೆಗಾಗಿ ತಲೆ ಚಚ್ಚಿಕೊಂಡರು. ಎಷ್ಟೇ ಪ್ರಯತ್ನಪಟ್ಟರೂ ಡಾ। ಗೋಕುಲ್‌ನ ಮರೆಯಲಾರದಾಗಿದ್ದರು. ಸಂಬಂಧವಿಲ್ಲವೆಂದುಕೊಂಡರೂ ಅಂತಃಕರಣ ಒಪ್ಪದು.

ಒಂದು ಪಾತ್ರೆಗೆ ಹಾಕಿ ಮುಚ್ಚಿ ಹೊರಗೆತಂದರು. ಅತ್ತಿತ್ತ ನೋಡಿದರು. ಅನುಪಮ ಮಾತ್ರ ಕೂತಿದ್ದಳು.

"ಅನು, ಆ ಹುಡ್ಗನ ಸ್ವಲ್ಪ ಕರೀ" ಅಂತಃಕರಣದ ಪ್ರತಿಭಟನೆಗೆ ಮೆತ್ತಗಾಗಿದ್ದರು, ಅನುಪಮಳ ಕಣ್ಣುಗಳಲ್ಲಿ ಅಚ್ಚರಿ ಮಿನುಗಿತು. ಮುಖದಲ್ಲಿ ಮಾರ್ದವತೆ ಮಿನುಗಿತು. "ಯಾಕಮ್ಮ? ಅವನಷ್ಟು ಸುಲಭವಾಗಿ ನಮ್ಮ ಬಾಗ್ಲಿಗೆ ಬರ್ತಾನಾ? ಸ್ವಾಭಿಮಾನ ಅನ್ನೋದು ಅವ್ರಿಗೂ–ಇರೋಲ್ವಾ!" ಅವಳ ಮುಖದ ಮೇಲೆ ಉದಾಸೀನಭಾವ ಇಣುಕಿತು. ಸುಮ್ಮನೇ ಒಳಗೋಗಿಬಿಟ್ಟರು.

ಅಂದು ರಾತ್ರಿನೇ ವಿಪರೀತ ಜ್ವರ ಅರ್ಥವಿಲ್ಲದ ಮಾತುಗಳನ್ನ ಬಡಬಡಿಸ ತೊಡಗಿದರು. ಶಾಮಣ್ಣನವರಿಗೆ ಕೈಕಾಲುಗಳೇ ಆಡದಂತಾಯಿತು. ಕೈಕೈ ಇಸುಕಿ ಕೊಂಡರು. ಸರ್ಕಾರಿ ದವಾಖಾನೆಯ ಡಾಕ್ಟರ್ ಮನೆಗೆ ಬರುವಂತಿರಲಿಲ್ಲ.

"ಯಾವುದಾದ್ರೂ ಮಾತ್ರೆ ಇದ್ಯಾ?" ಮಗಳತ್ತ ನೋಡಿದರು. ಅವಳು ಮೌನವಾಗಿ ಎದ್ದು ಹೋದಳು. ಒಂದು ಪಿಲ್ಸ್ ಹಿಡಿದು ಬಂದು ನುಂಗಿಸಿದಳು.

ಬೆಳಿಗ್ಗೆವರೆಗೂ ಅಪ್ಪ, ಮಗಳು ಕೂತೇ ಕಾಲ ಕಳೆದರು. ಸುನಂದಮ್ಮನ ಮುಖ ಜ್ವರದ ತಾಪದಿಂದ ಕೆಂಪಗಾಗಿತ್ತು.

"ನಡ್ಯೋಕಾಗುತ್ತ?" ಬೆಳಗಿನ ಜಾವ ಮುಖ ತೊಳೆದು ಬಂದ ಶಾಮಣ್ಣನವರು ಹೆಂಡತಿಯ ಭುಜ ಅಲುಗಿಸಿ ಪ್ರಶ್ನಿಸಿದರು. ಕಣ್ಣು ತೆರೆದವರೇ ಮುಚ್ಚಿಕೊಂಡರು. ಅವರ ಮನಸ್ಸಿನಲ್ಲೇನಿತ್ತೊ?!

ಎರಡು ದಿನ ಸರ್ಕಾರಿ ದವಾಖಾನೆಯಿಂದ ಔಷಧಿ, ಮಾತ್ರೆ ತಂದರು, ಉಪಯೋಗವಿಲ್ಲದಾಯಿತು.

"ಬೆಂಗ್ಳೂರಿಗೆ ಕರ್ಕೊಂಡ್ಹೋಗೋಣ. ಮಗಳ ಮುಂದೆ ಅಂದರು. ತಲೆಯೆತ್ತಿ ತಂದೆಯ ಕಡೆ ನೇರವಾಗಿ ನೋಡಿದಳು. ಡಾ। ಗೋಕುಲ್ ಅಂತ ಡಾಕ್ಟರ್ ಇದ್ದರೂ ಅದರ ಉಪಯೋಗ ಪಡೆದುಕೊಳ್ಳಲು ಹಿಂದು ಮುಂದೇಕೆ!"

"ಆಯಾಸ ಆಗುತ್ತೆ ಡಾ। ಗೋಕುಲ್‌ನ ಕರ್ದು ತೋರ್ಸೋಣ ಒಳ್ಳೆ ಡಾಕ್ಟ್ರು ಸುತ್ತಮುತ್ತಲಿನವ್ರೆಲ್ಲ ಕರ್ಕೊಂಡ್ಹೋಗ್ತಾರೆ."

ಮಗಳ ಮಾತಿಗೆ ವಿಚಲಿತರಾದರೂ ಅವರ ಮನಸ್ಸಿಗೂ ಒಂದೆರಡು ಬಾರಿ ಆ ವಿಚಾರ ಬಂದಿತ್ತು. ತಟ್ಟನೇ ಒರೆಸಿ ಹಾಕಿದ್ದರು.

"ನಂಗಿಷ್ಟವಿಲ್ಲ ಕೃತಜ್ಞತೆ ಇಲ್ಲದೋನ ಮುಖ ನೋಡೋಲ್ಲ ಸಾವಿರ ಖರ್ಚಾದ್ರೂ ಪರ್ವಾಗಿಲ್ಲ, ಬೆಂಗ್ಳೂರಿಗೆ ಕರ್ಕೊಂಡ್ಹೋಗ್ತೀನಿ" ಕಡ್ಡಿ ತುಂಡು ಮಾಡಿದಂತೆ ಹೇಳಿದಾಗ, ಬಲವಂತವಾಗಿ ಉಗುಳು ನುಂಗಿ ತಲೆ ತಗ್ಗಿಸಿಕೊಂಡು ನಡೆದಳು. ಬೆನ್ನಿನ ಹಿಂದೆ ಅವರ ಇರಿಯುವ ನೋಟವಿದೆಯೆಂದು ಅವಳಿಗೆ ಗೊತ್ತು.

ಶಾಮಣ್ಣನವರು ಹೆಂಡತಿಯ ಬಳಿಗೆಬಂದರು, ಹಿಂಜಿಕೊಂಡ ಮುಖ ನೋಡಿ ಅವರೆದೆ ಜಡೆಯುವ ಸ್ಥಿತಿಗೆ ಬಂತು.

"ಸುನಂದೂ, ಕಾರು ಮಾತಾಡ್ಕೊಂಡ್ಬರ್ತೀನಿ, ಬೆಂಗ್ಳೂರಿಗೆ... ಹೋಗ್ಬಿಡೋಣ, ಅಲ್ಲಿ ದೊಡ್ಡ ಡಾಕ್ಟ್ರುಗಳಿಗೆ ತೋರ್ಸೋಣ" ಕೂದಲಲ್ಲಿ ಕೈಯಾಡಿಸಿದರು.

"ಬೇಡ ನಾನೋಗೊಲ್ಲ" ಕ್ಷೀಣವಾಗಿ ಬಂತು ಧ್ವನಿ.

"ಒಳ್ಳೆ ಮಗುವಿನ ಹಾಗೇ ಹಟ ಮಾಡ್ತೀಯಲ್ಲ! ಕಾಯಿಲೆ ವಾಸಿಯಾಗ್ಬೇಡ್ವಾ!" ಸ್ವಲ್ಪ ಅಸಹನೆಯಿಂದ ರೋಗಿಯೆಂಬುದು ಮರೆತು ಸಿಡುಕಿದರು.

ಸುನಂದಮ್ಮನ ಮುಸುಕಿದ ಕಣ್ಣಂಚಿನ ಮಂಜಿನಲ್ಲಿ ಡಾ। ಗೋಕುಲ್ ಹಸನ್ಮುಖನಾಗಿ ನಿಂತಿದ್ದ. 'ಅಯ್ಯೋ' ಹೃದಯ ಆಕ್ರಂದನಿಸಿತು.

ಮೆಲ್ಲಗೆ ಕಣ್ಣು ತೆರೆದು "ನಾನೆಲ್ಲೂ ಹೋಗೋಲ್ಲ, ಸತ್ರೆ ಇಲ್ಲೇ ಸಾಯ್ತೀನಿ" ಪಟ್ಟು ಹಿಡಿದಂತೆ ಕಂಡರು. ಶಾಮಣ್ಣನವರ ಮುಖದ ಮೇಲೆ ಅಸಹಾಯಕತೆ ಕಾಣಿಸಿಕೊಂಡಿತು.

ಬೆಂಗಳೂರಿನಿಂದ ಡಾಕ್ಟರನ್ನು ಕರೆ ತಂದರು. ಮಾತ್ರೆ, ಇಂಜಕ್ಷನ್ ಕೊಡಿಸಿದರು. ಜ್ವರ ಕಮ್ಮಿಯಾದರೂ ನಿತ್ರಾಣದಿಂದ ಪೂರ್ತಿಯಾಗಿ ಬಳಲಿದರು. ಹಿಂಜಿದ ಹತ್ತಿಯಂತಾದರು.

ಹೆಂಡತಿಯ ತಲೆದೆಸೆಯಲ್ಲಿ ಬಂದು ಕೂತರು, ಬೆಳಿಗ್ಗೆ ಬಂದ ಪತ್ರದಿಂದ ತಲೆ ಬಿಸಿಯೇರಿತ್ತು.

"ಪತ್ರ ಬಂದಿದೆ ಈ ಲಗ್ನಗಳಲ್ಲಿ ಮದ್ವೆ ಮಾಡಿ ಕೊಟ್ಬಿಡೀಂತ ಪತ್ರ ಬರ್ದಿದ್ದಾರೆ" ಬಿಳುಚಿಕೊಂಡ ಹೆಂಡತಿಯ ಮುಖದತ್ತ ನೋಡಿದರು. ಸುನಂದಮ್ಮನ ಕಣ್ಣುಗಳಲ್ಲಿ ಬೆಳಕು ಮೂಡಲಿಲ್ಲ.

"ಆಯ್ತು, ಮಾಡ್ಬಿಡೋಣ" ಒಣಗಿದ ತುಟಿಗಳ ಮೇಲೆ ನಾಲಿಗೆಯಾಡಿಸಿದರು. ಹೃದಯದ ನಿರಾಶೆ, ನೋವು, ಸಂಕಟ ಸಹಿಸಲು ಅಸಾಧ್ಯವಾಗಿತ್ತು. ದ್ವಂದ್ವ ಭಾವಗಳ ತೊಳಲಾಟದಲ್ಲಿ ಪೂರ್ತಿಯಾಗಿ ಸೋತು ಹೋಗಿದ್ದರು.

ಗಂಡನ ಕೈಯನ್ನು ತಮ್ಮ ಜೀರ್ಣವಾದ ಕೈಯಲ್ಲಿಡಿದು "ಕೋಪ ಮಾಡ್ಕೋಬೇಡಿ. ಶೀನಣ್ಣಯ್ಯ ದೊಡ್ಡ ತಪ್ಪು ಮಾಡಿರಬೋದು, ಪಾಪ ಆ ಹುಡ್ಗ ಯಾವ್ದೂ ಅರಿಯಾ... ತಮ್ಮಲ್ಲಿ ಸೇರ್ಸಿಕೊಳದಿದ್ರೂ ಪ್ರೀತಿಯಿಂದ ಕಾಣೋದ್ರಲ್ಲಿ ತಪ್ಪೇನಿದೆ!"

ತಟ್ಟನೇ ತಮ್ಮ ಕೈಯನ್ನು ಹಿಂದಕ್ಕೆಳೆದುಕೊಂಡರು. ರೌದ್ರಾವತಾರ ತಾಳಿದರು. ಸಾಕಷ್ಟು ಅಂದು ಮುಗಿಸಿದಾಗ ಮೂಕವಾಗಿ ಕಣ್ಣೀರು ಸುರಿಸಿದರೂ ಸುನಂದಮ್ಮ.

'ಅಯ್ಯೋ ಶೀನಣ್ಣಯ್ಯ ನೀನ್ಯಾಕೆ ಕಳಿಸ್ದೇ? ಆ ಹುಡ್ಗ ತಾಯಿ ಮುಂದಾದ್ರೂ ಸುಖವಾಗಿರ್ತಾ ಇದ್ದ, ಒಂದು ತಪ್ಪು ಮಾಡಿ ನೀನೂ ನೊಂದೆ ಇನ್ನೊಂದು ದೊಡ್ಡ ತಪ್ಪು ಮಾಡಿ ಅವ್ನ ನೋಯಿಸ್ತಾ ಇದ್ದೀಯಾ' ಮನದಲ್ಲಿಯೇ ಹಲುಬಿದರು.

ಅನುಪಮಗೆ ಮನೆಯಲ್ಲಿದ್ದು ತಲೆಯೇ ಕೆಟ್ಟು ಹೋಗಿತ್ತು. ಕಾಲೇಜು ಬಾಗಿಲು ತೆಗೆದು ಹದಿನೈದು ದಿನದ ಮೇಲಾಗಿತ್ತು. ಅತ್ತ ತಲೆ ಹಾಕಿರಲಿಲ್ಲ.

"ಕಾಲೇಜಿಗಾದ್ರೂ ಹೋಗು" ಮಗಳ ಪೆಚ್ಚಾದ ಮುಖ ನೋಡಿ ಸುನಂದಮ್ಮ ಹೇಳಿದರು. ಮಗಳ ಮದುವೆಯವರಿಗಾದರೂ ಆರೋಗ್ಯವಾಗಿರುವ ಸಂಕಲ್ಪ ತೊಟ್ಟಿದ್ದರು. ಅದು ಅವರ ದೇಹದ ಮೇಲೆ ತಕ್ಕಷ್ಟು ಪರಿಣಾಮ ಬೀರಿತ್ತು.

ಮರುದಿನವೇ ಅನುಪಮ ಕಾಲೇಜಿಗೆ ಹೊರಟಳು.

* * *

ಬಹಳ ದಿನಗಳ ಮೇಲೆ ಬಸ್ ಸ್ಟಾಪ್‌ನಲ್ಲಿ ಗೋಕುಲ್ ಭೇಟಿಯಾದ. ಹಿಂದಿಗಿಂತ ಬಹಳ ಗಂಭೀರವಾಗಿದ್ದ ಹಾಗೆ ಕಾಣಿಸಿದ, ಎಂದಿನಂತೆ ಮಾತಾಡಿಸಲಿಲ್ಲ.

ಅನುಪಮಳಿಗೆ ಪೆಚ್ಚೆನಿಸಿತು. ತಾನೇ "ಹಲೋ..." ಎಂದಳು ಡಾ। ಗೋಕುಲ್ ಅವಳತ್ತ ಬಂದು "ಹಲೋ ನಿಮ್ಮ ತಾಯಿ ಹೇಗಿದ್ದಾರೆ?" ಸ್ವರದಲ್ಲಿನ ಗಡಸುತನಕ್ಕೆ ಬೆಚ್ಚಿದ್ದಳು. ತಪ್ಪು ಮಾಡಿದವಳಂತೆ ತಲೆತಗ್ಗಿಸಿ "ಪರ್ವಾಗಿಲ್ಲ, ಹುಷಾರಾಗಿದ್ದಾರೆ" ಎಂದಳು. ಅವಳ ಕಣ್ಣುಗಳು ಕಿರಿದಾದವು. ಸಂಕೋಚ ಅವಳನ್ನು ಬಾಧಿಸಿತು. ಬಲವಂತವಾಗಿ ಉಗುಳನ್ನು ನುಂಗಿದಳು.

"ಏನಾಗಿತ್ತು?" ತಲೆ ಎತ್ತಿದಳು. ಅವನ ನೇರ ನೋಟ ತಪ್ಪಿಸಿಕೊಳ್ಳುವ ಪ್ರಯತ್ನ ಮಾಡಿದಳು. ತುಟಿ ತೆರೆಯಲು ಹೆಣಗಾಡಿದಳು.

"ಡಾಕ್ಟ್ರು ಏನ್ಹೇಳಿದ್ರು!" ಮತ್ತೆ ಸಹನೆಗೆಟ್ಟು ಪ್ರಶ್ನಿಸಿದ.

"ಮನೋರೋಗ..." ಕಣ್ಣಂಚಿನಲ್ಲಿ ಕಂಬನಿ ಜಿನುಗಾಡಿತು. ಬಲವಂತವಾಗಿ ದುಃಖ ನುಂಗುತ್ತಿದ್ದರು. ಅಳು ಒತ್ತರಿಸಿಕೊಂಡು ಬರುತಿತ್ತು. ತುಟಿಗಳು ಕಂಪಿಸುತ್ತಿದ್ದವು.

ಅಷ್ಟು ದೂರದಲ್ಲಿ ಬಸ್ಸು ಬರುತ್ತಿದ್ದುದು ಕಾಣಿಸಿತು.

"ಬಸ್ಸು... ಬಂತು" ಅವನ ನೋಟವನ್ನು ಅತ್ತ ಹರಿಸಿ ಕರ್ಚಿಫ್‌ನಿಂದ ಕಣ್ಣೊತ್ತಿಕೊಂಡಳು. ಚುರುಕು ನೋಟ ಇದನ್ನು ಕಾಣದೇ ಹೋಗಲಿಲ್ಲ.

ನಾಲ್ಕಾರು ಜನ ಊರಿನವರು ಓಡಿಬಂದು ನಿಂತ ಬಸ್ಸನ್ನು ಹತ್ತಿಕೊಂಡರು. ಖಾಲಿಯಿದ್ದ ಸೀಟಿನಲ್ಲಿ ಡಾ। ಗೋಕುಲ್ ಕುಳಿತ. ಕಂಬಿ ಹಿಡಿದು ನಿಂತಿದ್ದ ಅನುಪಮ ಬಸ್ಸಿನೊಳಗೆಲ್ಲಾ ಕಣ್ಣಾಡಿಸುತ್ತಿದ್ದಳು. ಬೇಕೆಂದೇ ಅವನ ದೃಷ್ಟಿ ತಪ್ಪಿಸುತ್ತಿದ್ದಳು. ಇಂದಿನ ಕಲಿತ ಯುವತಿಯರು ಕೂಡ ಬೇರೆ ಗಂಡಸರ ಪಕ್ಕದಲ್ಲಿ ಸರಾಗವಾಗಿ ಕೂಡಲಾರರು!

ನಗು, ವ್ಯಸನ, ಆಶ್ಚರ್ಯ ಮೊದಲಾದ ಸಮ್ಮಿಶ್ರ ಭಾವಗಳು ಅವನಲ್ಲಿ ಉಂಟಾದವು. ಪಶ್ಚಿಮ ದೇಶದ ಜನರ ಜೀವನಕ್ಕೂ, ಇಲ್ಲಿನ ವೈವಿಧ್ಯಮಯ ಬದುಕಿಗೂ ಹೋಲಿಸಿ ನೋಡಲೆತ್ನಿಸಿದ.

"ಪ್ಲೀಸ್... ಸಿಟ್ ಡೌನ್" ಕಿಟಕಿಯತ್ತ ಸರಿದು ಕೂತ. ಅವಳು ಇವನತ್ತ ತಿರುಗಲೇ ಇಲ್ಲ. ಮುಗುಳ್ನಕ್ಕು ಸುಮ್ಮನಾದ.

ಅವಳು ಇಳಿದ ಸ್ಟಾಪ್‌ನಲ್ಲಿಯೇ ಇಳಿದ. ಕಾಲೇಜಿನತ್ತ ವೇಗವಾಗಿ ಹೆಜ್ಜೆ **ಹಾಕತೊಡ**ಗಿದಳು.

"ಅನುಪಮ, ನಿಂತ್ಕೋ" ಎಂದ.

ಪಕ್ಕಕ್ಕೆ ಸರಿದು ನಿಂತಳು. ಹಣೆಯ ಮೇಲೆ ಬೆವರಿನ ಹನಿಯೊಡೆಯಿತು.

"ನನ್ನ ನೋಡಿದ್ರೆ ಯಾಕೆ ಅಷ್ಟು ದೂರ ಸಿಡಿತೀರಾ?" ನೇರವಾಗಿ ಅವನ ಪ್ರಶ್ನೆ ಬಂದಾಗ ತತ್ತರಿಸಿದಳು. ಒಂದು ನಿಮಿಷ ಗಂಭೀರವಾದಳು. "ಏನೂ ಹೇಳ್ಲಾರೆ ಅರ್ಥಮಾಡಿಕೊಳ್ಳೋದು ಕೂಡ ಕಷ್ಟ" ಎಂದಳು ಬಹಳ ಕಷ್ಟದಿಂದ.

"ಥ್ಯಾಂಕ್ ಯು... ತೊಂದರೆ ಕೊಟ್ಟೆ" ಅವಳಿಗೆ ಅಭಿಮುಖವಾಗಿ ನಡೆದ.

ಕಾರು ರಿಪೇರಿಗೆ ಬಿಟ್ಟಿದ್ದ. ಅಲ್ಲಿಗೆ ಹೋದಾಗ ಕೃಷ್ಣನ್ ಕೊಂಡೊಯ್ದ ಸಂಗತಿ ತಿಳಿಯಿತು. ತಲೆ ಸಿಡಿಯತೊಡಗಿತು. ಬೇಸರದಿಂದಲೇ ಟ್ಯಾಕ್ಸಿ ನಿಲ್ಲಿಸಿ ಹತ್ತಿ ಕೂತ, ಊರಿಗೆ ವಾಪಸ್ಸು ಹಿಂದಿರುಗಿ ಬಿಡಲೇ? ಯೋಚಿಸಿದ.

ಕಾರು ಅಗತ್ಯವಾಗಿ ಕೊಂಡೊಯ್ಯಬೇಕಾಗಿತ್ತು. ಕೃಷ್ಣನ್ ಮನೆಯ ವಿಳಾಸ ತಿಳಿಸಿ ಡ್ರೈವರ್‌ಗೆ, ಸೀಟಿಗೆ ಒರಗಿ ಕಣ್ಮುಚ್ಚಿದ ಮನದ ಪರದೆಯ ಮೇಲೆ ಕೆಲವು ಕಲ್ಪನೆಯ ಚಿತ್ರಗಳು ಮೂಡಿಬಂದು ಮರೆಯಾದವು.

ಟ್ಯಾಕ್ಸಿ ನಿಂತಾಗ ಸೋತವನಂತೆ ಕೆಳಗಿಳಿದು ಹಣ ಕೊಟ್ಟು ಗೇಟು ತೆರೆದುಕೊಂಡು ಒಳಗೆ ನಡೆದ. ನೀರವತೆ ವ್ಯಾಪಿಸಿಕೊಂಡಿತ್ತು. ಹುಬ್ಬೇರಿಸಿದ.

"ಸಾಬ್, ಎಲ್ರೂ ಮಂಗಲಾಪುರಕ್ಕೆ ಹೋದರು" ವಿನೀತನಾಗಿ ನಿಂತು ಹೇಳಿದ ಆಳು ಹುಬ್ಬು ಗಂಟಾಗಿ ಹಣೆಯುಜ್ಜಿದ.

"ನೀವು ಇಲ್ಲಾಂತ ತಿಳಿದ್ರೆ... ಬಂದ್ಬಿಡ್ತಾರೆ."

ಸೋಫಾ ಮೇಲೆ ಕುಸಿದು ಕೂತು ಏಕಾಂತದಲ್ಲಿ ಮಲಗಿ ಬಿಟ್ಟರೇ ಸ್ವಲ್ಪ ಸಮಾಧಾನವಾಗಬಹುದೆಂಬ ನಿರ್ಧಾರಕ್ಕೆ ಬಂದ. ಕೋಣೆಯಲ್ಲಿ ಹೋಗಿ ಮಂಚದ ಮೇಲೆ ಉರುಳಿದ.

"ಸದ್ಯಕ್ಕೆ ನಂಗೇನು ಬೇಡ ನಾನಾಗಿ ಏಳೋವರ್ಗೂ... ಎಬ್ಬಿಸೋದೇನು ಬೇಡ" ಇಣುಕಿದ ಆಳಿಗೆ ಹೇಳಿ ಕಣ್ಮುಚ್ಚಿದ, ಸ್ವಲ್ಪ ಹೊತ್ತು ಹೊರಳಾಡಿದ, ನಿದ್ದೆಯೇನೋ ಬಂತು ಪ್ರಜ್ಞೆ ತಪ್ಪಿದ ಸ್ಥಿತಿಯಾಗಿತ್ತು.

ಸಂಜೆ ಅವರುಗಳು ಹಿಂದಿರುಗಿದ ಮೇಲೆಯೇ ಎಚ್ಚರಗೊಂಡಿದ್ದು, ಕೃಷ್ಣನ್

ಆತಂಕಗೊಂಡರು.

'ಏನಾಯ್ತು?' ಹತ್ತಿರ ಬಂದು ಕೂತರು. ಕೈ ಹಿಡಿದುಕೊಂಡರು. "ಏನಿಲ್ಲ ಅಂಕಲ್, ಬೆಳಗ್ಗೆ ಬಸ್ಸಿನಲ್ಲಿ ಬಂದಿದ್ದೆ. ಆಯಾಸವಾಗಿತ್ತು. ಮಲ್ಗಿ ಬಿಟ್ಟೆ" ಸಹಜವಾಗಿ ಹೇಳಲು ಪ್ರಯತ್ನಪಟ್ಟ. ಅರಿವಾಗದಂತೆ ಸ್ವರದಲ್ಲಿ ನೀರಿಸ ಇಣುಕಿತು. ಕೃಷ್ಣನ್ ಕಣ್ಣಲ್ಲಿ ಕಣ್ಣಿಟ್ಟು ಇಣುಕಿ ನೋಡಿದರು.

"ವಿಶ್ರಾಂತಿ ತಗೋ" ಎದ್ದು ಹೊರಗೆಬಂದರು. ಅವರಿಗೆ ಇವನದೊಂದು ಚಿಂತೆಯಾಗಿತ್ತು. ಶ್ರೀನಿವಾಸ ತಿಳಿದೂ ತಿಳಿದೂ ಹೀಗೆಲ್ಲ ಯಾಕೆ ಯೋಚಿಸಿದ? ಪ್ರತಿ ಛಾಯೆಯಂಥ ಇವನ ರೂಪ ನೋಡಿಯೇ ಈ ನಿರ್ಧಾರ ಮಾಡಿದನಾ?

ಮುಖ ತೊಳೆದು ಬಂದು ಕೃಷ್ಣನ್ ಎದುರಿನಲ್ಲಿ ಕೂತ. ಅವರು ಮೀನಾ ಮೇಷ ಎಣಿಸಿ "ಅಲ್ಲಿನ ನರ್ಸಿಂಗ್ ಹೋಂ ಕಟ್ಟಡ ಕೊಂಡು ಕೊಳ್ಳೋಕೆ ಒಬ್ರು... ಮುಂದೆ ಬಂದಿದ್ದಾರೆ" ಕುಳಿತಲ್ಲೇ ಶಿಲೆಯಾದ ಮಿದುಳು ತನ್ನ ಸ್ವಂತ ಚೇತನ ಕಳೆದುಕೊಂಡು ಸ್ತಬ್ಧವಾದ ಅನುಭವವಾಯಿತು.

"ಬರೀ ನಷ್ಟಾನೇ. ಅರ್ಧ ಹಣ ಕೂಡ ಬರೋಲ್ಲ. ಹೋದ್ರೆ... ಹೋಗ್ಲಿ ಮತ್ತೇನು ಮಾಡೋಕೆ ಸಾಧ್ಯವಿಲ್ಲ" ಅಸಹಾಯಕತೆ ತೋಡಿಕೊಂಡರು. ಆ ವಿಷಯದಲ್ಲಿ ಅವರು ಬೇಸತ್ತು ಹೋಗಿದ್ದರು.

'ಅಂಕಲ್...' ಅವನ ಸ್ವರವನ್ನು ಕೃಷ್ಣನ್‌ರವರ ಧ್ವನಿ ನುಂಗಿ ಹಾಕಿತು. "ಮತ್ತೇನು ಹೇಳ್ಬೇಡ. ಆ ಒಂಟಿತನದ ಹಿಂಸೆ–ನಿನ್ನ ಪ್ರತಿಭೆನ ಕೊಂದು ಬಿಡುತ್ತೆ. ಸದ್ಯಕ್ಕೆ ನಮ್ಮ ನರ್ಸಿಂಗ್ ಹೋಂ ಸಿದ್ಧವಾಗೋವರ್ಗೂ... ಡಾ| ರಾವ್ ನರ್ಸಿಂಗ್‌ಹೋಂನಲ್ಲಿ ಕೆಲ್ಸ ಮಾಡ್ಬೋದು, ಅವ್ರು ಕೂಡ ಅಮೆರಿಕದಲ್ಲಿ ಸ್ಟಡಿ ಮಾಡಿ ಬಂದವ್ರೆ, ನಿನ್ನ ಬಗ್ಗೆ ಹೇಳಿದ್ದೀನಿ ತುಂಬ ಸಂತೋಷಪಟ್ರು."

ಡಾ| ಗೋಕುಲ್‌ನ ಮುಖದ ಬಣ್ಣವೇ ಬದಲಾಯಿಸಿತು. ಹಲ್ಲಿನಡಿ ತುಟಿ ಕಚ್ಚಿದ. ಕಾರು ಅಲ್ಲಿ ನಿಂತಿತ್ತು. ಸ್ವಿಚ್ ಕೀ ಅದರಲ್ಲಿಯೇ ನೇತಾಡುತಿತ್ತು. ಹತ್ತಿ ಕೂತು ಸ್ಟಾರ್ಟ್ ಮಾಡಿದ. ಕಾರು ವೇಗವಾಗಿ ಕಾಂಪೌಂಡ್‌ನಿಂದ ಹಾದು ಹೋಯಿತು.

ಮಂಗಲಾಪುರದತ್ತ ನಡೆಯಿತು. ಆ ಪರಿಸರದ ಆಕರ್ಷಣೆ ಅವನನ್ನು ಎಳೆದೊಯ್ಯುತ್ತಿತ್ತು.

ಮನೆಯ ಮುಂದೆ ಕಾರು ನಿಂತಾಗ ರಾಜು ಗಾಬರಿಯಿಂದ ಧಾವಿಸಿದ. ಕೃಷ್ಣನ್ ಸದ್ಯಕ್ಕೆ ಡಾ| ಗೋಕುಲ್ ಅಲ್ಲೇ ಇರುವುದಾಗಿ ಹೇಳಿದ. ನರ್ಸಿಂಗ್ ಹೋಂ ಕೊಂಡು ಕೊಳ್ಳಲು ಮುಂದೆ ಬಂದ ಗೌಸ್ ಸಾಹೇಬರನ್ನು ಕರೆ ತಂದಿದ್ದರು. ಇಡೀ ಊರಿನಲ್ಲಿಯೇ ಸುದ್ದಿ ಹರಡಿಹೋಗಿತ್ತು. ಈಗ...

ಕಾರಿನ ಬಾಗಿಲನ್ನು ಶಬ್ದವಾಗುವಂತೆ ಮುಚ್ಚಿ ಡಾ| ಗೋಕುಲ್ ಅವನತ್ತ ನೋಡದವನಂತೆ ಒಳಗೆ ನಡೆದ. ರಾಜು ಗಾಬರಿ ಕರಗಿ ಹೋಗಿ ಒಂದು ತರಹ ಸಂತೋಷವೇ ಆಯಿತು. ಈ ಮನೆ, ಇಲ್ಲಿನ ಕೆಲಸ ಅವನಿಗೆ ಒಗ್ಗಿ ಬಿಟ್ಟಿತ್ತು.

"ಅಡ್ಗೇ ಇದ್ರೆ ಬಡ್ಸು" ಬಟ್ಟೆ ಬದಲಾಯಿಸಿ ಬಾತ್ ರೂಂನತ್ತ ನಡೆದಾಗ ರಾಜು ಅಡುಗೆಯ ಮನೆಯತ್ತ ನಡೆದ. ಪಾತ್ರೆಯ ಮೇಲಿನ ಮುಚ್ಚಳ ಸರಿಸಿದ ಅನ್ನ ಇತ್ತು. ಮಿದುಳು ಚುರುಕಾಗಿ ಕೆಲಸ ಮಾಡಿತು. ಗಟ್ಟಿ ಮೊಸರನ್ನ ಹಾಕಿ ಕಲೆಸಿ ತಟ್ಟೆಯಲ್ಲಿ ತಂದು ಪಕ್ಕದಲ್ಲಿ ಸ್ಪೂನ್ ಇತ್ತು.

ಡಾ। ಗೋಕುಲ್ ಡೈನಿಂಗ್ ಟೇಬಲಿನ ಮುಂದೆ ಕೂತನು. ತಟ್ಟೆಯನ್ನು ಹತ್ತಿರಕ್ಕೆಳೆದುಕೊಂಡ. ಸ್ಪೂನ್ ತೆಗೆದು ಬೇರೆ ತಟ್ಟೆಗೆ ಹಾಕಿದ. ಬೆರಳುಗಳಿಂದ ಎತ್ತಿ ತಿನ್ನತೊಡಗಿದ. ತಾಯಿ, ತಂದೆ ಇದಕ್ಕಾಗಿ ವಾದ ಮಾಡುತ್ತಿದ್ದುದು ನೆನಪಾಯಿತು.

ಡಾ। ಶ್ರೀನಿವಾಸ್ ಎಷ್ಟು ಬೇಗ ಅಮೆರಿಕನ್ ಶ್ರೀಮಂತಿಕೆಗೆ ಮಾರು ಹೋಗಿದ್ದರೋ ಅಷ್ಟೇ ಬೇಗ ಅದರ ಆಕರ್ಷಣೆಯಿಂದ ದೂರವಾಗಿದ್ದರು. ಮದುವೆಗೆ ಮುನ್ನ ಇಲ್ಲೇ ಉಳಿಯುವುದಾಗಿ ವರ್ಜಿನಿಯಾಗೆ ಕೊಟ್ಟ ಮಾತಿಗಾಗಿ ಬಂಧಿಯಾಗಿದ್ದರು.

ತಮ್ಮ ಊಟವನ್ನು ಕೈಯಲ್ಲಿಯೇ ಮಾಡುತ್ತಿದ್ದರು. ಆಗ ವರ್ಜಿನಿಯಾ ಸಿಡುಕುತ್ತಿದ್ದರು. ಕೈ ಬೆರಳುಗಳನ್ನು ನೆಕ್ಕುತ್ತ ನಗುತ್ತಿದ್ದರು. ಸ್ಪೂನ್, ಫೋರ್ಕು ಚಾಕನ್ನೆತ್ತಿ ತೋರಿಸುತ್ತ "ಇದ್ರಲ್ಲಿ ತಿಂದರೇ ಹೊಟ್ಟೆ ತುಂಬ ತಿನ್ನಬಹುದು. ಆದರೆ ತೃಪ್ತಿ ಸಿಗೋಲ್ಲ, ನೀನೂ ಪ್ರಯತ್ನಪಡು" ಎನ್ನುತ್ತಿದ್ದರು.

ಎರಡು ದಿನದಿಂದ ಜಡಿಮಳೆ ಹಿಡಿದುಕೊಂಡಿತ್ತು. ಅನುಪಮ ಕಾಲೇಜಿಗೂ ಹೋಗಿರಲಿಲ್ಲ. ಜಿಟಿ ಜಿಟಿ ಮಳೆಯಲ್ಲಿ ಹೊರಗೆ ಹೋಗುವುದೇ ಅಸಾಧ್ಯವಾಗಿತ್ತು.

ಕೊಡೆ ಹಿಡಿದು ಬಂದ ಶಾಮಣ್ಣನವರು ಕಾಲುಗಳಿಗೆ ಮೆತ್ತಿದ್ದ ಕೆಸರಿನ ಕಡೆ ನೋಡಿ "ಅನು, ಒಂದು ಚೊಂಬು ನೀರು ತಗೊಂಡ್ಬಾರಮ್ಮ" ಜಗುಲಿಯ ಮೇಲೆ ನಿಂತು ಮಂದವಾಗಿ ಸುರಿಯುತ್ತಿದ್ದ ಸೋನೆ ಮಳೆಯತ್ತ ನೋಡಿದರು. ಎಲ್ಲಾ ಕೆಲಸಕ್ಕೂ ಇದು ವಿಘ್ನವಾಗಿತ್ತು. ಲಗ್ನದ ದಿನ ನಿಶ್ಚಯವಾದುದ್ದರಿಂದ ಮಾಡಬೇಕಾದ ಕೆಲಸಗಳು ಬಹಳಷ್ಟು ಇದ್ದವು.

"ತಗೊಳ್ಳಿ" ಚೊಂಬು ಹಿಡಿದು ನಿಂತ ಮಗಳತ್ತ ನೋಡಿದರು. ಎದೆ ಭಾರವಾಯಿತು. ಅನು ಈ ಮನೆಯ ದೀವಿಗೆಯಾಗಿದ್ದಳು. ಅವಳು ಗಂಡನ ಮನೆಗೆ ಹೋದ ಮೇಲೆ ತಮಗೆ ಜೀವನದ ಮೇಲೆ ಯಾವ ಆಸಕ್ತಿ ಉಳಿಯುತ್ತೆ?

"ನಿಮ್ಮಮ್ಮ ಹೇಗಿದ್ದಾಳೆ?" ಕಾಲು ತೊಳೆದು ಒಳಗೆ ಬಂದರು.

ಅವಳ ಮುಖದ ಮೇಲೆ ದಟ್ಟವಾಗಿ ಕಾರ್ಮೋಡಗಳು ಕವಿದುಕೊಂಡವು.

"ಜ್ವರ ಬಂದಿದೆ" ಶಾಮಣ್ಣನವರು ಗಾಬರಿಯಿಂದ ನಿಂತುಬಿಟ್ಟರು.

"ಯಾಕೆ ಜ್ವರ ಬಂತು?" ಅವರೆಜ್ಜೆಗಳು ಕೋಣೆಯತ್ತ ಧಾವಿಸಿದವು. ಅನುಪಮ ನಿಟ್ಟುಸಿರು ಹೊರದಬ್ಬಿ ಗೋಡೆಗೊರಗಿ ನಿಂತಳು.

ಹೆಂಡತಿ ಹಣೆ, ಕತ್ತು ಮುಟ್ಟಿ ನೋಡಿದರು. ಕೆಂಡದ ಮೇಲೆ ಕೈಯಿಟ್ಟ ಹಾಗಾಯಿತು. ಕುಸಿದು ಕೂತರು.

"ಏನೇ ಇದು?" ಸ್ವರದಲ್ಲಿ ವೇದನೆ ಇಣುಕಿತು. ತಲೆ ಚಚ್ಚಿಕೊಳ್ಳಬೇಕೆನಿಸಿತು.

"ಅನುಪಮ... ಇಲ್ಬಾ..." ಜೋರಾಗಿ ಅಳಬೇಕೆನಿಸಿತು. ಬಂದ ಮಗಳನ್ನು ಕೇಳಿದರು, "ಏನಾಯ್ತು?"

"ಗೊತ್ತಿಲ್ಲ. ಬೆಳಗಿನಿಂದ ಮಂಕಾಗಿದ್ರೂ, ಸಾಯಂಕಾಲ ಮಲ್ಗಿ ಬಿಟ್ರು. ನೋಡಿದ್ರೆ ಜ್ವರ ಬಂದಿತ್ತು." ಬಲವಂತವಾಗಿ ಉಗುಳನ್ನು ನುಂಗಿ ಮಾತಾಡುವಂತೆ ಕಂಡಳು.

"ಈಗೇನು ಮಾಡೋದು?"

"ಮನೆಯಲ್ಲಿರೋ ಮಾತ್ರೆ ಕೊಟ್ಟಿದ್ದೀನಿ. ನಾಳೆ ಬೆಳಗಿನ ವೇಳೆಗೆ ಕಮ್ಮಿಯಾಗಬಹುದು!"

"ಎಲ್ಲೋ ನನ್ನ ಗ್ರಹಚಾರ ನೆಟ್ಟಗಿಲ್ಲ!" ಹಣೆ ಗಟ್ಟಿಸಿಕೊಂಡರು.

ತಂದೆಗೆ ಹೇಗೆ ವಿಷಯ ವಿವರಿಸಿ ಹೇಳುವುದೋ ಅನುಪಮಳಿಗೆ ಅರ್ಥವಾಗಲಿಲ್ಲ. ಕೃಷ್ಣನ್ ನರ್ಸಿಂಗ್ ಹೋಂ ಮಾರಾಟಕ್ಕಾಗಿ ಗೌಸ್ ಸಾಹೇಬರನ್ನು ಕರೆತಂದಿದ್ದು ಇಡೀ ಊರಿಗೆ ಗೊತ್ತಾಗಿತ್ತು. ಆ ಸುದ್ದಿ ಸುನಂದಮ್ಮನ ಕಿವಿಯ ಮೇಲೆ ಬೀಳದೇ ಹೋಗಲಿಲ್ಲ. ಅಂದಿನಿಂದಲೇ ಸೋಲುತ್ತ ಬಂದಿದ್ದರು. ತಾವಾಗಿ ಆರೋಗ್ಯ ಕೆಡಿಸಿಕೊಳ್ಳುವಂತೆ ಕಂಡಿದ್ದರು. ಇದನ್ನೆಲ್ಲ ಹೇಳಿದರೇ ತಾನೇ ತಂದೆ ಒಪ್ಪುವರೆ? ತಾಯಿಗೆ ದೃಢ ಮನಸ್ಸಿಲ್ಲ. ತಮ್ಮ ಆಚಾರ-ವಿಚಾರ, ನಂಬಿಕೆಗಳನ್ನು ಬಿಡಲಾರರು. ಡಾ। ಗೋಕುಲ್ ಅವರ ಕಣ್ಣಿಂದ ದೂರ ಹೋಗುವುದು ಅವರಿಗೆ ಬೇಕಿರಲಿಲ್ಲ. ದ್ವಂದ್ವದಲ್ಲಿ ಶರೀರ ಮೂಳೆಯ ಹಂದರವಾಗಿತ್ತು.

ಸರ್ಕಾರಿ ದವಾಖಾನೆಯಿಂದ ಔಷಧಿ ತಂದರು. ಜ್ವರ ಬಿಟ್ಟು ಬಿಟ್ಟು ಬರುತ್ತಿತ್ತು. ನರಳಿಕೆಯಂತೂ ಅಸಾಧ್ಯವಾಗಿತ್ತು. ಅಂದು ರಾತ್ರಿ ಪ್ರಜ್ಞೆ ತಪ್ಪಿದಾಗ ಶಾಮಣ್ಣನವರಿಗೆ ದಿಕ್ಕೇ ತೋಚಲಿಲ್ಲದಂತಾಯಿತು. ಹೊರಗೆ ಮಳೆ ಧಾರಾಕಾರವಾಗಿ ಸುರಿಯುತಿತ್ತು. ಕುಸಿದು ಕೂತರು.

ಮೂಲೆಯಲ್ಲಿದ್ದ ಕೊಡೆಯನ್ನು ಕೈಗೆತ್ತಿಕೊಂಡ ಅನುಪಮ 'ಡಾಕ್ಟ್ರನ ಕರ್ಕೊಂಡ್ಬರ್ತೀನಿ...' ಅರ್ಥಗರ್ಭಿತವಾಗಿ ಹೇಳಿದ್ದಳು. ಶಾಮಣ್ಣನವರ ಮುಖದ ಮೇಲೆ ನಿರಾಶೆ ಇಣುಕಿತು.

"ಬರ್ತಾನೇನಮ್ಮ?" ಅವರ ಸ್ವರದಲ್ಲಿ ಸಂದೇಹ ಇಣುಕಿತು. ಈ ಕ್ಷಣದಲ್ಲಿ ಎಲ್ಲಕ್ಕಿಂತ ಹೆಚ್ಚಾಗಿ ಹೆಂಡತಿಯ ಪ್ರಾಣ ಮುಖ್ಯವಾಗಿತ್ತು. ಅದು ಬಿಟ್ಟು ಬೇರೆ ದಾರಿಯಿರಲಿಲ್ಲ.

"ಖಂಡಿತ, ಬರ್ತಾರೆ" ಬಾಗಿಲು ತೆಗೆದ ಕೂಡಲೇ ಇರಚಲು ರಭಸದಿಂದ ಒಳಗೆ ನುಗ್ಗಿತು. ಹೆಜ್ಜೆ ಎತ್ತಿಡಲೇ ಕಷ್ಟವಾಯಿತು. ತೆರಿಗೆಗಳನ್ನು ಒಂದು ಕೈಯಲ್ಲಿ ಎತ್ತಿಡಿದು ಕೊಡೆಯಿಡಿದು ಕತ್ತಲು ಮಳೆಯನ್ನು ಸೀಳಿಕೊಂಡು ಎದುರು ಮನೆಯತ್ತ ಹೊರಟು ಬಿಟ್ಟಳು.

ಸೀರೆ ಅರ್ಧ ತೊಯ್ದು ಹೋಯಿತು.

"ಡಾಕ್ಟರ್... ಡಾಕ್ಟರ್..." ಮಳೆಯ ರಭಸದಿಂದ ಸದ್ದನ್ನು ಭೇದಿಸಿಕೊಂಡು

ಅನುಪಮಳ ಸ್ವರ ಡಾ| ಗೋಕುಲ್ ಕಿವಿಯನ್ನು ಮುಟ್ಟಿತು. ದಢಾರನೇ ಎದ್ದ, ವಿದ್ಯುಚ್ಛಕ್ತಿ ಇರಲಿಲ್ಲ. ಬ್ಯಾಟರಿಯನ್ನಿಡಿದು ಬಂದ ಗಾಬರಿ, ಆತಂಕದಿಂದ ಅವನೆದೆ ಏರಿಳಿಯುತಿತ್ತು.

ಬಾಗಿಲು ತೆಗೆದ ಅರ್ಧ ನೆನೆದ ಅನುಪಮ ನಿಂತಿದ್ದಳು. ಎರಿಚಲಿನಿಂದ ಸಿಡಿದ ಮಳೆಯ ಬಿಂದುಗಳು ಹಣೆ, ಕತ್ತನ್ನು ತೋಯಿಸಿದ್ದವು.

"ಬೇಗ ಬನ್ನಿ, ಅಮ್ಮಂಗೆ ಹುಷಾರಿಲ್ಲ" ಸೋತವಳಂತೆ ಒರಗಿ ನಿಂತಳು. ಅರ್ಥಮಾಡಿಕೊಳ್ಳಲು ಅವನಿಗೆ ಕೆಲವು ಕ್ಷಣಗಳೇ ಬೇಕಾದವು. ಆ ಸಮಯದಲ್ಲೂ ಅವ್ಯಕ್ತ ಸಂತೋಷವಾಯಿತು.

"ಈಗ್ಬಂದೆ..."

ಎರಡೇ ನಿಮಿಷದಲ್ಲಿ ಕಿಟ್ ಹಿಡಿದು ಅವಳ ಜೊತೆಯಲ್ಲಿ ಓಡುತ್ತಲೇ ಬಂದ, ಪೂರ್ತಿ ತೊಯ್ದೇ ಹೋಗಿದ್ದ. ಅತ್ತ ಅವನಿಗೆ ಪರಿವೆಯೇ ಇರಲಿಲ್ಲ.

ಅನುಪಮ ಕೊಟ್ಟ ಟವಲಿನಿಂದ ಮುಖ ಕೈಗಳನ್ನೊರೆಸಿಕೊಳ್ಳುತ್ತ "ಸ್ವಲ್ಪ ಬಿಸಿ ನೀರು ತಗೊಂಡ್ಬಾ" ಎಂದ ನಿಧಾನವಾಗಿ ಪರೀಕ್ಷಿಸಿದ ಸಿರಂಜ್‌ಗೆ ಔಷಧಿ ತುಂಬಿ ಚುಚ್ಚಿದ. ತನ್ನ ಸಾಧನೆಯ ಪರಿಣಿತಿಯ ಸಫಲತೆಯ ಬಗೆಗೆ ಹೆಮ್ಮೆಯೆನಿಸಿತು. ಇಡೀ ರಾತ್ರಿ ಅವರ ಬಳಿಯಲ್ಲಿಯೇ ಉಳಿದ. ಶಾಮಣ್ಣನವರು ಕೋಣೆಯಿಂದ ಹೊರಗೆ ಬರಲೇ ಇಲ್ಲ. ಅವನ ಸುಸ್ವಭಾವ ಅವರ ಆಚಾರವಂತ ಮನಕ್ಕೆ ಚುರುಕಾದ ಪೆಟ್ಟು ಕೊಟ್ಟಿತ್ತು.

ಮರುದಿನದಿಂದ ಅವನೇ ಚಿಕಿತ್ಸೆ ಮುಂದುವರಿಸಿದ. ಕರ್ತವ್ಯವೆನ್ನುವಂತೆ ಬಂದುಹೋಗುತ್ತಿದ್ದ. ಸುನಂದಮ್ಮನ ಕಣ್ಣುಗಳಲ್ಲಿ ಹೊಸ ಬೆಳಕು ಮೂಡಿತು. ಡಾ| ಗೋಕುಲ್‌ನ ನೋಡುವ ಅವರ ಕಣ್ಣುಗಳಲ್ಲಿ ಸಂತಸ ಉಕ್ಕುಕ್ಕಿ ಬಿರಿಯುತಿತ್ತು.

ಅಂದು ಸ್ವಲ್ಪ ಚೇತರಿಸಿಕೊಂಡಿದ್ದರು. ಶಾಮಣ್ಣನವರು ಬಂದವರೇ ಹೆಂಡತಿಯ ಬಳಿ ಕೂತು "ತೀರಾ ಹಚ್ಕೋಬೇಡ. ಆ ಸಮಯದಲ್ಲಿ ಬಂದು ಜೀವ ಉಳ್ಸಿದ್ದಾನೆ. ಕೇಳಿದಷ್ಟು ಫೀಜು ಕೊಟ್ಬಿಡೋಣ" ಎಂದಾಗ ಅವರಿಗೆ ಬಿಕ್ಕಿ ಬಿಕ್ಕಿ ಅಳಬೇಕೆನಿಸಿತು.

"ಏನ್ಮಾಡ್ತಾ... ಇದ್ದೀರಾ?" ಡಾ| ಗೋಕುಲ್ ಒಳಗೆಬಂದ. ತಟ್ಟನೇ ಎದ್ದು ನಿಂತಳು. ಕೈಯಲ್ಲಿನ ಚಿತ್ರ ಕೊರೆದ ಕೊಬ್ಬರಿಯ ಗಿಟುಕು ಕೆಳಗೆ ಬಿತ್ತು. ಅವನ ಕಣ್ಣುಗಳು ಕಿರಿದಾದವು. ಜಗ್ಗಿ ಕೈಗೆತ್ತಿಕೊಂಡ, ತಿರುಗಿಸಿ ಅದರ ಅಂದ ಚೆಂದ ನೋಡದ ಹುಬ್ಬು ಸಂಕುಚಿಸಿದವು. ಕಣ್ಣುಗಳು ನೆನಪಿನಲ್ಲಿ ತೇಲಾಡಿತು. ಭಾರತೀಯ ವಿವಾಹದ ವೈಶಿಷ್ಟ್ಯಗಳು ಚಿತ್ರ ಸಮೇತದ ಪುಸ್ತಕ ಎದುರಾಯಿತು. ಒಂದೊಂದೇ ಪುಟ ಮೊಗಚಿದ. ಒಂದು ಕಡೆ ಸ್ಥಿರವಾಗಿ ನಿಂತರು. ಮನ ನೊಂದರೂ ತುಟಿಗಳು ಮುಗುಳ್ನಕ್ಕವು.

"ಬ್ಯೂಟಿ ಫುಲ್!" ಅವಳತ್ತ ನೀಡಿ ಕೋಣೆಯತ್ತ ಹೆಜ್ಜೆ ಹಾಕಿದ. ಕಣ್ಣು ತೆರೆದು ಕೊಂಡೇ ಮಲಗಿದ್ದ ಸುನಂದಮ್ಮ ಪ್ರಯಾಸದಿಂದಲಾದರೂ ಎದ್ದು ಕೂತರು.

ಅವರ ಮೈಯಲ್ಲಿ ಭಾವನಾವೇಗ ಸಂಚಾರವಾಗಿತ್ತು. ಮೈನ ರೋಮಗಳೆಲ್ಲ ಎದ್ದು ನಿಂತಿದ್ದವು.

"ಹೇಗಿದ್ದೀರಿ?" ಅವರ ಸನಿಹದಲ್ಲಿಯೇ ಕೂತ. ಸಂತೋಷ ತಡೆದುಕೊಳ್ಳಲಾರದ ಸ್ಥಿತಿಯಲ್ಲಿದ್ದರು. ಕೈಹಿಡಿದು ಮೃದುವಾಗಿ ನೇವರಿಸಿದ. ಮತ್ತು ಬಂದಂತಾಯಿತು.

"ಪರ್ವಾಗಿಲ್ಲ" ಕನಸಿನಲ್ಲಿಯೇ ತೊದಲಿದರು.

ಪರೀಕ್ಷಿಸಿ "ನಾಲ್ಕು ದಿನ ವಿಶ್ರಾಂತಿ ತಗೊಂಡ್ರೆ ಎದ್ದು ಓಡಾಡಬಹುದು" ಬಾಯಿ ಹೇಳಲಾರದ ನೂರು ಮಾತುಗಳನ್ನು ಕಣ್ಣುಗಳು ಹೇಳಿದವು. ಅತ್ತಿತ್ತ ಅವರ ಕಣ್ಣು ನೋಟ ಸರಿದು ಡಾ॥ ಗೋಕುಲ್‌ನಲ್ಲಿ ನಿಂತಿತು.

"ನನ್ಮೇಲೇ ಕೋಪ ಇಲ್ಲ ತಾನೇ!" ತಡೆದಿಟ್ಟಿದ ಕಣ್ಣೀರಿನ ಪ್ರವಾಹ ಕೆನ್ನೆಯ ಮೇಲೆ ಧುಮುಕಿತು. ಅವನು ಕಲ್ಪಿಸಿಕೊಂಡ ಗಳಿಗೆ ಹತ್ತಿರವಾಗಿತ್ತು. ಬೆರಳಿನಲ್ಲಿ ಕಣ್ಣೀರು ತೊಡೆದು "ಖಂಡಿತ ಕೋಪ ಇಲ್ಲಾ, ಡ್ಯಾಡ್... ಯಾವಾಗ್ಲೂ ನಿಮ್ಮ ಬಗ್ಗೆನೇ ಹೇಳ್ತಾ ಇದ್ರು."

"ಶೀನಣ್ಣಯ್ಯ ನನ್ನ ಜ್ಞಾಪ್ಸಿಕೋತಿದ್ನಾ?" ಕಣ್ಣುಗಳು ಅರಳಿದವು. "ಎಂದೂ ಮರ್ತೆ... ಇರ್ಲಿಲ್ಲಾ!" ಬಿಸಿಯುಸಿರು ಹೊರದಬ್ಬಿದ, ಕೂರಲಾರದೇ ಮೇಲಕ್ಕೆದ್ದ. ಸಮಾಧಾನ ಮಾಡಿಕೊಳ್ಳಲು ಅವನಿಗೆ ಏಕಾಂತದ ಅವಶ್ಯಕತೆ ಇತ್ತು.

"ಬರ್ತೀನಿ, ಅತ್ತೆ" ಸುನಂದಮ್ಮ ನಿಶ್ಚೇಷ್ಟಿತರಾದರು. ಅವರು ಕಣ್ಣು ತೆರೆಯುವ ವೇಳೆಗೆ ಡಾ॥ ಗೋಕುಲ್ ಹೊರಟುಹೋಗಿದ್ದ.

ಎರಡೇ ದಿನದಲ್ಲಿ ಚೇತರಿಸಿಕೊಂಡರು. ಓಡಾಡುವ ಮಟ್ಟಿಗೆ ಅವರು ದಿನಕ್ಕೊಮ್ಮೆ ಡಾ॥ ಗೋಕುಲ್ ಬರುತ್ತಿದ್ದ. ಆ ಸಮಯದಲ್ಲಿ ಶಾಮಣ್ಣನವರು ಮನೆಯಲ್ಲಿಯೇ ಇರುತ್ತಿದ್ದರು. ಆದರೆ ಎದುರಾಗುತ್ತಿರಲಿಲ್ಲ. ಅವರ ದೂರಾಲೋಚನೆಯೇ ಬೇರೆಯಾಗಿತ್ತು. ಪರಪ್ಪನ ಎಚ್ಚರಿಕೆ ಅವರನ್ನು ತಿವಿಯುತಿತ್ತು.

"ಇನ್ನೇನು ಡಾಕ್ಟ್ರು ಇರೋ ಅವಶ್ಯಕತೆ ಇಲ್ವಲ್ಲಾ!" ತಲೆ ಬಗ್ಗಿಸಿಕೊಂಡು ಹೂ ಕಟ್ಟುತ್ತಿದ್ದ ಅನುಪಮ ಹುಬ್ಬೆತ್ತಿ ತಂದೆಯ ಕಡೆ ನೋಡಿದಳು. "ಗೊತ್ತಿಲ್ಲ ಅವ್ರೇನು ಹೇಳಲಿಲ್ಲ."

"ಇವತ್ತೇನಾದ್ರೂ ಬಂದ್ರೆ ಫೀಜ್ ಎಷ್ಟೂಂತ ಕೇಳು, ಬೇರೆಯವ್ರ ಋಣ ನಮ್ಗೇ ಬೇಡ." ಅವನನ್ನು ದೂರ ನಿಲ್ಲಿಸಿ ಬೇರೆಯವನನ್ನಾಗಿ ಮಾಡಿದರು.

"ನೀವೇ ಒಂದ್ಮಾತು ಕೇಳಿ" ಅವಳ ನೋಟ ಬಿಡಿಯಾಗಿ ಅಷ್ಟು ದೂರದಲ್ಲಿ ಬಿದ್ದ ಒಂಟಿ ಹೂವಿನ ಮೇಲಿತ್ತು. ಬಗ್ಗಿ ಕೈಗೆತ್ತಿಕೊಂಡ ಮಾಲೆಗೆ ಸೇರಿಸಿ ಕಟ್ಟಿದಳು. ಅವಳ ಮನಕ್ಕೆ ಸಮಾಧಾನವಾಯಿತು.

ಶಾಮಣ್ಣನವರ ಕಣ್ಣುಗಳು ಕಿರಿದಾದವು. ಹಣೆಯ ಸುಕ್ಕುಗಳು ಆಳವಾದವು. ಕೃತಜ್ಞತೆಯ ಭಾರ ಅವರನ್ನು ಒಳಗೆ ಜಗ್ಗುತ್ತಿತ್ತು. ಅನುಮಾನಿಸಿದರು.

"ಬೇಡ, ಬಂದಾಗ ಕೇಳಿ ಕೊಟ್ಟಿಡು."

ಕಿಸೆಯಲ್ಲಿನ ನೋಟುಗಳನ್ನು ಡ್ರಾಯರ್‌ನಲ್ಲಿಟ್ಟರು. ಅವಳ ಎದುರಿನಲ್ಲೇ, ಮಗಳ ನೋಟ ಎದುರಿಸಲಾರದೇ ಮನೆಯಿಂದ ಹೊರಗೆ ಹೊರಟರು. ಅಪರೂಪಕ್ಕೆ ತೋಟದ ಕಡೆ ಹೆಜ್ಜೆ ಹಾಕಿದರು. ಅತ್ತ ಹೋಗಲೇ ಇಷ್ಟಪಡುತ್ತಿರಲಿಲ್ಲ.

ತಮ್ಮ ಕಣ್ಣುಗಳನ್ನು ನಂಬದೇ ನಿಂತುಬಿಟ್ಟರು. ಕಣ್ಣು ತುಂಬುವಂಥ ಚೆಲುವು ತೋಟದಲ್ಲಿ ತುಂಬಿಕೊಂಡಿತ್ತು. ತಮ್ಮ ತೋಟದತ್ತ ಕಣ್ಣು ಹಾಯಿಸಿದರು. ನೋಡಲಾರದೇ ಮುಖ ತಿರುವಿದರು. ಅವನ ಶ್ರದ್ಧೆಯನ್ನ ಮುಕ್ತ ಮನಸ್ಸಿನಿಂದ ಮೆಚ್ಚಿಕೊಂಡರು.

'ಈಗ ಮಾವನೋರು ಇರ್ಬೇಕಾಗಿತ್ತು!' ಎಂದು ಅಂದುಕೊಳ್ಳದೆ ಇರಲಾಗಲಿಲ್ಲ. ಮನದಲ್ಲಿ ಯಾವುದೋ ನಿರ್ಧಾರಕ್ಕೆ ಬಂದರು. ಮಧ್ಯೆ ಹಾಕಿಸಿದ್ದ ಬೇಲಿ ಕಿತ್ತು ಹಾಕಲು ಹೇಳಲು ಆಳನ್ನು ಹುಡುಕಿಕೊಂಡು ಹೋದರು.

ಡಾ। ಗೋಕುಲ್ ಇಂದು ರಾಜನನ್ನು ಕರೆತರದೇ ಒಂಟಿಯಾಗಿಯೇ ಬಂದ. ಸರಳವಾದ ಮನೆಯ ಉಡುಪಿನಲ್ಲಿದ್ದ. ಸುತ್ತಲು ನೋಟವರಿಸಿದ. ಯಾರು ಕಾಣಲಿಲ್ಲ. ಅಡುಗೆಯ ಮನೆಯಲ್ಲಿನ ಪಾತ್ರೆಗಳ ಸದ್ದು ಕೇಳಿಸಿತು.

"ಅನುಪಮ..." ಹೆಜ್ಜೆ ಕೀಳಲಾರದೇ ಅಲ್ಲಿಂದಲೇ ಕೂಗಿದ. ಯೋಚನೆಗಳು ಮುಚ್ಚಿಕೊಂಡವು. ಗಂಭೀರನಾದ.

ಕೈಯಲ್ಲಿ ಡಬರಿಯಿಡಿದೇ ಅನುಪಮ ಹೊರಗೆ ಬಂದರು. ಸೀರೆಯ ನೆರಿಗೆಗಳನ್ನು ಎತ್ತಿ ಸಿಗಿಸಿದ್ದಳು. ಹಣೆಯ ಮೇಲೆ ಮುತ್ತಿನ ಮಣಿಗಳಂತೆ ಬೆವರಿನ ಬಿಂದುಗಳು.

"ಕೂತ್ಕೊಳ್ಳಿ, ಅಮ್ಮ ಬಂದ್ಬಿಡ್ತಾರೆ" ಒಳಗೋಡಿದಳು. ಸಂಭ್ರಮವಿತ್ತು ನಡಿಗೆಯಲ್ಲಿ.

ಸುಮ್ಮನೇ ಅಡುಗೆಯ ಮನೆಯಲ್ಲಿ ಕುಳಿತು ಮಗಳಿಗೆ ಹೇಳಿ ಮಾಡಿಸುತ್ತಿದ್ದ ಸುನಂದಮ್ಮ ನೆಲಕ್ಕೆ ಕೈ ಊರಿ ಎದ್ದು ಬಂದರು.

"ನೀವು ಆಗ್ಲೇ ಕೆಲ್ಸ ಮಾಡೋಕೆ ಶುರು ಮಾಡ್ಬಿಟ್ರ" ಅವನ ಸ್ವರದಲ್ಲಿ ಆಕ್ಷೇಪಣೆ ಇತ್ತು ಮುಗುಳು ನಗುತ್ತಾ "ನಾನೇನು ಮಾಡ್ಲಿಲ್ಲ. ಅವ್ಳ ಮದ್ವೆ ಹೊತ್ತಿಗಾದ್ರೂ ಎದ್ದು ಓಡಾಡ್ಬೇಕಲ್ಲ!"

ಡಾ। ಗೋಕುಲ್ ಮತ್ತೆ ಮಾತಾಡದೇ ಪರೀಕ್ಷಿಸಿ ಚಿಕಿತ್ಸೆಯ ವಿವರ ಹೇಳಿ ಮೇಲಕ್ಕೆದ್ದ. "ಬರ್ತೀನಿ" ಹಿಂದಿರುಗಿದ.

"ಒಂದ್ನಿಮಿಷ, ಕೂತ್ಕೊಪ್ಪ" ಸುನಂದಮ್ಮನ ಕಣ್ಣುಗಳಲ್ಲಿ ನೋವು ಇಣುಕಿತು. ಯಾವುದೋ ನೆಪದಲ್ಲಿ ಡಾ। ಗೋಕುಲ್ ಜೊತೆ ಮಾತಾಡುವ ನೋಡುವ ಅವಕಾಶ ಅವರಿಗೆ ಒದಗಿಬಂದಿತ್ತು. ಮತ್ತೆ...

ವಾಚ್ ಕಡೆ ನೋಡಿ "ಬೆಂಗ್ಳೂರಿಗೆ... ಹೊರಟದ್ದೀನಿ" ಆಕೆಯ ಕಣ್ಣು ಮಂಜಾಯಿತು. ಕಣ್ಣು ಮುಂದಿನ ಮೂರ್ತಿ ಮಸುಕಾಯಿತು. ಅವನನ್ನು ತಡೆದು ನಿಲ್ಲಿಸಿಕೊಳ್ಳುವಂಥ ಅಧಿಕಾರ ತಮಗಿಲ್ಲವೆಂದುಕೊಂಡರು.

ಮನ ಬಿಚ್ಚಿ ಕೇಳಬೇಕೆನಿಸಿತು. ಕೇಳಲಾಗಲಿಲ್ಲ. ಒಳಗೆ ಹೋದರು. ಈ ಒಳಗುದಿ

ಯಾಕೆ?

ತಿಂಡಿಯ ತಟ್ಟೆ ಹಿಡಿದು ತಂದು ಅವನ ಮುಂದಿಟ್ಟಳು. ತರಕಾರಿ ಹಾಕಿ ಹದವಾಗಿ ಕಲೆಸಿದ ಅನ್ನ, ಬೋಂಡ, ಶಾವಿಗೆ ಪಾಯಸ, ಹುಬ್ಬೆತ್ತಿ ಕಿರು ನಗುನಕ್ಕ.

"ಇಷ್ಟೆಲ್ಲಾ... ಯಾರಿಗೆ?" ಕೈಯೆತ್ತಿ ಕೇಳಿದ.

"ನಿಮ್ಗೇ... ತಿನ್ನಬೇಕು!" ಸ್ವರದಲ್ಲಿ ಒತ್ತಾಯವಿತ್ತು. ಹೆಚ್ಚು ಹೇಳಿಸಿಕೊಳ್ಳಲಿಲ್ಲ. ತನಗೆ ಸಾಕಾಗಿದೆಯೆನಿಸಿದರೂ ಇನ್ನಷ್ಟು ತಿಂದ. ಒಂದು ವಿಧವಾದ ಅವರ್ಣನೀಯ ನಾನಂದು ಅನುಭವಿಸಿದ. ತಂದೆಯ ಶ್ರಮ, ಶ್ರದ್ಧೆ ಭಾರತಕ್ಕೆ ಅವನನ್ನು ಕಳುಹಿಸಲೇ ಬೇಕೆಂಬ ನಿಷ್ಠೆ ಸಾರ್ಥಕವಾಗಿತ್ತು. ನಿಧಾನವಾಗಿಯಾದರೂ ಒಂದು ಮೆಟ್ಟಿಲು ಹತ್ತಿದ.

ಎದ್ದು ನಿಂತ "ಥ್ಯಾಂಕ್ಸ್ ಫಾರ್ ಯುವರ್ ಹಾಸ್ಪಿಟಾಲಿಟಿ" ಕಣ್ಣಂಚಿನಲ್ಲಿ ಆನಂದದ ಬಿಂದುಗಳು.

"ತಗೊಳ್ಳಿ" ಕೈಯಲ್ಲಿದ್ದ ಕವರನ್ನು ಅವನತ್ತ ನೀಡಿದಳು. ತಕ್ಷಣ ಡಾ। ಗೋಕುಲ್ ಮುಖ ತಿರುಗಿಸಿಕೊಂಡು ಹೊರಟು ಬಿಟ್ಟ. ಅವಮಾನದಿಂದ ಅವನೆದೆ ಕುದಿಯುತಿತ್ತು. ಮೂಕವಾಗಿ ಮನ ರೋದಿಸುತಿತ್ತು.

ಶಾಮಣ್ಣನವರು ಬೇಲಿ ಕೀಳಿಸಿಯೇ ಮನೆಗೆ ಬಂದರು. ತಾನು ಹೆಮ್ಮೆಯ ಕೆಲಸ ಮಾಡಿಬಿಟ್ಟೆನೆಂದು ಎದೆಯುಬ್ಬಿಸಿ ನಡೆದಿದ್ದರು ರಸ್ತೆಯಲ್ಲಿ.

"ಬೇಲಿ ಕಿತ್ತು ಹಾಕಿಸ್ದೆ" ತಾಯಿ ಮಗಳು ಒಬ್ಬರ ಮುಖ ಇನ್ನೊಬ್ಬರು ನೋಡಿಕೊಂಡರು. ಅರ್ಥವಾಗಲಿಲ್ಲ.

"ಕೊಂಡುಕೊಳ್ಳೋಕೆ ಹೇಳಿ ಕಳ್ಸಿದ್ನಲ್ಲ–ಫ್ರೀಯಾಗೆ ಬಿಟ್ಟುಕೊಟ್ಟೆ. ಹೋಗ್ಲಿಬಿಡು."

ಈಗಲೂ ಅರ್ಥವಾಗಲಿಲ್ಲ. ಸುನಂದಮ್ಮ ಸಹನೆ ಕಳೆದುಕೊಂಡು ಸಿಡುಕಿದರು. "ಸ್ವಲ್ಪ ಅರ್ಥವಾಗೋ ಹಾಗೆ ಹೇಳಿ" ಶಾಮಣ್ಣನವರು ತಲೆ ಚಚ್ಚಿಕೊಂಡರು.

"ತೋಟಕ್ಕೆ ಬೇಲಿ ಹಾಕ್ಸಿದ್ನಲ್ಲ – ಕಿತ್ತು ಹಾಕಿಸ್ದೆ. ಬಹಳ ಮುತುವರ್ಜಿಯಿಂದ ಬಂದು ನೋಡ್ಕೊಂಡಿದ್ದಾನೆ..."

ಅನುಪಮಳಿಗೆ ಅರ್ಥವಾಯಿತು. ತುಟಿಯಂಚಿನಲ್ಲಿ ಪರಿಹಾಸದ ನಗೆ ಮೂಡಿತು.

"ನೀನೇನೋ ಕೊಡ್ಬೋದು–ತಗೋಳೋಕೆ ಅವ್ರು ಸಿದ್ಧವಾಗಿರ್ಬೇಕಲ್ಲ!" ಮಗಳ ಮಾತಿನ ಮೊನಚು ನೇರವಾಗಿ ಅವರ ಎದೆಗೆ ಚುಚ್ಚಿತು. ಚಡಪಡಿಸಿದರು.

ಅನುಪಮ ತೀರಾ ಗಂಭೀರವಾದಳು. ಮದುವೆಯ ವಿಷಯದಲ್ಲೂ ಕೂಡ ಅವಳಿಗೆ ಆಸಕ್ತಿಯಿಲ್ಲದಾಯಿತು. ಮಂಕು ಕವಿದುಕೊಂಡಿತು.

ಸಂಜೆ ಬಂದ ಪರಪ್ಪನವರು ಹೊಸದೊಂದು ಸುದ್ದಿ ತಂದರು. ಡಾ। ಗೋಕುಲ್ ಮನೆ, ತೋಟ ಇವರಿಗೆ ಬಿಟ್ಟು ಹೋಗುವ ಸುದ್ದಿ ಅವರ ಕಿವಿ ಮುಟ್ಟಿತ್ತು.

"ನಿಮ್ಮ ಅದೃಷ್ಟ ಒಳ್ಳೇದು. ಊರಿಗೆ ಬಂದ ಪೀಡೆದು ತೊಲಗಿಹೋಯ್ತು! ಆಸ್ತಿನೂ ಆರಾಮಾಗಿ ನಿಮ್ಮ ಕೈ ಸೇರುತ್ತೆ" ಗೆಲುವಿನಿಂದ ಹೇಳಿದಾಗ ಶಾಮಣ್ಣನವರು

ಸಪ್ಪಗಾದರು.

ಅವರಿಗೆ ಅಂಥ ದುರಾಸೆ ಇರಲಿಲ್ಲ. ಯಾವುದೋ ಲೆಕ್ಕಾಚಾರದಲ್ಲಿ ಆ ಮನೆಯ ಪಾವಿತ್ರ್ಯತೆಯ ಬಗ್ಗೆ ಯೋಚಿಸಿಕೊಳ್ಳಲು ಮುಂದಾಗಿದ್ದರು. ಈಗ ತಳಮಳಿಸಿದರು.

"ಯಾರ್ಗೇ... ಬೇಕು? ನ್ಯಾಯವಾಗಿ ತಾತನ ಸ್ವತ್ತು ಮೊಮ್ಮಗ್ನಿಗೆ ಸೇರ್ಬೇಕೂ; ಇಷ್ಟವಿದ್ರೆ ಇಟ್ಕೊಳ್ಳಿ, ಇಲ್ಲದಿದ್ರೆ ಮಾರ್ಕೊಳ್ಳಿ" ಮನ ಪ್ರಾಮಾಣಿಕವಾದುದ್ದನ್ನು ಬಾಯಲ್ಲಿ ಆಡಿಸಿತು. ಅವರೇ ಅವನನ್ನು ಜೋಯಿಸರ ಮೊಮ್ಮಗನೆಂದು ಒಪ್ಪಿಕೊಂಡಿದ್ದರು. ಆ ಅನುಬಂಧದ ಸುಳಿ ತಮ್ಮನ್ನು ಸುತ್ತುಕೊಂಡಿದೆಯೆಂದು ಆ ಕ್ಷಣದಲ್ಲಿ ಅವರಿಗೆ ಅರಿವಾಗಲಿಲ್ಲ.

"ಯಾಕೆ ಬಿಡ್ತಿ? ಬೇಡದಿದ್ರೆ ಮಾರಿ ಗಂಟು ಮಾಡ್ಕೊ. ಈ ಊರಿನಲ್ಲಿ ಅಂಥ ಗಟ್ಟಿಮುಟ್ಟಾದ ಮನೆ ಎಲ್ಲಿದೆ? ಅದಕ್ಕೂ ಸಮ್ಮತವಿಲ್ಲದಿದ್ರೆ ಜೋಯಿಸರ ಹೆಸ್ರಿನಲ್ಲಿ ನಂಗೆ ದಾನ ಮಾಡ್ಬಿಡು. ಮಕ್ಕಳೊಂದಿಗೆ... ಹಾಯಾಗಿ ಬದ್ಕೋತೀನಿ!"

ಅನುಪಮಳಿಗೆ ಸಣ್ಣಗೆ ರೇಗಿತು. ತಂದೆಗೆ ಹಿರಿಯರ ಎದುರು ಅಡ್ಡ ಮಾತಾಡುವುದು ಇಷ್ಟವಿಲ್ಲವೆಂದು ಗೊತ್ತು.

"ನಮ್ಗಿಲ್ಲ ಆ ಅಧಿಕಾರ ತಾತ ಮನಸ್ಸಲ್ಲಿ ಏನಿಟ್ಕೊಂಡಿದ್ರೊ!" ತಂಪಾಗಿ ಬಂದ ಪರಪ್ಪನವರಿಗೆ ಅನುಪಮಳ ಮಾತುಗಳು ಕೆಂಡದ ಕಿಡಿಗಳಂತೆ ಅವರ ಮೈಮೇಲೆ ಎರಚಾಡಿದವು. ಕಾವೇರಿತು.

ಅವರ ಕೆಟ್ಟ ನಾಲಿಗೆಯ ಬಗೆಗೆ ಗೊತ್ತಿದ್ದ ಸುನಂದಮ್ಮ ಮಧ್ಯೆ ಬಂದರು.

"ಸುಮ್ಮನಿರಿ, ಈಗ್ಲೇ ಆ ಮಾತು ಯಾಕೆ? ಅದು ನಿಮ್ಗೆ ಸೇರ್ಬೇಕೂಂತ ಬ್ರಹ್ಮ ಬರೆದಿದ್ರೆ ಯಾರೂ ತಪ್ಪಿಸೋಕಾಗುತ್ತೆ!" ಎಂದವರೇ ಮಗಳನ್ನು ಕಣ್ಣಿನಿಂದಲೇ ದಂಡಿಸಿದರು.

ಶಾಮಣ್ಣನವರು ಕೂಡ ಕಣ್ಣು ಕೆಂಪಗೆ ಮಾಡಿದರು. ಆ ಮನುಷ್ಯನ ಯೋಗ್ಯತೆ ಅವರಿಗೂ ಗೊತ್ತು. ನಿರ್ದಾಕ್ಷಿಣ್ಯವಾಗಿ ದೂರವಿರಿಸಲಾರದ ದುರ್ಬಲತೆ.

ಪರಪ್ಪ ಎನ್ನುವುದು ಅವರ ಸ್ವಂತ ಹೆಸರಲ್ಲ. ಯಾವುದೋ ಸಂದರ್ಭದಲ್ಲಿ ವಿದ್ಯಾವಂತರೆನಿಸಿಕೊಂಡಿದ್ದ ಯುವಕರು ನಾಮಕರಣ ಮಾಡಿದ್ದರು. ಈಗ ಅದೇ ನಾಮದಿಂದ ಖ್ಯಾತರಾಗಿದ್ದರು. ಹಿರಿಯರು ಕೂಡ ಅದೇ ಹೆಸರಿನಲ್ಲಿ ಸಂಬೋಧಿಸುವಷ್ಟು ವಾಡಿಕೆಯಾಗಿತ್ತು.

ಅವರುಗಳನ್ನು ಮಾತಿಗೆ ಬಿಟ್ಟು ಅನುಪಮ ಹೊರಗೆ ಬಂದಳು. ತೋಟದ ಕಡೆ ಹೋಗಬೇಕೆನಿಸಿತು. ನೇರವಾಗಿ ನಡೆದಳು. ತಡಿಕೆಯನ್ನು ಸರಿಸಿ ಹೆಜ್ಜೆಗಳನ್ನು ಒಳಗಿಟ್ಟಾಗ, ಬೇಲಿ ಹಾಕಿದ ಜಾಗ ಖಾಲಿಯಾಗಿತ್ತು. ಸಮಾಜದ ಆಚಾರ ವಿಚಾರದ ಕಟ್ಟಳೆಗಳೇ ಕಿತ್ತೆಸೆದಂತೆ ಭಾಸವಾಯಿತು.

"ಅಮ್ಮಾರೇ..." ತಲೆಯೆತ್ತಿದಳು. ಬೇಲಿ ಹಾಕಿದ ಸ್ಥಳದಿಂದ ಹೊರಗೆ ನಿಂತಿದ್ದ ಮಾಲಿ, "ಏನು?" ಎಂದಳು.

"ಸ್ವಾಮಿಯೋರು ಬೇಲಿ ಕಿತ್ಸಿ ಹಾಕ್ಬಿಟ್ರು" ಸುಮ್ಮನೇ ತಲೆಯಾಡಿಸಿದಳು. ಅಲ್ಲಿಂದ ಹೊರಕ್ಕೆ ಒರಗಿ ನಿಂತಳು ಮಾತು ಬೇಡವಾಗಿತ್ತು. ಡಾ। ಗೋಕುಲ್‌ನ ಕೋಪ ಬೆರೆತ ನಿರಾಶೆಯ ಮುಖ ಪದೇ ಪದೇ ಜ್ಞಾಪಕಕ್ಕೆ ಬರುತ್ತಿತ್ತು.

ನಂದಿ ಬಟ್ಟಲು ಹೂ ಗಿಡದ ಬಳಿ ನಿಂತು ಸವರಿದಳು. ಅವಳ ಪಾಲಿಗೆ ಇದೆಲ್ಲ ಇನ್ನು ದೂರವೇ. ಮದುವೆಗೆ ಕೇವಲ ಕೆಲವೇ ದಿನಗಳು ಉಳಿದಿತ್ತು.

ಸ್ವಾಭಾವಿಕವಾಗಿ ತಲೆ ತಿರುಗಿಸಿ ನೋಡಿದಳು. ಡಾ। ಗೋಕುಲ್ ಎದೆಯ ಮೇಲೆ ಕೈ ಕಟ್ಟಿ ಕ್ಷಿತಿಜದ ಅಂಚನ್ನು ದಿಟ್ಟಿಸುತ್ತ ನಿಂತಿದ್ದ. ಅವನ ತಲೆಯಲ್ಲಿ ನಿರಾಶವಾದ ನಡುವೆ ಪ್ರಚಂಡ ವಿಚಾರದ ಸುಳಿ ಸುತ್ತುತ್ತಿತ್ತು.

"ಎಕ್ಸ್‌ಕ್ಯೂಸ್ ಮಿ, ನೀವು ತಪ್ಪು ತಿಳ್ಕೊಂಡ್ರಿ..." ಸ್ವರ ನವಿರಾಗಿದ್ದರೂ ಒಂದು ತರಹದ ಕಂಪನದಿಂದ ಕೂಡಿತ್ತು. ತಲೆ ತಿರುಗಿಸಿ ನೋಡಿದ. ಮಾತಾಡಬಾರದೆನಿಸಿತು. ಮೌನವಾಗಿರಲು ಪ್ರಯತ್ನಿಸಿದ ಸಾಧ್ಯವಾಗಲಿಲ್ಲ.

ಆ ವಿಷಯವನ್ನೆ ಮರೆತವನಂತೆ "ಯಾಕೆ ಬೇಲಿ ಕಿತ್ತಿಸಿ ಹಾಕಿದ್ದಿರಾ!" ಎಂದು ಕೇಳಿದಾಗ ಅವಳಿಗೆ ಸತ್ಯಸಂಗತಿ ಹೇಳಲು ಸಂಕೋಚವಾಯಿತು. ತಾನು ದೊಡ್ಡವನಾದೆನೆಂದು ಹಿಗ್ಗಿದ ತಂದೆ ಅವಳ ಮುಂದೆ ತೀರಾ ಕುಬ್ಜನಾದನೆನಿಸಿತು.

"ತಪ್ಪು ಮಾಡಿದ್ರು... ಈಗ ತಿದ್ದಿಕೊಂಡ್ರು!" ಸುತ್ತಲು ದೃಷ್ಟಿ ಹರಿಸಿ "ನಿಮ್ಮದಾಗೇ ಇರ್ಲಿ..." ತಲೆ ಎತ್ತಿ ಅವಳ ನೋಟ ಎದುರಿಸಿದ ತುಟಿ ಕಚ್ಚಿಕೊಂಡು ನಿಟ್ಟುಸಿರನ್ನು ಹೊರ ದಬ್ಬಿದ.

ತನಗೇ ಹಣ ಕೊಡುವಂಥ-ಅದೆಂಥ ಕ್ರೂರ ತಿರಸ್ಕಾರ! ನೆನಪಾದರೆ ಅವನೆದೆಯಲ್ಲಿ ಮುಳ್ಳುಗಳು ಏಳುತ್ತಿದ್ದವು. ಕೃಷ್ಣನ್ ಪದೇಪದೇ ಹೇಳುತ್ತಿದ್ದರು. 'ಪ್ರಿವೆನ್‌ಷನ್ ಈಸ್ ಬೆಟರ್ ದ್ಯಾನ್ ಕ್ಯೂರ್' ಈಗ್ಲೂ ಎಚ್ಚೆತ್ತುಕೊ.

"ಐ ಆ್ಯಮ್ ಡಿಸ್‌ಪಾಯಿಂಟೆಡ್" ನೊಂದ ಸ್ವರ ಹೊರಬಿದ್ದಾಗ ಅನುಪಮ ವಿಚಲಿತಳಾದಳು.

"ತೀರಾ ನಿರಾಶನಾಗಿದ್ದೀನಿ. ನನ್ನ ಉತ್ಸಾಹ ಬತ್ತಿ ಹೋಗಿದೆ. ಚೇತನ ತುಂಬೋ ವ್ಯಕ್ತಿಗಳೇ ಇಲ್ಲ. ಬಹಳಷ್ಟು ದಿನ ಒಂಟಿತನ ನಿರಾಶೆನ ನುಂಗಿ ಬದುಕೋ ಪ್ರಯತ್ನ ಮಾಡ್ಲಾರೆ!"

ತಂದೆಯ ಬಯಕೆ, ಕಲ್ಪನೆಗಳಲ್ಲಿ ಅವಳ ಮುಂದೆ ಬಿಚ್ಚಿಟ್ಟ. ಅವರು ಕೊನೆಗಾಲದಲ್ಲಿ ಅನುಭವಿಸಿದ ಒಂಟಿತನದ ನೋವನ್ನು ವರ್ಣಿಸುವಾಗ ಅವನ ಗಂಟಲು ಗದ್ಗದವಾಯಿತು.

ಅನುಪಮ ಕೇಳುತ್ತಾ ಶಿಲೆಯಂತೆ ನಿಂತಳು. ಪ್ರತಿಯೊಂದು ಗಿಡ, ಮರವು ವ್ಯಥೆಯ ಕತೆಯನ್ನು ಆಲಿಸುವಂತೆ ತಲೆದೂಗುತ್ತಿದ್ದವು.

"ತಾತ ಬದ್ಕಿದ್ರೆ... ಈ ಕಷ್ಟ ನಂಗೆ ಎದುರಾಗುತ್ತ ಇರ್ಲಿಲ್ಲ." ಅನುಪಮ ತಡೆಯದಾದಳು. ಬೆಂದ, ನೊಂದ ಮನಕ್ಕೆ ಹೇಗೆ ಸಾಂತ್ವನ ನೀಡಬಲ್ಲಳು?

ಅವಳತ್ತ ತಿರುಗಿ ಸಮೀಪಕ್ಕೆ ಬಂದು ಎರಡು ಕೈಗಳನ್ನು ಹಿಡಿದುಕೊಂಡು "ನನ್ನ ನೋಡಿದ್ರೆ ನಿಮ್ಗೇ ಯಾವ ಭಾವಾನೂ ಹುಟ್ಟೋಲ್ವಾ?" ತಲೆ ಕೆಳಗೆ ಹಾಕಿದಳು. ತುಟಿಗಳು ಕಂಪಿಸಿದವು.

"ಮಾತಾಡು ಅನುಪಮ, ನಾನು ನಿನ್ನ ಸ್ವಂತ ಮಾವನ ಮಗ. ಅಷ್ಟೊಂದು ಬೇರೆಯಾಗಿ ನೋಡೋಕೆ ಹೇಗೆ ಸಾಧ್ಯವಾಗುತ್ತೆ? ಡ್ಯಾಡ್ ಹೇಳಿದೆಲ್ಲಾ ಸುಳ್ಳಾ..." ಉದ್ವಿಗ್ನನಾದ.

'ಇಲ್ಲ' ಎಂದು ಚೀರಬೇಕೆನಿಸಿತು.

ಎರಡು ಕೈಗಳನ್ನು ಬಿಟ್ಟು ದೂರ ಸರಿದು ನಿಂತ. ವಿರಕ್ತಭಾವ ಮುಖದ ಮೇಲೆ ಕಾಣಿಸಿಕೊಂಡಿತು. ಮನದಲ್ಲಿ ದೃಢ ನಿರ್ಧಾರ ತಲೆ ಹಾಕಿತು. ತಲೆ ಮೇಲೆತ್ತಿ ಆಕಾಶದ ಕಡೆ ನೋಡಿದ.

"ನಾನು ಹೊರಡೋ ತೀರ್ಮಾನಕ್ಕೆ ಬಂದಿದ್ದೀನಿ" ಬೆಚ್ಚಿ ಬಿದ್ದಳು. ಖಂಡಿತ ಗೋಕುಲ್ ಇಲ್ಲಿಂದ ಹೋಗಬಾರದು. ಈ ಭವಿಷ್ಯವನ್ನು ಮೊದಲೇ ನೆನೆದ ತಾತ ಮನೆ, ತೋಟ ಎಲ್ಲಾ ಶೀನಿ ಮಾವನಿಗೆ ಬರೆಸಿದ್ದು.

"ನಾನು ಇರೋದ್ರಿಂದ ನಿಮ್ಗೆಲ್ಲ ತುಂಬ ಕಷ್ಟವಾಗಿದೆ. ಡ್ಯಾಡ್ ದೂರ ಹೋಗಿ ಒಂದು ತರಹ ಕಷ್ಟ ಕೊಟ್ರು. ನಾನು ಎದುರಿಗಿದ್ದು ನಿಮ್ಮಗಳ ಮನಸ್ಸು ನೋಯಿಸ್ತಾರೆ! ಈ ತೀರ್ಮಾನಕ್ಕೆ ಬರಲು ಬಹಳಷ್ಟು ತೊಳಲಾಡಿದ್ದೇನೆ" ಎರಡು ಕೈಯೆತ್ತಿ ಆಡಿಸಿ ತನ್ನ ಅಸಹಾಯಕತೆ ತೋಡಿಕೊಂಡ.

"ಈ ತೋಟ, ಮನೆ ಎಲ್ಲಾ ನಿಮ್ದೇ. ಅದ್ನ ಪಡ್ಯೋ ಅರ್ಹತೆ ನಂಗಿಲ್ಲ!" ಹಣೆಯ ಮೇಲೆ ಹರಡಿದ ಕೂದಲನ್ನು ಹಿಂದಕ್ಕೆ ತಳ್ಳಿದ ಅನುಪಮ ಬೊಂಬೆಯಂತೆ ನಿಂತಿದ್ದಳು.

"ಪ್ರಾಮಾಣಿಕವಾಗಿ ಹೇಳು ನನ್ಮೇಲೆ ನಿಮ್ಮಗಳಿಗೆ ಪ್ರೀತಿ ಇಲ್ವಾ? ಈ ಒಂಟಿತನದ ದೂರ ಮಾಡೋಕೆ ನಿನ್ನಿಂದ ಮಾತ್ರ ಸಾಧ್ಯ."

ಶಿಲೆಗೆ ಚಲನೆ ಬಂದಂತಾಯಿತು. ತುಟಿಗಳು ಏನೋ ಹೇಳಲು ತವಕಿಸಿದವು.

●